மணிரத்னம் படைப்புகள்

ஓர் உரையாடல்

டைம்ஸ் வெளியிட்ட மிகச் சிறந்த 100 திரைப் படங்கள் பட்டியலில் நாயகன் இடம் பெற்றுள்ளது. ஏ.ஆர்.ரஹ்மானை உலகுக்கு அறிமுகப் படுத்தியது, ரோஜா. இந்த இரு படங்கள் மட்டுமல்ல, மணி ரத்னம் இயக்கிய 19 பிற படங்களும் ஒவ்வொரு வகையில் வெவ்வேறு காரணங்களுக்காகத் தனித் தன்மையுடன் திகழ்கின்றன.

இருந்தும் மணி ரத்னம் குறித்து நமக்கு அதிகம் தெரியாது என்பதே ஆச்சரியமளிக்கும் உண்மை. இந்தப் படங்களை அவர் எப்படிக் கற்பனை செய்தார்? காட்சியமைப்புகள் குறித்து எப்படிச் சிந்தித்தார்? சினிமாவுக்குமுன் அவர் வாழ்க்கை எப்படி இருந்தது என முதல் முறையாக மணி ரத்னம் தன்னைப் பற்றியும் தன் படங்கள் பற்றியும் மனம் திறந்து விரிவாக இந்தப் புத்தகத்தில் உரையாடியிருக்கிறார். பரத்வாஜ் ரங்கனின் அற்புதமான முயற்சியால் இது சாத்தியமாகி உள்ளது. அதிகம் பேசாத மணி ரத்னத்திடம் ஆழமாக, வெளிப்படையாக, காரசாரமாகக் கேள்விகள் கேட்டு சரளமாக உரையாட வைத்திருக்கிறார் பரத்வாஜ் ரங்கன்.

நகர்ப்புற உறவுச்சிக்கல்களில் ஆரம்பித்து (அக்னி நட்சத்திரம்) தேசிய உணர்வில் ஏற்பட்ட விரிசல்கள் வரையிலான (பம்பாய்) தன் படங்களின் கதைக் கருக்கள்பற்றி விரிவாகப் பேசியிருக்கிறார். ஒளியமைப்பில் செய்த புதுமைகள், இளையராஜா, ரஹ்மான் இருவருடைய மாறுபட்ட பாணிகள், நாயகன் படத்துக்கு கமல் கொடுத்த புதிய பரிமாணங்கள், ராவணன் படத்தின் பின்னணி என்று சுவாரஸ்யமான பல விஷயங்களைச் சொல்லி யிருக்கிறார். பாலு மகேந்திரா, பி.சி. ஸ்ரீராம், தோட்டா தரணி, வைரமுத்து, குல்சார் போன்ற திறமைசாலிகளுடனான இனிய நினைவுகளையும் பகிர்ந்துகொண்டிருக்கிறார். இந்தப் புத்தகம் தீவிர திரைப்பட ரசிகர்களுக்கும் சாமானிய வாசகர்களுக்கும் நல்லதொரு விருந்து.

மணிரத்னம் படைப்புகள்

ஓர் உரையாடல்

பரத்வாஜ் ரங்கன்

தமிழில் : அரவிந்த் சச்சிதானந்தம்

கிழக்கு

மணி ரத்னம் படைப்புகள்: ஓர் உரையாடல்
Mani Ratnam Padaippugal: Orr Uraiyaadal
by *Baradwaj Rangan*

© First published in Tamil by *New Horizon Media Private Limited* in arrangement with *Penguin Books India Private Limited*. Originally Published in English as *'Conversations with Mani Ratnam'*

The copyright for the photographs vests with the respective directors or producers of the films. Page 6 is an extension of the copyright page.

First Edition: December 2013 (Hard Bound)
480 Pages, 16 Color Pages | Kizhakku 745
ISBN: 978-93-5135-157-3

Second Edition: October 2022 (Paperback)
480 Pages | Kizhakku 1275
ISBN: 978-93-90958-44-3
Printed in India.

Kizhakku Pathippagam
177/103, First Floor, Ambal's Building, Lloyds Road, Royapettah, Chennai - 600 014. Ph: +91-44-4200-9603
Email : support@nhm.in   Website : www.nhm.in

f kizhakkupathippagam   **t** kizhakku_nhm

Cover Photograph: Praveen Padmanabhan

Kizhakku Pathippagam is an imprint of New Horizon Media Private Limited

The views and opinions expressed in this book are the author's own and the facts are as reported by the author, and the publishers are not in any way liable for the same.

All rights reserved. No part of this publication may be reproduced, stored in a retrieval system, or transmitted, in any form or by any means, electronic, mechanical, photocopying, recording or otherwise, without the prior permission of the publishers.

லதாவுக்கு...

புத்தகத்தில் இடம் பெற்றுள்ள படங்களின் காப்புரிமை

கறுப்பு வெள்ளைப் படங்கள்

ப. 39, 59, 91 - மகேந்திரன்
ப. 43 - பாரதிராஜா
ப. 45, 147, 49 - வீனஸ் பிக்சர்ஸ்
ப. 55 - ஜியோ ஃபிலிம்ஸ்
ப. 63 - ஐ.வி.சசி
ப. 67, 69 - சத்ய ஜோதி ஃபிலிம்ஸ்
ப. 74, 77, 79, 81, 84, 87, 89, 91, 93, 96, 103, 109, 115, 121, 125, 127, 134, 132, 133, 135, 136, 138, 139 - சுஜாதா புரொடக்ஷன்ஸ் (ஜி.வி. ஃபிலிம்ஸ்)
ப. 101 - தோட்டாதரணி
ப. 141, 143, 147, 149 - பாக்கியலஷ்மி எண்டர்பிரைசஸ்
ப. 194, 197, 199, 202, 206, 207, 211, 213, 214 - கவிதாலயா புரொடக்ஷன்ஸ்
மற்ற அனைத்து படங்கள் - மெட்ராஸ் டாக்கீஸ்

உள்ளே

	முகவுரை ஏர்.ஆர்.ரஹ்மான்	/	09
	சில குறிப்புகள் மணி ரத்னம்	/	13
	முன்னுரை பரத்வாஜ் ரங்கன்	/	15
1.	பல்லவி அனுபல்லவி, உணரு, பகல் நிலவு, இதயகோயில்	/	33
2.	மௌனராகம்	/	74
3.	நாயகன்	/	91
4.	அக்னி நட்சத்திரம்	/	125
5.	இதயத்தை திருடாதே / கீதாஞ்சலி	/	141
6.	அஞ்சலி	/	153
7.	தளபதி	/	172
8.	ரோஜா	/	194
9.	திருடா திருடா	/	216
10.	பம்பாய்	/	229
11.	இருவர்	/	254
12.	உயிரே / தில் சே	/	283
13.	அலைபாயுதே	/	304
14.	கன்னத்தில் முத்தமிட்டால்	/	322
15.	ஆய்த எழுத்து / யுவா	/	350
16.	குரு	/	376
17.	ராவணன் / ராவன்	/	406
18.	கடல்	/	437
	ஃபிலிமோகிராஃபி விருதுகள்	/	469
	நன்றிகள்	/	478

முகவுரை

1980-களில், என் இளம் வயதில், ஹாலிவுட் அதிசயங்களைக்கண்டு வியந்தபடியேதான் வளர்ந்தேன். டேவிட் லீன், ஸ்டீவன் ஸ்பீல்பெர்க், ரிட்லி ஸ்காட் போன்ற ஹாலிவுட் படைப்பாளிகளின் படங்கள் என்னை வியப்பில் ஆழ்த்தின. ஆனால், மணி ரத்னத்தின் படங்களைப் பார்க்கத் தொடங்கியதும் என்னுடைய ஹாலிவுட் மோகம் அடியோடு மடிந்துபோனது. இவர் இயக்கிய படங்கள் உணர்ச்சிமயமாகவும் நுட்பமானவையாகவும் இருந்தோடு எனது கலாசாரத்தில் வேரூன்றியும் இருந்தன. ஒவ்வொன்றும் அசாத்தியத் தரத்துடன் இருப்பதைக் கண்டு பெருமகிழ்ச்சி அடைந்திருக்கிறேன். நான் தள்ளி நின்று பெரிதும் ரசித்த இந்தப் படைப்பாளி, ஒருநாள் என்னை அவர் படத்துக்கு இசையமைக்க அழைத்தார். இதைவிடச் சிறந்த விஷயம் வேறு என்ன இருக்க முடியும்? இது நடக்கும் என்று நான் என்றுமே எதிர்பார்த்திருக்கவில்லை.

'ரோஜா' படத்துக்கான வேலைகளில் மணி ரத்னம் ஈடுபட்டிருந்தபோதுதான், நான் அவரை முதன்முதலில் சந்தித்தேன். சூஃபி மார்க்கத்தில் நான் லயிக்கத் தொடங்கியிருந்த காலம் அது. வெற்றி தோல்விபற்றி நான் பெரிதாக அலட்டிக் கொண்டிருக்கவில்லை. ஒரே நேரத்தில் சந்தோஷமாகவும் சோகமாகவும் இருந்தேன். எனவே, 1990-ல் என்னுடைய சிறிய ஸ்டுடியோவுக்கு அவர் வந்தபோது நான் அதிக சந்தோஷம் அடைந்ததாக எல்லாம் சொல்ல முடியாது. ஏனென்றால், அவருக்கு என்னுடைய இசை பிடிக்கவில்லை என்றால், என் முகத்துக்கு நேராகவே இசைக்குறிப்புகளை வீசி எறிந்துவிட்டு அவர் எழுந்து போய்விடலாம். எதற்கும் தயாராகவே இருந்தேன். ஆனால், எல்லாம் நல்லபடியாகவே நடந்தது. நாங்கள் இருவரும் இணைந்து, ஓர் அசாதாரணமான படைப்பூக்கத்துடன் 'ரோஜா' படத்தின் இசையை உருவாக்கினோம்.

'மணி சார்' என எங்களால் மரியாதையுடன் அழைக்கப்படும் மணி ரத்னம், என்னுடைய உற்ற நண்பர் ஆனார். என்னுள் இருக்கும் முத்துக்களை மிகவும் ஜாக்கிரதையாகத் தேர்ந்தெடுத்து, அவற்றை அழகிய மாலையாக ஆக்கினார். மூன்று நான்கு வருடங்களுக்கு முன்புவரை, நான் இசையமைக்கும் ஒவ்வொரு பாடலையும், குருவின் ஒப்புதலை வேண்டி நிற்கும்

மாணவன்போல அவருக்கு அனுப்பி வந்தேன். ஒவ்வொரு முறையும் அவரை அழைத்து என் பாடல்களைப் பற்றிய அவரது கருத்துகளைக் கேட்பேன். அது வேறு ஒரு இயக்குநருக்காக உருவாக்கப்பட்ட பாடலாக இருந்தாலும்கூட. சில சமயம், 'அருமை... நீ ஏன் என் படத்துக்கு இந்தப் பாடலைக் கொடுக்கக்கூடாது' என்று விளையாட்டாகக் கேட்பார். வேறு சில சமயங்களில், 'இதை இன்னும் சிறப்பாகக் கொடுக்கமுடியும். புது உத்திகளை முயற்சி செய்' என்பார்.

வருடங்கள் உருண்டோடின. என் வாழ்க்கையில், என்னுடைய கற்பனை யைத் தூண்டியவர்களில் அவர் முக்கியமானவர் என்பதை உணர்ந்தேன். அறிவை வளர்த்துக்கொள்வது எளிது. புத்தங்களைப் படிக்கலாம். இன்னொருவருடன் பணிபுரிந்து, அவர் செய்வதைக் கூர்ந்து கவனித்து நம் அறிவை வளர்த்துக்கொள்ளலாம். ஆனால் ஒரு சிலர்மட்டுமே, 'இது போதாது. உன்னால் இன்னும் சிறப்பாகச் செய்யமுடியும்' என்று நம்மை ஊக்குவிப்பார்கள். மணி சார் ஒரு நண்பனாக இருந்து நம்மை ஊக்குவிப்பாரே தவிர எஜமானனாக இருந்து நமக்குக் கட்டளை இட மாட்டார். அதுதான் அவரது சிறந்த பண்பு. மேலும், எந்தத் தருணத்திலும், அவர் நம் ஆசான்போல் நடந்துகொள்ள மாட்டார். நம்முடைய சக பணியாளர்போல, சக படைப்பாளிபோலத்தான் எப்போதும் நடந்துகொள்வார். நம்முடன் கைகோத்து புதுப்புது முயற்சிகளை மேற்கொள்வார். பல ஆண்டுகளாக நாங்கள் இருவரும் இணைந்து பணிபுரிந்துவருகிறோம். எங்கள் அளவில் பல புதிய விஷயங்களைக் கண்டுபிடித்து வந்திருக்கிறோம். உதாரணமாக, வெறும் மெலடியை மட்டும் வைத்து ஆல்பத்தைப் பிரபலப்படுத்த முடியாது. 'கண்ணாளனே' போன்றதொரு மெலடி பாடல் ஆல்பத்தில் இடம் பெறவேண்டும் எனில், 'ஹம்மா ஹம்மா' போன்றதொரு பாடலும் ஆல்பத்தில் இடம்பெற்றிருக்கவேண்டும். ஒவ்வொரு ஆல்பத்திலும் இந்தக் கலவையான உணர்வுகள் இருக்கவேண்டும் என்பதை எங்களின் கூட்டணிதான் எங்களுக்குக் கற்றுத்தந்தது.

நாம் திரைப்படத் துறையைச் சேர்ந்தவர்களாக இருப்பின், நம்மைச் சுற்றி இருக்கும் அனைவரும் நம்மை மிகவும் மதிப்பார்கள். நம்முடைய குடும்பத்தார்கூட நம்மிடம், முன்பிருந்ததைவிட அதிக மரியாதையுடன் நடந்துகொள்வார்கள். அனைத்தும் நம் கைக்கு வந்துசேர வாய்ப்பிருக்கிறது. அனைத்தும் நம் கையைவிட்டுச் செல்லவும் வாய்ப்பிருக்கிறது. திடீரென்று நம்மைத் தாங்கி நிற்கும் பூமி நம்மைக் கைவிட்டுவிடலாம். நாம் தடுமாறிக் கீழே விழ நேரலாம். நம்மைச் சுற்றியிருந்த மனிதர்கள் நம்மைக் கண்டு கொள்ளாமல் சென்றுவிடலாம். வெகு சிலர்மட்டுமே நம்முடைய நிஜ முகத்தை மதிப்பார்கள். பெரும்பாலானோர், நம்முடைய ஒரு பகுதியை மட்டுமே மதிப்பார்கள். அது போலியானதாகவும் இருக்கலாம். மணி சார் எப்போதும் நம்முடைய நிஜ முகத்தைமட்டுமே மதிப்பார். நாம் பாக்ஸ் ஆஃபிஸில் இறங்குமுகத்தைச் சந்தித்தாலும், அவர் நம்மிடம் ஒரேமாதிரி தான் நடந்துகொள்வார். நடிகர்கள், ஒளிப்பதிவாளர்கள், சக பணியாளர்கள்

அனைவரையும் ஒரே மாதிரிதான் நடத்துவார். நான் சந்தித்த மனிதர்களில், வெகு சிலருக்குமட்டுமே இத்தகைய சிறந்த பண்பு இருக்கிறது.

கலைத்துறையில், புதுப்புது முயற்சிகளை மேற்கொள்கையில் தவறுகள் நேர வாய்ப்பிருக்கிறது. அந்தத் தவறுகளைக் கண்டுபிடித்துத் திருத்திக்கொள்ள நாம் தயாராக இருக்க வேண்டும். எங்கே தவறு நேர்ந்துவிடுமோ என்ற அச்சம் நம்மிடம் இருக்கக்கூடாது. அப்போதுதான் நம்முடைய படைப்பூக்கம் வளர்ச்சி அடையும். நம்முடைய மனதைரியமே இந்தப் பக்குவத்தை நமக்குத் தருகிறது. சில இயக்குநர்கள் ஒரே மாதிரியான படங்களைத் தொடர்ந்து எடுத்துவருகின்றனர். அதில் வெற்றியும் பெற்று வருகின்றனர். ஒரு கட்டத்துக்குமேல் அவர்களைக் கொண்டாட விரும்ப மாட்டோம். ஆனால், மணி ரத்னம் தனக்கே உரித்தான பாணியில் படங்களை உருவாக்கிவருகிறார். அந்தப் படங்களின்மூலம் வணிக வெற்றியையும் அடைந்திருக்கிறார். சில நேரங்களில் அவரது படங்கள் தோல்வியைச் சந்தித்தாலும் அவர் மனம் தளர்வதில்லை. அதனால்தான், படத்துக்குப் படம் அவர் வளர்ந்துகொண்டே வருகிறார்.

இப்போது நம்மிடையே நிறைய மாற்றங்கள் ஏற்பட்டுவிட்டன. ஆனால், அந்தக் காலத்தில் நம் மக்களின் மனப்பாங்கு மேற்கத்திய மக்களிடமிருந்து முற்றிலும் மாறுபட்டிருந்தது. ஒரு சிலர்மட்டுமே, புது முயற்சிகளை மேற்கொள்ளத் தயாராக இருந்தனர். பலரும் சராசரி விஷயங்களிலேயே திருப்தி அடைந்துவந்தனர். ஆனால், மணி சார்போன்ற சிலர்மட்டுமே, நம்மிடம் இருந்த குறைவான வளங்களையும் தொழில்நுட்பங்களையும் வைத்துக்கொண்டு நம்முடைய தரத்தை உயர்த்தியிருக்கின்றனர். அதனால்தான் மணி சார்மீது அதிகப்படியான மரியாதை வைத்திருக்கிறேன்.

பரத்வாஜ் ரங்கனிடம் மணி ரத்னம் இவ்வளவு விலாவரியாகப் பேசியிருப்பது மிகவும் சிறப்பான விஷயம் என்றே கருதுகிறேன். என்னுடைய நண்பர் ஒருவர் 'ஸ்ப்ரெஸதுரா' (sprezzatura) என்றொரு இத்தாலியன் வார்த்தையை எனக்குக் கற்றுக்கொடுத்தார். அதன் அர்த்தம், மிகவும் சிக்கலான விஷயத்தையும் மிகவும் எளிமையாகச் செய்து முடிக்கக்கூடிய விஷயமாக முன்வைப்பது என்பதே. மற்ற படைப்பாளிகள் தங்களின் படைப்புகளைத் தாங்களே பூதாகரமானதாகப் பிரகடனப்படுத்திக் கொண்டிருக்கையில், மணி சார்மட்டும் தன்னுடைய வேலைகள் மிகவும் எளிமையானவை, அதை யார் வேண்டுமானாலும் செய்யலாம் என்பது போன்ற தோற்றத்தை உருவாக்குகிறார். உண்மையில், அவருடைய வேலைகள் அவ்வளவு எளிமையானவை அல்ல. அவருடைய ஒவ்வொரு படைப்புக்குப் பின்னும் நிறைய உழைப்பு இருக்கிறது. சிந்தனை இருக்கிறது. செய்நேர்த்தி இருக்கிறது. நுண்ணுணர்வு இருக்கிறது. **இருவர்**, **நாயகன்**, **உயிரே**, குரு, **பம்பாய்**, **கடல்** ஆகிய படங்களின் சில பகுதிகளில் அவருடைய

அசாதாரணமான தனித்திறமை வெளிப்படுவதை எண்ணி இன்றளவும் வியந்துவருகிறேன்.

நான் ஆஸ்திகனாக வாழ முயற்சி செய்துவருகிறேன். அவரோ நாத்திகப் பாதையைத் தேர்ந்தெடுத்துப் பயணித்துவருகிறார். நாங்கள் இணைந்தே இருக்கிறோம் என்றாலும் இருவரும் இரண்டு துருவங்களில் இருக்கிறோம். நான் ஆன்மிகத்தில் பற்று கொண்டிருப்பதால், எனக்கு ஏதாவது பிரச்னை ஏற்படும்போது, நாளைய பொழுது நல்லதாக விடியும் என்று நம்புவேன். ஆனால், அதுமாதிரியான நேரங்களில் அவர் என்ன செய்வார்? இது எனக்குப் புரியாத புதிராகவே இருக்கிறது. அவரிடமும், அவர் படங்களிலும் இருக்கும் மனிதத்தன்மைதான் எங்கள் இருவரையும் இணைக்கிறது. அவருக்கு ஏற்பட்ட சில சொந்தப் பிரச்னைகள், அவரது பயணத்துக்கு முட்டுக்கட்டைகளாக அமைந்தன. எனினும், அவர் மனவலிமையை இழக்கவில்லை. பல தடைகளைத் தாண்டித் தொடர்ந்து பயணித்துவருகிறார். மணி சார் ஒரு மனிதனாக என்னைக் கவர்ந்தது அதிகமா... இயக்குநராக என்னைக் கவர்ந்தது அதிகமா? இந்தக் கேள்விக்கு என்னிடம் பதில் இல்லை.

ஏ.ஆர்.ரஹ்மான்

சில குறிப்புகள்

ஒரு ஃபிலிம்மேக்கருக்கு சங்கடத்தை ஏற்படுத்தக்கூடிய விஷயங்கள் இரண்டு. ஒன்று, அவருக்கு வாழ்நாள் சாதனையாளர் விருது வழங்குவது; இன்னொன்று, அவரது படங்களைப்பற்றி அவரையே புத்தகம் எழுதச் சொல்வது. இரண்டுமே அவரது தொழில் வாழ்க்கை முடியப்போகிறது, அல்லது, ஏற்கெனவே முடிந்துவிட்டது என்பதைத்தான் குறிக்கும். நான் முடிந்தவரை இந்த இரண்டு விஷயங்களையும் தவிர்த்து வந்திருக்கிறேன். இருந்தும் ஒரு தருணத்தில் நாம் இவற்றை எதிர்கொண்டே ஆகவேண்டும்.

ஒரு ஃபிலிம்மேக்கரின் படங்களைப்பற்றிய புத்தகம், அவருக்கு அவரது முடிவுகளை அறிவுபூர்வமாக ஆராயும் வாய்ப்பினை ஏற்படுத்தித் தருகிறது. நாம் ஒருகாலத்தில், உள்ளுணர்வின் காரணமாக அந்த முடிவுகளை எடுத்திருப்போம். ஆனால், இப்போது நாமே அவற்றைப் பகுத்து ஆராய முயற்சி செய்வோம். நம்முடைய ஒவ்வொரு செய்கைக்கும் ஆழமான காரணம் இருக்கிறது என்ற தோற்றத்தை உருவாக்குவோம். நம் பக்கத்து நியாயத்தை எடுத்துரைப்போம். சில நேரங்களில், நம் பதில்களில் கொஞ்சம்கூட அக்கறை இல்லாத சில விமர்சகர்களிடம் மெனக்கெட்டு விவாதிப்போம். நம் பதில்களால் எதிராளியைத் தாக்குகிறோம். வேறு சிலசமயம், அதே பதில்களால் நம்மைத் தற்காத்துக் கொள்கிறோம். நம் முடிவுகளுக்கு, அறிவுஜீவிச் சாயம் பூசுகிறோம். நியாயமான காரணங்களைத் தேடுகிறோம். நாம் கூறும் காரணங்கள் உண்மையாக இருக்கலாம். பொய்யாகவும் இருக்கலாம்.

அதே நேரத்தில், பாரபட்சமின்றி உண்மையைப் பேசும் வாய்ப்பையும் இதுபோன்ற புத்தகங்கள் ஏற்படுத்தித் தருகின்றன. இதன் மூலம், நாம் நாமாகவே இருக்கலாம். நம் படங்களும் அதன் உண்மை முகத்தை இழக்காமல் இருக்கும். நம் நினைவுப்பக்கங்களைப் புரட்டிப் பார்த்து, நாம் நம்முடைய படங்களை எப்படி உருவாக்கினோம் என்பதைப்பற்றி எல்லாம் பேசுகிறோம். ஆனால், நினைவுகளை நம்பமுடியாது. அவை நமக்குச் சாதகமாகவே நடந்துகொள்ள முயலும்.

என்னுடைய படங்களை என்னால் ஐந்து நிமிடத்துக்குமேல் பார்க்கமுடியாது. ஐந்தாவது நிமிடத்தைக் கடந்தால், என் படத்தில் இருக்கும் குறைகள்மட்டுமே என் கண்ணுக்குத் தெரியும். அவற்றை எப்படியாவது சரிசெய்துவிட வேண்டும் என்று எண்ணத் தொடங்கிவிடுவேன். என் முதல் படம் தொடங்கி, அண்மையில் எடுத்த படம்வரை, என் ஒவ்வொரு படத்தையும் மீண்டும் இந்தப் புத்தகத்தின் மூலம் எதிர்கொண்டது, மனோதத்துவ நிபுணரிடம் சிகிச்சைக்குச் சென்றதைப்போல் இருந்தது.

இந்தக் குறிப்புகளை எழுதும் இந்த நேரத்தில், என் அடுத்த ஷூட்டிங் குக்காகத் தயாராகிக்கொண்டிருக்கும் இந்த நேரத்தில், நான் ஒரு முக்கியமான உண்மையை உணர்கிறேன். நான் என் முதல் படத்தை எடுக்கத் தொடங்கிய போது, யாராவது இந்த இருபது மாறுபட்ட படங்களை என் முன்னே வைத்து, இதுதான் உங்களின் படைப்புகள் என்று சொல்லியிருந்தால் சந்தோஷமாக அவற்றை ஏற்றுக்கொண்டிருப்பேன். ஆனால், இத்தனை ஆண்டுகாலப் போராட்டத்துக்குப் பின், கடின உழைப்புக்குப் பின், நான் கடந்து வந்த பாதையையும் என்படைப்புகளையும் திரும்பிப் பார்க்கும்போது, என்னுடைய படைப்புகளில் இருக்கும் நிறைகள், குறைகள் ஆகிய இரண்டுமே என் கண்ணுக்குத் தெரிகின்றன. நிறைகளைப்பற்றி நான் பெரிதும் அலட்டிக் கொள்வதில்லை. ஆனால், அந்தக் குறைகளைச் சரி செய்திருந்தால் என் படைப்புகள் எப்படி இருந்திருக்கும் என்று எண்ணி ஆச்சரியப்பட்டுக் கொள்கிறேன்.

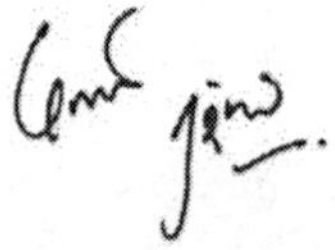

முன்னுரை

இந்தப் புத்தகத்தை எழுதும்பொருட்டு மணி ரத்னத்தைப் பலமுறை சந்தித்திருக்கிறேன். மணி ரத்னத்துடனான என் ஆரம்பகால உரையாடல்கள் தயக்கம் நிறைந்ததாகவே இருந்தன. பின் கொஞ்சம் கொஞ்சமாக எனக்குள் தைரியம் பிறந்தது. இந்தப் புத்தகத்தை எழுதத் தொடங்கி சில மாதங்கள் உருண்டோடியபின், எதேச்சையாக கௌதம் வாசுதேவ் மேனனைச் சந்திக்க நேர்ந்தது. அவர் படங்களை உருவாக்குபவர். நானோ படங்களை அலசி ஆராய்பவன். சினிமாவில் நாங்கள் இருவரும் எதிர் எதிர் துருவங்களைச் சேர்ந்தவர்கள். எங்கள் இருவரையும் இணைக்கும் கூறுகளைப்பற்றியும் இன்னபிற விஷயங்களைப்பற்றியும் பேசினோம். அப்போது நான் அவரிடம், இந்தப் புத்தகத்தைப்பற்றிச் சொன்னேன். மெட்ராஸ் டாக்கீஸ் அலுவலகத்தில் நான் மணி ரத்னத்தை முதன்முதலில் சந்தித்ததைப்பற்றியும், அவர் என்னிடம் பேசிக்கொண்டிருக்க நான் அவருக்கு முன்னால் இருந்த மேஜையிடம் பேசிக்கொண்டிருந்ததைப்பற்றியும் சொன்னேன். அந்தத் தருணத்தில் எனக்கும் மேனனுக்கும் இடையே ஒரு சகோதர பந்தம் உருவானது. இதில் ஆச்சரியப்பட ஒன்றுமில்லை என்று சிரித்துக்கொண்டே அவர் சொன்னார். அவருடைய படத்துக்காக அவர் தேர்ந்தெடுத்த கதாநாயகன், அவரிடம் படத்தின் திரைக்கதையை மணி ரத்னத்திடம் விவரித்துவிட்டு வருமாறு சொல்லியிருக்கிறார். இதை என்னிடம் சொல்லிவிட்டு, மேனன் தொடர்ந்தார், 'அவர் முகத்தை நிமிர்ந்து பார்க்கும் தைரியம் எனக்கு வரவில்லை. எப்படி வரும்? அவர் **நாயகன்** படத்தை எடுத்தவராயிற்றே!'

★★★

சினிமாவின் அசாதாரண வசீகர சக்தியை அங்கீகரிக்கும் நோக்கிலோ என்னவோ, ஒருகட்டத்தில், ஒவ்வொரு நகரத்திலும் கிரேக்கக் காதல் கடவுளான 'ஈராஸ்' (Eros) பெயரில் திரையரங்குகள் இருந்தன. சென்னையிலும் எல்.பி. சாலையில் ஈராஸ் திரையரங்கம் இருந்தது (இன்று அந்த இடத்தில் வெளிநாட்டு கார்களை விற்கும் அழகிய ஷோரூம் இருக்கிறது. அத்தகைய கார்களை, அந்தக் காலத்து மனிதர்கள் கனவில் மட்டுமே ஓட்டியிருப்பார்கள்). எண்பதுகளின் தொடக்கத்தில், குறுகிய

சாலைகளினூடே பெரிய அம்பாசடர் கார்கள் ஊர்ந்து சென்றுகொண்டிருந்த அந்தக் காலகட்டத்திலேயே, ஈராஸ் திரையரங்கம் இடிந்துவிழும் நிலையில் இருந்தது. கலையிழந்த அதன் முன்பக்கத்தில் ஸ்நாக் கவுண்ட்டர் என்ற பெயரில் ஒன்று திறந்துவைக்கப்பட்டிருந்தது. நமுத்துப்போன பாப்கார்ன் பாக்கெட்கள், மங்கலான கண்ணாடி ஜாடிகளில் கையகல பாக்கெட்களில் பயமுறுத்தும் மசாலாக்கள் தடவப்பட்ட வறுத்த கடலை என ஏராளம் அங்கு இருக்கும். திரையரங்கில் ஏசி இருக்கவில்லை. இருந்திருந்தால், இரண்டு மூன்று ரூபாயாக இருந்த டிக்கெட்டின் விலை அதிரடியாக அதிகரிக்கப் பட்டிருந்திருக்கும். திரையரங்கைக் குளுமையாக்கும் பொறுப்பு மின்விசிறி களிடம் விடப்பட்டிருந்தது. மேற்கூரையிலிருந்து நீண்ட இரும்புக் கம்பியில் தொங்கிக்கொண்டிருந்த அந்த மின் விசிறிகள், தூங்கும் சிறுவனை எழுப்பிப் பக்கத்துக் கடைக்குச் சென்று வாழைப்பழம் வாங்கிவரச் சொன்னால் எப்படித் தட்டுத்தடுமாறி நடப்பானோ அதுபோல் தயங்கித் தயங்கி ஓடிக் கொண்டிருந்தன.

வானுயர்ந்த கட்டடங்களும் அற்புதமான வசதி வாய்ப்புகளும் நிறைந்த இன்றைய இந்தியாவோடு சிறிதும் பொருந்தாத பழைய இந்தியாவைப்பற்றிய மலரும் நினைவுகளில் தோய்ந்து நான் இதை எழுதவில்லை. நமுத்துப்போன பலகாரங்கள், தாங்க முடியாத வெக்கை, ஆயிரக்கணக்கான தடவை ஓடிய ப்ரொஜக்டர்களில் இருந்து வந்த, பூதங்கள் பிய்த்துக் குதறியதுபோன்ற பிரிண்டுகள் எனப் பல அசௌகரியங்களையும் பொருட்படுத்தாது நான் படங்களைக் கண்டு ரசித்த அந்தத் திரையரங்கம் நிஜத்தில் என்றோ மடிந்திருந் தாலும் என் நினைவை விட்டு இன்னும் அழியவில்லை. அதனால்தான் இதனை எழுதுகிறேன். அங்குதான் 1985-ம் ஆண்டு நான் மணி ரத்னத்தின் **இதயகோயில்** திரைப்படத்தைப் பார்த்தேன். அது அவர் இயக்கிய நான்காவது படம். நான் பார்த்த முதல் மணி ரத்னம் படம். தான் இயக்கியதிலேயே மிகவும் மோசமான படமாக மணி ரத்னம் கருதும் அந்தப் படத்தினை நான் மூன்றுமுறை பார்த்திருக்கிறேன்!

நிறைவேறாத காதல்பற்றி அந்த மெலோடிரமாவுக்கு அடி ஆழத்தில் டைட்டானிக் கப்பல்போல் ஒருவித பிரமாண்ட திறமை ஒளிந்திருப்பதை வேறு யாருக்கும் முன்பாக நான் கண்டுபிடித்திருந்தேன் என்றுதான் சொல்ல வேண்டும். அந்தப் படத்தின் நாயகன் ஒரு பாடகன். நீண்ட காலத்துக்கு முன்பாகவே முறிந்துபோன காதல் ஒன்றை நினைத்து அழுதபடியே (அந்த நினைவுகள் அவன் மனத்தில் ஒருபோதும் மரிக்காது) அவனை நேசிக்கும் இளம் பெண் ஒருத்தியின் காதலைப் புறக்கணிப்பான். ஆனால், உண்மையில் அந்தப் படத்தைப் பலமுறை பார்த்ததற்கு முக்கியக் காரணம் இளைய ராஜாவின் அற்புதமான இசையாகத்தான் இருக்கக்கூடும். இன்னொரு காரணம், அன்று 24 மணி நேரத் தொலைக்காட்சி சானல்கள் இல்லை. கையில் ரிமோட்டை வைத்துக்கொண்டு ஒவ்வொரு சானலாக மாற்றி, நமக்குப் பிடித்த ஒரு படத்தைப் பார்க்க உட்காருவதுபோல் எல்லாம் அன்றைக்கு முடியாது. அதனால் வீட்டின் அருகில் இருந்த அந்தத் திரையரங்கில், என்ன படம்

போட்டிருக்கிறார்களோ அதையெல்லாம் பார்த்து வந்தோம். அப்படித்தான் **பகல்நிலவு** போன்ற மணி ரத்னத்தின் முந்தைய படங்களைப் பார்த்துப் பொழுதைக் கழிக்க முடியாமல் கழித்துக்கொண்டிருந்தோம். இப்போதும் புயல் மையம் கொண்டிருக்கவில்லை. பூமி குலுங்கியிருக்கவில்லை. ஆனால், அடுத்த ஆண்டு வெளியான **மௌனராகம்** மெட்ராஸில் சிறிய அதிர்வுகளை ஏற்படுத்தியது. அது வலுவடைந்து அவரின் அடுத்த படமான **நாயக**னில் ஊழித்தாண்டவம் ஆடி தமிழ் சினிமாவையே தலைகீழாகப் புரட்டிப் போட்டது.

நாயகன் வெளியாகி இருபத்தைந்து ஆண்டுகள் உருண்டோடிவிட்டன. கிராமத்துத் திருவிழா ஒன்றில் நடக்கும் ஒரு மல்யுத்தப் போட்டிக்குள் எதிர்பாராதவிதமாக நுழைந்து, மல்யுத்த வீரனால் குத்தி வீழ்த்தப்பட்டதைப் போன்றிருந்தது **நாயகன்** படம் பார்த்த அனுபவம். எங்களால் பேச முடியவில்லை. எதுவும் செய்ய முடியவில்லை. அதிர்ச்சியில் ஸ்தம்பித்துப் போயிருந்தோம். ஒவ்வொரு படம் முடிந்த பின்பும் அதைப்பற்றி விவாதிப்பது எங்களுடைய வழக்கம். ஆனால், **நாயக**னைப்பற்றி விவாதிக்க நா எழவில்லை. வருங்காலத் தமிழ் சினிமாவைப்பற்றிய எங்கள் எதிர்பார்ப்பு களை முழுவதுமாக மாற்றி அமைத்த படம் அது. தரமற்ற செட்டுகளையும், ஒழுங்கற்ற ஒளிப்பதிவுகளையும், பல்லாண்டுகாலத் தமிழ் சினிமாவின் அபத்தக் களஞ்சியங்களையும் இனிமேலும் ஏற்றுக்கொள்ள முடியாது என்பதை உணர்த்திய படம். உலக சினிமாபற்றி வெறும் கனவுகள்மட்டுமே கண்டு கொண்டிருக்கத் தேவையில்லை. அதை நம்மால் உருவாக்கவும் முடியும் என்பதை **நாயகன்** உணர்த்தியது. கால் நூற்றாண்டுக்குப் பின் இன்று யோசித்துப் பார்க்கும்போது, இளமை வேகத்தால் மணி ரத்னத்தை நாங்கள் சற்று அதிகமாகவே கொண்டாடிவிட்டோமோ; அவருக்குமுன் இருந்த தமிழ் சினிமா ஜாம்பவான்களைக் குறைத்து மதிப்பீடு செய்துவிட்டோமோ எனவும் எண்ணுவதுண்டு. ஆனால், இளமைப் பருவம் என்பது அப்படிப் பதற்றப் படக்கூடிய ஒன்றுதான். அந்தப் படத்தைப் பார்த்தபோது, முகத்தில் அறைந்ததுபோல் இருந்த அந்த அனுபவம் எல்லாவிதத் தர்க்க சிந்தனைகளை யும் பகுத்து ஆராயும் மனத்தையும் ஒன்றுமில்லாததாக ஆக்கிவிட்டது. உடல் அனுபவித்த அந்த அதிரடிமட்டுமே எஞ்சியது.

★★★

இங்கு 'நாங்கள்' என நான் பன்மையில் குறிப்பிடுவது, என்னைப் போன்று 1970-களில் மெட்ராஸில் பிறந்து, அதைத் தொடர்ந்து வந்த பத்தாண்டுகளில், அதாவது மணி ரத்னத்தின் தசாப்தத்தில், மெல்லத் திரை ரசனையை வளர்த்துக் கொண்ட தலைமுறையினரைத்தான். மணி ரத்னத்தைப்பற்றி எழுத மிகவும் தகுதியானவர்கள் நாங்களாகத்தான் இருக்க முடியும். இன்னொரு கோணத்தில் பார்த்தால், நாங்கள் அதற்குத் தகுதியற்றவர்களாகவும் இருக்கலாம். ஏனெனில், அதற்கு முன்பாக அல்லது பின்பாகப் பிறந்த தலைமுறையினர், மணி ரத்னத்தின் படங்கள் எங்கள்மீது ஏற்படுத்திய அளவுக்கான தாக்கத்தை

உணர்ந்திருக்க முடியாது. ஆனால், அவர்கள், அந்தக் காலகட்டத்தில் எங்களைப்போல் இளமை வேகத்தில் இருந்திராத காரணத்தால், நீண்ட நெடிய தமிழ்த் திரையுலக வரலாற்றில் மணி ரத்னத்தின் இடத்தைத் தெளிவாகத் தீர்மானிக்க முடிந்தவர்களாகவும் இருந்தனர். எங்களால் அதைச் செய்ய முடியவில்லை. ஏனென்றால், எங்களுக்கு அவர் வெறும் ஒரு ஃபிலிம் மேக்கர்மட்டுமே அல்ல. அவர் வெறுமனே படங்களைமட்டுமே எடுக்கவில்லை. **மௌனராகத்**தில் ஆரம்பித்து (**நாயகனு**ம் **தளபதி**யும் பிரமாண்டமான விதிவிலக்குகள். அவை முழுக்க முழுக்க வேறு உலகங்களைப் பிரதிபலித்தன) தன் படைப்புகள் மூலம் எங்களைப்போன்ற இள வயது நகர்ப்புற மனிதர்களைத் திரையில் உலவவிட்டவர். ஒரு தலைமுறையின் ரசனையைத் தீர்மானித்தவர். எங்கள் எண்ணங்களை, கனவுகளை, உணர்வுகளை மணி ரத்னத்தின் படங்கள் பிரதிபலித்ததுபோல் வேறு எவரின் படங்களும் பிரதிபலிக்கவில்லை.

இளைஞர்களின் வாழ்க்கையைத் துடிப்புடன் படம் எடுத்ததில் மணி ரத்னம் முதன்மையானவர் அல்லர். இந்த உரையாடலின்போது அதை அவரே ஒப்புக்கொண்டார். கே. பாலசந்தரின் மரபை எதிர்க்கும் டிராமாக்களைப் பார்த்தபடியேதான் தன் இளமைப் பருவம் கழிந்ததாகக் குறிப்பிட்டார். இந்த உணர்வு கலகக்கார இளைய தலைமுறையோடு ஒத்திசைவான ஒன்றுதான். கே.பி. அவர்களின் படங்களுக்கு முன்பே, ஸ்ரீதர்போன்றவர்கள் இதுபோல் செயல்பட்டிருக்கிறார்கள். ஸ்ரீதர் 1960-களில் தனது படங்களில் இளமை ஊற்றைப் பெருக்கெடுத்து ஓடச் செய்தார். இரண்டரை மணி நேர முழு நீள நகைச்சுவைப் படத்துக்கு **காதலிக்க நேரமில்லை** என்று தைரியமாகப் பெயர் வைத்தார். ஸ்ரீதரின் நாயகிகள் செழிப்பான உடலைச் சுற்றிப் பசை போட்டது போல் இறுக்கமான சல்வார் கமீஸ் அணிந்து மிரட்டிக்கொண்டிருந்தனர். இப்படியான கவர்ச்சி அம்சங்கள் எங்கள் பெற்றோரின் இளமைக் காலத்தைச் சேர்ந்தவை. எங்கள் ஃபான்டசி எல்லாம் வேறு மாதிரி இருந்தன என்பதை மணி ரத்னம் உணர்ந்துவைத்திருந்தார் என்பதற்குச் சான்றுதான், **அக்னி நட்சத்திரம்** அமலா கதாபாத்திரம். பிங்க் ஸ்லீவ்லெஸ் அணிந்து, பின்னணியில் ஒளி படர, வாக்மேன் இசையில் லயித்தவாறே வலம் வரும் அமலாவை ஒரு மாடர்ன் தேவதையாகக் காட்சிப்படுத்தியிருப்பார் மணி ரத்னம். பாப் கல்ச்சரை **அக்னி நட்சத்திரம்** அளவுக்குத் தத்ரூபமாக எந்தப் படமும் வெளிக்கொணரவில்லை என்பதை என்னால் அறுதியிட்டுக் கூறமுடியும். இது சுய விருப்பத்தைமட்டுமே அடிப்படையாகக் கொண்ட கருத்து என்றோ, ஒருதலைப்பட்சமான கருத்து என்றோ எப்படி வேண்டுமானாலும் நீங்கள் அழைக்கலாம். ஆனால், நான் இதை ஜோடனை செய்யப்படாத அப்பட்டமான உண்மை என்றே அழைப்பேன்.

அந்தப் படத்தில் டைட்டில் கார்டுகள் இடம்பெறும் காட்சியில் ஒரு சூரியன் வேகமாக மேகக்கூட்டத்திலிருந்து விடுபட்டு வந்து கடைசியில் முழுத் திரையையும் ஒளியால் நிறைப்பதைப் பார்த்திருப்பீர்கள். மணி ரத்ன சகாப்தத்தைக் காட்சிபூர்வமாக, குறியீட்டு மொழியில் விவரிக்க அதைத் தவிர

சிறந்த வேறு காட்சி எதுவும் இருக்கமுடியாது. அவர் எங்களைத் தன் பிரகாசத்தினால் மூழ்கடித்தார். அந்த ஒளிப் பிழம்பை முதன்முதலில் கண்டு கொண்டது நாங்கள்தான். ஏற்கெனவே எழுதப்பட்ட ஒன்றின்மீது எழுதப்படுவதைவிடத் தூய வெள்ளைக் காகிதத்தில் எழுதும் எழுத்து துலக்கமாகப் பதிவதுபோல் அவரின் படைப்புகள் எங்கள் ஆன்மாவோடு ஒன்றிவிட்டன. முந்தைய தலைமுறை எங்களைவிட நிறைய படைப்புகளைக் கண்டிருந்தது. ஏராளமான புதுமைகளைக் கண்டிருந்தது. மணி ரத்னத்தை வரவேற்பதில் மிகுந்த எச்சரிக்கையுடனே செயல்பட்டது. இளைய தலைமுறையோடு சேர்ந்து அவரைக் கொண்டாடுவது கூட்டத்தோடு கூட்டமாக கோஷம் போடும் செயலாக ஆகிவிடுமோ என்று தயங்கியது. மணி ரத்னம் சீக்கிரமே அழிந்துவிடும் நீர்க்குமிழி அல்ல, நிலைத்து நிற்கப் போகிறவர் என்பதை விரைவிலேயே உணர்ந்துகொண்டது. ரோஜா படத்துக்குப் பிறகு, அவர்கள் விரும்பும்வகையிலான படங்களை உருவாக்கும் அளவுக்கு உயர்ந்தார். அவர்களால் சொந்தம் கொண்டாடப்படுபவராக அவர் ஆனார். எனவேதான் சொல்கிறேன், மணி ரத்னத்தை நாங்கள் அறிந்த அளவுக்கு வேறு யாரும் அறிந்துவைத்திருக்க முடியாது, உணர்ந்து வைத்திருக்கவும் முடியாது.

★★★

அக்னி நட்சத்திரத்தில், ஒரு காட்சியில், பெவெர்லி ஹில்ஸ் காப் படத்துக்காக ஹெரால்ட் ஃபால்டர்மேயர் கம்போஸ் செய்த தீம் மியூஸிக் பின்னணியில் ஒலிக்க, அமலாவும் அவருடைய தோழிகளும் முதல்முறையாகத் திருட்டு சிகரெட் புகைப்பார்கள். அந்தக் காட்சி எங்களைப்பற்றியது. அந்தப் பகட்டான சிந்தசைஸர் இசைதான் எங்களின் டூ-இன்-ஒன்னிலிருந்தும் ஒலித்துக் கொண்டிருக்கும். மறுக்கப்பட்ட வசீகரத்தை அந்த சிகரெட்டுகள்தான் எங்களுக்கும் தந்தன. புகைப் பழக்கம் சரியா தவறா என்ற ஆராய்ச்சியில் மணி ரத்னம் ஈடுபடவில்லை. அதனால் பெரியவர்களின் பார்வையில் அவர் பொறுப்பற்ற படைப்பாளியாகத் தோன்றியிருக்கலாம். ஆனால், எங்களின் பார்வைக்கு அவர் மிகவும் கூலான ஆசாமியாகத்தான் தெரிந்தார். அந்தக் காலகட்டத்தில், பெரும்பாலான ஃபிலிம்மேக்கர்கள், நடுத்தர வயதைக் கடந்தவர்களாக இருந்தனர். அதனால், அவர்கள் படத்தில் இடம்பெற்ற இளைஞர்கள் அவர்களின் காலத்து இளைஞர்களாக இருந்தனர். ஆனால், மணி ரத்னம் எங்களில் ஒருவராகத் திகழ்ந்தார். எங்கள் காலத்து இளைஞர்களைப்பற்றி, எங்களைப்பற்றிப் பேசினார். பிரில்லியண்ட் டுடோரியலிலிருந்து வாங்கிவந்த புத்தத்தைக் கையில் வைத்தபடி, பெற்றோர்கள் முன் அமர்ந்து, தூக்கத்தைப் போக்குவதற்காக தெர்மாஸ் ஃபிளாஸ்கிலிருந்து காபி குடித்தபடி படித்துக்கொண்டிருக்கையில், விடை காண முடியாத ஐ.ஐ.டி. கணக்குகளின் புதிர்களினூடே காமிக் புத்தகமோ, பல கைகள் கைமாறி வந்த டெபோனைர் இதழோ மறைத்துவைக்கப்பட்டிருக்கும். அப்படியான எங்களைப் போலவேதான் மணி ரத்னமும் இருந்தார். **அக்னி நட்சத்திர**த்திலும் அதன்பின் வந்த படங்களிலும், அவர் இளைஞர்களைச் சித்திரித்த விதம்

எங்களுக்கு மிகவும் பிடித்திருந்தது. அதன்மூலம் எங்கள் மனத்தைக் கொள்ளை கொண்டுவிட்டார்.

பள்ளிக்கூடம் என்பது ஒருநாள்கூட விடுமுறை எடுத்துக்கொள்ளாமல் போயாக வேண்டிய இடம் அல்ல என்பது இளைய தலைமுறையைப் போலவே அவருக்கும் புரிந்திருந்தது. அதனால்தான், **மௌனராகத்**தில் ரேவதியின் தங்கை, பள்ளிக்கு விடுமுறை கிடைக்கும் என்ற ஆசையில், ரேவதிக்கு வாரநாளில் திருமணம் நடக்கவேண்டும் என்று ஆசைப்படுவாள். பொதுவாகச் சொல்லப்படுவதுபோல், கற்பு என்பது பெரிதாக அலட்டிக் கொள்ளவேண்டிய விஷயமில்லை என்பது எங்களைப் போலவே அவருக்கும் புரிந்திருந்தது. எனவேதான், **அக்னி நட்சத்திர**த்தில், ஒரு காட்சியில், கல்யாணமாகாத நிரோஷா, கார்த்திக் வீட்டினுள் புகுந்து, கார்த்திக்கின் குடும்பத்தாரிடம் தான் கர்ப்பமாக இருப்பதாகத் தெரிவிப்பாள். அதுபோல், பெரியவர்களை எல்லா நேரங்களிலும் மதிக்கவேண்டும் என்ற கட்டாய மில்லை என்று எங்களைப் போலவே அவரும் நினைத்தார். **அஞ்சலி** படத்தில் தன் பெற்றோரை மற்றவர்கள் திட்டுவதைப் பார்க்கும் அந்தச் சிறுமி, தன் பெற்றோரிடம் 'சரிதான் போடா, சொட்டைத் தலையான்னு சொல்லுங்க' என்று கிசுகிசுப்பாள். **அக்னி நட்சத்திர**த்தில், நாம் நம்பிக்கொண்டிருக்கும் அளவுக்கு எல்லாத் திருமண உறவுகளும் சந்தோஷப் பாதையில் பயணிப்ப தில்லை என்பது அவருக்குத் தெரியும். நிரோஷா, தன்னுடைய நிஜத் தந்தை வேறொரு பெண்ணுடன் வாழ்ந்துகொண்டிருப்பதாகவும், தான் உணவு பரிமாறிக்கொண்டிருக்கும் பெரியவர் தன்னுடைய தாயின் இரண்டாவது கணவர் என்றும் சொல்லும்போது இந்த உண்மையை நாம் உணர்ந்து கொள்ளலாம். அதே படத்தில், நிரோஷாவின் விலாசத்தைத் தெரிந்து கொள்வதற்காக, கார்த்திக் போக்குவரத்துத் துறை அதிகாரிக்கு லஞ்சம் கொடுப்பார். இதன்மூலம், நமக்குத் தேவை என்றால், லட்சியவாதக் கொள்கையைத் தளர்த்திக்கொள்ளலாம் என்று எண்ணும் தலைமுறையை அவர் பிரதிபலித்தார்.

ஆனால், ஆதிக்க சக்திகளுக்கு எதிராக நடுவிரலைக் காட்டுவதில் இருக்கும் பரபரப்பான கிளர்ச்சிமட்டுமே இவற்றின் பின்னால் இல்லை. மணி ரத்னத்தின் ஆரம்பகாலப் படங்களிலேயே ஆதிக்கத்தை ஆதரிக்கும் கருத்துகளும் அழுத்தமாகவே இடம்பெற்றிருந்தன. நடுத்தர வர்க்கத்தைச் சேர்ந்த பெற்றோர் பலரும், தங்கள் பிள்ளைகள் எஞ்சினியர் ஆகவேண்டும், டாக்டர் ஆகவேண்டும் அல்லது சார்ட்டர்ட் அக்கவுண்டன்ட் ஆகவேண்டும் என்றே ஆசைப்படுவார்கள். ஆனால், **அக்னிநட்சத்திர**த்தில் பிரபு போலிஸ் கமிஷனராக வருவார். அரசாங்கத்துக்கு சேவை செய்வதும் நல்ல விஷயமே; ஒருவகையில் கூலான விஷயமே (ஏவியேட்டர் சன்கிளாஸ் போட்டுக் கொண்டும் சேவை செய்யலாம்) என்று மணி ரத்னம் சொல்லியிருப்பார். அதே படத்தில், ஐ.ஏ.எஸ் அதிகாரியான விஜயகுமார் படம் முழுதும் வெள்ளை வேஷ்டி, வெள்ளை சட்டையுடன் வலம் வருவார். எப்போதும் கோட் சூட் அணிந்து வந்தால்தான் கௌரவம் என்றில்லை, நான்கு முழக்கதர்

வேஷ்டியிலேயே அமைதியாக உங்கள் முத்திரையைப் பதிக்க முடியும் என்று ப. சிதம்பரம், நம் வீட்டுத் தொலைகாட்சியில் வேஷ்டி சட்டையுடன் தோன்றுவதற்கு முன்னரே சொன்னவர் மணி ரத்னம். மேலும், **அஞ்சலி**யில் ரேவதியை உள்ளூர் பேருந்தில் பயணம் செய்யவைத்திருப்பார். **அக்னி நட்சத்திர**த்தில் இளைஞர்களை உள்ளூர் ரயிலில் பயணம் செய்ய வைத்திருப்பார். இதன்மூலம், பொதுப் போக்குவரத்தைப் பயன்படுத்து வதைக் கௌரவக் குறைச்சலாகக் கருதவேண்டிய அவசியம் இல்லை என்ற கருத்தை முன்வைத்திருப்பார். காரிலும் பைக்கிலும் வலம் வரும் பணக்கார வீட்டுப் பிள்ளைகளோடு ஒப்பிடுகையில், பொதுப் போக்குவரத்தைப் பயன்படுத்தும் இளைஞர்கள் எந்தவகையிலும் குறைந்தவர்கள் இல்லை என்பதையும் சொல்லியிருப்பார்.

★★★

பொழுதுபோக்குச் சித்திரங்களின் மூலம் சொல்லப்படும் கருத்துகள், அறிவார்ந்த சான்றோர்கள் சொல்லும் கருத்துகளைவிட, ஆழமாக நம் மனத்தில் பதியும் என்பதை மணி ரத்னம் உணர்ந்துவைத்திருக்கிறார் போலும். அதனால்தான், **பல்லவி அனுபல்லவி**யில் கிரண் வைராலை எம்.எஸ் (பயோகெமிஸ்ட்ரி) படிப்பதற்காக அமெரிக்கா அனுப்பி வைத்திருப்பார். இதன்மூலம் நாம் நம் லட்சியத்துக்காகப் பாடுபடவேண்டும், காதலுனுக் காகவோ காதலிக்காகவோ நம் லட்சியத்தைத் தியாகம் செய்யக்கூடாது என்று சொல்லியிருப்பார். பொறுமையாக வாழ்க்கையில் செட்டில் ஆகலாம், நம் பெற்றோர்கள் சொல்வதுபோல் காலம் கடந்து போய்விடாது என்றும் சொல்லியிருப்பார். அந்தக் காலப் படங்களில், கதாநாயகியை மேற் படிப்புக்காக வெளிநாடு அனுப்புவது அதுதான் முதல்முறை என்று நினைக் கிறேன். மணி ரத்னம் படங்களுக்கே உரித்தான தீம்களும் உருவகங்களும் அவரது முதல் படத்திலேயே இடம்பெற்றிருப்பதைப் பார்க்கும்போது ஆச்சரியம்கொள்ளாமல் இருக்க முடியவில்லை. அந்தப் படத்தில், கதையின் முக்கியக் கதாபாத்திரம், தன்னுடைய வசதி வாய்ப்புகளை விட்டு வெளியே வந்து அந்நிய மண்ணில் போராடுவதைப்பற்றிப் பேசியிருப்பார். திருமணத்துக்குப்பின் ஒரு பெண் எதிர்கொள்ளும் பிரச்னைகளைப்பற்றிப் பேசியிருப்பார். ஒற்றைப் பெற்றோரிடம் வளரும் குழந்தையைப்பற்றிப் பேசியிருப்பார். நகர்ப்புற மனித உறவுகளில் மறைந்திருக்கும் முரண்களைப் பற்றிப் பேசியிருப்பார். சில இளைஞர்களிடம் இருக்கும் போராடும் குணத்தைப்பற்றியும் குழப்பத்தைப்பற்றியும் விவாதித்திருப்பார். நடுத்தர வர்க்கத்தின் உணர்வுகளைப்பற்றிப் பேசியிருப்பார். மகள் தன் தந்தையை வெறுப்பதைப்பற்றிப் பேசியிருப்பார். ஓர் ஆணுக்கும் பெண்ணுக்கும் இடையே இருக்கும் காதலை அழகாகச் சித்திரித்திருப்பார். அந்தச் சித்திரிப்பில் சம்பிரதாயமான, மிகைப்படுத்தப்பட்ட சென்டிமெண்ட்கள் இருக்காது. அதேநேரத்தில், நம்மை முகம் சுளிக்க வைக்காத ஒரு நளினம் இருக்கும். இவை அனைத்தையும் அவரது முதல் படமான **பல்லவி அனுபல்லவி**யிலேயே செய்துகாட்டியிருப்பார் என்பதைத்தான் இங்கு

நினைவுபடுத்த விரும்புகிறேன். மேலும், அந்தப் படத்திலேயே, அதிக மேக்கப் இல்லாத நாயகிகளை நடிக்க வைத்திருப்பார். குழந்தை நட்சத்திரங்களை மிகவும் அருமையாக இயக்கியிருப்பார். அவரது மற்ற படங்களைப்போல, அந்தப் படத்திலும் குழந்தைகளின் சப்தத்துக்குப் பஞ்சம் இருக்காது. பாரம்பரிய வண்ணங்களுக்கும் டிசைன்களுக்கும் அந்தப் படத்திலேயே அதிக முக்கியத்துவம் கொடுத்திருப்பார்.

இவை எல்லாவற்றுக்கும்மேல், அவரது படங்களில், ஃபில்டர் காபி, இட்லி, காஞ்சிப் பட்டு, மெரீனா கடற்கரை, வேர்க்கடலை போன்ற சம்பிரதாயமான விஷயங்களை மீறி, மெட்ராஸ் நடுத்தர வர்க்கத்துக்கே உரித்தான உணர்வுகள் வெளிப்படும். அதை நம்மால் உணரமுடியும் (அதனால்தான் அவரது படங்களின் இந்தி ரீமேக்குகள் எவையும் சரியாக ஓடவில்லை. ஏனெனில், அவற்றுக்கு மெட்ராஸ் எமோஷன் பொருந்தவில்லை). பாரதிராஜா ஸ்டூடியோவில் இயங்கிக்கொண்டிருந்த தமிழ் சினிமாவை தென்னகக் கிராமங்களுக்கு அழைத்துச்சென்றார் என்றால், மணி ரத்னம் நம் சினிமாவை மெட்ராஸுக்கு அழைத்து வந்தார். **அக்னி நட்சத்திரத்தில்**, இரவில் எழும்பூர் ரயில் நிலையத்துக்குச் சென்றால், மிடி, ஸ்கர்ட் அணிந்த அழகான பெண்களைப் பார்க்கலாம் என்று சொன்னவர் அவர். மேலும், அடையாறு, படித்த வசதிபடைத்த மக்கள் வாழும் இடம்; மேற்கு மாம்பலம் நடுத்தர வர்க்கத்தினர் வாழும் இடம் என்பதை அறிந்து வைத்திருந்தார். அதை ஊர்ஜிதம் செய்யும் விதமாக, காவல் நிலையக் காட்சியில், ஜாமீன் மனுவில், விஜயகுமாரின் முதல் மனைவி (அடையாறைச் சேர்ந்தவர்) ஆங்கிலத்தில் கையெழுத்து இடுவார். அவரின், நடுத்தர வர்க்க இரண்டாவது மனைவி (மேற்கு மாம்பலத்தைச் சேர்ந்தவர்), தன் பெயரை அதிகப் பிரயத்தனப்பட்டு, தமிழில் எழுதுவார்.

அதனால்தான், எண்பதுகளில் வளர்ந்தவர்களால், **அக்னி நட்சத்திரத்தை** வெறும் மசாலாப் படமாக (அது அப்படிச் சிறப்பாக உருவாக்கப்பட்டிருந் தாலும்) கருத முடியவில்லை. அந்தப் படத்தை, மெட்ராஸ் வாழ்க்கையின் பிரதிபலிப்பாகத்தான் கருதுகிறோம். லியோடார்ட் உடை அமலாவுக்குக் கச்சிதமாகப் பொருந்தும் என்பதைத் தவிர வேறு எந்த முக்கியக் கருத்தையும் அந்தப் படம் சொல்லிவிடவில்லை. மேலும், சிறந்த திரைப்படத்துக்கே உரித்தான, நுண்ணிய கலைத்திறன் எதுவும் அந்தப் படத்தில் வெளிப்பட வில்லை. ஆன்மாவை வருடும் பெர்ஃபார்மன்ஸ்கள் எவையும் அந்தப் படத்தில் இடம்பெற்றிருக்கவில்லை. எனினும், அந்தப் படம் எங்களைப் பற்றியது, எங்களுடையது. அதுவரை வெளிவந்த படங்களில், எந்தவொரு படமும் அத்தகைய உணர்வை ஏற்படுத்தவில்லை. ஏன், இதுநாள்வரை, வேறெந்தப் படமும் அத்தகைய உணர்வைத் தரவில்லை. **அக்னி நட்சத்திரம்** ஒரு மிகச்சிறந்த பொழுதுபோக்குச் சித்திரம். நண்பர்களுடன் ஜாலியாக நேரத்தைக் கழித்த உணர்வை அந்தப் படம் ஏற்படுத்தியது. அதுவும் ஈராஸ் போன்றதொரு திரையரங்கில் தமிழ் நண்பர்களுடன் அமர்ந்து அந்தப் படத்தை பார்த்தது மிகச் சிறந்த அனுபவமாக இருந்தது. இறுதியில், அந்தப் படம்,

வாழ்க்கை என்பது சந்தோஷம் நிறைந்தது என்ற உணர்வைத் தந்தது. அதன்பின் வந்த **இதயத்தை திருடாதேயும்** அதே உணர்வைத்தான் ஏற்படுத்தியது. அதனால்தான் **அஞ்சலியில்**, மணிரத்னம், குணசித்திர நடிகரான ரகுவரனைக் கதாநாயகனாக நடிக்கவைத்தபோது எங்களுக்கு எந்த நெருடலும் ஏற்படவில்லை. ஏனெனில், எங்களைப் பொருத்தவரை, இயக்குநர்தான் உண்மையான கதாநாயகன். மணிரத்னம்தான் எங்களின் ஹீரோ.

★★★

இப்படித்தான் நாங்கள் **ரோஜா** படத்தையும் எதிர்பார்த்தோம். நாங்கள் மணி ரத்னத்தின் படங்களைப் பார்த்து வளர்ந்தவர்கள். அவரது படங்கள் புதியதொரு சகாப்தத்தை உருவாக்கின. அர்விந்த் சாமி தன் மனைவியின் வாயில் சிகரெட்டைத் திணிக்க, அவள் இருமுவாள். இந்தக் காட்சி எங்களின் இதழ் நுனியில் புன்னகையை வரவழைத்தது. தான் ஒன்றும் அவ்வளவு கொடியவனல்ல, தனக்கு இன்னொரு வாய்ப்பு தரவேண்டும் என்று அவன் தன் மனைவியிடம் சொல்லும் காட்சியை ரசித்தோம். பின் கணவனும் மனைவியும் காஷ்மீருக்குச் சென்றுவிடுவார்கள். அவள் அங்கே கோவிலில் தேங்காய் உடைக்கும்போது, குண்டு வெடித்துவிட்டது என்று எண்ணி நிறைய ராணுவ வீரர்கள் அவளைச் சூழ்ந்துகொள்வார்கள். இந்தக் காட்சியை நாங்கள் அதிகம் ரசித்தோம் (அந்தப் பகுதியில் நிலவும் பதற்றத்தை, எவ்வளவு கூலாக கேஷுவலாகச் சொல்லியிருக்கிறார்!) பின் அர்விந்த் சாமியைக் கடத்திவிடுகிறார்கள். படம் புதியதொரு பாதையில், நாங்கள் யாருமே எதிர்பார்க்காத பாதையில், பயணிக்கத் தொடங்கியது. வழக்கமாக மணிரத்னத்தின் கதாநாயகன், ஓரளவுக்கு வசதி படைத்த நகரத்து மனிதனாக இருப்பான், எங்களைப்போலவே. ஒருவேளை மணிரத்னமும் அத்தகைய பின்னணி கொண்டவராக இருக்கலாம். ஆனால், இங்கே இவனுடைய நடவடிக்கைகள், மணிரத்னத்தின் மற்ற கதாநாயகர்களின் நடவடிக்கை களிலிருந்து மாறுபட்டிருந்தன. ஒரு காட்சியில், அவன் தன் தேசப்பற்றை டிரமாடிக்காக வெளிப்படுத்துகிறான் (அதுவரை அவரது படங்களில் மெட்ராஸ் எமோஷனுக்கே முக்கியத்துவம் கொடுக்கப்பட்டிருக்கும்). தமிழா தமிழா பாடலின் கோரஸ் வரிகள் பின்னணியில் ஒலிக்கும். தேசத்தாயே நம்மிடம் வந்து பதற்றத்துடன் பேசுகிறாளோ என்று எண்ணத் தோன்றும்.

அர்விந்த் சாமியும், மணிரத்னத்தின் முந்தைய படங்களில் இடம்பெற்ற கதாநாயகன்போல்தான் தோன்றினார். ஆனால், அவரிடம் ஏதோ மாற்றம் தெரிந்தது. ஒருவேளை, அது மணிரத்னத்துக்குள் ஏற்பட்ட மாற்றமாக இருந்திருக்கலாம். படத்தின் கதாநாயகன், மணிரத்னம் இருவருமே மெட்ராஸ் பட உலகிலிருந்து வெளியேறிவிட்டார்கள் என்பதைக் கண்டு கொள்ள முடிந்தது. அந்தப் படத்தை முதல்முறை பார்த்தபோது, மணிரத்னம் எங்களுக்குத் துரோகம் இழைத்துவிட்டார் என்றே எண்ணினோம். அந்த எண்ணத்தை எங்களால் ஜீரணித்துக்கொள்ள முடியவில்லை. மணிரத்னம், எங்களுக்காகப் படங்களை உருவாக்கப் பிறந்திருக்கிறார் என்றே அதுவரை எண்ணிக்கொண்டிருந்தோம். ஆனால் அவர், பெரியவர்களுக்காக,

வாழ்க்கையை அனுபவிக்கத் தெரியாத ஜீவன்களுக்காக, ஒரு படத்தை எடுத்து எங்களை ஏமாற்றிவிட்டார். இன்று நடுத்தர வயதைக் கடந்தபின், அன்று ஏன் **ரோஜா** படத்தை எங்களால் ஏற்றுக்கொள்ள முடியவில்லை, ஏன் அந்தப் படம் எங்களை முகம் சுளிக்கவைத்தது என்பதை என்னால் புரிந்து கொள்ள முடிகிறது. **மௌனராகம்** தொடங்கி மணி ரத்னம் எடுத்த ஒவ்வொரு படமும், மெட்ராஸ் நகர இளைஞர்களின் வாழ்க்கையைப் பற்றிய படமாக இருக்கும். இல்லையேல், **நாயகன்**, **தளபதி** போன்ற மாறுபட்ட, மெட்ராஸ் வாழ்க்கைக்குச் சம்பந்தம் இல்லாத படங்களாக இருக்கும். மணி ரத்னத்தின் கதாபாத்திரம் மெட்ராஸை விட்டுவிட்டு வேறு ஊரில் குடியேறினாலும், அதன் இளமைத் தன்மை மாறாது. நகர்ப்புற மனிதருக்கே உரித்தான அதன் பண்புகள் மாறாது. அதன் மெட்ராஸ் தன்மை மாறாது. **மௌனராகத்**தின் ரேவதியை இதற்கு உதாரணமாகச் சொல்லலாம் (அடிப்படையில் **கீதாஞ்சலி**யின் தமிழ் டப்பிங் வெர்ஷனான **இதயத்தைத் திருடாதே** படமும் மெட்ராஸ் படம்தான்).

ரோஜாவும் ஒரு மெட்ராஸ் படம்தான் என்று எண்ணிக்கொண்டிருந்தோம். அதை உறுதிசெய்யும் வகையில், படம் கூலான பாதையிலேயே பயணித்தது. எங்களைப்போல் கதாநாயகனும் பாத்ரூமில் அமர்ந்து கிராஸ்வேர்ட் போடுகிறான். மிகவும் கேஷுவலாக நடந்துகொள்கிறான். ஆனால் திடீர் என்று கதை புதியதொரு பாதையில் பயணிக்கத் தொடங்கியது. **நாயக**னின் வேலு நாயக்கர் பம்பாயில் தவித்ததைப்போல், **மௌனராகத்**தின் ரேவதி தில்லியில் தவித்ததைப்போல், நாங்களும் அந்நிய மண்ணில் ஆதரவின்றித் தவித்தோம். ஆம். அத்தகைய உணர்வைத்தான் அந்தப் படம் தந்தது. விதி எங்களோடு விளையாடுவதுபோல் தோன்றியது. மணி ரத்னத்தின் படங்களை ஆராதித்துவந்தோம். ஆனால், இந்தப் படம் எங்களின் எதிர்பார்ப்பை எந்த வகையிலும் பூர்த்தி செய்யவில்லை. இப்போது ஓர் உண்மை புரிகிறது. மணி ரத்னம் மெட்ராஸ் படங்களைமட்டுமே எடுக்க வேண்டும் என்ற சுயநல எண்ணம் எங்களிடம் இருந்திருக்கிறது. மேலும், அதுவரை மெட்ராஸ் படங்கள் எடுக்கும் திறமை யாருக்கும் இருக்கவில்லை; மணி ரத்னம் அத்தகைய படங்களை எடுப்பதை நிறுத்திவிட்டால், நாம் என்ன செய்வது, யாரை நாம் ஆராதிப்பது என்ற பயமும் எங்களிடம் இருந்திருக்கிறது. அதனால்தான் **ரோஜா**வைப் பார்த்ததும், மணி ரத்னம் நமக்குத் துரோகம் செய்துவிட்டார் என்று எண்ணியிருக்கிறோம்.

★★★

மணி ரத்னத்தின் 'மெட்ராஸ் மூவி பேஸ்' **மௌனராகத்**தில் தொடங்கியது. **ரோஜா** அதை இனிதே முடித்து வைத்தது (இன்று மணி ரத்னத்தின் தயாரிப்பு நிறுவனத்தின் பெயர் 'மெட்ராஸ் டாக்கீஸ்'. எங்களைப் பொருத்தவரை இது சிறந்ததொரு முரண்!). மணி ரத்னம், நகரத்தைச் சேர்ந்த தமிழர்களுக்காக பிரத்யேகமாகப் படங்களை எடுத்துவந்தார். அந்தப் படங்கள் எங்களைப் பற்றிப் பேசின. எங்களின் உணர்வுகளைத் திரையில் கொண்டுவந்தன. எங்களின் வாழ்க்கையைப் பிரதிபலித்தன. எங்களைப்போல் அந்தப்

படங்களின் கதாநாயகர்களும், தங்களின் சொந்த வாழ்க்கையில் அக்கறை செலுத்துபவர்களாக இருந்தனர். ஆனால் **ரோஜாவு**டன் எல்லாம் முடிந்து விட்டது. மணி ரத்னத்தின் கதாநாயகன், **ரோஜா**, **பம்பாய்** ஆகிய படங்களில், தொலைதூரத்தில் இருக்கும் மாநிலங்களில் பணிபுரிகிறான். நம்முடைய நாட்டின்மீது அக்கறை செலுத்துகிறான். **அக்னி நட்சத்திரம்**, **இதயத்தை திருடாதே** ஆகிய படங்களில் அவன் காதல் மழையில் நனைந்துகொண்டிருந் தான். ஆனால், **அலைபாயுதே**, **கன்னத்தில் முத்தமிட்டால்** ஆகிய படங்களில் அவன் திருமணம் செய்துகொண்டு, மண வாழ்க்கையை ஆராயத் தொடங்கி விட்டான். **இருவ**ரில் அவன் அரசியலில் நுழைகிறான். **உயிரே**வில் ஒரு தீவிரவாதியிடம் தன் மனத்தைப் பறிகொடுக்கிறான். **ஆய்த எழுத்தில் (யுவா)** நம் நாடு எங்கே சென்றுகொண்டிருக்கிறது என்று எண்ணி வருந்துகிறான். **ரோஜா**வுக்குப்பின் மெட்ராஸைக் கதைக் களமாகக் கொண்டு அவர் உருவாக்கிய படங்களும் மிகப் பெரிய விஷயங்களிலேயே அக்கறை செலுத்தின. **இருவர்** படத்தின் நாயகர்கள் இருவரும் மாநிலத்தை ஆள முயற்சி செய்கிறார்கள். **கன்னத்தில் முத்தமிட்டால்** படத்தில் வரும் தம்பதிகள், இன்னொரு நாட்டுக்குப் பயணிக்கிறார்கள்.

ரோஜாவுக்குப் பின் மணி ரத்னம், தமிழர்களுக்காக லோக்கல் ஃபிளேவரில் **திருடா திருடா** போன்ற படங்களை உருவாக்கினார். ஆனால், அவற்றில் ஒரு பரந்துபட்ட தன்மை இருந்தது. இதிலிருந்து அவரது பார்வை மாறிவிட்டது என்பதைப் புரிந்துகொள்ளலாம். மெட்ராஸ் மூவி காலகட்டத்தைச் சேர்ந்த மணி ரத்னம், **அலைபாயுதே** போன்ற படங்களை உருவாக்கியிருப்பார். ஆனால் நிச்சயம் அவர் **இருவர்**, **கன்னத்தில் முத்தமிட்டால்** போன்ற படங்களை உருவாக்கியிருக்கமாட்டார். அந்தப் படங்களின் கதை, பெர்சனல், பொலிடிகல் ஆகிய இரண்டு உலகங்களுக்கிடையே, எந்தத் தடங்கலும் இன்றி நகரும். மெட்ராஸைச் சேர்ந்த பலரும் தமிழ் சினிமாவை **நாயக**னுக்கு முன், **நாயக**னுக்குப் பின் என்றுதான் பிரித்துப் பார்க்கிறார்கள். அதேநேரத்தில், மணி ரத்னத்தின் கேரியரை **ரோஜா**வுக்கு முன், **ரோஜா**வுக்குப் பின் என்றுதான் பிரிக்கவேண்டும். **ரோஜா**வுக்கு முன்புவரை அவர் நம்முடன் பேசிக்கொண்டிருந்தார். **ரோஜா**வுக்குப் பின் அவர் நம்முடன்மட்டும் பேசவில்லை. மற்ற அனைவரிடமும் பேசத் தொடங்கிவிட்டார். **உயிரே**, **பம்பாய்** ஆகிய படங்களில் நம் நாட்டில் நடக்கும் வன்முறைகளைப்பற்றிப் பேசினார். **ஆய்த எழுத்**தில், நம் நாட்டு இளைஞர்களைப்பற்றிப் பேசினார். நம் நாட்டு இளைஞர்களிடம் பேசினார். **குரு**வில், ஒரு தனி மனிதனைப் பற்றிமட்டும் பேசவில்லை. அந்தக் காலகட்டத்தில் நம் நாடு எப்படி இருந்தது என்பதைப்பற்றியும் பேசினார். ஒடுக்கப்பட்டவர்களைப்பற்றி **ராவண**னில் பேசினார். இங்கே கூர்ந்து கவனித்தால் ஒரு விஷயத்தைக் கண்டு கொள்ளலாம். **ராவணன்**, ராமாயணத்தைத் தழுவி உருவாக்கப்பட்டது. அது, மகாபாரதத்தைத் தழுவி உருவாக்கப்பட்ட **தளபதி**யிலிருந்து முற்றிலும் மாறுபட்டிருந்தது. ஏனெனில் **தளபதி**, அவரது மெட்ராஸ் படக் கால கட்டத்தில் உருவாக்கபட்ட படம். **தளபதி** நிழல் உலக மனிதர்களைப் பற்றியது. அதில் அரசியல் சாயல் இருக்காது. ஆனால் **ராவணன்**,

பழங்குடியினரைப் பற்றியது. அவர்கள் அதிகார வர்க்கத்தைச் சேர்ந்தவர் களைக் கடத்துவதன்மூலம் தங்கள் எதிர்ப்பைப் பதிவு செய்கிறார்கள். நாம் செய்தித்தாள்களில் படித்த கடத்தல் செய்திகளை அடிப்படையாகக்கொண்டு அவர் இந்தப் படத்தை உருவாக்கியிருப்பார்.

★★★

அவர் அண்மையில், உருவாக்கிய **குரு**, **ராவணன்** ஆகிய படங்கள் என்னுடைய ஃபேவரைட் மணி ரத்னம் படங்கள் அல்ல. எனினும், எப்படி பெர்சனல் கதைகளைப் பிரமாண்டமான வணிகப் படமாக மாற்றுவது என்பதற்கு அந்தப் படங்கள் சிறந்த உதாரணம். மணி ரத்னம் ஒரு கலர்ஃபுல்லான ஃபிலிம்மேக்கர். அவர் படங்களில், நேர்த்தியாகக் கோக்கப் பட்ட அழகான காட்சிகளைத் தவிர வேறொன்றும் இருக்காது என்று சிலர் குற்றம் சாட்டுகின்றனர். இன்னும் சிலர் ஒருபடி மேலே சென்று, படம் என்ற பெயரில் அவர் நீளமான விளம்பரப் படங்களை உருவாக்குகிறார் என்றும் குற்றம் சாட்டுகின்றனர். விஷுவல் மீடியத்தை முழுவதுமாகப் பயன் படுத்திக்கொள்வதைப் பாவச் செயலாகக் கருதுபவர்கள் அவர்கள். வறுமையில் வாடும் மனிதர்களைப்பற்றி எடுக்கப்படும் படங்களே உண்மையான படங்கள் என்ற எண்ணம் கொண்டவர்கள் அவர்கள். அதனால்தான் அத்தகைய கருத்துகளை முன்வைக்கின்றனர். ஆனால், அவர்கள் எந்த அம்சங்களை எதிர்க்கிறார்களோ, அந்த அம்சங்கள்தான் மணி ரத்னத்தை மற்ற படைப்பாளிகளிடமிருந்து (auteur) வித்தியாசப்படுத்திக் காட்டுகிறது. மற்ற படைப்பாளிகள், தீவிரமானதொரு கதையைச் சொல்ல வேண்டும் என்பதற்காகப் பாடல்கள், நடனக் காட்சிகள், பொழுதுபோக்குக் காட்சிகள் ஆகியவற்றை ஒரேயடியாக நீக்கிவிடுவார்கள். அல்லது, குறிப்பிட்ட சிலருக்குமட்டும் பிடிக்கும்படிப் படத்தை உருவாக்குவார்கள்.

இந்தியாவில், அந்தக் காலம் தொட்டு இன்றுவரை, இந்தியர்களின் ரசனையை மனத்தில் வைத்துப் படங்களை உருவாக்கும் மெயின்ஸ்ட்ரீம் ஃபிலிம் மேக்கர்கள் வெகு சிலர்மட்டுமே. அவர்களில் மணி ரத்னமும் ஒருவர். இங்கே இரண்டு வகையான ஃபிலிம்மேக்கர்கள் உண்டு. ஒரு வகையினர், பார்வை யாளர்களை சந்தோஷப்படுத்தும் பொழுதுபோக்குச் சித்திரங்களைமட்டுமே உருவாக்குகிறார்கள். இன்னொரு வகையினர், ஃபிலிம்மேக்கிங்கைத் தவமாக எண்ணி, கலை படைப்புகளைமட்டுமே உருவாக்குகிறார்கள். ஆனால் மணி ரத்னம் போன்ற சிலர்மட்டுமே, இவ்விரு பாதைகளுக்கும் நடுவே பயணிக்கிறார்கள். இரண்டு வகையான சினிமாவுக்கும் இடையே சமநிலை இருக்கும்படிப் பார்த்துக் கொள்கிறார்கள். மணி ரத்னத்தின் படங்கள் தோல்வி அடையலாம். ஆனால், அத்தகைய படங்களிலும், அவரது நோக்கத்திலோ, பார்வையிலோ குறை கண்டுபிடிக்க முடியாது. மணி ரத்னத்தின் படங்களை விரும்பாதவர்களும் இதை ஒப்புக்கொள்வார்கள். வியாபாரக் காரணங் களுக்காகச் செய்யப்பட்ட சமரசங்களும் அவரது படங்களில் அதிகம் இருக்காது. அப்படியே இருந்தாலும், அவை அப்பட்டமாக வெளியே

தெரியாது. ஒரு படைப்பாளி, தனக்குப் பிடித்த கதையை, பார்வையாளர்களுக்குப் பிடித்த முறையில் உருவாக்குவது எப்படி என்பதை மணி ரத்னத்தின் திரைக்கதைகளின் மூலம் கற்றுக்கொள்ளலாம். மார்க்கெட்டைப்பற்றி அலட்டிக்கொள்ளாமல், வணிகக் காரணங்களுக்காக சமரசம் செய்து கொள்ளாமல், தீவிரமான படங்களைமட்டும் எடுத்திருந்தால், மணி ரத்னம் இன்னும் சிறப்பான ஃபிலிம்மேக்கராக உருவெடுத்திருப்பாரா? இது தேவையற்ற கேள்வி. ஏனெனில், மணி ரத்னம் அத்தகைய பாதையில் பயணிக்க விரும்பவில்லை. அவர் பெருவாரியான மக்களைச் சந்தோஷப்படுத்தக்கூடிய படங்களையே உருவாக்க விரும்புகிறார். அதேநேரத்தில் மூன்றாம்தரமான பொழுதுபோக்குக் காட்சிகளைப் புகுத்த அவர் என்றுமே விரும்பமாட்டார். அதனால், சில நேரங்களில் அவர் வெற்றி பெறுகிறார். சில நேரங்களில் தோல்வி அடைகிறார்.

★★★

ராவனில் அவர் பெரிதும் சறுக்கினார். வட இந்தியாவில், அந்தப் படத்தைப் பெரிதும் விமர்சித்தனர். சிலர், அவர் தமிழ்ப் பட உலகுக்கே திரும்பிச் சென்றுவிடவேண்டும் என்று கேலி செய்தனர் (ஆரம்பத்தில் நாங்கள் மட்டுமே அவர் திரும்பி வரவேண்டும் என்று ஆசைப்பட்டோம். அப்படி வந்தால்தான் மெட்ராஸ் படங்களை எடுப்பார் என்று நாங்கள் கருதினோம். இப்போது அவர்களுக்கும் அதையே சொல்கின்றனர்). படத்தின் பாக்ஸ் ஆபீஸ் வருமானமும் சந்தோஷம் அளிக்கும்படி அமையவில்லை. எனினும், **ராவணன்** படம்தான் இந்தப் புத்தகத்தைச் சாத்தியப்படுத்தியது. அந்தப் படத்தின் நிறைகுறைகளை ஆராய்ந்து நான் ஒரு விமர்சனக் கட்டுரை எழுதியிருந்தேன். அதைப் படித்த என் பதிப்பகத்தார், திடீரென என்னைத் தொடர்புகொண்டு, இந்தப் புத்தகத்தை எழுதச் சொன்னார்கள் (அவர்கள் பல ஆண்டுகளாக என்னை ஒரு புத்தகம் எழுதச் சொல்லிவருகிறார்கள். அவர்கள் சொன்ன ஐடியாக்கள் அனைத்தையும் வெற்றிகரமாகத் தவிர்த்து வந்தேன். இருந்தும் இந்தப் புத்தகத்தை என்னையே எழுதச் சொன்னார்கள். என்னால் தவிர்க்க முடியவில்லை). நான் இந்தப் புத்தகத்தை எழுத ஒப்புக்கொண்டதற்கு இரண்டு காரணங்கள் இருக்கின்றன. முதலில், ஓர் ஆய்வாளனாக; அடுத்தது அதி தீவிர ஆராதகனாக, அவரது கைரேகையைப் பொன்னேட்டில் பொறிக்க விரும்பினேன். ஏனெனில், அவர் வெகுஜனப் படைப்பாளி (mainstream auteur) என்ற இனத்தைச் சேர்ந்தவர். டைனோஸர் இனம் அழிந்ததைப்போல, இந்த இனமும் மிகவேகமாக அழிந்துகொண்டுவருகிறது. அந்த இனத்தில், எஞ்சியிருக்கும் வெகு சிலரில் மணி ரத்னம் ஒருவர். இரண்டாவதாக, ஒரு காலகட்டத்தில் எங்களுக்குக் கடவுளாகத் திகழ்ந்த ஒருவரின் படைப்புகளை நான் அலசி ஆராயப் போகிறேன் என்றதும் என்னுள் ஆர்வம் குடிகொண்டுவிட்டது. அந்த வாய்ப்பை நான் தவறவிட விரும்பவில்லை.

மெட்ராஸ் டாக்கீஸ் கட்டடத்தில் மணி ரத்னத்தின் அலுவலகம் கடைசி மாடியில் இருக்கிறது. லிஃப்ட் கிடையாது. ஓர் உண்மையான பக்திமான்,

கர்பக்கிருகத்தை அடையவேண்டும் என்றால், பல நூறு படிகளை ஏறித்தானே செல்லவேண்டும். அதுபோல் நானும் ஏறினேன். அவரது படங்களைப்பற்றி ஒரு புத்தகம் எழுதப்போகிறேன் என்று அவரிடம் சொல்வதற்காகவே அங்கு சென்றேன். நாங்கள் இருவரும் ஒரே நகரத்தில் வசிக்கிறோம். அதனால் மரியாதை நிமித்தமாக அவரைச் சந்திக்க விரும்பினேன். அவரது உதவியாளரிடமிருந்து அவருடைய மின்னஞ்சல் முகவரியை வாங்கி, அவரைச் சந்திக்க விரும்புவதாக ஓர் அஞ்சல் அனுப்பினேன். உடனே அவரிடமிருந்து பதில் வந்தது. அவரது மெட்ராஸ் படங்களில் இடம்பெற்ற வசனம்போலவே அந்தப் பதிலும் சுருக்கமாகவே இருந்தது. 'ஹலோ, திங்கள் கிழமை மதியம் சந்திக்கலாமா?' அந்தத் தருணத்தில், அவரது ஒவ்வொரு படத்தையும் எடுத்து அலசி ஆராய்வதே என் நோக்கமாக இருந்தது. டொனால்ட் ஸ்போட்டோ, ஆல்ஃபிரட் ஹிட்ச்காக்கின் படங்களைப்பற்றி ஆழமாக ஒரு புத்தகம் எழுதியிருப்பார். அதுதான் சினிமாவைப்பற்றி நான் படித்த முதல் புத்தகம். அந்தப் புத்தகத்தைப் பின்பற்றி இதையும் எழுத வேண்டும் என்று விரும்பினேன். அடிப்படையில், நான் கதைசொல்லியை விடக் கதையில்தான் அதிக ஆர்வம் செலுத்துவேன். பயோகிராபி புத்தகம் எழுதுவதில் எனக்கு விருப்பமில்லை.

அவரிடம் என் திட்டங்களை விவரித்தேன். அவருடைய கண்களைப் பார்த்துப் பேசும் தைரியம் எனக்கு இருக்கவில்லை. அதை நிச்சயம் புரிந்து கொண்டிருப்பார். அதனால் அவர் அப்போது என்னைப்பற்றி என்ன நினைத்திருப்பார் என்று இன்றளவும் சிந்தித்துவருகிறேன். என் திட்டங்களை விவரித்து முடித்ததும், என்னுள் பயம் தலை தூக்கத் தொடங்கியது. அவரது படங்களை ஆராய்ந்து ஒரு புத்தகம் எழுதவேண்டும் என்பதே என்னுடைய விருப்பமாக இருந்தது. வேறு எந்த அணுகுமுறையும் எனக்குப் பிடித்திருக்க வில்லை. என் பதிப்பகத்தாரும் அதையே விரும்பினார். ஆனால், ஏழேழு ஜென்மத்திலும் எனக்குக் கிடைத்திராத ஒரு வாய்ப்பை மணி ரத்னம் வழங்கினார். 'உங்களுக்கும் சினிமா பிடிக்கும், எனக்கும் சினிமா பிடிக்கும், இருவரும் உரையாடிப் பார்ப்போமா?' என்று கேட்டார். என் காதுகளையே என்னால் நம்பமுடியவில்லை. ஒற்றைக் காலில் நின்று தவம் செய்து கொண்டிருந்த பக்தன் நான். கடவுள் என்முன் தோன்றி நான் எதிர்பார்த் திருக்காத ஒரு வரத்தை எனக்குத் தரும்போது, நான் எப்படி அதை வேண்டாம் என்று சொல்ல முடியும்? ஆனால், அந்த சந்தோஷம் சிறிது நேரத்தில் மறைந்தது. எப்படி இந்தப் புத்தகத்தைச் சாத்தியப்படுத்தப்போகிறோம் என்ற சந்தேகம் தலைதூக்கியது. ஏனெனில், அப்போதுதான் நாங்கள் இருவரும் அறிமுகமாகி இருக்கிறோம். நாங்கள் இருவருமே உள்ளொடுங்கியவர்கள். எங்கள் வாயிலிருந்து வார்த்தைகளை வரவழைப்பது கடினம். இரண்டு நெகட்டிவ்கள் இணைந்து பாசிட்டிவ் ஆகுமா? நான் அவரிடம் சரி என்றேன். ஏனெனில், அவருடைய ஆலோசனைக்கு என்னால் மறுப்புத் தெரிவிக்க முடியவில்லை. நாயகன் படத்தை உருவாக்கிய ஒருவரை எதிர்த்து எப்படிப் பேச முடியும்?

★★★

நாங்கள் இருவரும் பேசத் தொடங்கினோம். முதலில் உரையாடல் நிதான மாகவே நகர்ந்தது. நான் அவரைப்பற்றியும் அவரது படங்களைப்பற்றியும் மேலோட்டமான கேள்விகளைக் கேட்கத் தொடங்கினேன். பின் கொஞ்சம் கொஞ்சமாக என் கேள்விகளின் தீவிரம் அதிகரித்தது. நான் தீவிரமான உரையாடலில் ஈடுபட விரும்புகிறேன் என்று அவர் புரிந்துகொள்ளவேண்டும் என்பதைக் கருத்தில் கொண்டே அவரிடம் உரையாடினேன். அவரது படைப்புகள் எப்படி உருவாகின என்பதைப் படிப்படியாகத் தெரிந்து கொள்வதே என்னுடைய நோக்கம். வெறும் மேலோட்டமான பதில்களில் எனக்கு விருப்பமில்லை என்பதை அவருக்குப் புரிய வைத்தேன். மேலும் அவரது தனிப்பட்ட விவரங்களைத் தெரிந்துகொள்ள நான் விரும்பவில்லை. ஒரு மனிதனாக, அவரால் எவ்வளவு பெர்சனல் விவரங்களைப் பகிர்ந்து கொள்ள முடியும் என்று எண்ணினேனோ, அதைப்பற்றிமட்டுமே நானும் கேட்டேன். அதுவும் உரையாடலைச் சரியான பாதையில் இட்டுச் செல்வதற்காகத்தான். அவரும், நான் முக்கியமற்ற கேள்விகளால் அவரது நேரத்தை வீணடிக்கப்போவதில்லை என்பதை ஊர்ஜிதம் செய்துகொள்ள முயன்றார். மேலும், அவரது படைப்புகளைப்பற்றியும் தமிழ் சினிமாவில் அவற்றின் இருப்பைப்பற்றியும் எனக்குப் புரிதல் இருக்கிறதா என்பதையும் கண்டுகொள்ள முயன்றார். அவர் திரைத்துறைக்குள் நுழைவதற்குமுன் பார்த்த படங்களைப்பற்றி முதலில் பேசினோம். அவர் தன் நினைவில் இருக்கும் படங்களைப்பற்றிப் பகிர்ந்துகொண்டார். நாங்கள் இருவரும் கொஞ்சம் கொஞ்சமாக சௌகரியமாக உணரத் தொடங்கினோம். அவரும், தன்முன் வைக்கப்பட்டிருக்கும் ஒலிப்பதிவுக் கருவிகளைப்பற்றிய பிரக்ஞை இல்லாதவராகப் பேசத் தொடங்கினார். உரையாடல் தடையின்றி நடக்கத் தொடங்கியதை என்னால் உணர்ந்துகொள்ள முடிந்தது.

நாங்கள் ஒவ்வொரு படத்தைப்பற்றியும் வரிசையாகப் பேசினோம். இருந்தும் ஒரு தலைப்பின்கீழ், ஒரே ஒரு படத்தைப்பற்றி மட்டுமே பேச வேண்டும் என்ற திட்டவட்டமான முடிவு எதையும் நான் எடுக்கவில்லை (**நாயக**னைப்பற்றி அல்லது **இருவ**ரைப்பற்றி ஒரு தனிப் புத்தகமே எழுதலாம்). ஒவ்வொரு முறையும், ஒரு குறிப்பிட்ட படத்தைக் கையில் எடுத்தவுடன் எந்தப் பாதையில் பயணிக்கவேண்டும் என்பதை முடிவு செய்துகொள்வேன். பின் உரையாடல் தொடங்கியதும் கொஞ்சம் கொஞ்சமாக என் கேள்விகளைச் செழுமைப்படுத்தினேன். சில நேரங்களில், அவரின் பதில் எப்படி இருக்கும் என்பதைப்பற்றி எனக்குத் தெளிவான ஐடியா இருக்கும். எனினும், எதிர்பாராத கேள்விகளை அவர்மேல் தொடுப்பேன். ஆச்சரியமான பதில்களுக்காகக் காத்திருப்பேன். ஆனால், எப்போது கேள்விக் கணைகளைத் தொடுப்பதை நிறுத்திக்கொள்ள வேண்டும் என்பதைத் தெரிந்துவைத்திருந்தேன். எல்லையை அடைந்து விட்டோம், இதற்குமேல் பயணிக்கக்கூடாது என்று தோன்றினால், வேறு விஷயங்களைப்பற்றிப் பேசத் தொடங்கிவிடுவேன். வேறு சில நேரங்களில் எப்போதும் வாய் திறக்காத ஒரு மனிதர், வெளிப்படையாகப் பேசுவதை

எண்ணி, உண்மைகளை ஒப்புக்கொள்வதை எண்ணி சந்தோஷப்படுவேன். அதற்குமேல் கேள்விகள் கேட்டால் நன்றியற்றவன் ஆகிவிடுவேன் என்பதால் கேள்விகளை நிறுத்திக்கொள்வேன். ஆரம்பத்தில், ஓரிரு அமர்வுகள் முடிந்தபின், நான் எடுத்த குறிப்புகளை அவருக்கு மெயிலில் அனுப்பி வைத்தேன். 'ஆரம்பப் பகுதியில் என்னுடைய பதில்களில் ஒரு நிச்சயமற்ற தன்மை இருக்கிறது. எனினும், போகப்போக என்னுடைய பதில்களில் தெளிவு பிறந்திருப்பதைக் காண்கிறேன்' என்று பதில் அனுப்பியிருந்தார். அவர், என் குறிப்புகளின்மூலம் தன்னை சுய மதிப்பீடு செய்துகொண்டார் என்பதைப் புரிந்துகொள்ள முடிந்தது. அவர் தன்மீது எந்தவொரு பாரபட்சமும் காட்டாமல் பதிலளித்தார். அதேபோல், நானும் என்னுடைய விருப்பு வெறுப்புகளுக்கு இடம்கொடுக்காமல் இந்தப் புத்தகத்தை உருவாக்கியிருக்கிறேன் என்று நம்புகிறேன்.

சில நேரங்களில், அவர் விரும்பாத பகுதிகளை எந்த சஞ்சலமும் இன்றி நீக்கியுள்ளேன். ஒரு படத்தைப்பற்றிப் பேசுகையில், அந்தப் படத்தில் நடித்த நடிகர்கள் தங்கள் வேலையைச் சரியாகச் செய்யவில்லை என்று சொன்னேன். வேறு நடிகர்களை நடிக்க வைத்திருந்தால் படம் சிறப்பாக வந்திருக்கும் என்றும் கூறினேன். அவர் அதை ஒப்புக்கொண்டார். பின், அந்தப் பகுதியை நீக்கிவிடும்படிக் கேட்டுக்கொண்டார். நடிகர்கள் சரியாக நடிக்காததற்குத் தான்தான் பொறுப்பேற்கவேண்டும் என்றும், நடிகர்களைக் குறை சொல்லக் கூடாது என்றும் கூறினார். இன்னொரு தருணத்தில், ஒரு மூத்த ஃபிலிம் மேக்கரைப்பற்றி வெளிப்படையாகவும் விலாவரியாகவும் பேசினார். எனினும், மரியாதையாகத்தான் பேசினார். ஆனால், இறுதியில் அந்தப் பகுதி வேண்டாம் என்றார். அதனால் அதை நீக்கிவிட்டேன். மற்ற மனிதர்களைப் பற்றிய பகுதிகளைப் புத்தகத்தில் வைத்துக்கொள்ளலாமா, வேண்டாமா என்ற முடிவை அவர்தான் எடுத்தார். அதே சமயத்தில், படங்களைப்பற்றிய பகுதிகளை வைத்துக்கொள்ளலாமா, வேண்டாமா என்ற முடிவை நான் மட்டுமே எடுத்தேன். படங்களின் உள்ளடக்கம்பற்றியும், அவற்றை உருவாக்கிய விதம்பற்றியும் நிறையப் பேசினோம். அதில் எந்த மாற்றமும் செய்யாமல் அப்படியே வைத்துக்கொண்டேன். மேலும் அவருடைய சில படைப்புகளைப்பற்றி எனக்கு மாற்றுக் கருத்துகள் இருந்தன. ஆனால், அதை அவரிடம் சொல்ல முதலில் தயங்கினேன். பின் கொஞ்சம் கொஞ்சமாக தைரியத்தை வரவழைத்துக்கொண்டு எல்லாவற்றையும் போட்டுடைத்தேன். அவர் தன்னைத் தற்காத்துக்கொள்ளும்பொருட்டுப் பதிலளித்தார். எனினும், அவர் என் அபிப்ராயங்களை மாற்ற முயற்சிக்கவில்லை. தன்னுடைய நிலைப்பாட்டையும், தன்னுடைய முடிவுகளுக்கான காரணங்களையும் மட்டுமே எடுத்துரைத்தார். எல்லா நேரங்களிலும் அவருடைய பதில்களில் எனக்கு உடன்பாடு இருக்கவில்லை. எனினும், எங்களின் விவாதங்கள் நல்லதொரு பலனைத் தந்திருக்கிறது.

★★★

நான் எல்லாவற்றுக்கும் அறிவுஜீவிச் சாயம் பூச முயன்றதாகக் குற்றம் சாட்டினார். நான் என்றுமே என்னை அறிவுஜீவியாகக் கருதியதில்லை. அவருடைய படங்களைப்பற்றியும் உருவாக்க வழிமுறைகளைப்பற்றியும் எனக்கு இருக்கும் அனுமானங்களைமட்டுமே அவரிடம் பகிர்ந்து கொண்டேன். அவருடைய படைப்புகளின் பின்னணியைப் புரிந்துகொள்ள வேண்டும் என்பதற்காகவே, 'இப்படி இருக்கலாம் அல்லவா?', 'இப்படி ஏன் இருக்கக்கூடாது?' என்று தொடர்ந்து கேட்டுவந்தேன். ஆனால் அதை அவர் சீரியஸாக எடுத்துக்கொண்டார். குருவில் ஊஞ்சலைப் பயன்படுத்தியதற்கான காரணத்தையும் **நாயக**னில் புறாக்களைப் பயன்படுத்தியதற்கான காரணத் தையும் தெளிவாக விளக்கினார். அவருடைய ஒவ்வொரு ஆக்கத்திலும் ஒரு உட்கருத்து இருக்கிறது என்பதைப் புரிந்துகொள்ள அந்த விளக்கங்களே போதுமானவை. வேறு யாராவது அவருடைய படைப்புகளில் இருக்கும் உட்கருத்தை ஆராயத் தொடங்கினால்தான் முகம் சுளிக்கிறார். எனவே, ஒரு வகையில், இந்தப் புத்தகம் ஒருவரின் சுயசரிதை. முதலில், அவருடைய பதில்களை தடையில்லாத் தொடர் வாக்கியங்களாகப் போராடி உருவாக்கினேன். ஆனால், ஒரு கட்டத்தில், அதில் என்னுடைய குரல் ஒலித்ததே தவிர மணி ரத்னத்தின் குரல் ஒலிக்கவில்லை. அதனால்தான் இறுதியில் இந்த உரையாடல் வடிவத்தைத் தேர்ந்தெடுத்தேன். ஒருவர் மட்டும் மல்யுத்தத்தில் ஈடுபட முடியாது அல்லவா? அதுமட்டுமின்றி, அவர் மனம் திறந்து இன்னொருவருடன் பேசுவது இதுதான் முதல்முறை. அதனால் அவரது குரலை அப்படியே பதிவு செய்வதே முறை என்று தோன்றியது. ஒவ்வொரு அமர்வின் இறுதி வடிவமும் எங்கள் இருவருக்கும் திருப்தி அளிக்கும் வகையில் இருக்கும்படிப் பார்த்துக்கொள்வோம். அதற்கு ஏற்றார் போல் செய்யவேண்டிய மாற்றங்கள் அனைத்தையும் செய்தோம்.

இப்படிதான் டொனால்ட் ஸ்போட்டோவின் அணுகுமுறை, ஃபிரான்சுவா ட்ரூஃபோவின் வடிவத்துக்கு இட்டுச் சென்றது. 'ஹிட்ச்காக்/ட்ரூஃபோ' என்ற புத்தகத்துக்கு மரியாதை செலுத்த விரும்பினேன். அதனால்தான் இந்தப் புத்தகத்தை, 'ஹிட்ச்காக்/ட்ரூஃபோ' புத்தகத்தின் ஃபார்மட்டில் உருவாக்கினேன். மேலும், மைக்கேல் ஒண்டாச்சியின் 'கான்வெர்சேஷன்ஸ்: வால்டர் மேர்க் அண்ட் ஆர்ட் ஆஃப் எடிட்டிங் ஃபிலிம்' என்ற புத்தகத்துக்கு மரியாதை செய்யும் பொருட்டு இந்தப் புத்தகத்தின் தலைப்பைத் தேர்வு செய்தேன். இந்த இரண்டு புத்தகங்கள்தான், மணி ரத்னத்துடனான உரையாடலின்போது என்னை வழிநடத்திச் சென்றன. ஒரு படைப்பாளியின் ஆக்கங்களுக்குப்பின் இருக்கும் நுண்ணறிவைப் பதிவு செய்யும் இந்த முயற்சியில், ட்ரூஃபோ எட்டிய உயரத்தை நானும் எட்டியிருக்கின்றேனா என்று எனக்குத் தெரியவில்லை. ஆனால், ஒண்டாச்சியைபோல் சினிமாவின் மீது தீராத காதல் கொண்ட நான், ட்ரூஃபோ எட்டிய உயரத்தில் சிறு அளவையேனும் எட்டியிருப்பேன் என்றால், அதுவே என்னைப் பொருத்த வரையில் எனக்குக் கிடைத்த வெற்றி. வாசகர்கள்தான் அதை முடிவு செய்ய வேண்டும். எனினும், ஒரு குறிப்பிட்ட விஷயத்தில், நான் எதிர் பார்த்ததைவிடப் பெரிய அளவிலான வெற்றி எனக்குக் கிடைத்திருக்கிறது. என்

தலைமுறையைக் கட்டி ஆண்ட ஓர் இயக்குநரின்முன் அமர்ந்து, அவருடன் உரையாடியிருக்கிறேன். அவரைச் சீண்டியிருக்கிறேன். அவரைப் பேசத் தூண்டியிருக்கிறேன். அவர் பேசிய அனைத்தையும் பதிவு செய்திருக்கிறேன். என் நிலைப்பாட்டை இறுகப் பற்றிக்கொண்டு விவாதித்திருக்கிறேன். அவருடைய நிலைப்பாட்டை விளக்கிச் சொல்லும்படிக் கேட்டிருக்கிறேன். சிலநேரங்களில், அவருடைய தீவிரமான ரசிகனாக அவரின் பேச்சை ரசித்திருக்கிறேன். வேறுசில நேரங்களில், அவருடைய எதிராளியாக மாறிக் கேள்விகளைத் தொடுத்திருக்கிறேன். அந்த மேதையின் நேரடி மாணவனாக இருந்து பல விஷயங்களைக் கற்றிருக்கிறேன். புதிய விஷயங்களைக் கற்றுக் கொள்ளவேண்டும் என்பதுமட்டுமே என்னுடைய நோக்கமாக இருந்தது. என்னைப் பொருத்தவரை இதுதான் எனக்குக் கிடைத்த வெற்றி. இந்த நாள் வரும் என்று யார் எதிர்பார்த்திருக்கக்கூடும்? ஈராஸ் திரையரங்கில் ரிலாக்சாக அமர்ந்து மேட்டினி ஷோ பார்த்த அந்த இளைஞன் நிச்சயம் இந்த நாளை எதிர்பார்த்திருந்திருக்க மாட்டான்.

பரத்வாஜ் ரங்கன்

1

பாலு மகேந்திராவிடம் 'எல்லாவற்றையும் விட்டுவிட்டு ஓடிவிடப் போகிறேன்' என்றேன்

பல்லவி அனுபல்லவி (1983)

விஜய் (அனில் கபூர்) மதுவை (கிரண் வைராலே) காதலிக்கிறான். அவள் அழகும் வயதுக்குத் தகுந்த அறிவும் கொண்டிருக்கிறாள். ஆனால் விஜய் அனுவிடமும் (லட்சுமி) நெருங்கிய தோழமை கொண்டிருக்கிறான். அனு, நடுத்தர வயதுப் பெண், தன்னை ஏமாற்றும் தன் கணவனிடமிருந்து பிரிந்து வாழ்பவள். விஜய்க்கு, தான் மதுவிடம் கொண்ட காதல் உண்மைதானா என்ற கேள்வி எழாமல் இல்லை. இருந்தும் அவன் அனுவின் நட்பைத் தொடர்கிறான். அவனை நோக்கி சமூகம் தொடுக்கும் பல கேள்விகளுக்குப் பதில் என்ன?

உணரு (1984)

கடலோரத்தில் துறைமுகம் கட்டுவதால், மீனவர்களின் வாழ்வாதாரம் பாதிக்கப்படுகிறது. அவர்கள் அனைவரும் பீட்டரின் (ரதீஷ்) தலைமையில் போராடுகிறார்கள். சங்கத்தின் தலைவனாகத் தேர்ந்தெடுக்கப்பட்ட ஜனார்தனன் (சுகுமாரன்) சுயநலவாதியாக மாறுகிறான். பீட்டரின் நண்பன் ராமு (மோகன் லால்) ஜனார்தனனின் வலது கையாகச் செயல்படுகிறான். சங்கத்தின் ஊழலை எதிர்த்துப் போராடும்போது பீட்டர் கொல்லப்பட, ராமு போராடத் துணிகிறான்.

பகல் நிலவு (1985)

ஊர்ப் பெரியவர் தேவராஜனிடம் (சத்யராஜ்) விசுவாசமாக வேலை செய்கிறான் செல்வம் (முரளி). தேவராஜனின் சட்ட விரோதமான செயல்கள், நேர்மையான இன்ஸ்பெக்டர் பீட்டருக்கு (சரத் பாபு) தெரியவருகிறது. தங்கை ஜோதி (ரேவதி) செல்வத்தைக் காதலிப்பதை அறிந்து கோபப்படுகிறான் பீட்டர். செல்வத்தின் விசுவாசத்துக்கும் காதலுக்குமிடையேயான போராட்டத்தில் பலர் பலியாகிறார்கள்.

இதயகோயில் (1985)

சங்கர் (மோகன்), ஒரு பிரபல பாடகன். மறைந்த காதலி கௌரியை (அம்பிகா) நினைத்துத் தனிமையில் வாடுகிறான். சூர்யா (ராதா) சங்கரைக் காதலிக்கிறாள். குடிக்கு அடிமையான சங்கரை, சூர்யா திருத்துகிறாள். சூர்யாவை வேறு ஒருவரை மணந்துகொள்ளும்படி அறிவுறுத்துகிறான். ஆனால், காதல் வயப்பட்ட கதாநாயகிகள், என்றுதான் கதாநாயகனின் அறிவுரையைக் கேட்டிருக்கிறார்கள்?

பரத்வாஜ் ரங்கன்: தவிர்க்க முடியாத முதல் கேள்வி. நீங்கள் பார்த்த முதல் திரைப்படம் நினைவிருக்கிறதா?

மணி ரத்னம்: உறுதியாகச் சொல்ல முடியவில்லை. திரைப்படங்கள் பார்ப்பது எங்கள் குடும்பத்தில் தடை செய்யப்பட்டிருந்தது. எனது இரண்டு சகோதரர்கள், ஒரு சகோதரி, ஒன்றுவிட்ட சகோதரர்கள், அத்தைகள், மாமாக்கள் என மிகப் பெரிய கூட்டுக் குடும்பம் அது. என் குடும்பத்தார் எடுக்கும் படங்களைத் தவிர மற்ற படங்களைப் பார்க்கச் சிறியவர்களான எங்களுக்கு அனுமதி இல்லை. என் சித்தப்பா வீனஸ் கிருஷ்ணமூர்த்தி ஒரு தயாரிப்பாளர் (வீனஸ் என்பது அவரின் அடைமொழிதானே தவிர, அவருக்கும் வீனஸ் ஸ்டூடியோவுக்கும் எந்த சம்பந்தமும் இல்லை). என் தந்தை எஸ்.ஜி. ரத்னம் வாழ்நாள் முழுதும் திரைப்பட விநியோகஸ்தராகவே இருந்தவர். வீனஸ் பிக்சர்ஸ் எடுத்த முதல் படம் **அமரதீபம்** என்று நினைக்கிறேன். அதை அவர்கள் இந்தியிலும் ரீமேக் செய்தார்கள். பின் நிறையப் படம் எடுத்தார்கள். **உத்தம புத்திரன், கல்யாண பரிசு, பட்டணத்தில் பூதம்,** இந்திப் படங்களான சூரஜ், அப்னா தேஷ் என்று நீண்டுகொண்டே போகும் பட்டியல் அது.

எடுக்கும் படங்களின் துண்டு துண்டான காட்சிகளைப் பார்க்க அவர்கள் போகும்போது நாங்களும் கூடவே ஒட்டிக்கொள்ள அனுமதி உண்டு. அடிப்படையில் அவை திரைப்பட ரஷ்கள் போன்றவைதான். ப்ரிவியூ காட்சிகளுக்குப் போகும்போது, காரில் இடம் இருந்தால் எங்களையும் அழைத்துச் செல்வார்கள். இல்லையேல் எங்களை விட்டுவிட்டுச் சென்றுவிடுவார்கள். நான் பார்த்த படங்களிலேயே **உத்தமபுத்திரன்** எனக்கு நன்றாக நினைவிருக்கிறது. அதுவும் நான் பிற்காலத்தில் அந்தப் படத்தைத் திரும்பப் பார்த்ததனால் தான் நினைவில் இருக்கிறது என்று தோன்றுகிறது. திரையரங்குக்குச் சென்று படம் பார்க்கும் வாய்ப்பு அதிகம் கிடைத்ததில்லை. அது ஏதோ சீட்டாட்டம் போல்தான். எப்போதாவது அதிர்ஷ்டம் அடிக்கும். என் சித்தப்பா ஏதாவது படத்தைத் தயாரிப்பதாக இருந்தால், குடும்பத்தினரை மெரீனா கடற்கரைக்கு அழைத்துச் சென்று கதையை விவரித்துச் சொல்வார். அந்த நினைவுகள் என் மனத்தில் நன்கு பதிந்திருக்கின்றன. வீட்டிலிருந்து உணவு கையோடு எடுத்துச் செல்லப்பட்டிருக்கும். சிறியவர்களுக்கு அந்த விவாதங்களில் கலந்துகொள்ள அனுமதி இல்லை. பெரியவர்கள் அனைவரும், எடுக்கப் போகும் படத்தின் கதையைப்பற்றிப் பல்வேறு அபிப்ராயங்களைச் சொல்வார்கள். அவர்கள் சொன்ன ஆலோசனைகளை அவர் எந்த அளவுக்குப் பயன்படுத்திக்கொண்டார் என்பது எனக்குத் தெரியவில்லை.

ரங்கன்: நீங்கள் சொல்வதைப் பார்த்தால், அது ஆடியோ ப்ரிவியூ போல் இருந்திருக்கும் என்று தோன்றுகிறது. அது சரி, எந்த வயதிலிருந்து தொடர்ந்து படம் பார்க்க ஆரம்பித்தீர்கள்?

ரத்னம்: அப்போது நடுநிலைப் பள்ளியில் படித்துக்கொண்டிருந்தேன். இன்னும் சரியாகச் சொல்வதானால், ஹாஸ்டலில் தங்கியிருந்தேன். திரைப்படங்களில் நல்ல ஆர்வம் இருந்தது. மேலும், ஒவ்வொரு படத்தின்மீதும்

எனக்கு ஏதோ ஒரு அபிப்பிராயம் இருந்தது. அதை நான் பிற்காலத்தில்தான் உணர்ந்தேன். எல்லாச் சிறுவர்களுக்கும் தாங்கள் பார்க்கும் திரைப் படங்களைப்பற்றி ஏதாவது அபிப்ராயம் இருக்குமா, அப்படியே இருந்தாலும் அது அவர்கள் நினைவில் தங்குமா என்றெல்லாம் எனக்குத் தெரியவில்லை. ஆனால், சில படங்கள் பிடித்திருந்தன, சில படங்கள் பிடிக்கவில்லை என்பதெல்லாம் நன்கு நினைவில் இருக்கிறது. பொதுவாக, சிறுவர்களுக்கு எல்லாப் படங்களும் பிடிக்கும். சில படங்கள் கூடுதலாகப் பிடித்திருக்கும். படம் பார்த்துவிட்டு காரில் வீடு திரும்பும் போதெல்லாம், 'படம் எப்படி இருக்கிறது' என்று கேட்பது அங்கிளின் வழக்கம். திரைத்துறையிலேயே ஊறிய ஒரு குடும்பத்தில் இது அர்த்தம் பொதிந்த, மிகவும் அவசியமான கேள்வி. படத்தைப்பற்றி விரிவாகச் சொல்ல ஏதாவது கருத்து என்னிடம் இருக்கும். படம் நன்றாக உள்ளது, நன்றாக இல்லை போன்ற ஒற்றை வரி பதில்களை நான் என்றுமே சொன்னதில்லை.

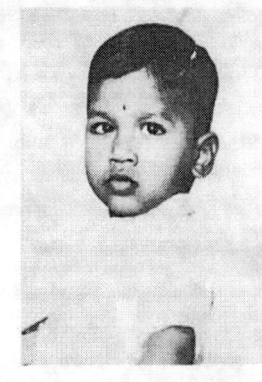

எங்கள் குடும்பம் மிகப் பெரிய கூட்டுக் குடும்பம். என் குடும்பத்தார் எடுக்கும் படங்களைத் தவிர மற்ற படங்களைப் பார்க்கச் சிறியவர்களான எங்களுக்கு அனுமதி இருக்கவில்லை.

எனக்குத் திரைப்படம் எடுக்கும் உத்தியெல்லாம் அப்போது தெரிந்திருக்க வில்லை. எப்போதாவது ஷூட்டிங் பார்க்கச் செல்வேன். ஆனால் அதில் எந்த ஈடுபாடும் எனக்கு இருந்ததில்லை. கோடை விடுமுறை என்றால், படப் பிடிப்பு எந்த ஊரில் நடந்தாலும் எங்கள் அனைவரையும் அழைத்துச் செல்வார்கள். ரொம்பவும் போரடிக்கும். அங்கே ஒரே காட்சியைத் திரும்பத் திரும்ப எடுத்துக்கொண்டிருப்பார்கள். அது ஏன் என்று விளங்கியதில்லை. பல்லைக் கடித்துக்கொண்டுதான் படப்பிடிப்புத் தளத்தில் பொழுதைக் கழிப்பேன். எனக்கு ஷூட்டிங் சுத்தமாகப் பிடிக்காதபோதும், நான் இயக்குநராக உருவெடுத்தது ஆச்சரியமாகவே இருக்கிறது.

நான் முதலில் ரசித்த படம் எது என்று சற்று மெனக்கெட்டு என் நினைவுப் பக்கங்களைப் புரட்டிப் பார்த்துச் சொல்வதானால், **ஹட்டாரி** (*Hatari*. John Wayne நடித்து Howard Hawks இயக்கிய படம்) என்றே தோன்றுகிறது. என் குடும்பத்தினர் இல்லாமல் நான் பார்த்த முதல் படம் அதுதான் என்று நினைக் கிறேன். எங்கள் பக்கத்து வீட்டுப் பெண்மணி அவரது பிள்ளைகளோடு சேர்த்து என்னையும் அழைத்துச் சென்றார். என்னை அதிகம் ஈர்த்த படம் அது. வீட்டுக்குத் திரும்பியபின்னும் நான் அந்தப் படத்தைப்பற்றியே பேசிக் கொண்டிருந்ததால், என் குடும்பத்தாரையும் அந்தப் படத்தைப் பார்க்கும் ஆர்வம் தொற்றிக் கொண்டது. அவர்கள் போனபோது என்னையும் அழைத்துச் சென்றனர். அவர்களுக்கு அந்தப் படம் பிடிக்கவில்லை. திரும்பிவந்ததும் என் தந்தை, இந்தப் படத்தையா பார்த்தாக வேண்டிய படம் என்று சொன்னாய்

என்று என்னைத் திட்டினார். அதன் பிறகு எங்கள் இருவருடைய கருத்துகளும் ஒருபோதும் ஒத்துப்போகவில்லை. அதற்குமுன் எல்பின்ஸ்டன் திரையரங்கில் ஒரு படம் பார்த்தாக நினைவிருக்கிறது. அப்படத்தின் பெயர் ஜங்கிள் கேட் (Jungle Cat) என்று நினைக்கிறேன். படத்தைப்பற்றி எனக்குப் பெரிதாக ஒன்றும் நினைவில் இல்லை. எனினும், அந்தத் திரையரங்கில் சாப்பிட்ட ஐஸ்கிரீமின் ருசி இன்னும் நாவில் இருக்கிறது. சென்னையிலேயே சிறந்த ஐஸ்கிரீம் பார்லர் அந்தத் திரையரங்கில்தான் இருந்தது.

நான் கலாக்ஷேத்ரா வளாகத்தினுள் அமைந்த பெசண்ட் தியோசாபிகல் பள்ளி விடுதியில் தங்கியிருந்த காலத்தில்தான் தீவிர சினிமா ரசிகனாக உருவெடுத்தேன். எங்கள் விடுதிக்கு மிக அருகில் ஒரு சினிமாக் கொட்டகை இருந்தது. அங்கே இரவு நேரங்களில், ஓர் ஆங்கிலப் படத்தையும் பின் ஒரு தமிழ்ப் படத்தையும் திரையிடுவார்கள். அதிகபட்ச டிக்கெட்டின் விலையே வெறும் ஒரு ரூபாய்தான். அங்கே ஒரே ஒரு ப்ரொஜெக்டர்மட்டுமே இருந்ததால், ஒவ்வொரு இருபது நிமிடத்துக்கும் படச் சுருள்களை மாற்றும் பொருட்டு படத்தை நிறுத்திவிடுவார்கள். அங்குதான் நிறையப் படங்களைப் பார்க்கத் தொடங்கினேன். இரவு நேரங்களில் வெறும் லுங்கியும் பனியனும் மட்டும் அணிந்து, ஏதோ சிறுநீர் கழிக்க வெளியே வருபவர்களைப்போல் அறையை விட்டு வெளியே வந்து, யாரும் பார்க்காத வேளையில் விடுதியின் வேலியைத் தாண்டிவிடுவோம். எப்போதாவது விடுதியின் பொறுப்பாளர் திரையரங்கில் கண்ணில் படுவார். நாங்கள் அவரைச் சட்டை செய்ய மாட்டோம். அவரும் எங்களைச் சட்டை செய்யாமல், எதுவும் நடக்காதது போல் அங்கிருந்து நகர்ந்துவிடுவார்.

ரங்கன்: மிக அருமை. இது போலவே விக்ரமாதித்ய மோட்வானியின் **உடான்** படத்திலும் ஒரு காட்சி உண்டு.

ரத்னம்: அப்படியா? அந்தத் திரையரங்கில் மூன்று நாள்களுக்கு ஒருமுறை ஆங்கிலப் படங்களை மாற்றுவார்கள். தமிழ்ப் படம்மட்டும் ஒரு வாரம் ஓடும். சிறு வயதில் நாம் நம்மை அறியாமலேயே நடிகர்களை ரசிக்க ஆரம்பித்து விடுகிறோம். நானும் சிவாஜி கணேசனுக்கும் நாகேஷுக்கும் தீவிர ரசிகன் ஆனேன். அப்போது நான் ஏழாம் வகுப்பு படித்துக் கொண்டிருந்தேன். அவர்கள் நடிக்கும் எல்லாப் படங்களையும் பார்த்துவிடுவேன். அவர்களைப் பின்னாலிருந்து இயக்குவது வேறொருவர் என்று பிறகுதான் தெரிந்தது. அதன் பிறகுதான் இயக்குநரே எல்லாம் என்பது உங்களுக்குப் புரிய ஆரம்பிக்கும். உங்களுக்குப் பிடித்த படங்களில் பெரும்பாலானவை ஒரே இயக்குநரால் இயக்கப்பட்டவை என்பது அதன் பிறகு தெரியவரும். எனக்குள்ளும் அப்படியான மாற்றங்கள் என் நடுநிலை, உயர்நிலைப் பள்ளி வயதில் நடந்தன. கே. பாலசந்தரை நான் கண்டுகொள்ளும்போது வயது சுமார் பதின்மூன்று.

ஜெயந்தி என்ற திரையரங்கில்தான் லாரல் ஹார்டியின் படங்களுடன் எனக்குப் பரிச்சயம் ஏற்பட்டது. நான் அங்கு பார்த்த படங்களை வேறு எங்கும் பார்த்திருக்க முடியாது. கென் கிளார்க் தொடர் வரிசைப்படங்களையும் அங்கு

தான் பார்த்தேன். பெரிய திரையரங்குகளில் இந்தப் படங்களைத் திரையிட்டு நான் பார்த்ததே இல்லை.

ரங்கன்: அப்படியானால் நீங்கள் நகரின் பிரதான திரையரங்கம் எதிலும் படம் பார்த்ததில்லையா?

ரத்னம்: பார்த்திருக்கிறேன். நான்கைந்து நாள்கள் விடுமுறை கிடைத்தால் விடுதியை விட்டு வீட்டுக்கு வந்துவிடுவேன். அப்போதெல்லாம் பெரிய திரையரங்குகளில்தான் என் நேரம் கழியும். எனக்கு சினிமாவின்மீது அதிக ஈடுபாடு ஏற்பட்டதும் அப்போதுதான். ஒருமுறை ஏழெட்டு நாள்கள் விடுமுறை கிடைத்தபோது பத்துப் படங்கள் பார்த்தது நினைவிருக்கிறது. இவை ஒரு புறம் இருக்க, ஒத்த வயதுடைய நண்பர்களுடன் சேர்ந்து தீபாவளி அன்று வெளியாகும் படங்களை அன்றே பார்ப்பதும் வழக்கமாகிவிட்டது. நான் சினிமாவை மிகத் தீவிரமாக நேசிக்க ஆரம்பித்த காலகட்டம் அதுதான் என்று எண்ணுகிறேன்.

ரங்கன்: படம் பார்த்ததும் உங்கள் நண்பர்களுடன் விவாதிப்பீர்களா?

ரத்னம்: படங்கள் என்பவை பார்த்து ரசிப்பதற்காகமட்டுமே என்றே கருதுகிறேன். படங்களைப்பற்றி விவாதிக்கவேண்டும் என்ற எண்ணம் எனக்கு இருந்ததா என்று தெரியவில்லை. விவேகானந்தாகல்லூரியில் இளங் கலை படிப்பும், பம்பாய் ஜம்னாலால் பஜாஜ் கல்லூரியில் எம்.பி.ஏவும் படித்த காலத்தில் திரைப்பட விவாதங்களில் அவ்வப்போது ஈடுபட்டது உண்டு. அதுவரையில் படங்களைப்பற்றி அதிகம் விவாதித்தது இல்லை (நான் நிதித்துறையில் பட்டம் பெற்றவன். என் படங்களின் பட்ஜெட் சில நேரங்களில் திட்டமிட்டதைவிட அதிகமாகிவிடும்போது தயாரிப்பாளர்களால் அதை நம்பவே முடியாது).

திரைப்பட ரசனை என்பது நம்மை அறியாமலேயே நம்முள் உருவாகிறது. ஒரு டென்னிஸ் வீரரையோ கிரிக்கெட் வீரரையோ ரசிப்பதுபோல்தான். டென்னிஸ் வீரர் ராட் லேவரை ரசிப்பதுபோன்றது. உங்களுக்கு ஒருவரைப் பிடித்திருந்தால் அவர் விளையாடுவதைத் தொடர்ந்து பார்ப்பீர்கள். அல்லது அவர் விளையாடும்போது ரேடியோவைக் காதில் வைத்தபடிக் கேட்டு வந்திருப்பீர்கள். அவர் விளையாடுகிறார் என்பதே உங்களுக்கு மிக முக்கிய மான ஒரு விஷயமாக ஆகியிருக்கும். அதேபோல்தான் சினிமா ரசனையும். ஓர் இயக்குநரையோ நடிகரையோ உங்களுக்குப் பிடித்துப்போய்விட்டால், அவர்கள் உங்களுக்கு முக்கியமானவர்கள் ஆகிவிடுவார்கள். அவர்களுடைய படங்களைத் தவறாமல் பார்க்க ஆரம்பித்துவிடுவீர்கள்.

ரங்கன்: நீங்கள் பம்பாயில் இருந்தபோது பணிச்சுமை இருந்திருக்குமே. படம் பார்க்க நேரம் ஒதுக்க முடிந்ததா?

ரத்னம்: அந்த இரண்டு வருட எம்.பி.ஏ படிப்புக்காலம் நெருக்கடி நிறைந்த தாகவே இருந்தது. எப்போதாவது இரவுகளில் படம் பார்ப்போம். ஆனால், சென்னையில் அதற்கு முன்பாக இருந்த நான்கு வருடங்களில் அதாவது

பல்லவி அனுபல்லவி, உணரு, பகல் நிலவு, இதயகோயில் | 37 |

பி.யூ.சி ஒரு வருடம், பி.காம் மூன்று வருடம் என இருந்த அந்தக் காலகட்டத்தில் படங்கள் பார்ப்பதற்கு முழு அனுமதி கிடைத்திருந்தது. என்னைக் கட்டிப்போடும் எதுவும் அப்போது இருந்திருக்கவில்லை. பாடங்கள் சிரமமாக எல்லாம் இருக்கவில்லை. நிறைய ஓய்வு நேரம் கிடைத்தது. படங்களிலும் விளையாட்டிலும்தான் என் பெரும்பாலான நேரத்தைச் செலவிட்டேன்.

ரங்கன்: படிப்பில் நீங்கள் வல்லவரா?

ரத்னம்: வகுப்பிலேயே நான்தான் முதல் மாணவன் என்று சொல்ல எனக்கும் ஆசைதான். ஆனால், அது உண்மை இல்லை. எனக்குப் படிப்பே வராது என்று சொல்லவும் ஆசைதான். ஆனால், அதுவும் உண்மையில்லை. நான் சராசரியாகப் படிக்கக்கூடியவன். என் திரைப்படங்கள் அளவுக்கு என் படிப்பு டிரமாட்டிக்காக இருக்கவில்லை என்பதே உண்மை.

ரங்கன்: எம்.பி.ஏ படிப்பிலிருந்து நீங்கள் சினிமாவை நோக்கி நகர்ந்ததற்கு எது காரணம்?

ரத்னம்: அது முழுக்க முழுக்க ஒரு விபத்து. நான் சினிமாவை ரசித்தது ஒரு ரசிகனாகமட்டும்தான். அது என் தொழில் ஆகப்போகிறது என்று நான் எண்ணியதே இல்லை. கலைத்துறையில் என்னை முழுவதுமாக ஈடுபடுத்திக் கொள்வேன் என்றோ, கதை எழுதிப் படங்களை இயக்குவேன் என்றோ நினைத்ததே இல்லை. உண்மையைச் சொல்லவேண்டுமென்றால், நான் பார்த்த கன்சல்டன்சி வேலையில் எனக்கு அதிக ஆர்வம் இருந்திருக்க வில்லை. ஆய்வுகள் மேற்கொள்ளுதல், அறிக்கைகள் தயாரித்தல் என, கல்லூரி வாழ்க்கையின் நீட்சியாகவே அது இருந்தது. மைய நீரோட்டத் தொழில்துறையில் உற்பத்திப்பணிகளில் ஈடுபட்டிருந்த மார்க்கெட்டிங் அல்லது உற்பத்தி நிறுவனங்களுக்கு ஆலோசகராகத்தான் இருந்து வந்தேன். நேரடியாக அந்தத் தொழில்துறையில் ஒரு வேலையைத் தேடிக்கொண் டிருந்தேன். அப்போது என் நண்பர் ரவிஷங்கர் (பிரபல இயக்குநர் பி.ஆர். பந்துலுவின் மகன்) தன் முதல் பட வேலையில் ஈடுபட்டிருந்தார். **பங்காருத காணி** என்ற கன்னடப் படம் அது. நானும் ரவியும் எங்களுடைய இன்னொரு நண்பரான ராமனும் (கர்நாடக வீணை வித்வான் எஸ். பாலசந்தரின் மகன்) சேர்ந்து அந்தப் படத்துக்கான திரைக்கதையை எழுதத் தொடங்கினோம்.

ஒவ்வொரு நாளும் என் வேலை நேரம் முடிந்தபின், நாங்கள் அனைவரும் ரவியின் வீட்டில் சந்திப்போம். அந்த மாலைப்பொழுதில், எது நன்றாக இருக் கிறது, எது அப்படியில்லை என்று எங்கள் திரைக்கதையைப்பற்றித் தீவிரமாக விவாதம் செய்வோம். ஒரு திரைக்கதையை எப்படி எழுதுவார்கள் என்பது பற்றியோ ஒரு படத்தை எப்படி எடுப்பார்கள் என்பதைப்பற்றியோ எங்கள் யாருக்கும் எதுவும் தெரிந்திருக்கவில்லை. எங்களால் படம் எடுக்க முடியும் என்ற நம்பிக்கைமட்டும் இருந்தது. அறியாமை எனும் வேரிலிருந்து மரமாக வளர்ந்த நம்பிக்கை அது. ஒவ்வொரு கட்டத்திலும் எங்களுக்குள் நிறையக் கருத்து வேறுபாடுகள் வந்தன. ஹாஸ்டலில் இருக்கும்போது, பணம் கேட்டு

என் தந்தைக்கு எழுதிய கடிதங்களைத் தவிர அதுவரை படைப்பூக்கமாக நான் எதையுமே எழுதியதில்லை.

மனம் போன போக்கில் நடந்த மூன்று கத்துக்குட்டிகளின் அந்த மாலை நேர விவாதங்களிலிருந்து எனக்கு ஓர் உண்மை புரிய வந்தது: திரைப்படத் துக்கு ஒரு காட்சியையோ காட்சித் தொகுப்பையோ யோசிப்பது மிகவும் மகிழ்ச்சிதரும் ஒரு விஷயமே. மனத்தின் எங்கோ ஒரு மூலை யிலிருந்து ஏதேனும் ஒரு கரு அல்லது யோசனை மெல்ல முளைக்கும். சரமாரியாகக் கேள்விகளால் துளைக்கும் இரண்டு நண்பர்கள் மத்தியில் அதைச் சொல்ல ஆரம்பிக்கும்போதே அந்த யோசனை மெல்ல விரிவடையும். அது மிகப் பெரிய போதையைத் தரும். அதுதான் கலை ஊற்று உங்களுக்குள் சுரக்க ஆரம்பிக்கும் தருணம். அதுதான் எனக்குள் குழந்தையாக இருந்த படைப்பாளி திரையுலகத்தை நோக்கித் தன் பிஞ்சுக் கால்களை எடுத்துவைத்த தருணம்.

என்னுடைய முதல் படத்துக்கான பணிகளை ஆரம்பித்திருந்தபோதுதான் **உதிரிப்பூக்க**ளை முதன் முதலில் பார்த்தேன். மிகவும் அருமையான படம் அது.

நாங்கள் ஒருவழியாகத் திரைக்கதையை எழுதி முடித்தோம் (ஆங்கிலத்தில் தான்). நான் என் கன்சல்டன்ட் வேலையை விட்டுவிட்டுப் பெரிய கார்ப்பரேட் நிறுவனம் ஒன்றில் எக்ஸிக்யூடிவாகச் சேர முடிவெடுத்தேன். புது வேலைக்குப் போவதற்குமுன் மூன்று மாத காலத்துக்குச் சிறிது இடைவெளி விடலாம், அந்தக் காலகட்டத்தில் திரைப்பட ஷூட்டிங்கில் பங்கெடுத்துப் பார்க்கலாம் என்று தோன்றியது. படப்பிடிப்பு கோலார் தங்கச்சுரங்கத்தில் நடப்பதாக இருந்தது. ரவி அதற்கு முன்னரே, அவன் வீட்டில் மினியேச்சர் செட் அமைத்துப் படப்பிடிப்பைத் தொடங்கிவிட்டான். சில ஸ்பெஷல் எஃபெக்ட்ஸ் (1979. இந்தியாவில் ஸ்பெஷல் எஃபெக்ட்ஸ் அரிதாகப் பயன்படுத்தப்பட்ட காலம் அது) காட்சிகளுடன் அந்தப் படப்பிடிப்பு, ஒரு புதுமுக இயக்குநராலும் எல்லாம் தெரிந்த இரண்டு ஏகாம்பரங்களாலும் இனிதே தொடங்கியது. அமெரிக்கன் சினிமட்டோகிராபர் இதழ்தான் (American cinematographer magazine) எங்களுடைய ஒரே அறிவுக் களஞ்சியமாக விளங்கியது. முதல்கட்டப் படப்பிடிப்பு கோலார் சுரங்கத்தில் நடக்க ஆரம்பித்ததும் என் வேலையை ராஜினாமா செய்துவிட்டு நானும் அவர்களுடன் சென்றேன். நாங்கள் ஆங்கிலத்தில் எழுதிய வசனங்களை

கன்னட வசனகர்த்தா உதயசங்கருக்கு விரிவாக எடுத்துரைத்து, அவரிட மிருந்து முடிந்த அளவுக்கு மூலத்துக்கு நெருக்கமான கன்னட வசனங்களை எழுதி வாங்குவது என் வேலையாக இருந்தது. படத்தில் விஷ்ணுவர்தன், ஸ்ரீநாத், அம்பரீஷ், லக்ஷ்மி, ரோஜா ரமணி எனப் பலர் நடித்தார்கள். துரதிர்ஷ்டவசமாக, எங்களின் முதல் முயற்சி வெற்றி பெறவில்லை. படம் பாதியிலேயே நின்றுவிட்டது. ஆனால், முதல்கட்டப் படப்பிடிப்பு முடிந்த வுடனேயே, என் துறை சினிமாதான் என்பது எனக்குப் புரிந்துவிட்டது. எந்தத் தருணத்தில் அந்த முடிவை எடுத்தேன் என்று தெரியவில்லை. ஆனால், எப்படியோ அந்த முடிவு எடுக்கப்பட்டுவிட்டது: நான் இயக்குநர் ஆகவேண்டும். இனி வரும் வாழ்நாளில் நான் செய்ய விரும்புவது அதுமட்டுமே.

சினிமாத் துறையின்மேல் ஏற்பட்ட காதலின் விளைவாக, என்னுடைய கன்சல்டன்ஸி வேலை பிடிக்காமல் போயிற்றா, அல்லது கன்சல்டன்ஸி வேலையில் ஆர்வம் இல்லாததால் எனக்குச் சினிமாவின்மீது ஈர்ப்பு ஏற்பட்டதா என்று சரிவரத் தெரியவில்லை. ஆனால், சொல்லிவைத்ததுபோல் எல்லாம் நடந்தன. அப்படியாக, திரைக்கதை எழுதிய அந்தச் சில மாதங்கள் என் வாழ்க்கையை மாற்றியமைத்த காலகட்டமாக ஆனது. ஒரு முழு திரைக் கதையை எழுதவேண்டும்; அதை ஏதாவது இயக்குநருக்கு விற்கவேண்டும்; பின் அவருடனே படப்பிடிப்பில் கலந்துகொண்டு திரைப்படம் இயக்கு வதில் உள்ள நுணுக்கங்களை எல்லாம் கற்றுக்கொண்டுவிடவேண்டும்; அதன் பின் முழுநேர இயக்குநர் ஆகிவிடலாம்; எதுவும் சரிவர நடக்காத பட்சத்தில் திரும்பி மேனேஜ்மெண்ட் வேலைக்கே சென்றுவிடலாம் என்று முடிவெடுத்தேன். அது ஒருவிதப் பாதுகாப்பு மனோபாவம்தான். ஆனால், சினிமா அவ்வளவு எளிதில் உங்களை விட்டுவிடாது. இந்தப் பித்து ஏறிக் கொண்டே போகுமே தவிர, குறையாது. என் முதல் படமான, **பல்லவி அனுபல்லவி**யின் திரைக்கதையை எழுதி முடித்தபோது, இதை ஏன் நாமே இயக்கக்கூடாது என்ற எண்ணம் தோன்றியது. அதை வேறு ஒரு இயக்குநருக்கு விற்றுவிடும் முடிவு உடனடியாக மறைந்தது. இல்லை, அப்படிச் சொல்லமுடியாது. அது கொஞ்சம் கொஞ்சமாகவே மறைந்தது. எப்போது நானே இயக்குநர் ஆகலாம் என்ற முடிவெடுத்தேன் என்பதை உறுதியாகச் சொல்ல முடியவில்லை.

ரங்கன்: சிலர் சிறு வயதில் ஏதாவது ஒரு குறிப்பிட்ட படத்தைப் பார்த்திருப் பார்கள். அந்த நொடியிலேயே திரைப்பட இயக்குநர் ஆகிவிடவேண்டும் என்ற தீர்மானத்தை எடுத்திருப்பார்கள். நீங்கள் அப்படியானவர்களில் ஒருவர் இல்லைபோல் இருக்கிறது?

ரத்னம்: நானும் அவர்களைப்போல் இருந்திருக்கவேண்டும் என்றுதான் ஆசை. சினிமாதான் என் லட்சியம் எனச் சிறு வயதிலேயே தெரிந்திருந்தால், நிச்சயம் படிப்பில் என் நேரத்தை வீணடித்திருந்திருக்க மாட்டேன். வேடிக்கை ஒருபுறம் இருக்கட்டும். நாம் பெருமைப்பட்டுக்கொள்ளும்

அளவுக்கு நல்ல படங்கள் தமிழில் வந்திருந்தால், நானெல்லாம் நிச்சயம் இயக்குநர் ஆகியிருக்க மாட்டேன் என்றே எண்ணுகிறேன். அன்று மிகவும் திறமைவாய்ந்த பாலசந்தர் இருந்தார். பின் 1970-களின் நடுவில், நான் என் கல்லூரிப் படிப்பை முடித்திருந்த அந்தக் காலகட்டத்தில், பாரதிராஜாவும் மகேந்திரனும் வந்தார்கள். பாரதிராஜாவின் **பதினாறு வயதினிலே**வும் மகேந்திரனின் **உதிரிப்பூக்க**ளும் என்னைப் பிரமிக்கவைத்தன.

நான் என் முதல் படத்துக்கான வேலையில் ஈடுபட்டிருந்தபோதுதான் **உதிரிப்பூக்க**ளைப் பார்த்தேன். இதுவரை நான் பார்த்த சிறந்த தமிழ்ப் படங்களில் அதுவும் ஒன்று. சிறந்த படத்துக்கான முழுத் தரமும் அதில் இருந்தது. எந்தத் தயக்கமும் இல்லாமல் மகேந்திரன் அதனை இயக்கியிருந்தார். ஆனால், மற்ற தமிழ்ப் படங்கள் எவையும் நன்றாக இல்லை. தமிழ் சினிமாவில் ஒரு தேக்கநிலை இருந்தது என்பதே உண்மை. சராசரியான படங்களே பெரும்பாலும் வந்துகொண்டிருந்தன. அதைப் பார்க்கும்போது, இவர்களைவிட நல்ல படங்களை நம்மால் எடுக்க முடியும் என்ற எண்ணம் சினிமாவைப்பற்றிப் பெரிதாக ஒன்றும் தெரியாதவர்களுக்குக்கூட வந்திருக்கும். நான் ஏதோ ஒரு சில வருடங்களைப்பற்றிமட்டும் பேசவில்லை. என் கல்லூரி வாழ்க்கை தொடங்கிய காலத்திலிருந்தே நிறையப் படங்களைப் பார்த்துவந்திருக்கிறேன். பெரும்பாலான தமிழ்படங்கள் சராசரிக்கும்கீழேயே இருந்தன. அந்தப் படங்கள் உங்கள்மீது எந்தத் தாக்கத்தையும் ஏற்படுத்தாது. இன்னும் நிறைய பாலசந்தர்களும் மகேந்திரன்களும் இருந்திருந்தால், மிகவும் சந்தோஷமாகக் கடைசிவரை ஒரு சினிமா ரசிகனாகவே இருந்திருப்பேன். நிச்சயம், படம் இயக்கவேண்டும் என்று எண்ணியிருக்கமாட்டேன்.

ரங்கன்: உங்கள் தீர்மானம் நன்கு ஆராய்ந்து எடுக்கப்பட்ட ஒன்றுதான் என்பதை உணர்த்துவதுபோல் இருக்கிறது இந்தப் பதில். அதாவது, 'என்னால் இது முடியும். ஏனென்றால்…'

ரத்னம்: இருக்கலாம். ஒருவகையில் நியாயப்படுத்தும் முயற்சியாகவும் இருக்கலாம். ஆனால், என் மனத்தில் நான் நினைத்தது அதுதான். முகம் தெரியாத ஒரு டென்னிஸ் வீரருடன் விளையாடப் போகிறோம் என்று வைத்துக்கொள்வோம். போட்டியில் விளையாடுவதற்கு முன்பு சிறிது நேரம்மட்டும் பயிற்சி செய்கிறோம். பயிற்சி செய்யும்போதே எதிராளியை வெற்றிகொள்வது அவ்வளவு கடினமாக இருக்கப்போவதில்லை என்பது தெரியவரும். உங்களால் என்ன செய்ய முடியும் என்பது உங்களுக்குத் தெரிந்திருக்கும். எதிராளி எப்படி விளையாடுகிறார் என்பதை நீங்கள் பார்க்கிறீர்கள். சூழ்நிலைபற்றிய தெளிவான சித்திரம் உங்களுக்குக் கிடைத்துவிடும். ஒருவேளை உங்கள் யூகம் தவறாகக்கூட இருக்கலாம். இருந்தும், இந்தப் போட்டியை எளிதில் வென்றுவிட முடியும் என்று மனத்துக்குள் அடிக்கடி சொல்லிக்கொள்வீர்கள். அதுபோன்ற ஒரு விஷயம்தான் நான் இயக்குநர் ஆனதும்.

ரங்கன்: தோராயமாகச் சொல்லுங்கள், எந்த ஆண்டு இதெல்லாம் நடந்தது?

ரத்னம்: நான் 1977-ம் ஆண்டு கல்லூரிப் படிப்பை முடித்துவிட்டு, கிட்டத் தட்ட ஒன்றரை ஆண்டுகள் அதாவது 1978 இறுதிவரை வேலை பார்த்தேன். 1979-ல் சில மாதங்கள் உருண்டோடிய பின்னர்தான் நான் சினிமாவில் முழுநேரம் ஈடுபடுவதைப்பற்றிச் சிந்திக்கத் தொடங்கினேன். 1980-ல் **பல்லவி அனுபல்லவி** திரைக்கதையை எழுதத் தொடங்கினேன். ஒரு மாதத்தில் ஆங்கிலத்தில் எழுதி முடித்துவிட்டேன். அந்தத் திரைப்படம் 1983 ஜனவரியில் வெளியாகும்வரை என் வாழ்க்கை,போராட்டம் நிறைந்ததாகவே இருந்தது. என்னைப்போல் திரைப்படத்துறையில் அப்போதுதான் புதிதாக நுழைந்த ஒளிப்பதிவாளர்கள் பி.சி. ஸ்ரீராம், சுரேஷ், இயக்குநர்கள் பாரதி, வாசு, குட்டி பிரகாஷ் (இப்போது சவுண்ட் ஸ்டூடியோ வைத்திருக்கிறார்) ஆகியோரோடு சேர்ந்து ஊர் சுற்றுவது வழக்கம். எனக்குக் கிடைத்த அதே நேரத்தில்தான் பாரதி - வாசுவுக்கும் வாய்ப்புக் கிடைத்தது. நான் **பல்லவி அனுபல்லவி**யின் முதற்கட்டப் படப்பிடிப்பை முடித்துவிட்டுத் திரும்பிய போது, பாரதி-வாசு **பன்னீர் புஷ்பங்க**ளை எடுத்து முடித்திருந்தனர். இருப்பவர்களிலேயே நாங்கள்தான் சிறந்தவர்கள், இருந்தும் திரையுலகம் எங்களைக் கண்டுகொள்ளாமல் இருக்கிறது என்ற எண்ணம் எங்களுக்கு இருந்தது. தினமும் உட்லாண்ட்ஸ் டிரைவ்-இன் செல்வது வழக்கம். எங்களிடம் இருந்த பணத்துக்குக் காபிமட்டுமே குடிக்கமுடியும். யார் யாரிடம் காசு இருக்கிறது என்பதைப்பற்றியெல்லாம் அலட்டிக்கொள்ள மாட்டோம். காசு தீர்ந்துவிட்டால், வேறு யாராவது நண்பர் காசுடன் வரும்வரை காத்திருப்போம். வந்ததும் அடுத்த ரவுண்ட் காபி பருகுவோம்.

ரங்கன்: வேலையை விட்டுவிட்டுப் படமெடுக்கப் போகிறேன் என்றதும் உங்கள் வீட்டில் இருந்தவர்கள் என்ன செய்தார்கள்?

ரத்னம்: என் தாய் பதறிப்போய்விட்டார். ஒரு பாதுகாப்பான வேலையில் நான் ஈடுபடவேண்டும் என்று விரும்பினார். ஒரு தயாரிப்பாளரின் மனைவியாக வாழ்நாள் முழுவதையும் திரைத்துறையின் விளிம்பில் இருந்தபடியே கழித்திருந்ததால், அதில் ஏற்படும் வெற்றி தோல்விகளைப்பற்றி என் தாய்க்கு நன்கு தெரிந்திருந்தது. அதனால் யாருமே, குறிப்பாக அவருடைய குழந்தைகள் திரைத்துறையில் நுழைவதை அவர் விரும்பவில்லை. நான் அங்கு போய் என்ன செய்யப்போகிறேன் என்பது அவருக்குத் தெளிவாகத் தெரியவில்லை. நான் கல்லூரியில் படித்து, நல்ல வேலையில் சேர்ந்துவிட்டுப் பிறகு திடீரென்று ஒருநாள் எல்லாவற்றையும் உதறிவிட்டு ஏன் திரைத் துறைக்குச் செல்கிறேன் என்று அவர்களால் புரிந்துகொள்ள முடியவில்லை. ரொம்பவும் கவலைப்பட்டார்கள். என் தந்தைக்குப் பெரிதும் சம்மதமே.

ரங்கன்: ‘அப்பா, நான் இதைத்தான் செய்ய விரும்புகிறேன்’ என்று உங்கள் தந்தையைக் கூப்பிட்டு உட்காரவைத்து எப்போதாவது சொல்லியிருக்கிறீர்களா?

ரத்னம்: அப்படியெல்லாம் நான் எதையும் அவர்களிடம் சொல்லவேண்டிய தேவை இருக்கவில்லை. செய்தியைப் பரிமாறிக்கொள்ள வேறு வழிகளும்

இருக்கின்றன. மேலும், நானும் என் தந்தையும் எதிர் எதிரே உட்கார்ந்து பேசிக்கொள்ளும் நபர்களும் இல்லை. நான் வேலையை விட்டு விட்டுத் திரைத்துறையில் இறங்கியதுமே, என் மனத்துக்குப் பிடித்த வேலையைத்தான் செய்கிறேன் என்று என் குடும்பத்தினர் புரிந்துகொண்டார்கள். என்ன, இன்னும் சிலகாலம் கூடுதலாக எனக்குச் சோறு போட வேண்டியிருக்கும் என்பது அவர்களுக்குத் தெரியும்.

எழுபதுகளின் நடுப்பகுதியில் பாரதிராஜா அறிமுகமானார். கமல் ஹாசனும் ரஜினிகாந்தும் பிரபல நட்சத்திரங்களாக ஆவதற்கு முன் நடித்த **16 வயதினிலே** படத்தைப் பார்த்ததும் அசந்துபோய்விட்டேன்.

ரங்கன்: இன்று படைப்பாளியாக உருவெடுத்துவிட்ட நீங்கள், திரைப்படப் பயிற்சிப் பள்ளியில் சேர ஆசைப்பட்டதுண்டா? சேர்ந்திருந்தால் அந்த அனுபவம் எப்படி இருந்திருக்கும் என்று யோசித்துப் பார்த்திருக்கிறீர்களா?

ரத்னம்: நன்றாக இருந்திருக்கும் என்றே நினைக்கிறேன். இன்றும்கூட நான் பார்த்திராத நிறையப் படங்களைப் பார்த்திருந்திருக்கலாம். திரைப்படத்தைப் பார்த்து அதையே சுவாசித்துவரும் முப்பது நாற்பது பேருடன் சேர்ந்து இருக்கும் அனுபவத்தை வேறு எதனோடும் நிச்சயம் ஒப்பிடவே முடியாது. அது பயிற்சிக்கான அருமையான களம். என் விஷயத்தில் நான் தனியாகவே சினிமாவைக் கற்கத் தொடங்கினேன். அது தொடர்பாக எனக்கு எந்த வருத்தமும் இல்லை. என்றாலும், திரைப்படப் பள்ளி அனுபவம் அருமையானதாக இருந்திருக்கும் என்பதில் மாற்றுக்கருத்து இல்லை. திரைப்படங்கள்தான் என் வாழ்க்கையாகப் போகின்றன என்பதை நான் சிறு வயதிலேயே உணர்ந்திருந்தால், திரைப்படப் பள்ளியில் சேர்ந்து படித்திருப்பதே சிறந்த வழியாக இருந்திருக்கும்.

ரங்கன்: ஒரு திரைப்படத் தயாரிப்பாளரின் மகனாக உங்களுக்கு முதல் படத்தை எடுப்பது எளிதாக இருந்ததா?

ரத்னம்: ஒரு தயாரிப்பாளர் குடும்பத்தில் பிறந்திருந்தாலும், எனக்குத் திரைத்துறையில் அவ்வளவாக யாரையும் தெரிந்திருக்கவில்லை. நான், என் திரைக்கதையைக் கையில் எடுத்துக்கொண்டு தயாரிப்பாளரைத் தேடி அலைந்த அந்தக் காலத்தில் எனக்கு நண்பர்கள் ஆனவர்களைமட்டும்தான் எனக்குத் தெரியும். எனக்கு கிட்டி (நடிகரும் இயக்குநருமான ராஜா கிருஷ்ணமூர்த்தி) நண்பராக இருந்தார். அவரும் ஜம்னாலால் பஜாஜில்தான் படித்தார். என்னைவிட இரண்டு வருடம் சீனியர். நான் திரைப்படத் துறையில் அடி

எடுத்துவைத்த நேரத்தில் அவர் சோழா ஷெராட்டனில் வேலை பார்த்துக் கொண்டிருந்தார். அவர் ஒரு சிறுகதை எழுத்தாளர் என்பதால் அவருக்கு இலக்கிய வட்டாரத்தில் நிறைய நண்பர்கள் இருந்தார்கள். அவருக்கு கமல் ஹாசனையும் தெரிந்திருந்தது. அவர் கமலைச் சந்திக்கச் செல்லும் போதெல்லாம் நானும் ஒட்டிக்கொள்வேன். ஒருநாள் **பல்லவி அனுபல்லவி**யின் திரைக்கதையோடு கமலைச் சந்தித்தேன், அதில் அவரைக் கதாநாயகனாக நடிக்கவைக்கும் பொருட்டு! பின்னர் அனில் கபூர் அந்தக் கதாபாத்திரத்தில் நடித்தார். நான் கமலிடம் கதை சொன்னதும், பதிலுக்கு அவர் என்னிடம் ஐந்து கதைகளைச் சொன்னார். எனினும், என்னை அவர் தன் அண்ணன் சாருஹாசனிடம் அறிமுகப்படுத்திவைத்தார். இயக்குநர் மகேந்திரனிடம் என்னை அழைத்துச் செல்லும்படி சாருஹாசனைக் கேட்டுக்கொண்டார். மகேந்திரன் சாருஹாசனின் நெருங்கிய நண்பர். நானும் சாருஹாசனும் மகேந்திரனைச் சந்திக்கச் சென்றோம். சென்னைத் துறை முகத்தில் ஒரு படப்பிடிப்பை முடித்துவிட்டு வந்த மகேந்திரன், கையில் பெட்டி நிறைய பியர் எடுத்துவந்திருந்தார். என்னைப் பார்த்து வெறும் ஹலோ மட்டும் சொல்லிவிட்டு, சாருஹாசனிடம் ஏதோ தீவிரமாக பேசத் தொடங்கினார். பியர் அவர்கள் இருவரையும் ஆட்கொண்டுவிட்டதால், என்னை மறந்துவிட்டார்கள்.

எனக்கு உதவி இயக்குநராக வேலை செய்வதில் விருப்பமில்லை. உதவி இயக்குநரானால் நிறையப் படங்களில் வேலை செய்யவேண்டி வரும். நிறைய ஆண்டுகள் உருண்டோடிவிடும். எனக்கு உடனே படம் இயக்க வேண்டும் என்று ஆசை. எனினும், நான் யாரிடமாவது உதவி இயக்குநராக இருப்பது என்றால், மகேந்திரன்தான் அதற்குச் சரியான நபர். ஆனால் அவருக்கு அதில் விருப்பம் இருக்கவில்லை. சாருஹாசனுடன் மும்முரமாகப் பேசிக்கொண்டிருந்தார். சில ஆண்டுகள் கழித்து மகேந்திரனைச் சந்தித்த போது, இந்த முதல் சந்திப்பை அவருக்கு நினைவுபடுத்தினேன். 'நான் உன்னை உதாசீனப்படுத்தியதை எண்ணி சந்தோஷப்படு. அதனால்தான் இன்று உன் சொந்த முயற்சியில் சிகரத்தைத் தொட்டிருக்கிறாய்' என்று சிரித்துக்கொண்டே கூறினார்.

நான் முன்பே சொன்னதுபோல், எனக்கு யாராவது தயாரிப்பாளர் கிடைக் கிறாரா என்று பார்க்கவேண்டும்; கிடைக்கவில்லை என்றால், திரைக்கதையை யாராவது பிரபல இயக்குநரிடம் விற்றுவிட்டு, அந்த இயக்குநரிடமே வேலை செய்து திரைப்படக் கலையை முழுவதுமாகக் கற்றுக்கொள்ளவேண்டும் என்பதே என் எண்ணம். எனக்குப் பிடித்த மூன்று இயக்குநர்களான பாலசந்தர், பாரதிராஜா, மகேந்திரன் ஆகியோரிடம் முயற்சிசெய்யலாம் என்று முடி வெடுத்தேன். முதலில் பாலசந்தரிடம் என் அதிர்ஷ்டத்தைச் சோதித்துப் பார்த்தேன். அவருடைய தயாரிப்பு நிறுவனமான கலாகேந்திராவை நடத்திவந்த துரை, என் அண்ணன் ஜி. வெங்கடேஸ்வரனின் கிளையன்ட். எனவே, என் திரைக்கதையை அவரிடம் தந்து, பாலசந்தரிடம் அதனைக் கொடுக்கும்படிக் கேட்டுக்கொண்டேன். ஆனால் அந்தத் திரைக்கதை

இறுதிவரை பாலசந்தரைச் சென்றடையவே இல்லை. ஒருமாதக் காத்திருப்புக்குப் பின் அந்தத் திரைக்கதையைத் திரும்பப் பெற்றுக் கொண்டேன். பின்புதான் மகேந்திரனின் சந்திப்பு நிகழ்ந்தது.

எனது முதல் படம் இளம் தம்பதியை மையமாகக் கொண்டு இயங்கவில்லை. கணவனால் ஏமாற்றப்பட்ட முதிய பெண்மணியையே (லட்சுமியையே) சுற்றிப் பின்னப்பட்டிருந்தது.

இறுதியில் பாரதிராஜாவை அவரது அலுவலகத்தில் சந்தித்தேன். என்னை அடுத்த நாள் வரச் சொன்னார்; நான் திரும்பி வரமாட்டேன் என்ற நம்பிக்கையில். நான்தான் கார்ப்பரேட் ஆளாயிற்றே. மறுநாள் அவர் சொன்ன நேரத்தில் அலுவலகத்தில் இருந்தேன். நிச்சயம், நான் கையைக் காலை ஆட்டி ஆங்கிலத்தில் சொன்ன கதையைவிட என் கையில் இருந்த பவுண்டட் ஸ்கிரிப்ட்தான் அவரை அதிகம் கவர்ந்திருக்கவேண்டும். மேல் மூச்சு கீழ் மூச்சு வாங்க நான் ஆங்கிலத்தில் சொன்னது அவருக்குப் புரியவில்லை என்றும், அவரே கதையை ஊகித்துக்கொண்டார் என்றும் பின்னொரு நாள்தான் தெரியவந்தது. இதை அவரே என்னிடம் சொன்னார்.

அவர் 'நிழல்கள்' எடுத்துக்கொண்டிருந்ததால், என் திரைக்கதை அவருக்குத் தேவைப்படாது என்றார். ஆனால் நிச்சயம் என்னைத் திரும்பச் சந்திப்பதாக வாக்களித்தார். அவரின் வார்த்தைகளே எனக்கு திரைத்துறையில் முதன் முதலில் கிடைத்த ஊக்க மருந்து. அதற்காக நான் அவருக்கு எவ்வளவு நன்றி சொன்னாலும் போதாது.

அதன்பிறகு தயாரிப்பாளர்களைச் சந்திக்க ஆரம்பித்தேன். நானும் பி.சி. ஸ்ரீராமும் என்னுடைய யெஸ்டி பைக்கிலோ அவருடைய லாம்ப்ரெட்டா ஸ்கூட்டரிலோ ஒவ்வொரு தயாரிப்பாளர் அலுவலகமாகச் செல்ல ஆரம்பித்தோம். ராஜ் கண்ணு (**16 வயதினிலே** படத்தைத் தயாரித்தவர்), தேவி ஃபிலிம்ஸ் கௌரி சங்கர் எனச் சுமார் 20 பேரைச் சந்தித்தேன். தயாரிப்பாளர் என்னுடைய கதையை ஏற்றுக்கொண்டு பணத்தை முதலீடு செய்யவேண்டும்; நான் படத்தை இயக்குவேன்; பி.சி. ஸ்ரீராம் ஒளிப்பதிவு செய்வார். இதுவே என்னுடைய எதிர்பார்ப்பாக இருந்தது. நிச்சயம் ஏதாவது தயாரிப்பாளர் கிடைப்பார், அவரைச் சம்மதிக்க வைத்துவிடலாம் என்றே எண்ணினேன். ஆனால் அது நடக்கவில்லை. இரண்டு ஆண்டுகளில் மூன்று படங்கள் இயக்கியபிறகுதான் தயாரிப்பாளரை ஏற்றுக்கொள்ள வைக்க முடிந்தது. அப்படி உருவானதுதான், **மௌனராகம்**. நானும் பி.சி. ஸ்ரீராமும் இணைந்த முதல் படம்.

நான் நிர்வாகத் திறமை மிகுந்த துறையிலிருந்து வந்தவன். எனவே, தயாரிப்பாளர்களுடனான என் சந்திப்புகள் மிகவும் துல்லியமானதாகவும் நன்கு

திட்டமிடப்பட்டதாகவும் இருக்கும். யார் யாரையெல்லாம் சந்திக்க வேண்டும், முதல் சந்திப்பு எப்போது, அவரை மறுபடியும் எப்போது சந்திக்கவேண்டும், மீண்டும் எப்போது சந்திக்கவேண்டும் என்று பட்டியலிலிருந்து அவருடைய பெயரை நீக்கும்வரை அனைத்து விவரங்களையும் மிகத் தெளிவாக எழுதி வைத்திருப்பேன். ஒரே பதிலையே எல்லாத் தயாரிப்பாளர்களும் உதிர்த்தார்கள். 'இன்று போய், அடுத்த வாரம் வா.' சொல்லிவைத்தாற்போல் அனைவரும் அலைக்கழித்தார்கள். 'முடியாது' என்று முதல் சந்திப்பிலேயே சொல்லியிருந்தால் அதை எளிதில் எடுத்துக்கொண்டிருக்க முடியும். ஒவ்வொரு வாரமும் 'அடுத்த வாரம் வா' என்ற பதிலைக் கேட்பது மிகுந்த மன வேதனையைத் தரும்.

ரங்கன்: உங்கள் அண்ணன் ஜி. வெங்கடேஸ்வரனும் ஒரு தயாரிப்பாளர்தானே? நீங்கள் ஏன் அவரை நாடவில்லை என்பது ஆச்சரியமளிக்கிறது. பிற்காலத்தில் **மௌனராகத்**தைத் தயாரித்தவர் அவர்தானே?

ரத்னம்: அவர் திரைத்துறையில் இருந்தது உண்மைதான். ஆனால், என் கதை அவருக்குத் தேவைப்பட்டிருந்தால், அவராகவே கேட்டிருந்திருப்பார். **மௌனராகம்** திரைக்கதை இரண்டு மூன்று தயாரிப்பாளர்கள் கைக்குச் சென்றது. எல்லாத் தயாரிப்பாளர்களும், 'நாங்கள் தயாரிக்கத் தயார்; ஆனால், ஃபைனான்ஸுக்கு உங்கள் அண்ணனைத்தான் கேட்போம்' என்றார்கள். பின்புதான் என் அண்ணனே அந்தப் படத்தைத் தயாரிக்க முன்வந்தார். அதுவரை ஜி.வி. ஃபிலிம்ஸ் (அப்போது சுஜாதா ப்ரொடக்சன்ஸ்) எந்தப் படத்தையும் தயாரித்திருக்கவில்லை. ஜி.வி. ஃபிலிம்ஸ் ஒரு திரைப்பட நிதி நிறுவனமாகவும் திரைப்பட விநியோகத்திலும்மட்டுமே ஈடுபட்டுவந்தது. **மௌனராகம்**தான் அவர்கள் தயாரித்த முதல் படம். அதனால் படம் இயக்குவதோடு தயாரிப்பு வேலைகளையும் நானே கவனிக்கவேண்டிய சூழல் ஏற்பட்டது. என் முதல் படத்திலேயே நான் நிறைய வேலைகளைச் செய்திருந்தேன் என்பது வேறு விஷயம்.

உங்கள்மீது ஒருவர் அளவுகடந்த நம்பிக்கையை வைக்கும்போது அந்த நம்பிக்கையைக் காப்பாற்றுவது உங்கள் முக்கியக் கடமையாகிறது. தயாரிப்பாளர் என் அண்ணனாகவே இருந்தபோதிலும், ஓர் இயக்குநராக, படத்தின் பட்ஜெட்டைக் கட்டுக்குள் வைத்திருப்பது என் முக்கியப்பணி ஆனது. அது ஒரு கூடுதலான சுமைதான். இப்போது நானே என் படங்களைத் தயாரிப்பதால், எனக்கு அந்தக் கவலை இல்லை.

ரங்கன்: நீங்கள் **பல்லவி அனுபல்லவி**யை எடுத்து முடிக்கும் முன்பே, உறவுகளைப்பற்றி நுணுக்கமாகப் பேசிய **உதிரிப்பூக்கள்** வெகுஜனத் தளத்தில் வெளியாகிப் பெரும் வெற்றி பெற்றிருந்தது. அதனால் பார்வையாளர்கள் உங்கள் படத்தை ஏற்றுக்கொள்ளும் பக்குவத்துக்கு வந்திருந்தார்கள் அல்லவா.

ரத்னம்: நான் என் முதல் படத்தை எடுக்கும்போது ஒரு வெகுஜனப் படத்தை எடுப்பதாகவே எண்ணியிருந்தேன். அதை ஒரு சோதனை முயற்சியாக நான் கருதவில்லை. எனக்கு அதைப்பற்றி இம்மியளவும் சந்தேகம் இல்லை.

பல்லவி அனுபல்லவி ஆண் பெண் உறவை மையப்படுத்தி எழுதப்பட்ட கதை. சுவாரஸ்யமான முறையில் சொல்லப்பட்ட ஓர் எளிமையான கதை. ஒரு மனிதனின் வளர்ச்சியையும் முரணையும்பற்றிமட்டுமே அந்தப் படம் பேசும். படத்தின் தொடக்கத்தில், உறவுகளைப்பற்றித்தனக்கு எல்லாம் தெரியும் என்று எண்ணும் ஓர் ஆண்மகன் இறுதியில், தான் தெரிந்துகொள்ளவேண்டியது நிறைய உண்டு; வாழ்க்கை என்பது நாம் நினைப்பதுபோல் எளிமையானது அல்ல என்பதை உணர்கிறான். ஒருவகையில் ஒருவன் தன்னுடைய சுயத்தைக் கண்டுகொள்வதைப் பற்றியது. நாம் எல்லோரும் அந்த வயதில் அப்படியான ஒரு அனுபவத்தின் ஊடாகத்தான் பயணம் செய்கிறோம் என்று நினைக் கிறேன். உறவுகள் சமூகத்தால் கட்டுப்படுத்தப்படுபவை. வேறொருவருடன் காதல் வயப்பட்டாலும் நீங்கள் நீங்களாகவேதான் இருப்பீர்கள். அவன் அவனாகவேதான் இருப்பான். ஒரு குறிப்பிட்ட காலகட்டத்தில், உங்களுக்கு முதிர்ச்சி ஏற்பட்டு, உங்களிடம் இருக்கும் குறைகள் உங்களுக்குத் தெரிய வரும். அந்த அம்சத்தையே அந்தப் படத்தில் தொட முயற்சி செய்தேன்.

ரங்கன்: வர்த்தக/ வெகுஜன சினிமாவில் இயங்கும் ஒரு புதுமுக இயக்குநருக்குப் **பல்லவி அனுபல்லவி** சற்று கனமான காதல் கதையே (உங்கள் விஷயத்தில், மெல்லிய காதலைப் பேசிய **இதயத்தை திருடாதே** போன்றவை பின்னர்தான் வெளிவந்தன). அது இளம் ஜோடியை (அனில் கபூர், கிரன் வைராலே) பற்றிய கதை அல்ல. கணவனால் ஏமாற்றப்பட்ட நடுத்தர வயதுப் பெண்மணியை (லட்சுமி) பற்றிய கதை. மணவாழ்க்கையில்

எல்லாக் காதல் கதைகளுமே வெறும் லைலா மஜ்னு கதை அல்ல. அந்தக் காதல் கதைகள் எல்லாம் ஒருவருக்காக இன்னொருவர் உயிரையே விட்டுவிடுவதுபோல் சொல்லப்பட்டிருக்கும். ஆனால், உண்மையில் அப்படி இருப்பதில்லை என்பது உங்களுக்குத் தெரிந்திருக்கும்.

அனில் கபூரும் கிரன் வைராலேயும், **பல்லவி அனுபல்லவியில்**.

ஒரு பெண் சந்திக்கும் பிரச்னைகள் என்ற இதே கருவை வைத்துத்தான் நீங்கள் **மௌனராகம், அலைபாயுதே** ஆகிய படங்களையும் உருவாக்கியிருந்தீர்கள். அப்படியாகப் பின்னால் எடுத்த படங்களின் கதை முடிச்சானது ஒரு இயக்குநரின் முதல் படத்திலேயே உருவாகிவிட்டிருப்பது சற்று அபூர்வமான நிகழ்வுதான்.

ரத்னம்: உறவுகளைப் பெருமிதப்படுத்திப் பேசும் காதல் கதைகளைப் பார்க்கும்போது அவை போலியாக இருப்பதைப் பார்க்க முடியும். அவர்கள் சொல்வதுபோல் உறவுகள் அவ்வளவு எளிமையானவை அல்ல என்பதைச் சொல்ல முயற்சி செய்தேன். எல்லாக் காதல்களும் லைலா-மஜ்னு போன்ற காதலாகவே இருப்பதில்லை. காதலில் தோல்வி கண்டால் மரணம் என்றுதான் எல்லாத் திரைப்படங்களும் சொல்கின்றன. ஆனால் உண்மை அதுவல்ல என்பதை அனைவரும் அறிவோம். யாரும் இறந்துவிடுவதில்லை. தொடர்ந்து வாழத்தான் செய்கிறோம். வேதனை ஏற்பட்டிருக்கலாம்; மனத்தளவில் உடைந்துபோயிருக்கலாம். ஆனால், எல்லாவற்றையும் பொறுத்துக்கொண்டு வாழ்க்கையைத் தொடர்கிறோம். ஒரு பெண்ணிடம் மனத்தைப் பறிகொடுக் கிறோம். அவளே எல்லாம் என்று எண்ணுகிறோம். ஆனால் அது உண்மை யல்ல என்பது உங்களுக்குத் தெரியவரும். வேறொரு பெண்ணிடம் அதே நேரத்தில் காதல் ஏற்படத்தான் செய்யும். உங்களைப்பற்றி உங்களுக்கே ஆச்சரியத்தைத் தரும் ஒரு உண்மையை நீங்கள் கண்டடைவீர்கள். இயற்கை உங்களை அப்படியாகத்தான் படைத்திருக்கிறது. இந்தப் புரிதலே என் படத்தின் மையக் கரு.

இது நான் பார்த்த படங்களுக்கான எதிர்வினை மட்டுமன்று. என்னைச் சுற்றி இருந்த மனிதர்களுக்கான எதிர்வினையும்கூட. அந்தரங்கமான தனிப்பட்ட தளத்தில் இயங்கும்போது நம்மை நாமே உணர்ந்துகொள்ள முடிகிறது. முதுகலைப் படிப்பை முடித்த நிலையில் நீங்கள் சில நம்பிக்கைகளைக் கேள்விக்கு உட்படுத்த ஆரம்பிக்கிறீர்கள். எதிர் பாலினத்திடம் எப்படி நடந்துகொள்ளவேண்டும், உண்மையை எப்படி எதிர்கொள்வது, பிரச்னை களை எப்படிச் சமாளிப்பது என்பன போன்று பல விஷயங்களை வரை யறுத்துக்கொள்கிறோம். நமக்கென்று ஒரு நிலைப்பாடு உருவாகிறது. பல நேரங்களில் நம் நிலைப்பாடும் செய்கையும் முரண்படுகின்றன. என் வாழ்வில் அதை நான் உணர்ந்திருக்கிறேன். அவ்வாறான சமயங்களில் நமக்குள் இருக்கும் மனம் நம்மைப் பார்த்து, 'ஹலோ... என்ன செய்யப் போகிறாய்?' என்று எச்சரிக்கும். அதனால், உறவுகளில் நான் உண்மை என்று கருதிய அந்த அம்சத்தை இந்தப் படத்தில் முன்வைக்க முயன்றேன். முதல் படம் எடுக்கும் போது நீங்கள் ஒருவகையில் போதிய அனுபவம் இல்லாமல், வெகுளியாக இருப்பீர்கள். வாழ்க்கையின் இந்த அம்சத்துக்கு நான் உண்மையாக இருந்து படம் எடுப்பேன்; அது தனித்தன்மையோடு விளங்கும் என்று நம்புவீர்கள். இதுவே உண்மை, மற்றதெல்லாம் பொய் என்று சொல்ல முயன்றேன்.

ரங்கன்: வாழ்க்கையின் முரண்களை முதல்முதலில் எதிர்கொள்ளும் கதாநாயகனும் (அனில் கபூர்) தன் முதல் படத்தை இயக்கும் இந்தப் புதுமுக

இயக்குநரும் ஒருவகையில் ஒரே வித மனநிலையில்தான் இருந் திருப்பார்கள் இல்லையா?

ரத்னம்: கதாநாயகனைவிட இயக்குநர் அதிக வெகுளியாக இருந்திருக்கலாம். ஆனால் நான் அதனூடாகப் பயணித்து அதைக் கடந்து வந்துவிட்டேன். இன்றும் நான் அந்தப் படத்தை நியாயப் படுத்தவே செய்வேன். சில நேரங் களில் உண்மை வெகுளித்தனமாகத் தோன்றக்கூடும். சில உண்மை களை வெகுளிகளால்மட்டுமே சொல்ல முடியும். ஆனால், படம் முதன் முதலில் திரையரங்குகளில் வெளியாகும்போதுதான் அதுவரை நமக்குப் புரியாத பல விஷயங்கள் புரியவரும். நாம் என்ன சொல்லியிருக்கிறோம் என்பதைவிட எப்படிச் சொல்லியிருக்கிறோம் என்பதும் முக்கியமாகிறது. ஒருவரிடம் பேசும்போது அவருக்குப் புரியும்படியான மொழியிலேயே பேசவேண்டும். கன்னடமோ தமிழோ தெரியாதவரிடம் ஆங்கிலத்தில் பேசுவது அபத்தம். அதுபோல், ஒரு படைப்பாளி தான் விரும்பும் எதை வேண்டுமானாலும் சொல்லலாம்; ஆனால், மக்களுக்குப் புரியும்படிச் சொல்லவேண்டும். இல்லாவிட்டால் மக்கள் படத்தை நிராகரித்துவிடுவார்கள். இந்தப் பாடத்தை **பல்லவி அனுபல்லவி** எனக்குக் கற்றுத் தந்தது.

என் முதல் படத்தின் தயாரிப்பாளர்கள் கொங்கணி மொழியில் எடுக்கச் சொல்லியிருந்தாலும் எடுத்திருப்பேன். கன்னி இயக்குநர், தன் குழுவுடன்

ரங்கன்: **பல்லவி அனுபல்லவி** இறுக்கித் தொடுக்கப்பட்ட மாலை போன்று இருக்கும் ஒரு படம். காட்சிகள், அவற்றின் ஆரம்பம், முடிவுகள் எல்லாம் துல்லியமாக இருக்கும். மற்ற இயக்குநர்களிடம் இல்லாத இந்தத் தனித் திறமை உங்களிடம் உள்ளார்ந்து இருந்ததை நீங்கள் படம் எடுக்கும்போது உணர்ந்தீர்களா?

ரத்னம்: என்றாவது ஒருநாள், நாம் மற்றவர்களைவிடச் சில விஷயங்களில் அதிகக் கவனம் செலுத்துகிறோம் என்பதை உணரத்தான் செய்கிறோம். ஒரு படத்தைப் பார்க்கும்போது கதை சொல்லப்பட்ட விதமும் காட்சிகள் உருவாக்கப்பட்டிருக்கும்விதமும் நமக்குத் தெளிவாகப் புரிகிறது. **முள்ளும் மலரும்** அதுவரை வந்த தமிழ்ப் படங்களிலேயே தனித்து நின்றது. அது ஏன் என்று சொல்லத் தெரிந்திருக்கவேண்டியதில்லை. அது மற்ற படங்களை விடச் சிறப்பாக இருக்கிறது என்பதைப் புரிந்துகொள்ள முடிந்தாலேபோதும். அதுவே முதற்படி.

முள்ளும் மலரும் படத்தில் இயக்கம், பாலு மகேந்திராவின் ஒளிப்பதிவு, கதாபாத்திர உருவாக்கம், உடைகள், காம்போஸிஷன்கள், வண்ணங்கள், ஒளி அமைப்பு, காட்சிகள் தொகுக்கப்பட்டவிதம், பிறகு இசை என எல்லாமே

பிரத்யேகமாக அமைந்திருக்கும். அனைத்தும் துல்லியமாக இருக்கும். அது அபாரமான விஷயம். ஒரு படத்தின் ஆணி வேர் திரைக்கதை என்றே கருதுகிறேன். அதாவது உள்ளடக்கமும் சொல்லும் விதமும். ஒரு காட்சியின் தொடக்கமும் முடிவும் திரைக்கதையிலேயே வரையறுக்கப்பட்டுவிடுகிறது. அதன்பிறகு, திரைக்கதையில் உள்ளதைத் திரையில் கொண்டுவந்தாலே போதும்.

இந்த இடத்தில் மிக முக்கியமான விஷயம் என்னவென்றால், காட்சிகளுக்கு உயிர் கிடைக்கும் வகையில் நடிகர்களிடமிருந்து எந்த அளவுக்கு நடிப்புத் திறமையை வெளிப்பட வைக்கிறோம் என்பதுதான். ஒருவர் ஒரு படத்தைப் பார்க்கும்போது வெறும் படத்தைமட்டுமே பார்க்கிறார். அது உங்கள் முதல் படமா, நூறாவது படமா என்பதைப்பற்றி யாரும் அலட்டிக்கொள்ளப் போவதில்லை. நீங்கள் திரையரங்கில் ஒவ்வொருவரிடமும் சென்று, 'மன்னித்துவிடுங்கள். இது என் முதல் படம். நான் இன்னும் நிறையக் கற்றுக் கொள்ளவேண்டும்' என்று சொல்லிக்கொண்டிருக்கமுடியாது. மன்னிப்புகளுக்கு இடமே கிடையாது. நீங்கள் முழுத் திறமையுடன் வெளிப்பட்டாகவேண்டும். நன்றாக ஞாபகமிருக்கிறது, என் முதல் கன்சல்டன்சி அறிக்கையின் முன்னுரையில், 'இந்த ஆய்வறிக்கைமூலம் என்ன சொல்ல முயற்சி செய்கிறோம் என்றால்...' என்று எழுதினேன். அதைப் பார்த்த என் மேலதிகாரி, 'நீ முயன்றுகொண்டிருக்க இது கல்லூரி அறிக்கை அல்ல. இந்த அறிக்கைக்காக நாம் பணம் வாங்கியிருக்கிறோம். அதில் நான் இதைச் சொல்ல முயல்கிறேன், அதைச் சொல்ல முயல்கிறேன் என்றெல்லாம் சொல்லக்கூடாது. இப்படிச்செய்தால் சரியாக இருக்கும் என்று ஆணித்தரமாகச் சொல்லவேண்டும்' என்று சொன்னார். அவர் சொன்னது திரைப்படத்துக்குத்தான் அதிகம் பொருந்தும். திரைப்படத்தின் இறுதி வடிவம் சிறப்பாக இருக்கவேண்டும். ஒரு ரசிகனாக நிறையப் படங்களைப் பார்த்திருக்கிறோம். பல படங்களை விமர்சித்திருக்கிறோம். நாம் எடுக்கும் படம் நாம் கொண்டாடிய படங்களின் தரத்திலாவது இருக்கவேண்டும். ஏதோ ஒருவகையில் நமது ரசனை, விருப்பம், தயக்கங்கள் அனைத்தும் நம் படங்களில் நுழைந்துவிடுகின்றன. ஒளிவுமறைவு இன்றி நம்மை நாமே திரையில் வெளிப்படுத்துகிறோம்.

ரங்கன்: உங்கள் படத்தில் பணியாற்றிய சக கலைஞர்களும் ரசிக்கத் தகுந்தவர்களே. உடைகளை எடுத்துக்கொண்டால்கூட, அன்றைய தமிழ் சினிமாவில் வழக்கமாகப் பயன்படுத்தப்பட்ட பளபளக்கும் நைலக்ஸ் புடைவைகளும் பெரிய பெல்ட்டுகளும் உங்கள் படத்தில் பயன்படுத்தப்படவில்லை.

ரங்கன்: நகரத்தில் வளர்ந்த ஒருவன் நகர மனிதர்களைப்பற்றிப் படம் எடுக்கும்போது, அந்த மனிதர்களின் தோற்றம் எப்படி இருக்கும் என்பதைத் தீர்மானிப்பது எளிதாகவே இருக்கும். அதுவரையிலும், சிறந்த இயக்குநர்கள் கூட இந்த விஷயங்களில் கவனம் செலுத்தியிருக்கவில்லை. உடை அலங்காரங்கள் எல்லாம் வேறு ஒருவருடைய வேலை என்றே கருதினார்கள்.

ஒளிப்பதிவாளர் திட்டவட்டமாகச் சொல்லாதவரை வண்ணங்களைப்பற்றி யாரும் அலட்டிக்கொள்ளவில்லை. முதல் படத்தில் எல்லாவற்றிலும் நீங்கள் கவனம் செலுத்துவீர்கள். அதோடு, முதல் படம் என்பதால் உதவி செய்ய நிறையப் பேர் அருகில் இருக்கமாட்டார்கள். ஆடைகளைத் தேர்ந்தெடுப்பது அல்லது படத்தில் இடம்பெறும் குறிப்பிட்ட காபி கோப்பையை வாங்குவது என இயக்குநரே எல்லா வேலைகளையும் செய்யவேண்டும். அமெரிக்கக் கல்லூரி ஒன்றிலிருந்து ஒரு கடிதம் வந்ததாகக் காட்சி இருந்தால் அந்தக் கடிதத்தில் அமெரிக்கப் பல்கலைக்கழகத்தின் பெயர் சரியாக இடம்பெற்றிருக் கிறதா, அமெரிக்க ஸ்டாம்ப் ஒட்டப்பட்டிருக்கிறதா என்று கவனிப்பதும் இயக்குநரின் வேலையே.

இவையெல்லாம் முக்கியமாகக் கவனிக்கப்படவேண்டிய விஷயங்கள். எதையும் தவிர்க்கமுடியாது. நாம் அவ்வாறுதான் வளர்ந்திருக்கிறோம். அந்தச் சிறு சிறு விஷயங்களைப்பற்றி நமக்குத் தெரிந்திருக்கிறது. அதனால் அவற்றைத் திரையில் கொண்டுவருவது கடினமே அல்ல. ஓர் இயக்குநர், தனக்கு என்ன தேவை என்பதில் தெளிவாக இருந்தால் மற்றவர்களைக் கையாள்வது கடினமாக இருக்காது. அந்தத் தெளிவு இல்லாமல் போகும் போதுதான் மற்றவர்கள் தங்களுக்குத் தெரிந்ததைச் செய்ய ஆரம்பிக்கிறார்கள். திரைத்துறையில் இறுதிப் படைப்பு தொடர்பான முடிவுகளை நீங்கள் தெளிவாக எடுக்க முடியும். இசையானாலும், படத்தொகுப்பானாலும், உடை அலங்காரமாக இருந்தாலும் எது சரியாக இருக்கும், எது சரியாக இருக்காது என்பதை நீங்கள் தெளிவாகத் தீர்மானிக்க முடியும். இயக்குநர் என்றவகையில் எந்தத் திசையில் போக விரும்புகிறீர்கள் என்பதைச் சக படைப்பாளிகளுக்கு நீங்கள் சுட்டிக்காட்ட முடியும். அவர்களும் உங்கள் வழியில் வருவார்கள் என்று நம்பலாம். அது நடக்காத பட்சத்தில் அவர்களுக்குச் சொல்லிப் புரியவைக்க வேண்டியிருக்கும். அல்லது அவர்களுடன் வாதம் செய்து அவர்கள் சொல்வதை ஏற்றுக்கொள்ளும் நிலையும் வரலாம். லெனின் (படத்தொகுப்பு), பாலு மகேந்திரா (ஒளிப்பதிவு), தோட்டா தரணி (கலை), இளையராஜா (இசை) என என்னுடைய சக படைப்பாளிகள் அனைவரும் தத்தம் துறைகளில் தலைசிறந்து விளங்கியவர்கள்.

ரங்கன்: ஒரு புதுமுக இயக்குநரால் எப்படி இதைச் சாதிக்க முடிந்தது?

ரத்னம்: ஒவ்வொருவரையும் சந்தித்து, படத்தின் கதையைச் சொல்லி, இந்தப் படத்தில் பணியாற்றுகிறீர்களா என்று கேட்டால் போதுமானது. அவர்கள் முடியாது என்று சொன்னாலும் நான் எதையும் இழக்கப்போவதில்லை. எனக்கு பாலு மகேந்திராவுடன் பணி புரியவேண்டும் என்று ஆசை. அவர் ஒளிப்பதிவு செய்யும் விதம் என்னைப் பிரமிக்கவைத்தது. **முள்ளும் மலரும்** படத்தின் ஒளிப்பதிவு பல விஷயங்களை எனக்குப் புரியவைத்தது. அந்தப் படத்தில் பல புது உத்திகளைக் கையாண்டிருப்பார். ஒரு தமிழ்ப் படம் பார்க்கப் போகிறீர்கள். ஆனால், அங்கே புதுமையாகச் செவ்வகம்போல் 35 எம்.எம் ஃபிலிமில் வைட் ஆகக் காட்சிகள் விரிகின்றன. இது முற்றிலுமாகப்

புதியதொரு ஃபார்மட். முழுக்க முழுக்க இயற்கை ஒளியையே உபயோகப் படுத்தியிருப்பார். சில இடங்களில் பேபி ஸூம் உத்தியைப் பயன்படுத்தி யிருப்பார். ஃப்ரேமில் இருவர் இருப்பார்கள். ஒருவர் ஃப்ரேமை விட்டு வெளியே செல்ல, மெதுவாக அடுத்தவரை நோக்கி ஸூம் செய்திருப்பார். மிகச் சிறிய அளவில் செய்யப்பட்ட அந்த ஸூம், ஃப்ரேம் காம்போசிஷனை சமநிலைப்படுத்த உதவியிருக்கும்.

இது, அதுவரை தமிழ் சினிமா கண்டிராத ஓர் உத்தி. ஒரு கதாபாத்திரத்தி லிருந்து வேகமாக ஸூம் அவுட் செய்வதோ, இல்லையேல் யாருடைய முகத்துக்காவது ஸூம் இன் செய்வதோதான் தமிழ் சினிமாவில் வழக்க மாகப் பயன்படுத்தப்படும் உத்தி. இங்கே மிக நுண்ணிய முறையில் செய்யப்பட்ட அந்த ஸூமோடு பின்னணி இசையும் சேர்ந்துகொண்டதால் காட்சி கவித்துவம் ஆகியிருந்தது. பார்ப்பதற்கு மிக அருமையாக இருந்தது.

என்னிடம் பாலு மகேந்திராவைத் தொடர்புகொள்வதற்கான விவரங்கள் இருந்திருக்கவில்லை. அவர் போன் நம்பரைத் தேடிக் கண்டுபிடித்து, ஹோட்டல் பாம்குரோவில் இருக்கிறார் எனத் தெரிந்துகொண்டு, அங்கே சென்று அவரைச் சந்தித்தேன். அங்கே அவர் ஏதோ கதை விவாதத்தில் இருந்தார். பீட்டர் செல்வகுமாரின் படத்துக்கு ஒளிப்பதிவு செய்வதாக இருந்தார். என்னை மறுநாள் வந்து கதையைச் சொல்லச் சொன்னார். நான் மறுதினம் என் பைக்கில் அவருடைய வீட்டுக்குச் சென்றேன். அவர் வீட்டு மேல் மாடியில் அமர்ந்தவாறே கதையைச் சொன்னேன். என் படத்தில் பணிபுரிய ஒப்புக்கொண்டார். இது என்னுடைய முதல் படம் என்பதால் டெக்னிக்கல் விஷயங்கள் சிறப்பாக இருக்கவேண்டும் என்பதை உறுதிப் படுத்திக்கொண்டேன். நல்ல படைப்பை உருவாக்கவேண்டும் என்பதில் உறுதியாக இருந்தேன்.

ரங்கன்: வெறும் ரசிகனாகமட்டுமே திரைப்படத்தைப் பார்த்த உங்களால், இந்த பேபி ஸூம் போன்ற சிறப்பு உத்திகளைக் கண்டுகொள்ள முடிந்ததா?

ரத்னம்: **முள்ளும் மலரும்** வெளியாவதற்குமுன்பே நான் திரைத்துறையில் நுழைவது என்று முடிவு செய்திருந்தேன். அதனால் நான் பார்த்த படங்களை எல்லாம் மிகக் கவனமாகப் பார்த்தேன். ஹிட்ச்காக் (Hitchcock), ட்ரூஃபோ (Truffaut) எனக் கையில் கிடைத்த அனைத்துப் புத்தகங்களையும் படித்தேன். அந்தக் காலகட்டத்தில் சினிமாவைப்பற்றிய புத்தகங்கள் அதிகம் இல்லை. இந்திய சினிமாவைப்பற்றியோ வெளிநாட்டு சினிமாவைப்பற்றியோ எந்தப் புத்தகமும் இந்தியாவில் கிடைக்கவில்லை. மெட்ராஸில் பார்க்க முடிந்த படங்களின் எண்ணிக்கைகூட மிக மிகக் குறைவுதான். அதனால் கிடைத்த புத்தகங்களையும் படங்களையும் வைத்துமட்டுமே நாம் அறிவை வளர்த்துக் கொள்ளவேண்டியிருந்தது. என் முதல் படத்தை எடுத்து முடிக்க இரண்டு வருடங்கள் ஆனதால், எனக்குப் புத்தகங்களைப் படிக்க நிறைய நேரம் கிடைத்தது. USIS (அமெரிக்கன் கான்சலேட் நூலகம்), பிரிட்டிஷ் கவுன்சில்

ஆகிய நூலகங்களில் கிடைத்த புத்தகங்களின் மூலம்தான் நான் சினிமாவைக் கற்றுக்கொண்டேன்.

ரங்கன்: உங்கள் உட்லாண்ட்ஸ் குழுவைச் சேர்ந்த பி.சி. ஸ்ரீராம்தான் உங்கள் முதல் படத்துக்கு ஒளிப்பதிவு செய்வார் என்று அனைவரும் எதிர்பார்த்திருப்பார்களே?

ரத்னம்: பி.சி. என் நண்பர். ஆனால், இயக்குநர், ஒளிப்பதிவாளர் இருவருமே புதுமுகங்களாக இருப்பதைத் தயாரிப்பாளர்கள் விரும்பவில்லை. அவர்கள் பிரபல ஒளிப்பதிவாளர் யாராவதுதான் வேண்டும் என்றனர். பாலு மகேந்திரா, அசோக் குமார் இருவரில் ஒருவரைத் தேர்வு செய்யவேண்டியிருந்தது. இருவருமே பெரும் திறமைசாலிகள் என்பதில் எனக்கு மாற்றுக்கருத்து இல்லை. அசோக் குமார் அந்த நேரத்தில் சற்று பிசியாக இருந்தார். அதனால் பாலு மகேந்திராவைச் சந்தித்தேன்.

ரங்கன்: லெனினை எப்படித் தேர்வு செய்தீர்கள்?

ரத்னம்: அவர் இன்றளவும் என் வீட்டின் எதிர்வீட்டில்தான் வசிக்கிறார். அப்போது அவரை எனக்கு அவ்வளவாகத் தெரியாது. **உதிரிப்பூக்க**ளைப் பார்த்தபிறகுதான் அவரை முதன்முதலில் சந்தித்தேன். எனக்கு அந்தப் படம் பிடித்திருந்தது. படத்தொகுப்பு என்றால் என்ன, அதில் லெனினின் பணி என்ன என்பதெல்லாம் எனக்குத் தெரியாது. ஆனால் **உதிரிப்பூக்கள்** தலை சிறந்த படம் என்றுமட்டும் தெரியும். அந்தப் படத்தில் பணிபுரிந்த யாரையேனும் சந்திக்கவேண்டும் என்று எண்ணினேன். லெனினைச் சந்தித்துச் சிறிது நேரம் பேசும் வாய்ப்பு கிடைத்தது. பின் **பல்லவி அனுபல்லவி**யைத் தொடங்கிய போது, லெனின்தான் நான் முதலில் சந்தித்த மனிதர். எனக்கு ஒரு நல்ல வாய்ப்பு கிடைத்திருக்கிறது, நீங்கள்தான் படத்தொகுப்பு செய்யவேண்டும் என்று கேட்டுக்கொண்டேன். அவர் சரி என்றார். போஸ்ட்-ப்ரொடக்‌ஷன் வேலைகள் தொடங்கியபின்னும் எனக்கு எப்படிப் படத்தொகுப்பு செய்வார்கள் என்று தெரிந்திருக்கவில்லை. லெனின்தான் அனைத்தையும் விளக்கினார். இசை, ஒளிப்பதிவு, படத்தொகுப்பு இவை மூன்றிலுமே எனக்கு இருந்த அறிவு மிகக் குறைவு. இவற்றைப்பற்றி, என் கைக்குக் கிடைத்த புத்தகங்களில் படித்துத் தெரிந்துகொண்டதைத் தவிர எனக்கு வேறு ஒன்றும் தெரிந்திருக்கவில்லை.

ரங்கன்: பின் நீங்கள் இளையராஜாவைச் சந்தித்தீர்கள். ஓர் அசாதாரணமான கூட்டணி தொடங்கியது இல்லையா?

ரத்னம்: இளையராஜாவைச் சந்திப்பதற்கு முன் தரணியைத்தான் சந்தித்தேன். என் வீட்டின் பின் தெருவில் இருந்த வீனஸ் ஸ்டூடியோவில்தான் **ராஜ பார்வை** (சிங்கீதம் ஸ்ரீனிவாச ராவின் படைப்பு) படப்பிடிப்பு நடந்து கொண்டிருந்தது. அந்தப் படத்தில் கமல் ஹாசன் கதாபாத்திரம் தங்கியிருக்கும் அறையை தரணிதான் வடிவமைத்திருந்தார். வேலைவெட்டி இல்லாத உட்லாண்ட்ஸ் குழுவைச் சேர்ந்த நானும் பி.சி. ஸ்ரீராமும் படப்பிடிப்புத்

தளத்துக்குச் செல்வது வழக்கம். எங்கள் நண்பர் ஒருவர் அந்தப் படத்தின் ஒலிப்பதிவுப் பிரிவில் பணியாற்றினார். அதனால் எங்களால் எளிதாக அங்கே செல்ல முடிந்தது. படப்பிடிப்பு இல்லாத சமயங்களில் நாங்கள் அந்த செட்டை சுற்றிப் பார்ப்போம். அந்த செட் முதல்மாடியில் அமைக்கப் பெற்றிருந்தது. ஒரு நிஜ லொக்கேஷனில் தரணி செட் அமைத்திருந்த விதம் மிகவும் அழகாக இருந்தது. அந்த நேரத்தில் அவ்வளவு தத்ரூபமான செட்களை யாரும் அமைக்கவில்லை. அதனால் நான் தரணியைச் சந்தித்து ஓரிரு முறை பேசினேன். ஒருநாள் அவரையும் என் படத்தில் பணிபுரியும்படிக் கேட்க, அவரும் சம்மதித்தார்.

பின்தான் புகழின் உச்சியில் இருந்த இளையராஜாவுடனான சந்திப்பு நிகழ்ந்தது. அவருடைய இசை மகத்தானது. இதைச் சொல்லலாமா எனத் தெரியவில்லை. வேறொரு கன்னட இசையமைப்பாளரைத்தான் படத்துக்கு நிச்சயித்திருந்தோம். அவர் பெயரை இங்கு சொல்ல விரும்பவில்லை. நானே அவரைச் சந்தித்து முன்பணமும் கொடுத்திருந்தேன். பின்தான் அவர் இசையமைத்த ஒரு கன்னடப் படத்தைப் பார்க்க நேர்ந்தது. அதில் அவரது பின்னணி இசையைக் கேட்டதும் பதறிப் போய்விட்டேன். அந்தமாதிரி இசையமைப்பை என் படத்துக்கு நான் விரும்பவில்லை. அந்த இசை நன்றாக இல்லை என்று சொல்லமுடியாது. ஆனால் அது அதிபழைய இசை. அவரின் இசை இந்தப் படத்துக்கு ஒத்துவராது என்று முடிவு செய்தேன். ஆனால் அதை அவரிடம் சொல்லும் தைரியம் எனக்கில்லை. இறுதிவரை சொல்லவில்லை.

என்னை இளையராஜாவிடம் அறிமுகம் செய்துவைக்க முடியுமா என்று பாலு மகேந்திராவிடம் கேட்டேன். அவரும் அறிமுகம் செய்துவைத்தார். ராஜாவைச் சந்தித்து, நான் சிறு பட்ஜெட்டில் கன்னடப் படம் ஒன்றை இயக்குகிறேன், அதற்கு நீங்கள்தான் இசை அமைக்கவேண்டும் என்று கேட்டுக்கொண்டேன். மற்ற படங்களுக்கு அவர் வாங்கும் அளவு சம்பளத்தை என்னால் தர இயலாது என்றும் கூறினேன். கண்ணை இமைக்காமல் என்னைப் பார்த்தபடி இருந்தார். அவர் அப்போது வாங்கிவந்த சம்பளத்தில் ஐந்தில் ஒரு பங்குதான் என்னால் கொடுக்க முடிந்தது. அவரும் ஒப்புக்கொண்டார். கதையின் அவுட்லைனைச் சொன்னேன். அவர் லேசாகச் சிரித்துவிட்டு, நாம் கம்போசிங் வேலையைத் தொடங்கிவிடலாம் என்றார். ஆனால் ஒவ்வொரு முறை ஸ்டுடியோவில் நுழையும்போதும், மீண்டும் அந்தக் கன்னட இசையமைப்பாளரைப் பார்க்க நேர்ந்தால் என்ன சொல்வது என்ற பயம் இருந்துகொண்டே இருந்தது. ஒரு வருடம் கடந்தபின்னர்தான் எனக்குச் சற்று தைரியமே பிறந்தது. அந்தக் கன்னட இசையமைப்பாளர் என் முகத்தை மறந்திருப்பார் என்று என்னை நானே தேற்றிக்கொண்டேன். இங்கே நான் சொல்ல விரும்புவது இதுதான். நம் படத்துக்காக நாம் என்னவெல்லாம் செய்யத் தயாராக இருக்கிறோம் பாருங்கள். இன்றளவும், நினைத்து வருந்தும்படியான ஒரு செயலைக்கூடச் செய்யத் தயாராக இருந்திருக்கிறேன்.

இளைய தலைமுறை, புதிய வசதி வாய்ப்புகளைத் தேடி ஓட ஆரம்பித்திருந்தது. பழைய தலைமுறை வழக்கமான பாதையிலேயே போக விரும்பியது. இந்த இரண்டுக்கும் இடையிலான போராட்டமே **உணரு** என்ற மலையாளப்படம். **உணரு**வில் மோகன் லால்.

ரங்கன்: நான் இதை வேறுமாதிரி பார்க்கிறேன். முதல் படத்திலேயே உங்கள் தேவையை நீங்கள் தெளிவாக உணர்ந்திருந்தீர்கள். எதையும் யாருக்காகவும் விட்டுக்கொடுக்க நீங்கள் தயாராக இல்லை.

ரத்னம்: இருக்கலாம். நாம் இதையெல்லாம் செய்வோம் என்று அறிந்திராத, நினைத்துப் பார்த்திராத சில விஷயங்களைக்கூடச் செய்துவிடுவோம் என்பதையும் இந்தச் சம்பவம் நமக்கு உணர்த்துகிறது. ஆனால் இளையராஜா நடந்துகொண்டவிதம் மலைக்கவைக்கக் கூடியது. முகம் தெரியாத ஒருவன் இயக்கும் சிறு கன்னடப் படம் இது. அவரோ ஒரு பெரிய ஸ்டார். நம்ப முடியாத திறமை கொண்டவர். அவரிடமிருந்து இசை அருவிபோல் கொட்டும். அவரின் வேகத்துக்கு நாமும் ஈடு கொடுத்து டியூனை இறுதி செய்ய வேண்டும். நமக்கு வேறு டியூன் வேண்டும் என்றால், அவரை அதே வேகத்தில் வேறு திசையில் பயணிக்க வைத்து இசையை வாங்கவேண்டும். அவர் ஸ்போர்டிவான மனிதர். நாம் விரும்பும் இசையைக் கொடுப்பார். ஒரே சமயத்தில் அவர் பல வகையான படங்களுக்கு இசையமைத்தது ஆச்சரியம். ஒவ்வொரு பாணியிலும் அவர் தன்னைச் சிறப்பாக வெளிப்படுத்திக் கொண்டிருக்கிறார்.

ரங்கன்: படத்தில் நடித்த நடிகை லட்சுமிகூடப் பிரபலமானவரே. அனில் கபூர், கிரண் வைராலே போன்ற அப்போது அதிகம் பிரபலமாகாத பம்பாய் நடிகர்களும் படத்தில் இருந்தனர்.

ரத்னம்: லட்சுமி, என் நண்பர் ரவிஷங்கரின் படத்தில் நடித்திருந்தார். அந்தப் படத்தின் திரைக்கதையில் நானும் பணியாற்றியிருந்தேன். கதையின் அவுட்லைன் அவருக்கு மிகவும் பிடித்திருந்தது. எனக்கு ஏற்கெனவே தயாரிப்பாளர் கிடைத்துவிட்டார் என நினைத்துக்கொண்டு, படத்தில் நடிக்கச் சம்மதித்தார். நானோ லட்சுமி சம்மதம் தெரிவிக்கும்முன்பே, என் சித்தப்பா

‘வீனஸ்’ கிருஷ்ணமூர்த்தியிடம் சென்று லட்சுமி இந்தப் படத்தில் நடிக்கப் போகிறார் என்று சொல்லிவிட்டேன். அப்படித்தான் என் முதல் படம் தொடங்கியது. ஒருநாள் என் சித்தப்பாவிடம் கதையைச் சொன்னேன். இதைச் சிறு பட்ஜெட்டில் கன்னடத்தில் எடுக்கச் சம்மதித்தால் தயாரிக்கிறேன் என்றார். அவர்களுக்கு பெங்களூரில் ஒரு திரைப்பட விநியோக அலுவலகம் இருந்தது. அதனால் கன்னடத்தில் எடுப்பதுதான் எனக்கும் சரி என்று பட்டது. அந்த நேரத்தில் நான் எந்த வாய்ப்புக் கிடைத்திருந்தாலும் பயன்படுத்திக் கொண்டிருந்திருப்பேன். எந்த நிபந்தனைக்கும் சம்மதம் தெரிவித்திருந் திருப்பேன். முதல்பட வாய்ப்பு என்பது மிக முக்கியமான ஒன்று. நான் திரைக்கதையை ஆங்கிலத்தில் எழுதியிருந்ததால், எந்த மொழியிலும் மொழிபெயர்த்திருக்க முடியும். கொங்கனியில் படம் எடுக்கச் சொல்லி யிருந்தால்கூடத் தயங்கியிருக்க மாட்டேன்.

எல்லாம் சரிவர நடக்கத் தொடங்கியது. எனக்குக் கன்னடம் தெரியாது. ஆனால் தென்னிந்திய மொழிகளுக்குள் பெரிய வித்தியாசம் எதுவும் கிடையாது. கூர்கிலும் பெங்களூரிலும் படப்பிடிப்பு நடந்தது. ஏப்ரல் 1980-ல் நான் **வம்ச விருட்சம்** என்ற தெலுங்கு படத்தைப் பார்த்தேன். பாப்பு இயக்கிய அந்தப் படத்தில் அனில் கபூர்தான் கதாநாயகன். அவர் நம்பரைக் கண்டு பிடித்துத் தொடர்புகொண்டேன். அப்போதுதான் அவர் ஒரு தயாரிப்பாளரின் மகன் என்பது தெரிந்தது. அவர் ஒரு ஃபேஷன் ஷோவில் கலந்துகொள்ள கேரளா சென்றுகொண்டிருந்தார். வழியில் என்னைச் சந்தித்தார். படத்தில் நடிக்கவும் சம்மதித்தார். ஹாசினி (சுஹாசினி) அப்போதே **நெஞ்சத்தைக் கிள்ளாதே** (இயக்குநர் மகேந்திரனின் படைப்பு) படத்தின் மூலம் பிரபலமாகி யிருந்தார். என் படத்தில் கதாநாயகியாக நடிக்கக் கேட்டபோது, முடியவே முடியாது என்று சொல்லிவிட்டார் (எனினும், சில ஆண்டுகள் கழித்து, வேறொரு வாய்ப்பைக் கொடுத்தேன். அதை அவரால் மறுக்க முடிய வில்லை). கிரணைக் கதாநாயகியாக நடிக்க அனில் அழைத்துவந்தார். அந்தச் சிறுவன் கதாபாத்திரத்துக்கு ரோஹித் ஸ்ரீநாத்தைத் தேர்வு செய்தேன். அவனுடைய தந்தை ஸ்ரீநாத் என் நண்பர் ரவிஷங்கரின் கன்னடப் படத்தில் பணியாற்றியிருந்தார். ரோஹித்துடன் பணிபுரிந்த அனுபவம் மகிழ்ச்சியூட்டக் கூடியதாக இருந்தது. அதை இன்றளவும் நினைத்து சந்தோஷப்பட்டுக் கொண்டிருக்கிறேன். பின் அவன் வேறு சில படங்களிலும் நடித்தான். மால்குடி டேஸ் (ஆர்.கே. நாராயணின் கதைகளைத் தழுவி எடுக்கப்பட்டது) தொலைக்காட்சித் தொடரில் பணக்காரச் சிறுவன் கதாபாத்திரத்தில் நடித்தான். வளர்ந்ததும் பொறியாளர் ஆகிவிட்டான். என் முதல் படத்தின் முதல் ஷாட்டில் ரோஹித்தான் நடித்தான். என் சினிமா வாழ்க்கையை நல்லதொரு நடிகனிடமிருந்தே தொடங்கியிருக்கிறேன்.

ரங்கன்: முதலில் எடுக்கப்பட்ட காட்சி எது?

ரத்னம்: நகு என்டிடே என்ற பாடலில் தாயும் மகனும் பங்குபெறும் காட்சிதான் முதலில் படமாக்கப்பட்டது. எனக்கு இன்னும் அந்தச் சிறுவனின் முக

பாவனை நினைவிருக்கிறது. அவன் தன் தாயிடம் கோபித்துக்கொண்டு, நீச்சல் குளத்தினுள் காலை நனைத்தவாறு அமர்ந்திருப்பான். பின் மனம் மாறித் தன் தாயுடன் சமாதானம் ஆகிடுவான். நாங்கள் படமாக்கிய முதல் காட்சி அதுவே. பின்னால் இருந்து யாராவது தன்னைத் தண்ணீருக்குள் தள்ளி விடுவார்களோ என்று ரோஹித் மிகவும் பயந்தான். இருந்தும், அதைச் செய்யவும் வேண்டியிருந்தது. ஒரு நடிகரை நம்மால் எவ்வளவு ஆழத்துக்குத் தள்ள முடியுமோ, அவ்வளவு ஆழத்துக்குத் தள்ளிடவேண்டும். இதை உவமையாகவும் எடுத்துக்கொள்ளலாம். நேரடிப் பொருளிலும் எடுத்துக் கொள்ளலாம். இது படத்துக்கு நிச்சயம் உதவும்.

ரங்கன்: உங்களைப் போலவே அனில், கிரண் இருவருக்கும் கன்னடம் தெரியாது. படப்பிடிப்புத் தளத்தில் வசன உச்சரிப்பு போன்றவற்றில் உங்களை வழிநடத்த யாராவது இருந்தார்களா?

ரத்னம்: என்னிடம் சிவானந்த் என்றொரு அசோசியேட் இருந்தார். மிக அருமையான மனிதர். அவர் கன்னடப் படமான **கோகிலா**வில் பாலுவுடன் பணியாற்றியவர். அவருடைய தந்தை பிரபல நாடகக் கலைஞர். சிவானந்தும் கன்னட நாடகத் துறையிலிருந்து திரைப்படத் துறைக்கு வந்தவர். அவரும் அவருடைய உதவியாளரும் எனக்கு உறுதுணையாக இருந்தனர். ஆனால் அவரால் ஒவ்வொரு கன்னட வசனத்துக்கும் அர்த்தம்மட்டுமே சொல்ல முடியும். நடிகர்களைத் திறம்பட நடிக்க வைப்பது இயக்குநராகிய என்னுடைய வேலை. அவர், கன்னட வசனங்கள் சரியாக இருக்கின்றனவா என்று பார்த்துக்கொள்வார். நடிகர்களுடன் அமர்ந்து பொறுமை இழக்காமல் வசனங்களைச் சொல்லிக் கொடுப்பார். உச்சரிப்பு சரியாக இருக்கும்படிப் பார்த்துக்கொள்வார். கிரணால் எளிதாக மொழிகளைக் கையாள முடிந்தது. படத்தில் அவர் இடம்பெறும் காட்சிகள் குறைவு என்பதால் வசனங்களை எளிதாக மனப்பாடம் செய்துகொண்டுவிட்டார். அனில் நிறையவே சிரமப்பட வேண்டியிருந்தது. ஆனால், அந்தக் கதாபாத்திரத்துக்குக் கச்சிதமாகப் பொருந்தியிருந்தார். இளமையாக, அன்றைய தலைமுறையின் பிரதிநிதியாக இருந்தார். மேலும் அவர் மிகவும் கடினமாக உழைத்தார். ஒவ்வொரு நாள் இரவிலும் உட்கார்ந்து வசனங்களை மனப்பாடம் செய்துகொள்வார். அது கடினமான வேலையாக இருப்பினும் நாங்கள் செய்தோம். ஏனெனில் எங்கள் யாருக்கும் வேறு எந்த வேலையும் இல்லை. இந்தப் படத்துக்காக எங்களை முழுவதுமாக அர்ப்பணித்துக்கொண்டோம். கலைத்துறையில் பணியாற்ற விரும்பினோம். அதைச் செய்ய ஆரம்பித்திருந்தோம்.

ரங்கன்: முதல் படத்தில் கிடைத்த அனுபவம்தான், பின்னாளில் மலையாளம், தெலுங்கு, இந்தி மொழிகளில் படம் இயக்க உதவியாக இருந்திருக்கும் இல்லையா? உங்களுக்கு இந்தியும் சரியாகத் தெரியாது என நீங்களே சொல்லியிருக்கிறீர்கள்.

ரத்னம்: ஆமாம். ஏனென்றால் உங்களுக்கு இதில் முன் அனுபவம் இருக்கிறது. தெரியாத மொழியில் முதல் படத்தை எந்தத் தடங்கலும் இன்றி இயக்கியபின்,

எந்த மொழியிலும் அதைச் செய்துவிடமுடியும் என்ற தைரியம் பிறக்கிறது. அதுவே போதுமானது. சொற்களை எப்படி அழுத்திச் சொல்லவேண்டும், எங்கு இடைவெளி விடவேண்டும் போன்ற விஷயங்களில் எல்லாம் தென்னிந்திய மொழிகளுக்குள் பெரிதாக வித்தியாசம் ஒன்றும் இருக்காது. அதனால் எளிதில் சமாளித்துவிடலாம். படத்துக்கு மொழி ஒரு தடையே அல்ல. காட்சிகளுக்கு உயிர் கொடுப்பது, காட்சிகளை உண்மையாகவும் சுவாரஸ்யமாகவும் உருவாக்குவது ஆகியவையே மிகவும் சிரமமானவை. அதைச் செய்வதுதான் சவாலான விஷயம். எந்த மொழி என்பதைப்பற்றிப் பெரிதும் அலட்டிக்கொள்ள வேண்டியதில்லை. எவ்வளவு கடினமாக இருந்தாலும், நாம் அந்தப் பாதையைக் கடந்துதான் ஆகவேண்டும்.

ரங்கன்: பல்லவி அனுபல்லவியின் படப்பிடிப்பு நீங்கள் எதிர்பார்த்த வகையிலேயே நடந்ததா?

ரத்னம்: நான் திரைப்படம் இயக்குவதில் பயிற்சி பெற்றவன் அல்ல. நான் கற்றுக்கொண்டதெல்லாம் புத்தகத்திலிருந்தும் அனுமானத்திலிருந்தும்தான். களத்தில் இறங்கிச் செயல்பட்டபோது எனக்கு எல்லாமே புதிதாகத் தோன்றியது. எல்லாவற்றையும் கற்றுக்கொள்ள வேண்டியிருந்தது. இந்த உண்மையைப் படப்பிடிப்புத் தளத்தில் இருந்த யாரிடமாவது பகிர்ந்து கொள்ளும் நிலையில் நான் இருந்திருக்கவில்லை. பல துறைகளில், எனக்கு இந்தக் கலை நுட்பங்கள் தெரியும் என்பதுபோல் காட்டிக்கொள்ள வேண்டியிருந்தது. இதன் விளைவுகள் கடுமையாக இருந்தன. என் முதல்நாள் படப்பிடிப்பு எனக்குச் சாதகமாகவே இருந்தது. அதற்கு ரோஹித்தான் முக்கியக் காரணம். அவன் புத்திசாலிச் சிறுவனானதால் படப்பிடிப்பு சுலபமாக இருந்தது. என்னை நானே தயார் செய்துகொள்வதுதான் எனக்கு முக்கிய பிரச்னையாகப்பட்டது. காகிதத்தில் ஒரு காட்சியை எழுதும்போது, நாமும் நம் கற்பனையும்மட்டுமே இருப்போம். கதாபாத்திரங்கள் என்பவை வெறும் பெயர்கள்தாம். ஒரு தோராயமான கற்பனை உருவங்கள்தாம். ஆனால், படப்பிடிப்புத் தளத்தில் கற்பனை மறைந்து, ஒவ்வொரு கதாபாத்திரமும் நிஜ உருவம் பெறுகிறது. அவர்களுக்கென்று தனியான உடல்மொழி இருக்கும். சில நேரங்களில் பழைய பாணியில் முக பாவங்களை வெளிப்படுத்துவார்கள். குறிப்பிட்ட பாணியில் நடப்பார்கள். நமக்குப் பிடிக்காத ஆடையை உடுத்தியிருப்பார்கள். இந்தச் சூழ்நிலையில் சில உண்மைகளை நாம் எதிர்கொண்டே ஆகவேண்டும். திரைக்கதை எழுதும் போது இந்தப் பிரச்னைகள் இருப்பதில்லை. அங்கே கதாபாத்திரங்கள் வெறும் பிம்பங்கள்தான், ரத்தமும் சதையுமான மனிதர்கள் அல்லர்.

எனவே, சில நேரங்களில், பல்வேறு கதாபாத்திரங்களில் நடிக்கும் நடிகர்கள் எல்லாம் கதாபாத்திரமாக மாறாமல் அவர்களாகவே இருக்கிறார்களோ என்று தோன்றும். கதையை எழுதத் தொடங்கிய நாளிலிருந்து நம் கற்பனையில் உருவாக்கி வந்திருந்த சித்திரத்தை அனைவரும் கிழித்துப்போடுவதுபோல் இருக்கும். அடுத்ததாக பூகோளப் பிரச்னை, அதாவது இடம் சார்ந்த சிக்கல்கள் எழும். கேமரா இருக்கும். நடிகர்கள் இருப்பார்கள். சூரியன் கண்ணாமூச்சி

முள்ளும் மலரும் முந்தைய தமிழ்ப் படங்களில் இருந்து முற்றிலும் மாறுபட்டதாக இருந்தது. ரஜினிகாந்தும் ஷோபாவும்

ஆடும். படப்பிடிப்பில் நம்மால் கட்டுப்படுத்த முடிந்தவை பல. கட்டுப்படுத்தமுடியாதவை பல. இவை அனைத்தும் படப்பிடிப்பில் தாக்கத்தை ஏற்படுத்தும். காகிதத்தில் இருப்பதைக் காட்சியாக மாற்றும் இந்த உருமாற்றத்தில்தான் ஒரு சிறந்த இயக்குநர் உருவாகிறார். அல்லது உருவாகாமல் போகிறார். நன்றாக நினைவிருக்கிறது, படப்பிடிப்பு ஆரம்பித்த மூன்று நான்கு தினங்களில், பாலு மகேந்திராவிடம் சென்று 'எல்லாவற்றையும் விட்டுவிட்டு எங்காவது ஓடிவிடப் போகிறேன்' என்றேன். 'எனக்கும் முதல் படம் இயக்கும்போது அப்படிதான் இருந்தது. கவலையை விடு. இந்த விரக்தியான எண்ணங்கள் விரைவில் மறைந்துவிடும்' என்றார். அவர் சொன்னது சரிதான். ஒரு கதை காகிதத்திலிருந்து நிஜ வடிவம் பெறும்போது தான் நிறைய விஷயங்களைத் தெரிந்துகொள்ள முடிகிறது. காகிதத்தில் இருப்பவற்றைக் காட்சி ஊடகத்தில் மறு கண்டுபிடிப்பு செய்கிறீர்கள். உண்மையில் உங்கள் கற்பனையை திரைப்படத்தில் புதிதாகக் கண்டு பிடிப்புதான் செய்கிறீர்கள்.

காகிதத்தில் இருப்பதைவிடக் காட்சியில் பல மடங்கு வீச்சு அதிகமாக இருக்கவேண்டும். ஸ்கிரிப்ட்டில் இருப்பதை அடுத்த தளத்துக்கு எடுத்துச் செல்வதே இயக்குநரின் பணி. நம்மைச் சுற்றியிருக்கும் கூறுகளை முடிந்த வரை பயன்படுத்திக்கொண்டு காட்சிகளுக்கு உயிர் கொடுக்கவேண்டும். அதுவே சாதாரண காட்சியை அசாதாரண காட்சியாக மாற்றுவதற்கான வழி. ஒரு நடிகனைக் காட்சியின் அந்தத் தருணத்துக்குக் கொண்டுவரத் தெரிந்திருக்கவேண்டும். அப்போதுதான் அவரால் அந்தக் கதாபாத்திரமாக மாற முடியும். இது, கூடு விட்டுக் கூடு பாய்வதைப்போன்றது. இந்த உருமாற்றம்தான் முதல் கட்டத்தில் மிகக் கடினமான விஷயம். அதன்பிறகு மேலும் சில விஷயங்கள் நமக்கு உரைக்கின்றன. அதாவது, சில

விஷயங்களை உங்களால் எழுத முடியாது; அவற்றை நேரடியாகப் படம் பிடிக்கத்தான் முடியும். என்னதான் எழுதி வைத்திருந்தாலும், சில விஷயங்கள் மெருகேறுவது படப் பிடிப்புத் தளத்தில்தான். அழகான தருணங்கள், அலாதியான முகபாவங்கள், நளினங்கள், ஒரு புதியதொரு ஒளி - இவையெல்லாம் படப்பிடிப்புத் தளத்தில் நாம் எதிர்பாராமல் கிடைக்கும் வரப்பிரசாதங்கள். இவையே காட்சிகளை அடுத்த தளத்துக்கு எடுத்துச் செல்கின்றன. நான் யாரிடமும் உதவி இயக்குநராகப் பணிபுரியவில்லை என்பதால், நான் செய்யும் ஒவ்வொன்றும் சினிமா இலக்கணத்துக்கு உட்பட்டுத்தான் இருக்கிறதா என்பதைச் சரிபார்த்துக் கொள்வேன். என்னை ஏற்பதும் நிராகரிப்பதும் என் படத்தின் உள்ளடக்கத்தை வைத்தே இருக்க வேண்டும். எனக்கு சினிமா இலக்கணம் தெரியவில்லை என்று கூறி என்னை யாரும் நிராகரித்துவிடக்கூடாது என்பதில் தெளிவாக இருந்தேன்.

கடைசி மூன்று நாள்கள் படப்பிடிப்பு மீதம் இருந்த நிலையில் படத்தின் பட்ஜெட் தீர்ந்துவிட்டது. படத்தை நிறைவு செய்ய, நாங்கள் ஒரு வருடம், ஒன்பது மாதம் காத்திருக்க வேண்டியிருந்தது. கால்ஷீட் பிரச்னைகள் வேறு. ஒவ்வொரு நாளும் ஒரு சிறு யுத்தமே நடந்தது. பதினைந்து நாள்கள் படப்பிடிப்பு என்று முடிவுசெய்து புறப்படுவோம். ஆனால், பத்து நாள்களுக்கு ஜெனரேட்டர் வேன், லைட்கள் எவையும் இருக்காது. வெறும் கேமராவையும் ரிஃப்ளக்டரையும்மட்டும் வைத்துக்கொண்டு படப்பிடிப்பு நடத்தவேண்டும். தேவைப்படும் அடிப்படையான கருவிகளில் ஒன்றாக கிரேனையும் கொண்டுவருவதற்கு எனக்கு ஐந்து வருடங்கள் ஆனது. என் முதல் ஹை-ஸ்பீட் ஷாட் என் ஐந்தாவது படமான **மௌனராகத்தில்தான்** இடம்பெற்றது. திவ்யாவும், அவளுடைய சகோதரிகளும் மாடியிலிருந்து, கீழே ரொமான்ஸ் செய்துகொண்டிருக்கும் தங்கள் சகோதரன்மீது தண்ணீரை ஊற்றும் காட்சியில்தான் அந்த ஷாட் வைக்கப்பட்டது. அதுவரை அது போன்றதொரு ஷாட்டை எடுக்க என்னிடம் வசதி இருக்கவில்லை. இந்த அனுபவங்களால், இருப்பதைமட்டும் வைத்துக்கொண்டு சிறப்பாக வேலை செய்யும் திறமையை வளர்த்துக்கொள்ள முடிந்தது. பதினைந்து நாள்கள் படப்பிடிப்பு நடத்தியபின், ரஷ்களைப் பார்த்தோம். நிம்மதியாக இருந்தது. அதற்கு அர்த்தம், காட்சிகள் அருமையாக வந்திருந்தன என்பதல்ல. காகிதத்தில் இருந்ததை வெற்றிகரமாகத் திரைக்குக் கொண்டுவர முடிந்ததே அந்த நிம்மதிக்குக் காரணம். இரண்டாம் கட்டப் படப்பிடிப்பு சற்று எளிதாகவே இருந்தது. ஏனெனில், பிரச்னைகளை எதிர்கொள்ளத் தயாராகி விட்டிருந்தேன். இத்தனை வருடங்கள் உருண்டோடியபின்பும், ஒவ்வொரு முறையும் கேமராவுக்கு பின்னால் நிற்கும்போது, என் முதல் படத்தில் ஏற்பட்ட உணர்வே ஏற்படுகிறது. ஒவ்வொரு படமும் எனக்கு முதல் படமே.

ரங்கன்: **பல்லவி அனுபல்லவியை** முதன்முதலில் பார்த்தவர்கள் என்ன சொன்னார்கள்?

ரத்னம்: என் தந்தை முதல் பிரதியைப் பார்த்தார். நன்றாக இருக்கிறதா இல்லையா, அவருக்குப் பிடித்திருக்கிறதா இல்லையா என்பதைப்பற்றி

பல்லவி அனு பல்லவி படத்தில் நடிக்கும்படிக் கேட்டபோது சுஹாசினி முகத்திலடித்தாற்போல் முடியாது என்று சொல்லிவிட்டார். மோகன், பிரதாப் போத்தனுடன் சுஹாசினி **நெஞ்சத்தைக் கிள்ளாதே**யில்.

எதுவும் சொல்லவில்லை. இந்தப் படம் ஒருவேளை ஏ செண்டரில் வெற்றிபெறலாம். ஆனால், பி, சி செண்டர்களில் நிச்சயம் தோல்வி அடையும் என்றார். அவர் சொன்னதுபோலவேதான் நடந்தது. படம் சுமாராகத்தான் ஓடியது. சிறந்த திரைக்கதைக்கான கர்நாடக மாநில விருது இந்தப் படத்துக்குக் கிடைத்தது. என் தந்தை வர்த்தக முடிவுகளைத் துல்லியமாக சொன்னதற்குப் பதிலாக, சிறிய அளவிலாவது பாராட்டி யிருக்கலாம். ஆனந்தா பிக்சர்ஸ் வி.எஸ்.லக்ஷ்மணன் சற்று தாராளமாகவே பாராட்டினார். அவர் ஒரு பெரிய விநியோகஸ்தர். எங்கள் குடும்ப நண்பரும்கூட. ஸ்ரீதருக்குப் பின், முதல் படத்தையே சிறந்த படமாகக் கொடுத்திருப்பது நீதான் என்றார். **பல்லவி அனு பல்லவி**க்காக எனக்குக் கிடைத்த சிறந்த பாராட்டு அதுதான்.

படம் வெளியான அன்று நான் பெங்களூரில் கெம்பெ கௌடா சர்க்கிளில் உள்ள ஒரு திரையரங்கில் இருந்தேன். திரையரங்கம் நிறையவில்லை. என்னை நிறையப் பேர் கடந்து சென்றுகொண்டிருந்தார்கள். இவர் திரையரங்கினுள் செல்வார், அவர் திரையரங்கினுள் செல்வார் என்று எனக்குள்ளேயே சொல்லிக்கொள்வேன். ஆனால் நான் எதிர்பார்த்த யாரும் திரையரங்கினுள் செல்லவில்லை. ரொம்பவும் வருத்தமாக இருந்தது. பார்வையாளர்களுடன் அமர்ந்து படம் பார்ப்பது தாங்கமுடியாத சித்ரவதை. படத்தின் இயக்குநராக, காட்சிகள் மிக வேகமாக நகரவேண்டும், படத்தின் சிறந்த ஷாட்களும் வசனங்களும் வந்துவிடவேண்டும் என்று எதிர்பார்ப்பீர்கள் (நம்மைப் பொருத்த அளவிலாவது அவை சிறந்தவை). சீக்கிரம் நகைச்சுவைக் காட்சிகள் வரவேண்டும் என்று ஆசைப்படுவீர்கள். ப்ரொஜெக்ஷன் அறையினுள் புகுந்து

ரீல்களை வேகமாக ஓட்டவேண்டும் என்று தோன்றும். நல்ல காட்சிகளுக்கு, பார்வையாளர்கள் எதிர்வினை புரிய நாம் ஒரு நொடியாவது காத்திருக்க வேண்டும். தாங்கிக்கொள்ள முடியாத நொடி அது.

ரங்கன்: முதல் படத்தை எடுத்து முடித்ததும், ஓர் இயக்குநரின் வேலை என்ன என்பது உங்களுக்குப் புரிந்துவிட்டதா? திரைக்கதையை அடுத்த தளத்துக்கு எடுத்துச் செல்வதே இயக்குநரின் வேலை என்று சொன்னீர்கள். இயக்குநரின் வேறு பங்களிப்புகள் ஏதேனும் உண்டா?

ரத்னம்: மேற்கத்திய நாடுகளில் ஸ்டுடியோ சிஸ்டம் பின்பற்றப்படும் இடங்களில் இயக்குநர்களை ஒப்பந்தங்கள் மூலம் வேலைக்கு நியமித்துக் கொள்வார்கள் என்று நினைக்கிறேன். நான் கண்டவரை, அங்கே நடிகர்களைக் கையாள்வதுமட்டுமே இயக்குநரின் பிரதான வேலை. ஆனால் நம்மூரில் இயக்குநருக்கு அதிகச் சுதந்தரம் அளிக்கப்படுகிறது. நீங்கள், உங்கள் போக்கில் செயல்படலாம். உங்கள் கழுத்தை யாரும் நெரிக்கமாட்டார்கள். நீங்கள் இதைத்தான் ஷூட் செய்யவேண்டும், இவ்வளவுதான் ஷூட் செய்ய வேண்டும் என்று யாரும் கட்டுப்படுத்த மாட்டார்கள். நல்ல படைப்பைத் தரவேண்டும் என்றுமட்டுமே எதிர்பார்ப்பார்கள். வாழ்க்கையைப் பணயம் வைத்து முழு அர்ப்பணிப்பு உணர்வுடன் நீங்கள் செயல்படும்வரை உங்களை முழுவதுமாக நம்புவார்கள். உங்கள் விருப்பபடியே வேலை செய்ய விடுவார்கள்.

இங்கு இயக்குநர் நிறைய வேலைகள் செய்ய வேண்டியிருக்கிறது. தெளிவாக, இதுதான் காட்சி என்று தீர்மானம் செய்யப்பட்ட காட்சிகளை யார் வேண்டுமானாலும் இயக்கலாம். அது வெறும் செயல்படுத்தும் பணியே. அதுவும் சிறந்த நடிகர்கள் கிடைத்துவிட்டால், இயக்குநர் காட்சியமைப்பில் எழும் சிறு சிறு நிரடல்களைமட்டும் சரி செய்தால் போதும். மற்றதெல்லாம் சரியாக நடக்கும். ஆனால், காட்சிகளை அடுத்த கட்டத்துக்கு எடுத்துச் செல்வது என்றால் படமாக்கும் விதம், நடிகர்களை அருமையாக நடிக்க வைத்தல் என்று விரியும். அதுதான் ஓர் இயக்குநரின் உண்மையான சவாலான பணியாக இருக்கும். இன்றளவும், காகிதத்தில் இருப்பதை மெருகேற்றும் அந்த வழியைத்தான் நான் ஒவ்வொரு படத்திலும் முயன்றுவருகிறேன். சில நேரங்களில் அந்த வழியைக் கண்டுபிடித்திட முடியும். சில நேரங்களில் முடியாமல் போய்விடும். நாம் முயற்சி செய்துகொண்டே இருக்கவேண்டும். அதற்கு நமக்கு முழுச் சுதந்தரமும் இருக்கிறது.

ரங்கன்: உங்களின் இரண்டாவது படம் 'உணரு'வை மலையாளத்தில் எடுத்தீர்கள்.

ரத்னம்: அது எனக்கொரு நல்ல திருப்புமுனையாக அமைந்தது. மலையாளத் திரைப்படத் தயாரிப்பாளர் என்.ஜி. ஜான் என்னைப் படம் இயக்கும்படிக் கேட்டுக்கொண்டார். என் கன்னடப் படத்தைப் பார்த்துவிட்டு என்னை அணுகிய ஒரே மனிதர் அவர்தான். அவர் தயாரித்த முந்தைய படங்கள் **ஈநாடு, இனியெங்கிலும்**. இரண்டுமே மிகப் பெரிய வெற்றிகளைப் பெற்றிருந்தன.

இரண்டையும் ஐ.வி. சசி இயக்கியிருந்தார். அடுத்த படத்தை இயக்கும் வாய்ப்பு என்னிடம் வந்தது. அங்கே நான் நிறையப் போராட்டங்களைச் சந்திக்க நேர்ந்தது. **பல்லவி அனுபல்லவி**யின் கடைசி கட்டப் படப்பிடிப்பு வெகு நாள்கள் தள்ளிக் கொண்டே போனதால், அப்போதே நான் திவ்யா என்றொரு திரைக்கதையை எழுதத் தொடங்கிவிட்டேன். அந்தச் சமயத்தில் இன்னொரு திரைக்கதையையும் எழுதினேன். ஆனால் இதுவரை அது திரைவடிவம் பெறவில்லை (ஒரு சமயத்தில் தெலுங்குப் படம் இயக்கலாம் என முடிவுசெய்தபின், அந்தக் கதையைத் தூசு தட்டினேன். ஆனால் அதற்குப் பதிலாக **கீதாஞ்சலி**யை எடுத்தேன்). பின்னாளில் திவ்யா **மௌனராகம**ாக உருமாறியது. **மௌனராகம்**, என்னுடைய ஐந்தாவது படம். என்னுடைய முதல் வெற்றிப் படமும்கூட. அதைத் தமிழில்தான் எழுதினேன். ஆங்கிலத்தில் எழுதி மொழிபெயர்ப்பது முட்டாள்தனமான ஒன்று என்பதை உணர்ந்து கொண்டேன். ஏனெனில், ஆங்கிலத்தின் ரிதம் முற்றிலும் வேறானது. நகைச்சுவையும் மாறுபடும். **பல்லவி அனுபல்லவி** திரைக்கதையை எழுத எடுத்துக்கொண்ட நாள்களைவிட, மொழிபெயர்க்க எடுத்துக்கொண்ட நாள்கள் அதிகம். என்னிடம் இருந்த கதைகளுக்குத் தயாரிப்பாளர் கிட்டவில்லை. பிறகுதான் மலையாளப் படம் இயக்கும் வாய்ப்பு வந்தது.

மௌனராகம் படக் கதையைச் சொன்னேன். தயாரிப்பாளர் அரசியல் சிந்தையால் நிரம்பியிருந்தார். கதை தேறாது என்றார். **இனியெங்கிலும்** படத்தில் மம்மூட்டி.

ரங்கன்: அதனால், நீங்கள் உழைக்கும்வர்க்கத்தை மையப்படுத்திய அரசியல் படத்தை எடுக்க ஒப்புக்கொண்டீர்கள். அந்தத் தருணத்திலும்சரி, இன்றும் சரி, உங்களுக்கு அது ஒரு அதிரடியான மாற்றம்தான்.

ரத்னம்: நான் **மௌனராகம்** கதையைத் தயாரிப்பாளரிடம் சொன்னேன். அது சரிவராது என்றார். **ஈநாடு**, **இனியெங்கிலும்** ஆகிய படங்கள் வெற்றி பெற்றதைத் தொடர்ந்து அவர் அரசியல் கதைகளையே விரும்பினார். **இனியெங்கிலும்** படத்தில், ஜப்பானுக்குச் சென்று திரும்பும் சில இளைஞர்கள், ஜப்பானின் ஒழுங்கை இந்தியாவில் நிலைநிறுத்த முயற்சி செய்வார்கள். **உணரு**, தொழிலாளர் இயக்கத்தினுள் நடைபெறும் ஊழலைப் பற்றிய படம் (இன்றளவும் அங்கே சக்திவாய்ந்த தொழிலாளர் இயக்கங்கள் இருக்கின்றன. அவர்களே எல்லாவற்றையும் கட்டுப்படுத்துகிறார்கள்). வாய்ப்புகளைத் தேடும் புதிய தலைமுறைக்கும், விட்டுக் கொடுக்க மறுக்கும் பழைய தலைமுறைக்கும் இடையில் நடக்கும் போராட்டமே **உணரு** படத்தின் கதை. தொழிற்சங்க அரசியலில் எப்படி ஊழல் நடைபெறுகிறது என்பதைப்பற்றிய படம் அது. அந்தப் படத்தில் பணிபுரிவது சிரமமாகவே

பல்லவி அனுபல்லவி, உணரு, பகல் நிலவு, இதயகோயில் | 63 |

இருந்தது. காரணம், படத்தின் தயாரிப்பாளரும் என்னோடு சேர்ந்து திரைக்கதை எழுதினார். மேலும் தாமோதரன் மாஸ்டர் என்றொரு எழுத்தாளரும் எங்களுடன் பணிபுரிந்தார். மிகச் சிறந்த மனிதர் அவர். ஒரு பள்ளியில் உடற்கல்வி ஆசிரியராகவும் ஃபுட்பால் ரெஃபரீயாகவும் இருந்த அவர், சிறந்த திரைக்கதாசிரியராகவும் விளங்கினார். நாங்கள் மூவரும் அமர்ந்து கதை எழுதத் தொடங்கினால், பெரும் போரே வெடிக்கும். அதற்குக் காரணம், எங்களின் உலகம் வெவ்வேறாக இருந்ததுதான்.

ரங்கன்: அவர்கள் மிகவும் பழமைவிரும்பிகளாக இருந்தார்களா?

ரத்னம்: அவர்கள் எடுத்த இரண்டு படங்கள் பெரும் வெற்றி பெற்றிருந்தன. அவர்களுக்காக நான் இயக்கிய படம், வெற்றிபெறாதபடிக்கு நான் பார்த்துக்கொண்டேன். அதனால் அவர்கள்மேல் எந்தக் குறையையும் சொல்ல முடியாது. ஆனால் அவர்கள் என்னை ஏன் தேர்ந்தெடுத்தார்கள் என்பதுதான் புரியவே இல்லை. இயக்குநரின் வேலை, காட்சிகளைப் படம்பிடிப்பது மட்டுமே என அவர்கள் சிலநேரங்களில் எண்ணுவார்கள். என்னைப் பொருத்தவரை, நாமே காட்சிகளின் மூலம் அழகாகக் கதை சொல்லி, நடிகர்களைத் திறம்பட நடிக்கவைப்பதுதான் இயக்குநரின் பணி. இதுதான் எங்களுக்கு முரண்பாடு ஏற்படக் காரணமாக இருந்திருக்கும். **பல்லவி அனுபல்லவி**க்குப் பின் நான் இயக்கிய மூன்று படங்களுமே எனக்கு மிகவும் சிரமமாக இருந்தன. இதுதான் உண்மையிலேயே நான் செய்ய விரும்பிய வேலையா என்ற கேள்வி என்னுள் எழுந்தது. **பல்லவி அனுபல்லவி** நிறையப் பணப் பிரச்னைகளைச் சந்தித்தாலும், பணிகள் எல்லாம் நான் விரும்பிய படியே நடந்தன. யாரும் மாற்றிச் செய்யச் சொல்லவில்லை. ஆனால் இந்த மலையாளப் படத்தில் நிறைய குறுக்கீடுகள் இருந்தன. இரவுமுழுவதும் எனக்குப் பிடிக்காத காட்சிகளைப்பற்றிச் சண்டைபோடுவேன். ஆனால் மறுநாள், உணவோடு சேர்த்து, நான் நிராகரித்த சீன் பேப்பர்களையும் அனுப்பிவைத்துப் படம் பிடி என்பார்கள். மிகுந்த நெருக்கடிகள் இருந்த நிலையிலும் தாக்குப்பிடித்தபடி என் முத்திரையைப் பதிப்பது சிரமமாகவே இருந்தது.

அந்தப் படத்தில் பிரச்னைகள் எழுந்ததற்கு முக்கியக் காரணம், நாங்கள் மூன்று பேரும் படத்தை மூன்று திசையில் இழுத்ததுதான். அது அவர்களின் படமாகவும் இருக்கவில்லை, என் படமாகவும் இருக்கவில்லை. இரண்டும் கெட்டான் படமாகவே அது உருவானது. **ஈநாடு**, **இனியெங்கிலும்** இரண்டும் என்னைப் பெரிய அளவில் ஈர்க்கவில்லை. **உணரு** என்னளவில் எனக்குக் கிடைத்த இன்னொரு வாய்ப்பு. அதை நான் தவறவிட விரும்பவில்லை. அதனால் **உணரு** திரைப்படத்தை எனக்குப் பிடித்தவகையில் எடுத்து விடலாம் என்ற நம்பிக்கையிலேயே அதை இயக்க ஒப்புக்கொண்டேன். தொழிலாளர் போராட்டங்களை மையப்படுத்திய அந்தப் படத்தில் ஆங்காங்கே என் கைவண்ணமும் இருந்தது. என்னுடைய பாணியில் உருவான காட்சிகளும் உண்டு. குழந்தைகளும் பெண்களும் இடம்பெறும்

காட்சிகள், உறவுகளுக்குள் எழும் முரண்பற்றிய காட்சிகள் போன்றவை என்னால் உருவாக்கப்பட்டவை. வறுமையினால் விபசாரத்தில் ஈடுபடும் பெண்ணைப்பற்றிய வழக்கமான காட்சிகளும் படத்தில் உண்டு. அப்படியான பழமை நெடி வீசும் காட்சிகளில் எனக்கு உடன்பாடில்லை. அதை ஏற்றுக்கொள்வது எனக்குக் கடினமாகவே இருந்தது. என் துரதிர்ஷ்டத்தை எண்ணி நான் நொந்துகொண்ட தருணங்கள் அவை.

ஆனால், இவையனைத்தும் எனக்கு நல்லதொரு அனுபவத்தைக் கொடுத்தன. படப்பிடிப்புத் தளத்தில் என்னமாதிரியான பிரச்னைகள் எழும், அவற்றை எப்படிக் கையாளுவது போன்றவற்றை இந்தப் படங்களின் மூலம்தான் கற்றுக்கொண்டேன். **பல்லவி அனுபல்லவி**யில் ஒரு ஃப்ரேமில் மூன்று நான்கு கதாபாத்திரங்களே இருப்பார்கள். **உணரு**வில் ஒவ்வொரு ஃப்ரேமிலும் குறைந்தது பத்து கதாபாத்திரங்களாவது இருப்பார்கள். ஒரே சமயத்தில் எப்படிப் பத்து மனிதர்களைக் காட்சிப்படுத்தி ஒரு காட்சியை உயிர்ப்புடன் வைப்பது என்று எனக்குத் தெரிந்திருக்கவில்லை. அனைத்தையும் வேகமாகக் கற்றுக்கொள்ளவேண்டியிருந்தது. காட்சிகளில் இருக்கும் நுட்பமான டீடெய்ல் எனக்கு ரொம்ப முக்கியம். அவர்கள் வழக்கமான முறைகளையே பின்பற்றினார்கள். மாஸ்டர் ஷாட்களை எடுத்து அதில் சிறு சிறு காட்சிகளைச் சேர்த்துக்கொள்வார்கள். காட்சிகளை அவற்றின் போக்கிலேயே படம்பிடித்து அதன்மூலம் நிஜத்தில் நடப்பதுபோன்ற உணர்வைக் கொண்டுவர விரும்பினேன். அதனால் படப்பிடிப்புத் தளத்தில் நிறையப் போராட்டங்களைச் சமாளிக்கவேண்டியிருந்தது. ஆனால், சக கலைஞர்கள் அனைவரும் சிறப்பாகவே செயல்பட்டனர். ராமசந்திர பாபு ஒளிப்பதிவு செய்தார். இளையராஜா இசையமைத்தார். படத்தொகுப்பு செய்தவர் லெனின். ஒரே மூச்சில் படப்பிடிப்பு நடந்தது. பிப்ரவரி 1-ம் தேதி படப்பிடிப்பைத் தொடங்கினோம். ஏப்ரல் 14-ம் தேதி படம் வெளியானது.

ரங்கன்: கேட்கவேண்டும் என்று நினைத்தேன். நீங்களே சொல்லிவிட்டீர்கள். உங்கள் படத்தில் குழந்தைகளும் வயதான பெண்களும் தொடர்ந்து இடம்பெறுவதற்குக் காரணம் என்ன?

ரத்னம்: இந்தியக் குடும்பங்கள் அப்படித்தானே இருக்கும். நம் குடும்பங்கள் மிகப் பெரியதாக, நெருக்கமான பாசப்பிணைப்பு கொண்டவையாகத்தானே இருக்கின்றன. வெவ்வேறு தலைமுறையைச் சேர்ந்தவர்களின் கலந்துரையாடல் இல்லாத விஷயமே நம்மிடம் இருக்காதே. என் படங்கள் முழுக்க முழுக்க அந்த இந்தியத் தன்மையைத்தான் பிரதிபலிக்கின்றன.

ரங்கன்: பகல் நிலவு படத்தைப்பற்றிப் பேசுவோம். நல்லவனா கெட்டவனா என்ற கேள்வியை நாயகனில் வெளிப்படையாகவே முன்வைத்தீர்கள். ஆனால், உங்கள் முதல் படத்திலும்கூட அந்தக் கேள்வி மீதான உங்கள் ஈடுபாடு தென்படுகிறது.

ரத்னம்: நான், இன்னும் அந்தக் கேள்விக்குச் சரியான விடையைக் கண்டறியவில்லை. அந்தக் கேள்விக்கு சரியான பதிலே இல்லைபோல் இருக்கிறது.

தயாரிப்பாளர் 'சத்யஜோதி' தியாகராஜன் என் நண்பர். நாங்கள் ஒன்றாக வளர்ந்தவர்கள். அவருடைய தந்தையும் என் சித்தப்பாவும் தொழில் கூட்டாளிகள். அவர் தயாரிப்பாளர் ஆனார். நான் இயக்குநர் ஆக முயற்சி செய்துவருவது அவருக்குத் தெரியும். என் முதல் படத்தை ஆரம்பிப்பதற்கு முன்னரே, நான் அவரைச் சந்திப்பது வழக்கம். அவரிடமும் திவ்யா கதையைச் சொன்னேன். ஆனால் அவர் ஆக்ஷன் கலந்த கமர்ஷியல் கதைதான் வேண்டும் என்றார். தயாரிப்பாளரைச் சந்திக்கச் செல்லும்போது நிறையக் கதைகள் கைவசம் இருக்கவேண்டும். இந்தப் படத்தின் கதைக்கருவைச் சொன்னேன். பகல் நிலவு தொடங்கியது.

ரங்கன்: பிரபலமாக வளர்ந்துவந்துகொண்டிருந்த சத்யராஜை உங்கள் படத்தில் நடிக்க வைத்தீர்கள்.

ரத்னம்: அவர் வில்லனாக நடித்துப் பெரும் புகழ் பெறத்தொடங்கியிருந்தார். நான் அதுவரை அவர் நடித்த எந்தப் படத்தையும் பார்த்ததில்லை. தயாரிப்பாளர்தான் அவர் பெயரைப் பரிந்துரை செய்தார். சத்யராஜுக்குத் தலை கிட்டத்தட்ட முழு வழுக்கை ஆகியிருந்தது. நான் அவரைச் சந்தித்து, உங்கள் தற்போதைய ஹேர் ஸ்டைலுடனேயே நடிக்க முடியுமா என்று கேட்டேன். அவர் தனக்கு எந்த ஆட்சேபணையும் இல்லை என்றார். பின் முரளியையும் ரேவதியையும் தேர்வுசெய்தோம்.

ரங்கன்: முரளியின் பேட்டி ஒன்று எனக்கு நினைவிருக்கிறது. அவர் கருப்பாக இருந்ததால் மேக் அப் போட்டுக்கொள்ளும்படி அவர் தந்தை கூறுவாராம். ஆனால் ரேவதி, மேக் அப் இல்லாமல் இருந்தால்தான் அவர் அழகாக இருப்பதாகக் கூறுவாராம்.

ரத்னம்: அவருக்கு வேறு வழி இருந்திருக்கவில்லை என்றே கருதுகிறேன். ஏனென்றால், யாருக்கும் மேக்கப் தேவையில்லை என்பதை நாங்கள் தெளிவாகச் சொல்லிவிட்டோம். ரேவதி இதில் தலையிட்டிருக்கமாட்டார் என்றே கருதுகிறேன். முரளி மற்ற நடிகர்களைவிட அதிகக் கருப்பாக இருந்ததால் அது தொடர்பான பிரக்ஞை அவருக்குக் கூடுதலாகவே இருந்தது. ஆனால், முரளிக்கு எந்த பிரச்னையும் இருக்கவில்லை. அவர் மனத்தினுள் சில குழப்பங்கள் இருந்திருக்கலாம். ஆனால் அதற்கான எந்த அவசியமும் இருந்திருக்கவில்லை. படத்தில் யாருமே மேக்கப் போட்டுக்கொள்ள வில்லை. எனக்குக் கிடைத்த ஒளிப்பதிவாளர்கள் அனைவரும் மிகச் சிறந்தவர்கள். மேக்கப் போடாத சுத்தமான முகத்தையே அவர்கள் விரும்பினர்.

ரங்கன்: போலிஸ் அதிகாரி சரத் பாபுவுக்கும் முரட்டு இளைஞன் முரளிக்கும் சண்டை ஏற்படுவதற்கு முகாந்திரமான காட்சிகள், **அக்னி நட்சத்திரத்தில்** பிரபுவுக்கும் முரட்டு இளைஞன் கார்த்திக்குக்கும் இடையிலான உறவைப் போலவே அதிரடியாக இருக்கும். அந்தக் காலத்தில், இளைஞர்களின் ஆக்ரோஷமான பக்கத்தைப்பற்றிப் படம் எடுப்பதில் நீங்கள் ஆர்வமாக இருந்திருக்கிறீர்கள்.

'அந்த வயதில், அந்தக் காலகட்டத்தில் நீங்கள் கொஞ்சம் அதிரடியானவராகத்தான் இருப்பீர்கள்.' பகல் நிலவு படத்தில் முரளியும் சரத் பாபுவும்.

ரத்னம்: ஏதோ ஒரு வகையில், நம் எல்லோரிடமும் அந்த அம்சம் இருக்கத்தான் செய்கிறது. அந்த வயதில், அந்த நேரத்தில் நாம் எல்லோருமே கொஞ்சம் மூர்க்கத்தனமாகத்தான் நடந்துகொள்வோம். ஆனால் நாம் உருவாக்கும் எல்லாக் கதாபாத்திரங்களும் நம்மைப் பிரதிபலிக்கவேண்டிய அவசியமில்லை. **பல்லவி அனுபல்லவியில்** வரும் அனில் கபூர் கதா பாத்திரமும் அதே வயதுடைய இளைஞன் கதாபாத்திரமே. ஆனால் அவர், வசதியான குடும்பத்தில் பிறந்தவர். சொகுசாக வாழ்பவர். அதனால், அந்தக் கதாபாத்திரத்திடம் மூர்க்கத்தனம் குறைவாக இருக்கும். சிலநேரங்களில், நம்முடைய இயல்புக்கு மாறான கதாபாத்திரங்களையும் உருவாக்க வேண்டியிருக்கும்.

ரங்கன்: படத்தில், ரேவதி கேமராவை மாட்டிக்கொண்டே திரிவார். இந்த எளிய ஒரு விவரணை ரேவதி கதாபாத்திரத்தின் பின்னணியை மறைமுகமாக உணர்த்திவிடும். கமர்ஷியல் படத்தில்கூட, உங்களால் நுட்பமாகச் சில விஷயங்களைச் சொல்லிவிட முடிந்தது.

ரத்னம்: அந்த வகையில், இதுவொன்றும் பெரிய சாதனை இல்லை. அந்த போலிஸ் அதிகாரி (சரத் பாபு) அப்போதுதான், அந்தச் சிறிய ஊருக்கு மாற்றலாகி வந்திருப்பார். தன் மகளையும் தங்கையையும் (ரேவதி) வேறு அழைத்து வந்திருக்கிறார். கல்லூரிப் படிப்பை முடித்த ரேவதி அந்தச் சிறிய ஊரில் எப்படிப் பொழுதைப் போக்குவார்? அதனால்தான், அவருக்கு போட்டோக்ராஃபியில் ஆர்வம் என்பதுபோல் காட்டியிருப்போம். அதை நான் நினைத்த அளவுக்கு ஆழமாகக் காட்ட முடியவில்லை. இன்னும் அவளுக்குப் பிடித்த விஷயங்கள் என்னென்ன, அவள் என்னவாக விரும்புகிறாள் என்பனபோன்ற கேள்விகளுக்குப் பதில் சொல்லியிருக்க வேண்டும். வெகுஜன சினிமாவில், இந்த அளவுக்கு நம்மால் செல்ல முடியும் என்றால், நாம் அதையும் தாண்டிச் செல்ல முயற்சி செய்யவேண்டும்.

ரங்கன்: ஒரு காட்சியை முக்கியமாக நினைவுகூர விரும்புகிறேன். ஏனெனில் அது தமிழ் சினிமாவின் சம்பிரதாயமான காட்சிகளை ஒத்திருந்தது. ராதிகா,

அந்த ஊரில் வசிக்கும் நடன ஆசிரியை. சரத் பாபு தன் மகளையும், தங்கையையும் ராதிகாவின் நடனப் பள்ளியில் சேர்த்துவிட வருவார். திரும்பிச் செல்கையில் அவரின் உடை, ராதிகாவின் கொலுசு மணியில் சிக்கிக் கொள்ளும். அது, அவர்களுக்குள் காதல் வரப்போகிறது என்பதற்கான அறிகுறி. மேலும், சரத் பாபுவின் மகள் தன் தாய் இறக்கும்வரை அவளிடமே நடனம் கற்றுக்கொண்டாள் என்பதை அறியும் ராதிகா, அவள் தாயின் பணியை தான் தொடர்வதாக வாக்களிக்கிறாள். இது அவள் சரத் பாபுவுக்கு மனைவியாகவும் அந்தக் குழந்தைக்குத் தாயாகவும் இருக்க விருப்பம் தெரிவிக்கிறாள் என்பதை மறைமுகமாக உணர்த்துகிறது. இந்த வகையான 'மெலோடிராமா' நிறைந்த காட்சிகள், நிச்சயம் உங்கள் பாணி இல்லையே.

ரத்னம்: சிறுவயது முதலே பாலசந்தர் போன்ற படைப்பாளிகளை ரசித்தபடி தான் வளர்ந்திருக்கிறோம். அதனால் இதுபோன்ற காட்சிகள் ஒரு கட்டத்தில் உங்கள் படங்களில் இடம்பெறவே செய்யும். பிறகு அவை இயல்பாகவே உங்களிடமிருந்து விலகிச் சென்றுவிடும். ஆரம்பகட்டத்தில் எது உங்களுக்குச் சரிப்பட்டுவரும், எது உங்களுடைய பாணி என்பதெல்லாம் தீர்மானம் ஆகியிருக்காது. காலப்போக்கில் உங்கள் தனித்தன்மை மெல்ல உருத்திரண்டு வரும். அது ஆரம்ப காலகட்டம் என்பதால், சற்று ரசனைக் குறைவுடன் செயல்படுவதைப்பற்றிப் பெரிதாகக் கவலைப்பட மாட்டீர்கள். காலப் போக்கில் அதே விஷயங்களை எந்தவிதக் குறியீட்டுமொழி இல்லாமலும் காட்சிப்படுத்த முடியும் என்பதைப் புரிந்துகொண்டுவிடுவீர்கள்.

ரங்கன்: சத்யராஜ் நடித்த 'பெரியவர்' கதாபாத்திரம், ஒருவகையில் **நாயகன், தளபதி** படங்களில் வந்த டான் கதாபாத்திரங்களைப் போலவே இருக்கிறது. ஆனால் அந்தப் படங்களில், டான்களின்மீது இரக்கம் உண்டாவதுபோல் காட்சிகளை அமைத்திருப்பீர்கள். பெரியவர் கதாபாத்திரத்தை அப்படி உருவாக்கவில்லை. ஒரே ஒரு காட்சியில்மட்டும், பெரியவர் தன் பேத்தியிடம் தான் வறுமையில் வளர்ந்ததாகக் கூறுகிறார்.

ரத்னம்: படம் முழுக்க முரளியின் கோணத்தில் அமைந்திருக்கும். பெரியவரிடம் வேலை செய்யும் அவன், அவரை நல்லவர் என்றே நினைத்துக் கொண்டிருக்கிறான். பெரியவர், உண்மையில் நல்லவர் அல்லர் என்பதைக் கொஞ்சம் கொஞ்சமாக உணர்கிறான். ஒரு படைப்பாளியாக வெளியில் இருந்துகொண்டு இந்தக் கதாபாத்திரம் நல்லவர், அவர் கெட்டவர் என்று சொல்லாமல், முரளியின் அனுபவத்தினூடாகப் பெரியவரை அம்பலப் படுத்துவதுபோல் காட்சிப்படுத்தியிருப்பேன். பெரியவர் கெட்டவர் என்று முரளி உணரும்போதுதான், நமக்கும் பெரியவரைப்பற்றிய உண்மைகள் தெரியவரும். **நாயகனும் தளபதி**யும் கேங்க்ஸ்டர்களின் கோணத்தில் சொல்லப் பட்ட கதை. அதனால் அவர்களைப்பற்றி அனைத்தும் நமக்கு முதலிலேயே தெரிந்துவிடுகிறது.

ரங்கன்: உங்கள் முதல் தமிழ்ப் படத்துக்கு நீங்கள் வசனம் எழுத விரும்ப வில்லையா?

பகல் நிலவு படம் சிறிய டவுன் ஒன்றில் நடக்கும் நிகழ்வுகளை மையமாகக் கொண்டது. அந்தப் பகுதி மக்களின் வாழ்க்கையை அறிந்தவரும் அவர்களுடைய பேச்சு மொழியை அறிந்தவருமான ஒருவர் (எழுத்தாளர்) தேவைப்பட்டார். **பகல் நிலவு** படத்தில் ராதிகா (இடப்புறம்) சத்யராஜ் (வலப்பக்கம்).

ரத்னம்: நாங்கள் முழுக்க முழுக்க ஒரு வெகுஜன வணிகப் படத்தை எடுக்க விரும்பினோம். என்னவிதமான உணர்வுத் தளத்தில் படம் இருக்கவேண்டும் என்பதைத் தயாரிப்பாளர் உணர்ந்திருந்தார். படத்தின் வசனத்தை ஏ.எல். நாராயணன் எழுதியிருந்தார். ஆனால் முழு வசனத்தையும் அவர் எழுதவில்லை. எங்களுக்குத் தேவையான வசனத்தைமட்டும் நாங்கள் வைத்துக் கொண்டோம். மீதியை, நானும் வேறொருவரும் எழுதினோம். யார் வசனங்களை எழுதினாலும், அதை இறுதி செய்வது இயக்குநர்தான். நீங்கள் எப்படி விரும்புகிறீர்களோ, கதாபாத்திரங்கள் எப்படிப் பேசும் என்று நீங்கள் நினைக்கிறீர்களோ அதற்கு நெருக்கமாக ஓர் எழுத்தாளரை எழுதித் தரவைப்பது நீங்கள்தானே. எனவே, அது ஒரு பெரிய விஷயம் இல்லை. கதை ஒரு சிறிய ஊரில் நடக்கிறது. அதனால் அந்த ஊரின் வழக்கு மொழியைக் கையாளத் தெரிந்திருக்கவேண்டும். அந்த ஊர்க்காரர்கள் எப்படிப் பேசுவார்களோ அதுபோல் வசனங்களை எழுதத் தெரிந்திருக்கவேண்டும். அதைச் செய்வதற்கே எழுத்தாளர் தேவைப்பட்டார்.

ரங்கன்: **பகல் நிலவு** படத்தில்தான் நீங்கள் முதன்முதலில் கமர்ஷியல் ஃபார்மட்டில் பாடல்களைப் பயன்படுத்த ஆரம்பித்தீர்கள். கதாநாயகன் அறிமுகப் பாடல் ('மைனா மைனா'), கதாநாயகன் கதாநாயகி இருவரும் அருகருகே இருந்தும் ஒருவர் இருப்பதை இன்னொருவர் அறியாததுபோல் நடித்து ஒருவரை ஒருவர் டீஸ் செய்யும் பழைய பாணிப் பாடல் ('வாராயோ வான்மதி'), ஆண்மகனை எண்ணிப் பெண் ஏங்கும் பாடல் ('வைதேகி ராமன்') போன்றவை படத்தில் இடம்பெற்றன. உங்கள் முந்தைய படங்களில் பாடல்கள் பெரும்பாலும் பின்னணியிலேயே அமைந்திருந்தன.

ரத்னம்: பாடல்களைவிட முக்கியமான விஷயம் ஒன்றிருக்கிறது. இந்தப் படத்தில்தான் முதன்முதலில் நடனக் காட்சிகளை இயக்கினேன். அந்த அனுபவம் எனக்குப் புதிதாக இருந்தது. பாடல்களை எப்படி இயக்குவது என்று எனக்கு அதுவரை தெரிந்திருக்கவில்லை. **பல்லவி அனுபல்லவி**யிலும்

உணருவிலும் பாடல்கள் கதையின் ஓர் அங்கம். தனியாக எதையும் படம் பிடிக்கவில்லை. கதாபாத்திரங்கள் பாடவோ நடனமாடவோ செய்ய மாட்டார்கள். அதனால் இது ஓர் அதிரடியான மாற்றமே. ஒரே மூச்சில், காட்சிகளைப் படம் பிடித்துக்கொண்டிருப்போம். பின் திடீரென்று பாடல் களைப் படம் பிடிக்கவேண்டும். மீண்டும் காட்சிகளின் படப்பிடிப்பு தொடங்கிவிடும். இரண்டுக்கும் வெவ்வேறு மனநிலை தேவைப்படும். பாடல்களில் கற்பனை மிகுதியாக இருக்கும்; மிகையான ஆடம்பரமான விஷயங்கள் இருக்கும். படத்தினுள் இருக்கும் சிறு படம் போன்றவை பாடல்கள். பாடல்களுக்கு என்றே தனியான மேல் கீழ் நகர்வுகள், உச்சநிலை ஆகியவை இருக்கும்.

இத்தனை படங்களை இயக்கியபின்பும், பாடல்களைப் படம்பிடிக்கும் போதெல்லாம் முதல் நாள் மிகவும் கஷ்டப்படுவேன். ஏனெனில், நம்மிடம் ஒரு கான்சப்ட் இருக்கும், ஆனால் அதற்கு எப்படி உருவம் கொடுப்பது என்று தெரிந்திருக்காது. நடனக்காட்சிகள் இல்லாத பாடல்களை ('வாராயோ வான்மதி' போன்ற பாடல்கள்) எளிதாகப் படம்பிடித்துவிடலாம். நடனக் காட்சிகள் இருந்தால், நடன இயக்குநர்களோடு சேர்ந்து பயணிக்கவேண்டும். பாடல்களில் புதுமைகளைப் புகுத்த விரும்பினால், நடன இயக்குநர்களைத் திறம்படக் கையாளவேண்டும். 'மைனா மைனா' பாடலையும், 'நீ அப்போது பார்த்த புள்ள' பாடலையும் தொடர்ந்து படம் பிடித்தோம். அதாவது, ஒரு பாடல் முடிந்ததும் அடுத்த பாடலைப் படமாக்கினோம். நான் அனைத்தையும் மிக வேகமாகக் கற்றுக்கொள்ளவேண்டியிருந்தது. பாடல்களை இயக்கக் கற்றுக்கொள்வதும் ஃபிலிம் மேக்கிங்கைக் கற்றுக் கொள்வதைப் போலத்தான். ஒரு விளையாட்டினுள் இருக்கும் இன்னொரு விளையாட்டு அது. விதிகளை வேகமாகக் கற்றுக்கொண்டு, விளையாட வேண்டும். தேவைப்பட்டால் விதிகளை மாற்றியமைக்கவேண்டும். குரு தத், விஜய் ஆனந்த், ஸ்ரீதர் போன்றவர்கள் பாடல் காட்சிகளை உருவாக்குவதில் ஜாம்பவான்களாகத் திகழ்ந்தவர்கள். அவர்களின் பாடல்களை அளவுகோலாக வைத்துக்கொண்டு, நாமும் அந்த நிலையை எட்ட முயற்சி செய்யவேண்டும். போராடினால், நிச்சயம் வெற்றிபெறலாம்.

ரங்கன்: உங்கள் கோணத்தில் யோசித்தபோது, பாடல்களைக் காட்சிப் படுத்துவது எளிதாக இருக்கும் என்றே கருதினேன். ஏனெனில் பெரும்பாலான வேலைகளை நடன இயக்குநர் ஏற்றுக்கொண்டுவிடுவாரே.

ரத்னம்: நடன இயக்குநர்கள் வேறொரு படத்தில் வேறொரு பாடலில் பணியாற்றிய பின்பே நம் தளத்துக்கு வருவார்கள். வந்ததும், பாடலையும் தாளத்தையும்மட்டுமே கவனிப்பார்கள். கதாபாத்திரத்தின் அப்போதைய நிலை குறித்தோ, படத்தில் பாடல் எங்கே இடம்பெறும் என்பதுகுறித்தோ அவர் களுக்கு எந்த நினைவும் இருக்காது. உணர்வுபூர்வமாகப் பாடல் எப்படி இடம் பெறவேண்டும் என்பதும் தெரிந்திருக்காது. மேலும் நாம் படத்தின் மற்ற காட்சிகளை எப்படிப் படமாக்கினோம் என்பது தெரிந்திருக்காது. இவை யெல்லாம் ஒரு பாடலின் ஷாட்களையும் கட்டிங் பாயிண்ட்களையும்

தீர்மானிக்கும். அதனால், அவர்களை நம் உலகுக்குக் கொண்டுவரவேண்டும். அது இருவழிப் பாதையிலான கருத்துப் பரிமாற்றம். ஒளிப்பதிவாளரோடு எப்படிப் பணிபுரிகிறோமோ, அதேபோல்தான் நடன இயக்குநருடனும் பணிபுரியவேண்டும். நம்முடைய கற்பனை உலகுக்கு அவர்களையும் அழைத்துவரவேண்டும். பாடலுக்கு என்று ஒரு கான்சப்ட்டை உருவாக்க வேண்டும். பின் அதைக் காட்சியாக மாற்றும் முறையைக் கண்டறிய வேண்டும்.

ரங்கன்: இந்தப்படத்தின் நகைச்சுவைப் பகுதியில், ஒரு கதாபாத்திரத்தின் மனைவி அவருடன் படுத்துக்கொள்ள மறுப்பு தெரிவிப்பதாக வரும். கவுண்டமணி நடித்த அந்த கதாபாத்திரத்தை ஜார்ஜ் குட்டி என்ற மலையாளியாக வடிவமைத்திருப்பீர்கள். இது **உணரு** படத்தின் தாக்கமா?

ரத்னம்: காமெடி டிராக், நடிகர் லிவிங்ஸ்டன், குமார் ஆகியோரால் எழுதப் பட்டது. அவர்கள்தான் அந்த மலையாளி கதாபாத்திரத்தை உருவாக்கி யிருந்தார்கள். கவுண்டமணி போன்ற வெகுஜன நகைச்சுவை நடிகர்களுக்கு என்று ஒரு குறிப்பிட்ட பாணி இருக்கிறது. அவர்களால் அதைவிட்டு வெளியே வர முடியாது. அதனால் இயல்பாக நடிக்கச் சொன்னால் அவர் களுக்குச் சிரமமாக இருக்கும். இந்தப் படத்தின் நகைச்சுவைப் பகுதியை செயற்கையான அரங்கத்தில்தான் படம் பிடித்தோம். அதை ஒரு யதார்த்தமான லொகேஷனுக்கு மாற்றும் அளவுக்கு அன்று எனக்கு செல்வாக்கு இல்லை. இப்படித்தான் என் ஆரம்பக் காலம் கழிந்தது. நமக்கென்று ஒரு பெயர் உருவாகும்வரை, நாம் இந்தப் பிரச்னைகளை எதிர்கொண்டே தீரவேண்டும். என் அடுத்த படம் **இதயகோயில்**. அதன் நகைச்சுவைப் பகுதியை வீரப்பன் எழுதியிருந்தார். கவுண்டமணிக்காக நிறைய காமெடி டிராக்குகள் எழுதி யிருந்த அவரைத் தயாரிப்பாளரே தேர்வு செய்து வைத்திருந்தார். உண்மை யைச் சொல்வதானால் **இதயகோயில்** காமெடி டிராக்குக்கு நல்ல வரவேற்பு இருந்தது.

ரங்கன்: உங்களின் ஆரம்பகாலப் படங்களில் நகைச்சுவைப் பகுதி தனியாக இருந்தது. பின்னாளில், உங்கள் படங்களில் நகைச்சுவை இழையோடியதே தவிர தனியான டிராக்காக இல்லை.

ரத்னம்: நகைச்சுவைப் பகுதி தனியாக இடம்பெறத் தொடங்கியது **பகல் நிலவி**ல்தான். பின் **இதயகோயி**லிலும் அது தொடர்ந்தது. **பல்லவி அனுபல்லவி**யில் காமெடி டிராக் என்று எதுவும் இல்லை. **மௌனராகத்**திலும்கூட, நகைச்சுவைக் காட்சிகளைத் தனிப் பகுதியாக எழுதவில்லை. திவ்யா திரைக்கதையிலேயே அந்த சர்தார்ஜி கதாபாத்திரம் இருந்தது. **மௌனராகம்**, மொழி தெரியாத ஊரில் சிக்கிக்கொள்ளும் ஒரு பெண்ணைப் பற்றிய கதை என்பதால் அந்த சர்தார்ஜி கதாபாத்திரம் காட்சிக்கு உயிர் சேர்த்தது. **மௌனராகம்** ஹிட் என்றாலும், எல்லா இடத்திலும் நன்றாக ஓடவில்லை. **மௌனராகம்** வெற்றி பெறாத இடங்களிலும், **அக்னி நட்சத்திரம்** வெற்றிபெறவேண்டும் என்று எண்ணினோம். அதனால்தான்

அக்னி நட்சத்திரத்தில் தனியாக காமெடி டிராக் சேர்க்கப்பட்டது. **அக்னி நட்சத்திரத்தின்** கதையமைப்பும் காமெடி டிராக்குக்கு ஏற்றவாறே அமைந்திருந்தது. **இதயத்தை திருடாதேயில்** நான் செய்த சமரசம் எனக்கு எந்த வகையிலும் உதவியிருக்கவில்லை. **அக்னி நட்சத்திரத்தில்** எதுவும் தவறாகத் தெரியவில்லை. நான் அந்த நகைச்சுவைப் பகுதிகளை ரசித்தேன் என்றே சொல்லவேண்டும். ஆனால் **இதயத்தை திருடாதேயில்** நகைச்சுவைப் பகுதி படத்துடன் ஒட்டவில்லை. என்னைப் பொருத்தவரையில் படத்தில் நகைச்சுவைப் பகுதி இருக்கலாம். ஆனால், அது கதையின் மூலத்தைச் சிதைத்துவிடக்கூடாது.

ரங்கன்: நீங்கள் முதன்முதலில் கிராமத்தில் படப்பிடிப்பு நடத்தியது **இதயகோயில்** படத்துக்காகத்தான். முற்றிலும் புதியதொரு களத்தில், எப்படிப் படம் பிடிப்பது என்ற பயம் இருந்ததா?

ரத்னம்: அதைவிட முக்கியப் பிரச்னைகள் நிறைய இருந்தன. என் வாழ்க்கையின் மிக முக்கியமான படம் **இதயகோயில்** என்றே கருதுகிறேன். அது ஒரு மிகப் பெரிய விட்டுக்கொடுப்பு. எந்தப் படப்பிடிப்பும் **இதயகோயில்** படப்பிடிப்பு அளவுக்குக் கஷ்டமானதாக இருக்கவில்லை. ஆனால் அதிலிருந்து எனக்குத் தெளிவு கிடைத்தது. அப்போதுதான், நான் ஏன் இந்தத் துறைக்கு வந்தேன் என்று தீவிரமாகச் சிந்திக்கத் தொடங்கினேன். **இதய கோயில்** மாதிரியான படங்களை எடுப்பதற்கு நான் வரவில்லை என்ற தெளிவான பதில் கிடைத்தது. இனிமேல், வணிகப் படம் எடுக்கும்போது விட்டுக்கொடுத்து நடந்துகொண்டால், அந்த முடிவு முழுக்க முழுக்க என்னுடையதாகவே இருக்கவேண்டும்; யாரும் என்மேல் திணித்ததாக இருக்கக்கூடாது என்று முடிவு செய்தேன். நீண்ட காலம் நிலைத்து நின்ற படைப்பாளிகள் யார் யார் என்று ஒரு பட்டியல் போட்டுப்பார்த்தேன். பாலசந்தராகட்டும், பீம் சிங்காகட்டும், அவர்கள் அனைவரும் இறுதிவரை தாங்கள் விரும்பிய வகையிலேயே படம் எடுத்தார்கள். அதுவே நிலைத்திருப்பதற்கான ஒரே வழி. அதனால்தான், **இதயகோயிலு**க்குப் பின் **மௌனராகத்தை** எடுத்தேன்.

ரங்கன்: எப்படி நீங்கள் **இதயகோயிலை** இயக்க ஒப்புக்கொண்டீர்கள்?

ரத்னம்: தயாரிப்பாளரிடம் (கோவைத் தம்பி-மதர்லாண்ட் பிக்சர்ஸ்), அப்போது மிகவும் பிரபலமாக இருந்த அம்பிகா, ராதா ஆகிய இருவரின் கால்ஷீட்டும் இருந்தன. கதையையும் கைவசம் வைத்திருந்தார். யாரோ என் பெயரைப் பரிந்துரை செய்திருக்கிறார்கள். அவருக்கு நான் யார் என்றே தெரிந்திருக்கவில்லை. நான் எடுத்த எந்தப் படத்தையும் அவர் பார்த்திருக்கவில்லை. கதையை கேசட்டில் அனுப்பிவைத்தார். அதைக் கேட்கலாம் என்று ஆன் செய்தேன். அப்படியே தூங்கிவிட்டேன். அது என் பாணிக் கதையே அல்ல. **பகல் நிலவின்** இறுதிக்கட்ட வேலை நடந்துகொண்டிருந்த சமயம் அது. நான் தயாரிப்பாளரைச் சந்தித்து, '**பகல் நிலவு** வெளியாகும்வரை, அடுத்த படம் எடுக்க என்னால் முடியாது. இதுவே நான் வேலை செய்யும்

முறை' என்று சொன்னேன். என் முன்னாலேயே, அவர் இரண்டு நடிகைகளின் மேலாளர்களையும் அழைத்து, நடிகைகளின் தேதிகளை கேன்சல் செய்தார். படப்பிடிப்பையும் தள்ளிப்போட்டுவிட்டார். **பகல் நில**வை முடித்துவிட்டு வாருங்கள் என்றார்.

எனக்கு என்ன செய்வது என்றே தெரியவில்லை. நான் இந்தப் படத்தை இயக்க விரும்பவில்லை என்று நேரடியாகச் சொல்லியிருக்கவேண்டும். இப்போது, இயக்கியே தீரவேண்டிய சூழ்நிலை உருவாகிவிட்டது. ஆனால், அவர்கள் வெற்றிப்படத் தயாரிப்பாளர்களாகத் திகழ்ந்தார்கள். அதனால் அவர்களிடம் என் கதையைச் சொல்லி ஒப்புதல் வாங்கிவிடலாம் என்று எண்ணினேன். அவர்களுக்கென்று ஓர் எழுத்தாளர் இருந்தார். அவரிடம் திவ்யா கதையைச் சொன்னேன். ஆனால் அது அவர்கள் விரும்புவதுபோல் இல்லை என்றார் அந்த எழுத்தாளர். நான் வேறு சில கதைகளைச் சொல்லிப் பார்த்தேன். எனினும் அவர்கள் ஓர் எளிமையான கதை வடிவத்தை வைத்திருந்தனர். 'இடைவேளையின்போது ஒரு நாயகி இறக்கிறாள். கிளைமாக்ஸின்போது அடுத்த நாயகியும் இறக்கிறாள். படம் ஹிட் ஆகிவிடும்' என்றார்கள். இந்தக் கதையிலும் ஏதாவது புதுமையைப் புகுத்தலாம் என்றே கருதினேன். அவர்கள் சொன்னதையே கருவாக வைத்துக்கொண்டு, ஒரு புதுத் திரைக்கதையை எழுதினேன். சார்லி சாப்ளினின் **லைம்லைட்** போன்று அத்திரைக்கதையை அமைத்தேன். ஒரு பிரபல பாடகனைப்பற்றியும், அவன் வாழ்வில் நுழையும் ஒரு பெண்ணைப்பற்றியும் அந்தக் கதை அமைந்திருக்கும். தயாரிப்பாளர் கதையைக் கேட்டுவிட்டு, இளமைத்துடிப்பு இல்லை, புதுமையாகவும் இல்லை என்றார். 'ஷாட் எடுக்கும் வேலையைமட்டும் நீங்கள் பாருங்கள். மற்றதை நாங்கள் பார்த்துக்கொள்கிறோம்' என்றார்.

ரங்கன்: இளையராஜாவின் பாடல்களைத் தவிர, அந்தப் படத்தில் குறிப்பிட வேண்டிய ஒன்று அந்தக் காதலும் மரணமும் என்ற விஷயம். இதையேதான் நீங்கள் **இதயத்தை திருடாதே**யில் சற்று மென்மையான வடிவத்தில் கொடுத்திருப்பீர்கள். **இதயகோயி**லில், அது மிகைப்படுத்தப்பட்டிருந்தது.

ரத்னம்: நான் **இதயத்தை திருடாதே**யை எழுதும்போது **இதயகோயி**லின் தாக்கம் அணு அளவும் இல்லை. இளையராஜாவின் இசையைத் தவிர, அந்தப் படத்தைப்பற்றி நான் வேறு எதையும் நினைவில் வைத்துக்கொள்ள விரும்ப வில்லை. இசை அருமையாக இருந்தது. அதுவே படத்தைக் காப்பாற்றியது. ஓரிரு பாடல்களில் நான் விரும்பிப் பணிபுரிந்தேன். ஏனெனில் அந்தப் பாடல்களை என் பாணியில் படம்பிடிக்க முடிந்தது. 'நான் பாடும் மௌனராகம்' பாடல், குரு தத்தின் **பியாஸா** திரைப்படத்துக்கான என்னுடைய சமர்ப்பணம். கடந்த கால நினைவுகளும் கவிதைகளும்மட்டுமே எஞ்சியிருக்க அரங்கத்தில் தனித்துவிடப்பட்டிருந்த கவிஞனுக்கான அஞ்சலி.

ரங்கன்: அந்தப் பாடலில் இருந்துதான், உங்களைப் பிரபலமாக்கிய, உங்கள் அடுத்த படத்தின் டைட்டில் கிடைத்ததா?

ரத்னம்: ஆம்.

2

‘முழுப் படமும், இந்த இரவுக் காட்சியிலிருந்துதான் தோன்றியது’

மௌனராகம்

(1986)

சுதந்தரப் பறவையாகச் சுற்றித்திரிந்த திவ்யாவின் (ரேவதி) வாழ்வில் திடீர் திருப்பமாக அவளுக்கு சந்திரகுமாருடன் (மோகன்) திருமணம் நடக்கிறது. மிகவும் கண்ணியமான மனிதனான சந்திரகுமாரால், தன் மனைவி திருமண பந்தத்தில் ஏன் பற்றற்று இருக்கிறாள் என்பதைப் புரிந்துகொள்ள முடியவில்லை. திவ்யா திருமணத்துக்கு முன்பே, துடிப்பான இளைஞன் மனோகரிடம் (கார்த்திக்) தன் இதயத்தைப் பறிகொடுத்திருந்தாள். அதுவே அவளின் மன உளைச்சலுக்குக் காரணம். கை நழுவிப்போன இறந்தகாலத்தின் நினைவிலேயே உழல்வதா அல்லது கைக்கு எட்டும்படியாக இருக்கும் நிகழ்காலத்தை ஏற்றுக்கொள்வதா என்பதை அவள்தான் முடிவு செய்யவேண்டும்.

பரத்வாஜ் ரங்கன்: இறுதியாக, நீங்கள் திவ்யாவுக்குத் திரைவடிவம் கொடுத்து விட்டீர்கள்.

மணி ரத்னம்: ஒருவகையில் இதுதான் என்னுடைய இரண்டாவது படம். **பல்லவி அனுபல்லவி**க்குப் பிறகு, நான், எனக்குப் பிடித்தவகையில் இயக்கிய படம் **மௌனராகம்**தான். அது முழுக்க முழுக்க என் படம். அந்தக் கதையை எப்படி எடுக்கவேண்டும் என்று நினைத்தேனோ அப்படியே எடுத்தேன், கொஞ்சமும் சமரசம் இல்லாமல். என்னுடன், **இதயகோயில்** படத்தில் பணிபுரிந்த மோகனையே இதிலும் நடிக்க வைத்தேன். **இதயகோயில்** படத்திலேயே பி.சி. ஸ்ரீராமை ஒளிப்பதிவாளர் ஆக்க முயன்றேன். ஆனால் அது நடக்கவில்லை. நானும் அவரும் இணைந்த முதல் படம் இதுதான். ஏனைய கலைஞர்கள் அனைவரும் என் முந்தைய படங்களில் பணி புரிந்தவர்கள்தாம்.

ரங்கன்: **பகல் நிலவி**ல் உங்களுடன் பணிபுரிந்த ரேவதியே இதிலும் நடித்தார்.

ரத்னம்: ஆம். அவர் முதல் படத்திலேயே (பாரதிராஜாவின் **மண்வாசனை**) மிகவும் அருமையாக நடித்திருந்தார். ரேவதி இந்தப் படத்துக்குக் கிடைத்தது பலம்தான். **மௌனராகம்** தொடங்கப்படுவதற்கு முன்னரே, எங்களுக்குள் பரஸ்பர நம்பிக்கை நிலவியது. ஆனால் திரைக்கதையை எழுதியபோது, நான் ரேவதிதான் திவ்யா கதாபாத்திரத்தில் நடிக்கவேண்டும் என்று நினைத்திருக்க வில்லை. அப்போது நான் என் முதல் படத்தை கன்னடத்தில் எடுத்துக் கொண்டிருந்ததால், இந்தப் படத்தையும் அதில்தான் எடுக்கப்போகிறேன் என்று எண்ணினேன். கதையை எழுதி முடிக்கும்போது, அனந்த் நாக், சுப்ரியா பதக் போன்ற நடிகர்களே என் மனத்தில் இருந்தனர். கதையை எழுதி முடித்து சில வருடங்கள் கழித்துத்தான், **மௌனராக**த்தைத் திரைப்படமாக உருவாக்க வாய்ப்பு கிடைத்தது. அதற்குள் ரேவதியைக் கண்டுகொண்டேன்.

ரங்கன்: இதுவே நீங்கள் முற்றிலும் விரும்பி இயக்கிய முதல் படம் என்பதால் கேட்கிறேன், படப்பிடிப்பு எளிதாக இருந்ததா?

ரத்னம்: தயாரிப்பு வேலைகளையும் நாங்களே செய்யவேண்டியிருந்தது. மற்றபடி, படப்பிடிப்பு ஜாலியாகவே இருந்தது. திவ்யா கதைக்கும் **மௌனராகத்து**க்கும் இடையில் இருந்த ஒரே வித்தியாசம், கார்த்திக் இடம்பெறும் பகுதிமட்டும்தான். திவ்யா திரைக்கதையில் கார்த்திக் கதாபாத்திரம் இடம்பெறவில்லை. மேலும், திவ்யாவின் கடந்த காலத்தைப் பற்றியும் எதுவும் எழுதியிருக்கவில்லை. ஒரு பெண், பெற்றோர்களால் நிச்சயிக்கப்பட்ட திருமணத்தில் எப்படி செட்டில் ஆகிறாள் என்பதே திவ்யாவின் கதை. ஆனால் படம் நிறையப் பேரிடம் சென்றடைய வேண்டும் என்றால், கதையை இன்னும் ஆழப்படுத்தவேண்டும் என்பதை நான் அனுபவத்தால் உணர்ந்திருந்தேன். இன்றளவும் திருமணம் நடக்க வேண்டும் என்று கோயில் மரங்களைச் சுற்றும் பெண்கள் இருக்கத்தான் செய்கிறார்கள். திருமணத்துக்காக விரதம்கூட இருக்கிறார்கள். ஆனால், திவ்யாவோ திருமணமே வேண்டாம் என்கிறாள்.

அதனால் திவ்யாவின் கதாபாத்திரத்தை இன்னும் நம்பும்படியாக அமைக்க முடிவு செய்தேன். கதையிலேயே, திவ்யா திருமணத்தை வெறுப்பதற்கான காரணத்தைச் சொல்லிவிட்டால் பார்வையாளர்களுக்கு எந்தக் கேள்வியும் எழாது. பின், பெற்றோரால் நிச்சயிக்கப்படும் திருமணத்தில் எப்படி முன்பின் தெரியாத இருவர் இணைகிறார்கள், எப்படி வாழ்க்கையை அனுசரித்துச் செல்கிறார்கள் என்பதைச் சொல்லிக்கொள்ளலாம் என்று எண்ணினேன். அதனால்தான் திவ்யாவின் கடந்தகால வாழ்க்கையில் கார்த்திக் கதா பாத்திரத்தைப் புகுத்தினேன். ஆனால் கார்த்திக் கதாபாத்திரத்தைத் தவிர்த்திருக்கவேண்டும். அதுவே மூலக்கதைக்கு நியாயம் செய்ததாக இருந் திருக்கும். அப்போது படம் இன்னும் நன்றாக வந்திருக்க வாய்ப்புண்டு. முதலில் நான் அதை விரும்பியிருக்கவில்லை. ஆனால் திவ்யா திருமணத்தை எதிர்ப்பதற்கான காரணத்தைச் சொல்லவேண்டும் என்று தீர்மானித்ததும் அந்த ஃபிளாஷ்பேக்கை இளமைத் துள்ளலுடனும் இலகுவாகவும் இருக்கும்படி அமைத்தேன்.

ரங்கன்: பெரிதும் பேசப்பட்ட கார்த்திக் கதாபாத்திரம் பின்னாளில் சேர்க்கப் பட்டது என்பதை என்னால் நம்ப முடியவில்லை. ஏனெனில் அந்தக் கதாபாத்திரம் படத்துடன் கச்சிதமாகப் பொருந்தியிருந்தது. கார்த்திக் வரும் பகுதியில் ஒரு பாடலாவது இடம் பெற்றிருக்கவேண்டும் என்று கருதுகிறேன். அபாரமான டூயட் பாடல் அந்தக் காட்சிகளோடு அழகாகப் பொருந்தி யிருக்கும்.

ரத்னம்: காட்சிகளுக்குள் அமைந்திருக்கும் கூறுகளே காட்சிகளை மெருகேற்றிக் காட்டும்போது, அங்கே பாடல்களை வைத்துக் காட்சிகளை மேலும் மெருகேற்றவேண்டிய அவசியமில்லை. காட்சிகள் தங்கள் வேலையைச் சரியாகச் செய்யும்போது பாடல்கள் தேவையில்லை.

ரங்கன்: கார்த்திக் கதாபாத்திரம் படத்தில் அமைந்திருப்பதால், படம் **நெஞ்சத்தைக் கிள்ளாதே** (மகேந்திரனின் படைப்பு) படத்தை நினைவு படுத்துகிறது. அந்தப் படத்திலும் ஒரு பெண், காதலித்தவனுக்கும் மணமுடித்த வனுக்கும் இடையே சிக்கிக்கொண்டு தவிப்பாள். உங்கள் அணுகுமுறை வேறு மாதிரி இருந்தது என்பது உண்மை. எனினும் படம் எடுக்கும்போது, ஏற்கெனவே கையாளப்பட்ட ஒரு கதைக் கருவை நாமும் தொடுகிறோமே என்ற தயக்கம் உங்களுக்கு இருந்ததா?

ரத்னம்: ஒரு சராசரி கதையைச் சொல்லவில்லை, அதற்குப் புதியதொரு வடிவம் கொடுக்கிறோம் என்பதை நாம் நம்பவேண்டும். அந்த நம்பிக்கை நம்மிடம் கட்டாயம் இருந்தே தீரவேண்டும். நம் இந்தியர்களிடம் மேற்கத்தியர்கள்தான் சிறந்தவர்கள் என்றொரு எண்ணம் நிலவுகிறது. நாம் செய்யும் ஒன்றைப் போலவே, நமக்கு முன்னரே, மேலை நாடுகளில் யாராவது செய்திருந்தால், அங்குதான் அது முதலில் செய்யப்பட்டது என்பார்கள். நம் நாட்டு மனிதர்களாலும் இதை உருவாக்கமுடியும் என்று யாரும் எண்ண மாட்டார்கள். டான்சர் இன் தி டார்க் (Lars Von Trier's *Dancer in the Dark*) படத்தில்,

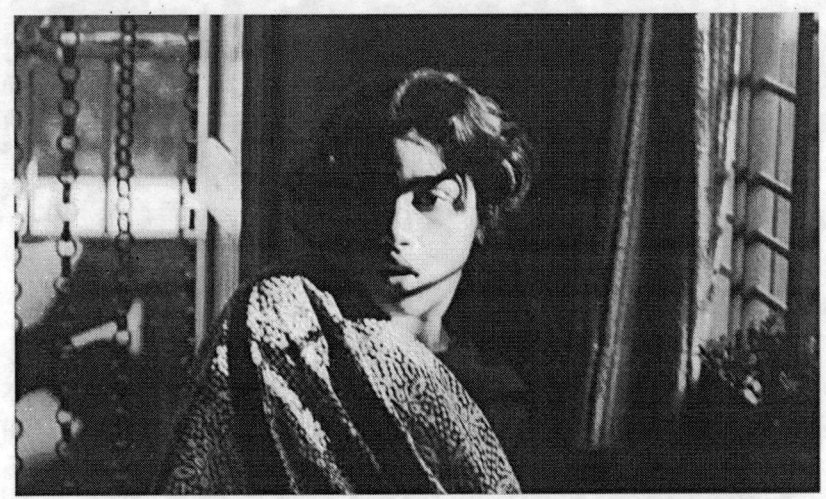

இந்தக் கதை என்னிடம் ஏற்கெனவே இருந்தது. படமாக எடுக்கும் வாய்ப்பு பல வருடங்கள் கழித்தே கிடைத்தது. அந்த கால இடைவெளியில் ரேவதி இந்தக் கதாபாத்திரத்துக்குள் நுழைந்துவிட்டார்.

ஓடும் ரயிலில் அழகான நடனக் காட்சி வருகிறது. அந்தப் படம் **உயிரே** எடுத்தபின் எடுக்கப்பட்டது. ஒருவேளை அந்தப் படம் முன்னரே எடுக்கப் பட்டிருந்தால், அதைப் பார்த்துத்தான் 'தைய தையா' பாடலை எடுத்தோம் என்றிருப்பார்கள். எனவே, நாம் ஆழமாகவும் தனித்தன்மையோடும் கதை சொல்லப்போகிறோம் என்பதை நாம்தான் முதலில் நம்பவேண்டும். **மௌனராகத்**தைப் பொருத்தவரை அந்த நம்பிக்கை எனக்கு இருந்தது. பெற்றோர்களால் நிச்சயிக்கப்பட்ட திருமண உறவில் எழும் சிக்கல்களைப் பற்றியது அப்படம். கதாநாயகியின் செயல்களுக்கு வீரியமான காரணம் தேவைப்பட்டது. அந்தக் காரணமே, கார்த்திக் கதாபாத்திரம். பத்து வருடங்களுக்கு பின் அந்தப் படத்தை இயக்கியிருந்தால், நிச்சயம் கார்த்திக் கதாபாத்திரத்தை நீக்கியிருப்பேன். ஆனால் அன்றைய மனநிலையில் படத்தின் சுவாரஸ்யத்தைக் கூட்டுவதற்காகவும் நிறைய ரசிகர்களைக் கவர்வதற்காகவும் அந்தக் காட்சிகளைச் சேர்த்தோம். மற்றபடி, **மௌனராகம்**, **நெஞ்சத்தை கிள்ளாதே**வின் சாயலா என்ற தயக்கம் துளியும் இருக்கவில்லை.

ரங்கன்: கார்த்திக், எந்த அதிகாரத்துக்கும் கட்டுப்படாத ஒரு மனிதராக வருகிறார். ஆனால், அவரின் பின்னணியை ஆழமாக விவாதிக்கவில்லை. தி நைட் ஆஃப் சான் லொரென்ஸோ (தவியானி சகோதரர்களின் யுத்தகால ஃபேண்டசி படம்) படத்தின் போஸ்டர்மட்டும் ஒரு காட்சியில் காட்டப் படுகிறது. **உணரு**க்கு பின், நீங்கள் முழு நீள அரசியல் படம் எடுக்கவேண்டும் என்று எண்ணியது உண்டா?

ரத்னம்: **ஆய்த எழுத்து** ஒருவகையில் அரசியல் படமே. மாணவர்கள் அரசியலில் நுழைவதைப்பற்றி விவாதித்த படம் அது. ஆனால் **மௌனராகம்**

ஒரு பெண்ணைப்பற்றிய கதை. நாம் கார்த்திக்கின் இன்னொரு முகத்தை அந்தப் பெண்ணின் மூலமே தெரிந்துகொள்கிறோம். அவன், யாரோ ஒருவனை அடிக்கும்போதுதான் அவள் அவனை முதன்முதலில் பார்க்கிறாள். பின் போலிஸ் ஸ்டேஷனில் பார்க்கிறாள். பின்னொருநாள் அவனை, அவன் நண்பர்களுடன் பார்க்கிறாள். அவன் ஏதோ திட்டம்போட்டுக்கொண்டிருக் கிறான் என்பது அவளுக்கு விளங்குகிறது. எதற்காக இந்தத் திட்டத்தைத் தீட்டுகிறான் என்பதை அவள் அறிந்துகொள்ள முயலவில்லை. அவனுடைய நோக்கம் அவளுக்கு முக்கியமில்லை, அதனால் நமக்கும் முக்கியமில்லை. எனவே நாம் அவனைப்பற்றித் தெரிந்துகொள்வதையெல்லாம், அவளின் மூலமாகவே தெரிந்துகொள்கிறோம். அதுவே போதுமானது.

ரங்கன்: தமிழ் சினிமாவில், ஒரு பெண்ணை காபி பருக அழைத்த முதல் கதாபாத்திரம் கார்த்திக் என்றுதான் நினைக்கிறேன். அது ஒருவகையில் டேட்டிங் போன்றதே. 1980-களில், அதுபோலெல்லாம் யாரும் பேசிக் கொள்ள மாட்டார்கள். **ஒருதலை ராகம்** போன்ற காதல் படங்களில், நாயகனும் நாயகியும் அரிதாகவே பேசிக்கொண்டனர்.

ரத்னம்: இன்றளவும், பெரும்பான்மையான சமூகத்தில் இளம்பெண்ணும் ஆணும் சகஜமாகப் பேசிக்கொள்ள முடியாது. அவர்கள் பேசிக்கொள் வதற்கான வாய்ப்பும் அவர்களுக்குக் கிடைப்பதில்லை. அதனால் **ஒருதலை ராகம்** அந்த உண்மையைப் பிரதிபலித்தது என்று ஒப்புக்கொள்ளலாம். ஆனால் நகரங்களில், சில சமூகங்களில் ஆணும் பெண்ணும் பேசிக்கொள்ளும் வாய்ப்புகள் அந்தக் காலத்திலேயே இருந்தது. யாராவது பேச எத்தனிக்கும் போது, வெட்கப்பட்டு வீட்டினுள் ஓடி ஒளிந்துகொள்ளாத பெண்களும் இருக்கத்தான் செய்தனர். அவர்களையே **மௌனராகத்தில்** காட்சிப் படுத்தினேன். பெண்களிடம், 'லெட்ஸ் கோ அண்ட் ஹாவ் எ கப் ஆஃப் காஃபி' என்று சொன்ன ஆண்மகன்களும் இருந்தனர். அவர்கள் டோர்ஸ், பீட்டில்ஸ் போன்ற இசைக்குழுக்களின் தாக்கத்தில் வளர்ந்தவர்கள். அதனால் ஒரு பெண்ணை காபி பருக அழைப்பது ஒன்றும் பெரிய விஷயமல்ல. அதுவரை தமிழ் சினிமாவில் அதை யாரும் காட்சிப்படுத்தியிருக்கவில்லை. அவ்வளவுதான்.

ரங்கன்: 'கையச் சுட்டுக் காலச் சுட்டுச் சமைக்க கத்துகிட்டேன்' என்று மோகன் சொல்வதுபோல் ஒரு காட்சி உண்டு. அது சுயபுராணமா? நீங்கள் அப்படித்தான் சமைக்கக் கற்றுக்கொண்டீர்களா?

ரத்னம்: நான் இன்றளவும் சமைக்கக் கற்றுக்கொள்ளவில்லை. நான் சமைக்கக் கற்றுக்கொண்டால், அப்படித்தான் கற்றுக்கொள்வேன்.

ரங்கன்: உங்கள் படங்கள் எந்த அளவுக்கு உங்களின் சுயசரிதையைப் பேசியுள்ளன? எந்த அளவுக்கு உங்களின் உண்மை முகத்தை உங்கள் படங்களில் வெளிப்படுத்தியிருக்கிறீர்கள்? **பகல் நிலவைப்பற்றி** விவாதிக்கும் போது, நாம் இதைப்பற்றிக் கொஞ்சம் பேசியிருக்கிறோம்.

ரத்னம்: என் படங்கள் என் வாழ்க்கையை அப்பட்டமாகப் பிரதிபலிக்கின்றனவா என்று எனக்குத் தெரியவில்லை. ஆனால், நாம் உருவாக்கும் கதாபாத்திரங்கள் ஒவ்வொன்றிலும் நம் சாயலும் இருக்கத்தான் செய்கிறது. **அக்னி நட்சத்திரத்**தில் வரும் வில்லன் போன்று ஒரு கதாபாத்திரத்தை எழுதும்போதும்கூட, நாமும் அந்தக் கதாபாத்திரமாக உருமாறுகிறோம். அது நமக்குச் சந்தோஷம் அளிக்கிறது. அதனால், அந்தக் கதாபாத்திரத்தில் நம்முடைய சாயலும் கொஞ்சம் இருக்கிறது. எழுத்தாளராகவோ, ஃபிலிம்மேக்கராகவோ இருப்பதில் இருக்கும் பெரிய சாதகமான அம்சம் அதுதான். நம்மால், ஒரே நேரத்தில் பலருடைய வாழ்க்கையை வாழ முடிகிறது. இன்னொருவராக உருமாறி, அவர்களைப்போல் சிந்திக்கும் சுதந்தரம் நமக்கு இருக்கிறது. நம்மை நாமே, வேறு உருவில், கதையில் புகுத்திக்கொள்வதற்கு இதுவும் ஒரு வழி. இதன்மூலம், நம் உலகத்தைச் சாராத ஒருவராக நாம் வாழவும் வழி பிறக்கிறது. வேறு ஒருவரின் திரைக்கதையை நான் இயக்கினால், அந்தப் படத்தில் வரும் கதாபாத்திரங்களில் எழுத்தாளரின் சாயல் கொஞ்சம் இருக்கும். என் சாயல் கொஞ்சம் இருக்கும். நடிகரின் சாயலும் இருக்கும். எங்கள் மூவரையும் ஒருங்கே திரையில் காணலாம். ஆனால் அது என்னுடைய கதை என்றால், என் சாயலும் நடிகரின் சாயலும்மட்டுமே திரையில் தெரியும்.

ரங்கன்: உங்கள் படங்களில் தமிழ்நாட்டுக்கு வெளியே மொழி தெரியாது தவிக்கும் தமிழர்களைக் காட்சிப்படுத்தியிருக்கிறீர்களே... **ரோஜா** படத்தின் ரோஜாவும், **மௌனராகத்**தின் திவ்யாவும், **நாயக**னின் வேலுவும் உங்களின் பிரதிபலிப்பா? ஏனெனில், நீங்கள் பாம்பேயில் படித்துக்கொண்டிருந்தபோது உங்களுக்கு இந்தி தெரிந்திருக்கவில்லை என்று கூறினீர்கள்?

ரத்னம்: இன்றும் நான் பம்பாய் செல்லும்போதெல்லாம் அந்தத் தவிப்பு இருக்கத்தான் செய்கிறது. ஏனெனில், எனக்கு இன்றும் இந்தி தெரியாது. இந்தி மொழிமட்டுமே தெரிந்தவர்களிடம் என்னால் எளிதில் உரையாடமுடியாது. அதனால்தான் என் படங்களில் அதுபோன்ற காட்சிகள் இடம்பெறுகின்றன. **ரோஜா**வைவிட **மௌனராகத்**தில் அதுபோன்ற காட்சிகள் அதிக அளவில் இடம்பெற்றிருக்கும். என்னுடைய சில முக்கியப் படங்களில், கதைக்களம்

மௌனராகம் படத்தைப் பத்து வருடங்கள் கழித்து எடுத்திருந்தால் கார்த்திக் கதாபாத்திரத்தைப் படத்திலிருந்து தூக்கியிருப்பேன்.

தமிழ்நாட்டுக்கு வெளியே அமைந்திருக்கும். இதனால், கதையை நகர்த்துவதில் சில சிக்கல்கள் இருக்கின்றன. ஏனெனில், கதை தமிழ்நாட்டுக்கு வெளியே நடக்கும் கதையாக இருந்தாலும், உரையாடல் அனைத்தும் தமிழிலேயே இருக்கவேண்டும். எனவே, காட்சிகளை நம்பும்படியாக, தத்ரூபமாக அமைப்பதற்கான வழியைத் தேடவேண்டும். மேலும், தமிழ் தெரிந்த ஒரு கதாபாத்திரத்தைக் கதையில் புகுத்தவேண்டும். **ரோஜா** கதையை எழுதும்போது, மொழி தெரியாத ஊரில் தவிக்கும் ரோஜாவின் மனத்தில் என்ன இருக்கிறது என்று தெரிந்துகொள்ள விரும்பினேன். யாராவது ஒருவர், அவளுடைய வலிகளையும், சோகங்களையும், ஆசைகளையும், மனப் போராட்டங்களையும் புரிந்துகொள்ளவேண்டும். அவள் சொல்வதை அதிகாரிகளுக்கு எடுத்துக்கூறவேண்டும். மற்றவர்கள் கூறுவதை ரோஜா வுக்குப் புரிய வைக்கவேண்டும். அதற்குத்தான் ஜனகராஜ் கதாபாத்திரத்தை உருவாக்கினோம். காஷ்மீரில் வசிக்கும் அவர் ஒரு தமிழர், ரோஜா அவரைக் கோவிலில் சந்திக்கிறாள் என்று கதையை அமைத்திருப்போம்.

பங்கஜ் கபூர் கதாபாத்திரத்தை உருவாக்குவதே எனக்குப் பெரிய சவாலாக இருந்தது. அவன் ஒரு காஷ்மீர் போராளி. அவன் பேசுவதை நான் புரிந்து கொள்ளவேண்டும். அதே சமயத்தில் காட்சிகள் நம்பும்படியாகவும் இருக்கவேண்டும். அதற்குத்தான் அதிகம் சிரமப்படவேண்டியிருந்தது. இது ஒருவகையில் போராட்டம்தான். **பம்பாய்** படத்தில் இந்தப் பிரச்னை இருக்க வில்லை. அது பாம்பேயில் நடக்கக்கூடிய கதை. தமிழ் பேசும் மக்களும் பாம்பேயில் வசிக்கிறார்கள். இது நமக்குச் சாதகமான ஒன்று. ஏனெனில், அங்கே நம் கதாபாத்திரங்கள் அனைத்தும் தமிழிலேயே உரையாடும். இந்தியாவைப்பற்றி நாம் பெருமை பட்டுக்கொள்ளவேண்டிய விஷயம் இது. பொதுவாக, கதாபாத்திரங்களுக்குள் பலவகையான உரையாடல்கள் சாத்தியம். நமக்கு எது தேவையோ, அதைக் கதையில் சரியான இடத்தில் பொருத்திவிட்டால் காட்சிகள் நம்பும்படியாக இருக்கும். ஒவ்வொரு படத்திலும் புதுப்புது வழிமுறைகளைக் கையாளவேண்டும். ஒரே பாணியை எல்லாப் படத்திலும் பின்பற்றக்கூடாது. தமிழ்நாட்டுக்கு வெளியில் வாழும் கதாபாத்திரங்களைப்பற்றியே தொடர்ந்து படம் எடுத்துக்கொண்டிருந்தால், ஒரு கட்டத்தில் அந்தக் கதைகளைக் கையாள முடியாமல் போகலாம்.

ரங்கன்: உலகப் போர்களைப்பற்றி எடுக்கப்பட்ட ஹாலிவுட் படங்களில், மொழிப் பிரச்னைக்கு எப்போதோ தீர்வு கண்டுவிட்டனர். அதில் ஜெர்மானி யர்கள் ஜெர்மன் உச்சரிப்பில் ஆங்கிலம் பேசுகிறார்கள். இத்தாலியர்கள் இத்தாலி உச்சரிப்பில் ஆங்கிலம் பேசுகிறார்கள். ஒருவகையில், நடிகர் மேஹ்மூத் இந்திப் படங்களில், தமிழ் உச்சரிப்பில் இந்தி பேசியதைப் போலத்தான் இதுவும்.

ரத்னம்: அது ஏற்றுக்கொள்ள முடியாத ஒன்று. ஐம்பது அறுபது வருடங்கள் ஹாலிவுட் யுத்தப்படங்களைப் பார்த்துப் பழகியிருக்கிறோம். அதனால்தான் ஜெர்மன் உச்சரிப்பில் ஆங்கிலம் பேசும் கதாபாத்திரங்களை நம்மால் ஏற்றுக் கொள்ள முடிகிறது என்று நினைக்கிறேன். இது நீண்ட காலப் பழக்கத்தினால்

ஓர் இளைஞனுக்கும் இளம்பெண்ணுக்கும் பேச்சுவார்த்தையே இல்லாத மக்கள் பிரிவு இன்றும் நம்மிடையே இருக்கிறது.

ஏற்பட்ட மாற்றம். ஆனால், இதைப் பிற விஷயங்களிலெல்லாம் ஏற்றுக் கொள்ளமுடியாது. ஒரு ஃபிரெஞ்சுப் படத்தில், ஒரு ஜெர்மானியர் ஜெர்மன் உச்சரிப்பில் ஃபிரெஞ்சு பேசிவிட்டுத் தப்பித்துக்கொள்ளமுடியாது. யாரும் ஏற்றுக்கொள்ளமாட்டார்கள். தவறான உச்சரிப்பில் வேறு மொழியைப் பேசுவது சரியான தீர்வு ஆகாது என்றே கருதுகிறேன். அந்தக் கதாபாத்திரத்தை இந்தியிலேயே பேச விடவேண்டும். பின், அந்தக் கதாபாத்திரத்தை எப்படி இந்தி தெரியாதவர்களோடு உரையாட வைப்பது என்பதைச் சிந்திக்க வேண்டும். அதுவே சிறந்த வழியாக இருக்கும். நம் படங்களில் லாஜிக் தேவையாக இருக்கிறது. லாஜிக் இல்லாத படங்களை நம்மால் ஏற்றுக் கொள்ள முடிவதில்லை. அதனால், இதுபோன்ற கதைகளைச் சொல்லும் போது சிறப்பு உத்திகளைப் பயன்படுத்தவேண்டும். அப்போதுதான் படம் நம்பும்படியாக வரும். ஆனால், சில ஆண்டுகளில் அந்தச் சிறப்பு உத்திகள் எல்லாம் தீர்ந்துபோய்விடும் என்பதே உண்மை.

ரங்கன்: *அதன்பின் என்ன செய்வீர்கள்?*

ரத்னம்: அந்தச் சிறப்பு உத்திகள் தீர்ந்ததால், இந்தியில் படம் எடுக்க ஆரம்பித்து விட்டேன்.

ரங்கன்: *ஹாஹா! இதுதான் நீங்கள் இந்தியில் படம் எடுக்க ஆரம்பித்ததற்குக் காரணமா! சரி, இந்த வேடிக்கை ஒருபுறம் இருக்கட்டும். இளமை ததும்பும் அந்த கார்த்திக் கதாபாத்திரம்தான் உங்களை உலகுக்கு எடுத்துக்காட்டியது. உங்கள் முத்திரை என்று கருதப்பட்ட பல விஷயங்கள்,* **மௌனராகத்திலேயே** *இடம்பெற்றிருந்தன. அவற்றில், இருள் செறிந்த பின்னணியில் செய்யப்பட்ட ஒளிப்பதிவு, மரபு சாரா நேர்த்தியான செட்கள் போன்றவை குறிப்பிடத் தகுந்தவை.*

ரத்னம்: மொழி தெரியாத, குளிர் நிறைந்த, ஊருக்குச் செல்லும் பெண்ணைப் பற்றிய கதை இது. முதலில் அவளுக்கு எல்லாமே அந்நியமாகப் படுகிறது. பின் அவள் அங்கேயே வாழப் பழகிக்கொள்கிறாள். அதனால்தான் டெல்லியைத் தேர்ந்தெடுத்தோம். இது ஒரு இன்டோர் (Indoor) படம் என்பதால் பி.சி.யும் (பி.சி. ஸ்ரீராமும்) நானும் சோதனை முயற்சிகளை மேற்கொள்ளத் தயாராக இருந்தோம். வெறும் நான்கு சுவர்களுக்குள் எடுத்திருக்கிறார்களே என்று யாரும் முகம் சுளித்துவிடக்கூடாது என்பதில் தெளிவாக இருந்தோம். இன்டோரும் அவுட்டோர் போல உயிரோட்டமாக இருக்கவேண்டும் என்று எண்ணினோம். ஏனெனில் படத்தில் நிறையக் கதாபாத்திரங்கள் இல்லை. அதனால் படம் நாடக பாணியில் இருப்பதை நாங்கள் விரும்பவில்லை. அப்போதுதான் பி.சி., பேக் லைட்டிங் உத்தியைப் பயன்படுத்தலாம் என்ற யோசனையை முன்வைத்தார். அது மிக அற்புதமான, புத்திசாலித்தனமான யோசனை. தரணிதான் சென்னையில் அந்த வீட்டைக் கண்டுபிடித்துக் கொடுத்தார். அந்த வீடு முழுக்க சூரிய ஒளி படர்ந்திருந்ததால், அது பார்ப்பதற்கு டெல்லியில் இருக்கும் வீட்டைப்போல் காட்சியளித்தது. மேலும் அந்த வீட்டினுள், அவுட்டோரில் லைட்டிங் செய்வதுபோலவே இன்டோரில் செய்ய முழு வசதிகள் இருந்தன.

ரங்கன்: மேலும், (மணி)ரத்னச்சுருக்கமான வசனங்கள் இந்தப் படத்தில்தான் மக்களின் கவனத்துக்கு வந்தன.

ரத்னம்: வித்தியாசமாக, ஸ்டைலாக வசனங்களை எழுதவேண்டும் என்பதற்காக அப்படி எழுதவில்லை. கதை நகரத்தில் நடக்கிறது. படித்த, ஆங்கில மயமான (ஓரளவுக்கு சிந்தனை அளவிலாவது) நகர மனிதர்கள் இப்படித்தான் பேசுவார்கள். என் முதல் படத்திலும் வசனங்கள் இப்படித்தான் அமைந்திருக்கும். ஏனெனில், அதுவும் நகர வாழ்க்கையை மையப்படுத்தி எடுக்கப்பட்ட படம். ஆனால், அது கன்னடப் படம் என்பதால், அதன் வசனங்களை யாரும் கண்டுகொள்ளவில்லை. பாலு மகேந்திரா, வசனம்போல் தொனிக்காத வசனங்களை எழுதுவார். நானும், படத்தில் வரும் உரையாடல்கள் வசனம்போல் இருக்கக்கூடாது என்பதில் தெளிவாக இருந்தேன். வசனங்கள், ஒரு குறிப்பிட்ட சூழ்நிலைக்காக, யோசித்து எழுதியதுபோல் இருக்கக்கூடாது என்று கருதினேன். அவை இயல்பான உரையாடல்போல் இருக்கவேண்டும். அதனால், முடிந்தவரையில் வசனங்களை எளிமையாகக் கொடுக்க முயன்றேன். என்ன சொல்லவேண்டுமோ அதைமட்டுமே வசனங்களின் மூலம் சொல்ல முயன்றேன். காட்சிகளின் மூலமாகவும், நடிப்பின் மூலமாகவும், உணர்வுகளின் மூலமாகவும் இன்னும் பல விஷயங்களைச் சொல்ல முடியும். ஒரு குறிப்பிட்ட சூழ்நிலையில் மக்கள் எப்படி நடந்துகொள்வார்கள் அல்லது ஒரு குறிப்பிட்ட சூழ்நிலையை எப்படி எதிர்கொள்வார்கள் என்பதை வெளிப்படுத்துவதற்குமட்டுமே வசனத்தைப் பயன்படுத்தவேண்டும்.

ரங்கன்: **மௌனராகம்**, பல அம்சங்களை ஒருங்கிணைத்து நீங்கள் உருவாக்கிய முதல் படமா? டைட்டில் டிசைன், ஃபாண்ட் தொடங்கி ஸ்டில்ஸ்வரை

அனைத்திலும் ஓர் ஒத்திசைவு இருந்தது. நீங்கள் மேனஜ்மெண்ட் பின்னணியிலிருந்து வந்ததுதான் இதற்குக் காரணம் எனலாம். ஏனெனில், அந்தக் காலகட்டத்தில், பெரிய தயாரிப்பு நிறுவனங்கள்கூடப் படத்தை மார்க்கெட்டிங் செய்வதிலோ விளம்பரப்படுத்துவதிலோ அதிகக் கவனம் செலுத்தவில்லை.

ரத்னம்: மேனஜ்மெண்ட் பின்னணி ஒரு காரணமாக இருந்திருக்க முடியாது. நான், எல்லா வேலைகளும் என் கட்டுப்பாட்டில் நடக்கவேண்டும் என்று விரும்புபவன். அதுவே, அந்த ஒத்திசைவுக்குக் காரணமாக இருந்திருக்கக் கூடும். என் முதல் படம் **பல்லவி அனுபல்லவி**யிலும் எல்லா அம்சங்களிலும் ஒத்திசைவு இருந்தது. நம் படத்தை எப்படி வழங்க விரும்புகிறோம் என்பதைப் பொருத்தது இது. மக்கள்முன் நாம் வைக்கும் ஒவ்வொரு அம்சமும் படத்தின் கதையோடு ஒத்திருக்கவேண்டும். மக்களைச் சென்றடையும் ஸ்டில்ஸ், ப்ளோ-அப், ஃபாண்ட், டிசைன் என எதுவாக இருந்தாலும் அது நம் படத்தைப் பிரதிபலிக்கவேண்டும். இவற்றை வைத்தே, ஒரு படம் எதைப்பற்றியது என்பதை மக்களால் தெரிந்துகொள்ள முடியும். ஒரு படைப்பின் சிறு சிறு துண்டுகளே இவையெல்லாம். இதுவே ஒத்திசைவான படைப்பைத் தருவதற்கான வழி. ஒரு பார்வையாளர், முதலில் படத்தின் டைட்டிலைத்தான் கவனிப்பார். பின் படம் தொடர்பாக வெளியாகும் முதல் விஷுவலைக் கவனிப்பார். நம்மை அறியாமலேயே அந்த டைட்டிலும், டிசைன்களும், ஃபாண்ட்களும் நம்முள் ஒரு தாக்கத்தை ஏற்படுத்துகின்றன. அதனால்தான் சில போஸ்டர்கள் கிளாசிக் ஆகின்றன. இந்தப் பணிகளைச் சரிவரச் செய்யவேண்டும். அதற்கு நிறைய உழைக்க வேண்டும். இந்த வேலைகளுக்காகவே, நான் ஒன்று முதல் இரண்டு மாதங்கள்வரை செலவழிப்பேன். அந்தக் காலத்தில், இந்த வேலைகள் தனி நபர்களால் செய்யப்பட்டன. அவர்களைச் சரிவரக் கையாண்டால் போதும், வேலை சிறப்பாக நடந்துவிடும். இன்று, இந்த வேலைகளைச் செய்வதற்காகவே பெரிய நிறுவனங்கள் வந்துவிட்டன.

ரங்கன்: படத்தில் எனக்குப் பிடித்த காட்சி, திவ்யா துளசிச் செடியின் அருகில் அமர்ந்து, முதலிரவு வேண்டாம் என்று கெஞ்சும் காட்சி. டாப் ஆங்கிளில் அழகாகப் படம் பிடித்திருப்பீர்கள். திவ்யாவை முதலிரவு அறைக்கு அழைத்துச் செல்லவரும் அவளுடைய கணவனின் தங்கையிடம் (திவ்யாவைச் சரிவர புரிந்துகொண்டவள் அவள்மட்டுமே. ஏனெனில், அவளும் அதே சூழ்நிலையைச் சமீபத்தில்தான் எதிர்கொண்டிருக்கிறாள்) முன்பின் தெரியாத ஒருவனுடன் எப்படி இரவைக் கழிப்பது, என்னை விட்டுவிடுங்கள் என்று என்று திவ்யா கெஞ்சுவாள். நான் சொல்வது பொதுப்படையான கருத்தாகவும் இருக்கலாம். இருந்தும் ஓர் இளம் ஆண் இயக்குநரால், ஒரு பெண்ணின் மனநிலையை இந்த அளவுக்குத் தெளிவாக விளக்கமுடியும் என்று யாரும் எதிர்பார்த்திருக்க மாட்டார்கள்.

ரத்னம்: **மௌனராகம்** படமே அந்த ஒற்றை அம்சத்தை மையமாகக் கொண்டதுதான். திவ்யாவை நான் முதன்முதலில் சிறுகதையாகத்தான் எழுதினேன். கொச்சையான பிராமணத் தமிழில் எழுதப்பட்ட சிறுகதை அது

(நான் பள்ளிப்படிப்புக்குப் பின், அப்போதுதான் முதன்முதலில் தமிழில் எழுதினேன். அதனால் கொஞ்சம் தடுமாற்றம் இருந்தது. அந்தச்சிறுகதையை இப்போது யாராலும் படிக்கமுடியாது. என் மனைவி அந்தக் கதையைக் கண்டு சிரிப்பாள்). நம் சமுதாயத்தில் பெண்களை, உடுத்தும் உடைகள் தொடங்கி, ஆண்களிடம் பேசுவதுவரை, என்ன வழிகளில் எல்லாம் முடியுமோ அப்படியெல்லாம் கட்டுப்படுத்தி வைத்திருக்கிறோம். ஆனால் ஒருநாள், ஒரு புதியவனின் அறையினுள் தள்ளி, அவனுடன் வாழ்க்கையை ஆரம்பி என்கிறோம். பெண்களைப் படிக்கவைக்கிறோம். உலக அறிவைப் புகட்டு கிறோம். ஆனால், திருமணம் என்று வரும்போது, நாம் சொல்வதற்கெல்லாம் அவர்கள் தலையாட்டவேண்டும் என்று எதிர்பார்க்கிறோம். அவள் கணவன் என்னதான் புரிதல் உடையவனாக இருந்தாலும் முதலிரவில் அவளை வெறும் போகப்பொருளாகத்தான் பார்க்கிறான். இதுவே உண்மை. அதனால், சொந்தமாகச் சிந்திக்கக்கூடிய ஒரு பெண்ணால் இந்தச் சம்பிரதாயங்களை எளிதாக ஏற்றுக்கொள்ள முடியாது. முழுப் படமும் இந்த முதலிரவுக் காட்சியிலிருந்துதான் தோன்றியது. என் சிறுகதையும் இந்த முதலிரவைப் பற்றியதே. 'கம்பளி பூச்சி மாதிரி இருக்கு' எனப் பின் ஒருநாள் அவள் சொல்வதும் இந்த முதலிரவைப்பற்றியே.

ரங்கன்: அதாவது, சிறுகதையில் அவள் கணவன் முதலிரவிலேயே அவளை அடைந்துவிடுகிறான் (படத்தில் கணவன், மனைவியின் சம்மதத்துக்காகப் பொறுமையாகக் காத்திருப்பான்).

ஒரு ஸ்டில்லாக இருந்தாலும் போஸ்டராக இருந்தாலும்
மக்களுக்குக் காட்சிப்படுத்தப்படும் எந்தவொரு விஷயமும்
திரைப்படத்தின் விஷனோடு தொடர்புடையதாகவே இருக்கவேண்டும்.

ரத்னம்: ஆம், அந்தச் சிறுகதை அதைப்பற்றியதே. அந்தச் சிறுகதையை எழுதும்போது, அதைப் படமாக எடுக்கவேண்டும் என்ற எண்ணமெல்லாம் இல்லை. அதை எழுதி முடித்தபின்தான், அதிலிருந்து ஒரு திரைக்கதையை உருவாக்க முடியும் என்று தோன்றியது. **பல்லவி அனுபல்லவி**யின் படப்பிடிப்பு வெகு நாள்கள் நடந்ததால், இடையில் நிறைய நாள்கள் இடைவெளி இருந்தது. எனக்கு வேறு வேலை எதுவும் இல்லாததால், ஒருமாதம் விடுப்பு எடுத்துக் கொண்டு, திவ்யா திரைக்கதையை எழுதி முடிதேன்.

ரங்கன்: திவ்யா, அவளது கணவன் மருத்துவமனையில் அனுமதிக்கப் பட்டிருக்கும்போது, பொதுவாக மணி ரத்னத்தின் கதாநாயகிகள் செய்யாத ஒன்றைச் செய்கிறாள். ஒரு பெரிய பிள்ளையார் சிலைக்குமுன் நின்று தன் கணவனுக்காகப் பிரார்த்தனை செய்கிறாள். உங்கள் படத்தின் கதாபாத்திரங் களை, குறிப்பாகக் நாயகன்-நாயகிகளை, மத நம்பிக்கை கொண்டவர்களாக நீங்கள் என்றுமே காட்டியதில்லை.

ரத்னம்: அந்தக் கதாபாத்திரத்துக்கு, கடவுள் நம்பிக்கை இருந்திருந்தாலும் இல்லாவிட்டாலும், அந்தக் காட்சி சுவாரஸ்யமாக அமைந்திருக்கும். அந்தக் கதாபாத்திரத்தின் உண்மையான மனநிலையை அந்தக் காட்சிதான் விளக்கியிருக்கும். திவ்யா, போராடும் குணம் கொண்டவள். முற்போக்காகப் பேசுபவள். பெற்றோரால் நிச்சயிக்கப்பட்ட திருமணத்துக்கு எதிர்ப்பு தெரி வித்தவள். எனினும் கட்டாயத்தின் பேரில் கல்யாணம் செய்துகொள்கிறாள். தன் கணவன் உயிருக்குப் போராடுகிறான் என்றதும் அவள் கடவுளிடம் பிரார்த்தனை செய்கிறாள். அதுதான் நம் பாரம்பரியம். அந்தத் தருணத்தில், நமக்கு மேலே இருக்கும் சக்தியிடம் சரண் அடையவேண்டும் என்று அவளுடைய உள்ளுணர்வு சொல்கிறது. எனவே, அவள் எவ்வளவுதான் உறுதியான பெண்ணாக இருந்தாலும், கொஞ்சம் நெகிழ்வான தன்மையும் அவளிடம் இருக்கிறது. அதுவே அவளை மனிதப்பிறவியாக்கிக் காட்டு கிறது. அதையே அந்தக் காட்சியின்மூலம் மிக எளிமையாகச் சொன்னேன்.

ரங்கன்: **நாயகன்** படத்தின் கதாநாயகனும் இதே பாதையில்தான் பயணிக் கிறான். அவன் இளமைக் காலத்தில், அதிகாரத்தின் உச்சத்தில் இருக்கும் போது, அவனுக்குத் தெய்வ பக்தி இருக்கவில்லை. அவன் மனைவி, பூஜையை முடித்து அவன் நெற்றியில் குங்குமம் இடும்போது அதை அவன் விரும்பவில்லை (அவன் பொறுமை இழக்கிறான் என்பதற்கு அடையாள மாக அவன் உதடுகள் துடிக்கும்). ஆனால் மனைவியை இழந்த பின்பு, அவளுடைய ஆத்மா சாந்தி அடையும் பொருட்டு, சடங்குகள் செய்கிறான். பின் ஒருநாள், அவருடைய மகள், 'உங்க மனசுக்குள்ள கடவுள்னு நினைச்சுக் கிட்டு இருக்கீங்களா?' என்று வினவும்போது, அவர் தன் ருத்ராட்சத்தைத் தொட்டுக்கொண்டே இல்லை என்பதுபோல் தலை அசைப்பார்.

ரத்னம்: அவன் திவ்யாவைவிட அதிக பக்திகொண்டவனாக இருக்கக்கூடும். தெய்வ நம்பிக்கை கொண்ட அனைவரும் அதுபோல்தான் நடந்து

கொள்வார்கள். ஆனால் இதெல்லாம் நம் கையில் இல்லை. நடிகரின் தனித் திறமையே இதுபோன்ற காட்சிகளுக்கு உயிர் சேர்க்கிறது.

ரங்கன்: திவ்யாவின் கையறுநிலை இளையராஜாவின் இசைமூலம் அற்புதமாக வெளிப்படுத்தப்பட்டிருந்தது. இதில் உங்களின் பங்கு என்ன? இசையமைப்பாளருடன் அமர்ந்து, ஒவ்வொரு காட்சியிலும் நீங்கள் என்ன எதிர்பார்க்கிறீர்கள் என்று விளக்குவீர்களா?

ரத்னம்: இது நம் படம். நாம் அவர்களுடன் இருந்தே தீரவேண்டும். இல்லையென்றால், நாம் என்ன எதிர்பார்க்கிறோம் என்பதை அவர்களுக்கு எப்படித் தெரியப்படுத்துவது? பின்னணி இசை என்று வரும்போது, இளையராஜா பிரமிக்க வைப்பார். படத்தை ஒருமுறை முழுவதும் பார்த்துவிட்டு, ரீலை மீண்டும் ஓடவிடுவார். ரீல் ஓடிக்கொண்டிருக்கும்போதே குறிப்புகள் எடுத்துக்கொள்வார். ரீல் முடிந்ததும், இசைக் குறிப்புகளை எழுத ஆரம்பித்துவிடுவார். அவ்வளவுதான். எங்கெல்லாம் இசை வரவேண்டும், எங்கே முடியவேண்டும், என்ன மாதிரியான இசை வரவேண்டும் என்று அவருக்குத் தெரியும். அவர் முடிப்பதற்கு முன்னரே அவருடைய குழுவைச் சேர்ந்த இசைக்கலைஞர்கள், நோட்ஸைப் பிரதி எடுக்கத் தொடங்கியிருப்பார்கள். சிறிது நேரத்திலேயே, எல்லோரும் பின்னணி இசை கோக்கத் தயாராகிவிடுவார்கள். அவரின் வேகம் அலாதியானது. அதனால், ஏதாவது சொல்ல வேண்டும் என்றால், உடனே சொல்லிவிடவேண்டும்.

உதாரணத்துக்கு, கார்த்திக் அறிமுகமாகும் அந்தக் காட்சியில் ஷாட்கள் எல்லாம் புதுமாதிரியாக அமைந்திருக்கும். லோ ஆங்கிள் ஷாட் எடுப்பதற்காக, பி.சி. தரையில் பெட்ஷீட்டை விரித்து, அதன்மேல் அமர்ந்தவாறே கேமராவைக் கையில் பிடித்திருந்தார். நாங்கள் அனைவரும் பெட்ஷீட்டை இழுத்துக்கொண்டே போனோம். இந்தக் காட்சி வெஸ்டர்ன் படங்களைப் போன்று ஒரு ஸ்பானிஷ் ஃபீல் கொண்டிருக்கும். இதைமட்டும் இளையராஜாவின் காதில் சொல்லிவிட்டால் போதும், அவர் நாம் விரும்பிய உணர்வைப் பின்னணி இசையில் கொண்டுவந்துவிடுவார். பின் அவர் நோட்ஸை எழுதிமுடித்தபின், ரீலை ஓடவிட்டு இசைக்கோர்ப்பைத் தொடங்கிவிடுவார். அந்தப் பின்னணி இசையை அவர் முதன்முதலில் வாசிக்கும்போது, காட்சிக்கும் இசைக்கும் நெருங்கிய பந்தம் ஏற்படுவதை நாம் கண்கூடாகப் பார்க்கலாம். முதன்முதலாக இசையுடன் அந்தக் காட்சியைப் பார்க்கும்போது அபாரமாக இருக்கும். குறிப்பிட்டு நாம் ஏதாவது சொல்ல விரும்பினால் அவர் ரீல் பார்த்துக்கொண்டிருக்கும்போதே சொல்லவேண்டும். இல்லையேல் எல்லாம் முடிந்துவிடும். நீங்கள் மெதுவாக யோசித்து ஏதாவது சொல்லலாம் என நினைத்தால், அதற்குள் அவர் வேலையை முடித்துவிட்டிருப்பார். மீண்டும் ரீலை ஓடவிடுவது சாத்தியம்

நாயகிக்குத் திருமணம் ஆகிறது. முற்றிலும் புதிய நபருடன் வசிக்க ஆரம்பிக்கிறாள். மொழி தெரியாத ஊர் இந்தப் போராட்டத்துக்கு மேலும் நெருக்கடியைச் சேர்க்கிறது.

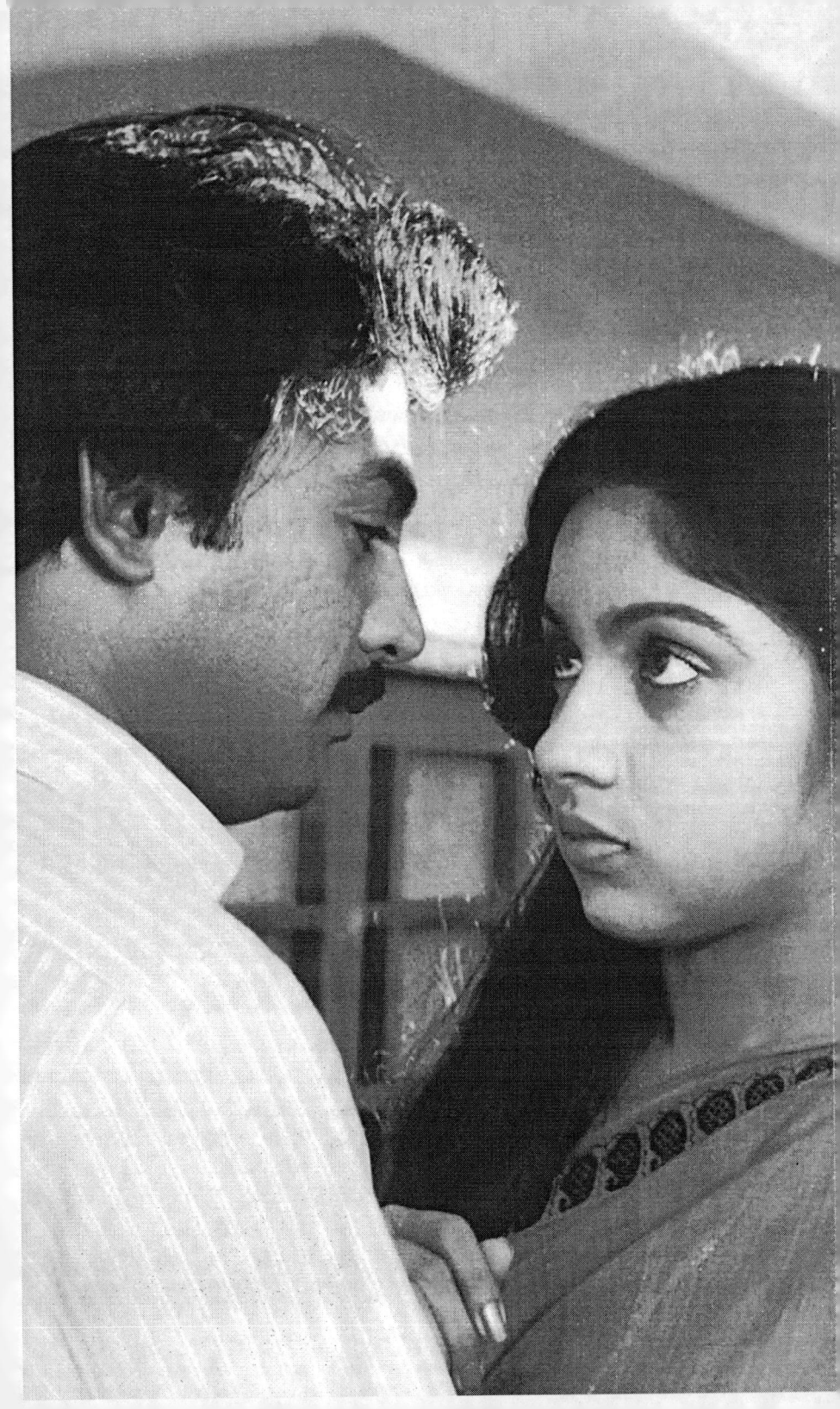

இல்லை. ஆனால், அவர் திறமை வாய்ந்தவர். காட்சிகளின் ஆழத்தைப் புரிந்துகொண்டு, அதற்கு உயிர்கொடுப்பார்.

ரங்கன்: ரஹ்மானும் இதே ஒத்துழைப்பை நல்குவாரா?

ரத்னம்: ரஹ்மானைப் பொருத்தவரை, பின்னணி இசைக்கோர்ப்பு என்பது நிதானமாக நடக்கும் ஒரு பணி. காலை 9 மணியிலிருந்து இரவு 9 மணிவரைதான் இசைப்பதிவு செய்யவேண்டும் என்பதுபோன்ற கட்டாயம் எதுவும் இல்லை. அவர் துண்டு துண்டாக இசையமைத்து வைத்திருப்பார். பின் நம்மோடு அமர்ந்து பின்னணி இசையைச் சேர்ப்பார். நாம் இதைத்தான் எதிர்பார்க்கிறோம் என்பதைச் சொல்லலாம். சிலநேரங்களில் டெம்ப் மியூஸிக்கைப் போட்டுக் காண்பித்து, எங்கே நமக்கு இசை வேண்டும், அதன் வேகம் எப்படி இருக்கவேண்டும் என்பதையும் சொல்லலாம். அவருக்கு அதில் மாற்றுக் கருத்து இருந்தால் அதை இசைத்து நம்மிடம் கருத்துக் கேட்பார். அது ஒரு இருவழிப்பாதை. அந்தவகையில், ரஹ்மான் இயக்குநர் களின் உற்ற நண்பன். நாம் எந்தத் திசையில் பயணிக்கச் சொன்னாலும் பயணிப்பார். ஆனால் அதிலும் அவர், தனக்கே உரித்தான புதிய இசையை கண்டுபிடித்திடுவார். அவருடன் பணிபுரிவது புதுமைகளைத் தேடிச் செல்லும் ஒரு பயணம்.

பின்னணி இசை முக்கியமாக இரண்டு வேலைகளைச் செய்யவேண்டும். கதையை மக்களிடம் எடுத்துச் செல்லவேண்டும். மக்களுக்கும் படத்துக்கும் ஓர் இணைப்பை ஏற்படுத்தவேண்டும். இவற்றைச் சரிவரச் செய்யவேண்டும். அதே சமயத்தில், இசை தன் எல்லையை விரிவுபடுத்திக் கொண்டே செல்லவேண்டும். சம்பிரதாயமான மரபுகளைப் பின்பற்றினால்தான் நம் படம் பெரிய அளவில் பேசப்படும் என்றில்லை. சிலநேரங்களில், நாம் எல்லா வற்றையும் மாற்றவேண்டும். மரபு சாரா பின்னணி இசையைக் கொடுக்க வேண்டும். சம்பிரதாயமான சில பின்னணி இசைகளை வைத்துக் கொண்டே படத்தை வெற்றி பெறச் செய்துவிடலாம். ஆனால், நாம் விரும்புவது அதையல்ல. பின்னணி இசை, காட்சிகளை மெருகேற்றும் ஒன்றாகமட்டும் இருக்கக்கூடாது. காட்சிகளோடு சேர்ந்து பயணித்து காட்சிகளுக்குப் புதுவடிவம் கொடுக்கவேண்டும்.

எளிதில் என் நினைவுக்கு வருவது, பம்பாய் படத்தின் பின்னணி இசை. அதில் வன்முறைக் காட்சிக்கு, போர் போன்ற பின்னணி இசையைக் கொடுத்திருக்க வில்லை. காட்சியின் வேதனையையும் கதைமாந்தர்களின் ஓலங்களையும் வெளிப்படுத்துவதாகப் பின்னணி இசை அமைக்கப்பட்டிருந்தது. காட்சிகள் வன்முறை நிறைந்ததாக இருக்கும். ஆனால், பின்னணி இசை உயிரை உருக்கும் மெல்லிசையாக, வலியின் இசையாக 'எல்லாவற்றையும் நிறுத்திவிடு!' என்று கூக்குரலிடச் செய்வதாக இருக்கும். இது மரபு சாரா பின்னணி இசை. இங்கே, வழக்கமான ஒரு இசையைப் பயன்படுத்தியிருக்க முடியும். வன்முறைக் காட்சிக்கு, வன்முறையைக் குறிக்கும் வகையில், நீளமான நாடக பாணியிலான இசையைக் கொடுத்திருக்க முடியும். ஆனால்

இந்தப் படத்தின் நாயகி கொஞ்சம் கலக குணம் உடையவள். பெற்றோர் பார்த்து நிச்சயிக்கும் திருமணத்துக்கு எதிர்ப்பு தெரிவிக்கிறாள். ரேவதியும் மோகனும் **மௌனராகம்** படத்தில்

நாங்கள் இந்த மரபு சாரா இசையின் மூலம், காட்சிகளுக்குப் புது வடிவம் கொடுக்க முயன்றோம். அடிநாதமாக வேறொரு உணர்ச்சியைச் சொல்ல முயன்றோம். இதை நாங்கள் நிறைய படங்களில் செய்திருக்கிறோம். நான் உங்களோடு அமர்ந்து அந்தப் படங்களைப் பார்த்தால், ஒவ்வொரு படத்துக்கும் ஏன் அப்படிப் பின்னணி இசையை அமைத்தோம் என்று என்னால் விளக்கிச் சொல்லமுடியும்.

ரங்கன்: உங்கள் படங்களிலேயே **மௌனராகம்**தான், ஒரு தமிழ் ஆணும் தமிழ்ப் பெண்ணும், அந்நிய மண்ணில் குடியேறி புது மொழியையும் கலாசாரத்தையும் புரிந்துகொள்ள முடியாமல் தவிப்பதைப்பற்றிப் பேசிய முதல் படம். பின் நீங்கள் எடுத்த **ரோஜா**, **பாம்பே**, **நாயகன்** போன்ற படங்களும் இதே பிரச்னையைத்தான் பேசின. குரு படமும், ஒரு குஜராத்தி இளைஞன் தன் வரவை விரும்பாத பாம்பேயில் எதிர்கொள்ளும் பிரச்னை களைப்பற்றிய கதைதான். இவையனைத்தும் உங்கள் சொந்த அனுபவத்தின் பிரதிபலிப்பாகவே தோன்றுகிறது. ஏனெனில், நீங்கள் இரண்டு வருடம் பாம்பேயில் எம்.பி.ஏ படிக்கும்போது இந்த பிரச்னைகளைச் சந்தித்திருக் கிறீர்கள்.

ரத்னம்: ஒரு பெண் எதிர்கொள்ளும் பிரச்னைகளின் புற வடிவமைப்பே அவை என்று நினைக்கிறேன். திருமணம் செய்துகொண்டு, இன்னொருவரின் வீட்டுக்குச் செல்கிறாள். அந்நிய பூமி அது. அந்த அந்நிய பூமி அவளின் பிரச்னைகளை அதிகப்படுத்திக் காட்டுகிறது. மொழியோ கலாசாரமோ அவளுக்குப் பரிச்சயமாக இல்லை. அங்கு அவளுக்குப் பரிச்சயமான ஒரே

ஜீவன் அவளுடைய கணவன். ஆனால் அவனுடன்தான் அவளுக்குப் பிரச்னை. சுவாரஸ்யத்தைக் கூட்டுவதற்காகவே, கதையை அப்படி அமைத்தேன். படப்பிடிப்பை மெட்ராஸில்தான் நடத்தினோம். டெல்லிக் காட்சிகளையும் இங்கேயே எடுத்தோம். இரண்டு நாள்கள் டெல்லியிலும், ஒருநாள் ஆக்ராவிலும் படப்பிடிப்பு நடத்தினோம். பட்ஜெட்டைக் கருத்தில் கொண்டு, நான் அவளை பெங்களூருக்குக் குடி அனுப்பியிருக்கலாம். ஆனால், அவள் தொலைதூரத்தில் இருக்கும் ஊரில் வசிக்கிறாள். அவளால் எளிதில் தமிழ்நாட்டுக்குத் திரும்பி வர முடியாது என்று காட்சிப்படுத்தினால்தான் சுவாரஸ்யம் அதிகரிக்கும். அதனால்தான், அவளை டெல்லிக்கு அனுப்பி வைத்தேன்.

ரங்கன்: உங்கள் அடுத்த படம் **நாயக**னிலும் நீங்கள் இதே பிரச்னையைத்தான் கையாண்டீர்கள். ஆனால் பிரச்னையின் தீவிரம் இங்கு மிகவும் அதிகம். அதில், கதாநாயகன் அந்நிய ஊரில் குடியேறுவதோடு நிறுத்திக்கொள்ளவில்லை, அந்த அந்நியர்களுடன் போராடி அதிகாரத்தின் உச்சிக்குச் செல்கிறான்.

ரத்னம்: அது வரதராஜ முதலியாரின் (பம்பாய் டான்) கதை. **டிக் டிக் டிக்** (பாரதிராஜாவின் படைப்பு) படத்தின் தயாரிப்பாளர் ஆர்.சி. பிரகாஷ், சத்யராஜை வைத்து ஒரு படம் தயாரிக்க விரும்பினார். நான் அவரிடம் இந்தக் கதையின் அவுட்லைனைச் சொன்னேன். அதை அவுட்லைன் என்றுகூடச் சொல்ல முடியாது. வெறும் ஐடியாதான் அது. அந்த நேரத்தில், அந்தப் படம் தொடங்குவதைப்பற்றி எந்தச் சிந்தனையும் இல்லை. **மௌனராகம்** எடுத்து முடிக்கும்வரை எதுவும் நடக்கவில்லை. அதுவரை நான் எழுதியதிலேயே நாயகன் சற்று வித்தியாசமான கதை. **மௌனராகம்** திருமணத்தை விரும்பாத ஒரு பெண்ணின் கதை. ஆனால், அவளுக்குத் திருமணம் நடக்கிறது. பின் அதை ஏற்றும் கொள்கிறாள். கதையின் கரு தோன்றியபோதே, அதன் முடிவும் தோன்றிவிட்டது. ஆனால் **நாயகன்**, ஒரு வகையில் இன்னொருவரின் வாழ்க்கை வரலாறு. அந்த மனிதனின் எழுச்சிமட்டுமே எனக்குத் தெரிந்தது. அதன்பின் கதையை எப்படி நகர்த்துவது, எப்படி முடிப்பது என்றெல்லாம் தெரியவில்லை. அதைக் கொஞ்சம் கொஞ்சமாக எழுத வேண்டியிருந்தது. படப்பிடிப்பு தொடங்கியபோது, என்னிடம் திரைக்கதையின் முதல் பாதி இருந்தது. இரண்டாம் பாதியைப்பற்றி ஒரு தோராயமான ஐடியாமட்டுமே இருந்தது. ஆனால் படத்தை எப்படி முடிப்பது என்று தெரிந்திருக்கவில்லை.

3

‘ஒரே நேரத்தில் இரண்டு படங்கள் – அது ஒரு ரோலர் கோஸ்டர் அனுபவம்’

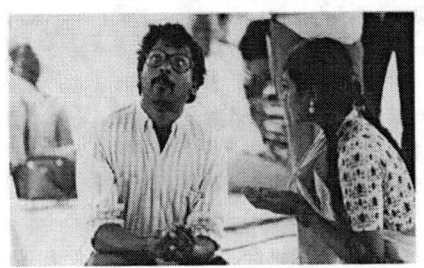

நாயகன்

(1987)

சக்தி வேலு (கமல் ஹாசன்), இரக்க குணமுள்ள ஒரு முஸ்லிமின் அரவணைப்பில், தாராவியில் வளர்கிறான். அன்றாடப் பிழைப்புக்கு, மற்ற ஏழைகளைப் போல, அதிகாரத்தில் இருப்பவர்களிடம் கெஞ்சுவதை விடுத்து, தாமும் அந்த அதிகாரத்தின் உச்சியை அடையவேண்டும் என்று முடிவுசெய்கிறான். டானாக வளர்கிறான். நேர்மை நியாயம் என்பது தொடர்பான கருப்பு வெள்ளைச் சித்திரங்களைத் தகர்த்தெறிகிறான். ஆனால், தன் மகளின் (கார்த்திகா) பார்வையில் ஒரு குற்றவாளியாகக் கூனிக் குறுகி நிற்கிறான். அவன் மகள், தன் தந்தையின் பாவத்துக்குப் பரிகாரமாக ஒரு போலிஸ் அதிகாரியை (நாசர்) மணந்துகொள்கிறாள்.

பரத்வாஜ் ரங்கன்: **பல்லவி அனுபல்லவி**யில் கமல் ஹாசனை நடிக்க வைக்கும் முயற்சி வெற்றி பெறவில்லை. எனினும், நாயகனில் அவருடன் பணி புரிந்தீர்கள்.

மணி ரத்னம்: நான் **அக்னி நட்சத்திர**த்தின் ஸ்கிரிப்ட் வேலையில் ஈடுபட்டிருந்தபோது, தயாரிப்பாளர் 'முக்தா' ஸ்ரீனிவாசன் என்னைச் சந்திக்க வந்தார். கமல் ஹாசன் அனுப்பியதாகக் கூறினார். **மௌனராகத்**துக்குப் பின் **அக்னி நட்சத்திர**த்தை எடுக்கவே விரும்பினேன். இளமையான வணிகப் படம் ஒன்றை எடுத்து, **மௌனராகம்** வியாபாரம் ஆகாத இடங்களிலும் வெற்றி பெறவேண்டும் என்று விரும்பினேன். 'முக்தா' ஸ்ரீனிவாசன் என் வீட்டுக்கு வந்து, 'கிழக்கு எந்தப் பக்கம்' என்று கேட்டார். என்னைக் கிழக்குத் திசையில் நிற்க வைத்து, என்னிடம் ஒரு காகித உரையைக் கொடுத்தார். முன்பணம்தான் கொடுக்கிறார் என்று நினைத்தேன். ஆனால் அது ஓர் இந்திப் படத்தின் வீடியோ கேசட். கமல் அந்தப் படத்தை, என்னைப் பார்க்கச் சொன்னதாக ஸ்ரீனிவாசன் சொன்னார். எனக்கு ரீமேக் படங்கள் இயக்குவதில் விருப்பம் இல்லை. ஆனால், தயாரிப்பாளர் அந்தப் படத்தைப் பார்க்கும்படி வலியுறுத்தினார். கேசட்டைவிடக் காசோலை அதிக மனநிறைவு அளிக்கக் கூடியதாக இருந்திருக்கும். நான், பார்க்கிறேன் என்றேன். அவர் சென்றபின், டேப்பைப் போட்டுப் பார்த்தேன். மனநலம் குன்றிய ஷம்மி கபூர் ஒரு காப்பகத்தில் இருப்பார் (**பக்லா கஹின் கா**). அந்தப் படத்தை என்னால் தாங்க முடியவில்லை. எனக்கு அந்தப் படத்தை இயக்கத் துளிகூட விருப்பமில்லை.

'முக்தா' ஸ்ரீனிவாசன் அடுத்த நாள் திரும்பி வந்தபோது, ரீமேக் படங்களுக்கு நான் சரியான தேர்வு இல்லை என்பதைத் தெளிவாகச் சொல்லிவிட்டேன். என்னைவிடச் சிறந்த, வேலைகளைச் சீக்கிரம் முடிக்கக்கூடிய, இயக்குநரைத் தேர்வு செய்வதே சரி என்றேன். அவர் பதற்றமடையாமல், என்னை அவர் காரிலேயே ஏவி.எம் ஸ்டூடியோ வரும்படி அழைத்தார். அங்கே கமல் படப்பிடிப்பில் இருப்பதாகவும், தன்னிடம் சொன்னதை அப்படியே கமலிடம் சொல்லவேண்டும் என்றும் கேட்டுக்கொண்டார். அப்போதுதான் எனக்கு ஒரு விஷயம் விளங்கியது. எப்படி நான் ரீமேக் படம் இயக்க விரும்ப வில்லையோ, அதேபோல், படத்துக்கு நான் இயக்குநர் ஆவதை அவரும் விரும்பியிருக்கவில்லை. நான் கமலை உணவு இடைவேளையின்போது சந்தித்து, **பக்லா கஹின் கா** என் பாணித் திரைப்படம் அல்ல, அதை என்னால் இயக்க முடியாது என்று கூறினேன். அப்படியானால், எந்த வகைப் படத்தை இயக்க விரும்புகிறீர்கள் என்று கமல் என்னை நோக்கிக் கேட்டார். அந்த டேப், ஓர் உரையாடலைத் தொடங்குவதற்காகத்தான் என்றார். படம் இயக்க முடியாது என்று சொல்லிவிட்டு வரத்தான் சென்றேன். ஆனால் இப்போது கமலை வைத்துப் படம் இயக்கும் வாய்ப்பு என் கதவைத் தட்டுகிறது. மேலும், நான் அவரை வைத்து எந்தவகையான படத்தை எடுக்க விரும்புகிறேன் என்று அவரே கேட்கிறார். நான், இரண்டுவகையான படங்கள் சாத்தியம் என்றேன். ஒன்று, நகரத்தை மையப்படுத்திய நேர்த்தியான ஆக்ஷன் படம். தமிழ் சினிமாவில் அதிகம் வராத **டர்ட்டி ஹாரி**, **பெவெர்லி ஹில் காப்** அல்லது

கமல் ஹாசன் மிகச் சிறந்த நடிகர் மட்டுமல்ல. திரைத் தொழில்நுட்ப மேதையும்கூட.

பாண்ட் படங்கள் போன்ற ஆக்ஷன் படங்களை எடுக்கலாம் என்றேன். இன்றளவும் அதுபோன்ற படங்களை யாரும் எடுக்கவில்லை. நான் நேர்த்தியான ஆக்ஷன் படங்களின் ரசிகன். இரண்டாவது, வரதராஜ முதலியாரின் வாழ்க்கையைப் படமாக எடுக்கலாம் என்றேன்.

ரங்கன்: அவர் வாழ்க்கையைப் படமாக எடுக்க உங்களைத் தூண்டியது எது?

ரத்னம்: நான் பாம்பேயில் (1975-1977) படித்தபோது, அவர் புகழின் உச்சியில் இருந்தார். மாதுங்காவில் இருந்த மக்கள் அவரைத் தெய்வமாகக் கருதினர். ஒரு சக மனிதனை எப்படித் தெய்வமாகக் கருத முடியும் என்று நான் ஆச்சரியப் பட்டிருக்கிறேன். அவர்கள் ஏன் இப்படி நடந்துகொள்கிறார்கள் என்பதை என்னால் புரிந்துகொள்ள முடியவில்லை. இருந்தும், என்னை ஈர்த்த சுவாரஸ்ய மான கதை அது. ஒரு தமிழன், தமிழ்நாட்டிலிருந்து பம்பாய்க்குச் சென்று, அந்த ஊரை ஆள்கிறான். இந்தக் கருவை நான் கமலிடம் சொன்னேன். அவருக்குக் கரு பிடித்திருந்தது. அவ்வளவுதான். **நாயகனுக்கு** அடிக்கல் நாட்டப்பட்டுவிட்டது. **மௌனராகத்துக்கு** ஒப்புதல் வாங்க எனக்கு ஐந்து வருடங்கள் தேவைப்பட்டன. ஆனால், நாயகன் வெறும் பத்தே நிமிடங்களில் ஏற்றுக்கொள்ளப்பட்டுவிட்டது. அது செப்டம்பர் மாதம் என்று நினைக்கிறேன். கமல், 'முக்தா' ஸ்ரீனிவாசனுக்கு டிசம்பரில் டேட்ஸ் ஒதுக்கியிருப்பதாகவும், நாம் படப்பிடிப்பை டிசம்பரில் வைத்துக் கொள்ளலாம் என்றும் கூறினார். இதற்கிடையில், **அக்னி நட்சத்திரத்தின்** படப் பிடிப்பு ஜனவரியில் தொடங்குவதாக இருந்தது. நான் **அக்னி நட்சத்திரத்தின்** படப்பிடிப்புக்காக மும்முரமாகத் தயாராகிக்கொண்டிருந்தேன். எனக்கு நேரம் மிகவும் குறைவாக இருந்தது. இப்போது கமலும் படம் செய்ய ஒப்புக்கொண்டிருக்கிறார். ஒரே நேரத்தில் இரண்டு படங்கள் -அது ஒரு ரோலர் கோஸ்டர் அனுபவம்.

டிசம்பரில், மூன்று நாள்கள் படப்பிடிப்பு நடத்த முடிவு செய்தோம். டிசம்பருக்குள் ஸ்கிரிப்ட் தயாராகி இருக்காது என்று கமலிடம் சொன்னேன். அதற்கு அவர் அளித்த பதில் என்னை ஆச்சரியப்படுத்தியது. நான் அந்த மூன்று நாள்களையும் டெஸ்ட் ஷூட் நடத்தப் பயன்படுத்திக்கொள்ளலாம் என்றார். மூன்று காலகட்டத்துக்கு ஏற்றவாறு, மூன்று வெவ்வேறு கெட்டப்பில் டெஸ்ட் ஷூட் எடுக்கலாம் என்று கூறினார். நாங்கள் அதைமட்டும்தான் செய்தோம். நிச்சயம் அது ஓர் ஆடம்பரமான, சொகுசான வாய்ப்புதான். அதுவரை எனக்கு அப்படிப்பட்ட வாய்ப்பு கிடைத்ததில்லை. நாங்கள் எடுத்த மூன்று காட்சிகளும் டெஸ்ட் காட்சிகள்தான், அவை படத்தின் இறுதி வடிவத்தில் இடம்பெறப் போவதில்லை என்பதைத் தயாரிப்பாளர் அறிந்திருக்கவில்லை. அவை அனைத்தும் அருமையான காட்சிகள். எனினும் படத்தில் இடம்பெறவில்லை. ஆனால், வேலு நாயக்கரின் தோற்றத்தைச் சரிவரக் கொண்டுவர அந்த டெஸ்ட் ஷூட் உதவியது. மேலும் மற்ற விவரங்களையும் (ஆர்ட், ப்ராப்ஸ், ஷூட்டிங் ஸ்டைல், காஸ்ட்யூம்ஸ்) அந்த டெஸ்ட் ஷூட்டின் மூலம் தீர்மானம் செய்ய முடிந்தது.

நாயகனின் உண்மையான முதல் கட்டப் படப்பிடிப்பு ஜனவரியில்தான் தொடங்கியது. தாராவி செட்டில் பதினைந்து நாள்கள் படப்பிடிப்பு நடத்தினோம். இரண்டு நாள்கள் இடைவெளிக்குப் பின், நாங்கள் **அக்னி நட்சத்திர**த்தின் படப்பிடிப்பைத் தொடங்கினோம். 'நின்னுகோரி' பாடலையும் அமலா-பிரபு இடம்பெறும் சில ஆரம்பக் காட்சிகளையும் படம்பிடித்தோம். 'நின்னுக்கோரி' பாடலுக்கு நியாயம் செய்யவில்லை என்றுதான் நானும் பி.சி.யும் இன்றளவும் எண்ணிக்கொண்டிருக்கிறோம். ஒன்றன்பின் ஒன்றாக இரண்டு படங்களின் முதற்கட்டப் படப்பிடிப்பை முடித்தபின், ஒரே நேரத்தில் என்னால் இரண்டு படங்களில் பணிபுரிய முடியாது என்பதை உணர்ந்தேன். அதனால், **நாயகன்** வெளியாகும்வரை, ஒரு வருடத்துக்கு, **அக்னி நட்சத்திர**த்தின் வேலைகளை நிறுத்திவிட்டோம். **நாயகன்** வெளியானபின்தான் மீண்டும் படப்பிடிப்பைத் தொடங்கினோம். என் அண்ணனின் நிறுவனம் **அக்னி நட்சத்திர**த்தைத் தயாரித்தது எனக்கு சாதகமாகப் போயிற்று. **நாயகன்** முடித்தபிறகு **அக்னி நட்சத்திர**த்தை எடுக்கிறேன் என்று என்னால் என் அண்ணனிடம் சொல்ல முடிந்தது. வேறு தயாரிப்பு நிறுவனமாக இருந்திருந்தால், நிச்சயம் பிரச்னை ஆகியிருக்கும்.

ரங்கன்: அப்படியென்றால், உங்களை மிகவும் பிரபலமாக்கிய **நாயகன்**, எதிர் பாராதவிதமாக நடந்த ஒரு நிகழ்வு!

ரத்னம்: ஆம். கமலுக்கும் அந்தப் படத்தைப்பற்றிப் பெரிதாக எந்த எதிர் பார்ப்பும் இருந்திருக்கவில்லை என்றே நினைக்கிறேன். அதுவும் படத்தின் தொடக்கத்தில், அது இப்படியாக வரும் என்று அவரும் எதிர்பார்த்திருக்க வில்லை.

ரங்கன்: கமலின் நடிப்பு அல்லது வேறு ஏதாவது ஒன்று இந்தப் படம் இவ்வளவு வெற்றி பெறும் என்பதை உங்களுக்கு முன்பே உணர்த்தியதா?

ரத்னம்: ஒவ்வொரு படத்துக்காகவும் நிறைய உழைக்கிறோம். நிறைய நேரங்களைச் செலவழிக்கிறோம். அதனால் ஒவ்வொரு படமும் பெரும் வெற்றி பெறும் என்ற எதிர்பார்ப்பு நம்மிடம் இருக்கத்தான் செய்கிறது. **நாயக**னில், நான் வழக்கத்துக்கு மாறாக, அசாதாரணமாக ஏதோ செய்திருக்கிறேன் என்று அர்த்தம் கொள்ளக்கூடாது. நாம் எதிர்பார்ப்பதைவிடப் பன்மடங்கு திறமையை வெளிப்படுத்தும் ஒரு நடிகர் **நாயக**னில் எனக்குக் கிடைத்தார். அவ்வளவுதான். அது எனக்குச் சந்தோஷம் அளித்தது. சிறந்த நடிகர்கள் கிடைக்கும்போது, நம் தோளில் இருக்கும் சுமை பெருமளவுக்குக் குறைகிறது. மேலும், அவரைத் திறம்பட நடிக்கவைக்கும் பொருட்டு, காட்சிகளை நடித்துக் காட்டவேண்டிய அவசியம் இல்லை என்பதை உணர்ந்துகொண்டேன். கேமரா இயங்கிக்கொண்டிருந்தால் போதும். அவரே காட்சிகளுக்கு உயிர் கொடுத்து விடுவார். காட்சிகளுக்கும் வசனங்களுக்கும் மிகுந்த நம்பகத்தன்மையை மிக எளிதாகக் கொண்டுவந்துவிடுவார். ஒட்டுமொத்தப் படத்தை மெருகேற்றியதில், கமலின் பங்கு முக்கியமானது.

அவர் ஒரு சிறந்த நடிகர் மட்டுமல்ல. பல்வேறு தொழில்நுட்பங்களின் ஆசானும்கூட. படத்தில் நடித்த மற்ற நடிகர்களுக்கும் அவரே ஒப்பனை செய்தார். ஏதாவது நடிகரின் உடலில் படத்துக்காக உருவாக்கிய காயம் தத்ரூபமாக இல்லை என்றால், நான் கமலிடம் சென்று அதைச் சரிசெய்யச் சொல்வேன். அவர் அந்த நடிகருடன் பொறுமையாக அமர்ந்து, வேலையை தத்ரூபமாகச் செய்து முடிப்பார். அந்த நேரத்தில், நான் மற்ற காட்சிகளை எடுத்து முடித்திருப்பேன். அந்த வகையில், அவர் குழுவில் ஓர் அங்கம். யாருக்கு, என்ன வேண்டும் என்றாலும் அவரைக் கேட்கலாம். அவர் அதைச் செய்வார். வேலு நாயக்கரோடு சேர்த்து ஜனகராஜ், டெல்லி கணேஷ் ஆகிய இருவரையும் வயதானவர்களாகக் காட்டவேண்டியிருந்தது. அதற்கு அவர்களும் முடி வெட்டிக்கொள்ளவேண்டும் என்றதும், அவர்களை சமாதானப்படுத்தி முடிவெட்டிக்கொள்ள வைத்தவர் கமல்தான். காட்சிக்குத் தேவை என்றால், அவர் தன் சொந்தத் துப்பாக்கியை எடுத்து வருவார். இதன்மூலம் மோசமான டம்மி துப்பாக்கியைப் பயன்படுத்துவதிலிருந்து எங்களுக்கு விடிவுகாலம் பிறந்தது. அவர் அமெரிக்காவிலிருந்து ஒரு சுகர் கிளாஸ் பாட்டில் (சர்க்கரையால் செய்யப்பட்டது. கண்ணாடி போலவே இருக்கும்) வாங்கி வந்திருந்தார். அதை போலீஸுடன் சண்டை போடும் காட்சியில் பயன்படுத்தினார். சண்டைக் காட்சி தத்ரூபமாக வரவேண்டும் என்பதில் தனிக் கவனம் செலுத்தினார். செட்டில் நம்முடன் இன்னொரு திறமைசாலி இருப்பது நமக்கு மிகப்பெரிய வரம்.

ரங்கன்: கமல் பலவகையான வேஷங்களைப் போட்டு நடித்திருக்கிறார். அதில் பெரும்பாலான வயதான கதாபாத்திரங்களில், சாம்பல் நிற டோப்பா வைத்து நடித்திருப்பார் (உதாரணம்: **சாகர சங்கமம்**) ஆனால் **நாயக**னில் அவரது வயோதிக கதாபாத்திரத்தின் மேக்கப் தத்ரூபமாக அமைந்திருந்தது. தலையின் வழுக்கைகூடத் துல்லியமாக அமைந்திருந்தது. மொத்தத்தில் அந்த மேக்கப் பிரமிப்பூட்டியது.

ரத்னம்: நாம் அவரை அதுபோன்ற ரோல்களில் பலமுறை பார்த்திருக்கிறோம். அதனால், அதுபோன்ற மேக்கப்களைப்பற்றிய ஒரு மதிப்பீடு நமக்கு உருவாகியிருக்கும். நமக்கு என்ன பிடிக்கும், என்ன பிடிக்காது என்பதையும் நாம் அறிவோம். அந்த வயசான கதாபாத்திரம், முகத்தைச் சுத்தமாகச் சவரம் செய்திருக்கவேண்டும் என்பதில் நான் தெளிவாக இருந்தேன். வேலு நாயக்கரை யதார்த்தமாக உருவாக்கவேண்டும் என்று எண்ணினேன். நிஜ வாழ்வில் அவரைச் சந்திக்க நேர்ந்தால், அவர் தூய்மையான வேட்டி, சட்டை அணிந்து தாடியின்றி வலம் வருவதை நாம் பார்க்கலாம். தாடி இல்லை என்றால், தாடை வரிகள் தெளிவாக வெளியே தெரியும், அது எங்கே தன்னை இளமையாகக் காட்டிவிடுமோ என்று கமல் சந்தேகப்பட்டார். தாடி இருந்தால் இந்தப் பிரச்னையைத் தவிர்க்கலாம் என்று கருதினார். ஆனால் **சாகர சங்கமம்** படத்தில் வருவதைப்போல் அவர் இருக்கக்கூடாது, முகம் சுத்தமாகச் சவரம் செய்யப்பட்டிருக்க வேண்டும் என்பதில் மிக உறுதியாக இருந்தேன்.

வேலு நாயக்கர் கதாபாத்திரம் சுத்தமாகச் சவரம் செய்திருக்கவேண்டும் என்று திட்டவட்டமாக முடிவு செய்துகொண்டதால், கதாபாத்திரத்தை தத்ரூபமாக உருவாக்க, நாங்கள் வேறு சில முயற்சிகளை மேற்கொள்ளவேண்டிய சூழ்நிலைக்குத் தள்ளப்பட்டோம். கதை எப்படி சிறுவயது, இளமை, முதுமை என நேர்கோட்டில் பயணித்ததோ அதன் அடிப்படையிலேயே படம் பிடித்துக் கொண்டிருந்தோம். கதாநாயகனின் வயோதிக காலத்துக் காட்சிகளை எடுப்பதற்கு முன்பே நாங்கள் மற்ற காட்சிகளை எடுத்து முடித்திருந்தோம். அதிர்ஷ்டவசமாக கமல், **புஷ்பக்** படத்தில் நடித்து முடித்திருந்தார். மேலும்,

வேலு நாயக்கர் வெள்ளை வேட்டி, அருமையான சட்டை, மழுங்கச் சிரைத்த முகம் என்று இருக்கவேண்டும் என்பதில் மிகவும் குறிப்பாக இருந்தேன்.

ஒரு சமயத்தில் ஒரு படத்தில்தான் நடிக்கவேண்டும் என்ற முடிவையும் எடுத்திருந்தார். எனவே, முடிவெட்டிக்கொள்ளச் சம்மதித்தார். தலையின் நடுவில் முடியை வெட்டி, வழுக்கையை உருவாக்கினோம். **நாயக**னில் நடித்து முடித்தபின், அவர் முழுவதுமாக மொட்டை அடித்துக்கொண்டார். முடி வளரும்வரை காத்திருந்தார். பின்தான் **சத்யா** படத்தில் நடித்தார். எதிர்பார்ப்பதைவிட அதிகமாக உழைக்கத் தயாராக இருந்தார். **நாயக**னில் கமலின் தோற்றம் அவரின் மற்ற படங்களை ஒத்திருக்கக்கூடாது என்பது மட்டுமே நான் எடுத்த முடிவு (ஏனெனில், நான் அவரது மற்ற படங்களைப் பார்த்திருக்கிறேன். அப்படங்களில், அவரது மேக்கப் எனக்கு நெருடலாகவே இருந்தது). மற்றபடி, எல்லாம் கமலின் சொந்த உழைப்பே. ஒப்பனையில் அவர் வல்லவர் என்றே சொல்லவேண்டும்.

ரங்கன்: அவரின் உடல் எடையை எப்படிக் கூட்டினீர்கள்?

ரத்னம்: ராபர்ட் டி நிரோவைப்போல, உண்மையாக உடம்பின் எடையைக் கூட்டவில்லை. பஞ்சுப் பொதி வைத்து எடையைக் கூட்டினோம். பொய்ப்பற்கள் வைத்துத் தாடையைச் சுற்றியுள்ள பகுதிகளில் எடையை அதிகரித்தோம். இவை அனைத்தையும் சிறிய அளவிலேயே செய்தோம். இல்லையேல், அவர் பார்ப்பதற்கு இன்னொரு மார்லன் பிராண்டோவாக (**தி காட்பாதர்**) தோன்றியிருப்பார்.

ரங்கன்: அந்தக் கதாபாத்திரம் எல்லா வகையிலும் தத்ரூபமாக இருந்தது. இறந்தபின் அவர் கையில் ஈ மொய்க்கும் காட்சி உட்பட எல்லாமே நம்பும் படியாக இருந்தது.

ரத்னம்: அது செர்ஜியோ லியோனேவின் பாணி. ப்ராப்ஸ் (காட்சிக்குத் தேவையான பொருள்கள்) யூனிட்டை சேர்ந்தவர்களுக்கு எப்படி ஈயை வரவழைப்பது என்று தெரியும். சக்கரையையும் இன்னபிற பொருள்களையும் தண்ணீரில் கலந்து ஊற்றிவிட்டால் ஈ மொய்க்க ஆரம்பித்துவிடும். அதனால், அந்தப் பிணம் தத்ரூபமாகக் காட்சியளிக்கிறது. தன்னைச் சுற்றி ஈக்கள் மொய்க்கும்போதுகூட, மூச்சடக்கி, உண்மையான பிணம்போலப் படுத்திருக்கும் திறமை உள்ள நடிகர் இருந்தால்தான், நாம் இதையெல்லாம் செய்ய முடியும்.

ரங்கன்: கமலை ஒருமுறை பேட்டி கண்டேன். அதில் அவர், **நாயகன்** படத்தின் தொடக்கத்தில், ஓர் இயக்குநராக உங்களின் திறமை என்ன என்பது அவருக்குச் சரிவரத் தெரியவில்லை என்று குறிப்பிட்டிருந்தார். ஆனால் 'நான் சிரித்தால் தீபாவளி' பாடல் படப்பிடிப்பின்போது அவரது ஒரு முகபாவத்தை நீங்கள் சரி செய்ததாகவும், தான் சரியான இயக்குநரின் கையில்தான் சிக்கியிருக்கிறோம் என்பதை அவர் அந்தத் தருணத்தில்தான் உணர்ந்ததாகவும் கூறியிருந்தார்.

ரத்னம்: ஒரு விபசார விடுதியில் அவரும் ஜனகராஜுும் உட்கார்ந்திருப்பார்கள். ஜனகராஜ், சில சேட்டைகளைச் செய்துவிட்டு ஒரு பெண்ணுடன் சென்று விடுவார். கமல் அப்போது வெளிப்படுத்திய முகபாவம், 'ஓ ஷிட்!'

என்பதுபோல் இருந்தது. அதில் ஓர் 'ஆங்கிலேயத்தனம்' இருந்தது. அதை அவரிடம் எடுத்துச் சொன்னேன். உடனே இன்னொரு டேக் எடுத்தோம். அந்த ஷாட் முடிந்தபின் என்னிடம் வந்து, 'தமிழ் கெட்ட வார்த்தைல திட்டிட்டேன்' என்றார். மிகக் குறுகிய நேரத்தில் அவரால் அதைச் செய்ய முடிந்தது. எண்ணங்களுக்கு மிக எளிதாகச் செயல் வடிவம் கொடுக்கும் திறமையைப் பெற்றிருந்தார்.

ஒரு காட்சியில் கமல், தன் வளர்ப்புத் தந்தை ஜெயிலில் தூக்கில் தொங்கிக் கொண்டிருப்பதைப் பார்ப்பார். அவர் வருவதற்கு முன்பே நாங்கள் பாதி காட்சிகளை எடுத்து முடித்திருந்தோம். அவர் வந்து பிணமாகத் தொங்கும் தன் வளர்ப்புத் தந்தையைப் பார்க்கும் காட்சிமட்டும் பாக்கி இருந்தது. அங்கே இரண்டு போலிஸ்காரர்கள் சுற்றியிருக்கும் கூட்டத்தைக் கட்டுப்படுத்திக் கொண்டிருப்பார்கள். அதில் போலீசாக நடித்த ஒரு நடிகரிடம், கமல் தன்னை நன்றாகப் பிடித்துத் தள்ளும்படிச் சொன்னார். தான் போலிஸ் ஸ்டேஷனுக்குள் நுழைய முயற்சிசெய்யும்போது, தன் வலது தோள்பட்டையை அழுத்தித் தள்ளவேண்டும் என்பது கமலின் உத்தரவு. எனவே, குறிப்பிட்ட அந்தக் காட்சி வரும்போது, கமல் பெரிதாக ஒன்றும் செய்யவில்லை. அந்த போலிஸ்காரர் கமலின் வலது தோள்பட்டையைப் பிடித்துத் தள்ளுவார். கமல் தட்டுத் தடுமாறியபடிப் போய் விழுவார். இங்கே கமல் தனக்குத் தானே எதுவும் செய்துகொள்ளவில்லை. இன்னொருவரைச் சூழ்நிலைக்கு ஏற்ப வேலை செய்ய வைத்தார். போலிஸ் வேடத்தில் நடித்த அந்த நடிகர், கமல் போன்ற பெரிய நடிகரை எப்படி வேகமாகப் பிடித்துத் தள்ளுவது என்று தயங்கினார். கமல் அந்த நடிகரைக் கட்டாயப்படுத்திச் சம்மதிக்க வைத்தார். விளைவு, காட்சி மிக அருமையாக அமைந்திருந்தது.

நாயகனில் பல காட்சிகளில் அதுபோலச் செய்திருக்கிறார். விபசார விடுதிக்கு முதன்முதலில் வரும் காட்சியில், சரண்யாவை பார்ப்பார். சரண்யா தனக்குக் கணக்குப் பரீட்சை இருப்பதாகக் கூறுவார். அப்படியானால், பாடம் படித்துக்கொள் என்று கமல் சொல்வார். சரண்யா படுக்கையை விட்டு ஒதுங்கிச் செல்வார். கமல் சட்டையைக் கழற்றி இருப்பார். படுக்கையில் அமர்வதா, நாற்காலியில் அமர்வதா என்று யோசிப்பார். அந்த நேரத்தில், எங்கே அமர்வது என்று அவருடைய மனம் ஊசலாடுவதை, அவரின் முகம் அருமையாக வெளிப்படுத்தியது. காண்போரை மயக்கும் நடிப்பு அது. ஆனால், மனத்தின் ஓட்டங்களை அவர் தன் முகத்தில் வெளிப்படுத்துவதை நான் விரும்பவில்லை. அங்கே தீம் மியூஸிக் இசைக்கப்பட ஆரம்பிக்கும் என்பதால், முகபாவங்களை வெளிப்படுத்தாமல் அமைதியாக நில்லுங்கள் என்று நான் அவரிடம் சொல்லவேண்டியிருந்தது. எனக்கு வேண்டியது வெறும் இரண்டு டாலி ஷாட்கள்மட்டுமே. ஒன்று அவர் அவளைப் பார்ப்பது, இன்னொன்று அவள் அவரை விட்டு விலகிச் செல்வது.

அதனால் நாம் அவரிடம் கவனமாக நடந்துகொள்ளவேண்டும். அவரிடம் நிறைய ஐடியாக்கள் இருக்கும். நாம் கொஞ்சம் அசந்தால், அவர் அந்த

ஐடியாக்களுக்குச் செயல் வடிவம் கொடுத்துவிடுவார். நம்மை அறியாம லேயே நாமும் அதை ஏற்றுக்கொள்வோம். எந்தெந்த ஐடியாக்களைப் படத்தில் வைத்துக்கொள்ளலாம், எதை நிராகரிக்கலாம் என்பதில் நாம் அதிகக் கவனம் செலுத்தவேண்டும்.

ஒரு காட்சியில் வீட்டின் கீழ்த்தளத்தில், அவருடைய மகன் இறந்து கிடப்பார். நாங்கள் முதல் டேக்கை டாப் ஆங்கிளில் எடுத்தோம். அதில் கமல் தன் வேட்டியை மடித்தவாறே கீழிறங்கி வருவார். அவர் சற்று திடமாக நடந்து கொள்வதைப்போல் எனக்குத் தோன்றியது. அவர் மாடியில் நின்றவாறே ஒரு பிணத்தைப் பார்க்கிறார். அது தன் மகனாக இருக்குமோ என்று சந்தேகிக் கிறார். அவரால் அதை நம்ப முடியவில்லை. அங்கேயே அவர் மனம் தளர்ந்துவிடவேண்டும். அதை அவரிடம் சொல்லிவிட்டால் போதும். மிக எளிமையாக அந்த பாவங்களைத் தன் நடிப்பில் கொண்டுவந்துவிடுவார். அவருடைய திறமை அபாரமானது. ஒரு நடிகர் என்னவெல்லாம் செய்ய முடியும் என்பதை அவரிடமிருந்து தெரிந்துகொண்டேன்.

ரங்கன்: இந்தக் காட்சியின் எமோஷனல் லாஜிக்கைப் புரிந்துகொள்ள விரும்புகிறேன். வேலு நாயக்கர் தன் கண்ணாடியை அணிந்துகொண்டு எரிந்துபோன தன் மகனின் உடலைத் தைரியமாகப் பார்க்கச் செல்வார். பிணத்தைப் பார்க்கவேண்டாம் என்று அனைவரும் கூறுவார்கள். அதற்குமுன் அவர் சற்று கலங்கிப் போயிருப்பார். ஆனால், பிணத்தைப் பார்க்கவேண்டாம் என்று அனைவரும் தடுக்கும்போது, மனத்தைத் திடப்படுத்திக்கொண்டு யார் பேச்சையும் கேட்காமல் பிணத்தைப் பார்க்கச் செல்வார்.

ரத்னம்: அவர் எரிந்துபோன தன் மகனின் உடலைப் பார்க்கப் போகும் தந்தை போல் காட்சியளிக்கமாட்டார். தன் மகனைப் பார்க்க ஏங்கும் ஒரு தந்தை போல்தான் காட்சியளிப்பார். அந்தத் தருணத்தில்கூட, அவர் தன் மகனைப் பார்க்க போவதாகத்தான் எண்ணுகிறார். சுற்றியிருப்பவர்கள் சொல்வது அவர் மனத்தில் பதியவில்லை. அதுமட்டுமின்றி, வேலு நாயக்கர் தன் வாழ்வில் பல துயரங்களைச் சந்தித்திருக்கிறார். அதனால், அவர் தன் மகனின் பிணத்தைப் பார்க்க அஞ்சுகிறார் என்று சொல்வது ஏற்புடையதாகாது.

ரங்கன்: அந்த விபசார விடுதிக் காட்சியில், முதன்முறையாக சரண்யாவின் அறையில் நுழையும் அவரிடம் கொஞ்சம்கூடத் தயக்கம் இருக்காது. **மூன்றாம் பிறை**யில், இதேபோன்ற ஒரு சூழ்நிலையில் ஸ்ரீதேவியின் அறையில் நுழையும்போது, அவர் பதற்றத்துடன் காணப்படுகிறார். அவருக்குத் தர்ம சங்கடமான சூழ்நிலை அது. ஆனால், **நாயக**னில் அவர் வெகு இயல்பாகச் சட்டையைக் கழற்றுகிறார். அந்த இடத்துக்குப் பலமுறை வந்திருப்பவரைப் போல், சுற்றுமுற்றும் பார்க்கிறார்.

ரத்னம்: அந்த இடத்துக்கு அவர் பலமுறை சென்றிருப்பதைப்போல் தோன்றலாம். ஆனால், உண்மையில் அதுதான் அவருக்கு முதல்முறை என்பது அந்தப் பாடலை ('நான் சிரித்தால் தீபாவளி') பார்த்தால் தெரியும்.

அந்தப் பாடலில், அவர் நடந்து செல்கையில் ஒரு பெண், தன் காலை நீட்டி வழியை மறைப்பாள். ஜனகராஜ் திரும்பி வந்து, அந்தப் பெண்ணை நகர்ந்து அமரச் சொல்லிவிட்டு, கமலைத் தன்னுடன் அழைத்துச் செல்வார். அவருக்குப் பரிச்சயமான இடம் அல்ல என்பதற்கு இந்தச் சம்பவமே சான்று. எனினும், அந்தச் சூழ்நிலையில் என்ன செய்யவேண்டுமோ அதைத் தெளிவாகச் செய்கிறார். **நாயகன்** கமலுக்கும் **மூன்றாம் பிறை** கமலுக்கும் நிறைய வித்தியாசம் இருக்கிறது என்றே எண்ணுகிறேன். நிச்சயம் இரண்டு படத்திலும் ஒரே மாதிரி நடித்திருக்க முடியாது.

ரங்கன்: படத்தில், கமலின் முகபாவம் ஒன்று எனக்கு ரொம்பப் பிடிக்கும். கமல் சரண்யாவை கோவிலில் திருமணம் செய்துகொள்வார். அப்போது ஜனகராஜும் உணர்ச்சிவசப்பட்டு அழுவார். கமல் அவரை ஒரு பார்வை பார்ப்பார். அந்தப் பார்வையின் அர்த்தம், 'அவள் ஏன் அழறாங்கறது எனக்குப் புரியுது. நீ ஏன்டா அழற?' என்பதுபோல் இருக்கும். கலகலப்பான காட்சி அது. மிக உணர்ச்சிபூர்வமான காட்சி அது. ஆனால், கமல் வெளிப்படுத்தும் இந்த முகபாவம் அதை வேடிக்கையாகவும் ஆக்கிவிடும்.

ரத்னம்: அது கமலின் ஐடியா. அப்படி நடிக்கவேண்டும் என்று, கமலும் ஜனகராஜும் முன்கூட்டியே பேசி வைத்துக்கொண்டார்கள். அந்தக் காட்சியில் ஜனகராஜ் சந்தோஷமாகவும் நெகிழ்ச்சியுடனும் காணப்பட வேண்டும் என்றுதான் அவருக்குச் சொல்லப்பட்டது. ஆனால், உணர்ச்சி களைக் கட்டுப்படுத்த முடியாமல் அவர் அழுதுவிடுவார். அது காட்சிக்கு உயிர் சேர்த்தது. மிகச் சோகமான ஒரு காட்சியில், நம்மைச் சிரிக்க வைக்கும் ஒரு சிறிய சம்பவத்தை வைப்பது காட்சிக்குப் பலம் சேர்க்கும். காட்சியை அழகுபடுத்தும். மேலும், கமல் ஒரு விலைமாதுவைக் கல்யாணம் செய்து கொள்கிறார், அதுவும் கோவிலில் மணம் செய்துகொள்கிறார் என்பன போன்ற மெலோடிராமாவை அந்த முகபாவம் அறவே நீக்கிவிடும். இரண்டு சிறந்த நடிகர்களுக்குள் உள்ள புரிதலால் உருவாகிய காட்சி இது. காட்சியில் இதுபோன்ற மேஜிக் நிகழும்போது, நாம் அதைத் தக்கவைத்துக்கொள்ள வேண்டும். இங்கே நம் வேலை மிகவும் எளிதாகிவிடுகிறது.

ரங்கன்: என்றைக்காவது இந்தக் காட்சியை, நீங்கள் ஒரு பெண்ணியவாதியின் கோணத்தில் சிந்தித்திருக்கிறீர்களா? சரண்யாவின் சம்மதத்தைக் கேட்காமலேயே, அவன் அவளைத் திருமணம் செய்து கொள்கிறான். அவள் வேறு யாரையாவது விரும்புகிறாளா என்றும் கமல் கேட்கவில்லை.

ரத்னம்: என்ன இது? இந்தக் காட்சியை, அந்தக் கோணத்தில் பார்க்கவேண்டிய அவசியமே இல்லை. அவன் மண்டியிட்டுத் தன் காதலைச் சொல்கிறான், அவள் ஏற்றுக்கொள்கிறாள் என்று காட்சிப்படுத்த முடியாது. இந்தக் கதாபாத்திரங்கள் இயங்கும் சூழலில், யார் யாரைச் சார்ந்திருக்கிறார், யார் சுதந்தரமானவர் என்ற கேள்விக்கெல்லாம் இடமில்லை. அதனால் பெண்ணியம்பற்றிய ஆராய்ச்சி இந்த இடத்தில் தேவையில்லாத ஒன்று. ஆண்

ஒட்டுமொத்த தாராவி சேரிப் பகுதியை வீனஸ் ஸ்டுடியோவில் உருவாக்கினோம். தோட்டா தரணிதான் இந்த அற்புதமான ஃப்ரேம்களுக்குக் காரணகர்த்தா.

பெரியவனா, பெண் பெரியவளா போன்ற கேள்விகள் இதுபோன்ற தீவிரமான சூழலில் அர்த்தமற்றுப் போய்விடுகின்றன. ஓர் ஆண் கொத்தடிமையாக இருக்கிறான் என்று வைத்துக்கொள்வோம். அவனை விடுதலை செய்ய, யாரும் அவன் சம்மதத்தை வேண்டி நிற்கப்போவதில்லை.

ரங்கன்: போலிஸ்காரர் கமலை அந்தச் சேரியில் இறக்கிவிட்டுச் செல்லும் போது, சேரிவாசிகள் அனைவரும் கமலைச் சூழ்ந்துகொள்வார்கள். அப்போது, கமல் தன் உடம்பில் வழியும் ரத்தத்தை எடுத்து, சுற்றி நிற்கும் குழந்தைகள்மீது தெறித்து, அவர்களைச் சிரிக்க வைப்பார்.

ரத்னம்: ஆம், கமலின் தனிப்பட்ட பங்களிப்பு அது. அவராகவே அந்தக் காட்சியில் அப்படிச் செய்தார். நான் 'ஆக்‌ஷன்' என்றுமட்டுமே சொன்னேன். மீதியெல்லாம் கமலின் தனித்திறமை.

ரங்கன்: பெரிய நடிகைகளால் வெளிப்படுத்தியிருக்க முடியாத ஒரு வகையான வெகுளித்தனத்தை சரண்யா அருமையாக வெளிப்படுத்தி அந்தக் கதாபாத்திரத்துக்கு நியாயம் செய்திருப்பார். சரண்யா, உங்களால் அறிமுகம் செய்யப்பட்ட முதல் முக்கிய நடிகை. உங்கள் திரைத்துறை வாழ்க்கையின் ஆரம்ப காலகட்டம் அது. எனவே பெரிய நடிகரான கமலுக்கு ஜோடியாக ஒரு புது முகத்தை நடிக்க வைக்க சம்மதம் வாங்குவது கடினமாக இருந்ததா?

ரத்னம்: தொடக்கத்திலிருந்தே, அந்தக் கதாபாத்திரத்தில் புதுமுகத்தைத்தான் நடிக்க வைக்கவேண்டும் என்பதில் தெளிவாக இருந்தோம். ஏனெனில், புதுமுகம் நடித்தால்தான் அந்தக் கதாபாத்திரம் வலுப்பெறும், நம்பும்படியாக இருக்கும் என்று எண்ணினோம். மற்றவர்களைச் சமாதானப்படுத்துவதில் எனக்கு எந்தப் பிரச்னையும் இல்லை. நாம் வெற்றி பெற்றவர்களாக இருந்தால், நமக்கு அதிகச் சுதந்தரம் அளிக்கப்படும். **மௌனராகம்** நன்றாக ஓடியது. மேலும், தயாரிப்பாளர்களும் (முக்தா பிலிம்ஸ்) புதுப் பாதையில் பயணிக்கத் தொடங்கியிருந்தனர். முதன்முதலாக அவர்கள் ஒரு வெளி இயக்குநரைத் தங்களின் படத்துக்குத் தேர்ந்தெடுத்திருந்தார்கள். அதுமட்டு மில்லாமல், அவர்களின் முந்தைய படங்களைவிடப் பிரமாண்டமாக இந்தப் படத்தை எடுக்க முடிவு செய்திருந்தனர். அதனால் யாரும் என் தீர்மானங் களைக் கேள்வி கேட்கவில்லை. கிட்டத்தட்ட முழுப் படத்துக்கும், எனக்கு முழுச் சுதந்தரம் இருந்தது. நாங்கள் புதுமுகத்தைத் தேடிக் கொண்டிருக் கையில், சரண்யாவின் புகைப்படம் எங்களுக்குக் கிடைத்தது. அவரது தோற்றம் நாங்கள் எதிர்பார்த்ததைப் போன்றே இருந்தது. அவரை டெஸ்ட் ஷூட்டுக்கு வரச் சொன்னோம். டெஸ்ட் ஷூட்டை தயாரிப்பாளருக்குச் சொந்தமான திருமண மண்டபத்தில் நடத்தினோம் என்று நினைக்கிறேன். டெஸ்ட் ஷூட்டுக்குப்பின், அவர் சிறப்பாக நடிப்பார் என்ற நம்பிக்கை எங்களுக்கு ஏற்பட்டது. அந்தக் கதாபாத்திரத்தில் நடிக்க நாங்கள் சந்தித்த ஒரே நடிகை அவர்தான்.

ரங்கன்: இதற்கு நேர்மாறாக, **மௌனராகத்தில்**, திரைத்துறையிலிருந்து ஓய்வு பெற்றிருந்த காஞ்சனாவை மீண்டும் நடிக்கவைத்திருப்பீர்கள். அவர் ஒரே ஒரு

காட்சியில் வக்கீல் வேடத்தில் வருவார். நீங்கள் இதை மற்ற படங்களிலும் செய்திருக்கிறீர்கள். திரைத்துறையை விட்டு விலகிச் சென்ற ஜெயசித்ரா, சுமித்ரா, ஜெயசுதா போன்ற நடிகைகளை மீண்டும் நடிக்க அழைத்து வந்தீர்கள்.

ரத்னம்: கதைக்கு மிக முக்கியமான கதாபாத்திரம் படத்தில் சில நிமிடங்கள் மட்டுமே இடம் பெறப்போகிறது. அந்தக் கதாபாத்திரத்தை எஸ்டாப்ளிஷ் செய்ய நமக்குத் திரைப்படத்துக்குள் போதிய நேரம் இல்லை என்று வைத்துக்கொள்ளுங்கள். பிரபலமான நடிகரை அந்தக் கதாபாத்திரத்தில் நடிக்க வைப்பது படத்துக்குப் பலம் சேர்க்கும். அந்த நடிகர் நமக்கு முன்னரே பரிச்சயம் ஆனவர் என்பதால், அந்தக் கதாபாத்திரம் நம் மனத்தில் எளிதில் ஆழமாகப் பதியும். ஒரு நடிகையாக காஞ்சனா பெற்ற அங்கீகாரம், அந்தக் காட்சிக்கு வலு சேர்த்தது.

ரங்கன்: சரண்யா அறிமுகம் ஆகும் காட்சியில் மிக அழகான தீம் மியூஸிக் ஒன்று பயன்படுத்தப்பட்டிருக்கும். ஹாலிவுட்டில் என்றால், இதை ஒரு தனி சவுண்ட் ட்ராக்கின் அங்கமாக வியாபாரம் செய்திருப்பார்கள். எப்படிப்பட்ட பின்னணி இசை வேண்டும் என்பதை இளையராஜாவுக்கு எப்படி விளக்கி னீர்கள்? ஏனெனில் **நாயகன்** படத்தின் பின்னணி இசை, கிளாசிக்கான ஒன்று.

ரத்னம்: அது காதல் காட்சி என்பதை நாம் அவருக்கு விளக்கவேண்டிய தில்லை. ஏனெனில், அது காதல் காட்சி என்பது தெளிவாகவே தெரியும். சில நேரங்களில், பாடல்களை கம்போஸ் செய்யும்போது, பாடலில் இடம் பெறும்

வேலு நாயக்கரின் மனைவி கதாபாத்திரத்துக்கு ஆரம்பத்திலிருந்தே என் மனத்தில் ஒரே ஒரு முகம்தான் இருந்தது. அதை ஒரு புதிய நடிகை நடித்தால்தான் நன்றாக இருக்கும் என்ற நம்பிக்கை எனக்கு இருந்தது. கமல் ஹாசன் புதுமுகம் சரண்யாவுடன்.

சில இன்ஸ்ட்ருமெண்டல் மியூஸிக்கை தீம் மியூஸிக்காகப் பயன்படுத்திக் கொள்ளலாம் எனச் சொல்லவேண்டும். இதுபோன்ற விஷயங்களை நாம் அவருக்கு நினைவுபடுத்திக்கொண்டே இருக்கவேண்டும். அவர் அந்த நேரத்தில் நிறையப் படங்களுக்கு இசை அமைத்துக்கொண்டிருந்தார். சில நேரங்களில், எந்தப் பாடல் எந்தப் படத்துக்காக உருவாக்கப்பட்டது என்பது அவருக்கு நினைவிருக்காது. 'ஓ! அது இந்தப் படத்துல இருக்கா. நான் ராம நாயுடு படம்னு நெனச்சேன்' என்பார். எனவே, நாம் முன்னரே என்ன முடிவு செய்தோம் என்பதை அவருக்கு நினைவுபடுத்தவேண்டும்.

ரங்கன்: பாடல்களின் இடையே இடம்பெறும் இன்ஸ்ட்ருமெண்டல் மியூஸிக்கை தீம் மியூஸிக்காகப் பயன்படுத்துவதைப்பற்றி, எனக்கு ஒரு கேள்வி இருக்கிறது. படத்தின் பிரதான உணர்வுகளைக் குறிக்கும் வகையில், ஐந்தாறு பாடல்களை உருவாக்குகிறோம். ஏன் இந்தப் பாடல்களின் இன்ஸ்ட்ருமெண்டல் வெர்ஷனையோ, பாடல்களின் இடையில் வரும் இன்டர்லூட் இசையையோ பின்னணி இசையாகப் பயன்படுத்தக்கூடாது? ஏன் ஒவ்வொரு காட்சிக்கும் புதிதாகப் பின்னணி இசையை உருவாக்கு கிறோம்? எனக்கு இந்தப் பிரத்யேகமான தீம்கள் பிடித்திருந்தாலும், நம் படங்களில் அளவுக்கு மீறிய தீம் மியூஸிக்குகளைப் பயன்படுத்துகிறோமோ என்று சில நேரங்களில் எண்ணுவதுண்டு.

ரத்னம்: பாடல்களில் இடம்பெறும் இன்டர்லூட், நாம் பாடலினுள் என்னென்ன காட்சிகளை உருவாக்கப்போகிறோம் என்பதை முடிவு செய்ய நமக்கு உதவுகிறது. நம்மிடம் தெளிவான ஐடியா இருந்தால், நான் பாடலை இப்படித்தான் காட்சிப்படுத்தப்போகிறேன், எனக்கு முதல் இன்டர்லூடில் இசை இப்படி இருக்கவேண்டும், இரண்டாவது இன்டர்லூட் இப்படி இருக்கவேண்டும் என்று இசையமைப்பாளரிடம் சொல்லலாம். அவர்கள் நம் தேவையின் பொருட்டு இசையை உருவாக்குவார்கள். இல்லையேல், அவர்கள் சம்பிரதாயப்படி எது சரியோ அதைச் செய்வார்கள். நாம் நம் வழியில் அதற்குத் திரை வடிவம் கொடுக்கவேண்டும். இந்த இன்டர்லூட்கள், பாடல்களை மெருகேற்றுவதற்காகவும் வேண்டிய மனநிலையைப் பெறுவ தற்காகவும் உருவாக்கப்படுகின்றன. இவை எல்லாவற்றையும் பின்னணி இசையாகப் பயன்படுத்த முடியாது. ஒவ்வொரு காட்சிக்கும் ஒவ்வொரு வகையான ரிதமும் டெம்போவும் இருக்கும். எனவே, அந்தக் காட்சிக்குப் பலம் சேர்க்கும் வகையில் பின்னணி இசை அமைந்திருக்கவேண்டும். எனினும், பாடல்களில் பயன்படுத்தும் இசையைச் சார்ந்தோ அவற்றிலிருந்து சிலவற்றை எடுத்தோ பின்னணி இசையாகப் பயன்படுத்தலாம். பயன்படுத்து கிறார்கள்.

இந்தியாவில் பாடல்களை ரேடியோ, தொலைக்காட்சி எனப் பல்வேறு ஊடகங்களில் ஒவ்வொரு நாளும் கேட்கிறோம். அதனால், அதையே படத்தின் பின்னணி இசையாக உபயோகித்தால் கேட்பவர்களுக்குச் சலிப்பு ஏற்படும். அந்தப் பின்னணி இசை உயிரற்ற ஒன்றாகத் தோன்றும். படம்

வெளியாவதற்கு முன்னரே, மூன்று நான்கு மாதங்கள், இளையராஜாவின் பாடல்களை மக்கள் கேட்டு ரசித்திருப்பார்கள். அவர்கள் அந்தப் பாடல்களை முழுவதுமாக அறிந்துவைத்திருப்பார்கள். அதனால், அதே பாடல்களை நீங்கள் படத்தின் பின்னணி இசையாக உபயோகித்தால், அந்த இசை காட்சிகளுக்குப் பலம் சேர்க்காமல் போகலாம். அதனால் பின்னணி இசையை, காட்சியை மெருகேற்றும் வகையிலும், புத்துணர்ச்சி ஊட்டக் கூடிய வகையிலும் அமைக்கவேண்டும். சிலநேரங்களில், பாடல் இசையின் மாறுபட்ட வடிவத்தையும் பின்னணி இசையாக உபயோகிக்கலாம்.

ரங்கன்: டைட்டிலில் இளையராஜா பாடும் தீம் பாடல், 'ரா'வாக இருக்கும் ('யார் அடிச்சாரோ' என்று கொச்சைத் தமிழில் பாடுவார்). அதே சமயம், படத்தின் பிற்பகுதியில் அதே பாடலை கமல் பாடும்போது, வேலு நாயக்கரின் வாழ்க்கை மெருகேறிவிட்டது என்பதைக் குறிக்கும் பொருட்டோ என்னவோ, பாடலை மெருகேற்றிப் பாடுவார் ('யார் அடித்தாரோ').

ரத்னம்: ராஜாவின் வெர்ஷனைத்தான் முதலில் ஒலிப்பதிவு செய்தோம். கம்போசிங்கின் முதல் அமர்வு அது. நான் படத்தின் கதையை ராஜாவிடம் விவரித்தேன். உடனே அவர் கம்போஸ் செய்த முதல் பாடல் அதுதான். அந்த இசை கேட்பதற்கு மிக அருமையாக இருந்தது. அது ஒரு தாலாட்டுப் பாடல். மேலும் அதில் 'யார் அடிச்சாரோ' என்ற வரி திரும்பத் திரும்ப வந்து கொண் டிருக்கும். அந்தப் பாடலைத் தேர்ந்தெடுப்பதில் எங்களுக்கு எந்தத் தயக்கமும் இருக்கவில்லை. அந்தக் கொச்சையான வடிவத்தை, கமல் வருவதற்கு முன்பே ஒலிப்பதிவு செய்துவிட்டோம். அதில், பாடலின் பின்னணியில் இசை முழுவீச்சாக வராது. மேலும் அந்தப் பாடலில் கிராமிய மணம் வீசும். அந்தப் பாடல் படத்தில் திரும்பத் திரும்ப இடம்பெறப்போகிறது என்பதால், இசை கருவிகளின் உதவியோடு அதை மேலும் மெருகேற்ற விரும்பினோம். எனவே மொழியிலும் ஒரு மாற்றம் கொண்டுவந்தோம்.

ஒரு பாடலின் வடிவத்தை மாற்றும்போது, கொஞ்சம் புல்லாங்குழல், கொஞ்சம் ஸ்ட்ரிங்ஸ் என்று வெவ்வேறு கருவிகளை உபயோகிக்கவேண்டும். ஒரேதாலாட்டுப் பாடலின் வெவ்வேறு வெர்ஷனை வெவ்வேறு ஸ்டைலில் உருவாக்கினோம். அதில் சிறு சிறு மாற்றங்களையும் செய்தோம். அதனால் தான் பாடலில் அந்தச் செழுமை இருக்கிறது. கமல் பாடும் வெர்ஷன், கடந்த காலத்தை எண்ணிப் பாடப்படும் பாடல். இங்கே கால மாற்றத்தின் விளை வாகப் பாடல் மெருகேறிவிட்டது. எனவே, வேலு நாயக்கரின் வாழ்க்கை மெருகேறிவிட்டது என்று அர்த்தம்கொள்ளவேண்டிய அவசியமில்லை.

ரங்கன்: பாடலை கம்போஸ் செய்யும்போதே, தீம் பாடல்தான் வேண்டும், அந்த தீம் பாடல் படத்தில் பலமுறை வரப்போகிறது என்பதை நீங்கள் அறிந்திருக்கிறீர்கள்.

ரத்னம்: எத்தனைமுறை அந்தப் பாடலைப் படத்தில் உபயோகிக்கப் போகிறேன் என்று எனக்குத் தெரிந்திருக்கவில்லை. ஆனால், அந்தப் பாடலை

மீண்டும் மீண்டும் உபயோகிப்பேன் என்பதுமட்டும் எனக்குத் தெரிந்தது. மேலும் வேலுவின் வாழ்க்கையை அந்தப் பாடல்தான் பிரதிபலிக்கப் போகிறது என்பதையும் அறிந்திருந்தேன்.

ரங்கன்: நீங்கள், ஒரே பாடலைப் பலமுறை உபயோகித்தது அதுவே முதல்முறை. உங்கள் முந்தைய படங்களில், பாடல்களை ஒருமுறைதான் உபயோகித்திருப்பீர்கள்.

ரத்னம்: ஏனெனில், இது ஒரு சிறிய பாடல். அதுமட்டுமின்றி, இது கற்பனைக் கதையை மையப்படுத்தி எடுக்கப்பட்ட படம் அன்று. ஒருவகையில், இது ஒருவரின் வாழ்க்கை வரலாறு. அதனால் அதற்கேற்றார்போல் நாம் பாடல்களை உருவாக்கவேண்டும். என் முதல் படம் **பல்லவி அனுபல்லவி**யிலேயே, ஒரு பாடலின் இன்ஸ்ட்ருமெண்டல் வடிவத்தை உருவாக்கினோம். அதில் பாடல் வரிகள் இருக்காது. மூன்று நிமிடம் ஓடக்கூடிய அந்த இன்ஸ்ட்ருமெண்டல் மியூஸிக், படத்துக்கு தீம் மியூஸிக்காகப் பயன்படுத்தப்பட்டது. எனவே, இளையராஜா எனக்காக தீம் மியூஸிக்கை உருவாக்கிக் கொடுத்தது இது முதல்முறையல்ல.

ரங்கன்: 'நான் சிரித்தால் தீபாவளி' பாடலின் லொகேஷன் மிக அருமையாக இருந்தது. வீட்டின் நடுவே வளர்ந்து நிற்கும் அந்தப் பெரிய மரம் பார்ப்பதற்கு அழகாக இருக்கும்.

ரத்னம்: அது ஒரு பாழடைந்த வீடு. கிளப்பாகவும் இருந்திருக்கலாம். படத்தில் கமலின் வீடாகவும் பயன்பட்டது (அவர் சேரி வீட்டைக் காலி செய்துவிட்டு அந்த வீட்டில்தான் தங்குவார்). வேலுவை மக்கள் சந்திக்க வரும்போது, வீட்டினுள் இருந்த அந்த மரத்தை நாம் பார்க்கலாம். அந்த மரத்தினூடே வந்த ஒளிதான் வரவேற்பறையை ஒளிர வைத்தது. இன்றைய மவுண்ட் ரோடில், நியூ தாஜ் ஹோட்டல் இருக்கும் இடத்தில்தான் அந்தக் கட்டடம் இருந்தது. திரைப்படத் துறையினர், அதை இந்தியன் எக்ஸ்பிரஸ் பில்டிங் என்றே அழைப்பார்கள். பழைய இந்தியன் எக்ஸ்பிரஸ் அலுவலகத்துக்கு அருகில் அந்தக் கட்டடம் அமைந்திருந்தது. பாலியல் பலாத்காரக் காட்சிகளையும் கிளைமாக்ஸ் சண்டைக் காட்சிகளையும் அங்குதான் படம்பிடிப்பார்கள். அது ஓர் அற்புதமான லொகேஷன். தரணி அதன் வெளிப்புறத்தை விபசார விடுதியாக மாற்றி வடிவமைத்திருந்தார். அதன் இன்னொரு பக்கத்தை கமலின் வீடாக மாற்றியிருந்தார். அந்த நேரத்தில், அந்த வீட்டை இடித்துக் கட்ட விரும்பியிருந்தனர். நாங்கள் படத்தை எடுத்து முடிக்கும்வரை காத்திருந்தனர். பெரோஸ் கான், **தயாவான்** (**நாயக**னின் இந்தி ரீமேக்) படத்தை எடுக்கும்போது அந்த வீடு அங்கே இல்லை, முழுவதுமாக இடிக்கப்பட்டிருந்தது.

ரங்கன்: பம்பாயை மையப்படுத்திய இந்தப் பாடலை, **வறுமையின் நிறம் சிவப்பி**ன் (கே. பாலசந்தரின் படம். டெல்லி வாழ்க்கையை மையமாகக் கொண்டது) 'தூ ஹே ராஜா' பாடலைப்போல், இந்தியில் உருவாக்கும் எண்ணம் இருந்ததா?

ரத்னம்: இல்லை. பாடலைத் தமிழில் உருவாக்கத்தான் விரும்பினேன்.

ரங்கன்: 'நீ ஒரு காதல் சங்கீதம்' பாடலில் ஒரு காட்சி வரும். யார் முதலில் உண்பது எனக் கணவனும் மனைவியும் விவாதத்தில் ஈடுபடுவார்கள். கமல், பொய்க் கோபத்தை வெளிப்படுத்துவார். 'நீ மிகவும் மெலிந்திருக்கிறாய்' என்று மனைவியின் கையைப் பிடித்து அசைத்துச் செய்கை செய்வார். பாடல்களின் உள்ளே இதுபோன்ற 'வசனக் காட்சிகள்' வந்தால், அந்த வசனங்களைத் திரைக்கதையில் எழுதி வைத்திருப்பீர்களா? ஏனெனில், அந்த வசனங்கள் எப்படியும் பாடலின் இசையில் மறைந்து போய்விடும். இறுதியில் வெறும் வாய் அசைப்புகளே மிஞ்சும்.

ரத்னம்: ஆம். வசனம் பேசவேண்டிய இடத்தில், அவர்கள் வாய் அசைக்காது, வெறும் சைகைமட்டும் செய்தார்கள் எனில் அபத்தமாக இருக்கும். இன்றைய படங்களில்கூட நான் அதுபோன்ற காட்சிகளைப் பார்க்கிறேன். ஏன் அவர்கள் எதுவும் பேச மாட்டேன் என்கிறார்கள்? ஏனெனில், பின்னணியில் பாடல் வரும், அதனால் பேசுவதற்கு அவசியமில்லை என்பதை அவர்கள் அறிந்திருக்கிறார்கள். நாம் இதில் அதிகக் கவனம் செலுத்தி காட்சிகளைத் தத்ரூபமாக அமைக்கவேண்டும். பாடல்களுக்குள், வசனக் காட்சிகள் வைப்பது, பாடல்களை நம்பும்படி உருவாக்க வேண்டும் என்பதற்காகத்தான். அதனால் நடிகர்கள் என்ன பேசப்போகிறார்கள் என்பதை நாம் சிந்திக்க வேண்டும். பாடல்களை எப்படிக் காட்சிப்படுத்தப் போகிறோம் என்பதை எழுதும்போதே, அதில் என்ன வசனங்கள் வரப்போகின்றன என்பதை நாம் அறிந்திருப்போம். கமல்போல் ஒரு நடிகர் கிடைக்கும்போது, வசனங்களை மெருகேற்றுவது எளிதாகிறது.

ரங்கன்: 'அந்தி மழை மேகம்' பாடலில் ஒரு தத்துவம் பொதிந்துள்ளது. பாடல் வரிகளில் ஒடுக்கப்பட்டவர்களின் வீரக் குரல் ஒலிக்கிறது ('தேசம் என்னும் சோலையின் வேர்கள் நாங்களே'). **ராவணன்** படத்திலும் 'கோடு போட்டா கொன்னு போடு...' பாடலில் இதேபோன்ற தத்துவம் பொதிந்திருக்கும் ('நேத்து வரைக்கும் உங்க சட்டம் இன்னைக்கு இருந்து எங்க சட்டம்' என்ற வரிகள் அந்தப் பாடலில் இடம்பெற்றிருக்கும்). **கன்னத்தில் முத்தமிட்டாலில்** வெளிப்படையாகப் பேசியிருப்பீர்கள் (இலங்கையின் பிரச்னைகளை மாதவனும் பிரகாஷ் ராஜும் விவாதிப்பார்கள்). இதுபோன்ற தீவிரமான சிந்தனைகளை வசனங்களின்மூலம் முன்வைப்பதுதானே சிறந்த வழி? ஏனெனில் நம் நாட்டில், பலரும் பாடல் வரிகளை உன்னிப்பாகக் கவனிக்க மாட்டார்களே.

ரத்னம்: ஒரு கருத்தைப் போகிற போக்கில் சொன்னால் அது அழுத்தமாகப் பதியாது. அந்தக் கருத்துகள் திரைக்கதையின் அங்கமாக இருக்கவேண்டும். கதையின் ஓட்டத்தோடு அந்தக் கருத்துகள் பொருந்தவேண்டும். இது உண்மைதான். ஆனால், இப்படிச் செய்தால் என்ன ஆகுமென்றால், அந்தப் படத்தில் அரசியல் சாயம் அதிகமாகிவிடும். **ராவணன் (ராவன்)** படம், மனித உறவுகளைப்பற்றியது. அதனால் அரசியல் விஷயங்கள் அதனுள்ளே

பொதிந்திருக்குமே ஒழிய வெளிப்படையாக இருக்காது. நாங்கள் கதையை அப்படித்தான் சொல்ல விரும்பினோம். மனித உணர்வுகளைப்பற்றி மட்டுமே படம் வெளிப்படையாகப் பேசும். ஒரு குறிப்பிட்ட காலத்தில், குறிப்பிட்ட இடத்தில் நடக்கும் அந்தக் கதையில், அரசியல் கருத்துகள் மெல்லிய குரலிலேயே ஒலிக்கும்.

ரங்கன்: **உயிரே**கூட மனித உறவுகளைப்பற்றிய படமே. ஆனால் அந்தப் படத்தில் அரசியல் கருத்துகளை வெளிப்படையாகவே முன்வைத்திருப் பீர்கள். கதாநாயகன் அந்தப் போராளியைப் பேட்டி காண்பார். அதில், மத்திய அரசு தங்களைப் புறக்கணித்ததாகப் போராளி சொல்வதுபோல் வசனம் அமைந்திருக்கும்.

ரத்னம்: **உயிரே** மாறுபட்ட கதைக்களம். ஏனெனில், நாம் அந்தப் பெண்ணுட னேயே அதிகம் பயணிக்கிறோம். அந்தப் பெண் போராடும் குணம் கொண்டவள். இது அரசியல் பிரச்னையைப்பற்றிய படம் என்பதை அவளின் ஃபிளாஷ்பேக் மூலம் தெரிந்துகொள்கிறோம். இங்கே வெளிப்படையாக அரசியலைப் பேசலாம். ஏனெனில் படம் அரசியல் களத்தைத்தான் அடிப் படையாகக் கொண்டு இயங்குகிறது. சுதந்தரம் பெற்று ஐம்பது வருடங்கள் ஆனபின்னும், வன்முறையைக் கையாள்பவர்களைப்பற்றி இந்தப் படம் பேசுகிறது. அந்தப் படத்தின் மூலக்கதை மனித உணர்வுகளைப் பற்றியது அல்ல.

ரங்கன்: அவ்வாறெனில், பார்வையாளர்கள் பாடல்களில் பொதிந்திருக்கும் அரசியல் கருத்துகளை (சில நேரம்) புரிந்துகொள்ளவில்லை என்றாலும் பரவாயில்லை என்று நீங்கள் சொல்லுகிறீர்கள்.

ரத்னம்: இல்லை. அவர்கள் புரிந்துகொள்ளாவிட்டாலும் பரவாயில்லை என்று நான் சொல்லவில்லை. அந்தக் கருத்துகள் வெளிப்படையாகச் சொல்லப்படவில்லை என்பதைத்தான் சொல்கிறேன். எனினும், பார்வையாளர்களை அந்தத் திசை நோக்கிப் பயணிக்க வைக்கும் பொருட்டுக் குறிப்புகள் தரப்பட்டுள்ளன என்பதை நிச்சயமாக என்னால் சொல்ல முடியும். **ராவணன்** படத்தில் வரும் பழங்குடியினர் யார் என்பதும், அவர்கள் எதற்காகப் போராடுகின்றனர் என்பதும் மக்களுக்கு விளங்கியிருக்கும். உண்மையில், ஹனுமான் கதாபாத்திரம் வீராவுடன் உரையாட வரும் அந்தக் காட்சியில், அரசியல் கருத்துகள் முதலில் வெளிப்படையாகவே விவாதிக்கப் பட்டிருந்தன. ஆனால் படத்தின் இறுதி வடிவில் அந்தக் காட்சிகள் இடம் பெறவில்லை. இந்த ஒரே ஒரு காட்சியில்மட்டும் தீவிர அரசியல் கருத்துகளை முன்வைத்து, அதன்பிறகு அவற்றைச் சமப்படுத்த வேறு விஷயங்களைச் சேர்க்கவேண்டிய அவசியமில்லை என்று கருதினேன். இதுபோன்ற படங்களில், கருத்துகளைக் குறிப்பால் உணர்த்திவிட்டுப் பயணிப்பதே சிறந்த வழி.

ரங்கன்: **ரோஜா** போன்ற படங்களில் அரசியல் விவாதம் இடம்பெற்றிருக்கும். அதில் கதாநாயகன் தன்னைக் கடத்தியவர்களிடம் சித்தாந்தம் பேசுவான்.

சில திரைப்படங்களுக்குத் தனியான ஸ்டைல் தேவைப்படும். அந்தப் படத்துக்குள் அதிலிருந்து விலகிச் சென்றுவிட முடியாது.

கன்னத்தில் முத்தமிட்டால் படத்திலும் அது போல ஒரு 'வாக் அண்ட் டாக்' காட்சி வரும். நீங்கள் இந்தத் தீவிரமான பிரச்னைகளை லேசாகத் தொட்டு விட்டு, மீண்டும் படத்தின் முதன்மைக் கதைக்குச் சென்றுவிடுவீர்கள். இதுபோன்ற முக்கிய பிரச்னைகளைப்பற்றிய உங்கள் கருத்துகளை இன்னும் விரிவாகப் பதிவுசெய்யவேண்டும் என்று எண்ணியதுண்டா?

ரத்னம்: திரைக்கதையாக எழுதும்போது நிறைய எழுதுவோம். அதிலிருந்து குறைவாகவே காட்சிப்படுத்துவோம். இறுதியில், படத்துக்கு என்ன தேவையோ அதைமட்டுமே வைத்துக்கொள்வோம். நாம் விவாதிக்க விரும்பும் அனைத்தையும் ஃபர்ஸ்ட் டிராஃப்டில் எழுதுவோம். அதை மெருகேற்றும்போது, சில காட்சிகளை நீக்கவேண்டிய சூழல் ஏற்படும். அப்போது, நாம் விவாதிக்க விரும்பும் சில கருத்துகளும் மறைந்துபோகும். இறுதியில் அந்தக் கருத்துகளின் சாராம்சத்தைமட்டுமே படத்தில் வைத்துக் கொள்ளவேண்டும். ஏனெனில் படத்தில் நாம் கதையைச் சொல்கிறோம். திரைப்படம், முழுக்க முழுக்கச் சித்தாந்தங்களை விவாதிக்கும் தளம் அல்ல. அங்கே அளவுக்குமேல் எந்தக் கருத்தையும் புகுத்தக்கூடாது. உண்மையாகக் கதாபாத்திரங்கள் என்ன பேசுமோ அதைமட்டுமே பேசவேண்டும். பெரும்பாலான பிரச்னைகளை இரு வெவ்வேறு கண்ணோட்டங்களில் பார்க்கலாம். இறுதியில் ஏதாவது ஒரு நிலைப்பாட்டை எடுக்கவேண்டும். அந்த நிலைப்பாட்டைத் தெளிவாக எடுத்துவிட்டால், அதற்குப்பின் நாம் முன்வைக்கும் கருத்துகள் எல்லாம் அதே திசையிலேயே பயணிக்கும். ஒரு

களத்தை அமைத்து, அதில் இருக்கும் இரண்டு வெவ்வேறு பார்வைகளையும் விவாதத்துக்கு உட்படுத்த வேண்டும் என்று நினைக்கும் பட்சத்தில், படத்தின் திரைக்கதை விவாதங்களை முன்னெடுத்துச் செல்லும் என்றே நினைக்கிறேன். கருத்து 1, கருத்து 2, கருத்து 3, கருத்து 4, கருத்து 5 என்று வரிசையாக விவாதித்துக் கொண்டு போகவேண்டிய அவசியமில்லை. கருத்து 1, கருத்து 2 ஆகியவற்றை விவாதித்தால் போதும். மற்ற அனைத்தையும் மக்கள் புரிந்து கொள்வார்கள்.

ரங்கன்: மணி ரத்னத்தின் படங்கள் இருளால் சூழப்பட்டிருக்கும் என்ற கிண்டலான முத்திரை உங்கள்மீது முதலில் விழுந்தது **நாயக**னில்தான். **நாயகன்** படத்தின் மிக முக்கியமான அம்சம் ஒளிப்பதிவுதான் என்றால் அது மிகையல்ல.

ரத்னம்: படத்தை ஆரம்பிக்கும் போதே, 'இந்தப் படத்தை நான் இருட்டில்தான் எடுக்கப் போகிறேன்' என்று யாரும் நினைக்க மாட்டார்கள். படத்தை, முடிந்தவரை தத்ரூபமாக, அதே சமயத்தில் கண்ணுக்கு விருந்தாக உருவாக்க விரும்பினோம். ஆரம்ப காலங்களில், இந்த அம்சங்களைப்பற்றி யாரும் அதிகம் விமர்சிக்கவில்லை. ஆனால் விமர்சகர்கள் எப்போதும் தங்கள் வசதிக்கு ஏற்றவாறு அம்சங்களை வகைப்படுத்திக்கொள்ளவே விரும்பு வார்கள். ஒரு கலைஞனின்மீது முத்திரை குத்துவது எளிது. எங்கள் முயற்சி களைப் புரிந்துகொள்ள முடியாத மனிதர்களே இதுபோன்ற முத்திரைகளைக் குத்துவார்கள்.

ரங்கன்: பி.சி. ஸ்ரீராமின் ஒளிப்பதிவு வெறும் செபியா டோன்மட்டுமே அல்ல. செபியாவோடு சேர்த்து, வெள்ளை நிற ஒளியைப் படரவிட்டிருப்பார். ஒரு புள்ளியில் ஒளியைக் குவித்து ஒளிப்பதிவு செய்து, காட்சிகளுக்கு உயிர் கொடுத்திருப்பார். வேலு, இன்ஸ்பெக்டர் கேல்கரைச் சுத்தியலால் அடித்துக் கொல்லும் அந்தக் காட்சியை உயிரோட்டமுள்ள ஒளிப்பதிவுக்கு உதாரண மாகச் சொல்லலாம்.

ரத்னம்: சில சோதனைகளை மேற்கொண்டோம். அவற்றுள் சில, சம்பிரதாயமான சோதனைகள். பீரியட் படங்களுக்கே உரித்தான செபியா டோனிலேயே அந்தச் சோதனைகளை மேற்கொண்டோம். சினிமாஸ்கோப், 35 எம்.எம், இரண்டிலும் எதைத் தேர்வு செய்வது என்ற முடிவையும் நான் எடுக்கவேண்டியிருந்தது. அதற்கும் சோதனை நடத்தினோம். செபியா சௌகரியமானதாக இருந்தது. நாயகனுக்கு முன்னரே, நிறைய படங்களை செபியா டோனில் எடுத்திருக்கின்றனர். வழக்கமான பாணியில் சென்று விடாமல், எந்தக் காலகட்டத்தில் கதை நடக்கிறது என்பதை வெளிப்படை யாகச் சொல்லாமல், குறிப்பால் சொல்ல விரும்பினோம். மேலும் படத்தை கலர்ஃபுல்லாக எடுக்கவேண்டும் எனத் திட்டமிட்டோம். முன்பைவிடக் கூடுதல் வண்ணமயமாகப் படம் இருக்கட்டும்; அதற்குள் ஒரு படத்துக்குப் பொதுவாகத் தேவைப்படும் அம்சங்களைக் கொண்டுவருவோம் என்று தீர்மானித்தோம். மையக் கதாபாத்திரத்தைச் சுற்றி, வெளிச்சமும் இருளும் இருந்துகொண்டே இருக்கும். அதைத் தக்க வைத்துக்கொள்ளும் பொருட்டே,

காட்சிகளை உட்புறத்தில் படமாக்கினோம். இது பீரியட் படம் என்பதைக் குறிக்க மேலும் சில முயற்சிகளை (செபியா டோனை தவிர) மேற் கொண்டோம். காலம் உருண்டோடுகிறது என்பதைக் குறிப்பதில் அரங்க நிர்மாணமும் உடைகளும் முக்கியப் பங்கு வகித்தன.

நாயகன் படப்பிடிப்பு தொடங்கிய அதே நேரத்தில், **அக்னி நட்சத்திர**த்தின் வேலைகளிலும் ஈடுபட்டிருந்தோம். **நாயக**னின் முதல் கட்டப் படப்பிடிப்பை முடித்துவிட்டு, இரண்டு மூன்று நாள்கள் இடைவெளிக்குப் பின், **அக்னி நட்சத்திர**த்தின் முதல் கட்டப் படப்பிடிப்பைத் தொடங்கினோம். **அக்னி நட்சத்திரம்** மாறாக, **நாயக**னிலிருந்து முற்றிலும் மாறுபட்டது. அது பீரியட் படம் அல்ல. அதி நவீனப் படம். கொஞ்சம் ஸ்டைலிஷான, புதுமையான படம். அதன் மேக்கிங் முற்றிலும் மாறுபட்டது. இரண்டு படங்களும் இரு வெவ்வேறு துருவங்கள். இரண்டு படங்களுக்காகவும் பல புதிய உத்திகளைக் கையாண்டதால், ஒரு கட்டத்தில் ஒரு படத்தின் உத்திகள் இன்னொரு படத்தின் உத்திகளோடு உரசின. எங்கெல்லாம், **நாயக**னின் பீரியட் தன்மையை மெரு கேற்ற விரும்பினோமோ, எங்கெல்லாம் அதைக் கணிக்க இயலாத ஒன்றாக உருவாக்கவேண்டும் என்று எண்ணினோமோ, அங்கெல்லாம் **அக்னி நட்சத்திர**த்தின் உத்திகளைப் பயன்படுத்தினோம். ஒளியைப் படரவிடுவதைப் பற்றி நீங்கள் குறிப்பிட்டீர்களே, அதெல்லாம் **அக்னிநட்சத்திர**த்தின் உத்திகளே. ஒரே நேரத்தில், இரண்டு துருவங்களைச் சேர்ந்த இரண்டு படங்களில் பணிபுரிந்ததனால்தான் இதையெல்லாம் செய்ய முடிந்தது. பி.சி. ஸ்ரீராம்போல் ஒருவர் நமக்கு ஒளிப்பதிவாளராக இருப்பது, மிகப் பெரிய பலம்.

ரங்கன்: அதனால்தான், **நாயக**னின் மோசமான டி.வி.டி பிரிண்ட்கள்கூடப் பார்ப்பதற்கு இன்றளவும் புதிதாகவும், டயனமிக்காகவும் இருக்கின்றன என்று நினைக்கிறேன். மற்ற படங்களைப் பொருத்தவரை, பிரிண்டின் தரம் குறையக் குறைய, ஒளிப்பதிவும் தரம் குறைந்து காணப்படும்.

ரத்னம்: முதலில் நீங்கள் ஏன் மோசமான டி.வி.டி பிரிண்ட்களைப் பார்க்கிறீர்கள்? ஒரிஜினல் பிரின்டை வாங்கிப் பாருங்கள். அந்தப் படத்தில், வெளிச்சத்துக்கும் நிழலுக்கும் மிக அதிகமான கான்ட்ராஸ்ட் இருக்கும். அந்த கான்ட்ராஸ்ட் திட்டமிட்டு உருவாக்கப்பட்டது. மேலும், அது மிகப் பலமான ஒன்று. அதனால், நகலெடுப்பதால் ஏற்படும் இழப்பையும் மீறி, அந்த கான்ட்ராஸ்ட் பார்ப்பதற்கு சுவாரஸ்யமாகவே இருக்கும்.

ரங்கன்: படத்தைப்பற்றி ஒளிப்பதிவாளரிடம் விவாதிக்கும்போது இவற்றை யெல்லாம் கருத்தில் கொள்வீர்களா?

ரத்னம்: இல்லை. படம் சரியாக இருக்கவேண்டும் என்றுமட்டுமே கருதுவேன். வருங்காலத்தில் என்ன நடக்கும் என்பதைப்பற்றிச் சிந்திக்க மாட்டேன். படம் நன்றாக இருந்தால், அது காலம் கடந்து நிற்கும்.

ரங்கன்: பல காட்சிகளை ஃப்ரேமின் உள்ளே ஃப்ரேம் வைத்துப் படம் பிடித்திருப்பீர்கள். காட்சியின் மையக் கதாபாத்திரத்தை, வெளியிலிருந்து கதவின் வழியாகவோ வளைவின் வழியாகவோ படம்பிடித்திருப்பீர்கள்.

கதாநாயகன் ஒரு வேற்றாள், அவனை நாம் தூரத்தில் இருந்து பார்க்கிறோம் என்ற தோற்றத்தை இது உருவாக்குகிறது.

ரத்னம்: உண்மையில், நாங்கள் அதைச் செய்ய முயற்சி செய்திருக்கவில்லை. படத்தின் தொடக்கத்திலிருந்து உருவான ஸ்டைல் அது. கதை நெரிசல் மிகுந்த இடங்களில் நடக்கிறது. அதைப் பார்வையாளர்களுக்கு உணர்த்த விரும்பினோம். போலிஸ் ஸ்டேஷனுக்கு வெளியே வேலு தன் தங்கையைச் சமாதானம் செய்யும் அந்தக் காட்சியைக்கூட (அவனுடைய வளர்ப்புத் தந்தை தூக்கில் தொங்கிக்கொண்டிருப்பதைக் கண்டதும் தங்கைக்கு ஆறுதல் கூறுவான்), இரண்டு தூண்களின் வழியாகத்தான் படம்பிடித்தோம். தூண்களுக்கு இடையே இருக்கும் சிறு இடைவெளியில் நின்றுகொண்டிருப் பார்கள். அதைப் பார்க்கும்போது, அவர்கள் அந்தத் தூண்களால் நசுக்கப் பட்டிருப்பதுபோல் தோன்றும். ஆனால் அது அந்தக் கோணத்தில் அறிவுபூர்வமாகத் திட்டமிட்டு வைக்கப்பட்ட காட்சி அல்ல. காட்சிகளைச் சிறந்தமுறையில் உருவாக்க விரும்பினோம். அவ்வளவுதான்.

ரங்கன்: ஒளிப்பதிவுச் சோதனைகள் மேற்கொள்ளும்போது, இந்த ஐடியாக்கள் உருவாகுமா?

ரத்னம்: கடற்கரையில் சில ஒளிப்பதிவுச் சோதனைகளை மேற்கொண்டோம். அவ்வளவுதான். ஃப்ரேமினுள்ளே ஃப்ரேம் உத்தி, அதுவாகப் பிற்பாடு உருவாகியது. நான் செட்கள் அமைத்து எடுத்த முதல் படம் **நாயகன்**தான். மொத்த தாராவி சேரியையும் வீனஸ் ஸ்டூடியோவில் உருவாக்கினோம். தரணி அருமையான ஃப்ரேம்களை அளிக்கக்கூடிய கலை இயக்குநர். நாம் செட்களில் படப்பிடிப்பு நடத்தும்போது, காட்சிகளைப் பிரமிப்பூட்டும் வகையில் உருவாக்கும் பொருட்டு, தேவையான மாற்றங்களைச் செய்து கொள்ளலாம். வேலுவின் வளர்ப்புத் தந்தை வாழும் குடிசையின் மேலே ஒரு வெண்டிலேட்டர் இருந்தது. அதன்கீழே கதவும் அமைந்திருந்தது. வேலு சேரியினுள் நுழைவதை அந்த வெண்டிலேட்டர் வழியாக, க்ரேனின் உதவியோடு, படம் பிடித்துவிட்டு, பின் கேமராவை இறக்கி அறையினுள்ளே அவரின் தந்தை தொழுகை செய்வதைக் காட்சிப்படுத்தினோம். என் நினைவு சரி என்றால், அதுவே அந்தப் படத்துக்காக ஃப்ரேமினுள் ஃப்ரேம் வைத்து எடுக்கப்பட்ட முதல் காட்சி. பிறகுதான் வேலுவின் வீட்டினுள் நடக்கும் காட்சிகளைப் படம்பிடித்தோம். அந்த வீடு மிக இருட்டாக இருந்தது. வெளியிருந்து வந்த வெளிச்சத்தை வீட்டினுள் இருந்த மரம் மறைத்துவிட்டது. அது எங்கள் வேலையைச் சுலபமாக்கிவிட்டது. இசைக்காக நாம் ஒரு குறிப்பிட்ட ஸ்வரத்தைத் தேர்ந்தெடுப்பதுபோல, காட்சிகளுக்காக நாங்கள் இந்தக் குறிப்பிட்ட பாணியைத் தேர்ந்தெடுத்தோம்.

ரங்கன்: ஓரிரு காட்சிகளில், அந்த ஸ்டைல் பின்பற்றப்பட்ட பிறகு அதையே படம் முழுவதும் தொடர்ந்து பின்பற்றுவதுதான் சரியாக இருக்கும்.

ரத்னம்: அந்தப் பாணி எப்போது காட்சி மொழியின் அங்கமானது என்பது தெரியாது. ஆனால், அது ஓர் அங்கமாகிவிட்டது என்பதுமட்டும் உண்மை.

அதுவே ஒருவருடைய ஸ்டைல் ஆகவும் ஆகிறது. சில படங்களுக்கு, குறிப்பிட்ட ஸ்டைல் தேவைப்படும். நாம் அந்தக் குறிப்பிட்ட ஸ்டைலை விட்டுவிட்டுக் கதையைச் சொல்ல முடியாது. உதாரணத்துக்கு, நாங்கள் இருவர் படத்தில், இயற்கை வெளிச்சத்தையே முழுவதும் உபயோகப் படுத்தினோம். வழக்கமான பேக் லைட்டிங்கையும் கண்ணாடி போன்ற பளபளப்பான தோற்றத்தையும் தவிர்த்தோம். இந்த ஸ்டைலைப் பின்பற்றத் தொடங்கியபின், பேக் லைட்டிங்கை உபயோகப்படுத்த முடியாது. ஒரு படத்துக்கான பாதையைத் தேர்ந்தெடுத்தபின், அதை விட்டுச் சிறிது விலகினாலும் அது அப்பட்டமான தவறாகத் தெரியும்.

ரங்கன்: பல காட்சிகளில் புறாக்கள் நிரம்பியிருந்தன. வேலு நாயக்கரின் வீட்டு மாடியிலும் நிறையப் புறாக்கள் இருந்தன.

ரத்னம்: செட்கள் உருவாக்கப்பட்டுக்கொண்டிருந்தபோதே, நாங்கள் புறாக்களை அங்கே கொண்டுவரவேண்டியிருந்தது. அவற்றுக்கு அங்கேயே உணவு கொடுத்து வசிக்க வைத்தோம். இந்தப் படத்தின் கதை பம்பாயை மையப்படுத்தியது. பெரும்பாலான படத்தை சென்னையிலேயே எடுத்தோம். பம்பாயின் அனைத்துப் பிரத்யேகமான இடங்களையும் படமாக்கினோம். பார்வையாளர்கள் அது பம்பாய் என்பதை நம்புவதற்கு பம்பாய் தெருக்களில் ஆரம்பித்து என்னவெல்லாம் தேவைப்படுமோ அவற்றையெல்லாம் படம் பிடித்துக்கொண்டோம். பார்வையாளர்கள் கதையினுள் மூழ்கியபின், சென்னையில் பம்பாய்போல் செட் அமைத்து எடுக்கப்பட்ட காட்சிகளை வைத்துச் சமாளித்துவிடலாம் என்று முடிவு செய்தோம். பம்பாயின் சூழலை உருவாக்க விரும்பினோம். எனினும், வெளிப்படையாக வலிந்து எதையும் காட்சிப்படுத்த விரும்பவில்லை. அதனால்தான் புறாக்களைப் பயன்படுத்தினோம். தாராவியில் அனைவரும் ஏழைமையில் வாழ்கின்றனர், ஆனால் அதே சமயத்தில் பகிர்ந்துண்டு வாழ்கின்றனர் என்ற உணர்வை புறாக்கள் ஏற்படுத்துகின்றன. எவ்வளவு கஷ்டங்கள் இருந்தாலும், அவர்கள் ஒருவருக்கு ஒருவர் உதவி செய்து கொள்கின்றனர்; அதனாலேயே அந்த இடம் நிலைத்திருக்கிறது என்பதையும் புறாக்கள் உணர்த்துகின்றன. அந்தப் புறாக்களைப்போல, அங்கே இருக்கும் மக்கள் வெவ்வேறு இடங்களிலிருந்து வந்து குழுமியிருக்கிறார்கள். மேலும், அந்தப் புறாக்கள், வேலு நாயக்கரின் பின்னணியை ஒரே ஃப்ரேமிலேயே சொல்லிவிடுகின்றன. பம்பாயில் வாழும் உணர்வை ஏற்படுத்துகின்றன.

ரங்கன்: மணி ரத்னத்தின் கதாநாயகன் வேலு நாயக்கர், நல்லவனா கெட்டவனா என்ற கேள்வியின் மூலம் அறியப்பட்டவன். ஏனெனில், படத்தின் இறுதியில் இந்தக் கேள்வி அவனை நோக்கி முன்வைக்கப் படுகிறது. அவன் நல்லவனா, கெட்டவனா?

ரத்னம்: அந்தக் கதாபாத்திரம் நல்லவனா, கெட்டவனா என்பதைப்பற்றி முடிவெடுப்பது என் வேலை அல்ல. என் அபிப்ராயம் என்னுடையதாக மட்டுமே இருக்கும். நாம் ஒரு படத்தின்மூலம் கதையைப் பகிர்ந்துகொள்ள

நாயகன் | 113

முயற்சி செய்கிறோம். அதுபோன்ற ஒரு நகரத்தில் நாம் வாழ நேர்ந்தால், அதுபோன்ற ஒரு மனிதனை நாம் சந்திக்க நேர்ந்தால், அவன்மீது நமக்கு ஆர்வம் ஏற்படும். அவனால் நாம் ஈர்க்கப்படலாம். அவன்மீது பயம் ஏற்படலாம். சட்டவிரோதச் செயல்களில் ஈடுபடும் அவன் நம்மைப் பொருத்தவரையில் குற்றவாளி. ஆனால், ஒரு குறிப்பிட்ட தரப்பு மக்களைப் பொருத்தவரையில் அவன் கடவுளுக்கு நிகரானவன். அந்த மக்களுக்குச் சரி என்று தோன்றும் ஒரு விஷயம், பெரும்பாலானவர்களுக்குத் தவறு என்று படுகிறது. அதை நாம் பல கோணங்களில் பார்க்கலாம். அதற்கேற்றார்போல் முடிவுகளும் மாறுபடலாம். இந்தப் படம் முழுதும், அந்த மனிதனின் கதையைச் சொல்லிச் செல்கிறது. தான் என்ன செய்கிறோம் என்பதைத் தெரிந்துதான் செய்கிறானா, அதற்கெல்லாம் ஏதாவது காரணம் இருக்கிறதா? அவன் இடத்தில் பார்வையாளர்களை நிற்க வைத்தால், அவன் ஏன் அந்த உலகுக்குத் தள்ளப்பட்டான் என்பது விளங்கலாம். அப்போது அவனைப் புரிந்துகொள்வதும், அவனை எதிர்கொள்வதும் எளிமையாக இருக்கலாம்.

ரங்கன்: ஒரு படத்தை எடுக்கும்போது, நீங்கள் வெறும் மூன்றாவது மனிதன்தான். உங்களின் தனிப்பட்ட கருத்துகள் உங்கள் கதாபாத்திரங்களைப் பாதிக்காது என்று சொல்கிறீர்களா?

ரத்னம்: நான் அப்படிச் சொல்லவில்லை. அதே நேரத்தில், என் தனிப்பட்ட கருத்துகளைப் படத்தில் திணிக்க என்றுமே விரும்ப மாட்டேன். நான் படத்தில் ஏதாவது கருத்தைச் சொன்னால், அது என்னுடைய கருத்து என்று அர்த்தம் கொள்ளக்கூடாது. நான் அந்தக் கதாபாத்திரத்தின் இடத்தை வகிக்கிறேன். அந்தக் கதாபாத்திரம்தான் அந்தக் கருத்துகளை முன்வைக்கிறது. அவ்வளவு தான். என்னுடைய தனிப்பட்ட நிலைப்பாடு முற்றிலும் வேறாக இருக்கலாம். நான் நம்பும் கொள்கைகளுக்கு நேர்மாறாக ஒரு படத்தை என்னால் எடுக்க முடியும். ஓர் எழுத்தாளனாக, ஒரு படைப்பாளியாக இருப்பதில் உள்ள சுதந்தரம் இதுதான். நாம் முற்றிலும் இன்னொருவராக மாறிவிடலாம்.

ரங்கன்: சிறுவயதில் வேலு, தன்னை போலிஸ் பின்தொடர்கிறது என்பதை அறியாமல் தன் தந்தையைச் சந்திக்கச் செல்கையில், பெரிய அளவு சட்டையை அணிந்திருக்கிறான். அது அவன் தந்தையின் சட்டையாக இருக்கலாம். அந்தச் சிறுவன், பெரியவர்களின் ஆடையை அணிந்திருப்பதில், ஏதோ தீவிரமான உள்ளர்த்தம் இருக்கிறது.

ரத்னம்: அது அவன் தந்தையின் சட்டை. அது ஏற்றுக்கொள்ளும்படி இருந்த தல்லவா? அது அப்படி இருந்திருக்கவில்லை என்றால், அந்தச் சட்டையை அவனுக்கு அணிவித்திருந்திருக்க மாட்டோம். அது ஒன்றும் விசேஷ நாள் அல்ல. அவன் அழகான ஆடை அணிந்திருக்கவேண்டும் என்று அவசிய மில்லை. அவன் வழக்கமாக அணியும் ஓர் ஆடையை அணிந்திருக்கிறான். காட்சிகளைத் தத்ரூபமாக அமைக்கும்பொருட்டு இதுபோன்ற சிறு சிறு விஷயங்களிலும் கவனம் செலுத்துகிறோம். இதெல்லாம் நம் வாழ்வில் அன்றாடம் கவனித்த விஷயங்களாக இருக்கலாம். படப்பிடிப்பின்போது

கேல்கரின் வன்முறை, வேலு நாயக்கரை விளிம்புக்குத் தள்ளியிருக்கலாம். ஆனால், வேலுவின் வளர்ப்புதான் அவர் எப்படியானவராக ஆகிறார் என்பதைத் தீர்மானித்திருக்கிறது.

தற்செயலாக நம் கதாபாத்திரங்களோடு பொருந்திவிடுகிறது. அந்தச் சிறுவன், தந்தைபோல் உருவாக விரும்புகிறான் என்பதுபோன்ற அறிவுஜீவித்தனமான கருத்தையெல்லாம் நான் முன்வைக்கவில்லை. வாழ்வில் நாம் சந்தித்த மனிதர்களின் பிரதிபலிப்பே அது. அவ்வளவுதான்.

ரங்கன்: இது அறிவுஜீவித்தனத்தைப்பற்றியதல்ல. நீங்கள் அந்தச் சிறுவனை வைத்து நிறைய காட்சிகளைப் படம்பிடித்து, பின் பலவற்றை நீக்கிவிட்டீர்கள் என்று நினைத்தேன்.

ரத்னம்: இல்லை. அந்தச் சிறுவன் இடம்பெறும் காட்சிகள் அனைத்தையும் (பம்பாய் காட்சிகளைத் தவிர) ஒன்றரை நாளில் மகாபலிபுரத்தில் படம் பிடித்தோம். படத்தின் கடைசி நேரத்தில் எடுக்கப்பட்ட காட்சிகள் அவை. பம்பாய் காட்சிகளை, முன்னரே பம்பாய் ஷெட்யூலில் படம் பிடித்திருந் தோம். பேட்ச் வொர்க்குகளை முடிக்க எங்களுக்கு மூன்று நாள்கள் இருந்தன.

ரங்கன்: **ராவணன்** படத்தில் ராகினி, தான் அறியாமலேயே போலிஸ் காரர்களை வீரா இருக்கும் இடத்துக்கு அழைத்துச் சென்றுவிடுவாள். இந்தக் காட்சியை எழுதியபோது, **நாயக**னில் வேலு, போலிஸ் தன்னைப் பின்தொடர்வது தெரியாமல் தந்தையைச் சந்திக்கச் சென்ற காட்சி நினைவுக்கு வந்ததா?

ரத்னம்: இதுவரை இல்லை. இப்போது நீங்கள் சொன்னதும்தான் நினைவுக்கு வருகிறது.

ரங்கன்: இளம் வயதில் வேலு வன்முறையில் நேரடியாக ஈடுபடுகிறான். தன் தந்தையையும் தன் வளர்ப்புத் தந்தையையும் கொன்றவர்களைக் கொல் கிறான். ஆனால் வயதானபின், வன்முறையைக் கையாண்டாலும் அவனிடம் இரக்க குணமே மேலோங்கி நிற்கிறது. அவன் இந்த வேலைகளை மற்றவர்களுக்கு ஒதுக்கியிருக்கவேண்டும். அல்லது வயதாக ஆகக் கோபம் தணிந்து நிதானம் அடைந்திருக்கவேண்டும்.

ரத்னம்: சிறுவயதிலிருந்தே வேலு அமைதியானவன். அதிகம் பேச விரும்ப மாட்டான். அவன் சிறு வயதிலேயே நிறைய பிரச்னைகளை எதிர்கொண் டிருக்கிறான். தன்னுடைய உலகில் அவன் யாரையும் அனுமதிப்பதில்லை. தேவைப்படும்போது வன்முறையைத் தயக்கமின்றிக் கையாள்கிறான். அவனுடைய குழந்தைகள் வளரும்போதுகூட, அவன் மற்றவர்களிடம் சகஜமாகப் பழகுவதில்லை. ஆனால், நடுத்தர வயதைக் கடந்தபின், அவன் கொஞ்சம் கொஞ்சமாகத் தன்னை மாற்றிக்கொள்கிறான். மற்றவர்களிடம் சகஜமாகப் பழக ஆரம்பிக்கிறான். வெளிப்படையாக நடந்துகொள்கிறான். மற்றவர்களிடம் மனம்விட்டுப் பேசுகிறான். அவன் என்ன நினைக்கிறான் என்பதை நம்மால் தெரிந்துகொள்ள முடியும். அவனுடைய உணர்வுகளை நாம் எளிதில் புரிந்துகொள்ளலாம். இளம் வயதில் அவன் மூடிய ஒருவனாகவே இருந்திருக்கிறான். அப்படியான ஓர் உலகில், வாழ்க்கை

முழுதும் வன்முறையில் ஈடுபட்டுக்கொண்டே இருக்கவேண்டிய அவசியம் இருப்பதில்லை.

அவனுக்கென்றே வேலை செய்ய ஒரு குழு இருக்கிறது. அவர்கள் அவனைக் கடவுளுக்கு நிகராக வைத்துக் கொண்டாடுகின்றனர். நிஜ வாழ்விலும் அப்படித்தான் நடக்கும். ஒரு குறிப்பிட்ட காலகட்டத்துக்குமேல் அவன் நேரடியாக வன்முறையில் இறங்கவேண்டிய அவசியமில்லை. ஆட்களை நிர்வகிப்பதும் முடிவுகளை எடுப்பதும் மட்டுமே அவன் வேலை. உண்மையில், அவன் தன் மனைவி இறந்தபின் வன்முறையில் ஈடுபடுகிறான் என்று நாங்கள் காட்சிப்படுத்தியிருக்கக்கூடாது. அவன் எதிரியை, கதவின் துவாரம் வழியே சுட்டுக் கொள்கிறான். அது மிகைப்படுத்தப்பட்ட காட்சியே. நிஜத்தில், அவன் அதைச் செய்திருக்கமாட்டான். அவனே களத்தில் இறங்கிக் கொலை செய்கிறான் என்று சொல்வது நம்பும்படியாக இல்லை. எனினும், நாங்கள் அவனுடைய கோபத்தையும் பழி வாங்கும் தன்மையையும் ஒரு புள்ளியில் இணைக்க விரும்பினோம். அதனால்தான் காட்சியை மிகைப்படுத்தினோம். அவனுடைய வாழ்க்கையின் மாறுபட்ட இரண்டு காலகட்டங்களை இணைக்கும்முகமாக அந்த மிகைப்படுத்தல் தேவையாக இருந்தது.

ரங்கன்: வேலு வன்முறையில் ஈடுபடும் காட்சிகளைப் பார்க்கும்போது, அவன் தந்தை, வளர்ப்புத் தந்தை ஆகியோரின் மரணத்துக்கு அவனும் ஒருவகையில் காரணம் என்பது தெரியவருகிறது. அவனுடைய பிந்தைய காலச் செயல்களுக்கு இந்தக் குற்ற உணர்ச்சிதான் காரணமா?

ரத்னம்: அவன் அதிகாரத்தின் உச்சியை அடைவதற்கு அடித்தளமாக அமைந்தது அந்தக் காலகட்டம்தான். அந்தக் காலகட்டத்தில்தான், யாரை நம்புவது யாரை நம்பக்கூடாது என்பதை அவன் கற்றுக் கொள்கிறான். அவன் அறிந்தது என்ன, அறியாதது என்ன என்பது அவனுக்கு விளங்குகிறது. அவன் விரும்பியே அந்தச் சிலுவையைச் சுமக்கிறான். அவனுக்காக ஒரே ஒரு கதவுமட்டுமே திறந்திருக்கிறது. அதனுள் நுழைகிறான். அந்தக் கால கட்டத்தைக் கடந்தபின், அவன் செய்கைகளுக்கு யாராலும் விளக்கம் கற்பிக்க முடிவதில்லை. கேள்விகள்மட்டுமே தொக்கி நிற்கின்றன. இதெல்லாம் ஒருங்கே சேர்ந்து, அவனைக் கோபப்பட வைக்கிறது. அவனுள் குற்ற உணர்ச்சியை உருவாக்குகிறது. அவன் வாழ்வதற்காகப் போராட வேண்டியிருக்கிறது. அதிகார வர்க்கத்தை எதிர்த்துக் குரல் கொடுக்க வேண்டியிருக்கிறது. கோபம், குற்ற உணர்ச்சி எல்லாம் அவனுள் பொதிந்துகிடக்கின்றன. அவன் இந்தக் காரணத்தினால்தான் இப்படி நடந்து கொள்கிறான் என்று நாங்கள் சொல்லவில்லை. ஆனால், அவன் அப்படி நடந்துகொள்வதற்கு இப்படியான ஆயிரம் காரணங்கள் இருக்கின்றன.

ரங்கன்: இன்ஸ்பெக்டர் கேல்கரிடம் அடி வாங்கியபிறகுதான், வேலு தன் வளர்ப்புத் தந்தையின் இடத்துக்கு முதன்முதலில் நகர்கிறான். நாலு பேருக்கு நல்லது செய்யும் பொருட்டு, சட்டத்துக்குப் புறம்பான செயலில் ஈடுபடுகிறான்.

ரத்னம்: அந்த வயதானவரைப்போன்ற ஒரு மனிதரின் அரவணைப்பில் வளர்ந்த யாரும், சமூக அவலங்களைக் கண்டு கண்ணை மூடிக்கொள்ள மாட்டார்கள் என்றே நினைக்கிறேன். தன்னைச் சுற்றி என்ன நடக்கிறது என்பதை வேலு அறிந்திருக்கிறான். தான் செய்யும் காரியங்கள் சட்டத்துக்குப் புறம்பானவை என்பதும் அவனுக்குத் தெரியும். எனினும் அதற்கு நியாயமான காரணம் இருக்கிறது என்றே கருதுகிறான். அவன் அந்த முதியவரின் பாதையையே தேர்ந்தெடுக்கிறான். அவரைப்போல் தானும் மற்றவர்களுக்கு உதவவேண்டும் என்று முடிவெடுக்கிறான். கேல்கரால் தாக்கப்பட்டது, அவனை விளிம்புக்குத் தள்ளியிருக்கலாம். எனினும், வேலு வளர்க்கப்பட்ட முறையே அவனை அந்தப் பாதையைத் தேர்ந்தெடுக்க வைத்தது. அவன் அந்த முதியவரின் இயல்பான நீட்சியே.

ரங்கன்: நான் இதைக் கேட்டதற்குக் காரணம், நீங்கள் உங்கள் படங்களில் எல்லாவற்றையும் விவரித்துக்கொண்டிருக்க மாட்டீர்கள் என்பதால்தான். ஏன் இந்தக் கதாபாத்திரம் இதனைச் செய்கிறது என்று பார்வையாளர்களாகவே புரிந்துகொள்ளவேண்டும் என்று எதிர்பார்க்கிறீர்கள். **ராவண**னிலும், வீராவுக்கு ஏன் ராகினிமீது ஈர்ப்பு ஏற்படுகிறது என்பதை நீங்கள் சொல்லவில்லை.

ரத்னம்: அதுவே கதை சொல்லும்முறை. பார்வையாளர்களுக்கு இந்த விவரங்கள் எல்லாம் தேவைப்படும் என்று நினைத்துக்கொண்டு, நாம் எல்லாவற்றையும் விவரித்துக்கொண்டிருக்கவேண்டிய அவசியம் இல்லை. மேலும், எல்லாவற்றையும் விவரித்துவிடவும் முடியாது. நானே, ஒருவரைப் பற்றி என்ன நினைக்கிறேன் என்று விவரிக்க முயன்றாலும் என்னால் முழுவதுமாக விவரிக்க முடியாமல் போகலாம். நாம் வேறொரு படத்தில் இதுபோன்ற காட்சிகளைப் பார்த்திருப்போம். அதை வைத்து, ஏன் இந்தப் படத்தில் இந்தக் கதாபாத்திரம் இப்படி நடந்துகொள்கிறது என்பதை யூகித்துக் கொள்ளலாம். அதைச் செய்ய முடிந்த பட்சத்தில், நம்மால் கதையோடு எந்தக் கேள்வியும் இன்றிப் பயணிக்க முடியும். ஒரு படத்தில், நாம் காட்சிகளைச் சித்திரிக்க முயற்சி செய்கிறோமே ஒழிய ஒவ்வொரு காட்சிக்கும் காரணம் சொல்ல முயற்சி செய்வதில்லை.

ரங்கன்: நீங்கள் சொல்வது, **நாயக**னின் பீரியட் கான்செப்ட்டுக்கும் பொருந்தும் என்றே நினைக்கிறேன். **நாயக**னில் ஒரு இடத்தில்கூட, கதை எந்தக் காலத்தில் நடக்கிறது என்பதைக் குறிப்பிட்டிருக்க மாட்டீர்கள். பத்து லட்ச ரூபாயில் தொழிற்சாலை கட்டிவிட முடியும்படியான ஒரு கடந்த காலம் என்று பொதுப்படையாகச் சொல்லியிருப்பீர்கள். **ராவண**னில்கூட கதை நடக்கும் காலம் நேரடியாகச் சொல்லப்படவில்லை. வாக்கி-டாக்கிகள், கதை நடக்கும் காலத்தைக் குறிப்பால் உணர்த்துகின்றன. அவ்வளவே.

ரத்னம்: சில நேரங்களில், கதை நடக்கும் காலத்தைக் குறிப்பிடுவது படத்துக்குப் பலம் சேர்க்கும். திகில் படங்களிலும் காலத்தை மையப்படுத்தி நகரும் கதைகளிலும் கதை நடக்கும் காலத்தைக் குறிப்பிடவேண்டும். அது திரைக்கதையை வேகமாக நகர்த்த உதவும். ஆனால், கதை தடையின்றி

நகர்கிறது என்றால், கதையைக் குழப்பமின்றிச் சொல்ல முடிகிறது என்றால், கதை நடக்கும் காலத்தைத் தனியாகக் குறிப்பிடவேண்டிய அவசியமில்லை.

ரங்கன்: துணை நடிகர்களுக்குக் காட்சிகளை எந்த அளவுக்கு விளக்குவீர்கள்? கேல்கரின் மனைவியிடம் கமல் முதன்முறையாகப் பணம் கொடுக்கச் செல்லும்போது, அறையினுள் அமர்ந்திருக்கும் ஒரு துணை நடிகை எழுந்து நிற்பார். அவர் காட்சியினுள் இல்லை என்றாலும் காட்சி சுவாரஸ்யமான தாகவே இருந்திருக்கும். பின்னணியில் இருக்கும் அவர் மரியாதை நிமித்தமாக எழுந்து நிற்பது, முன்னணியில் நடக்கும் காட்சிக்குக் கூடுதல் கனத்தைத் தருகிறது.

ரத்னம்: இதுபோன்ற விஷயங்களின்மூலம் நாம் காட்சிக்கு உயிர் கொடுக்க முயற்சி செய்கிறோம். இந்தச் சிறுசிறு நிகழ்வுகளுக்கு, காட்சியோடு நேரடித் தொடர்பு இருக்கவேண்டும் என்று அவசியமில்லை. பிரதான காட்சியைச் சுற்றி நடப்பவையாக இருந்தாலே போதும். திருமணம், இறப்பு போன்ற காட்சிகளைப் படம் பிடிக்கும்போது, சுற்றி நடக்கும் விஷயங்கள் அதிக முக்கியத்துவம் பெறுகின்றன. அந்தக் காட்சிகளில், பிரதான நிகழ்வுக்குச் சம்பந்தம் இல்லாத சிறு சிறு சம்பவங்கள் நடக்கவேண்டும். உதாரணத்துக்கு, அதுபோன்ற சீரியசான காட்சியில், தொலைபேசி திடீரென ஒலித்தால், அந்தக் காட்சி அதிக சுவாரஸ்யம் பெறும்.

ரங்கன்: தன் தந்தை கொடுக்கும் பீடாவை வாங்கிக்கொள்ளும் 'நிழல்கள்' ரவி, கூச்சத்தால் முகத்தைத் திருப்பிக்கொள்வார். அந்தக் காட்சியில் அவரது நடிப்பை மிகவும் ரசித்தேன்.

ரத்னம்: அது, வேலு தன் கையில் இருக்கும் செங்கோலைத் தன் மகனிடம் ஒப்படைப்பதைப் போன்றது. அவன் அதைப் புரிந்துகொள்கிறான். மேலும் முதல்முறையாகத் தந்தை அவனை 'நாயக்கர்' என்று அழைக்கிறார். முதல்முறையாக அவனிடம் ஒரு பொருளைப் பகிர்ந்துகொள்கிறார். அவன் தன் தந்தைக்குக் கீழ்ப்படிந்து நடப்பவன். அதனால், முதலில் தயங்குகிறான். சற்று தடுமாறுகிறான். அந்த பீடா காட்சியை அங்கே வைத்து, காட்சியை மெருகேற்றலாம் என்று யோசனை கூறியது கமல்தான் என்று நினைக்கிறேன்.

ரங்கன்: அந்த மகளும் (கார்த்திகா) ஒரு காட்சியில் அருமையான முக பாவத்தை வெளிப்படுத்துவார். வேலு தன் மனைவிக்குத் திவசம் செய்யும் போது, டினு ஆனந்த் அந்த இடத்துக்கு வருவார். அப்போது நீங்கள் கார்த்திகாவின் முகபாவத்தைப் பதிவு செய்திருப்பீர்கள். அவள் டினு ஆனந்தை முதன்முதலில் பார்க்கிறாள் என்பதுபோல் அந்த முகபாவம் இருக்கும். அதன்மூலம் தன் தந்தையின் வாழ்க்கையில் அவளுக்குத் தெரிந்திராத இன்னொரு பகுதியின் சிறு துளியை அவள் பார்ப்பதாகவும் அந்தக் காட்சி அமைந்திருக்கும்.

ரத்னம்: நான் அந்தக் காட்சியை மீண்டும் பார்க்கவேண்டும். எனக்கு அந்த ஷாட்களும் டீடெயிலிங்கும் நினைவிருக்கிறது. ஆனால், நீங்கள் சொல்வது

நினைவில் இல்லை. என் நினைவு சரி என்றால், அந்தக் காட்சியில்தான் அவள் தன் தந்தையின் உண்மையான முகத்தைப் பார்க்கிறாள். அவர் யார் என்பதும், அவரின் உண்மையான உலகம் எவ்வளவு பெரியது என்பதையும் அவள் புரிந்துகொள்கிறாள். அவள் வேறு ஏதோ ஊரில் தங்கிப் படித்தவள். அதனால், அவள் சிறு வயதில் இருக்கும்போது தன் தந்தையை அவ்வப்போதுதான் பார்த்திருக்கிறாள். இப்போது, வளர்ந்தபின் தன் தந்தையைக் கூர்ந்து கவனிக்கிறாள். அப்போதுதான் அவரைப்பற்றிய உண்மையான சித்திரம் மெல்ல அவள் மனத்தில் விரிகிறது. அதுவரை, கடற்கரையில் தன்னுடன் காரில் விளையாடிய தந்தையைத்தான் அவளுக்குத் தெரியும். உண்மையான வேலு நாயக்கரை அல்ல.

ரங்கன்: வேலுவின் மகள் பாட்டீல் என்றொரு மகாராஷ்டிராக்காரரைத் திருமணம் செய்துகொள்கிறாள். கதை பம்பாயில் நடக்கிறது என்ற ஒரே காரணத்துக்காகத்தான் அவரை மகாராஷ்டிரக்காரராகக் காட்டினீர்களா? ஏனெனில், அவர் பெரும்பாலும் தமிழிலேயே பேசுகிறார்.

ரத்னம்: எல்லோரும் தமிழர்களாக இருந்தால், சௌகரியமாகவே இருந்திருக்கும். அவன், நீங்களும் நானும் புரிந்துகொள்ளவேண்டும் என்பதற்காகத்தான் தமிழில் பேசுகிறான். அவன் இந்தியிலோ மராத்தியிலோ பேசினால், எப்போது 'ஓகே' சொல்வது, எப்போது 'கட்' சொல்வது என்று எனக்குத் தெரிந்திருக்காது.

ரங்கன்: நாசருக்கு அது மிகப் பெரிய திருப்புமுனை. அவர் கமலின் எதிரியாக மிகப் பிரமாதமாக நடித்திருப்பார். ஆஜானுபாகுவான கமலுக்கு நேர்மாறாக அவர் மிகவும் ஒல்லியாக இருந்ததுகூட நல்லதொரு முரணாக இருந்தது.

ரத்னம்: இந்த முக்கியக் கதாபாத்திரத்தில் ரகுவரன் அல்லது வேறு யாரையாவது நடிக்க வைக்கலாம் என்று எண்ணிக்கொண்டிருந்தோம். கமல்தான் நாசரின் பெயரைப் பரிந்துரை செய்தார் என்று நினைக்கிறேன். நாங்கள் நாசரை அழைத்து, காஸ்டியூம் அணிவித்து, கதாபாத்திரத்துக்குப் பொருந்துகிறாரா என்று சோதனை நடத்தினோம். நாசர் நிறைய மெனக்கெட வேண்டியிருந்தது. அவருடைய கடின உழைப்பின் பயனாக அந்தக் கதாபாத்திரம் சிறப்பாக உருவானது.

ரங்கன்: கார்த்திகா, கமலைக் கெட்டவன் என்று விமர்சிக்கிறாள். ஆனால் அவர் என்றுமே தீய செயல்களில் ஈடுபட்டதில்லை. **குருவின்** கதாநாயகனும் வேலு நாயக்கரைப் போலத்தான். **குருவில்**, அபிஷேக் பச்சன் சமூகத்தைப் பீடித்துள்ள வியாதி என்று மாதவன் குறிப்பிடுகிறார். அவர் சொல்வது போலவே அந்தக் கதாபாத்திரம் மாறுமோ என்று எண்ணத் தோன்றும். ஆனால் அப்படி ஒன்றும் நடக்காது. விரும்பத் தகுந்த போக்கிரியாகவே அபிஷேக் உருவெடுப்பார். **நாயகன்** கமல்மீதும் **குரு** அபிஷேக்மீதும் நமக்கு என்றும் அனுதாபமே இருக்கிறது. கமலின்மீது கார்த்திகாவும் அபிஷேக்கின்மீது

மாதவனும் குற்றம் சாட்டினாலும், அந்தந்தப் படங்கள் அவர்களைக் குற்றவாளியாகக் காட்டவில்லை. பார்வையாளர்களும் அவர்களைக் கெட்டவர்கள் என்று கருதவில்லை. எனவே, அந்தக் கதாநாயகர்களைப்பற்றிய மாற்றுக்கருத்தை, படத்தின் பிரதான துணை கதாபாத்திரங்களின் மூலமாகப் பதிவுசெய்ய வேண்டிய அவசியம் என்ன?

ரத்னம்: முன்பே குறிப்பிட்டதைப்போல, ஓர் இயக்குநர் தன்னால் முடிந்த வரை, தன்னுடைய தனிப்பட்ட கருத்துகளைக் கதாபாத்திரங்கள்மீது திணிக்க மாட்டார். சொந்தமாகச் சிந்தித்துச் செயல்படக்கூடிய கதாபாத்திரங்களை உருவாக்குவதே அவருடைய வேலை. தாங்கள் ஏற்றுக்கொண்ட கதாபாத்திரம் என்ன நினைக்கிறதோ அதைத்தான் கார்த்திகாவும் நாசரும் பேசுகிறார்கள். அவர்கள், பரத்வாஜ் ரங்கனுக்கு வேலு நாயக்கரைப் பிடித்திருக்கிறதா, இல்லையா என்பதைப்பற்றிக் கவலைப்பட மாட்டார்கள். ஒரு கதாபாத்திரம், தன்னுடைய மாற்றுக் கருத்தைப் பதிவு செய்ய விரும்பினால், தகுந்த நேரத்தில் அதைப் பதிவு செய்தே தீரும். மொத்தப் படமும் ஒரு பாதையில் பயணித்துக் கொண்டிருக்கையில், அந்தப் பாதைக்குத் தடையாக ஒருவன் எதிர்க் கருத்தை முன்வைக்கிறான் என்றால் அந்தத் தடை பெரும்தடையாக இருக்கவேண்டும். அவன் தன் கருத்தை வலுவாக முன்வைக்கவேண்டும். தடுமாறக்கூடாது. என்னதான் வேலு நாயக்கரின் செயல்களுக்கு நாம் காரணம் சொன்னாலும், அவரை எதிர்ப்பவர்களும் இருக்கிறார்கள் என்பதையே நாம் படத்தில் சொல்ல முயல்கிறோம். ஒவ்வொருவரும், தங்கள் செயல்களுக்கு ஏதாவது காரணம் சொல்லத்தான் செய்வார்கள். அந்தக் காரணங்களை ஒட்டுமொத்த சமூகமும் ஏற்றுக்கொள்ள வேண்டும் என்று அவசியமில்லை. குற்றங்களைச் சுட்டிக்காட்டும் மனிதர்களும் சமூகத்தில் இருப்பார்கள். அதிகாரத்துக்கோ பணத்துக்கோ கட்டுப்படாத மனிதர்களும் இங்குண்டு. அவர்களை, யாராலும்

வேலு நாயக்கரின் மகள் அவருடன் வசிக்கவில்லை. குழந்தைப் பருவத்தில் மட்டுமே அவரைப் பார்த்திருக்கிறாள். வளர்ந்து பெரியவள் ஆனபிறகு, அவரைப் பற்றிய விஷயங்களைக் கூர்ந்து கவனிக்க ஆரம்பிக்கிறாள். 'நிழல்கள்' ரவிக்கும் கார்த்திகாவுக்கும் நடுவில் கமல் ஹாசன்.

தவறான பாதைக்கு இட்டுச் செல்லமுடியாது. அவர்கள் இறுதிவரை தங்கள் எதிர்ப்புகளைப் பதிவு செய்துகொண்டே இருப்பார்கள்.

ரங்கன்: உண்மை. ஆனால், இந்தக் கதாபாத்திரங்கள், படத்தில் ஓரிரு இடங்களில் மட்டுமே தங்கள் எதிர்ப்பைப் பதிவு செய்கிறார்கள். இது போதும் என்று நினைக்கிறீர்களா? அதனால், கதாநாயகனைப்பற்றி நல்ல அபிப்பிராயமே மேலோங்கி நிற்கிறது.

ரத்னம்: கதைக்குத் தேவை என்றால், இன்னும் விளக்கமாகக் காட்சிகளை அமைக்கலாம். நல்லவர் யார், கெட்டவர் யார் என்ற விவாதம்தான் கதை என்றால், அந்தமுறையை நாம் கையாளலாம். ஆனால், இங்கே கதை ஒருவனின் வாழ்க்கையைப் பற்றியது. ஒரு மனிதனின், நல்ல குணத்தையும் தீய குணத்தையும்பற்றியது. அவன் உணர்வுகளையும், உறவுகளையும், அவனுள் எழும் முரண்களையும்பற்றியதே இந்தப் படம். அவனுடைய ஒழுக்கத்தைப்பற்றிய விவாதம் படத்தின் ஒரு சிறு பகுதியே.

ரங்கன்: மாதவன் (அல்லது கார்த்திகா) மீதும் இரக்கமும் புரிதலும் ஏற்படும் வகையில் கதையை, சினிமாடிக் கோணத்தில் சொல்லமுடியும் என்று நினைக் கிறீர்களா?

ரத்னம்: சொல்லலாம். ஆனால், அது வாழ்க்கை வரலாற்றுப் படமாக இருக்காது. அப்படியே வாழ்க்கை வரலாற்றுப் படமாக இருந்தாலும், அந்தப் படம் பைபிள் வடிவம் பெற்றிருக்கும். கேய்ன் அண்ட் ஏபல் கதைபோல் ஆகியிருக்கும். இது ஒரு வழக்கமான கதை சொல்லும்முறை. இதற்குமுன் பலர் இந்தமுறையைக் கையாண்டிருக்கிறார்கள்.

ரங்கன்: **டென் கமாண்ட்மென்ட்ஸ்**போல் ஒரு படத்தை உதாரணமாகச் சொல்லலாம். மோசஸ் எனது காலகட்டத்துக்கு வெகு முன்னதாக இருந்தவர். ஆனால், நவீன காலப் படங்களில், என்னால் குருவையும் வேலு நாயக்கரை யும் எளிதாக ஏற்றுக்கொள்ள முடிகிறது. ஏனெனில் அவர்களிடம் குறைகள் இருக்கின்றன. மாதவனும் கார்த்திகாவும் மிகவும் லட்சியவாதக் கதைக்கே பொருந்துவார்கள். அந்தக் கதையை நம்மால் நம்ப முடியாமலும் போகலாம்.

ரத்னம்: நற்குணம் என்பது வலுவான ஒன்று என்றே நினைக்கிறேன். அதை வைத்துத் திரைக்கதையைச் சரிவர உருவாக்கினால், நிச்சயம் பார்வை யாளர்கள்மீது தாக்கத்தை ஏற்படுத்தும். கதை நம்பும்படியாக இருக்க வேண்டும். நாம் பார்க்கும் படங்களில், தொண்ணூறு சதவீதம் படங்கள் நல்லவர்களைப்பற்றி எடுக்கப்பட்டவையே. அந்தப் படங்களைத்தான் விரும்புகிறோம். நல்லவனே இறுதியில் வெற்றி பெறவேண்டும் என்ற ஆசை நமக்கு இருக்கிறது. அந்த ஆசையே எல்லாப் படங்களிலும் பிரதிபலிக்கிறது. இன்றளவும், காந்தி திரைப்படத்தை நாம் கிளாசிக்காகக் கருதுகிறோம். ஒவ்வொரு வெஸ்டர்ன் படமும், நற்குணம் எப்படித் தீய குணத்தை வெற்றி கொள்கிறது என்பது பற்றியே அமைந்திருக்கும். நாம் கிளாசிக்காகக் கருதும் அனைத்துப் படங்களும் அவ்வாறே அமைந்திருக்கும். ரஜினிகாந்த் படங்கள்

அனைத்தும் அப்படித்தான் இருக்கும். நன்மையைப் பல வடிவங்களில், பல நிறங்களில் காட்டலாம். எந்த வடிவத்தில் காட்டினாலும், அதன் அடிப்படைக் குணம் மாறப்போவதில்லை. சில படங்கள், தீமைக்குள் ஒளிந்திருக்கும் நல்ல குணங்களைத் தேடுகின்றன.

ரங்கன்: நன்மைக்குள் ஒளிந்திருக்கும் தீமையைப்பற்றிக் குறிப்பிடுகிறீர்களா?

ரத்னம்: அதைப்பற்றியும் குறிப்பிடுகிறேன். மகாபாரதத்தை எடுத்துக் கொண்டால் அது நன்மை, தீமை இரண்டைப்பற்றியும் பேசுகிறது. முறைப்படி, கௌரவர்களுக்குத்தான் ராஜ்ஜியம் சொந்தம். அதனால் அவர்கள் ராஜ்ஜியத்தை விரும்புவதில் எந்தத் தவறும் இல்லை. அன்றுதொட்டு இன்றுவரை, மகாபாரதம் பாண்டவர்களின் கண்ணோட்டத்தில் சொல்லப் படுகிறது. கௌரவர்களுக்குத்தான் ராஜ்யம் சொந்தம் என்பதைக் கருத்தில் கொண்டு, இருதரப்பு நியாயங்களையும் அடிப்படையாக வைத்துப்பார்த்தால், மகாபாரதம் முற்றிலும் புது வடிவம் பெறும். உத்தமர்களைப்பற்றிப் படம் எடுப்பது சாத்தியமில்லை என்று நான் சொல்லவில்லை. அது சற்றுக் கடினமான ஒன்று. வேலு போன்றோர்களைப்பற்றிப் படம் எடுப்பது எளிது என்றே நான் கருதுகிறேன். வேலு நாயக்கர், ராவணன் போன்ற கதாபாத்திரங் களின் வளர்ச்சி நம்மைக் கவர்கிறது. மயக்குகிறது. ராவணனைவிட ராமரைப்பற்றிப் படம் எடுப்பது கடினமாகத்தான் இருக்கும். ஏனெனில், ராமரின் கதை இங்கே பலமுறை சொல்லப்பட்டுவிட்டது.

ரங்கன்: வேலு நாயக்கரின் மரணத்தைத் தொடர்ந்து, அவருடைய வாழ்க்கை சிறு சிறு துண்டுகளாகக் காட்டப்படுகிறது. இது திரைக்கதை எழுதும்போது எடுத்த முடிவா அல்லது படத்தொகுப்பின்போது எடுத்த முடிவா?

ரத்னம்: அதைப்பற்றித் திரைக்கதையில் எழுதியிருக்கவில்லை. அவர் இறக்கும் காட்சியே, படத்தை முடிப்பதற்குச் சரியான இடமாக இருந்திருக்கும். ஆனால், படத்தில் பங்குபெற்றவர்களின் பெயர்கள் திரையில் ஓட ஆரம்பிப்பதற்கு முன்பாக இருந்த இடைவெளியை கதைச் சுருக்கத்தை ஓடவிட்டு நிரப்பினோம். இசையின் ஓட்டத்துக்கு ஏற்ப அங்கே, பழைய காட்சிகளைப் புகுத்தினோம்.

ரங்கன்: அவர் அந்த இடத்திலேயே இறக்கவேண்டும்; கடைசியாக ஒரு வார்த்தை, ஒரு பார்வை எதுவும் இன்றி அவர் இவ்வுலகை விட்டுப் போக வேண்டும் என எண்ணியிருக்கிறீர்கள்.

ரத்னம்: அவர் விரும்பியதை எல்லாம் சொல்ல அவருக்கு இரண்டு மணி நேரத்துக்குமேல் இருந்தது. அவர் சுடப்பட்ட பின், கடைசி நிமிடத்தில் சொல்வதற்கு என்ன மிஞ்சி இருக்கப்போகிறது?

ரங்கன்: காட்ஃபாதர் பாகம் இரண்டைப்போல, நாயகனுக்கும் இரண்டாம் பாகம் எடுக்கவேண்டும் என்று எண்ணியதுண்டா? கதாநாயகனின் வாழ்க்கை யில் சொல்வதற்கு இன்னும் நிறைய இருக்கிறது என்றே தோன்றுகிறது.

ரத்னம்: ஒருபோதும் இல்லை. ஒரு படத்தை முடித்தபின், அதை விட்டு முற்றிலுமாக விலகிக்கொள்வதே சிறந்தது. நாம் மீண்டும் அந்த ஸ்கிரிப்ட்டைத் தூசு தட்ட வேண்டியதில்லை என்று எண்ணும்போது மகிழ்ச்சியாக இருக்கும். எனக்கு அந்த அனுபவம் நிறைய இருக்கிறது.

ரங்கன்: நாயகனை நீங்கள் கடைசியாக எப்போது பார்த்தீர்கள்?

ரத்னம்: அது வெளியான சமயத்தில்தான் கடைசியாகப் பார்த்தேன் என்று நினைக்கிறேன். அவ்வப்போது சில காட்சிகளைமட்டும் பார்த்திருக்கிறேன். ஆனால், எப்போது படத்தைப் பார்த்தாலும் அதில் இருக்கும் குறைகள் மட்டுமே என்கண்ணுக்குத் தெரியும். என் எந்தப் படத்தையும் அது வெளியான பின் பார்த்ததில்லை. என்னால் ஐந்து நிமிடத்துக்குமேல் என் படங்களைப் பார்க்க முடியாது. நான் சொல்வது உண்மை. அந்த ஐந்து நிமிடம், 'இந்தப் படம் பரவாயில்லையே' என்று நினைப்பேன். ஆனால், ஆறாவது நிமிடம், அதில் ஏதாவது குறை கண்டுபிடித்து, படத்தை நிறுத்திவிடுவேன். வெனிஸ் திரைப்பட விழாவில் **ராவணன்** படத்தைப் பார்க்க வேண்டிய கட்டாயத் துக்குத் தள்ளப்பட்டேன். மற்றபடி, என் படங்கள் உருவாகும்போது, அவற்றைப் பலமுறை பார்ப்பேன். அதன்பின், என் படங்களுடன் எந்தத் தொடர்பும் வைத்துக்கொள்ள விரும்பமாட்டேன். அதனால்தான், சில நேரங்களில் நீங்கள் குறிப்பிடும் காட்சிகளை என்னால் நினைவுபடுத்திப் பார்க்க முடியவில்லை. படத்தொகுப்பு செய்யும்போது பார்த்த காட்சிகள்தான் எனக்கு நினைவிருக்கும். படத்தொகுப்பு செய்யும்போது, நாம் பார்க்கும் பல காட்சிகள்படத்தின்இறுதி வடிவத்தில் இடம்பெறாது. நீக்கப்பட்டிருக்கும். நான் என்படங்கள் உருவாகிக்கொண்டிருக்கும்போது, அவற்றின் மூல வடிவத்தைப் பார்க்கிறேன். நீங்கள் இறுதி வடிவத்தைமட்டும் பார்க்கிறீர்கள்.

4

‘பேன்ஸியான விஷயங்கள் பலவற்றை எங்களால் செய்ய முடிந்தது’

அக்னி நட்சத்திரம்

(1988)

விஸ்வநாத்துக்கு (விஜயகுமார்) இரண்டு மனைவிகள். இருவரும் ஒருவரை ஒருவர் தயக்கத்துடன் ஏற்றுக்கொண்டிருக்கிறார்கள். ஆனால், அவருடைய மகன்கள், கௌதம் (பிரபு), அசோக் (கார்த்திக்) இருவரும் சந்திக்கும் இடங்களில் எல்லாம் மோதிக்கொள்கிறார்கள். இந்த நிலையில், சிதம்பரத்தின் (உமாபதி) சட்டவிரோதமான செயல்களைக் கண்டுபிடித்து விசாரிக்க அரசாங்கம் விஸ்வநாத்தை நியமிக்கிறது. இது ஆபத்தான பணி. தந்தையைக் காக்கவேண்டும் என்றால், கௌதமும் அசோக்கும் தங்கள் கோபங்களை மறந்து, இணைந்தே தீரவேண்டும்.

பரத்வாஜ் ரங்கன்: **அக்னி நட்சத்திரத்தின்** மசாலாக் கதாநாயகர்கள் ஆகட்டும், **நாயகன், தளபதி** போன்ற தீவிரமான படங்களின் கதாநாயகர்கள் ஆகட்டும், உங்கள் கதாநாயகர்கள் நம்பும்படியே அமைந்திருக்கிறார்கள். அவர்கள் வீரதீரச் செயல்கள் செய்பவர்களாக இருந்தாலும், அவர்களிடமும் குறைகள் இருக்கின்றன. அவர்களும் சராசரி மனிதர்களாகவே காட்சியளிக்கின்றனர்.

மணி ரத்னம்: **நாயகன்** படத்தின் மூலம், பொதுவாகத் தவறானது என்று சொல்லப்பட்ட ஒன்றுக்குப் பின்னே வேறு ஏதேனும் காரணம் இருக்க முடியுமா என்று தேடினேன். அதை ஒரு கதாபாத்திரத்தின் வாழ்க்கை மூலமாக முயற்சி செய்தேன். அதி தூய்மையான மனிதன் ஒருவனைக் கதாநாயகனாகச் சித்திரித்துப் படம் எடுப்பது என்பது மிக மிகக் கடினமான ஒரு செயல். அந்தப் படம் உண்மையாகவும் இருக்க முடியாது. அவ்வளவு தூய்மையான மனிதன், ஒரு சிலையாகவோ சின்னமாகவோதான் இருக்க முடியுமே ஒழிய நிஜக் கதாபாத்திரமாக இருக்க முடியாது. படம் பார்க்கும் பார்வையாளர்கள் உட்பட, நம் எல்லோரிடமும் ஏதோ ஒரு குறை இருக்கிறது. அதனால், படத்தில் வரும் கதாபாத்திரத்திடம் ஏதாவது குறை இருந்தால், நம்மால் அந்தக் கதாபாத்திரத்தை அடையாளம் கண்டுகொள்ள முடிகிறது. சில சமயங்களில், அந்தக் கதாபாத்திரம் நாமாகவும் இருக்கலாம். அந்தக் கதாபாத்திரம் நமக்கு உண்மையாகத் தெரிகிறது, ஏனெனில், அவனிடம் குறைகள் இருக்கின்றன. இந்த உலகில் வாழும் 99 சதவீதம் மனிதர்களிடம் குறைகள் இருக்கின்றன. இந்தக் கதாபாத்திரங்கள் காமிக் புத்தகத்திலிருந்து வரவில்லை. அங்குதான், மனிதர்கள் நல்லவர்களாகமட்டுமே இருப்பார்கள். அசாதாரணமான செயல்களைச் செய்வார்கள். ஒரு கதாபாத்திரத்திடம் இருக்கும் குறைகளே, அதை நம்பும்படிச் செய்கிறது. ஒருவன் கெட்டவன் என்று நீங்கள் சொல்லும்போது, அவனுக்குள் என்ன நல்ல நல்ல குணங்கள் இருக்கின்றன என்பது கதையாகிறது. 'அவன் நல்லவன், ஆனால்...'. இங்கு 'ஆனால்' என்பதே கதை. அந்த 'ஆனால்' இன்றி ஒன்றுமே இல்லை. **ரோஜா, பம்பாய், மௌனராகம், அக்னி நட்சத்திரம்** போன்ற படங்களில் வரும் கதாபாத்திரங்கள் சாதாரணமானவர்கள். சராசரி மனிதர்கள். நாம் அன்றாடம் சந்திக்கும் மனிதர்கள்தாம் இந்தப் படங்களின் கதாபாத்திரங்கள். அவர்களிடம் நிறைகளும் இருக்கின்றன. குறைகளும் இருக்கின்றன.

ரங்கன்: **அக்னி நட்சத்திரத்தை** 'சாதாரணப் படமாக' என்னால் கருத முடியுமா என்று தெரியவில்லை. அது மசாலாப் படங்களிலேயே மிகத் தரமான ஒன்று. அதனால்தான் அந்தப் படம் மிக சுவாரஸ்யமாக இருக்கிறது. 'நல்லவன்', 'கெட்டவன்' என்ற கதாபாத்திரங்களை ஒதுக்கிவிட்டு, தவறு செய்த அந்தத் தந்தை கதாபாத்திரத்தின்மீதே அதிகக் கவனம் செலுத்தியிருப்பீர்கள். அவன் தன் மனைவிகளுக்கு நல்ல கணவனாகவும் இருக்கவில்லை, தன் மகன்களுக்கு நல்ல தகப்பனாகவும் இருக்கவில்லை.

ரத்னம்: நான் 'சாதாரணம்' என்று குறிப்பிட்டது கதாபாத்திரங்களை. படத்தை அல்ல. 'நல்லவன்', 'கெட்டவன்' போன்ற சம்பிரதாய முத்திரைகள் இனிச் செல்லாது. அத்தகைய சம்பிரதாயங்களை உடைத்தெறிந்த படைப்பாளிகள்

நிறையப் பேர் உண்டு. நம் பயணத்தை எளிதாக்கியவர்கள் அவர்கள். யதார்த்தமான கதாபாத்திரங்களை தமிழ் சினிமா ரசிகர்கள் ஏற்றுக்கொள்வார்கள் என்பதை நிரூபித்தவர்களும் அவர்களே. நான் திரைப்படத் துறைக்குள் நுழையும் முன்பே **16 வயதினிலே**, **முள்ளும் மலரும்** போன்ற படங்கள் பெரும் வெற்றி பெற்றிருந்தன. அந்தப் படங்களும் மைய நீரோட்டப் படங்களே. ஆனால், அந்தக் கதாநாயகர்கள் நல்லவர்கள் அல்லர். அந்தக் கதாபாத்திரங்களிடமும் குறைகள் இருந்தன.

ரங்கன்: ஆனால் அவை **அக்னி நட்சத்திரம்** போன்ற மசாலாப் படங்கள் அல்ல.

ரத்னம்: மசாலா என்பது கெட்டவார்த்தையா? அது ஒரு ஃப்ளேவர். கதை சொல்லப்படும் தளம். நாம், நம் கதையை எந்தத் தளத்தில் வேண்டுமானாலும் சொல்லலாம். எந்தத் தளத்தில் சொன்னாலும் அதில் இருக்கும் மூலக்கூறுகள் மாறப்போவதில்லை. கதையின் யதார்த்தம், கதாபாத்திரங்கள் இவையெல்லாம் மாறப்போவதில்லை. ஒரு படம் சுவாரஸ்யமானதாக இருக்கவேண்டும் என்பதற்காகவே, அதனை யதார்த்தமற்றதாக எடுக்கவேண்டும் என்று அவசிய மில்லை. **அக்னி நட்சத்திரத்தை**, ஒரு சிறந்த கேளிக்கைப்படமாக உருவாக்க வேண்டும் என்று எண்ணினோம். கதையை வேறு ஒரு தொனியில் சொல்லவேண்டும் என்று ஆசைப்பட்டோம். ஆனால், கதாபாத்திரங்கள் அனைத்தும் உண்மையானவை. **அக்னி நட்சத்திர**த்தில் கதாபாத்திரங்களுக்குள் எழும் முரண்பாடுகளும் அவர்கள் வெளிப்படுத்தும் உணர்ச்சிகளும் நேர்மையானதாகவும் நம்பத்தகுந்ததாகவும் அமைந்திருந்தன என்றே எண்ணுகிறேன். அதன் வெளித்தோற்றமே சற்று பகட்டாக அமைந்திருக்கும். அதனாலேயே அதை மசாலாப் படம் என்று எளிதில் வகைப்படுத்துகிறீர்கள். அது ஒரு கேளிக்கைப் படம் போலவே தொனிக்கும். ஆனால் அதன் உள்ளார்ந்த அம்சம் **மௌனராகம்**, **நாயகன்** போன்று நேர்மையான ஒன்றே.

ரங்கன்: இதைப்பற்றி யோசிக்கும்போது, ஒன்று புரிகிறது. **அக்னி நட்சத்திரம்**, **திருடா திருடா** ஆகிய படங்கள்தாம் நீங்கள் முற்றிலும் வேறு ஒரு தளத்தில் சொல்லிய கதைகள்.

அக்னி நட்சத்திரம் வித்தியாசமான தொனியில் சொல்லப்பட்ட ஒரு கேளிக்கைப் படம்தான். ஆனால், அதன் கதாபத்திரங்கள் யதார்த்தமானவை. கார்த்திக்கும் பிரபுவும்.

ரத்னம்: ஒரு வகையில் **இதயத்தை திருடாதேயும்** அந்த வகையையே சேரும். **அக்னி நட்சத்திரத்து**டன் ஒப்பிட்டுப் பார்த்தால், **இதயத்தை திருடாதே**யின் மையக் கதை நம்பகத்தன்மை அற்றது. ஆழமற்றது. **அக்னி நட்சத்திர**மும் **இதயத்தை திருடாதே**யும் இந்தியாவில் எடுக்கப்படும் மற்ற மசாலாப் படங்களின் வகையைச் சேர்ந்தவை. **திருடா திருடா** மசாலாப் படமே என்றாலும், அது இந்திய சினிமாவுக்குப் புதிது. **அக்னி நட்சத்திரம்**, **இதயத்தை திருடாதே** குடும்பத்தைச் சேர்ந்த படம்தான் **திருடா திருடா**வும். ஆனால், அது மேற்கத்தியமயமாக்கப்பட்ட இந்தியப் படம். மேலும், இங்கே கொள்ளையடித்தல், திருட்டு ஆகியவைபற்றி எடுக்கப்படும் படங்களின் எண்ணிக்கை மிக மிகக் குறைவு என்பதையும் நாம் நினைவில் கொள்ளவேண்டும்.

ரங்கன்: இந்திய ரசிகர்கள் சிக்கலற்ற கதைகளையும் கதாபாத்திரங்களையும் தான் விரும்புவார்கள் என்று சொல்லப்படுவதுபற்றி என்ன நினைக் கிறீர்கள்?

ரத்னம்: இது உண்மை அல்ல. நாம் புதுப்புதுக் கோட்பாடுகளையும் தத்துவங் களையும் உருவாக்கி அவையே எங்கும் ஏற்றுக்கொள்ளப்படக்கூடியவை என்று சொல்ல முயற்சி செய்கிறோமோ என்று எனக்குத் தோன்றுகிறது. ரசிகர்கள் படம் பார்க்க விரும்புகிறார்கள். அவர்கள் பல வகையான படங் களைப் பார்த்திருக்கிறார்கள். ஆடம்பரமற்ற, எளிமையான, தெளிவான படங்களை விரும்புகிறார்கள். அதே சமயத்தில், **தோ ஆங்கேன் பாரா ஹாத்** (வி. சாந்தாராம் படைப்பு) போன்ற படங்களையும் ஏற்றுக்கொள்கிறார்கள். அந்தக் காலத்தில் அது மிகவும் வித்தியாசமான படம். அவர்கள் அந்தப் படத்தை நிராகரிக்கவில்லை. அதனால், எந்த அளவுக்கு நம்பும் வகையில் கதை சொல்கிறோம் என்பதே முக்கியமாகிறது. முதலில், ஒரு படத்தைத் தொடங்கும்போது, இதைச் சரிவர எடுக்க முடியும், சுவாரஸ்யமாகச் சொல்ல முடியும் என்று நாம் நம்பவேண்டும். நாம் மெயின் ஸ்ட்ரீம் படம் எடுக் கிறோம் என்றால், அதை மக்கள் புரிந்துகொள்ளும்படிக் கொடுக்கவேண்டும். அதைச் செய்தால், படம் வெற்றிபெறும். அதைவிடுத்து, சமஸ்கிருதம் தெரியாதவனிடம் அதில் பேச முயன்றால், நம்மை நிராகரித்துவிடுவான்.

ரங்கன்: **நாயக**னுக்குப் பின் வெளியான **அக்னி நட்சத்திரம்**, **நாயக**னிடமிருந்து முற்றிலும் மாறுபட்டிருந்தது. கதை நடக்கும் காலம், கதையின் வலு, மனநிலை எல்லாமே, **நாயக**னுடன் ஒப்பிடும்போது வேறாக இருந்தது.

ரத்னம்: **நாயகன்** 1987-ம் ஆண்டு தீபாவளி அன்று வெளியானது. அதன்பின், **அக்னி நட்சத்திர**த்தின் படப்பிடிப்பை மீண்டும் தொடங்கினோம். படம், ஏப்ரல் 1988, தமிழ்ப் புத்தாண்டில் வெளியானது. இரண்டு படங்களுக்கும் ஒரே நேரத்தில்தான் 'லுக் டெஸ்ட்ஸ்' எடுத்தோம். இரண்டும் வெவ்வேறு துருவங்களாக இருந்தன. இளையராஜாவோடு இணைந்து, காலையில் **நாயகன்** படத்தின் இசையைப் பதிவு செய்தோம். மதியம், **அக்னி**

நட்சத்திரத்தின் இசையைப் பதிவு செய்தோம். காலையில், ஸ்டுடியோ, பீரியட் இசைக் கருவிகளால் நிறைந்திருக்கும். மதியம், அதி நவீன எலெக்ட்ரானிக் கருவிகள் மட்டுமே இருக்கும். **நாயகனு**க்குப் பின், **அக்னி நட்சத்திர**த்தில் நிறைய சுதந்தரம் இருந்தது. ஃபேன்ஸியான விஷயங்கள் பலவற்றை எங்களால் செய்ய முடிந்தது. அது சந்தோஷம் அளிக்கக்கூடியதாக இருந்தது.

ரங்கன்: எப்படி ஸ்ரீதரின் **காதலிக்க நேரமில்லை** *1960-களின் இளைஞர்களைப் பிரதிபலிப்பதாக இருந்ததோ, அதுபோல,* **அக்னி நட்சத்திரம்**, *1980-களின்* இளைஞர்களைப் பிரதிபலிப்பதாக இருந்தது. ஆனால், இரண்டுக்கும் ஒரு முக்கிய வித்தியாசம் உண்டு. படத்தில் இரண்டு காதல் ஜோடிகள் இருந்தும், படத்தை நகர்த்திச் செல்வது அந்த நேர்மையான இரு தாரத் தந்தை கதாபாத்திரமே.

ரத்னம்: அதுதான் படத்தின் ஆதார விஷயம். மற்றதெல்லாம் வெறும் அலங்காரம்தான். என் முந்தைய திரைக்கதைகளைவிட, **அக்னி நட்சத்திர**த்தின் திரைக்கதையை எழுதுவது எளிதாகவே இருந்தது. ஏனெனில் மூலக்கதை மிகவும் டிரமாடிக்காக இருந்தது. அதில் கேளிக்கை விஷயங்களுக்குப் பஞ்சமில்லை. அந்தக் கதாநாயகர்கள் சந்திக்கும்போதெல்லாம் மோதிக் கொள்வார்கள்.

ரங்கன்: ஆனால் எந்த மோதலும் கைகலப்பில் முடியவில்லை. அவர்களுக்குள் அவ்வளவு முரண்கள் இருந்தாலும், அவர்கள் சண்டை போட்டுக்கொள்வது என்னமோ படம் முடியும் தறுவாயில்தான். ஓடும் குதிரைகளுக்கு மத்தியில், அவர்கள் அடித்துக்கொள்வதுபோல் எடுக்கப்பட்ட பிரமாண்டமான சண்டைக் காட்சி அது.

ரத்னம்: அதுவே கதைசொல்லும் உத்தி. அதைத்தான் நாம் திரைக்கதையை எழுதும்போது முக்கியமாகக் கற்றுக்கொள்கிறோம். நாம் **ஜாஸ்** படத்தில், சுறாவின் வால் துடுப்பைத்தான் முதன்முதலில் பார்க்கிறோம். படத்தின் இறுதிவரை நாம் முழுச் சுறாவையும் பார்ப்பதில்லை. வெறும் வால் துடுப்பையும். பின்னணி இசையையும் வைத்தே இயக்குநர் ஒட்டுமொத்த உலகையும் பயமுறுத்தி இருப்பார். சுறாவை மறைக்க மறைக்க, நமக்கு ஆர்வம் அதிகரித்துக்கொண்டே போகிறது. அதுவே கதை சொல்லும் முறை. **அக்னி நட்சத்திர**த்திலும் அதே முறைதான் பின்பற்றப்பட்டிருக்கும். படம் முழுக்க அவர்கள், ஒருவரை ஒருவர் அடித்துக்கொண்டிருந்தால் சுவாரஸ்யம் இருந்திருக்காது. சண்டைக் காட்சிகள் திருப்தி அளிக்கக்கூடிய ஒன்றாக இருக் கலாம். ஆனால், சண்டை வருமா, வராதா என்ற எதிர்பார்ப்புதான் காட்சிக்கு அதிக வலு சேர்க்கிறது. நீங்களும் நானும் அடித்துக்கொள்வதைவிட, நமக்குள் முரண் உருவாகிறது என்று சொன்னால் அதிக சுவாரஸ்யம் கிட்டும். சண்டை என்று வந்துவிட்டால், யார் வெற்றி பெறுவார் என்பதே கேள்வியாக இருக்கும். இல்லையேல் சண்டை டிராவில் முடியும். ஆனால், சண்டை

எப்போது வரும் என்ற எதிர்பார்ப்பை ஏற்படுத்தும்போது பதற்றம் கொஞ்சம் கொஞ்சமாக அதிகரிக்கிறது. காட்சியும் வலுவடைகிறது.

ரங்கன்: ஆனால், உங்களுக்கு சண்டை காட்சிகளில் அதிக ஆர்வமில்லை என்றே தோன்றுகிறது. உங்கள் படங்களில் நிறைய சண்டைக் காட்சிகள் இடம் பெறுவதில்லை. **நாயக**னில்கூட ஒரே ஒரு சண்டை காட்சிதான் இருந்தது. அது கமல் அந்த இன்ஸ்பெக்டரைக் கொல்லும் காட்சி.

ரத்னம்: எனக்கு சண்டைக் காட்சிகள் ரொம்பப் பிடிக்கும். அதைச் சரிவர உருவாக்கியிருந்தால்மட்டுமே. சண்டைக் காட்சிகள் வைத்தே தீரவேண்டும் என்பதற்காக அதைப் படத்தில் வைக்கமாட்டேன். **பகல் நிலவி**ல் வரும் மீன் மார்க்கெட் சண்டையே நான் முதன்முதலில் இயக்கிய சண்டைக் காட்சி. படத்தில் என்னுடன் ஒரு ஸ்டண்ட் மாஸ்டர் பணிபுரிந்தார். அவரை என் உலகுக்குக் கொண்டுவந்து, நான் விரும்பிய சண்டைக் காட்சிகளை உருவாக்குவது பெரும் சவாலாக இருந்தது. ஏனெனில் எனக்கு டூப்கள் பிடிக்காது. லாங் ஷாட் சண்டைகள் அறவே பிடிக்காது. பெரிய திரைதான் சண்டைக் காட்சிகளுக்கான களம் என்று நான் நினைக்கிறேன். **தி கிரேட் எஸ்கேப்** (ஜான் ஸ்டர்ஜஸின் படைப்பு) போன்ற படங்களைப் பார்த்து வளர்ந்திருக்கிறேன். சண்டைக் காட்சிகளைச் சரிவர உருவாக்கினால், அது கவிதை ஆகிவிடும். பாடல்களும் சண்டைக் காட்சிகளும் நம்மிடம் இருக்கும் இரண்டு அழகான கருவிகள். அவற்றை நாம் நினைத்த இடத்தில் எல்லாம் பயன்படுத்தக்கூடாது. ஸ்டைலாகப் பயன்படுத்தவேண்டும்.

ரங்கன்: நீங்கள் கமலிடம் சொன்ன இரண்டு கதைகளில் ஒன்று **நாயக**னாக உருவானது. இன்னொன்று, நேர்த்தியான ஆக்ஷன் கதை. அதை நீங்கள் இன்னும் படமாக எடுக்கவில்லை. 'உறவுகளைப்பற்றிப் படம் எடுக்கும் இயக்குநர்' என்ற முத்திரை உங்கள்மேல் விழுந்துவிட்டதால், நீங்கள் ஆக்ஷன் கதை எடுத்தால் யாரும் விரும்பமாட்டார்கள் என்று நினைக் கிறீர்களா?

ரத்னம்: என்மீது எந்த முத்திரையும் விழுந்துவிடக்கூடாது என்பதில் மிகத் தெளிவாக இருந்துவந்திருக்கிறேன். ஒரே வகையான படங்களை எடுத்து விடக்கூடாது என்பதற்காகத்தான், **மௌனராக**த்துக்குப்பின் **நாயகன்** எடுத்தேன். **ரோஜா** படத்துக்குப்பின் **திருடா திருடா** எடுத்தேன். ஆனால் நீங்கள் என்னை 'உறவுகளைப்பற்றி படம் எடுக்கும் இயக்குநர்' என்கிறீர்கள். என்மீது அந்த முத்திரை விழுந்திருக்கிறது என்பது இதுவரை எனக்குத் தெரியாது. ஆனால், உங்களிடம் ஒன்று சொல்லிக்கொள்ள விரும்புகிறேன், ஆக்ஷன் படங்களிலும் நீங்கள் உறவுகளைப்பற்றிப் பேசியே தீரவேண்டும். உறவுகளைப்பற்றிய படங்களிலும் ஆக்ஷன் இருக்கலாம். நீங்கள் முழுநீள ஆக்ஷன் படத்தினைக் குறிப்பிடுகிறீர்கள் என்றால், **திருடா திருடா**வே நான் இயக்கிய படங்களில் முழுநீள ஆக்ஷனுக்கு மிக அருகில் வந்த படம். மக்கள் என்ன விரும்புவார்கள் என்பதைக் கருத்தில்கொண்டு எடுக்கப்பட்ட படமல்ல. எனக்குப் பிடித்த வகையில் நான் எடுத்த படம். **ரோஜா**வுக்குப் பின், நான்

இந்தியாவில் நல்ல ஜேம்ஸ் பாண்ட் படம் எடுக்கப்படவே இல்லை.
ஆக்ஷின் படங்களை மேலும் சிறப்பாகச் செய்யவேண்டும் என்று விரும்புவேன்.
இப்போது காலம் கடந்துவிட்டது.

சண்டைக்காட்சிகளைவிட அதற்கான முகாந்திரமே பிரதானமானது. வலுவானது.

அதிகம் அலட்டிக்கொள்ளாமல், ஒரு ரோலர் கோஸ்டர் கேளிக்கைப் படத்தை எடுக்க நினைத்தேன். அதுவே **திருடா திருடா.**

அக்னி நட்சத்திரத்தைத் தொடங்குவதற்கு முன்பு, இந்தியாவில் நல்ல ஜேம்ஸ் பாண்ட் படம் ஒன்றுகூட எடுக்கப்பட்டதில்லை என்று நான் எண்ணியது உண்டு. **ஷோலே** (ரமேஷ் சிப்பியின் படைப்பு) போன்ற சில படங்களில்தான் சண்டைக் கட்சிகள் மிக அற்புதமாக அமைந்திருக்கும். ஆக்ஷன் படங்களை இன்னும் சிறப்பான முறையில் நம்மால் எடுக்க முடியும் என்று நம்பினேன். இன்னும் நிறைய ஆக்ஷன் படங்கள் வரவேண்டும் என்று எதிர் பார்ப்பேன். ஆனால், இன்று நிலைமை மாறிவிட்டது. ராம் கோபால் வர்மா போன்ற திறமையான இயக்குநர்கள் நிறையப் பேர் வந்துவிட்டார்கள். அவர்கள் ஆக்ஷன் படங்களைச் சிறப்பான முறையில் எடுக்கிறார்கள். அவர்களுக்கு ஆக்ஷன் ரொம்பப் பிடித்திருக்கிறது. அதனால் ஆக்ஷன் காட்சிகளை எப்படிக் காட்சிப்படுத்தவேண்டும் என்பதில் அதிகக் கவனம் செலுத்துகின்றனர்.

ரங்கன்: **அக்னி நட்சத்திரத்தில்** ஒரு காட்சியில், கார்த்திக் ரோட்டில் கார் வருவதைக் கவனிக்காமல் காரின் குறுக்கே வந்துவிடுவார். கார் டிரைவர், கார்த்திக்கை 'பாஸ்டர்ட்' என்று திட்டுவான். இதைக்கேட்டு கார்த்திக்குக்குக் கோபம் வரும். ஏனெனில் அவர் தாய், அவரின் தந்தைக்குச் சட்டபூர்வமான மனைவி அல்ல. அந்த வகையில், அவர் ஒரு பாஸ்டர்ட்தான். பின், அவர் கையில் நிதானமாகக் கைக்குட்டையைச் சுற்றிக்கொண்டு கார் கண்ணாடியைக் குத்துவார். ஆத்திரம் தலைக்கேறும் அந்தத் தருணத்திலும் அவர் அவ்வளவு எச்சரிக்கையுடன் நடந்துகொள்வது நம்பும்படியாக இல்லையே.

ரத்னம்: அவன் அதற்குமுன் அதுபோன்ற சூழ்நிலைகளை எதிர்கொண்டிருக்கிறான். நிறையச் சண்டைபோட்டிருக்கிறான். அதனால், அவனுடைய உள்ளுணர்வுதான் அவனை அப்படிச் செய்யவைத்திருக்கும்.

ரங்கன்: **அக்னி நட்சத்திரத்தின்** டைட்டில் சீக்வன்ஸ் மெல்லிய இயற்கை சப்தங்களுடன் தொடங்கும். பின், சப்தம் அதிகமாகும். டிராஃபிக் சப்தங்கள் வரும். இறுதியில் 'பூம்' என்றொரு சப்தத்துடன் சூரிய ஒளி முகத்துக்கு நேரே வெடித்துச் சிதறுவதுபோல் திரையை நிரப்பும்.

ரத்னம்: **அக்னி நட்சத்திரம்** என்ற இயற்கை நிகழ்வின் பாணி அது. கொஞ்சம் கொஞ்சமாக வெப்பம் அதிகரித்துக் கொண்டே போகும். உச்சத்தை அடைந்து நம்மை வாட்டும். பிறகு மெல்லப் படிப்படியாக வெப்பம் குறையத் தொடங்கும். அந்தக் காட்சி பார்ப்பதற்கு மிகவும் எளிமையாக இருக்கலாம். ஏனெனில், சூரியன் மெல்ல வெளிப்படுவதுதான் காட்சி. ஆனால், அதைப் படம் பிடிப்பது அவ்வளவு எளிதாக இருக்கவில்லை. நாங்கள் நேரத்தைச் சரியாகக் கணக்கிட்டு, காட்சியின் நீளத்துக்குப் பொருத்தமாகச் செய்ய வேண்டியிருந்தது. நானும் பி.சி.ஸ்ரீராமும் ஒருநாள் ஸ்டாப் வாட்ச்சுடன் அங்கே சென்றோம். இப்போதெல்லாம் நாம் காட்சியின் நீளத்தை வேண்டிய அளவுக்கு நீட்டித்துக்கொள்ளலாம். அப்போது அதெல்லாம் சாத்தியமில்லை. அதனால், வேண்டிய நீளத்துக்குப் படம்பிடிக்க வேண்டியிருந்தது. மேலும், தொடக்கம் முதல் இறுதிவரை, காட்சி நாங்கள் விரும்பியதுபோல் ஏறு வெயிலாக இருந்ததா என்பதையும் உறுதி செய்துகொள்ள வேண்டியிருந்தது.

இளைய தலைமுறையில்கூடப் பல தூய்மைவாதிகள் இருந்தனர்.
நான் செய்தவற்றை அவர்கள் ஏற்கவில்லை.

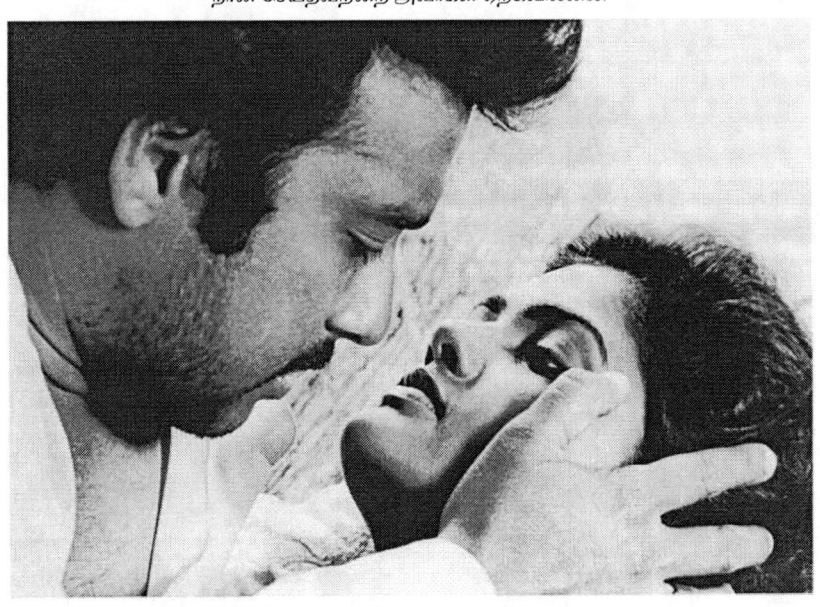

ரங்கன்: **ரோஜா**விலும் அதேமாதிரியான டைட்டில் சீக்வன்ஸ்தான் இடம் பெற்றிருக்கும். திரை கருப்பாக இருக்கும். பின்னணியில், ராணுவ அணி வகுப்புக் கட்டளைகள், சண்டை விமானங்களின் சப்தம், துப்பாக்கி சுடும் சப்தம், இயற்கை சப்தம், பறவைகளின் சப்தம் எனப் பல சப்தங்கள் கேட்கும். அதன் மூலம், இந்தக் கதை போரையும் அமைதியையும்பற்றியது என்பதை முன்கூட்டியே உணர்த்தியிருப்பீர்கள்.

ரத்னம்: நான் சவுண்ட் இன்ஜினியர், ஏ.எஸ். நாராயணனிடம், வெறும் சப்தங்களை மட்டுமே வைத்து காஷ்மீரில் என்ன நடக்கிறது என்பதை நீங்கள் சொல்லிவிடவேண்டும் என்றேன். கருப்புத் திரையின் பின்னணியில் அந்த சப்தங்கள் கேட்கவேண்டும் என்றேன். எந்தவிதக் காட்சியும் அங்கே இருக்காது. வெறும் சப்தங்களை வைத்தே பார்வையாளர்களைப் படத்துக்குத் தயார் செய்ய முயற்சித்தோம். காட்சிகள் டைட்டில் முடிந்தபின்பே தோன்றும். நேரடியாக எதையும் தெரிவிக்காமல், மறைமுகமாக, எங்களால் முடிந்தவரை கதையை விளக்கினோம்.

ரங்கன்: **அக்னி நட்சத்திரம்**, **ரோஜா** போன்ற படங்களில், முதலில் பெயர்கள் வரும்போது, மறைமுகமாகக் கதையைச் சொல்கிறீர்கள். **தளபதி**யில், நேரடியாகக் காட்சிகளின்மீது டைட்டில்களைப் போடுகிறீர்கள். எதை வைத்து இந்த முடிவை எடுக்கிறீர்கள்?

ரத்னம்: அது டைட்டில்கள் திரைக்கதையில் எங்கே வரவேண்டும் என்பதைப் பொருத்தது. டைட்டிலுக்குமுன் சுவாரஸ்யமான தொடக்கம் தேவைப்பட்டால் முன்கதையைச் சொல்லிவிடலாம். **இதயத்தை திருடாதே** படத்தில் வருவதைப்போலக் கதையின் தொடக்கமே சுவாரஸ்யமாக இருக்கிறது என்றால், கதைச் சுருக்கம் தேவையில்லை. காட்சியின்மேல் டைட்டில் வருகிறது என்றால், காட்சிகளைச் சுருக்கமாக வைத்துக்கொள்ளவேண்டும். சிலநேரங்களில், **ரோஜா**வில் வருவதுபோல் கதையை, ஒரு தளத்தில், வெறும் சப்தத்தை மட்டுமே வைத்துச் சொல்லவேண்டும். அடிப்படையில், டைட்டில், கவனச் சிதறலை ஏற்படுத்தக்கூடாது. பார்வையாளர்களைக் கதையின் மனநிலைக்குக் கொண்டுவருவதே டைட்டிலின் வேலையாக இருக்கவேண்டும். சிலநேரங்களில், எளிமையாக அமைதியாக டைட்டில்கள் இடம்பெறுவதே சிறந்த உத்தி.

ரங்கன்: **ஆய்த எழுத்து/யுவா** படத்தில், டைட்டில்கள் மிக வேகமாக நகரும், படத்தின் இறுதியில் மேம்பாலத்தில் வேகமாகச் செல்லும் வாகனங்களைப் போல. இளைஞர்களின் துள்ளல் சக்தியைக் குறிக்கும் பொருட்டுதான் டைட்டில்கள் அவ்வாறு அமைக்கப்பட்டன என்று தோன்றுகிறது.

ரத்னம்: ஆமாம், அந்த உத்வேகத்தையே அது குறிக்கிறது. அதோடு, ஒட்டு மொத்தப் படத்தின் கதையும் அந்த மேம்பாலத்தில் நடக்கும் விபத்தைச் சுற்றித்தான் பின்னப்பட்டிருக்கும். விபத்துக்கு முன்னும் பின்னும் நடக்கும் சம்பவங்களே அந்தப் படத்தின் திரைக்கதை. அதனால், அந்த டைட்டில்கள்

ஒழுக்க மீறல்கள் ஒரு கதாபாத்திரத்தை நம்பத்தன்மை மிகுந்ததாக ஆக்குகின்றன. ஒரு நபர் கெட்டவர் என்று சொல்லும்போது, அவரிடம் இருக்கும் கெட்ட அம்சம் என்ன என்பது கதைக்கான கருவாக ஆகிவிடுகிறது. பிரபுவும் அமலாவும்.

நாம் வீதியில் பயணித்துக்கொண்டிருக்கிறோம் என்ற உணர்வைக் கொடுக்கின்றன. அந்த டைட்டில்கள், ஓரிடத்தில் நிலையாக இருக்காது. ஏதாவது ஒரு திசையில் நகர்ந்துகொண்டே இருக்கும்.

ரங்கன்: **அக்னி நட்சத்திரத்தில்**, படம் தொடங்கி நாற்பத்தைந்து நிமிடங்கள் வரை, வில்லனைப்பற்றியோ, அவன் சிவகாசியில் வெடி பொருள்கள் தயாரிப்பதுபற்றியோ, எந்த ஒரு குறிப்பும் இருக்காது. கதையின் மையக் கருவுக்கு அவ்வளவு நேரம் காத்திருக்கவைத்தது ஆச்சரியம் அளிக்கிறது.

ரத்னம்: உணர்ச்சிபூர்வமாகக் கதைக்கு என்ன தேவையோ அவையெல்லாம் கதையில் முதலிலேயே விவரிக்கப்பட்டிருக்கும். அந்த இரண்டு குடும்பங்களுக்கும் இடையே நிலவும் மனஸ்தாபமே அந்தப் படத்தின் முக்கியக் கதை. உண்மையைச் சொல்லவேண்டும் என்றால், இந்தக் கதையை வில்லன் இல்லாமல்தான் எடுக்க நினைத்தேன். ஏனெனில், அவன் கதையில் ஓர் அங்கமே இல்லை. கதையில் அவன் ஒரு கூடுதல் கதாபாத்திரமே. **மௌனராகம்** கார்த்திக்போல. வசதியான முறையில் கதையை நகர்த்துவதற்கு அந்தக் கதாபாத்திரம் தேவைப்பட்டது. வில்லன் கதாபாத்திரம் இல்லாமல் கதையை எழுதிப் பார்த்தேன். ஆனால், கதை மிகச் சிக்கலாக உருவெடுத்தது. எல்லாத் தரப்பு மக்களிடமும் கதை சென்று சேரவேண்டும் என்று விரும்பினேன். இல்லை என்றால் கதையை வில்லன் இல்லாமலேயே எடுத்திருப்பேன். ஆனால், **மௌனராகம்** வெற்றிபெறாத இடங்களிலும் இந்தப் படம் வெற்றி அடையவேண்டும் என்று எண்ணினோம். அதனால் சில சம்பிரதாயமான காட்சிகளைப் படத்தில் சேர்த்தோம். எனினும்

வெவ்வேறு கதைகளுக்கு வெவ்வேறு ஸ்டைல்கள் தேவைப்படும்.

படத்தை ஸ்டைலாகவே எடுத்தோம். மேலும் அந்த வில்லன் கதா பாத்திரத்தை, முடிந்தவரை சுவாரஸ்யமானதாகவும் விறுவிறுப்பானதாகவும் உருவாக்கினோம்.

ரங்கன்: நீங்களும் பி.சி. ஸ்ரீராமும் சேர்ந்து நாயகனை செபியா போன்று, ஆனால் முழுவதுமாக செபியா அல்லாத ஒரு ஸ்டைலில் உருவாக்கி யிருப்பீர்கள். பழைய காலத்தை நினைவுபடுத்தும் பொருட்டே அவ்வாறு செய்திருக்கிறீர்கள் என்று புரிந்துகொள்ள முடிகிறது. ஆனால் **அக்னி நட்சத்திரம்** போன்ற குடும்பப் படத்தில், சயின்ஸ் பிக்‌ஷன் ஸ்டைல் லைட்டிங் செய்தது, யாரும் எதிர்பார்க்காத ஒன்று.

ரத்னம்: இளமைத் துடிப்பில், புதுப் புது முயற்சிகளை மேற்கொண்டோம். **அக்னி நட்சத்திரத்தில்** அந்த ஸ்டைல், டைட்டிலில் சூரியன் உதிக்கும் காட்சியிலிருந்தே தொடங்கிவிடும். கதாநாயகர்கள் சந்தித்துக்கொள்ளும் போதெல்லாம், காட்சியில் மின்சாரம் பாயும். சவுண்ட் எஃபெக்டுக்கு அதிக முக்கியத்துவம் கொடுத்து எடுக்கப்பட்ட படம் அது. எஃபெக்டுக்காக நாங்கள் நிறைய உழைப்பையும் நேரத்தையும் செலவிட்ட முதல் படமும் இதுதான். இது ஒருபுறம் இருக்க, பெரும்பாலும் எலெக்ட்ரானிக் கருவிகளையே இசை அமைக்கப் பயன்படுத்தினோம். ஒருசில லைவ் கருவிகள்மட்டும் உபயோகித்தோம். முற்றிலும் புதியதொரு ஸ்டைலில் படத்தை வழங்க விரும்பினோம்.

பின்னணி இசைக்கோர்ப்பு நடந்துகொண்டிருக்கையில், இளையராஜாவின் நண்பர் ஒருவர் உடனிருந்தார். அவரும் இசையமைப்பாளரே. அவர் என்னிடம் வந்து, 'இந்த கிளைமாக்ஸைத் திரும்பவும் எடுங்கள். இதை இப்படியே வெளியிடாதீர்கள். மக்கள் பார்த்தால் கண் வலி வந்துவிடும்'

என்றார் (கிளைமாக்ஸ் முழுவதையும் ஸ்ட்ரோப் லைட் எஃபெக்ட்ஸ் கொண்டு படம் பிடித்திருப்போம்). **அக்னி நட்சத்திரம்** படம் வெற்றி பெற்றால் தன் பெயரை மாற்றிக்கொள்வதாக அவர் சபதம் செய்தார். 'நீங்கள் தவறு செய்கிறீர்கள். நான் இந்தத் துறையில் பல ஆண்டுகாலம் இருக்கிறவன்' என்றும் கூறினார். அவர் நல்லது நினைத்தே அதைச் சொன்னார். அவர் ஒரு பழமைவிரும்பி. மாற்றங்களை விரும்பாதவர். ஆனால் அன்றைய இளம் தலைமுறையில்கூடப் பலர் எங்கள் முயற்சிகளுக்கு எதிர்ப்பு தெரிவித்தனர். பொதுவாக, நான் படம் வெளியாவதற்கு முன்பு நிறையப் பேரிடம் படத்தைக் காட்ட மாட்டேன். ஆனால், படம் வெளியானபின் அதைப் பார்த்த பலரும், 'நீங்கள் ஏன் இப்படிச் செய்கிறீர்கள்' என்று கேட்டனர். 'அவருக்கு நல்ல ரசனை இருந்தது என்றே நினைத்துக்கொண்டிருந்தேன்' என்று பலரும் என்னைப்பற்றிப் பேசிக்கொண்டது என் காதுகளுக்கு எட்டியது. ஆனால், ஒரு படத்தை இப்படித்தான் எடுக்கவேண்டும் என்று எங்கேயும் சொல்லப் படவில்லை. வெவ்வேறு வகையான படங்கள், வெவ்வேறு ஸ்டைல்களை ஏற்றுக்கொள்ளும். இது நான் அனுபவத்தில் தெரிந்துகொண்டது.

ரங்கன்: இந்த அமர்வின் மிக முக்கியமான கேள்வி இதுவாகத்தான் இருக்க முடியும். என்னை ரொம்பநாளாகவே அரித்துக்கொண்டிருக்கும் கேள்வி இது. நிரோஷாவின் கதாபாத்திரத்தின் பெயர் இறுதிவரை படத்தில் குறிப்பிடப் படவில்லை. திரைக்கதையில் அந்தக் கதாபாத்திரத்துக்குப் பெயர் இருந்ததா?

ரத்னம்: நிச்சயமாகத்தான் சொல்கிறீர்களா? நான் படத்தைப் பார்த்து வெகு நாள்கள் ஆகிவிட்டன. அந்தக் கதாபாத்திரத்துக்குப் பெயர் இருந்தது. அவள் பெயரை ஆரம்பக் காட்சிகளில் குறிப்பிட்டிருக்கமாட்டோம். ஏனெனில், கார்த்திக் அவளை ஒரு மர்மப் பெண்ணாகத்தான் பார்ப்பார். ஆனால், திரைக் கதையில் அவளுக்கென்று ஒரு பெயர் நிச்சயம் இருந்திருக்கும். நீங்கள் நிரோஷாவைத்தான் கேட்கவேண்டும். நிரோஷாவுக்குக் கதாபாத்திரத்தின் பெயர் நினைவிருக்கலாம்.

ரங்கன்: அதுவரை நீங்கள் எடுத்த படங்களில், **அக்னி நட்சத்திரம்** மிகப் பெரிய ஹிட்.

ரத்னம்: **நாயகனும்** மிகப் பெரிய தாக்கத்தை ஏற்படுத்தியது. ஆனால், **அக்னி நட்சத்திரம்** குறைந்த செலவில் எடுக்கப்பட்டது. கிடைத்த லாபம் மிக அதிகம். அதனால் அது மிகப் பெரிய ஹிட்தான்.

ரங்கன்: அந்தக் காலத்தில் மல்டிப்ளெக்ஸ் திரையரங்குகள் இல்லை. அதனால், நீங்கள் எல்லாத் தரப்பு மக்களுக்காகவும் படம் எடுக்கவேண்டிய கட்டாயம் இருந்திருக்கும். இப்போது குறிப்பிட்ட ரசிகர்களைமட்டும் குறிவைத்து, முத்திரை பதிக்கக்கூடிய படங்களை எடுக்கவேண்டும் என்று எண்ணுவது உண்டா?

ரத்னம்: ஒரு படம் எப்படி எடுக்கப்பட்டது, எந்தக் காரணங்களுக்காக எடுக்கப் பட்டது என்பது முக்கியமல்ல. அது நல்ல படமா இல்லையா என்பதே முக்கியம். ஒருவர் தனது விருப்பத்துக்கு ஏற்ப எடுக்கும் படம் அல்லது ஒரு

நிரோஷா கதாபாத்திரத்துக்கு நிச்சயம் ஒரு பெயர் இருந்தது. கார்த்திக்குக்கு அவர் ஒரு புதிரான பெண்ணாகவே தெரிவதால், படத்தின் ஆரம்பத்தில் நிரோஷாவின் பெயர் இடம்பெறவில்லை.

குறிப்பிட்ட பார்வையாளர்களை மனத்தில் வைத்து எடுக்கப்படும் படம் என்பதனாலேயே அது நல்ல படம் ஆகிவிடுவதில்லை. கலைப் படம் என்ற பெயரில், பல கத்துக்குட்டித்தனமான படங்கள் இங்கே எடுக்கப்படுகின்றன. நீங்கள் அனைத்துத் தரப்பு ரசிகர்களையும் கவரும் படங்களை எடுக்க விரும்பாமல் இருக்கலாம். குறிப்பிட்ட ரசிகர்களுக்காக மட்டுமே நீங்கள் படம் எடுக்கலாம். ஆனால் அந்தப் படங்களும் தரமானதாக இருக்கவேண்டும். அதன் உள்ளடக்கமும் வடிவமும் சிறப்பாக இருக்க வேண்டும். வருங்காலத்தில், நான் சொல்ல விரும்பும் கதைக்கு, ஆர்ட் சினிமாவின் ட்ரீட்மெண்ட் தேவைப்படும் என்றால் அதை மேற்கொள்ளத் தயங்கமாட்டேன்.

மணி ரத்னம் (இடது) மற்றும் பாலசந்தர் (வலது) வெள்ளிவிழா கொண்டாட்டத்தின்போது

ஆனால், ஒரு படத்தின் மூலம், பொருத்தமான தீவிரமான விஷயங்களை மக்களுடன் பகிர்ந்துகொள்ள விரும்பினால், அவசியம் அந்தப் படத்தை நிறையப் பேரிடம் கொண்டு செல்ல முயற்சி செய்யவேண்டும். அதற்கு மைய நீரோட்ட வணிகப் பட அணுகுமுறையே சரிவரும். அப்போதுதான் படம் பலரைச் சென்று அடையும். நான் தேர்ந்தெடுத்த பாதை அதுதான். நான் மெயின்ஸ்ட்ரீம் சினிமாவின் ப்ராடக்ட். என் வாழ்க்கை முழுக்க நான் மெயின்ஸ்ட்ரீம் படங்களை விரும்பியவன். விரும்புபவன். மெயின்ஸ்ட்ரீம் சினிமா என்றால் அது முட்டாள்தனமாக இருக்கவேண்டும் என்று அர்த்தமில்லை. சீரியஸ் சினிமாவுக்கே உரித்தான உணர்ச்சிநயம் மெயின்ஸ்ட்ரீம் சினிமாவிலும் இருக்கலாம். அதே சமயத்தில், அது பலதரப்பட்ட மக்களுக்காக எடுக்கப்பட்டதாகவும் இருக்கலாம். அந்தப் படங்களின் மூலமும் நாம் பெருவாரியான மக்களுடன் உரையாடலாம். புத்திசாலித்தனமாக இருக்கவேண்டும் என்று கங்கணம் கட்டிக்கொண்டு ஒரு படத்தை எடுக்கக்கூடாது. முத்திரை பதித்தே தீரவேண்டும் என்ற கட்டாயத்திலும் ஒரு படத்தை எடுக்கக்கூடாது.

ரங்கன்: ஒரு காலத்தில் **அபூர்வ ராகங்கள்** போன்ற படங்கள் மெயின்ஸ்ட்ரீம் படங்களாகக் கருதப்பட்டன. இன்று, **அபூர்வ ராகங்கள்** ஆர்ட் சினிமாவாகக் கருதப்படுகிறது. ஏனெனில், அதுபோன்ற படங்களைக் கொண்டாடிய ரசிகர்கள் யாரும் இன்று திரையரங்குகளுக்கு செல்வதில்லை. இளம் ரசிகர்கள் விரும்புவதெல்லாம் மெயின்ஸ்ட்ரீம் சினிமாவையே.

ரத்னம்: ஆம். அது வருத்தம் அளிக்கக்கூடிய ஒன்று. ஒரு படைப்பாளியின் எல்லைகள் குறுகிக்கொண்டே வருகின்றன. அவன் எந்த முயற்சிகளை மேற்கொண்டாலும் குறுகிய எல்லைக்குள்ளேயே மேற்கொள்ளவேண்டியிருக்

கிறது. **அபூர்வ ராகங்கள்** எடுத்த காலத்திலும் அந்த எல்லை குறுகலாகவே இருந்தது. அது இப்போது இன்னும் குறுகிவிட்டது. நாம் எடுக்க விரும்பும் படத்துக்கும் எது வெற்றி பெறும், எது மக்களிடம் வரவேற்பு பெறும் என்று தெரிந்த படத்துக்கும் இடையிலான இடைவெளி வெகுவாக அதிகரித்து விட்டது. தலைமுறைகள் மாறிவிட்டன. அதுவே மிகப் பெரிய பிரச்னை ஆகி விட்டது. அது, நாம் சில முயற்சிகளைச் செய்ய முடியாமல் தடுத்துவிடுகிறது.

ரங்கன்: இதைப் பல இடங்களில் கேட்டிருக்கிறேன். நான் உரையாடிய திரையுலகப் படைப்பாளிகள் பலர், 'இது சாத்தியம். ஆனால் ஒரு குத்துப் பாட்டு வைக்கவேண்டும்' என்கிறார்கள்.

ரத்னம்: தரமற்ற ஒரு படத்தை குத்துப் பாட்டு எந்தவகையிலும் காப்பாற்றப் போவதில்லை. அது விநியோகஸ்தர்களின் மனநிலை. இரண்டு முக்கிய விஷயங்களை நாம் கருத்தில் கொள்ளவேண்டும். ஒன்று, படத்தின் கான்செப்ட். நாம் என்ன சொல்லவருகிறோம்? திரையரங்குக்கு வரும் ரசிகர்கள், தங்களைப் படத்தோடு தொடர்பு படுத்திக்கொள்ளும்வகையில் கதை இருக்கவேண்டும். இரண்டு, நாம் அதை எப்படிச் சொல்கிறோம். நாம் கதைசொல்லும் உத்தி எப்படி ரசிகர்களைக் கட்டிப்போடப் போகிறது? எப்படி அவர்களுடன் தொடர்புகொள்ளப்போகிறது? அவர்களுக்குக் கதையை எப்படிப் புரிய வைக்கப்போகிறோம்? இவற்றைத் தவிர்த்து, மற்ற எதுவும் முக்கியமில்லை. எந்தவகைக் கதையையும் சொல்லலாம். எந்த முறையிலும் சொல்லலாம். எல்லாவகையான படங்களுக்கும் ரசிகர்கள் இருப்பார்கள் என்றே எண்ணுகிறேன். படத்தின் உள்ளடக்கம் ரசிகர்களுடன் தொடர்புடையதாக இருக்கவேண்டும். அதை அவர்களுக்குப் புரியும்படிச் சொல்லவேண்டும். அதுவே போதுமானது.

ரங்கன்: அப்படியானால், **அபூர்வ ராகத்தையும்** இந்தக் காலத்து ரசிகர்களுக்கு ஏற்றவாறு எடுத்தால், மக்கள் ஏற்றுக்கொள்வார்கள் என்கிறீர்களா?

ரத்னம்: இல்லை. கதையை எப்படிச் சொல்கிறோம் என்பது இரண்டாவது கோட்பாடு. **அபூர்வ ராக**ங்களின் உள்ளடக்கம் இன்றைய காலகட்டத்தின் அலைவரிசைக்கு அப்பாற்பட்டது. அப்போதே அது மைய நீரோட்டப் படம் கிடையாது. ஆனால் திரையரங்குக்குச் சென்று படம் பார்ப்பவர்கள் நிறையப் பேர் இருந்தார்கள். அதனால் விளிம்பு ஓரமாக இருந்த பார்வையாளர்களின் ஊடாக ஒரு பயணத்தைச் சுமுகமாக மேற்கொள்ள முடிந்தது. இன்று அது சாத்தியம் இல்லை. இந்தக் காலத்தில் அதுபோல ஒரு படத்தை எடுக்க நினைத்தால், இன்னும் கொஞ்சம் கீழ்நிலையில் இருக்கும் மக்களின் வாழ்க்கையை மையப்படுத்தியே அந்தக் கதையை அமைக்கவேண்டும். சிக்கல் நிறைந்த உறவுகளைப்பற்றிய அந்தக் கதையின் ட்ரீட்மெண்ட் 'ரா'வாகவும் மூர்க்கத்தனமாகவும் இருக்கவேண்டும். அப்போது அந்தப் படம் இன்றைய ரசிகர்களால் ஏற்றுக்கொள்ளப்படலாம். ஏனெனில், உயர் நடுத்தர வர்க்கத்தைச் சேர்ந்த யாரும் திரையரங்குகளுக்கு வருவதில்லை. திரையரங்குக்குச் சென்று படம் பார்க்கும் இன்றைய ரசிகர்களைக் கவரும் பொருட்டு, அதே யோசனையை வேறு சில வழிகளில் கையாளலாம்.

5

'ஒரு க்ளிஷேயான கதையை எடுத்துக்கொண்டு அதை மேலும் க்ளிஷே ஆக்கினேன்'

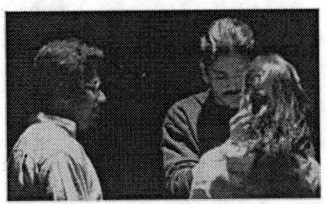

இதயத்தை திருடாதே / கீதாஞ்சலி
(1989)

தான் அதிக நாள்கள் வாழப்போவதில்லை என்பதைத் தெரிந்துகொள்ளும் பிரகாஷ் (நாகார்ஜுனா), தனிமையைத் தேடி ஊட்டிக்குச் செல்கிறான். அங்கே ப்ரியாவை (கிரிஜா) சந்திக்கிறான். அவள் ஒரு உற்சாகமான பெண். வாழ்க்கையைக் கொண்டாடும் அவளைக் கண்டதும், பிரகாஷின் சோகங்கள் மறைந்துவிடுகின்றன. அவளிடம் காதல் வயப்படுகிறான். வாழ்க்கையை மீண்டும் வாழத் தொடங்குகிறான். அப்போதுதான் அவனுக்குத் தெரியவருகிறது, அவளும் அதிக நாள்கள் வாழப்போவதில்லை என்று.

பரத்வாஜ் ரங்கன்: தமிழில் மூன்று ஹிட் கொடுத்துவிட்டு, யாரும் எதிர் பார்க்காதவகையில், நீங்கள் தெலுங்கில் **கீதாஞ்சலி** எடுத்தீர்கள்.

மணி ரத்னம்: **நாயகன்** படத்தின் வேலைகள் முடிந்தபின், நான் **அக்னி நட்சத்திர**த்தின் மீதமிருந்த திரைக்கதை வேலைகளைத் தொடர்ந்தேன். திட்டமிட்டதைவிட மூன்று நாள்கள் முன்னரே திரைக்கதையை எழுதி முடித்துவிட்டேன். படப்பிடிப்பு தொடங்குவதற்கு இன்னும் சில நாள்கள் இருந்தன. **இதயத்தை திருடாதே**யின் கதை நகர்வைத் தீர்மானித்துக் கொண்டேன். ஒரு க்ளிஷேயான கதையை எடுத்துக்கொண்டு அதை மேலும் க்ளிஷே ஆக்கினேன் என்றுதான் சொல்லவேண்டும். தான் இறந்துகொண் டிருப்பதாக என்னும் கதாநாயகனைப்பற்றிப் படம் எடுக்கப்போகிறேன் என்று நான் சொல்லியிருந்தால், அது க்ளிஷேயான கதை என்றிருப்பார்கள். ஏனெனில், அந்தக் காலத்தில் அதுபோன்ற படங்கள் நிறைய வந்துகொண் டிருந்தன. அதனால், அதை இரட்டிப்பாக்க முடிவு செய்தேன். கதாநாயகியும் இறந்துகொண்டிருக்கிறாள் என்று கதையை அமைத்தேன். மேலும் கதையை பாசிட்டிவாக நகர்த்த எண்ணினேன். 'நான் வாழ விரும்புகிறேன். இறக்க விரும்பவில்லை' என்று ஒரு கதாபாத்திரம் சொல்வதுதான் படத்தின் ஒன்லைன். அந்த ஒன்லைன்தான் ஒட்டுமொத்தப் படத்தையும் நகர்த்திச் செல்லும். அந்தப் படம், வாழ்க்கையில் நிறைந்திருக்கும் சந்தோஷங்களைப் பதிவு செய்ய முயன்றது. அந்தப் படத்தை உடனே எடுக்கவேண்டும் என்ற எண்ணம் எனக்கு இருக்கவில்லை. எனக்குத் தோன்றிய ஐடியாவை எழுதி வைத்துக்கொண்டேன். நான் எழுதி வைத்திருந்த வேறொரு திரைக்கதையைத் தான் தெலுங்கில் எடுக்க எண்ணினேன். அதுவும் ஒரு காதல் கதையே. ஆனால், அது ஒரு ரோட் மூவி. அந்தப் படத்தை இதுவரை எடுக்கவில்லை.

ரங்கன்: எந்த ஸ்கிரிப்ட் என்று முடிவு செய்வதற்குமுன்னரே, அடுத்த படம் தெலுங்கில் நாகார்ஜுனாவுடன்தான் என்று முடிவு செய்திருந்தீர்களா?

ரத்னம்: அந்தத் தயாரிப்பாளர்களுக்குப் படம் இயக்க ஒப்புக்கொண் டிருந்தேன். நாகார்ஜுனாதான் நடிகர் என்பது பிறகுதான் முடிவு செய்யப்பட்டது. **இதயத்தை திருடாதே**, இளம் காதலர்களைப்பற்றிய கதை. நான் சில இளம் நடிகர்களைச் சந்தித்தேன். பின்புதான் நாகார்ஜுனாவைத் தேர்வுசெய்தேன். நான் **கீதாஞ்சலி**யின் படப்பிடிப்பின்போது சந்தித்த மிக முக்கியமான சக பணியாளர், பானி சார். தெலுங்கு வசனங்களைக் கையாள்வதற்காக எங்களுக்கு ஒரு அசோசியேட் இயக்குநர் தேவைப்பட்டார். பானி சார், அதற்குமுன் சில படங்களை இயக்கியிருந்தார். ஜாந்தியாலாவுடன் பணிபுரிந்திருக்கிறார். சவுண்ட் துறையில் பூம் ஆப்பரேட்டராக வாழ்க்கையைத் தொடங்கி முன்னுக்கு வந்தவர். அவர் அன்றுதொட்டு எங்களுடன்தான் இருக்கிறார். எங்களுக்கு விலையுயர்ந்த சொத்து அவர். எந்த வேலையாக இருந்தாலும் அவரால் செய்யமுடியும். எப்போது கேமராவை சர்வீஸ் செய்யவேண்டும், எப்போது திரைப்பட விழாக்களுக்குப் படங்களை அனுப்பவேண்டும், எப்போது பழைய படங்களை ரெஸ்டோர் செய்ய வேண்டும் என எல்லாவற்றையும் தெரிந்துவைத்திருப்பார். எல்லா

வேலைகளையும் திறம்படச் செய்வார். சில வருடங்களுக்குமுன், அவருக்கு மிகப் பெரிய பார்ட்டி வைத்துப் பிரியாவிடை கொடுத்து அனுப்பினோம். நீங்கள் அதிகம் உழைத்துவிட்டீர்கள், ஓய்வு எடுத்துக்கொள்ளுங்கள் என்றோம். இரண்டு நாள்கள் கழித்து அவர் மீண்டும் அலுவலகத்துக்கு வந்துவிட்டார். இன்றும் அவர் எங்கள் அலுவலகத்தில்தான் இருக்கிறார்.

ரங்கன்: *இதயத்தை திருடாதே*யின் முதற்காட்சி மருத்துவமனையில் தொடங்கு கிறது. கதாநாயகன், கல்லூரிப் பட்டமளிப்பு விழாவில் கலந்துகொண்டு திரும்புகையில் விபத்தில் சிக்கிக்கொள்கிறார். அவரை மருத்துவமனையில் அனுமதிக்கின்றனர். கல்லூரியில் படத்தைத் தொடங்கி மருத்துவமனைக் காட்சியைக் காட்டுவதற்குப் பதில், நீங்கள் மருத்துவமனைக் காட்சியை முதலில் வைத்துவிட்டு, பின் கல்லூரிக் காட்சியை ஃபிளாஷ்பேக்கில் வைத்து விட்டு, மீண்டும் மருத்துவமனைக் காட்சிக்கு வருவீர்கள். படத்தின் தொடக்கத்திலேயே இப்படி ஃபிளாஷ்பேக் வைப்பதற்குக் காரணம் என்ன?

ரத்னம்: படத்தை சுவாரஸ்யமாகத் தொடங்குவதற்கான வழி அது. அடுத்து என்ன நடக்கப்போகிறது என்ற எதிர்பார்ப்பை ஏற்படுத்தும்பொருட்டுத்தான் காட்சிகளை அப்படி அமைத்தோம். படத்தை சந்தோஷமாகத் தொடங்கி விட்டு, உடனே ஒரு விபத்துக் காட்சியை வைப்பது தேவையில்லாத திருப்பம். படம் தொடங்கி ஐந்தே நிமிடத்தில் வரும் அதுபோன்ற திருப்பம் மிகவும் டிரமாடிக்கான ஒன்று. அதற்குத்தான் வேறொரு முறையைக் கையாண்டோம். இந்த முறையில், கதாநாயகன் மருத்துவமனைக்குக் கொண்டு செல்லப்படுகிறான். அதற்கு காரணம் என்ன என்பதை அடுத்த

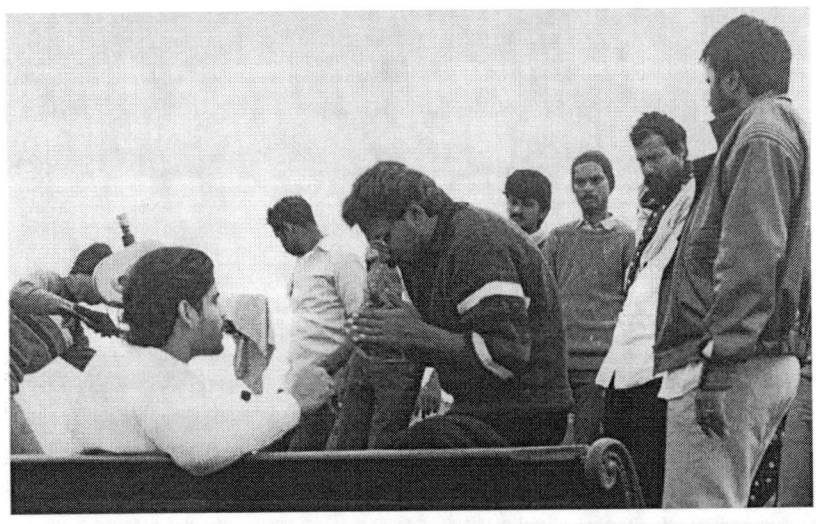

முதல் டியூன் மிகச் சிறப்பாக அமைந்துவிட்டால், அடுத்து வரும் பாடல்கள் மேலும் மேலும் செழுமையானதாகவே இருக்கும். 'ஓ பாப்பா லாலி' பாடல் படப்பிடிப்பின்போது மணி ரத்னமும் நாகார்ஜுனாவும்.

காட்சியில் காட்டுகிறோம். விபத்து, பார்வையாளர்களின் கவனத்தை திசை திருப்பிவிடும் முயற்சி. அந்த விபத்து மூலம்தான் கதாநாயகனின் உண்மையான உடல்நிலைப்பற்றி நாம் தெரிந்துகொள்கிறோம். அங்கிருந்துதான் கதை புதிய பாதையில் பயணிக்கத் தொடங்குகிறது. பட்டமளிப்பு விழாவை முதல் காட்சியாக வைத்துவிட்டு, பின் விபத்தை வைத்திருந்தால் காட்சியில் நிறைய சிக்கல்கள் வந்திருக்கும். விபத்துக் காட்சி, பின் கதாநாயகன் எப்போது வேண்டுமானாலும் இறக்கலாம் என்று டாக்டர் சொல்லும் காட்சி என்று வைத்திருந்தால், காட்சிகளை வேண்டுமென்றே திணித்ததுபோல் தோன்றும். இந்த இரண்டு காட்சிகளையும் தெளிவாகப் பிரிக்கவேண்டும் என்று எண்ணினேன். பிளாஷ்பேக் வைத்து, விபத்தின் தாக்கத்தை முதலிலேயே குறைத்துவிட்டால், நம் பயணம் எளிதாகிவிடுகிறது. அவன் தனக்குப் பெரிய நோய் இருக்கிறது என்று கண்டுகொண்டதும் கதை சூடுபிடிக்கிறது.

ரங்கன்: அந்த நேரத்தில், மணி ரத்னம்-இளையராஜா கூட்டணி எதிர்பார்ப்பு நிறைந்த வெற்றிக் கூட்டணியாக இருந்தது. **இதயத்தை திருடாதே**யை எழுதும்போது, அதில் பாடல்களுக்கு அதிக முக்கியத்துவம் தரவேண்டும் என்று நினைத்திருந்தீர்களா? ஏனெனில், படத்தில் ஏழு பாடல்கள் இடம்பெற்றிருந்தன.

ரத்னம்: அந்தக் காலத்துப் படங்களுடன் ஒப்பிடுகையில், **இதயத்தை திருடாதே** ஒரு சிறிய படம். படத்தின் நீளம் மிகக் குறைவு. வாழ்க்கையின் சந்தோஷங்களைப் பாடல்களின் மூலம் கொண்டாடுவதே அந்தப் படத்தின் நோக்கமாக இருந்தது. **பகல் நிலவி**ல் இடம்பெற்ற 'வாராயோ வான்மதி' பாடலில், கதாநாயகன் குடித்துவிட்டு தேவதாஸ்போல நடிப்பார். ஒரு சால்வையைப் போர்த்திக்கொண்டு, நாயுடன் வலம் வருவார். இளையராஜா அந்தப் படத்துக்காக இசையமைத்த முதல் பாடல் அதுதான். அவர் எனக்கு ஒரே ஒரு பாடலை இசையமைக்கமட்டும்தான் நேரம் ஒதுக்கியிருந்தார். அந்தப் பாடலை முதல் ஷெட்யூலில் படம்பிடிக்கவேண்டியிருந்தது. அவர் என்னிடம் வேறொரு டியூனையும் வாசித்துக் காண்பித்தார். தேவதாஸ் வகை தமிழ்ப் படத்துக்காக அந்த டியூனை உருவாக்கிவைத்திருப்பதாகச் சொன்னார். அதை எனக்குக் கொடுக்கக் கேட்டேன். நான் தேவதாஸ் படம் இயக்கினால், அந்த டியூனைத் தருவதாகக் கூறினார். பேரழகான ஒருவரை நாம் சந்திக்கிறோம். ஆனால், அவரிடம் ஒரு ஹலோகூடச் சொல்ல முடியாமல் போகிறது என்றால் எப்படி இருக்குமோ, அப்படி இருந்தது அந்த டியூன் எனக்குக் கிடைக்காமல்போனது.

இளையராஜா, இசை மழை பொழிந்துகொண்டிருந்த காலம் அது. 'வாராயோ வான்மதி' பாடலை எனக்கு இசையமைத்துக் கொடுத்தார். அத்துடன் எனக்கான கணக்கு முடிந்துவிட்டது. பல அருமையான பாடல்கள், **காக்கிச்சட்டை** (ராஜசேகரின் படைப்பு) போன்ற மற்ற படங்களுக்கும் மற்ற தயாரிப்பாளர்களுக்கும் போய்க்கொண்டிருந்ததைப் பார்த்துக்கொண்டிருந்தேன். அந்த நாளுக்குப்பின் ஐந்தாறு வருடங்கள் கழித்துத்தான், **இதயத்தை திருடாதே** வேலைகள் தொடங்கின. நான் தேவதாஸ் வகை படம்

எடுத்தால், அந்த டியூனைத் தருவதாகச் சொன்னதை அவருக்கு ஞாபகப்படுத்தினேன். நான் தேவதாஸ் வகை சினிமாவைத்தான் எடுத்துக்கொண்டிருக்கிறேன் என்றேன். அவர் ஹார்மோனியத்தை எடுத்துச் சில நொடிகள் வாசித்தார். அந்த டியூன் அவர் நினைவுக்கு வந்துவிட்டது. அதுவே நாங்கள் **இதயத்தை திருடாதே** படத்துக்காகத் தேர்வு செய்த முதல் பாடல். அதுதான் 'ஓ பாப்பா லாலி' பாடல். முதல் பாடலே இந்த அளவுக்குச் சிறந்ததாக அமைந்துவிட்டபின், அடுத்தடுத்த பாடல்கள் இன்னும் சிறந்ததாக அமைந்ததில் ஆச்சரியம் ஒன்றுமில்லை.

ரங்கன்: பலவகையில், 'ஓ ப்ரியா ப்ரியா' பாடலின் காட்சியமைப்பு, **தளபதி**யின் 'சுந்தரி' பாடலின் காட்சியமைப்புக்கான ஒத்திகைபோலத் தோன்றுகிறது. **இதயத்தை திருடாதே**யில் காதலர்களைக் கொடியநோய் பிரித்து வைத்திருக்கும். பாடலில், காதலர்களை ராணுவமும் புதைமணலும் பிரித்து வைத்திருப்பதாகக் குறியீட்டு மொழியில் காட்டியிருப்பீர்கள்.

ரத்னம்: பாடலில் விஷுவல் கான்ட்ராஸ்ட் இருக்கவேண்டும் என்று முடிவு செய்தோம். நாயகனும் நாயகியும் ஒரு குளிர்ப்பிரதேசத்தில் சந்தித்துக் கொள்வதே படத்தின் கதை. அதனால் அவர்களைப் பாலைவனத்தில் பிரித்து வைப்பது காட்சிக்கு சுவாரஸ்யத்தைக் கூட்டும். படம் முக்கால்வாசி முடிந்த பின்புதான், அந்தக் காதல் ஜோடி ஒருவரை ஒருவர் ஸ்பரிசித்துக் கொள்கிறார்கள். இந்த இடத்தில் வைக்கப்படும் பாடல், கட்டாயம் படத்தை மெருகேற்றவேண்டும். அது பிரமாண்டமாக, விஷுவல் கான்ட்ராஸ்ட்டாக இருக்கும் பட்சத்தில், அது வெறும் இன்னொரு பாடலாக இருக்காது. நம் நினைவில் நீங்காமல் வாழும். ஒருவகையில் அந்தப் பாடல், பாலே நடனத்தைப் போன்றது. கதையின் ஆல்டர் ஈகோ அது. ஏனெனில், கதையில் நடக்கும் சம்பவங்களுக்கு எதிர்ச்சம்பவங்கள் அந்தப் பாடலில் நடக்கும். அது கதையை அடுத்த கட்டத்துக்கு எடுத்துச் செல்கிறது. இங்கே இரண்டு வடிவங்களில் கதை சொல்கிறோம். படத்தினுள் பிரமாண்டமாகக் கதை சொல்வது ஒரு வடிவம். பாடல்களின்மூலம் சுருக்கமாகக் கதையைச் சொல்வது இன்னொரு வடிவம். இது மிகவும் அற்புதமான அனுபவத்தைத் தருகிறது. பாலைவனக் காட்சிகளை மனத்தில் கொண்டே, இசையையும் அதற்கு ஏற்றதுபோல் அமைத்தோம்.

ரங்கன்: இசையமைப்பாளருடன் அமர்ந்து பாடல்களை உருவாக்கும்போதே அந்தப் பாடல்களை எப்படிக் காட்சிப்படுத்தவேண்டும் என்று யோசித்து வைத்திருப்பீர்களா?

ரத்னம்: சில பாடல்களுக்கு என்னிடம் தெளிவான ஐடியாக்கள் இருக்கும். இல்லையேல், நாம் விரும்பும் இசையை நம்மால் பெற முடியாது. இசையமைப்பாளரிடம் நம் தேவையைத் தெளிவாக விளக்கவில்லை என்றால், இசை நாம் எதிர்பார்க்கும் வகையில் அமையாது. 'ஓ பிரியா' போன்ற ஒரு பாடலை நம்பும் வகையில் காட்சிப்படுத்தவேண்டும் என்றால், இசையை அதற்கு ஏற்றாற்போல் சிறப்பாக உருவாக்கியிருக்கவேண்டும்.

இசை வெறும் ரொமாண்டிக் மெலடியாக இருக்கும்போது, திடீரென்று காட்சியில் ஒட்டகங்களையும் புதைமணலையும் கொண்டுவந்தால் காட்சிகள் நம்பும்படியாக இருக்காது. அதனால் இதுபோன்ற பாடல் வேண்டும் என்றால், திட்டமிடுதல் மிக அவசியம். எப்படிக் காட்சிப்படுத்தப் போகிறோம் என்பதை முன்கூட்டியே முடிவு செய்துகொண்டு டியூனை இறுதி செய்யவேண்டும். பாடல் காட்சி எப்படி உருவாகப்போகிறது என்பது இசையமைப்பாளருக்குத் தெரிந்திருக்கவேண்டும். மேலும், ட்ரம்ஸ், கோரஸ், ஆர்க்கெஸ்ட்ரா போன்றவை பாடலில் இடம்பெறவேண்டும் என்பதையும் அவருக்குத் தெரிவிக்கவேண்டும். இசை டிரமாடிக்காக இருந்தால்தான், டிரமாடிக் காட்சிகளுடன் அது பொருந்தும்.

ரங்கன்: காட்சிகளில் நிறைந்திருந்த மூடுபனி, படத்தின் சுவாரஸ்யத்தைக் கூட்டியதில் முக்கியப் பங்கு வகித்தது. அது திரைக்கதை எழுதும்போது எடுத்த முடிவா, இல்லை படப்பிடிப்பின்போது தற்செயலாக எடுத்த முடிவா?

ரத்னம்: மூடுபனி, திரைக்கதையில் ஓர் அங்கம்தான். குளிர்காலம் வரும்வரை காத்திருந்து, நவம்பர் டிசம்பர் மாதங்களில் படப்பிடிப்பை ஊட்டியில் நடத்தினோம். தொண்ணூறு சதவிகித மூடுபனி நிஜமானது. உட்புறக் காட்சி களுக்குமட்டும் டிரை ஐஸ் பயன்படுத்தினோம். வெளிப்புறக் காட்சிகளை, மூடுபனி இருக்கும் இடங்களில் படம் பிடித்தோம். அடிப்படையில், இது ஒரு காதல் கதை. வாழ்க்கை முடியும் தறுவாயில் உதயமாகும் கடைசிக் கவிதைபோல், இருண்ட வானத்தில் முளைக்கும் விடிவெள்ளிபோல் இதைக் காட்சிப்படுத்த விரும்பினேன். இதுபோன்ற கதையில், மூடுபனி ஒரு வகையான சோகத்தைப் படரவிடுகிறது. அது காட்சிகளை மென்மையாகவும் கவித்துவமாகவும் காட்டுகிறது.

ரங்கன்: படத்தின் இரண்டாம் பாதியில்தான் கதைமாந்தர்களுக்குள் காதல் மலர்கிறது. அவளும், தன்னைப்போல் வாழ்நாள்களை எண்ணிக்கொண்டிருக் கிறாள் என்று தெரிந்ததும்தான் அவன் அவள்மீது காதல் கொள்கிறான். 'ஓம் நமஹா' பாடலில், முத்தப் பரிமாற்றம் மூலம் அந்தக் காதலை ஊர்ஜிதம் செய் கிறார்கள். அதுவரை, தங்களுக்குள் யார் பெரியவர் என்று மோதிக்கொள்ளும் அவர்களிடம், காதல் மலர்வதற்கான அறிகுறி கொஞ்சம்கூட இல்லை. ஒரு காதல் படத்தில் இது வழக்கத்துக்கு மாறான கதையமைப்பு.

ரத்னம்: கதையின் ஆரம்பப் பகுதி, காதலில் ஈடுபடும் இருவரின் ஊடலைப் பற்றியதுதான். வழக்கத்துக்கு மாறான முறையில் அது காட்சிப்படுத்தப் பட்டிருக்கிறது. அது ஒரு லேசான, ஜாலியான படம். அதனுள் முடிந்தவரை, சில நியாயமான காட்சிகளைப் புகுத்த முயன்றேன். அவ்வளவுதான்.

ரங்கன்: அந்த முயற்சியே உங்கள் ஆரம்பகாலப் படங்களில் சுவாரஸ்யத்தைக் கூட்டுகிறது. நீங்கள் சொல்வதுபோல் அந்தப் படங்கள் லேசான படங்கள்தான். ஆனால், மற்ற வழக்கமான மசாலா படங்கள்போல் அல்லாமல், உங்கள் படங்கள் பிரத்யேகமாக இருக்கின்றன. அதிலும் உங்கள் முத்திரை இருக்கிறது.

வாழ்க்கை விடைபெறும் தருணத்தில் வரும் கடைசிக் கவிதைபோல் சோகம் நிறைந்த சூழலில் உருவாகும் உத்வேகத்தைப் படமாக்க விரும்பினேன்.

ரத்னம்: சம்பிரதாயமான மசாலா படங்களை எடுக்க நான் திரைத்துறைக்கு வரவில்லை. நான் மசாலா படங்கள் எடுக்கிறேன் என்றால் அவை நான் விரும்பிய வகையிலேயே அமைந்திருக்கும். குறிப்பாக, **அக்னி நட்சத்திரம், இதயத்தை திருடாதே** இரண்டுமே எனக்குப் பிடித்த வகையில் நான் எடுத்த படங்கள். அது ஒரு ஜாலியான காலகட்டம்.

ரங்கன்: இந்தப் படத்தில் காதலர்கள் பிரியும் காட்சி ரயில்வே ஸ்டேஷனில் படமாக்கப்பட்டுள்ளது. **அஞ்சலியைத் தவிர, உங்கள் படங்கள் அனைத்திலும் டிரெயின் இடம்பெறுகிறது. கன்னத்தில் முத்தமிட்டாலில் டிரெயின் இல்லை** என்றே நினைத்துக்கொண்டிருந்தேன். ஆனால் சமீபத்தில் அந்தப் படத்தை மீண்டும் பார்த்தேன். வீட்டை விட்டு ஓடிப்போகும் அந்தச் சிறுமி, மீண்டும் கிடைப்பது ரயில்வே ஸ்டேஷனில்தான். டிரெயின்கள் உங்கள்மேல் ஏற்படுத்திருக்கும் தாக்கம்தான் என்ன?

ரத்னம்: அதை என்னால் சரிவரக் கண்டுகொள்ள முடியவில்லை. டிரெயின்கள் ஒரு பயணத்தைப்போல் கதையைச் சிறந்த முறையில் சொல்ல உதவுகிறது என்றே நினைக்கிறேன். என் நண்பர், லலிதா கோபாலன் அமெரிக்காவின் ஜார்ஜ்டவுன் பல்கலைக்கழகத்தில் திரைப்படத்துறைப் பேராசிரியராக உள்ளார். நீங்கள் சொல்வதுபோல் அவரும் ஒரு தியரியைச் சொன்னார். எனக்கு கார்களோடு ஏதோ தொடர்பு இருக்கிறதாம். ஏனெனில் என் எல்லாப் படங்களிலும் கார்கள் வருகின்றனவாம். **பம்பாய், நாயகன்** எனப் பல படங்களைச் சுட்டிக்காட்டி, நான் காரின் மூலம் ஏதோ சொல்ல வருவதாகக் குறிப்பிட்டார். இதை அவர் புத்தகமாகவும் எழுதியிருக்கிறார். என்னைப் பொருத்தவரையில், அவை வெறும் கார்கள்தானே ஒழிய வேறு ஒன்றும் இல்லை. **நாயகனில்,** காலமாற்றத்தைக் குறிக்க கார்கள் பயன்பட்டன. ஒரு

குறிப்பிட்ட காலத்தில் அவன் ஒரு ரக காரில் பயணிக்கிறான். காலம் மாறும்போது அவனுடைய கார்களும் மாறுகின்றன. அவ்வளவுதான். ஆனால், என் நண்பர், படங்களில் கார்கள் இடம்பெற்றதற்கு ஏதேதோ காரணங்கள் சொல்கிறார். அந்தப் புத்தகம் வெளியானபின், அவர் என்னை ஒருநாள் தொலைபேசியில் தொடர்புகொண்டார். என் சமீபத்திய படத்தில் (எந்தப் படம் என்று எனக்கு நினைவில்லை) கார்கள் இல்லை என்றார். அவருடைய குரலில் ஏமாற்றம் இருந்தது.

ரங்கன்: ஒருவகையில், உங்கள் நண்பரின் அவதானிப்பு சரி என்றே நானும் கருதுகிறேன். ஏனெனில், நம்மை அறியாமலேயே நாம் சில உருவங்களால் ஈர்க்கப்படுகிறோம். **ராவணன்** படத்திலும், ராம் கதாபாத்திரம், சீதையைச் சந்தேகிப்பதைப்போல் நடிக்கும் காட்சி டிரெயினில்தான் நடக்கிறது (அவளைச் சந்தேகித்தால் அவள் ராவணனைத் தேடிச் செல்வாள். அவளை வைத்து ராவணனைப் பிடித்துவிடலாம் என்று ராம் எண்ணுகிறான்.)

ரத்னம்: இந்தக் காட்சி, அவர்கள் வாழ்க்கையும் டிரெயின் பயணம்போல்தான் என்பதை நமக்குத் தெளிவாக உணர்த்துகிறது. அவர்களின் பயணம் சீரானது. ஆனால் அடுத்து என்ன நடக்கும் என யாருக்கும் தெரியாது. ராவணனில், காட்சியின் அந்தத் தருணத்தில், அவர்கள் இணைந்துவிட்டார்கள், இனி எல்லாம் சரிவர நடக்கும் என்றே நாம் எண்ணுவோம். ஆனால், கதையில் எதிர்பாராத திருப்பம் ஏற்படும். அவன் அவள்மீது பொய்ச் சந்தேகம் கொள்வான். இந்தக் காட்சியை வீட்டினுள்ளோ, முகாமிலோ வைத்திருந்தால் காட்சியின் தாக்கம் குறைந்திருக்கும். டிரெயினில் அந்தக் காட்சியை வைத்ததால், அவர்கள் இயல்பான நிலைக்குத் திரும்பிக்கொண்டிருக்கும் அந்த நேரத்தில் ராம் அங்கு ஒரு தடையை முன்வைக்கிறான் என்பதை அது சிறப்பாக எடுத்துக்காட்டியது.

ரங்கன்: அடிப்படையில் பயணம் இன்னும் முடியவில்லை என்பதையே அந்த டிரெயின் உணர்த்துகிறது.

ரத்னம்: ஆம். அவர்கள், தங்கள் வீட்டை நோக்கிப் பயணித்துக்கொண்டிருக் கிறார்கள் என்பதை டிரெயின் உணர்த்துகிறது. ஆனால், டிரெயின் திடீரென நிற்கிறது. அடுத்தது என்ன என்ற கேள்வி எழுகிறது.

ரங்கன்: உங்கள் படங்களில், அதிக முக்கியத்துவம் பெறும் இன்னொரு பொருள், கண்ணாடி. **குரு** படத்தில், கதாநாயகன் கண்ணாடி முன் நின்று தன் தொப்பையை, கர்ப்பமாக இருக்கும் தன் மனைவியின் வயிற்றோடு ஒப்பிடுவான். **அலைபாயுதே**வில் சகோதரிகள் இருவரும் அன்றைய நிகழ்வுகளைப்பற்றிப் பேசியவாறே, கண்ணாடி முன் நின்று ஆடை மாற்றிக்கொள்வார்கள்.

ரத்னம்: கண்ணாடி ஓர் அழகான சாதனம். அது காட்சிகளை அழகாக அமைக்க எனக்கு உதவுகிறது. அதனால் எனக்குக் கண்ணாடி ரொம்பப் பிடிக்கும். நம்மிடம் நாமே பேசும் உணர்வைக் கண்ணாடி ஏற்படுத்துகிறது. **பம்பாய்**

நான் இறக்க விரும்பவில்லை, வாழ விரும்புகிறேன். இந்த ஒற்றை வாக்கியமே அந்தப் படத்தை முன்னெடுத்துச் சென்றது. நாகார்ஜுனனும் கிரிஜாவும்.

படத்தில் கதாநாயகி கண்ணாடிமுன் நின்று, தனக்குத்தானே பேசிக் கொள்வதைப்போல. இலக்கியத்தில் மோனோலோக் செய்யும் வேலையை, திரைப்படத்தில் கண்ணாடி செய்கிறது. மேலும், சுயபரிசோதனை செய்து கொள்வதைப்போன்ற உணர்வை ஏற்படுத்துகிறது. என் எல்லாப் படங்களிலும் நான் கண்ணாடியை உபயோகித்திருக்கிறேன். ஒவ்வொரு படத்திலும் கண்ணாடியை வித்தியாசமாக உபயோகிக்க முயற்சி செய்து கொண்டிருக்கிறேன்.

இருவர் படத்தில் இடம்பெறும் ஒரு காட்சி, எனக்கு அதிகம் பிடித்த ஒன்று. அது ஒரு முக்கியமான காட்சி. சுடப்பட்ட நடிகர் ஆனந்தன், குணமாகி மீண்டும் படப்பிடிப்புக்குத் திரும்புவார். முதலில் ஒரு மலை உச்சி தெரியும். பின், மலைக்கு முன்னால் ஒரு பொருள் வரும். அது ஒப்பனைப் பெட்டியினுள் அமைந்த கண்ணாடி என்பதை அந்தப் பெட்டி திறக்கப்படும்போது நாம் அறிகிறோம். மலையைப் பார்த்துக்கொண்டிருந்த நாம் இப்போது ஒரு முகத்தைப் பார்க்கிறோம். அது ஆனந்தனின் முகம். அவன் ஒப்பனை செய்துகொள்ளத் தொடங்குகிறான். பின் யாரோ ஒருவருடைய குரல் கேட்டு, கண்ணாடியை மூடுகிறான். இப்போது அவன் பிம்பம் இருந்த இடத்தில், ஒரு பெண் இருக்கிறாள். அவளும் கையில் கண்ணாடியுடன், படப்பிடிப்புக்குத் தயாராகிக்கொண்டிருக்கிறாள். ஆனந்தனிடம், அவன் முதல் மனைவியைப்பற்றிக் கேட்கிறாள். அவன் பதில் அளிக்கிறான். அவள் கேள்விமேல் கேள்வி கேட்க, இவன் மீண்டும்

ஒப்பனைப் பெட்டியைத் திறக்கிறான். இப்போது அவளுடைய முகம் மறைந்து, ஆனந்தனின் பிம்பம் தெரிகிறது. அவளுடன் பேச்சைத் தொடர்கிறான். அடுத்த சில நொடிகளில், அவள், அவன் முன் வந்து நிற்கிறாள். இவை அனைத்தும் ஒரே ஷாட்டில் எடுக்கப்பட்டது. ஆனால், காட்சியில் இருவரின் முகமும் மாறி மாறி வரும். அது கடந்த காலத்தையும் நிகழ்காலத்தையும் நினைவுபடுத்தும். கண்ணாடியைப் பயன்படுத்தியதால், இந்தக் காட்சியை எளிதாக, அதே சமயத்தில் அழகுணர்ச்சியோடு படம் பிடிக்க முடிந்தது. அந்தக் காட்சியில்தான், அவன் மனதுமாறி, அந்தப் பெண்ணின்மீது காதல் கொள்கிறான்.

ரங்கன்: கண்ணாடி இடம்பெறும் காட்சிகள் எனக்கும் பிடிக்கும். ஏனெனில், கண்ணாடி, கதாபாத்திரங்களை இரட்டிப்பு செய்து, காட்சிக்கு சர்ரியலிஸத் தன்மையைக் கொடுக்கிறது. உண்மையில் காட்சியில் இரண்டு மனிதர்கள் தான் இருப்பார்கள். ஆனால், கண்ணாடி இருக்கும் பட்சத்தில், பிம்பத்தோடு சேர்த்து நால்வர் தெரிவார்கள். கண்ணாடி, காட்சியின் தன்மையை முற்றிலுமாக மாற்றிவிடும். அடுத்து, உங்கள் படங்களில் மழையும் முக்கியப் பங்கு வகிக்கிறது. அதைப்பற்றி என்ன சொல்கிறீர்கள்? **இதயத்தை திருடாதே**யில், அந்தக் காதல் ஜோடிகள் பிரியும் காட்சியில் மழை பெய்கிறது. காட்சிகளில் கண்ணாடி, மழை போன்றவை இடம்பெறவேண்டும் என்று திரைக்கதையிலேயே எழுதி வைத்திருப்பீர்களா, இல்லை படப்பிடிப்பின் போது இதெல்லாம் வேண்டும் என்ற முடிவை எடுப்பீர்களா?

ரத்னம்: பெரும்பான்மையான நேரத்தில், அனைத்தும் திரைக்கதையில் எழுதப்பட்டவையே. சிலநேரங்களில், கண்ணாடி இடம்பெறும் காட்சிகள், படப்பிடிப்புத் தளத்தில் எடுத்த முடிவாகவும் இருக்கும். **இருவ**ரில் அந்தக் காட்சியை எழுதியபோது, கண்ணாடியைப்பற்றி எதுவும் எழுதியிருக்க வில்லை. இதெல்லாம் நமக்குப் படப்பிடிப்பின் முந்தைய நாள் தோன்றும் யோசனைகள். அடுத்த நாள் காட்சிகளை எப்படிப் படமாக்கப்போகிறோம் என்று சிந்திக்கும்போது, இதுபோன்ற யோசனைகள் கிடைக்கும். பின் படப்பிடிப்புத் தளத்துக்குச் சென்று நம் யோசனைகளை நடைமுறைப்படுத்த முடியுமா என்று பார்க்கிறோம். முந்தைய நாள் இரவு, அந்த யோசனை நமக்கு அதிக ஆர்வமூட்டக்கூடிய ஒன்றாக இருந்திருக்கும். ஆனால், நிஜத்தில் அது சாத்தியப்படாமல் போகலாம். ஆனால், சில நேரங்களில் அது சாத்தியப் படும். மழையைப் பொருத்தவரை கடைசி நேர முடிவெல்லாம் சாத்திய மில்லை. முன்கூட்டியே முடிவு செய்திருக்கவேண்டும். அப்போதுதான் மழை பெய்விக்கும் கருவியை ஏற்பாடு செய்ய முடியும். சிலநேரங்களில், கடைசி நேரத்தில் செயற்கை மழைக்கான கருவியைக் கொண்டுவந்த கூத்தும் நடந்திருக்கிறது.

மழை இடம்பெறும் காட்சிகளுக்கு, குரசோவாதான் பொறுப்பேற்க வேண்டும், நான் அல்ல. அவர் படங்களில் பஞ்ச பூதங்களும் நிறைந் திருக்கும். பெரிய திரையில், நாம் இயற்கையோடு உறவாட விரும்பினால், மழையின்மூலம் அதைச் சாத்தியப்படுத்திக்கொள்ளலாம். கதாபாத்திரம்

வெளிப்படுத்தும் உணர்ச்சிகளை மழை அடுத்த கட்டத்துக்கு எடுத்துச் செல்கிறது. காட்சிகளை மெருகேற்றுகிறது. சூழ்நிலைக்குப் புது வடிவம் கொடுக்கிறது. இயற்கை ஒரு பெரிய சாதனம். சூரியனோ, காற்றோ, மழையோ, கடலோ, பரந்து விரிந்த நிலமோ, இவற்றில் எது காட்சியில் இருந்தாலும், காட்சி மெருகேறுகிறது. மழை நம் கண்ணுக்கு எளிதில் புலப்படுகிறது. அது சப்தமாகவும் இருக்கிறது. அதனால்தான் அது தனித்துத் தெரிகிறது. ஆனால், பொதுவாகப் படைப்பாளிகள் பஞ்ச பூதங்களையும் பயன்படுத்திக்கொள்ள முயற்சி செய்வார்கள்.

ரங்கன்: **இதயத்தை திருடாதே**யில் கதாநாயகியின் தந்தை மனைவியை இழந்தவர். **ஆய்த எழுத்தி**லும், அந்த நகரத்து இளைஞனுக்குத் தந்தை இருக்க மாட்டார். **ரோஜா**வில், கதாநாயகனுடன் அவன் தாய்மட்டுமே வசிப்பார். இதற்கு மாறாக, ரோஜா குடும்பத்தில் நிறையச் சொந்தக்காரர்கள் இருப்பார்கள். இதற்கும் கதாபாத்திரத்தின் பின்னணிக்கும், அதாவது கிராமத்துக் கதாபாத்திரமா அல்லது நகரத்துக் கதாபாத்திரமா என்பதற்கும் ஏதாவது தொடர்பு இருக்கிறதா?

ரத்னம்: அப்படி ஒன்றுமில்லை. **மௌனராகத்**தில் ரேவதியின் குடும்பம் மிகப் பெரியது. அவளும் நகரத்தைச் சேர்ந்தவள்தான். கிராமம், நகரம் என்பதைப்பற்றியதல்ல இதெல்லாம். **ரோஜா**வில், படித்த அந்த நகரத்து இளைஞனின் குடும்பம் மிகச் சிறியது. ஒரு குறிப்பிட்ட சமூகத்தின் பிரதிபலிப்பே இது. அந்த மேல்தட்டு சமூகத்தில், நிறையக் குடும்பங்கள் சுருங்கிக்கொண்டே வருகின்றன. இடப்பற்றாக்குறையும் மேற்கத்திய கலாசாரத்தின் தாக்கமும் அதற்குக் காரணமாக இருக்கலாம். நகரத்தில் வசிக்கும் நடுத்தர, கீழ் நடுத்தரவர்க்கத்திலும், கிராமங்களிலும் குடும்பங்கள் இன்னும் பெரிதாகவே இருக்கின்றன. நம் வாழ்க்கைச் சூழலைத்தான் என் படங்கள் பிரதிபலிக்கின்றன.

ரங்கன்: ஆறு பாடல்கள் இருந்தும், **இதயத்தை திருடாதே, அக்னி நட்சத்திரம்** ஆகிய படங்களின் நீளம் இரண்டே கால் மணிநேரம்தான். அந்தக் காலத்தில் வெளியான 16 ரீல் (இரண்டு மணிநேரம் நாற்பது நிமிடங்கள்) படங்களோடு ஒப்பிடுகையில் இது குறைவான நேரம்.

ரத்னம்: இந்தியப் படங்களுடன் ஒப்பிடுகையில் **இதயத்தை திருடாதே**தான் என் படங்களிலேயே நீளம் குறைந்த படம். ஏனெனில், அதன் திரைக்கதை மிகவும் எளிமையானது. **அக்னிநட்சத்திர**த்தின் நீளமும் சராசரியைவிடக் குறைவுதான். ஆனால் **நாயகன், தளபதி** போன்ற படங்கள் சற்று நீளமானவை. நீளம் குறைந்த படங்களையும் எடுத்திருக்கிறேன். சற்று நீளமான படங்களையும் எடுத்திருக்கிறேன்.

ரங்கன்: **ராவணன்** படத்தின் நீளம் இரண்டு மணி, பத்து நிமிடங்கள்தான்.

ரத்னம்: அதுவும், படம் எந்த வகையைச் சேர்ந்தது, திரைக்கதையின் வேகம் எப்படிப்பட்டது என்பதைப் பொருத்தது. கதையின் முடிச்சை நிதானமாக

அவிழ்க்கவேண்டும் என்றால் நிறைய நேரம் எடுத்துக்கொள்ளலாம். ஆனால், **ராவணன்** போன்ற படங்களின் தொடக்கமே மிக வேகமாக இருக்கும். படம், கடத்தல் காட்சியில் தொடங்கும். அதனால் இறுதிவரை அந்த வேகத்தைத் தக்கவைத்துக்கொள்ளவேண்டும். அதற்குக் கதையை சுருக்கமாகச் சொல்லவேண்டும். என்னைப் பொருத்தவரையில், இதுவே சிறந்த வழி.

ரங்கன்: **அக்னி நட்சத்திரம்** கார்த்திக், **இதயத்தை திருடாதே** நாகார்ஜுனா, **அலைபாயுதே** மாதவன், **ரோஜா** அர்விந்த் சாமி என உங்கள் படத்தின் கதாநாயகர்கள் அனைவரும் புகை பிடிக்கின்றனர். நீங்கள் ஒரு காலத்தில் புகை பிடித்தவரா? அந்தப் பழக்கத்துக்கு வடிகாலாகத்தான் படத்தின் காட்சிகளை அமைக்கிறீர்களா?

ரங்கன்: நான் என்றுமே புகை பிடித்ததில்லை. ஆனால், என் நண்பர்கள் பலருக்கும் புகைப் பழக்கம் இருக்கிறது. என் ஒளிப்பதிவாளர்கள் அனைவரும் புகை பிடிப்பார்கள். என் யூனிட்டில் பணிபுரிபவர்கள் புகைப்பார்கள். விடுதியில் வாழ்ந்தபோது, திருட்டுத்தனமாகப் புகை பிடித்த பலரைப் பார்த்திருக்கிறேன். இளைஞர்கள் புகை பிடிக்கக் கட்டுப்பாடுகள் நிறைந்த அந்தக் காலகட்டத்தில், நீங்கள் பெரியவனாக ஆகிவிட்டிருக்கிறீர்கள் என்பதன் அடையாளங்களில் புகைப் பிடித்தல் முக்கியமானதாக இருந்தது. புகை பிடிக்கவேண்டும் என்பதற்காகவே, இரவுக் காட்சிக்குச் செல்லும் இளைஞர்கள் இருந்தார்கள். அவர்களுக்குப் படத்தின்மீது ஆர்வம் இருக்கவில்லை. எனக்குப் படத்தின்மீதுமட்டும்தான் ஆர்வம் இருந்தது. இன்று, ஒழுக்கங்களைப்பற்றி யாரும் அதிகம் அலட்டிக்கொள்வதில்லை. அந்தக் காலத்தில், ஒழுக்கமே எல்லாமுமாக இருந்தது.

6

'ரேவதியின் ஆடைகூட வெளிர் நிறத்திலேயே அமைந்திருக்கும்'

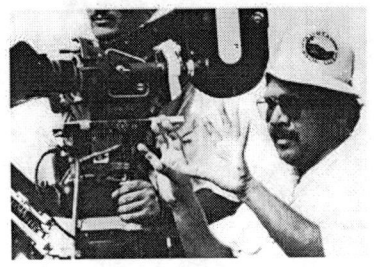

அஞ்சலி

(1990)

தன் குழந்தை அஞ்சலி (ஷாம்லி) பிறக்கும்போதே இறந்துவிட்டது என நம்பிக்கொண்டிருக்கிறார் சித்ரா (ரேவதி). ஆனால், மன வளர்ச்சி குன்றிய அந்தக் குழந்தையை சித்ராவின் கணவன் சேகர் (ரகுவரன்) விடுதி ஒன்றில் சேர்த்து அக்கறையுடன் கவனித்துவருகிறார். உண்மையைத் தெரிந்துகொள்ளும் சித்ரா, அஞ்சலியை வீட்டுக்கு அழைத்துவருகிறார். ஆனால், தன் முதல் இரு குழந்தைகளின் எதிர்வினைகளை எப்படிச் சமாளிப்பது என்பது அவருக்குத் தெரிந்திருக்கவில்லை. தன்னை நிராகரிக்கும் அஞ்சலியையும் அவரால் புரிந்துகொள்ள முடியவில்லை.

பரத்வாஜ் ரங்கன்: உங்கள் படங்களில் துடிப்பான குழந்தைகள் பலர் நிறைந்திருக்கின்றனர். உங்களது பழைய படமான **இதயகோயி**லில் வரும் வேலைக்காரப் பெண் சிலுக்கு, மற்ற தமிழ்ப் படங்களில் வருவதுபோல் நகைச்சுவைக்கும் சென்டிமண்டுக்கும் பயன்படுத்தப்படும் ஒரு 'சாதாரணமான குழந்தைப் பாத்திரம்'. ஆனால் **நாயகன், அஞ்சலி, கன்னத்தில் முத்தமிட்டால்** போன்ற படங்களில் வரும் குழந்தைகள், பெரியவர்கள்போல நடந்துகொள்கிறார்கள். உதாரணத்துக்கு, **நாயக**னில் வரும் பெண் குழந்தை தன் அம்மாவின் மரணத்துக்கு அப்பாதான் காரணம் என்ற வதந்தியைக் கேட்டு வேதனைப்படுகிறாள்.

மணி ரத்னம்: நாம் வசித்துவரும் கூட்டுக் குடும்ப வாழ்க்கை முறையில், சுற்றிலும் நடக்கும் வாழ்க்கை நிகழ்வுகளில் சிறுவர்களும் தவிர்க்க முடியாத ஓர் அங்கமாகவே இருக்கிறார்கள். எல்லா நிகழ்வுகளுக்கும் அவர்கள் தனக்கே உரித்தான முறையில் எதிர்வினை புரிவார்கள். என் நண்பர் ஒருவர் இறந்தபோது, பத்து பதினோரு வயது நிரம்பிய அவரது மகள் தந்தையின் இறுதிச் சடங்கில்கூடக் கலந்துகொள்ளாமல் பள்ளிக்குச் சென்றுவிட்டாள். அவரது மரணத்தை அவளால் எதிர்கொள்ள முடியவில்லை. பள்ளிக்குச் சென்று நண்பர்களுடன் நேரத்தைக் கழிப்பதே, அவளுக்குத் தீர்வாகப் பட்டிருக்கிறது. வாழ்க்கையில் ஏற்படும் எதிர்பாராத நிகழ்வுகளைத் தங்களுக்கே உரிய வழிகளில் அவர்கள் உள்வாங்கிக்கொள்வார்கள். நாம் எதிர்பார்ப்பதைவிட அவர்கள் மன உறுதி கொண்டவர்கள். இதுவே நம் படங்களில் எதிரொலிக்கிறது. நெருக்கடி மிகுந்த சூழலில் குழந்தைகளை இருக்கவைத்தால், அதை அவர்கள் தமக்கே உரிய வழிகளில் எதிர் கொள்வார்கள். இது காட்சிகளுக்குப் புதிய கோணத்தைக் கொடுக்கிறது.

ரங்கன்: உங்கள் படங்களில் வரும் குழந்தைகள் அதிகப்பிரசங்கிகள்; அவர்கள் பெரியவர்கள்போல் நடந்துகொள்கிறார்கள் என்று ஒரு கருத்து நிலவுகிறது. உண்மை என்னவெனில், அவர்கள் பெரியவர்களாக நடந்துகொள்ளவில்லை, பெரியவர்களின் பிரச்னையில் சிக்கிக்கொள்கிறார்கள்.

ரத்னம்: அப்படிச் சொல்கிறார்களா என்ன? குழந்தைகளைப் புரிந்துகொள்ளாத மனிதர்களே இதுபோன்ற கருத்தை முன்வைப்பார்கள். தங்களை மையமாக வைத்தே அனைத்தையும் பார்ப்பவர்களாக இருப்பார்கள். இதுபோல் ஸ்டீரியோடைப் வார்ப்புகளை எதிர்பார்க்கும் நபர்களைப்பற்றி நான் அலட்டிக் கொள்வது இல்லை. குழந்தைகளை மிகவும் அதிகப்பிரசங்கியாகக் காட்டிய படங்களை நானும் பார்த்திருக்கிறேன். நான் அதை விரும்பவில்லை. என் படங்களில் எனக்குத் தெரிந்த சில தனித்துவமான குழந்தைகளைப் பற்றிமட்டுமே பேசுகிறேன். அவர்கள் பெரியவர்கள் நினைப்பதுபோல் சமர்த்தானவர்கள் அல்லர். பழமைவாத மனோநிலையில் ஊறியவர்களால், குழந்தைகள் புத்திசாலித்தனமாக நடந்துகொள்ள முடியும் என்பதையே ஏற்றுக்கொள்ள முடியாது. வேறு சிலர் பெரியவர்களுக்கான வசனங்களைக் குழந்தை நட்சத்திரங்கள் பேசி நடித்ததை அதிகம் பார்த்து வந்திருப்பார்கள். இவர்கள் எல்லாரும், குழந்தைகள் என்ன பேசும் என்பதுபற்றிப் பெரிய

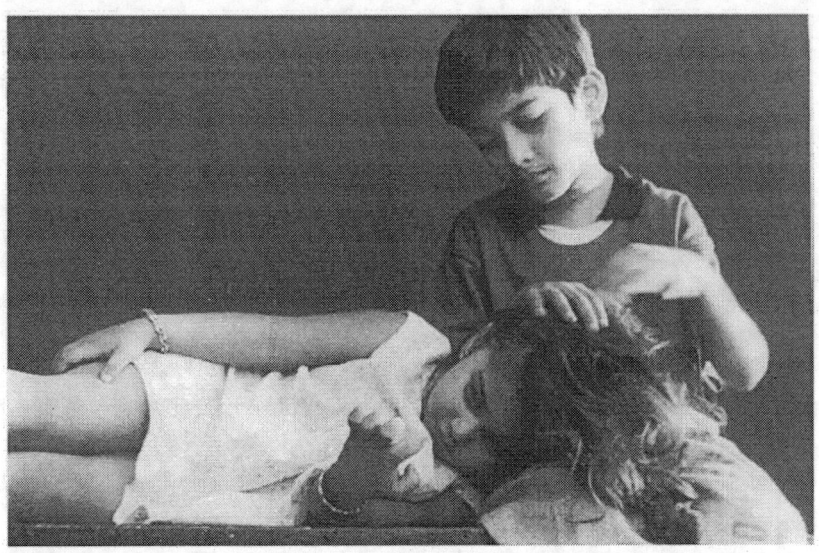

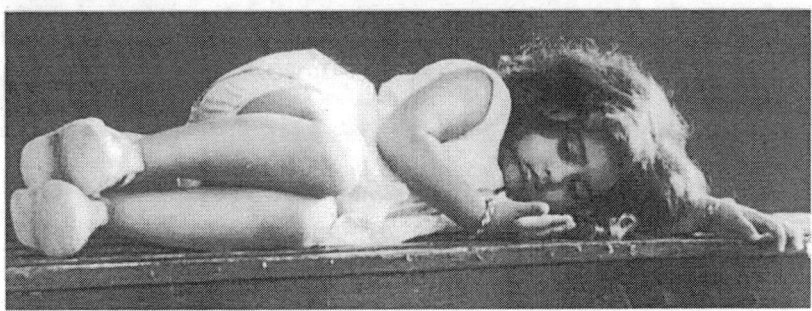

ஷாம்லி ஆரோக்கியமான, உற்சாகமான, அழகான குழந்தை. அவளுக்கு மனநிலை சரியில்லை என்று காண்பிக்க மிகவும் சிரமமாக இருந்தது.

மனுஷ தோரணையில் ஒரு முன்முடிவை உருவாக்கி வைத்திருப்பார்கள். இவர்கள் குழந்தைகளைக் கூர்ந்து கவனிப்பதே கிடையாது. குழந்தையின் இடத்தில் நம்மை வைத்து, அதாவது குழந்தையாக மாறிச் சிந்திக்க இவர்களுக்குத் தெரியாது. குழந்தைகள் புத்திசாலிகள் என அங்கீகரிக்கப் பெரும்பாலானோர் மறுக்கின்றனர். குழந்தைகளின் பழக்கங்களை உற்றுப் பார்த்தால், அவர்கள் பெரியவர்களைவிடச் சுறுசுறுப்பானவர்கள், கூர்மையான அறிவு படைத்தவர்கள் என்பதைத் தெரிந்துகொள்ள முடியும். இதை என்னால் உறுதியாகச் சொல்ல முடியும். என் படங்களில் வரும் குழந்தை கதாபாத்திரங்கள் உண்மையானவை. நான் அறிந்த குழந்தைகள் அவர்கள். இதை என்னால் உறுதியாகச் சொல்ல முடியும்.

ரங்கன்: **இதயத்தை திருடாதேயில்கூடக்** குழந்தைகள் கதாநாயகியின் துயரம் மிகுந்த நிலையைப் புரிந்துகொண்டவர்களாகவே இருக்கிறார்கள்.

அவர்களுக்குக் கதாநாயகியின் இதய நோய்பற்றிய மருத்துவ விவரங்கள் தெரிந்திருக்கின்றன. அதனைக் கதாநாயகனிடம் சொல்லவும் செய்கிறார்கள்.

ரத்னம்: **இதயத்தை திருடாதே**யில் அவர்கள் மூவரும் சகோதரிகள். ஒன்றாக வளர்ந்தவர்கள். மூத்தவளின் தாக்கம் மற்ற இருவர்மீதும் மிகவும் அதிகமாகவே இருக்கும். அடிக்கடிக் கேட்கப்பட்ட ஒரு கேள்விக்கு அல்லது சொல்லப்பட்ட ஒரு விஷயத்துக்கு மூத்தவள் அதிரடியாக ஏதேனும் பதில் சொல்லியிருப்பாள். அதை அந்தக் கடைக்குட்டி கேட்டிருப்பாள். அக்காவின் பதில்களைப் புரிந்துகொள்ள முடியாவிட்டாலும், அதனைக் கிளிப்பிள்ளை போல் திருப்பி சொல்லிவிடக் கடைக்குட்டியால் முடியும். அதுவே நீங்கள் பார்த்தது. அந்தக் குழந்தையின் பதில் அல்ல அது. அந்தக் கேள்வி அதற்குமுன் சகோதரிகளிடம் பலமுறை கேட்கப்பட்டிருக்கிறது என்பதை அந்தக் காட்சி மறைமுகமாகக் காட்டுகிறது.

ரங்கன்: குழந்தைகளுடன் பணிபுரிவது எளிதான ஒன்றா, இல்லை கடினமான ஒன்றா? நேரடியாக இவர்களை நடிக்க வைத்துவிடுவீர்களா இல்லை ஆடிஷன் வைத்துத் தேர்வு செய்வீர்களா?

ரத்னம்: ஆடிஷன் வைப்போம். ஆனாலும் நான் அதிர்ஷ்டசாலியாகவே இருந்திருக்கிறேன். என் முதல் படத்திலிருந்து, எனக்கு பெரும்பான்மையான நேரங்களில் மிகச் சிறந்த குழந்தை நட்சத்திரங்கள் கிடைத்துவிட்டிருக் கிறார்கள். அவர்களுடன் பணிபுரிவது மிகவும் உற்சாகமாக இருக்கும். குழந்தைகள் அற்புதமானவர்கள். நடிப்பு என்று வரும்போது, அவர்கள் சிறந்த நடிகர்களாக இருக்கலாம். இல்லை மோசமான நடிப்பை வெளிப் படுத்துபவர்களாக இருக்கலாம். அவர்கள் உள்ளுணர்வே அவர்களைத் தடையின்றி இயங்கவைக்கிறது. அவர்களால், அதிகம் அலட்டிக் கொள்ளாமல் தத்ரூபமாக நடிக்க முடிகிறது. குழந்தைகளைப் பற்றிக் குறிப்பிடவேண்டிய முக்கிய விஷயம், அவர்கள் மற்ற நடிகர்களை இமிடேட் செய்யமாட்டார்கள் என்பதே.

வாழ்க்கைமட்டுமே நம்மீது தாக்கத்தை ஏற்படுத்துவதில்லை, நடிகர்களும் நம்மீது தாக்கத்தை ஏற்படுத்துகிறார்கள். இது சரியோ தவறோ, நடக்கத்தான் செய்கிறது. மர்லன் ப்ராண்டோவோ, சிவாஜி கணேசனோ, கமல் ஹாசனோ அல்லது வேறு யாரோ செய்த ஏதோ ஒரு விஷயம் நம் மனத்தில் எங்கோ ஒரு மூலையில் ஆழமாகப் பதிந்துவிட்டிருக்கும். அது நம்மீது செல்வாக்கு செலுத்தும். ஆனால், குழந்தைகளுக்கு இந்தப் பிரச்னை இல்லை. அவர்களால் அவர்களாகவே இருக்க முடிகிறது. கோபக் காட்சியில், அவர்கள் உண்மை யாக எப்படிக் கோபப்படுவார்களோ அதுபோல் கோபப்படுவார்கள். சிலநேரங்களில், சரிவர நடிக்கத் தெரியாத, அல்லது நடிப்பின்மீது ஆர்வம் இல்லாத குழந்தையை நாம் கையாள வேண்டிவரும். அது சற்றுக் கடினமாக இருக்கும். ஏனெனில், அவர்களால் இன்னொரு கதாபாத்திரமாக மாற முடியாது. காட்சியையும் அவர்களின் கதாபாத்திரத்தையும்விட அவர்களுக்கு சச்சின் டெண்டுல்கர்மீது ஆர்வம் அதிகமாக இருக்கும். நம்மால் ஏதும் செய்ய

முடியாது. ஏனெனில், அவர்கள் உண்மையாக இருக்கின்றனர். அவர்களாகவே இருக்கின்றனர். அவர்களைக் கையாளும் முறையை நாம் கண்டுக்கொள்ள வேண்டும். ஆனால், அவர்களுக்கு ஆர்வம் இருந்தால் காட்சிகளுக்கு எளிதில் உயிர் கொடுத்துவிடுவார்கள். குழந்தைகள் நடிப்பதைப் பார்த்துக் கொண்டிருப்பது மிகவும் சந்தோஷம் அளிக்கக்கூடிய அனுபவம்.

ரங்கன்: **நாயகன்** படத்தைப்பற்றிப் பேசும்போது, காட்சிகளைத் தவிர்க்கும் உத்தியைப்பற்றிப் பேசினோம். **அஞ்சலி**யில், படத்தின் தொடக்கத்தில் குழந்தை பிறக்கிறது. பின் இரண்டு வருட இடைவெளி. பின்தான் அந்தக் குடும்பம் புது வீட்டுக்குக் குடிபெயர்கிறார்கள். அந்த இரண்டு வருட காலத்தில் அவர்கள் வாழ்க்கையில் என்ன நடந்தது என்பதைப்பற்றி நீங்கள் எதுவும் சொல்லவில்லை. இதற்கு என்ன காரணம்? ஏன் தொடக்கத்திலிருந்தே அந்தக் குடும்பம் ஒரே பிளாட்டில் வசிக்கிறது என்று நீங்கள் கதையை அமைக்கவில்லை?

ரத்னம்: ஆரம்பக்காட்சி, ஒரு முன்கதை போன்றது. சிறுகதை எனவும் சொல்லலாம். உண்மையில், அந்த முதல் ஆறு காட்சிகள் குறும்படம் போல்தான் எழுதப்பட்டிருந்தது. இரண்டு குழந்தைகள், கர்ப்பமாக இருக்கும் தன் தாயை மருத்துவமனைக்கு அழைத்துச் செல்லும் பொருட்டு ரோட்டில் செல்லும் காரை நிறுத்த முயற்சி செய்வார்கள். பின் ஒரு மினி கிளைமாக்ஸ் வரும். சிறுகதை அத்தோடு முடிகிறது. பின், படத்தின் டைட்டில்ஸ் வரும். அதன்பின்தான் அவர்கள் அனைவரும் புது வீட்டுக்கு வருவார்கள். அந்தப் புது இடத்தில் நிறைய குழந்தைகள் இருப்பார்கள். புது வாழ்க்கையைத் தொடங்குவதுபோன்றது அது. அதனால் எங்கும் சந்தோஷம் நிரம்பி இருக்கும். எல்லோருடனும் சகஜமாகப் பழகுவார்கள். எல்லாம் சரிவர நடப்பதுபோல் தோன்றும். பின்தான், அவர்கள் வாழ்க்கையில் புயல் அடிக்கத் தொடங்குகிறது.

ரங்கன்: ஓர் அழகான குடும்பம் ஒரு புது வீட்டினுள் நுழைந்ததும், பிரச்னைகள் வருகின்றன என்று சொல்வது பேய்க் கதைபோல் இருக்கிறது. உண்மையில் இந்தப் படத்திலும் பேய்கள் வருகின்றன. ‘ராத்திரி நேரத்து’ பாடலில் சயன்ஸ் ஃபிக்ஷன் உலகின் ஸாம்பிகள் போன்ற ஜீவன்கள் வருகின்றன அல்லவா, அதைக் குறிப்பிட்டேன்.

ரங்கன்: பேய்ப் படமா? நாம் **அஞ்சலி** படத்தைப்பற்றித்தான் பேசிக் கொண்டிருக்கிறோம் என்று நம்புகிறேன். நான், படத்தைப் பேய்க் கதை போல் நகர்த்தவில்லை. **அஞ்சலி**யின் பிறப்பைப்பற்றி ஒரு முன்கதை சொல்கிறோம். பின்னர், படத்தின் முக்கியக் கதை தொடங்குகிறது. டைட்டில் கார்டில் ‘சில வருடங்களுக்குப் பின்பு’ என்று குறிப்பிடவில்லை. அவ்வளவு தான். அங்கே அப்படிக் குறிப்பிட்டிருந்தால், நீங்கள் இந்தக் கேள்வியைக் கேட்டிருக்கமாட்டீர்கள். பரத்வாஜ் ரங்கன் இந்தக் கேள்வியைக் கேட்பார் என்று எனக்கு முன்கூட்டியே தெரிந்திருந்தால், நான் அங்கே ‘சில வருடங்களுக்கு பின்பு’ என்று குறிப்பிட்டிருந்திருப்பேன்.

இந்தப் படத்தில் வரும் குழந்தைகள் இந்தியாவின் அடுத்த தலைமுறையைக் குறிக்கும் குழந்தைகள். அவர்கள் தங்கள் இருப்பை நிலை நிறுத்திக்கொள்ள முயல்கிறார்கள். மைக்கல் ஜாக்சன் இந்தியாவில் மிகவும் பிரபலமாகிக் கொண்டிருந்த காலம் அது. குழந்தைகள் மேற்கத்தியக் கலாசாரத்தால் ஈர்க்கப் பட்டிருந்தனர். **அஞ்சலி**யில் வரும் குழந்தைகள் அனைவருக்கும் ஃபாஷன் கான்சியஸ்னஸ் இருந்தது. அவர்கள் பார்ப்பதற்குச் சிறியவர்களாக இருப்பார் கள். ஆனால் அவர்கள் சன் கிளாஸ் அணிந்திருப்பார்கள். நகரத்து, உயர் நடுத்தர வர்க்கத்தை சேர்ந்த குழந்தைகள் அப்படித்தான் வளர்ந்து வந்தார்கள். நாம் அவர்களின் உலகினுள் நுழைந்து அவர்களின் வாழ்க்கையைத் தெரிந்து கொள்ள முயல்கிறோம். அவர்களின் கனவுகளை ஆராய முயல்கிறோம். அதனால்தான் அந்தப் பாடல் படத்தில் இடம்பெற்றது.

ரங்கன்: இந்தப் படத்தின் ஐடியா எப்படி உருவாகியது?

ரத்னம்: **நாயகன்** படத்தின் மிக்சிங் வேலையில் ஈடுபட்டிருந்தபோதே இந்தப் படத்தின் ஐடியா உருவாகியிருந்தது. என் ஒலிப்பதிவாளருடன் இதைப் பற்றிப் பேசிக்கொண்டிருந்தது அரைகுறையாக நினைவிருக்கிறது. அப்போதே இந்தப் படத்துக்கு **அஞ்சலி** எனப் பெயர் சூட்டியிருந்தேன். அதனால்தான் தெலுங்குப் படத்துக்கு **கீதாஞ்சலி** என்று பெயர் சூட்டத் தயங்கினோம். அஞ்சலி, கீதாஞ்சலி இரண்டுமே அந்தந்தப் படங்களில் இடம்பெறும் முக்கியக் கதாபாத்திரத்தின் பெயர். ஆனால், அஞ்சலியின் பெயருக்கும் அந்தப் படத்தின் கதைக்கும் அதிகச் சம்பந்தம் இருந்தது. கீதாஞ்சலி, தாகூரையும் அவரது கவிதைகளையும் நினைவுகூரும்பொருட்டு வைத்த பெயர். மேலும், பதினாறு வயதில் புற்றுநோயால் இறந்த கீதாஞ்சலி கெய் என்பவரையும் இந்தப் படத்தின் மூலம் நினைவுகூர்ந்தோம். அந்தப் பெண் கவிஞர், வாழ்க்கையை முற்றிலும் புதியதொரு கோணத்தில் பார்த்தவர்.

நான் அந்தத் தெலுங்கு படத்துக்கு, 'நின்னுக்கோரி…' என்றே பெயர் சூட்ட விரும்பினேன். படத்தின் டைட்டில் முற்றுப்பெறாத ஒரு வார்த்தையாக இருக்கவேண்டும் என்று விரும்பினேன். 'நின்னுக்கோரி' என்பதை வாக்கியத்தில் பயன்படுத்தும்போது, 'நான் உன்னை அழைக்கும் போது', 'நான் உன்னை எதிர்பார்த்து நிற்கும்போது' என்று பொருள்படும். படத்தின் தலைப்பில், நாம் சொல்ல வரும் கருத்து முற்றுப்பெறவேண்டும் என்று அவசியமில்லை. ஆனால் தயாரிப்பாளர்களுக்கும் தெலுங்கு எழுத்தாளருக்கும் அந்த டைட்டில் பிடிக்கவில்லை. முற்றுப்பெறாத வார்த்தையை டைட்டிலாக வைப்பதில் அவர்களுக்கு உடன்பாடில்லை. நான் **கீதாஞ்சலி** படத்தை இயக்கும்போது எனக்கு தெலுங்கு தெரியாது. மொழி தெரியாதபட்சத்தில், 'நின்னுக்கோரி' சரியான தலைப்புதான் என்று விவாதம் செய்ய முடியாது. தமிழில், **கன்னத்தில் முத்தமிட்டால்** போன்ற முற்றுப்பெறாத டைட்டில் வைக்கலாம். ஏனெனில், நாம் சொல்லவருவது என்னவென்று நமக்குத் தெளி வாகத் தெரியும். ஆனால் தெலுங்கு என்று வரும்போது நான் மற்றவர்களைச் சார்ந்திருக்கவேண்டியிருந்தது. அவர்களாலும், அந்த டைட்டிலை மக்கள்

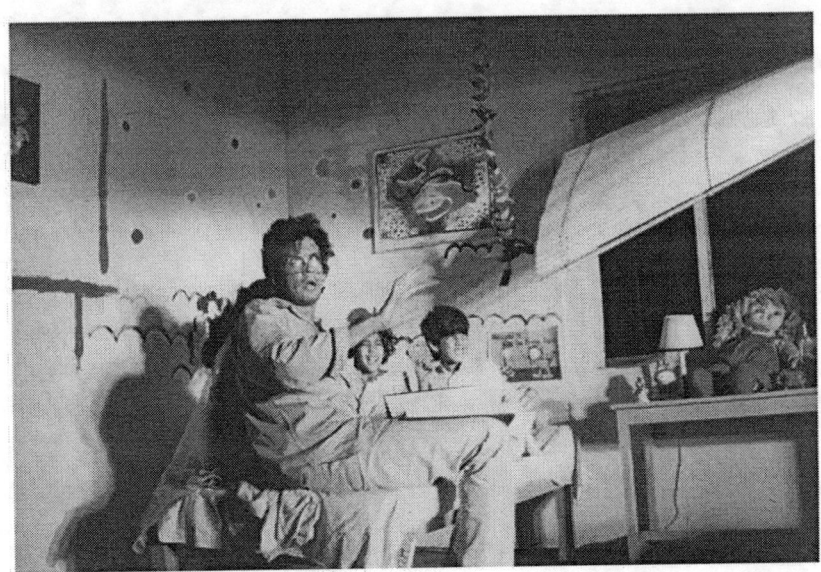

தந்தை (ரகுவரன்) மன வலிமை மிகுந்தவராகத் தோன்றுகிறார். ஒரு தாய்க்குத் தன் குழந்தையின் துயரமான நிலைமையை ஏற்றுக்கொள்வது சிரமமாகவே இருக்கும் என்பதுதான் நம்முடைய பொதுவான நம்பிக்கை.

ஏற்றுக்கொள்வார்களா என்பதை உறுதியாகச் சொல்ல முடியவில்லை. அவர்களின் கருத்து சரியானதாகவும் இருந்திருக்கலாம். வேறு சில டைட்டில்கள் யோசித்தோம். பின், கீதாஞ்சலி என்ற டைட்டிலையே மீண்டும் வைத்துவிட்டோம்.

நம்மைச் சுற்றி நடக்கும் சில விஷயங்களைப் பார்க்கக்கூடாது என்று நமக்கு நாமே கட்டுப்பாடு விதித்துக்கொள்வது உண்டு. அதைப்பற்றியதுதான் **அஞ்சலி**. இந்தப் புத்தகத்தில், இதை வெளிப்படையாகச் சொல்லலாமா என்று தெரியவில்லை. எங்கள் அண்டை வீட்டுக்காரருடைய குழந்தைக்கு ஒரு சிறு குறை இருந்தது. என்னால் அந்தக் குழந்தையின் கண்களை நேருக்கு நேர் பார்க்க முடியவில்லை. நம்மை வருத்தப்படவைக்கும் செயல் அது. நாம் அவர்களைப் பார்க்க விரும்புவதில்லை. அதற்குக் காரணம் நமக்கு நன்றாகத் தெரியும். அந்த உணர்வுகளே இந்தப் படத்தில் வெளிப்பட்டன என்று நினைக்கிறேன். இந்தக் கதையின் மூலம், நாம் ஏன் அதுபோன்ற மனிதர்களிடமிருந்து ஒதுங்கிச் செல்கிறோம் என்பதைப் புரிந்துகொள்ள முயன்றேன். நம் மனத்தில் இருக்கும் அந்தத் தடையைக் கடந்து, எப்படி அவர்களுடன் சகஜமாகப் பழகவேண்டும் என்பதையும் இந்தக் கதையில் விவாதிக்க முயன்றேன்.

ரங்கன்: இந்த மூலக்கதை உங்கள் மனத்தில் இருந்திருக்கிறது. படத்தின் சுவாரஸ்யத்தைக் கூட்டுவதற்காக அந்தக் குழந்தையைப் படத்தின் முதல் பாதிவரை மறைத்து வைத்திருக்கிறீர்கள்.

ரத்னம்: ஆம். படத்தின் சுவாரஸ்யத்தைக் கூட்டுவதற்காகவே அதைச் செய்தோம். படம், நம்மைச் சுற்றி இருக்கும் குழந்தைகளை மையப்படுத்தி இருக்கவேண்டும் என விரும்பினோம். நானும் பானி சாரும், சென்னையைச் சுற்றியிருக்கும் சிறப்புக் குழந்தைகள் பள்ளிகள் பலவற்றுக்குச் சென்றோம். நிறைய நேரத்தைச் செலவிட்டோம். இருந்தும், ஒரு பள்ளியிலும் ஐந்து வயதுக்கு உட்பட்ட குழந்தைகள் இல்லை. இதுபோன்ற குறைகள் இருக்கும் குழந்தைகளை, ஏழு எட்டு வயதில்தான் சிறப்புப் பள்ளியில் கொண்டுவந்து சேர்க்கிறார்கள். இறுதியாக, அண்ணா நகரில் ஒரு பள்ளியைக் கண்டு கொண்டோம். அதன் பெயர் ஆசிர்வாத் என்று நினைக்கிறேன். அதை ஒரு தம்பதியர் நடத்தி வந்தனர். அந்தக் கணவர், தன் மருத்துவ சேவையைத் துறந்துவிட்டு, இந்தப் பள்ளிக்காகத் தன்னை முழுவதுமாக அர்ப்பணித்துக் கொண்டார். அவர்கள் சிறப்பான சேவை செய்துவந்தனர். அங்கே சில தினங்கள் இருந்து பார்த்தோம். **அஞ்சலி** படத்தின் பெரும்பகுதி, அந்தப் பள்ளிக்குச் செல்லும்போதெல்லாம் நான் கவனித்த விஷயங்களிலிருந்து தான் வந்தது. ஆசிர்வாத்தான் **அஞ்சலி** பிறந்த இடம்.

ரங்கன்: அந்த டாக்டரின் தாக்கத்தில்தான் அஞ்சலியின் தந்தை கதாபாத்திரத்தை உருவாக்கினீர்களா? ஏனெனில், அந்தத் தந்தை மிகவும் உறுதியானவர். தியாக உள்ளம் கொண்டவர். தன் மகளின் நலனுக்காக உழைக்கிறார். தன் மனைவிக்குத் தெரியாமல் தன் மகளைப் பாதுகாத்துவருகிறார்.

ரத்னம்: அவையெல்லாம் படத்தின் சுவாரஸ்யத்தைக் கூட்டுவதற்காக எடுத்த முடிவுகள். படத்தின் வலுவற்ற பகுதி அதுதான் என்று நினைக்கிறேன். அந்தத் தந்தை கதாபாத்திரம் படத்தோடு ஒட்டவில்லை. அந்தத் தந்தை கதாபாத்திரத்தில் ஓர் இயக்குநர் தன் ஆளுமையைச் செலுத்துகிறார் என்பது தெளிவாகத் தெரியும். **அஞ்சலியை** மைய நீரோட்டப் படமாக உருவாக்க முயற்சி செய்தோம். அதனால்தான், அந்தத் தந்தை கதாபாத்திரத்தை அப்படி உருவாக்கினோம். படம் அனைத்துத் தரப்பு ரசிகர்களையும் சென்றடைய வேண்டும் என்று எண்ணினோம். அதனால் காட்சிகளை சுவாரஸ்யமாக அமைப்பதைத் தவிர வேறு வழி இருக்கவில்லை.

அந்த ஆசிர்வாத் பள்ளியின் டாக்டர் நாங்கள் என்ன செய்யப்போகிறோம் என்பதை முழுவதுமாக அறிந்திருக்கவில்லை. ஏனெனில், படத்துக்காக அப்போதுதான் ஆராய்ச்சியில் ஈடுபட்டிருந்தோம். மனவளர்ச்சி குன்றிய மனிதரைப்பற்றிப் படம் எடுக்கப்போகிறோம் என்றால், படத்தின் கதையைத் தயார் செய்து வைத்திருந்தால்மட்டும் போதாது. அந்த மனிதர்களின் உலகினுள் நுழைந்து, உண்மையில் அந்த மனிதர்கள் எப்படி நடந்துகொள்வார்கள் என்பதைப் புரிந்துகொண்டு, அதற்கு ஏற்றார்போல் திரைக்கதையை அமைக்க வேண்டும். அதனால், திரைக்கதை எழுதிக் கொண்டிருக்கும்போதே, ஆராய்ச்சி வேலைகளில் ஈடுபடவேண்டும். அந்த மனிதர்களின் பின்னணியை ஆராய வேண்டும். அப்போதுதான் எல்லாம் சீராக நடக்கும். முற்றிலும் வித்தியாச மான கதையை உருவாக்கி, அந்த மனிதர்களின் வாழ்வோடு அதைப்

பொருத்த முயற்சி செய்யக்கூடாது. அவர்களின் கதையை எடுத்துக்கொண்டு அதைத் திரைப்படமாக உருவாக்க முடியுமா என்று பார்க்கவேண்டும். அவர்களின் வாழ்க்கை எப்படிப்பட்டது, அது என்ன சொல்கிறது என்பதையும் நாம் கருத்தில் கொள்ளவேண்டும்.

அந்தப் பள்ளியின் கதவில் ஒரு போஸ்டர் இருந்தது. அதில் சிறப்புக் கவனம் தேவைப்படும் குழந்தைகளைப்பற்றி இருந்த வாசகம்தான், அஞ்சலியின் சகோதரிக்கும் அவளது தந்தைக்கும் நடக்கும் உரையாடலுக்கு அடிப்படையாக அமைந்தது. 'அஞ்சலி ஏன் நம்வீட்டில் பிறந்தாள்? ஏன் அடுத்த வீட்டில் பிறக்கவில்லை?' என்று அஞ்சலியின் சகோதரி கேட்பாள். அதற்கு அவளின் தந்தை, 'அஞ்சலி கடவுளால் ஆசிர்வதிக்கப்பட்ட குழந்தை. அதனால்தான் அவளைக் கடவுள் நமக்குக் கொடுத்திருக்கிறார். அவளை நம்மால்தான் சரிவரக் கவனித்துக்கொள்ளமுடியும்' என்று கூறுவார். ஆசிர்வாத் பள்ளியின் கான்சப்ட் இதுதான். அந்த போஸ்டர்தான், இந்த வசனம் எழுதத் தூண்டுகோலாக இருந்தது. **அஞ்சலி** படத்தின் உயிர், அந்த போஸ்டர் வாசகம்தான். அதிலிருந்துதான் அஞ்சலியின் தந்தை அந்தச் சூழ்நிலையை எப்படி எதிர் கொள்கிறார் என்பதையும், தன் மற்ற குழந்தைகளை எப்படி ஏற்றுக்கொள்ள வைக்கிறார் என்பதையும் எழுதினேன். அந்தத் தந்தை கதாபாத்திரத்தை உறுதியான கதாபாத்திரமாக உருவாக்கியதற்கு இன்னொரு காரணமும் உண்டு. ஒரு தாயால், அந்தச் சூழ்நிலையை எளிதில் ஏற்றுக்கொள்ள முடியாது, பிரச்னைகளுக்கு தீர்வு காணமுடியாது என்பதுதானே நம் பொதுவான நம்பிக்கை. கணவன், மனைவி இருவரும் தங்களுக்கே உரித்தான, வெவ்வேறு வழிகளில் பிரச்னையைச் சமாளிக்கிறார்கள் என்றே நினைக்கிறேன். தந்தை கதாபாத்திரத்தில் நடிக்க முதலில் மோகனைத்தான் அணுகினோம். ஆனால் அது முடியாமல் போய்விட்டது. தந்தையாக ரகுவரன் மிகவும் சிறப்பாக நடித்திருப்பார்.

ரங்கன்: தந்தை எப்போதும் உணர்ச்சிவசப்படமாட்டார், சற்று யதார்த்தமாகவே நடந்துகொள்வார் என்று நீங்கள் சொல்லவருவதுபோல் தோன்றுகிறது.

ரத்னம்: ஆம். அப்படியும் வைத்துக்கொள்ளலாம். பொதுமைப்படுத்திச் சொல்லவேண்டும் என்றால், அந்தத் தந்தை சற்று ரேஷனலாக நடந்து கொள்ளக்கூடியவர். அவ்வளவு எளிதில் உணர்ச்சிவசப்படமாட்டார். தாய், குழந்தையிடம் கண்மூடித்தனமான பாசம் வைத்திருக்கிறாள். அதனால், அது போன்ற குறையுள்ள குழந்தையை எப்படிச் சிறப்பாக வளர்ப்பது என்ற நிதானமான சிந்தனை அவளுக்கு இல்லாமல் போகிறது. ஒருவேளை நான் சொல்வது, இந்தப் படத்தின் தாய் தந்தைக்குமட்டுமே பொருந்துவதாக இருக்கக்கூடும்.

ரங்கன்: அஞ்சலியை அவள் தாய்க்குத் தெரியாமல் அந்தத் தந்தை வளர்த்து வருவதை நேரடியாகச் சொல்லாமல், அவன் அவள் மனைவிக்குத் துரோகம் செய்கிறான் என்பதுபோல் காட்சி அமைத்துப் பார்வையார்களைத் திசை திருப்பியிருப்பீர்கள். இதை வலுவற்ற பகுதி என்றும் குறிப்பிட்டீர்கள்.

அஞ்சலியை நீங்கள் இந்தக் காலத்தில் எடுக்க நேர்ந்தால், படத்தின் வலுவற்ற பகுதி என்று நீங்கள் குறிப்பிடும் பகுதியை எப்படி மாற்றி அமைப்பீர்கள்?

ரத்னம்: எனக்குத் தெரியவில்லை. ஆனால் காட்சிகளை மாற்றியமைப்பது சாத்தியமே. மூளை வளர்ச்சி குன்றிய குழந்தையைப்பற்றிய வழக்கத்துக்கு மாறான இந்தக் கதையை இரண்டு அம்சங்கள் மெயின்ஸ்ட்ரீம் படமாக ஆக்கின. அந்தத் தாய்க்கு அஞ்சலியைப்பற்றிய உண்மைகள் தெரியாது என்பது முதல் விஷயம். அஞ்சலி எங்கேயோ, ஒரு மருத்துவரின் கவனிப்பில் வளர்ந்துவருகிறாள் என்ற உண்மையை அஞ்சலியின் தந்தை மறைத்து விடுவார். கதை முழுக்க, குழந்தைகள் நிரம்பியிருக்கும் காலனியில் நடப்பது இன்னொரு கூறு. அந்த நவீன யுகக் குழந்தைகள், கதைக்கு மியூஸிகல் வடிவம் கொடுத்தார்கள். இந்த இரண்டு அம்சங்களே, மெயின்ஸ்ட்ரீம் சினிமாவைச் சேராத இந்தக் கதைக்கு அஸ்திவாரமாக அமைந்தன. இந்த அஸ்திவாரத்தை வைத்தே, இந்த முழுப் படத்தையும் உருவாக்கினோம். ஒரு குழந்தையைப் பற்றிய இந்தப் படத்தைத் தொய்வின்றி நகர்த்திச் செல்லவும், அஞ்சலியின் சகோதரனும் சகோதரியும் அவளை எப்படிப் பார்க்கிறார்களோ, அதே கண்ணோட்டத்தில் பார்வையாளர்களைப் பார்க்க வைக்கவும் அந்த அம்சங்களே உதவி புரிந்தன.

ரங்கன்: படத்தின் இரண்டாம் பாதி உணர்ச்சிபூர்வமாக அமைந்திருக்கும். அஞ்சலி தந்தையை நேசிப்பதுபோல், தாயை எப்போது நேசிப்பாள் என்ற கேள்வி தொக்கி நிற்கும். முதல் பாதியில், தந்தை ஆதிக்கம் செலுத்துவார். இரண்டாம் பாதியில் தாய் ஆதிக்கம் செலுத்துவார். அந்த வகையில், படத்தில் ஒரு சமநிலை இருந்தது.

ரத்னம்: இவற்றைக் கருத்தில்கொண்டே படத்தின் அவுட்லைனை உருவாக்க வேண்டும். கதைக் களத்தைக் கட்டமைக்கவேண்டும். கதைப்படி, குழந்தை

அஞ்சலி படத்தில் எல்லாப் பாடல்களுமே குழந்தைகள் கும்பலாகப் பாடுவதை மனத்தில்கொண்டே உருவாக்கப்பட்டன.

உயிரோடு இருப்பதை அவளுடைய தந்தை மறைத்துவைத்திருப்பார். பின்னர்தான் அந்த உண்மையை வெளிப்படுத்துவார். இதற்குப்பின், மற்ற இரு குழந்தைகளும் சுற்றத்தாரும் அஞ்சலியை ஏற்றுக்கொள்வதும், அஞ்சலி தன் தாயை ஏற்றுக்கொள்வதும்தான் திரைக்கதையாக இருக்க முடியும். இது ஒரு இருவழிப் பாதை. இரு துருவங்களை இணைக்கும் முயற்சி. முதலில், அஞ்சலி மற்றவர்களின் (அவளுடைய சகோதரன், சகோதரி மற்றும் சமூகம்) அன்பைப் பெறுகிறாள். பின், அஞ்சலியின் தாய் அவளுடைய அன்பை வென்றெடுக்கிறாள். இந்தப் பகுதியே, இரண்டாவது பாதிக்கு உயிர் கொடுக்கிறது. முதல் பாதியில், அந்தக் குழந்தை அன்பை வேண்டி நிற்கும் வேற்று நபர். தன்னை யாராவது ஏற்றுக்கொள்ளமாட்டார்களா என்று அவள் ஏங்குகிறாள். இரண்டாவது பாதியில், அந்தத் தாய் அன்பை வேண்டி நிற்கும் வேற்று நபர். அவள், அஞ்சலியை எப்படித் தன்னை ஏற்றுக்கொள்ள வைப்பது என்று தெரியாமல் தவிக்கிறாள். குழந்தையின் கோணத்திலேயே கதையை நகர்த்தியிருந்தால், பார்வையாளர்களுக்குச் சலிப்பு தட்டியிருக்கும்.

ரங்கன்: கொஞ்சம் மிதமான இந்தப் படத்துக்கு அந்த காலனிக் குழந்தைகள் தான் உற்சாகம் சேர்கின்றனர். மெயின்ஸ்ட்ரீம் சினிமாவில் இவ்வளவு குழந்தைகளை நடிக்க வைத்தது ஒரு புது முயற்சி. அந்தக் காலத்துப் படங்களோடு ஒப்பிடும்போது, அஞ்சலியில் குழந்தைகளின் வால்யும் (எண்ணிக்கையும் சரி, அவர்கள் படத்தில் போடும் சப்தமும் சரி) சற்று அதிகமாகவே இருந்தது.

ரத்னம்: எழுபதுகளிலும் எண்பதுகளிலும் அபார்ட்மென்ட்கள் நிறைய உருவாகிக்கொண்டிருந்தன. அதில் நிறையக் குடும்பங்கள் குடியிருந்தன. நிறையக் குழந்தைகளும் இருந்தனர். அவர்களுக்கு, ஓய்வு நேரத்தில் மற்ற தெருப் பிள்ளைகளோடு ஊர் சுற்றவேண்டிய அவசியம் இல்லை. தங்கள் பில்டிங்கில் இருக்கும் குழந்தைகளோடு ஓய்வு நேரத்தைச் செலவழிக்கலாம் என்ற நிலை உருவானது. இது படத்துக்கு யதார்த்தமான அடித்தளத்தை அமைத்துக் கொடுத்தது. மேலும், திரைப்படத்தை இலகுவானதாகவும் உயிரோட்டம் உள்ளதாகவும் ஆக்கியது.

ரங்கன்: எல்லாப் பாடல்களையும் குழந்தைகள்தான் பாடவேண்டும் என்று எண்ணினீர்களா? இளம் காதல் ஜோடியைப்பற்றிய பாடலான 'மொட்டை மாடி' பாடலையும் அந்தக் குழந்தைகளே பாடியிருப்பார்கள்.

ரத்னம்: நிச்சயமாக. 'மொட்டை மாடி' பாடலில், அந்தக் காதல் ஜோடிகள் பிரதான கதை மாந்தர்கள் அல்லர். இந்தக் குழந்தைகள் மற்ற எல்லா வற்றையும் பார்ப்பதுபோல், மொட்டை மாடியில் அந்தக் காதல் ஜோடி ரொமான்ஸ் செய்வதையும் பார்க்கிறார்கள். படம் முழுக்க அந்தக் குழந்தை களின் கோணத்தில் நகர்கிறது. அந்தக் கதையை முன்னெடுத்துச் செல்பவர்கள் அவர்கள்தான். குழந்தைகள்தான் பாடப்போகிறார்கள் என்பதை மனத்தில் கொண்டே எல்லாப் பாடல்களையும் உருவாக்கினோம்.

அதுவரை குழந்தைகளுக்கான பாடல்களை, எஸ். ஜானகியே குழந்தைபோல் பொய்க்குரலில் பாடிக்கொண்டிருந்தார். பெரும்பாலான பாடல்களை அவர் ஒருவரே பாடியிருப்பார். அஞ்சலி படத்தின் பாடல்கள் முழுவதும் கோரஸ் பாடல்கள். கங்கை அமரனின் மகனிடம் நான் சமீபத்தில் ஒருநாள் இதைப் பற்றிப் பேசிக்கொண்டிருந்தேன். இளையராஜா குடும்பத்துக் குழந்தைகளான கார்த்திக் ராஜா, யுவன் சங்கர் ராஜா, பவதாரணி ஆகியோர் பாடல் பதிவில் எப்படிக் கலந்துகொண்டார்கள், எப்படிப் பாடினார்கள் என்பதை நினைவு கூர்ந்தேன். அவர்கள் அனைவரும் பள்ளியை முடித்துவிட்டு ஸ்டூடியோவுக்கு வருவார்கள். சில நேரங்களில் பள்ளிக்கு மட்டம் போட்டுவிடுவார்கள்.

ரங்கன்: படத்தின் ஒலிநாடா வெளியானதும், அதற்குக் கிடைத்த வரவேற்பு என்ன என்பது உங்களுக்கு நினைவிருக்கிறதா? பாடல்களை முதன்முதலில் கேட்டபோது ஆச்சரியமாக இருந்தது. ஒரு பாடலில்கூடப் பெரியவர்களின் குரல் இல்லை. இளையராஜா-மணி ரத்னம் கூட்டணியிடம் இதை யாரும் எதிர்பார்த்திருக்க மாட்டார்கள்.

ரத்னம்: எனக்குச் சரிவர ஞாபகம் இல்லை. ஏனெனில், படத்தை எடுக்கும் போது நாம் இதுபோன்ற அம்சங்களைப்பற்றி அலட்டிக்கொள்ள மாட்டோம். நாம் பாடல்களை அப்படித்தான் உருவாக்கியிருக்கிறோம் என்பது நமக்குத் தெரியும். அதனால் ஆச்சரியப்படுவதற்கு ஒன்றுமில்லை. படம் முழுக்கக் குழந்தைகள்தான் நிரம்பி இருக்கின்றனர் என்பதை வெளிப்படுத்த விரும்பினோம். ஆல்பம் கவரில்கூட, ஒரு சிறுமியின் படமே இருக்கும். இது குழந்தைகளைப்பற்றிய கேளிக்கைப் படம் என்று மக்கள் எண்ணிவிடுவார்களோ என்ற பயம் எங்களுக்கு இருந்தது உண்மைதான். ஏனெனில், இது ஒரு உணர்ச்சிபூர்வமான கதை. ஒரு துன்பியல் கதையை உற்சாகமான குழந்தைகளின் மூலம் சொல்ல முயன்றோம். கேளிக்கைக் காட்சிகளுக்கு மத்தியில் ஒரு சீரியஸ் கதை ஒளிந்திருந்தது. இதை **மை டியர் குட்டிச்சாத்தான்** வகைப் படமாக யாரும் கருதிவிடக்கூடாது என்று எண்ணினோம். இது சீரியஸ் படம் என்பதை அனைவருக்கும் புரிய வைப்பதே முக்கியப் பணியாக இருந்தது.

ரங்கன்: உங்கள் படங்கள் ஒளிப்பதிவில் தனி முத்திரை பதித்திருந்த காலம் அது. அந்த பிரத்யேக ஸ்டைல்களுக்குக் காரணகர்த்தா பி.சி. ஸ்ரீராம்தான். ஆனால், **அஞ்சலி** படத்துக்கு நீங்கள் மது அம்பட்டைத் தேர்ந்தெடுத்தீர்கள்.

ரத்னம்: பி.சி.யும் நானும் ஒன்றாக வளர்ந்தவர்கள். கடனே என்று நாங்கள் இருவரும் இணைந்து பணிபுரியவில்லை. ஒவ்வொரு படம் தொடங்கும் போதும், இந்தப் படத்தில் நாம் இணைந்து பணிபுரிய வேண்டுமா என்று எங்களை நாங்களே கேட்டுக்கொள்வோம். ஒவ்வொரு படத்திலும் முடிந்த வரை புதுமுயற்சிகளை மேற்கொண்டோம். ஒரு கட்டத்தில், எங்கே நம் புதுப்புது உத்திகள் தீர்ந்து மீண்டும் பழைய உத்திகளையே கையாளும் நிலை வந்துவிடுமோ என்ற அச்சம் ஏற்பட்டது. அதனால் சிறிது காலம் இணைந்து பணிபுரியவேண்டாம் என்று முடிவு செய்தோம். இருவரும் தனித் தனிப் பாதையில் பயணித்துத் தத்தம் துறைகளில் வளர்ச்சி அடையலாம் என்று

உறுதி எடுத்துக்கொண்டோம். எனினும், நாங்கள் மீண்டும் இணைவோம் என்பது எங்களுக்கு நிச்சயமாகத் தெரியும்.

ஒளிப்பதிவாளரைத் தேர்ந்தெடுப்பது அப்படி ஒன்றும் கடினமான வேலை அல்ல. இயக்குநருக்கும் ஒளிப்பதிவாளருக்கும் இடையே நல்ல ஒத்திசைவு நிலவவேண்டும். இருவரும் இணைந்து படத்தைச் சிறப்பாக உருவாக்கு வதற்கு உழைக்கவேண்டும். ஒரு ஒளிப்பதிவாளரின் கைவண்ணம் நமக்குப் பிடித்திருந்தால், அவரைச் சந்தித்து உரையாடவேண்டும். அவருடைய ரசனை நம்முடன் ஒத்துப்போகிறதா என்று பார்க்கவேண்டும். ரசனைகள் ஒத்துப்போகும் பட்சத்தில், அவரையே நம் படத்துக்கு ஒளிப்பதிவாளர் ஆக்கிக்கொள்ளலாம். அந்த ஒளிப்பதிவாளர் புது முயற்சிகளை மேற் கொள்ளத் தயாராக இருந்தால், அது படத்துக்கு மேலும் வலு சேர்க்கும். பி.சி. ஸ்ரீராமும் நானும் இணைந்து உருவாக்கிய முந்தைய படங்கள் முத்திரை பதித்தன. அது எங்களுக்கு உதவியாக இருந்தது. ஏனெனில், புது ஒளிப்பதிவாளர் யார் வந்தாலும், என் முந்தைய படங்களின் ஒளிப்பதிவை பெஞ்ச்மார்க்காக வைத்துக்கொள்ளலாம். பின் அதைவிட முற்றிலும் வித்தியாசமான முறையில் ஒளிப்பதிவு செய்ய முயற்சி செய்யலாம்.

ரங்கன்: பிரபு கதாபாத்திரம், படம் முழுக்க மற்றவர்களிடமிருந்து ஒதுங்கி இருட்டிலேயே வாழ்கிறார். இது திட்டமிட்டு எடுக்கப்பட்ட முடிவா? அவர் ஒரு நிழலுருவம் போன்றவர். அவரை இரவில்மட்டுமே நம்மால் பார்க்க முடிகிறது. படத்தின் இறுதியில்மட்டுமே அவரை வெளிச்சத்தில் பார்க்கிறோம்.

ரத்னம்: பிரபு கதாபாத்திரத்தை, குழந்தைகளின் கோணத்தில் பார்க்க முயற்சி செய்தோம். அந்த அபார்ட்மென்ட்டில் வசிக்கும் அவர், வீட்டை விட்டு வெளியே வரமாட்டார். குழந்தைகளுக்கு இது ஆர்வத்தை ஏற்படுத்துகிறது. மேலும் அவரைச் சுற்றிப் பின்னப்பட்டிருக்கும் கதைகளைக் குழந்தைகள் நம்புகின்றனர். தடைகளை மீறி, அவரைப்பற்றித் தெரிந்துகொள்ள விரும்பு கின்றனர். அவரைப்பற்றி ஆராய்ச்சி செய்வது ஆபத்து என்று தெரிந்தும், அவர்கள் ஆராய்ச்சியைக் கைவிடுவதில்லை. குழந்தைகள் அந்தக் கதாபாத்திரத்தை எப்படிப் பார்க்கிறார்களோ, அப்படியே நாமும் பார்க்கிறோம். குழந்தைகள், அந்தக் கதாபாத்திரத்தை மனித வாழ்க்கைக்கு அப்பாற்பட்ட ஒரு பயங்கரமான, ஆபத்தான நபராகக் கருதுகின்றனர். ஆனால், அவரும் ஒரு சாதாரண மனிதன் என்பது பின்புதான் தெரியவரும்.

ரங்கன்: இந்தப் படத்தில், பேக்லைட்டிங் மிகவும் அதிகமாக இருந்தது. கதாபாத்திரங்கள்மீதும், வீட்டின் உட்புறங்களிலும் அடர்த்தியான ஒளி படர்ந் திருந்தது. ஒரு குடும்பப் படத்தில் இது வழக்கத்துக்கு மாறான லைட்டிங் முறை. **அக்னி நட்சத்திரத்திலும்** இதே முறையைக் கையாண்டிருந்தீர்கள்.

ரத்னம்: கிட்டத்தட்ட தொண்ணூறு சதவீதப் படப்பிடிப்பை வீனஸ் ஸ்டூடியோவில் நடத்தினோம். அடுக்குமாடிக் குடியிருப்புகளை ஸ்டூடியோ விலேயே உருவாக்கினோம். இன்டோர் காட்சிகளை ஸ்டூடியோ

தளத்திலேயே படம் பிடித்தோம். என் படங்களிலேயே, ஒட்டுமொத்த இன்டோர் காட்சிகளும் ஸ்டுடியோ தளத்தில் படம்பிடிக்கப்பட்டது இதுவே முதல்முறை. விஷுவல் ஸ்டைல், அந்தக் குழந்தைகளைப் போலவே, நவீனமாகவும் ஆரவாரமாகவும் இருக்கவேண்டும் என்று விரும்பினேன். அதனால் விஷுவலில் இந்தியத்தன்மையோ மண் வாசனையோ இல்லாமல் இருக்கும்படிப் பார்த்துக்கொண்டேன். பெரும்பாலும் வெள்ளை மற்றும் நீல நிறங்களே பயன்படுத்தப்பட்டன. ரேவதியின் ஆடைகூட வெளிர் நிறத்திலேயே (வெள்ளை, வெளிர் பழுப்பு போன்றவை) அமைந்திருக்கும். மேலும் அஞ்சலியை நாம் கொஞ்சம் கொஞ்சமாகத்தான் பார்க்கிறோம். நாம் அவளை முதன்முதலில் பார்க்கும்போது, அவள் மர்மமாகவே காட்சியளிக்கிறாள். பின்னணியில் அதிக வெளிச்சம் இருக்கும்படியான ஃப்ரேமில் அவள் முதலில் காட்டப்படுவாள். கொஞ்சம் கொஞ்சமாக, மற்றக் குழந்தைகள் அவளுடன் பழக ஆரம்பிக்கும்போதுதான், நாமும் அஞ்சலியை முழுவதுமாகப் பார்க்கிறோம். குழந்தை அறிமுகம் ஆகும்போது, திடீரென்று அதுபோன்ற லைட்டிங்குக்கு மாற முடியாது. படத்தின் தொடக்கத்திலிருந்தே அதுபோன்ற லைட்டிங்கைப் பயன்படுத்தியிருக்கவேண்டும். அதனால்தான் தொடக்கம் முதலே லைட்டிங்கை அவ்வாறு அமைத்தோம். நகரத்து உயர் நடுத்தரவர்க்கத் தோற்றத்துக்கு ஏற்றவாறும், அஞ்சலி கதாபாத்திரத்தைக் கொஞ்சம் கொஞ்சமாக வெளிப்படுத்தும் நோக்கத்தோடும் அந்த லைட்டிங்கை அமைத்தோம்.

ரங்கன்: இந்த லைட்டிங்கினால், என் கண்ணுக்கு அந்தக் குழந்தை தேவதை போல் தோன்றினாள். மற்ற குழந்தைகளுக்கு மத்தியில், அவள் ஒரு வேற்று கிரகவாசிபோல் காட்சியளித்தாள். அவளுடைய தந்தைகூட, அவள் சொர்க்கத்தில் இருந்து வந்த தேவதை என்று குறிப்பிடுவார்.

ரத்னம்: படம் தொடங்குவதற்குமுன், ஷாமிலியை வைத்து டெஸ்ட் ஷூட் நடத்தினோம். அதை பி.சி. ஒளிப்பதிவு செய்தாரா மது செய்தாரா என்று நினைவில்லை…(சிறிது யோசனைக்குப் பிறகு) ஞாபகம் வந்துவிட்டது, மதுவே ஒளிப்பதிவு செய்தார். அப்போது ஷாமிலிக்கு இரண்டரை வயதோ, மூன்று வயதோ இருக்கும். அவள் மிகவும் அழகாகவும் ஆரோக்கியமாகவும், இருந்தாள். அந்த நிலையில் அவளைப் பார்க்கும் யாருக்கும், அவளுக்கு ஒரு குறை இருக்கிறது என்று நம்பவே முடியாது. அதனால் போலிப் பற்களை வைத்து, அவளுடைய அழகைச் சற்று குறைத்து அவளுக்கு ஏதோ குறை இருப்பதுபோன்ற தோற்றத்தை உருவாக்கினோம். ஆனால், ஒரு சிறு குழந்தையை மூளை வளர்ச்சி குன்றிய குழந்தையாக எப்படி நடிக்க வைப்பது? அதுவே எங்கள் முன்னால் இருந்த சவால்.

ஒரு சிறு வீட்டில் வீடியோ கேமரா கொண்டு படப்பிடிப்பு நடத்தினோம். அரை நாள் படப்பிடிப்பு முடிந்தபின், மதிய உணவு அருந்திவிட்டு மீண்டும் படப்பிடிப்பைத் தொடர்ந்தோம். அந்த நாளின் இறுதியில், நான் நம்பிக்கை இழந்துவிட்டேன். இந்தப் படத்தை நாம் எடுக்கப்போவதில்லை என்றே நினைத்தேன். அன்றைக்கு எடுத்த காட்சிகள் எல்லாம் போலியாகத்

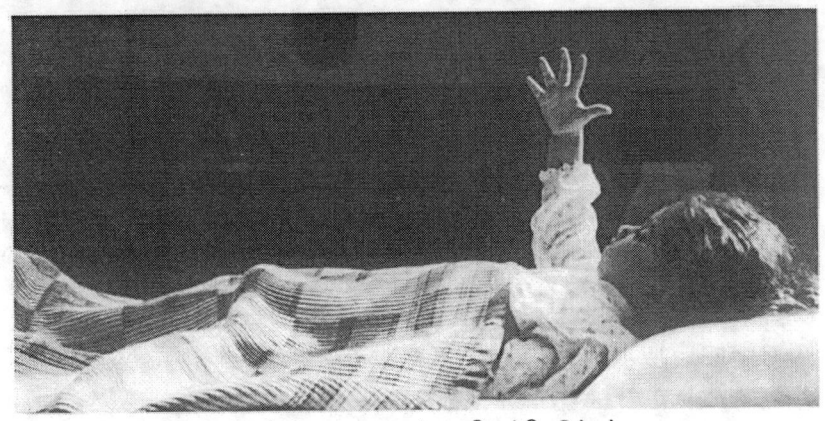

அஞ்சலி பிறருடைய நட்பை வென்றெடுத்தல்...
அம்மா குழந்தையின் அன்பை வென்றெடுத்தல்... என அது உண்மையில் ஒரு இருவழிப்பாதை, இரண்டு எதிரெதிர் திசையிலான நகர்வுகள்... ஷாம்லி.

தோன்றின. இதற்குமுன் பலரும் எடுத்த படங்களை அந்தக் காட்சிகள் நினைவுபடுத்தின. இறுதியாக, அவள் கதாபாத்திரத்துக்கு தத்ரூபமாகப் பொருந்தவேண்டும் என்றால், அவளுடைய சுதந்தரத்தன்மையை அவளிடமிருந்து பறித்துவிடவேண்டும் என்பதைக் கண்டுகொண்டோம். அவளுடைய செய்கைகளில் ஒருங்கிணைப்பு இருக்கக்கூடாது என்று முடிவெடுத்தோம். அதாவது, அவள் எழுந்து நடக்கும்போது எப்போதும் போல் கிடுகிடுவென்று நடக்கக்கூடாது. சுவற்றைப் பிடித்துக்கொண்டோ, இல்லையேல் தன் பெற்றோர்களைப் பிடித்துக்கொண்டோ நடக்கவேண்டும் என்று கூறினோம். மூன்று வயதுக் குழந்தைகளுக்குப் பொதுவாகப் பிறரிட மிருந்து தேவைப்படுவதைவிட அஞ்சலிக்குக் கூடுதல் உதவி தேவைப்படு கிறது என்பதைக் காட்ட விரும்பினோம்.

உண்மையில், அன்று நடந்த அந்த டெஸ்ட் அவளுக்கானது அல்ல; எங்களுக்கானதுதான். அஞ்சலியைத் தத்ரூபமான கதாபாத்திரமாக உருவாக்க அந்த டெஸ்ட் பெரிதும் உதவியது. அஞ்சலி கதாபாத்திரத்தில் நடிக்கப் போகும் குழந்தை பார்ப்பதற்குக் குறை உள்ள குழந்தைபோல் தோன்றவேண்டும், அதே நேரத்தில் சிறப்பாக நடிக்கவும் வேண்டும் என்று எண்ணினோம். பெரியவர்களை நாம் விரும்பும்படி நடிக்கவைக்க முடியும். ஆனால், மூன்று வயதுக் குழந்தையை எப்படிக் கதாபாத்திரமாக மாற்றுவது என்று எனக்குத் தெரிந்திருக்கவில்லை. இதைச் சாத்தியப்படுத்தும் வழியைக் கண்டுகொள்ள நாங்கள் பெரிதும் போராடினோம். இறுதியில் அந்த டெஸ்டின் மூலம் ஒரு வழியைக் கண்டுகொண்டோம். இந்தப் பிரச்னைக்கு எங்களுக்கு அன்றைய தினம் தீர்வு கிடைத்திருக்கவில்லை என்றால், இந்தப் படம் உருவாகி யிருக்குமா என்று எனக்குத் தெரியவில்லை.

இந்த டெஸ்டுக்குப் பின் எல்லாம் சரிவர நடந்தது. அதற்கு முன்பு, அந்த அண்ணா நகர் பள்ளியைச் சேர்ந்த எஸ்தர் என்ற குழந்தையை வைத்து ஒரு

டெஸ்ட் எடுத்திருந்தோம். எஸ்தர் வீட்டில் உலவுவது, சிரிப்பது, அழுவது, கோபப்படுவது என அவள் வாழ்வின் இரண்டு மூன்று நாள்களைப் படம் பிடித்து வைத்துக்கொண்டோம். அதன்பின் எங்கள் வேலை சுலபமானது. எஸ்தர் செய்வதைத் திரும்பிச் செய் என்று ஷாம்லியிடம் சொன்னால் போதும். ஆனால், அதை ஷாம்லிக்குப் புரியவைக்கும் வழியைக் கண்டுபிடிக்க வேண்டும். ஷாம்லியின் தந்தை இதற்காக நிறையக் கஷ்டப்பட்டார். அவர் அவளுக்கு அந்த டேப்பைத் தினமும் போட்டுக் காண்பிப்பார். அதனால் நாங்கள் வருவதற்கு முன்னரே, ஷாம்லி நடிக்கத் தயாராக இருப்பாள். அவளின் செய்கைகள் அனைத்தும் எஸ்தரின் செய்கைகளை மையப்படுத்தியே இருந்தன. இப்படித்தான் அஞ்சலியின் கதாபாத்திரத்தை வார்த்தெடுத்தோம்.

ரங்கன்: ஷாம்லி இந்தக் காணொளிகளைப் பார்த்து, திறம்பட நடிக்கக் கற்றுக்கொண்டாளா?

ரத்னம்: ஆம். அவள் மிக அருமையாக நடித்தாள். அக்கா ஷாலினி நடிப்பதை அவள் பார்த்திருக்கிறாள். எனவே, நடிப்பது தொடர்பான எந்தத் தயக்கமும் ஷாம்லியிடம் இல்லை. மேலும், நாங்கள் சொல்வதைப் புரிந்துகொள்ளும் வயதில் அவள் இருந்தாள். அவளுடன் அமர்ந்து, நாங்கள் என்ன எதிர் பார்க்கிறோம் என்பதைத் தெளிவாகச் சொல்லிவிட்டால்போதும். அவள் அதைச் செய்வாள். உணவு இடைவேளையின் போது, அவள் போஷாக்கான உணவு உண்டுவிட்டு ஒருமணி நேரம் தூங்குவாள். அவளுக்கு அந்த ஓய்வு தேவைப்பட்டது. அந்த ஓய்வுக்குப் பின் மீண்டும் நடிக்க வந்துவிடுவாள். அவளுக்கு ஓய்வு நேரம் கிடைக்கும்படியாக நாங்கள் படப்பிடிப்பைத் திட்ட மிட்டுக்கொண்டோம். படத்தில்மட்டும் அல்ல, படப்பிடிப்பிலும் அவள்தான் முக்கிய நபர்.

ரங்கன்: நடிகர்களைத் திறம்பட நடிக்கவைக்க, நீங்கள் பின்பற்றும் கோட்பாடு என்ன? ஒவ்வொரு நடிகரையும் ஒவ்வொரு வழியில் கையாள வேண்டி யிருக்கும் என்பதை அறிவேன். அவர்கள் கையில் சீன் பேப்பரை கொடுத்து விட்டு, அவர்கள் கதாபாத்திரத்துக்கு உயிர் கொடுக்கும்வரை காத்திருப்பீர்களா, இல்லை உங்கள் மனத்தில் இருக்கும் கதாபாத்திரத்தை உருவாக்கும் பொருட்டு நீங்களே அவர்களைக் கட்டுப்படுத்துவீர்களா?

ரத்னம்: நான் பின்பற்றும் ஒரே கோட்பாடு, எந்தக் கோட்பாட்டையும் பின்பற்றாதே என்பதுதான். ஒரு நடிகர் காட்சிகளுக்கு உயிர் கொடுக்கிறார். நடிகர்களை முடிந்தவரை தத்ரூபமாக நடிக்க வைப்பதே என் வேலை. ஒரு நடிகர், ஓரளவுக்கு நம் எதிர்பார்ப்பைப் பூர்த்தி செய்கிறார் என்றால் அவர் நடிப்பை மேலும் மெருகேற்ற நாம் உதவவேண்டும். அவரால் சுத்தமாக எதையும் செய்ய இயலவில்லை என்றால் அவரை நாம் இலக்கை நோக்கி வலுக்கட்டாயமாக நகர்த்தியே ஆகவேண்டும். அதனால் ஒவ்வொரு நடிகரையும் கையாளும் முறை மாறுபடும். மேலும், ஒரு படம் தொடர்ந்து வளர வளர அதில் நடிக்கும் நடிகருக்கு அவருடைய கதாபாத்திரத்தைப் பற்றிய புரிதலும் ஆழமாகும். நடிகரின் நம்பிக்கையும் அதிகரிக்கும். நாம்

குழந்தைகள் அதிகப்பிரசங்கித்தனத்துடன் நடந்து கொள்ளும்படியான படங்கள் நிறையப் பார்த்திருக்கிறேன். நான் அதை ஒருபோதும் என் படத்தில் விரும்பியிருக்கவில்லை.

எதை விரும்புவோம், எதை விரும்பமாட்டோம் என்பதை நாம் சொல்லாமலேயே அவர் புரிந்துகொள்வார். இயக்குநருக்கும் நடிகருக்கும் இடையே உருவாகும் ஒருவகையான புரிதல் அது.

சில நேரங்களில், நாம் துரதிர்ஷ்டசாலியாக இருக்கும்பட்சத்தில், நமக்குக் கிடைக்கும் நடிகர் முற்றிலும் நம்மோடு ஒத்துப்போகாதவராக இருப்பார். நாம் சொல்வதையும் புரிந்துகொள்ள மாட்டார், அவராகவே கதாபாத்திரத்தைப் புரிந்துகொள்வதற்கு ஆர்வமும் காட்டமாட்டார். அந்த மாதிரியான சமயங்களில் கூப்பாடுபோட்டு அவரைக் கடிந்துகொள்வதைத் தவிர வேறு வழியில்லை. அவரை மாடியிலிருந்து தள்ளிக் கொலை செய்துவிடுவோம் என்றுகூட மிரட்டலாம். ஓர் அற்புதமான காட்சி கிடைக்கும் என்றால் அதற்காக எதைச் செய்யவும் தயங்கமாட்டேன். அதனால், நடிகர்களை இப்படித்தான் கையாளவேண்டும் என்று எந்தக் கோட்பாடும் இல்லை. ஆனால் நடிகர் கதாபாத்திரத்தை புரிந்துகொண்டு, அவர் தனித்திறமையை வெளிப்படுத்த வேண்டும் என்றே நான் விரும்புவேன். அதற்காக முடிந்தவரை முயற்சி செய்வேன். நடிகர்கள், நான் சொல்வதை அப்படியே பிரதிபலிப்பதை விரும்பமாட்டேன். ஒரு நடிகர் கதாபாத்திரத்துடன் பொருந்துகிறார்

என்பதற்காகத்தான் அவரை தேர்ந்தெடுக்கிறோம். அவரால் நன்றாக நடிக்க முடியும் என்ற நம்பிக்கையும் நமக்கு இருக்கும். அதனால், திரையில் முகத்தைக் காட்டுபவர் எவராக இருந்தாலும், அவர் தன் கலை மனத்தையும் வெளிக்காட்டவேண்டும் என்றே விரும்புவேன்.

ரங்கன்: உங்களுக்கு ஒத்திகையில் நம்பிக்கை உண்டா? இயற்கையான நடிப்பை ஒத்திகை கெடுத்துவிடும் என்று சில இயக்குநர்கள் நம்புகின்றனர். ஆனால், திரைப்படத் தயாரிப்பு, செலவு மிகுந்த ஒன்று. அதிக நேரம் ஒத்திகை செய்து பார்த்திருந்தால் ஷூட்டிங்குக்கு ஆகும் செலவைக் குறைக்கலாம் அல்லவா?

ரத்னம்: எனக்கு ஒத்திகையில் நம்பிக்கை உண்டு. ஆனால், அதில் அதிக நேரத்தைச் செலவழிப்பதில் உடன்பாடு இல்லை. நான் என் நடிகர்களுடன் அமர்ந்து சம்பாஷணையில் ஈடுபடுவேன். நிறைய நாள்கள் பேசுவோம். ஆனால், அது நாடக ஒத்திகைபோல் இருக்காது. திரைக்கதையை மீண்டும் மீண்டும் படிக்கமாட்டேன். அதில் தேவையற்ற திருத்தங்கள் செய்ய மாட்டேன். நான் பிலிம் மேக்கிங்கை முறையாகக் கற்றுக்கொள்ளவில்லை. என் போக்கிலேயே கற்றுக்கொண்டேன். அதனால், என்னால் ஷாட்களைப் பிரித்து அவற்றை முன்கூட்டியே விஷுவலைஸ் செய்யமுடியாது. ஸ்டோரி போர்ட் பயன்படுத்தும் பழக்கமும் இல்லை. நான் காகிதத்தில் காட்சிகளை உருவாக்குவேன். படப்பிடிப்பின்போது, நடிகர்களை அவரவர் இடத்தில் நிற்கவைத்துக் காட்சிகளை விளக்குவேன். அதற்குப்பின், எல்லாம் சரியாக நடக்கும். அங்குதான் காகிதத்தில் இருப்பதை அடுத்த தளத்துக்கு எடுத்துச் செல்ல முடியுமா என்று சிந்திப்பேன். அங்குதான் நாம் அதிக உழைப்பைத் தரவேண்டும்.

நீண்ட நேரம் படப்பிடிப்பு நடத்துவதில் எனக்கு விருப்பமில்லை. படப்பிடிப்பில் தாமதம் ஏற்பட்டால் அதற்கு நான்தான் காரணமாக இருப்பேன். நாங்கள் படப்பிடிப்பை மிக வேகமாக நடத்தவே விரும்புவோம். ஏனெனில், படப்பிடிப்புக்கு நல்ல வெளிச்சம் மிக மிக முக்கியம். இந்தியா போன்ற ஒரு வெப்ப மண்டல நாட்டில், காலையிலும் பிற்பகலுக்குப் பின்னும்தான் நாம் விரும்பும் வெளிச்சம் இருக்கும். வெளிச்சத்தைக் கருத்தில் கொண்டு, படப்பிடிப்பை அவசர அவசரமாக நடத்துவோம். எனவே, நமக்கும் நடிகர்களுக்கும் இடையே பரஸ்பர புரிதல் இருக்கவேண்டும். அவர்களுக்கு நாம்தாம் நம்பிக்கை ஊட்ட வேண்டும். இது இயக்குநரும், ஒளிப்பதிவாளரும், நடிகர்களும் சம்பந்தப்பட்ட விஷயம். சீன் என்ன, அதன் முக்கியத்துவம் என்ன, ஏன் இவ்வளவு அவசரப்படுகிறோம் என்பதை ஒளிப்பதிவாளர் புரிந்துகொள்ளவேண்டும். ஏன் இந்த இடத்தில் படப்பிடிப்பு நடத்துகிறோம், எதற்கு இந்த லைட்டில் படப்பிடிப்பு நடத்துகிறோம் என்பதை நடிகர்கள் உணர்ந்துகொள்ளவேண்டும். இயக்குநர், ஒளிப்பதிவாளர், நடிகர் ஆகிய மூவரும் ஒருவரை ஒருவர் சரியாகப் புரிந்துகொண்டால், வேலை எளிதாகிடும்.

ரங்கன்: உங்களால் காட்சிகளை முன்கூட்டியே விஷுவலைஸ் செய்ய முடியாது என்றீர்கள். ஸ்டோரி போர்ட் வரையும் பழக்கமும் இல்லை என்றீர்கள். ஆனால் உங்கள் படங்களில் பல காட்சிகள் விரிவானவை. ஸ்டோரி போர்ட் உபயோகித்திருந்தால் வேலை எளிதாகி இருக்குமே?

ரத்னம்: **திருடா திருடா**வில் வரும் டிரெயின் சண்டைக் காட்சி போன்ற மிக விரிவான சண்டைக் காட்சிகளுக்குமட்டும்தான் ஸ்டோரி போர்ட் வரைவோம். அந்தப் படத்தின் கிளைமாக்ஸ் காட்சி அது. லாஜிஸ்டிக்ஸின் தேவை அங்கே அவசியமாக இருந்தது. அந்தக் காட்சியைச் சரிவர உருவாக்க, ஸ்டோரி போர்ட் தேவைப்பட்டது. எனினும் அதை ஸ்டோரி போர்ட்போல வரையவில்லை. காட்சிகளின் போக்கு எப்படி இருக்கவேண்டும், குகைக்கு உள்ளே என்ன நடக்கும், டிரெயின் மேலே என்ன நடக்கும் என்பதைமட்டும் முன்கூட்டியே தெளிவாக எழுதி வைத்துக்கொண்டோம். **அஞ்சலி**யில் ஒரு பாடலில் ஸ்பெஷல் எஃபெக்ட்ஸ் ஷாட்கள் நிறைய இருந்தன. அதுபோன்ற ஸ்பெஷல் எஃபெக்ட்ஸ் காட்சிகளுக்குத்தான் ஸ்டோரி போர்ட் வரைந்து கொள்வேன். மற்றபடி ஸ்டோரி போர்ட் பயன்படுத்துவதில்லை.

ரங்கன்: அவ்வாறெனில், நீங்கள் ஹிட்ச்காக் போன்ற இயக்குநர் அல்லர். அவர் கேமரா மூவ்மென்ட்ஸைக்கூட ஸ்டோரி போர்டில் வரைந்து வைத்துக் கொள்வார்.

ரத்னம்: ஹிட்ச்காக் போலச் செயல்பட வேண்டும் என்ற ஆசை எனக்கும் இருக்கிறது. ஆனால் நான் ஹிட்ச்காக் இல்லையே!

7

‘குரசோவாவின் தாக்கத்தினால் உருவான பாடல் அது’

தளபதி

(1991)

திருமணமாகாத தாயால் கைவிடப்படும் சூர்யா (ரஜினிகாந்த்), கேங்க்ஸ்டர் தேவராஜனின் (மம்மூட்டி) நண்பனாகிறான். தேவாவின் தளபதியாக உயர்கிறான். புகழும் அதிகாரமும் அவனைத் தேடிவருகிறது. பாசத்துக்காக ஏங்கி நிற்கும் அவனை, சுப்புலட்சுமி (ஷோபனா) காதலிக்கிறாள். ஆனால், அவன் அதிகம் ஏங்குவதோ தன் தாய் கல்யாணியின் (ஸ்ரீவித்யா) பாசத்துக்காகத்தான். கல்யாணியின் இன்னொரு மகன் அர்ஜுன் (அர்விந்த் சாமி). மாவட்ட ஆட்சியரான அவன், அந்த நகரத்தில் இருக்கும் ரவுடிகள் அனைவரையும், தேவா, சூர்யா உட்பட, ஒழித்துக்கட்ட முடிவு செய்கிறான்.

பரத்வாஜ் ரங்கன்: **தளபதி**க்குமுன், கர்ணனுடைய கதைமீது உங்களின் பார்வை படவில்லை என்பது ஆச்சரியம் அளிக்கிறது. ஏனெனில், நல்லவனா, கெட்டவனா என்ற கேள்வியின் வடிவாக உருவான உன்னத மனிதன் கர்ணன்தான். **நாயக**னுக்கும் **தளபதி**க்கும் இருக்கும் முக்கிய வித்தியாசம், **நாயகன்** படத்தில் கேங்க்ஸ்டர் வாழ்க்கைக்குமட்டுமே முக்கியத்துவம் கொடுக்கப்பட்டிருக்கும். ஆனால், **தளபதி**யில் கேங்க்ஸ்டர் வாழ்க்கைக்கு மத்தியில், தாய் மகன் பாசமும் ஆழமாக விவரிக்கப்பட்டிருக்கும்.

மணி ரத்னம்: கௌரவர்கள் என்றதும் அவர்கள் தவறான பாதையைத் தேர்ந்தெடுத்தவர்கள் என்பதே நம் நினைவுக்கு வரும். அதைக் குறிக்கும் பொருட்டே கதை கேங்க்ஸ்டர் பின்னணியில் அமைந்திருக்கும். மகாபாரதக் காவியத்தைத் தழுவி எடுக்கப்பட்ட இன்னொரு படம், **கல்யுக்** (ஷ்யாம் பெனகலின் படைப்பு). முழுக்க முழுக்கத் தொழிற்துறைப் பின்னணியில் எடுக்கப்பட்ட படம் அது. மகாபாரத்தில் போர் புரிகிற இரண்டு குடும்பங்களைப் போல அந்தப் படத்திலும் இரண்டு குடும்பங்கள் சண்டையிட்டுக் கொள்வார்கள். மகாபாரதத்தைப்பற்றிய பெனகலின் படத்தில், கர்ணன் ஒரு துணைக் கதாபாத்திரமே. ஆனால் என் படம் முழுக்க முழுக்க கர்ணனைப்பற்றியது. ஒரு சிறிய நகரத்தின் நிழல் உலகில் நடக்கும் கதை **தளபதி**. அங்கே நல்லது எது, கெட்டது எது என்பதை விவரமாக விளக்கவேண்டிய அவசியம் இல்லை. பார்வையாளர்களால் அதைத் தெளிவாகப் புரிந்துகொள்ள முடியும். எனவே, கதையை நகர்த்துவது எளிதாக இருந்தது.

கர்ணனின் மூலக்கதையே டிரமாடிக்கான ஒன்று என்பதால், கேங்க்ஸ்டர் பின்னணி என்பது இரண்டாம் பட்சமே. நாங்கள் திரைக்கதையை எழுதும் போது, எந்தத் திசையில் பயணித்தாலும் டிரமாடிக்கான சீன்கள் கிடைத்தன. இது ஓர் அபூர்வமான நிகழ்வு. அவன் துரியோதனனைச் சந்திப்பது, அர்ஜுனனைச் சந்திப்பது, அவன் காதல் வயப்படுவது, அவன் காதலி அர்ஜுனனை மணந்துகொள்வது, அவன் தன் தாயைச் சந்திப்பது, தன் தாயின் கணவனைச் சந்திப்பது என எல்லா நிகழ்வுகளும் டிரமாடிக்காகவே இருந்தன. அதனால், நான் இதை உணர்வுபூர்வமான கதையாகத்தான் கருதினேன். அந்த கதை கேங்க்ஸ்டர் பின்னணியில் அமைந்தது. அவ்வளவுதான். ஏற்கெனவே கேங்க்ஸ்டர் பின்னணியில் படம் எடுத்திருப்பதைப்பற்றி நான் அலட்டிக் கொள்ளவில்லை. ஏனெனில், ஒரே பின்னணியில், ஒருவரால், ஒரு படத்துக்கு மேல் எடுக்கமுடியாது என்றொரு பொதுப்படையான கருத்து இங்கே நிலவுகிறது. அது சரியல்ல. ஒரே பின்னணி கொண்ட கதைகளை வெவ்வேறு வடிவத்தில் உருவாக்க முடியும். மேலும், இது தாய் மகன் உறவைப்பற்றிமட்டுமே பேசும் கதை அல்ல. இது கர்ணனைப்பற்றியும், அவனுக்கும் துரியோதனனுக்கும் இடையே இருக்கும் நட்பைப்பற்றியும் விவரிக்கும் கதை. அவன் தன் உண்மையான குடும்பத்தைக் கண்டுகொண்ட பின்பும், தன் நண்பனை விட்டு நீங்காமல், தன் நண்பனுக்காக வாழ்ந்ததைப் பற்றிய கதை.

ரங்கன்: இது ஒரு மகனின் கதை மட்டுமன்று, ஒரு தாயின் கதையும்கூட என்பதற்குக் குறிப்புகள் இருந்தன. படத்தின் முன்கதையில், பலர் போகி கொண்டாடிக்கொண்டிருக்கும்போது, பின்னணியில், மலை உச்சியில் ஒரு மாட்டு வண்டி அந்தத் தாயை ஏற்றிச் செல்வது ஒரு சிறு புள்ளியாகத் தெரியும். அவள் தன் வாழ்க்கைப் பயணத்தைத் தொடங்குகிறாள்.

ரத்னம்: அது அந்தத் தாயைப்பற்றிய கதையும்கூடத்தான். ஆனால், அவள் யார், அவளுடைய பின்னணி என்ன, ஏன் அவள் அந்த நிலைக்குத் தள்ளப்பட்டாள் என்பன போன்ற விஷயங்களை நாங்கள் விவரிக்க விரும்பவில்லை. நீங்கள் மகாபாரதத்தின் எந்தப் பகுதியை எடுத்துக்கொண்டாலும், அதில் ஒரு திரைப் படத்துக்கான கதை ஒளிந்திருப்பதை உங்களால் உணர முடியும். இங்கே, படத்தின் தொடக்கத்தில் பிறக்கும் அந்தக் குழந்தையின் மீதே முழுக் கவனம் செலுத்தியிருப்போம். திருமண வயதை அடையாத ஒரு பெண், குழந்தையைப் பெற்றெடுத்து, அந்தக் குழந்தையை ரயில்பெட்டியில் விட்டுவிட்டுச் சென்றுவிடுகிறாள். அந்த ரயில் பயணிக்கும் பாதை, நதி வளைந்து ஓடுவதுபோல் இருக்கவேண்டும் என்பதில் தெளிவாக இருந்தோம். அப்போதுதான் அந்தக் குழந்தை தண்ணீரில் பயணிக்கிறது என்ற உணர்வு ஏற்படும். நாங்கள் விரும்பிய ரயில் பாதையைக் கண்டுபிடிக்க நாங்கள் நிறைய மெனக்கெட வேண்டியிருந்தது.

ரங்கன்: ஏன் படத்தின் தொடக்கத்தைக் கருப்பு வெள்ளையில் உருவாக்கி னீர்கள்?

ரத்னம்: அது ஒரு சிறு பகுதி. அதில்தான் நாம் அந்தக் குழந்தையைப்பற்றியும், அவன் தத்தெடுக்கப்படுவதைப்பற்றியும் அறிந்துகொள்கிறோம். அது படத்தின் முன்கதை என்பதை வெளிப்படையாகச் சொல்லாமல் குறிப்பால் சொல்லும்பொருட்டே அந்தப் பகுதியைக் கருப்பு வெள்ளையில் உருவாக்கினோம்.

ரங்கன்: காட்சிகளில் சூரியனுக்கு அதிக முக்கியத்துவம் கொடுத்திருப்பீர்கள். ஏனெனில், கர்ணன் சூரியக் கடவுளின் மகன். உங்கள் கதையில் அந்த சூரியனைக் குறிக்கும் கதாபாத்திரத்தை உருவாக்கி வைத்திருந்தீர்களா? குந்தி யாரால் கர்ப்பமானாள்?

ரத்னம்: நீங்கள் கிசுகிசு பகுதிக்குள் நுழைகிறீர்கள். அந்தப் பெண்ணின் முதல் காதலன் யார், அவளுக்குக் காதல் எப்படி மலர்ந்தது என்பதைப்பற்றி நாங்கள் விவரிக்க விரும்பவில்லை. சூரியனின் குழந்தையே இந்தக் கதையின் முக்கிய கதாபாத்திரம். கர்ணன் கதாபாத்திரத்துக்கு சூரிய வம்சத்தோடு தொடர்பு இருக்கிறது என்பதைக் குறிக்கும் பொருட்டே அவனுக்கு சூர்யா என்று பெயர் வைத்தோம். அந்தக் குழந்தையை, உயரத் தூக்கி சூரியனை நோக்கிக் காட்டும் போதுதான், படம் கருப்பு வெள்ளையிலிருந்து வண்ணத்துக்கு மாறும். அங்குதான் சூரியன், படத்தின் முக்கிய அங்கம் ஆகிறது. சூர்யாவின் பிறப்பைப்பற்றிய வலிமையான குறிப்பு இதுதான். இந்தக் காட்சிதான் **தளபதி** படத்தை மகாபாரதத்தோடு தொடர்புபடுத்துகிறது. எப்போதெல்லாம் சூரியன்

மகாபாரதத்தில் அர்ஜுனன் வில்வித்தைப் போட்டியில் வெற்றிகளைக் குவித்துக்கொண்டிருக்கும் தருணத்தில் கர்ணன் பிரமாண்டமாக அறிமுகமாகிறான். அந்தவகையில் **தளபதி** படத்தில் இடம்பெற்ற சண்டைக்காட்சி பொருத்தமான ஒன்றுதான்.

நாங்கள் விரும்பும் இடத்துக்குவருகிறதோ அப்போதுமட்டுமே படப்பிடிப்பு நடத்துவோம். சூர்யாவின் தாய் அவனைச் சந்திக்க வரும் காட்சியை உதாரணமாகச் சொல்லலாம். அந்தக் காட்சியில், அவளுடைய பின்னணியில் சூரியன் முழுவதுமாகப் பிராகாசித்துக்கொண்டிருக்கவேண்டும் என்று விரும்பினோம். தாயும் மகனும் சந்திக்கும் அந்தக் காட்சியில் சூரியனும் இருக்க வேண்டும் என்று முடிவுசெய்திருந்தோம். அதற்கேற்றார்போல் நாங்கள் அந்த வீட்டைக் கட்டமைக்கவேண்டியிருந்தது. இது முக்கியமான காட்சி என்பதாலும் பின்னணியில் சூரியன் இருக்கவேண்டும் என்பதாலும், காலை ஐந்து மணிக்கெல்லாம் அங்கே சென்று, ஒத்திகையை முடித்து, படப்பிடிப்புக்குத் தயாராகிவிடுவோம்.

அதேபோல் அந்தக் குழந்தை தண்ணீரில் கண்டெடுக்கப்படும்போது, ஓடும் நதியின் பின்னணியில் சூரியன் இருக்கவேண்டும் என்று எண்ணினோம். அதற்கு ஏற்றதுபோன்ற இடத்தைக் கண்டுபிடிக்கவேண்டியிருந்தது. அந்தத் தந்தை, சூர்யாவைச் சந்திக்கும் காட்சியை ஒரே ஷாட்டில் எடுத்தோம். அந்தக் காட்சியிலும் பின்னணியில் சூரியன் இருக்கும். அது ஒரு பெரிய காட்சி. மைசூரில், ஓர் அணையின் விளிம்பில் அந்தக் காட்சியைப் படமாக்கினோம். மதிய உணவு வேளைக்கு முன்னரே அந்த இடத்தை அடையவேண்டி இருந்தது. அப்போதுதான் படப்பிடிப்புக்கான வேலைகளைச் செய்து முடித்து, ஓரிரு மணி நேரம் ஒத்திகை பார்த்துவிட்டு, மாலை 4.30 மணிவாக்கில் படப்பிடிப்பை நடத்தமுடியும். நாங்கள் தயாராகிவிட்டிருந்தோம். ஆனால்,

அந்தக் காட்சியை எடுப்பதற்குக் கொஞ்சம்முன்னர், ரஜினிகாந்த் படப்பிடிப்பை அடுத்தநாள் வைத்துக்கொள்ளலாம் என்றார். அவர் தயாராகியிருக்கவில்லை என்றும் கூறினார். அதனால் அந்தக் காட்சியை அடுத்தநாள் படமாக்கினோம். ஏறக்குறைய ஒரே டேக்கிலேயே அந்தக் காட்சியை எடுத்தோம். பின்னர், சில இன்ஸெர்ட்ஸ்களை கட்-அவே ஷாட்களுக்காக எடுத்து வைத்துக்கொண்டோம்.

ரங்கன்: உங்கள் படம் மைசூரில் படமாக்கப்பட்டது (எனினும் கதை பெயரிடப்படாத ஒரு இடத்திலேயே நடக்கிறது). உங்கள் கதாபாத்திரங்களோ தமிழ் பேசுகிறார்கள். நீங்கள் காட்சி அமைப்புக்கும் காட்சிகளின் பின்னணிக்கும் கொடுக்கும் முக்கியத்துவத்தைக் கருத்தில் கொண்டு இதனைக் கேட்கிறேன். ஒரு படத்துக்கு, பூகோள அம்சங்கள் எந்த அளவுக்குச் சரியாக இருக்கவேண்டும் என்று விரும்புகிறீர்கள்?

ரத்னம்: முதலில், ரஜினிகாந்த்போல் ஒரு பெரிய நடிகரை வைத்துப் படம் எடுக்கும்போது, அதுவும் பெரும்பாலான காட்சிகளை ஸ்டூடியோக்களுக்கு வெளியே, நிஜ இடங்களில் எடுக்கும்போது, தமிழ்நாட்டுக்கு வெளியே படப்பிடிப்பு நடத்துவதே எளிது. இல்லை என்றால், ரஜினிகாந்தைப் பார்க்க வரும் மக்கள் கூட்டத்தைச் சமாளிக்க முடியாது.

இரண்டாவது, காட்சிகளை எந்த ஊரில் படமாக்கப்போகிறோம் என்ற முடிவை கலைநயம், பொருளாதாரம், லாஜிஸ்டிக்ஸ் ஆகிய விஷயங்களைக் கருத்தில்கொண்டே எடுக்கவேண்டும். ஜெர்மனியின் பின்னணியில் எடுக்கப்பட்ட எல்லா உலகப் போர்ப் படங்களையும் ஜெர்மனியில்தான் எடுத்தார்கள் என்று நினைக்கிறீர்களா? அந்த இடம் ஜெர்மனிபோல் காட்சியளிக்க வேண்டும். அவ்வளவுதான். அது, சண்டைக்காட்சிகளில் ஒருவன் அடிக்கும் அடி எதிரியின்மீது படும் இடத்தில் கேமராவை வைக்கவேண்டும் என்று முடிவெடுப்பதைப் போன்றது. ஒரு படத்தின் புவியியல் சரிநிலை என்பது படத்தை எந்த ஊரில் படமாக்குகிறோம் என்பதைப் பொருத்தது அல்ல. என்னென்ன காட்சிகளைப் படமாக்குகிறோம், எப்படிப் படமாக்குகிறோம் என்பதைப் பொருத்ததே அது. நாம் திரையில் பார்க்கும் காட்சிகள் சரியாக இருக்கும் பட்சத்தில், அது குறிப்பிட்ட காலத்தையும் நேரத்தையும் சரிவர உணர்த்தும் பட்சத்தில் அதை ஸ்டூடியோ தளத்தில் படமாக்கினோமா இல்லை டிம்புக்டுவில் படமாக்கினோமா என்பதைப்பற்றி யாரும் அலட்டிக்கொள்ள மாட்டார்கள். உணர்வுபூர்வமான ஒருங்கிணைப்பே நாம் முக்கியமாகக் கவனிக்கவேண்டிய விஷயம். அது நம்பத்தகுந்த வகையில் அமைந்திருக்க வேண்டும். இந்தச் சம்பவங்கள் உண்மையில் நடந்தவை என்பதை மக்களை நம்பவைக்கும்வகையில் இடங்கள் தேர்ந்தெடுக்கப்பட்டிருக்கவேண்டும். காட்சிகளின் பின்னணி, காட்சிகளை மெருகேற்றவேண்டுமே ஒழிய, கதைக்குச் சம்பந்தமில்லாமல் அமைந்திருக்கக்கூடாது. பார்வையாளர்களின் கவனத்தைத் திசை திருப்பி, கதை தவறான இடத்தில் நடக்கிறது என்று நினைக்க வைத்துவிடக்கூடாது.

மற்றபடி, லொகேஷன் என்பது கதை சொல்லப் பயன்படும் ஒரு கருவியே. பம்பாயின் பின்னணியில் அமைந்த **பம்பாய், நாயகன்** ஆகிய படங்களின் பெரும் பகுதியை சென்னையில்தான் படமாக்கினேன். ஒரு படத்தை எந்த இடத்தில் உருவாக்கினால் செலவு குறையுமோ, லாஜிஸ்டிக்ஸ் எளிமையாக அமையுமோ அந்த இடத்தில் நம்மால் படப்பிடிப்பு நடத்த முடியும் என்ற முழு நம்பிக்கை நமக்கு இருக்கவேண்டும். **தளபதி**யின் கதை, தமிழ்நாட்டில் ஒரு சிறு நகரத்தில் நடக்கிறது. அதற்காக ஒரு குறிப்பிட்ட தன்மையையும் தோற்றத்தையும் கொண்ட நகரத்தைத் தேடினோம். இறுதியில் மைசூரைத் தேர்ந்தெடுத்தோம். நீர்நிலையின் அருகில் அமைந்திருக்கும் நிலப்பகுதி, நதி என நாங்கள் விரும்பிய அனைத்தும் மைசூரில் இருந்தன. படத்தின் பெரும் பகுதி அங்கேதான் படமாக்கப்பட்டது. அந்தச் சேரி, வழக்கம்போல (தோட்டா) தரணியின் கைவண்ணத்தில் சென்னையில் உருவாக்கப்பட்டது.

ரங்கன்: கமல் ஹாசனை வைத்து மிக முக்கியமான ஒரு படத்தை உருவாக்கிய பின், ரஜினிகாந்தை வைத்துப் படம் இயக்கவேண்டும் என்பதற்காகவே **தளபதி** படத்தை உருவாக்கினீர்களா?

ரத்னம்: ரஜினிகாந்த் என் அண்ணன் ஜி.வி.யின் நண்பர். அவர்கள் இருவரும் இணைந்து ஒரு படம் பண்ணவேண்டும் என்று முடிவெடுத்திருந்தனர். ரஜினிகாந்த் என்னுடன் பணியாற்ற விருப்பம் தெரிவித்தார். அதனால் அவரை ஓரிரு முறை சந்தித்தேன். ஆனால், அவருக்காக என்னிடம் எந்தக் கதையும் இருக்கவில்லை. அவரை வைத்து ஒரு சாதாரணமான படத்தை நான் இயக்க விரும்பவில்லை. அவர் ஒரு மிகப் பெரிய சூப்பர் ஸ்டார். அவருடைய நட்சத்திர அந்தஸ்துக்கு ஈடு கொடுப்பதாகவும் இருக்கவேண்டும். என் படமாகவும் இருக்கவேண்டும். அப்படியாக எங்கள் இருவருக்கும் நியாயம் செய்யக்கூடிய கதையைத் தேடினேன். அந்தக் கதை, அவரால் தவிர்க்க முடியாததாகவும் நான் அதிகம் விரும்பக்கூடியதாகவும் இருக்கவேண்டும் என்று எண்ணினேன்.

பின் ஒருநாள் இந்தக் கரு உதயமானது. அடிப்படையில் இது கர்ணனின் கதை. மகாபாரதத்தின் ஆசிரியரால் விரும்பப்பட்ட, அவரின் முழு ஆதரவையும் பெற்ற மிக முக்கியக் கதாபாத்திரம் கர்ணன். இது எனக்குப் புதியதொரு களம். **இதயத்தை திருடாதே**யும் **அஞ்சலி**யும் முற்றிலும் மாறுபட்ட கதையம்சம் கொண்ட படங்கள். அந்தப் படங்களில் நிறையக் குழந்தைகள் இருந்தார்கள். அந்த உலகிலிருந்து வெளியே வந்து, மறுமுனையில் இருக்கும் வேறொரு உலகுக்குள் பயணிக்கவேண்டியிருந்தது. கர்ணனின் கதை மிகவும் டிரமாடிக் கானது. அந்தக் காவியத்துக்குப் புதியதொரு வடிவம் கொடுக்கும் வாய்ப்பு இருந்ததைக் கண்டுகொண்டோம். நவீனப் பார்வையில் அந்தக் கதையை உருவாக்கும் வழி இருப்பது எங்களுக்குத் தெரிந்தது. அதே சமயத்தில் மூலக் கதையில் இருக்கும் பல விஷயங்களை மறைமுகமாகச் சொல்ல முடியும் என்பதையும் உணர்ந்தோம். இந்தக் காரணங்களால் அந்தக் கதை என்னை ஈர்த்தது. நான் திரைக்கதையை எழுதத் தொடங்கினேன். கர்ணன்

கதாபாத்திரத்துக்கு ரஜினிகாந்த் சரியாகப் பொருந்துவார் என்று எனக்குத் தோன்றியது. நான் ஜி.வி.யுடன் அவரைச் சந்திக்கச் சென்றேன். அவர் படத்தில் நடிக்க அதிக ஆர்வம் காட்டினார். அப்படித்தான் இந்தப் படம் தொடங்கியது.

ரங்கன்: இந்தப் படத்தில் நடிப்பதில் அவருக்கு எந்தத் தயக்கமும் இருக்க வில்லை என்பது ஆச்சரியம் அளிக்கிறது. ஏனெனில், மம்மூட்டியின் கதாபாத்திரம் கதாநாயகனுக்கு இணையான கதாபாத்திரம். ரஜினிகாந்த், அன்றும், இன்றும், என்றுமே பொதுவாக, இத்தனை முக்கியத்துவம் வாய்ந்த ஆண் கதாபாத்திரத்துடன் இணைந்து நடித்ததில்லை.

ரத்னம்: கர்ணனின் கதையைச் சரிவரச் சொல்லவேண்டும் என்றால் துரியோதனனுக்கும் முக்கியத்துவம் அளிக்கவேண்டும் என்பதில் ரஜினி தெளிவாக இருந்தார். அந்தக் கதாபாத்திரத்தில் நடிக்கச் சிறந்த நடிகரைத் தேர்ந்தெடுப்பது மிகவும் முக்கியம் என்றும் குறிப்பிட்டார். அதனால், எந்தக் காலத்திலும் அவருக்குப் படத்தைப்பற்றி எந்த ஒரு தயக்கமும் இருக்க வில்லை. ஒரு நடிகராக அவருக்குத் தன் திறமைமீது முழு நம்பிக்கை இருந்தது. அவருக்குக் கதையின் கருவும் கதாபாத்திரமும் பிடித்துவிட்டால், வேறு எதைப்பற்றியும் அலட்டிக்கொள்ளமாட்டார்.

ரங்கன்: ரஜினிகாந்த் போன்ற ஒரு பெரிய நடிகரை வைத்துப் படம் இயக்க, ஓர் இயக்குநர் முற்படும்போது, தான் செய்யவேண்டியது என்ன, செய்யக் கூடாதது என்ன என்பதைப்பற்றிச் சிந்திக்கவேண்டும். இவற்றையெல்லாம் கருத்தில் கொண்டுதான் படத்தின் கதையை எழுதுவீர்களா? உதாரணத்துக்கு, படத்தின் இறுதியில், புராணத்தில் வருவதுபோல, கர்ணன் கதாபாத்திரம் இறக்கவில்லை.

ரத்னம்: நாம் பலகோடி ரசிகர்களைக் கொண்ட ஒரு பெரிய நடிகரை வைத்துப் படம் இயக்கப்போகிறோம் என்பதைக் கருத்தில் கொள்ள வேண்டும் என்றே நினைக்கிறேன். வேறென்ன, நாம் இந்த வணிகச் சந்தையில்தானே பணியாற்றுகிறோம். நமக்கும் இதைப்பற்றியெல்லாம் தெரிந்திருக்க வேண்டும். ஆனால் நாம் இவற்றையெல்லாம் கண்மூடித்தனமாகப் பின்பற்ற வேண்டும் என்று அவசியமில்லை. இல்லையேல், நாம் எடுப்பது இன்னொரு ரஜினிகாந்த் படமாகிவிடும். ரஜினிகாந்தின் நடிப்புத் திறமைக்குச் சான்று **முள்ளும் மலரும்** படம்தான். அதை பெஞ்ச்மார்க்காக வைத்துக்கொண்டு அவரது கதாபாத்திரத்தை உருவாக்கவேண்டும் என்று எனக்கு நானே சொல்லிக்கொள்வேன். **முள்ளும் மலரும்** ஒரு மெயின்ஸ்ட்ரீம் சினிமா, மாற்று சினிமா அல்ல. ஆனால், அது மிகவும் யதார்த்தமாக இருந்தது. அதில் அனைவரும் மிகத் தத்ரூபமாக நடித்திருந்தனர். வசனங்களும் யதார்த்தமாக அமைந்திருந்தன. ரஜினிகாந்த் சிறந்த நடிப்பை வெளிப்படுத்தியது அந்தப் படத்தில்தான் என்று நினைக்கிறேன். அவர் மிகவும் இயல்பாக நடித்திருப்பார். **முள்ளும் மலரும்** படத்துக்கு முன்னும் பின்னும் அவர் ஸ்டைலான கதாபாத்திரங்களில் நடித்திருந்தாலும், **முள்ளும் மலரும்** படத்தில்மட்டுமே

பானுப்ரியாவைப் படத்தில் ஒப்பந்தம் செய்யும்போது, அவருக்குப் படத்தில் பாடல் எதுவும் இருக்காது என்று தெளிவாகச் சொல்லிவிட்டேன்.

அவர் எந்த 'ஸ்டைல்' வலையிலும் சிக்கிக்கொள்ளவில்லை. அதனால், சிகரெட்டைத் தூக்கிப் போட்டுப் பிடிக்கும் காட்சிகள் இல்லை என்றாலும், அவரை சூப்பர் ஸ்டாராகக் காட்டக்கூடிய காட்சிகள் இல்லை என்றாலும், ஏற்றுக்கொண்டிருக்கும் கதாபாத்திரத்துக்கு நியாயம் செய்யக்கூடிய திறமை அவருக்குள் ஒளிந்திருக்கிறது; அவரால் அப்படியாக ஒரு கதாபாத்திரத்தைத் தன் தோளில் சுமக்க முடியும் என்று நம்பினேன். அதேநேரத்தில், சிறப்பாகவும் தத்ரூபமாகவும் அந்தக் கதாபாத்திரம் உருவாகும் என்ற நம்பிக்கையும் எனக்கு இருந்தது.

அதனால் எனக்கு எந்தவொரு சலனமும் இல்லை. **முள்ளும் மலரும்** படத்துக்கு இணையான நடிப்புத் திறமையை அவர் வெளிப்படுத்தும் பொருட்டு, அவருக்கு ஒரு வாய்ப்பை உருவாக்கித் தரவேண்டும் என்று விரும்பினேன். அவ்வளவுதான். மற்றபடி, அவருடைய ரசிகர்களுக்கு எப்படித் தீனி போடப்போகிறோம் என்பதைப்பற்றியெல்லாம் நான் கவலைப்படவில்லை. ஏனெனில், கர்ணன் கதாபாத்திரம் அவரது ஸ்டார் அந்தஸ்துக்கு எந்த வகையிலும் குறையாத ஒன்று. ஸ்கிரிப்ட்டில் இருந்ததை அப்படியே படம்பிடித்தோம். அது எந்த வடிவம் பெற்றாலும் அதை ஏற்றுக்கொள்ளத் தயாராக இருந்தோம். மேலும் படத்தின் இறுதியில், கர்ணன் கதாபாத்திரம் உயிர் வாழவேண்டும் என விரும்பினேன். நிறையத் தவறுகள் நடந்துவிட்டன. அவனுக்கு எதிராக நிறையச் சம்பவங்கள் அரங்கேறி விட்டன. என்னுடைய கதையின் முடிவு கொஞ்சம் ஆப்டிமிஸ்டிக்காகத் தோன்றலாம். ஒரு நம்பிக்கையை விதைப்பதாகத் தோன்றலாம். ஆனால், அவன் மரணித்தால், அது அவனுக்கு அளிக்கப்பட்ட மிகப் பெரிய தண்டனையாகத் தோன்றும். மிகுந்த துயரத்தைக் கொண்டுவரும். அதை நான்

விரும்பவில்லை. காவியத்தில் வருவதுபோல் இறுதியில் அவன் இறக்க வேண்டும் என்று நான் என்றுமே எண்ணியதில்லை. திரைக்கதையை எழுதத் தொடங்கும்போதே, அவன் உயிர் வாழவேண்டும் என்ற முடிவை எடுத்து விட்டேன்.

ரங்கன்: நீங்கள் எடுத்ததிலேயே அதிக மசாலாத் தன்மை கொண்ட காட்சி இந்தப் படத்தில்தான் இடம்பெற்றது என்று நினைக்கிறேன். அதாவது கதாநாயகன் ஒரு சாகசத்தைச் செய்தபடியே அறிமுகமாகும் காட்சி. ரஜினிகாந்த் ஸ்லோமோஷனில் சண்டை போட்டபடியே அறிமுகமாவார்.

ரத்னம்: நீங்கள் மசாலாக் காட்சிகளால் அதிகம் ஈர்க்கப்பட்டுவிட்டீர்கள் என்று தோன்றுகிறது. அந்த அறிமுகக் காட்சியை நான் அன்றோ, இன்றோ, என்றுமே மசாலாக் காட்சியாகக் கருதவில்லை. அது ரஜினிகாந்தின் காட்சி என்பதை விட, என்னுடைய பாணியில் என் ரசனைக்கு ஏற்ப உருவான காட்சி என்று சொல்வதே பொருத்தமாக இருக்கும். அது சம்பிரதாயமான மசாலாக் காட்சி அல்ல.

ரங்கன்: நான் மசாலா என்ற வார்த்தையைத் தரக்குறைவான அர்த்தத்தில் பயன் படுத்தவில்லை. மசாலாக் காட்சிகளை நான் ரசிப்பதுண்டு. பெரும்பாலும் உங்கள் படங்கள் மசாலாத் தளத்தில் இயங்காது. அதனால், என்ன காரணத் துக்காக நீங்கள் இந்தக் காட்சியை உருவாக்கினீர்கள் என்று தெரிந்துகொள்ள விரும்புகிறேன்.

ரத்னம்: அர்ஜுனனுக்கு இணையான ஒரே மனிதன் கர்ணன்தான். அவன் ஒரு மாவீரன். அவன் ஒருவனால்தான் அர்ஜுனனை வெல்ல முடியும். புராணத்தில்கூட, ஒரு போட்டியில் அர்ஜுனன் வில் வித்தையில் சாகசங்கள்

அது வெறும் தாய் - மகன் பாசம் சம்பந்தப்பட்டது மட்டுமல்ல.
ஜெய்சங்கர், ஸ்ரீவித்யா, அர்விந்த் சாமி

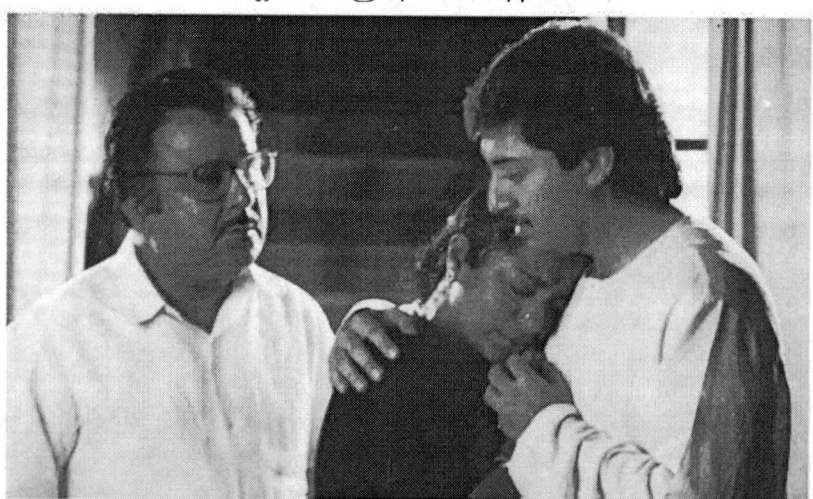

நிகழ்த்திக் கொண்டிருக்கும் கட்டத்தில், மிகப் பிரமாண்டமான முறையில்தான் கர்ணன் அறிமுக மாகவே செய்கிறான். அதற்கு இணையான ஒன்றே, நவீனகால சூர்யாவின் அறிமுக சண்டைக்காட்சி. பிறந்தவுடனே தாயால் கைவிடப்படும் ஒரு குழந்தையின் கதையைச் சொல்கிறோம். அந்தத் தாய் டிரெயினில் விட்டுவிட்டுச் செல்லும் குழந்தையை சில சிறுவர்கள் கண்டெடுக்கிறார்கள். பின்பு யாரோ அந்தக் குழந்தையை எடுத்து வளர்க் கிறார்கள். ஏழு முதல் எட்டு நிமிடங்கள்வரை ஓடும் இந்த முன்னோட்டக் காட்சி முடியும் இடத்தில், அந்தக் குழந்தை எப்படிப்பட்ட மனிதனாக வளர்ந்து நிற்கிறது என்ற கேள்விக்கு விடை அளிக்கவேண்டும். மேலும், கதாநாயகன் அறிமுகம் ஆகும் அந்தக் காட்சி தாக்கத்தை ஏற்படுத்தவேண்டும். அந்தத் தருணத்தில்தான், படத்தின் முகவுரை முடிந்து, கதை ஆரம்ப மாகிறது. அது வழக்கமான ரஜினிகாந்த் காட்சி அல்ல. நாங்கள் சண்டையின் நடுவேயிருந்து காட்சியை ஆரம்பித்திருப்போம். கதாபாத்திரங்கள் யார், எதற்காகச் சண்டை போட்டுக்கொள்கிறார்கள் என்பதை விளக்கியிருக்க மாட்டோம். அந்த சண்டைக்காட்சியை, மழையில், ஹை-ஸ்பீடில் மிகவும் ஸ்டைலாகக் காட்சிப் படுத்தியிருப்போம் (கிட்டத்தட்ட **கீதாஞ்சலி**யில் வரும் மழைப் பாடலைப் போன்று). படத்தின் படத்தொகுப்பும் அதுவரை நாங்கள் கையாண்ட முறைகளிலிருந்து முற்றிலும் மாறுபட்டு இருக்கும்.

வெள்ளைத் தோல் என்று வரும் அந்த வசனத்தை அப்படியே அர்த்தம் எடுத்துக்கொள்ளக்கூடாது. ஆங்கிலம் பேசத் தெரிந்த வசதியான குடும்பத்தைச் சேர்ந்த ஒருவர் என்ற அர்த்தத்திலேயே புரிந்துகொள்ளவேண்டும்.

ரங்கன்: ராவணன் என்ற தலைப்பே, படம் ராமாயணத்தைப்பற்றியது என்பதை உணர்த்திவிட்டது. ஆனால், **தளபதி** உருவாகிக்கொண்டிருக்கும் போது, அந்தப் படம் மகாபாரதத்தைப்பற்றியது என்பதை யாரும் அறிந்திருக்க வில்லை. படம் வெளியான பின்தான், கர்ணன் கதைக்கும் படத்துக்கும் இருந்த ஒற்றுமைபற்றி அனைவரும் பேச ஆரம்பித்தார்கள். **ராவணன்** படத்துக்கு வீரா (ராவணன் கதாபாத்திரம்) என்று பெயர் சூட்டியிருந்தால், அது ராமாயணத்தைப்பற்றியது என்று யாரும் அறிந்திருக்கமாட்டார்கள், அதனால் படம் இன்னும் சிறப்பாக ஓடியிருக்கும் என்று எண்ணுகிறீர்களா?

ரத்னம்: இன்றளவும், **தளபதி** மகாபாரதத்தைத் தழுவி எடுக்கப்பட்ட படம் என்பது பலருக்குத் தெரியாது. படத்துக்கும் மகாபாரதத்துக்கும் இருக்கும் ஒற்றுமை வெளிப்படையாகத் தெரியாது. திரைக்கதையினுள் பொதிந் திருக்கும். நாங்கள் அவ்வாறே படத்தை உருவாக்க விரும்பினோம். **தளபதி**யை அவ்வாறு உருவாக்கியதனால், **ராவண**னில் அதே பாதையைப் பின்பற்ற விரும்பவில்லை. **ராவணன்** படத்துக்கும் ராமாயணத்துக்கும் உள்ள

ஒற்றுமையை வெளிப்படையாகத் தெரிவிக்கவேண்டும் என்று முடிவு செய்தோம். வீரா என்று பெயர் சூட்டியிருந்தால் படம் இன்னும் சிறப்பாக ஓடியிருக்குமா என்று எனக்குத் தெரியவில்லை. அதை யூகிப்பது கடினம். ஆனால், படத்தைப்பற்றிய முன்முடிவுகள் உருவாகியிருக்காது என்றே நினைக்கிறேன். படத்தை மக்கள் தனிப்பட்ட முறையில் எடுத்துக் கொண்டிருக்கமாட்டார்கள். அதை அவர்கள் வெறும் கதையாகமட்டுமே பார்த்திருப்பார்கள். ஆனால், படம் ராமாயணத்தைப்பற்றியது என்ற உண்மையை வெளிப்படுத்திவிட்டாலும், திரைக்கதையைச் சிறப்பாக அமைக்க முடியும் என்ற நம்பிக்கை எனக்கு இருந்தது.

ரங்கன்: பரிச்சயமான கதைகளுக்குத் திரைவடிவம் கொடுக்கும்போது, மக்களுக்கு அந்தக் கதை முன்னரே தெரிந்திருக்கும் என்பதால், கதையை விலா வரியாக விளக்கவேண்டியதன் அவசியம் குறைந்துபோகும் இல்லையா? உதாரணத்துக்கு, சூர்யா மிக விரைவில் தேவாவின் நம்பிக்கைக்குரிய தளபதி ஆகிறான். அதில் நமக்கு எந்தக் கேள்வியும் எழவில்லை, ஏனெனில் மகாபாரதத்தில் அப்படித்தான் நடந்தது. அவன் எப்படித் தளபதியாக வளர்ந்தான் என்பதை விலாவரியாகச் சொல்லவேண்டிய அவசியம் இல்லை.

ரத்னம்: கோடார்ட், படிப்படியாகக் கதை சொல்லும் உத்தியை உடைத்து, எங்கள் வேலையை எளிதாக்கிவிட்டார். ஒருவன் ஓரிடத்திலிருந்து இன்னோர் இடத்துக்குச் செல்கிறான் என்றால், அவன் முதல் இடத்திலிருந்து கிளம்பி, காரில் பயணம் செய்து, இரண்டாம் இடத்தை அடைகிறான் என்று விள்க்க மாகக் காட்சிகளை அமைக்கவேண்டிய அவசியமில்லை. முதல் இடத் திலிருந்து அவன் கிளம்புவதைக் காண்பித்துவிட்டு, நேரடியாக இரண்டாவது இடத்தைக் காண்பித்துவிடலாம். இங்கே இரண்டு காட்சிகளையும் இணைத்து, கதையைப் புரிந்துகொள்ளவேண்டியது பார்வையாளர்களின் வேலை என்பதை கோதார்த் எங்களுக்கு உணர்த்தினார்.

தளபதியில், இந்தக் காட்சிகளின் அடிப்படை நோக்கம், படத்தை மகாபாரதத் தோடு தொடர்புபடுத்திப் பார்க்காதவர்களுக்கும் சூர்யாவின் எழுச்சி ஏற்றுக் கொள்ளும்படி இருக்கவேண்டும் என்பதே. அதனால்தான், தேவாவுக்காக சூர்யா என்னென்ன செய்கிறான் என்பதையும், அவன் தேவாவின் தளபதியாக எப்படி உருவெடுக்கிறான் என்பதையும் ஒரு மியூஸிக்கல் மான்டேஜின் மூலம் விளக்கியிருப்போம். இங்கே, உணர்வுபூர்வமாக நாம் புரிந்துகொள்ள வேண்டிய உண்மை, தேவா சூர்யாவுக்கு எதிராகச் செயல்பட்டாலும், சூர்யா அவனுக்கு நல்லது செய்கிறான் என்பதே. தேவா தான் செய்த தவறை உணர் கிறான். சூர்யாவைத் தன்னுடன் இணைத்துக்கொள்வதில் அவனுக்கு எந்தத் தயக்கமும் இருக்கவில்லை. இதுபோன்ற அனுபவம் சூர்யாவுக்கு அதுவரை ஏற்பட்டதில்லை. அதனால், அவர்களுக்குள் ஒரு பந்தம் ஏற்படுகிறது. மேலும், ஆங்காங்கே, மகாபாரத்துக்கும் படத்துக்கும் இடையே மறைமுக ஒற்றுமை இருக்கும். அதனால், நமக்கு அந்த ஒற்றுமை புரிந்தாலும், புரியா

விட்டாலும், அவர்கள் இருவருக்கும் இடையே இருக்கும் நட்பை நம்மால் புரிந்துகொள்ள முடியும். இதைமட்டும் நாம் திரையில் சொன்னால் போதுமானது. இதற்குமேல் சொல்வதற்கு எந்தக் கதையும் இல்லை. விளக்கங்கள்மட்டுமே இருக்கின்றன. விளக்கங்கள் அவசியமற்றவை. இது போன்ற உணர்வுபூர்வமான காட்சிகளை மக்களால் புரிந்துகொள்ள முடியும். அதனால் இவற்றைத் தனியாக விளக்கவேண்டிய அவசியமில்லை.

ரங்கன்: சூர்யா தெருவில் ஒருவனைப் போட்டு அடிப்பதைக் கண்டதும் திரௌபதி கதாபாத்திரமான ஷோபனா அதிர்ச்சி அடைகிறாள். ஆனால், அவள் அவனால் ஈர்க்கவும்படுகிறாள்.

ரத்னம்: அந்த சண்டை காட்சிக்கும் அவள் அவனை விரும்புவதற்கும் எந்தச் சம்பந்தமும் இல்லை. அவள் அவனுடைய இன்னொரு முகத்தைப் பார்க்கிறாள். அவன் வாழும் இன்னொரு உலகைக் கண்டுகொள்கிறாள். அவனுடைய இன்னொரு முகம் அவளைப் பயமுறுத்துகிறது. அவளுடைய உலகில் அதிர்வை ஏற்படுத்துகிறது. இதுபோன்ற அதிர்வுகள் நம் இதயக் கதவுகளைத் திறந்துவைக்கும். இல்லையேல் மூடிவைக்கும். அவளைப் பொருத்தவரையில், அவளுடைய இதயக்கதவு திறந்துகொள்கிறது.

ரங்கன்: அவனுக்கு அவள்மேல் ஈர்ப்பு எற்படுவதற்கான காரணம் என்ன?

ரத்னம்: அவளை முதன்முதலில் பார்க்கும்போது, அவனுக்குள் ஏற்பட்ட மாறுதல்களே அதற்குக் காரணம் என்று நினைக்கிறேன். அதை அந்தப் பாடலில் காட்சிப்படுத்தியிருப்போம். அவள் உலகம் கலையம்சம் கலந்தது. இசையால் நிறைந்தது. அவன் உலகில் இதெல்லாம் கிடையாது. அவளைச் சந்திக்கச் செல்லும்போது, அவள் குழந்தைகளுக்குப் பாட்டும் நடனமும் சொல்லித் தந்துகொண்டிருக்கிறாள். அவள் வாழும் உலகம் முற்றிலும் மாறுபட்டது என்பதால், அவள்மீது அவனுக்கு ஈர்ப்பு ஏற்படுகிறது.

ரங்கன்: திரௌபதி கதாபாத்திரத்தைக் காட்சியின் மூலம் அறிமுகப் படுத்தாமல், ஏன் 'ராக்கம்மா கையைத்தட்டு' பாடலின் மூலம் (பாடலின் இறுதியில் வரும் 'குனித்த புருவமும்' பகுதியில்) அறிமுகப்படுத்தினீர்கள்?

ரத்னம்: அவளுடைய அறிமுகக் காட்சியைக் கருத்தில்கொண்டே, அந்தப் பாடலின் கருவை உருவாக்கினோம். கம்போஸ் செய்தோம். சமூகத்தின், இரண்டு வெவ்வேறு அடுக்குகளைச் சேர்ந்த, இரண்டுவிதமான நபர்கள் சந்தித்துக்கொள்வதைப்பற்றிய பாடல் அது. அங்கே இரண்டு உலகங்கள், ஒரு குறிப்பிட்ட பாணியில் இணைகின்றன. நம்மிடமிருந்து முற்றிலும் மாறுபட்ட ஒருவரின்மீது ஏற்படும் ஈர்ப்பைப்பற்றியதே அந்தப் பாடல். அவர்கள் இருவரும் ஒருவரையொருவர் அறிந்துகொள்கின்றனர் என்பதை அந்தப் பாடலின் மூலம் எங்களால் எளிதாகக் காட்சிப்படுத்த முடிந்தது. அது வெறும் ஐட்டம் நம்பர் பாடல் அல்ல. அந்தப் பாடல், தனக்கே உரித்தான பாணியில் கதையைச் சொல்கிறது. இரண்டு கதாபாத்திரங்களுக்குள் உறவைத் தொடங்கிவைக்கிறது. சமூகவியல் சார்ந்த சில விஷயங்களை அந்தப்

பாடலின் ஒரு சிறிய பகுதியின் மூலம் எங்களால் விவரிக்க முடிந்தது. சில நேரங்களில் காதல் மலர்வதற்குச் சிறு பார்வையே போதுமானது.

ரத்னம்: சூர்யாவும் அவனைச் சேர்ந்தவர்களும், மதச்சார்பற்ற முறையில் கொண்டாட்டங்களில் ஈடுபட்டிருப்பார்கள். இதற்கு நேர்மாறாக, பாடலின் இறுதியில் திரிசூலமும் மதத்தைக் குறிக்கும் இன்னபிற பொருள்களும் காட்சிகளில் வெளிப்படையாக இடம்பெற்றிருக்கும்.

ரத்னம்: ஒரு பண்டிகையில் பலவகையான சம்பிரதாயங்கள் ஒன்றாகச் சங்கமிக்கின்றன. ஒரே பண்டிகையை, பல தரப்பு மக்கள் பலவகையில் கொண்டாடுகின்றனர். பண்டிகை பல தரப்பு மக்களையும் ஒன்றாக இணைக்கிறது. உதாரணத்துக்கு, கோவில் திருவிழாவில், மதரீதியான சம்பிரதாயங்கள் அரங்கேறும். அதே சமயத்தில், கேளிக்கைகளுக்கும் கொண்டாட்டங்களுக்கும் பஞ்சமிருக்காது. இவை இரண்டுக்கும் இடையே முரண்களும் இருக்கின்றன. அதே சமயத்தில் ஒற்றுமையும் இருக்கின்றன. இந்தியா முழுக்க அப்படித்தான்.

ரங்கன்: ஒரு அழகான, தொடர்ச்சியான ஷாட் படத்தில் உண்டு. அந்த ஷாட்டை நதியில் தொடங்கி, கேமராவைப் பின்னோக்கி நகர்த்தி வந்து, ஷோபனாவின் உலகைக் காட்சிப்படுத்திவிட்டு, பின் ஒரு மூலையில் நின்றுகொண்டிருக்கும் ரஜினிகாந்தைக் காட்டிவிட்டு ஷாட்டை முடித்திருப்பீர்கள். அவன், அவளுடைய உலகின் விளிம்பில், அதே சமயத்தில் அவனுடைய உலகின் தொடக்கத்தில் நின்றுகொண்டிருக்கிறான் என்பதை அந்தக் காட்சி உணர்த்தும். நீங்கள் ஸ்டெடிகேம் பயன்படுத்தியது அதுதான் முதன்முறையா?

ரத்னம்: அந்தக் காட்சியில் ஸ்டெடிகேம் பயன்படுத்தப்படவில்லை. நான் முதன்முதலில் ஸ்டெடிகேம் பயன்படுத்தியது **ரோஜா** படத்தில், தீவிரவாதிகள் பதுங்கியிருக்கும் இடத்தை, நாம் முதன்முதலில் பார்க்கும் காட்சியில்தான். **தளபதி** படத்தின் காட்சியை, வழக்கமான முறையில் கிரேனையும் டிராலியையும் பயன்படுத்திப் படமாக்கினோம். அந்தப் படத்துக்காக நாங்கள் முதலில் படமாக்கிய காட்சி அதுதான். நான், ஸ்டீரியோபோனிக் இசையைப் பயன்படுத்திய முதல் படம் அதுதான். அதை முன்னிலைப்படுத்தும் பொருட்டே அந்தக் காட்சியை உருவாக்கினோம். முன்னதாக, பாடல்களை ஸ்டீரியோ முறையில்தான் ஒலிப்பதிவு செய்வார்கள். ஆடியோ கேசட்கள் ஸ்டீரியோவில் அமைந்திருக்கும். அவற்றை ஸ்டீரியோபோனிக் மியூஸிக் சிஸ்டத்தில் போட்டுக் கேட்கலாம். ஆனால் படங்களின் ட்ராக், 'ஆப்டிகல் மோனோ'வில் அமைந்திருக்கும். 70 எம்.எம். படங்கள் அனைத்திலும் ஸ்டீரியோபோனிக் சவுண்டே பயன்படுத்தப்பட்டது. ஜிஜோ புன்னூசேவின் **படயோட்டம்** திரைப்படம் 70 எம்.எம்.மில் உருவாக்கப்பட்டது. அந்தப் படத்தை டி.டி.ஆர் (DTR - Discrete Track Recording) முறையில் ஒலிப்பதிவு செய்திருப்பார்கள். கே. பாலசந்தரின் **ஏக் துஜே கேலியே** படமும் 70 எம்.எம்.மில் மிக்ஸ் செய்யப்பட்டதுதான்.

லொகேஷன் என்பது கதை சொல்ல உதவும் ஒரு கருவியே.
ஷோபனாவும் ரஜினிகாந்தும்.

ஆனால், ஸ்டீரியோபோனிக் முறையைப் பயன்படுத்தும் வாய்ப்பு எனக்கு **தளபதி**யில்தான் கிடைத்தது. எனக்கு அதிக மனநிறைவு அளித்த ஷாட் அது.

அந்தக் காட்சியில், பறவைகள் எழுப்பும் ஒலி, பிரார்த்தனைகளின் ஒலி, இசை வகுப்பின் ஒலி, நடன வகுப்பின் ஒலி எனப் பலவகையான ஒலிகள் நிறைந் திருக்கும். படப்பிடிப்பின் போதே, எந்தெந்த ஒலிகள் வலது ஸ்பீக்கரிலிருந்து வெளி வந்து, இடப்புறம் நோக்கிப் பயணிக்கவேண்டும் என்பதைப்பற்றிச் சிந்தித்துக்கொண்டிருப்போம். பாடல்களைக்கூட பம்பாயில்தான் ஒலிப் பதிவு செய்தோம். ஏனெனில், படத்தின் இறுதிவடிவத்தில், மியூஸிக் ஸ்டீரியோவில்தான் இருக்கவேண்டும் என்று முடிவு செய்திருந்தோம். அந்த நேரத்தில், நான் அடைந்த பெரிய முன்னேற்றம் அது. நான் முதன்முதலில் சினிமாஸ்கோப்-அனாமார்பிக் லென்ஸ் பயன்படுத்திய படம் **கீதாஞ்சலி** தான். 35 எம்.எம். ஃபார்மட்டிலிருந்து அனாமார்பிக் வைட்ஸ்க்ரீனுக்கு மாறியது எங்களைப் பொருத்தவரை பெரிய சாதனைதான். அதற்கு முன்பே அனாமார்பிக் ஃபார்மட்டைப் பலரும் பயன்படுத்தத் தொடங்கியிருந்தனர். **நாயகனை**யும் **அக்னி நட்சத்திரத்தை**யும் வழக்கமான சதுர வடிவ ஃபார்மட்டிலேயே உருவாக்கினோம். **இதயத்தை திருடாதே** படத்தைப் பொருத்தவரை எங்களால் சோதனை முயற்சிகளை மேற்கொள்ள முடிந்தது. ஏனெனில், படத்தின் கதை எங்கள் முயற்சிகளை ஏற்றுக்கொள்ளும் வகையில் அமைந்திருந்தது. அது ஓர் அவுட்டோர் காதல் படம் என்பதால் சினிமாஸ்கோப் ஃபார்மட் அழகாகப் பொருந்தியது. வெறும் இரண்டு மனிதர்களை ஒரே பக்கத்தில் நிற்கவைத்து வைட்ஸ்க்ரீன் ஃபார்மட்டில் படம் பிடிக்க முடிந்தது. அந்தப் படத்தின் மூலம் நாங்கள் நிறைய கற்றுக்

கொண்டோம். புது முயற்சிகளை மேற்கொள்ளும்போது, முதலில் சிறு தவறுகள் நேரலாம். ஆனால் காலப்போக்கில், எல்லாம் சரியாகிவிடும். **தளபதியைப் பொருத்தவரை**, சவுண்ட் துறையில் சோதனை முயற்சிகளை மேற்கொள்ள எங்களுக்கு முழுச் சுதந்தரமும் இருந்தது. இந்திய சினிமாவில் பயன்படுத்தப்பட்ட சவுண்ட் தொழில்நுட்பங்கள் வியத்தகு மாற்றங்களைச் சந்திக்கத் தொடங்கிய தருணம் அது. டிஜிட்டல், 5.1 போன்ற சவுண்ட் தொழில்நுட்பங்கள் கூடிய விரைவில் வரப்போகின்றன என்பதை நான் அப்போது அறிந்திருக்கவில்லை.

ரங்கன்: நதியின் அருகில் எடுக்கப்பட்ட இந்த ஷாட்டைத் தவிர, மற்ற ஷாட்களை உருவாக்கும்போது ஸ்டீரியோபோனிக் தொழில்நுட்பத்துக்கு அதிக முக்கியத்துவம் கொடுக்கவேண்டியிருந்ததா?

ரத்னம்: இல்லை. நாம் எப்போதும், எந்த ஒரு தொழில்நுட்பத்துக்கும் அடிமை ஆகிவிடக்கூடாது. பொதுவாக நம் இந்தியர்களிடம் ஒரு பழக்கம் இருக்கிறது. ஏதாவது, புது தொழில்நுட்பம் நம் கைக்கு வந்தால், அதற்கு நாம் அடிமை ஆகிவிடுவோம். கட்டுப்பாட்டுடன் அவற்றைப் பயன்படுத்த வேண்டும். பார்வையாளர்களின் கவனத்தைச் சிதறடிக்காதவகையில் அந்தத் தொழில்நுட்பத்தை நாம் உபயோகிக்கவேண்டும். அதே சமயத்தில், அது அவர்களைக் கவரவேண்டும். அதனால் நாங்கள் எங்கேயும், ஸ்டீரியோ போனிக் தொழில்நுட்பத்துக்கு அளவுக்கு மீறிய முக்கியத்துவம் கொடுக்க வில்லை. ஆனால், அந்தத் தொழில்நுட்பத்தைக் கருத்தில்கொண்டே நாங்கள் காட்சிகளைப் படம்பிடித்தோம். அந்தத் தொழில்நுட்பம், நமக்குச் சுதந்தரத்தை அளிக்கிறது. நம் படத்தில் ஒலி எப்படி இருக்கவேண்டும் என்பதை முடிவுசெய்ய அது பயன்படுகிறது. அது பகட்டாக இருக்க வேண்டும் என்ற அவசியமில்லை. ஆனால், காட்சிக்குத் தேவையான வகையில் அமைந்திருக்கவேண்டும்.

ரங்கன்: சந்தோஷ் சிவனோடு நீங்கள் இணைந்து பணியாற்றிய முதல் படம் இதுதான்.

ரத்னம்: நான் அவரின் **ராக்** (ஆதித்ய பட்டாச்சார்யாவின் படைப்பு) படத்தைப் பார்த்தேன். அதன் விஷுவல்கள் பிரமிப்பாகவும் டிரமாடிக்காகவும் இருந்தன. **அஞ்சலிக்குப் பின்**, டிரமாடிக்கான ஓர் ஆக்ஷன் படத்தை எடுக்க முடிவு செய்ததும், சந்தோஷ் சிவனைச் சந்திக்க ஆர்வமாக இருந்தேன். என்னுடன் இணைந்து பணிபுரிய அவருக்கு விருப்பம் இருக்கிறதா என்று அறிந்துகொள்ள விரும்பினேன். என்னைப் போலவே அவரும் விரும்பியிருக் கிறார். நாங்கள் இருவரும் சந்தித்தோம். ஒத்த கருத்துடையவர்களாக இருந்த தால், இணைந்து பணியாற்றுவதில் எந்தச் சிக்கலும் இருக்கவில்லை. சந்தோஷ் மிகத் திறமையான ஒரு மனிதர். நமக்கு நிச்சயம் பக்கபலமாக இருப்பார்.

ரங்கன்: **இதயத்தை திருடாதே**யின் 'ஓ பிரியா பிரியா' பாடலைப்பற்றிப் பேசியபோது, நாம், 'சுந்தரி' பாடலைப்பற்றியும் கொஞ்சம் பேசினோம். அருமையான சாமுராய் காட்சிகள் இந்தப் பாடலில் இடம்பெற்றிருக்கும்.

ரத்னம்: குரசோவாவின் தாக்கத்தினால் உருவான பாடல் அது. நான், கல்கி கிருஷ்ணமூர்த்தியின் 'பொன்னியின் செல்வன்' நாவலைப் படமாக்க விரும்பியதுண்டு. அதனால் அந்த நாவலின் தாக்கமும் பாடலில் இருந்திருக்கும் என்றே நினைக்கிறேன். காதல் பாடலை உருவாக்கப் போகிறோம் என்று முடிவானபின், அதை அடுத்த தளத்துக்கு எடுத்துச்செல்ல விரும்பினேன். ஓபரா நாடகம்போல் அந்தப் பாடலை உருவாக்க விரும்பினேன். இரண்டுவிதமான மனிதர்களையும் அவர்களின் உணர்வுகளையும்பற்றிய பாடல் இது. அவனும் ஒருவகையில் போர் வீரன்தான். அவன், ஒரு பெரிய படையின்தலைவனிடம் தளபதியாகச் செயலாற்றுகிறான். அதைக் குறிக்கும் பொருட்டே படம் **தளபதி** எனப் பெயரிடப்பட்டது. அவளோ ஒரு கிளாசிகல் டான்சர். அவனுக்காகக் காத்திருப்பவள். அதனால் வெறும் காதல் பாடலாக அதைக் காட்சிப்படுத்தாமல், வருங்காலத்தில் நடக்கப்போவதைக் குறிக்கும் வகையில் அந்தப் பாடலை உருவாக்கினோம். அங்கே காதலோடு சேர்த்து, அபாயமும் இருந்தது. ஒவ்வொரு முறையும் அவன் வெளியே செல்லும் போது, அவன் நல்லபடியாகத் திரும்பி வருவானா என்ற கேள்வி எழுகிறது. அவன் திரும்பி வராமலும் போகலாம். அவன் வரும்வரை அவள் காத்திருக்கவேண்டும். அவன் நல்லபடியாகத் திரும்பும்போது, அவள் மனத்தில் மகிழ்ச்சி பொங்குகிறது. ஒருவகையில், போர் வீரனின் வாழ்க்கையும் நிழல் உலக மனிதனின் வாழ்க்கையும் ஒன்றுதான். அவனும் அவளும் இணைந்து வாழ நேர்ந்தால், அவர்களின் வாழ்க்கை எப்படி இருக்கும் என்பதையே அந்தப் பாடல் விவரித்தது.

ரங்கன்: மேலும் அந்தப் பாடல் சூழ்நிலைக்கு நேர்மாறாக அமைந்திருக்கும். ஏனெனில், அவள் தன் காதலை வெளிப்படுத்தும் அந்தச் சூழ்நிலையில் அனைவரும் சந்தோஷமான ஒரு பாடலையே எதிர்பார்த்தோம். ஆனால், பிரிவின் வலியைக் குறிக்கும் பொருட்டுப் பாடல் அமைந்திருக்கும். பின் அவள், அர்விந்த் சாமி கதாபாத்திரத்தை மணந்துகொள்கிறாள். ரஜினிகாந்தின் நிறத்துக்கு நேர்மாறாக, சிவப்பாக இருக்கவேண்டும் என்பதற்காகத்தான் அர்விந்த் சாமியைத் தேர்ந்தெடுத்தீர்களா. ஏனெனில், ஒரு காட்சியில், சூர்யா அவளிடம், 'உனக்கு என்ன வேணும்? வெள்ளையா ஒரு தோல்...' என்று குறிப்பிடுவான்.

ரத்னம்: அந்தக் காட்சியைப் படமாக்கும்போது, நாங்கள் அர்ஜுனன் கதாபாத்திரத்துக்கு யாரையும் தேர்வு செய்திருக்கவில்லை. அந்தக் கதாபாத்திரத்தில் நடிக்கப் பொருத்தமான நடிகர் கிடைக்கவில்லை. சூர்யா பேசும் அந்த வசனத்தை நேரடியாக அர்த்தம் கொள்ளக்கூடாது. அவன் சிவப்பாக இருப்பவர்களைப்பற்றிக் குறிப்பிடவில்லை. அவன், தன்னைப்போல் அல்லாத, ஆங்கிலம் பேசும், சொகுசான வாழ்க்கை வாழும், படித்த ஒருவனைக் குறிக்கும் பொருட்டே 'வெள்ளைத் தோல்' என்ற வார்த்தையைப் பயன்படுத்துகிறான். அவ்வளவுதான். அப்படிப்பட்ட ஒருவரை நாங்கள் தேடினோம். சிலகாலம் தேடியபின், கதாபாத்திரத்துக்குக் கச்சிதமாகப் பொருந்தும் வகையில் அர்விந்த் சாமி கிடைத்தார். அர்விந்த் சாமியை மனத்தில் வைத்துத்தான் அந்த வசனத்தை எழுதினீர்களா என்று ரஜினிகூடப் பின்னர் கேட்டார்.

ரங்கன்: சிறந்த நடிகர்கள் கிடைக்கும்வரை நீங்கள் படப்பிடிப்பைத் தொடங்க மாட்டீர்கள் என்று நான் எண்ணினேன். ஏனெனில், அர்ஜுனன் கதாபாத்திரம் மிக முக்கியமான ஒன்று.

ரத்னம்: சில நேரங்களில் நாம் சமரசம் செய்துகொள்ள விரும்பமாட்டோம். புதுப் புது முயற்சிகளை மேற்கொள்ளும் நாம் நிச்சயம் கட்டாயத்தின் பேரில் எதையும் செய்யமாட்டோம். மேலும் சிறந்த நடிகர் கிடைப்பார் என்ற நம்பிக்கை நமக்கு இருக்கிறது. அதே சமயத்தில் நம்மிடம் கைவசம் வேறு சில திறமையான நடிகர்களும் இருப்பார்கள். கைவசம் திறமையான நடிகர்கள் இருக்கும்போது நம் தேடலை மேலும் தொடர்ந்தால் நிச்சயம் சிறப்பான ஒரு நடிகரைக் கண்டுகொள்ளலாம்.

ரங்கன்: திரைக்கதையில், ரஜினிகாந்த்-பானுப்ரியா இடம்பெறும் காட்சிகள் நிறைய இருந்தனவா? அதனால்தான் 'புத்தம் புதுப் பூ' பாடலை உருவாக்கி வைத்திருந்தீர்களா? படத்தில், அவர்கள் ஒன்றாக இடம்பெறும் காட்சிகள் அதிகம் இல்லை. பாடலின்போதுகூட இன்ஸ்ட்ருமென்டல் வெர்ஷன் மட்டுமே பின்னணியில் வருகிறது.

ரத்னம்: பானுப்ரியாவைத் தேர்வு செய்தபோதே படத்தில் அவருக்கு எந்தப் பாடலும் இருக்காது என்பதைத் திட்டவட்டமாகச் சொல்லிவிட்டேன். அதில் தெளிவாக இருந்தேன், ஏனெனில் அவருடைய கதாபாத்திரம் அப்படிப் பட்டது. சூர்யாதான் அவளுடைய கணவனின் மரணத்துக்குக் காரணம் ஆனவன். குழந்தையோடு இருக்கும் அவளை மணந்துகொள்கிறான். அவனுக்கு அது ஓர் அசௌகரியமான சூழ்நிலை. அதனால் அங்கே புதிதாகக் காதல் காட்சிகளைத் தொடங்க முடியாது. 'புத்தம் புது' பாடலை, தீம் மியூஸிக்போல்தான் உருவாக்கினோம். படத்துக்காக நாங்கள் உருவாக்கிய முதல் பாடல், 'சின்னத் தாயவள்' பாடல்தான். அதுவே கர்ணனின் தனிமையைக் குறிக்கும் தீம் பாடல் ஆகிவிட்டது. பிறப்பிலேயே கைவிடப்பட்ட, சபிக்கப்பட்ட, தனித்துவிடப்பட்ட கர்ணனின் வாழ்க்கையைப் பிரதிபலிக்கும் பொருட்டு அந்தப் பாடலை உருவாக்கினோம்.

'புத்தம் புது' பாடலின் டியூனை இளையராஜா முன்னரே எனக்குக் கொடுத்திருந்தார். ஒவ்வொரு முறையும் கம்போசிங் முடிந்தபின்பு, அந்த டியூன்களைப் பலமுறை கேட்கலாம் என்பதற்காக கேசட்டில் பதிவு செய்து வீட்டுக்கு எடுத்துச் செல்வேன். ஒரு பழைய டேப்பில் இந்தப் பாடல் இருந்தது. எந்த டேப் என்று எனக்கு நினைவில்லை. **தளபதி** படத்தின் கம்போசிங் வேலைகள் முடிந்தபின், நான் இந்த டியூனைப்பற்றி அவரிடம் கூறினேன். இது என் நினைவை விட்டு நீங்க மறுக்கிறது என்று குறிப்பிட்டேன். எனக்கு அந்த ட்ராக் பிடித்திருந்ததால், அதையும் ஒலிப்பதிவு செய்தோம். அந்த ட்ராக்கை படத்தில், பின்னணியில், எதாவது ஓரிடத்தில் பயன்படுத்திக்கொள்ளலாம் என்று எண்ணினேன். வாய்ப்பு கிடைத் திருந்தால், அந்தப் பாடலை இன்னும் சரிவரப் பயன்படுத்தியிருப்பேன். ஆனால், படத்தில் இருப்பதைத் தவிர, அவர்கள் இருவரும் இடம்பெறும்

காட்சிகள் எதையும் நாங்கள் படம் பிடித்திருக்கவில்லை. ஒரு கதாபாத்திரம் குறைந்த நேரமே படத்தில் இடம்பெறப்போகிறது என்றால், பிரபலமான நடிகரை அந்தக் கதாபாத்திரத்தில் நடிக்க வைக்கவேண்டும். அப்போதுதான் அந்தக் கதாபாத்திரம் தாக்கத்தை ஏற்படுத்தும். இதை உங்களிடம் முன்னரே குறிப்பிட்டிருக்கிறேன். பானுப்ரியா நடித்ததனால் அந்தக் கதாபாத்திரத்தின் முக்கியத்துவம் அதிகரிக்கிறது. எனவே, பாடல்களை வைத்து நேரத்தை வீணடிக்க வேண்டிய அவசியமில்லை. பானுப்ரியா அந்தக் கதாபாத்திரத்துக்கு வலு சேர்க்கிறார். அந்தக் கதாபாத்திரத்தை மக்களிடம் கொண்டு சேர்க்க பானுப்ரியாவின் நடிப்பே போதுமானது. தனியாகக் கிளைக்கதைகள் சொல்லவேண்டிய அவசியமில்லை.

ரங்கன்: என்னைப் பொருத்தவரை, படத்தில் மிகவும் சிறப்பாகக் காட்சிப் படுத்தப்பட்ட பாடல் 'சின்னத் தாயவள்' பாடலின் இரண்டாவது வடிவமே. கோவிலில், பெருங்கூட்டத்துக்கு மத்தியில் மகன் தாயைச் சந்திக்க ஏங்குவான். இறுதிவரை ஒருவரை ஒருவர் சந்தித்துக்கொள்ளமாட்டார்கள். தனித்தனிக் காட்சிகளை, பாடலின் ரிதமுக்கு ஏற்ப வெட்டித் தொகுத்திருப்பீர்கள்.

ரத்னம்: ஒட்டுமொத்தக் காட்சிகளையும் இசைக்கேற்ப வெட்டித் தொகுக்க வேண்டிய அவசியம் இல்லை. ஆனால், பாடல் ஆங்காங்கே காட்சிகளோடு பொருந்தாமல் போகலாம். அதைக் கருத்தில் கொண்டு படத்தொகுப்பு செய்ய வேண்டும். தாயும் மகனும் சந்திக்க விரும்பும் காட்சி, இந்திய சினிமாவைப் பொருத்தவரை சம்பிரதாயமான காட்சி. அதனால் அதைக் கவித்துவமாகவும் உணர்வுபூர்வமாகவும் உருவாக்கும் வழியை நாங்கள் தேட வேண்டியிருந்தது. மகன் தாயுடன் பேசவேண்டும் என எண்ணுகிறான். ஆனால் தாய் அதை அறிந்திருக்கவில்லை. அந்தத் தேடல் காட்சிக்குப் புது வடிவம் கொடுக்க எண்ணினோம். அதனால் அதைப் பாடல் காட்சியாக, மகனின் வலியை உணர்த்தும்பொருட்டு, உருவாக்கினோம். அந்தக் கூட்டத்தில் மகன் தன் தாயைத் தேடுகிறான் என்ற உணர்வை ஏற்படுத்த எண்ணினோம். அதற்காக ஜூனியர் ஆர்டிஸ்ட்களை வரவழைத்து, ஆங்காங்கே உலவவிட வேண்டியிருந்தது. அதில் செயற்கைத்தனம் இல்லாமல் பார்த்துக்கொள்ள வேண்டியிருந்தது.

ரங்கன்: **தளபதி**யில், மையக்கதையோடு பாடல்கள் பின்னிப் பிணைந்துள்ளன. ஆனால், **அஞ்சலி**யில் பாடல்கள் படத்தின் வேகத்துக்குத் தடையாக இருந்தன. **அஞ்சலி**யின் பாடல்கள் வெறும் செட் பீஸ்களே.

ரத்னம்: **அஞ்சலி**யிலும், **திருடா திருடா**விலும் பாடல்கள் செட் பீஸ்களாகத் தான் பயன்படுத்தப்பட்டன. பாடல்கள், என்னுடைய தற்காப்புக் கவசம். நான் என் படைப்பாற்றலை வெளிப்படுத்தும் தளம். எனக்குப் பக்கபலமாக இருக்கும் ஓர் அம்சம். அந்தக் குழந்தையின் கதையை மெயின்ஸ்ட்ரீம் படமாக உருவாக்குவதற்கு எனக்குப் பாடல்கள் பயன்பட்டன. அதனால் காட்சிகளின் இடையில் பாடல்களைத் திணித்துவிட்டு, அடுத்த காட்சிக்குத் தாண்டிச் சென்றதைப்பற்றி நான் எந்த சஞ்சலமும் கொண்டதில்லை. ஆனால்,

தளபதியின் கதை டிரமாடிக்கானது. பிரபலமானது. நம் நாட்டில் உருவான கதை அது. அதனால் பாடல்கள் இன்றியே படத்தை என்னால் எடுத்திருக்க முடியும். பாடல்களை வைத்துத்தான் படத்தின் சுவாரஸ்யத்தைக் கூட்ட வேண்டும் என்ற அவசியம் இருக்கவில்லை. ஏனெனில் படத்தின் திரைக் கதையே மிகவும் சுவாரஸ்யமானது. இங்கே, உணர்வுகளைக் கொண்டாடு வதற்காகவும் விரும்பிய மனநிலையை உருவாக்குவதற்காகவும்தான் பாடல்கள் பயன்பட்டன. இங்கே பாடல்கள் கதையின் அங்கமே ஒழிய செட் பீஸ்கள் அல்ல.

ரங்கன்: ஆம். மேலும், கதாபாத்திரங்களுடனும் அந்தப் பாடல்கள் கச்சிதமாகப் பொருந்தியிருந்தன என்று சொல்லலாம். 'சின்னத் தாயவள்' பாடல் அந்தத் தாயைக் குறிக்கிறது. 'யமுனை ஆற்றிலே' அந்தக் காதலியைக் குறிக்கிறது.

ரத்னம்: நான் முன்னரே குறிப்பிட்டதைப்போல, 'சின்னத் தாயவள்' பாடல் ரஜினி கதாபாத்திரத்துக்காக உருவாகப்பட்ட பாடல். அது அவன் தனிமை யைப்பற்றிய பாடல். தாயைத் தேடும் அவனுடைய ஏக்கத்தைக் குறிக்கும் பாடல். அதுவும், ஒருவகையில் தாலாட்டுப் பாடல்தான். ஆனால், அவனை யாருமே தாலாட்டியதில்லை. 'யமுனை ஆற்றிலே' பாடல் நீங்கள் சொல்லியது போல் அந்தக் காதலியைத்தான் குறிக்கிறது. அவன், தன் தகுதிக்கு மீறிய ஒரு பெண்ணைக் காதலிக்கிறான் என்பதை அந்தப் பாடல் நமக்கு உணர்த்துகிறது.

ரங்கன்: இதை என்னால் கேட்காமல் இருக்கமுடியவில்லை. இந்த அமர்வின் தொடக்கத்திலிருந்து கவனித்துவருகிறேன். நீங்கள் நிறையப் பென்சில் களைக் கையில் வைத்து அழுத்திக்கொண்டிருக்கிறீர்கள்.

ரத்னம்: பென்சில்களில்கூட அர்த்தம் கண்டுபிடிக்க முயல்கிறீர்களா? விமர்சகர்களிடம் இருக்கும் பிரச்னை இதுதான். அவர்களாகவே ஏதேதோ கற்பனை செய்துகொள்வார்கள். நான் பென்சிலைப் பயன்படுத்தித்தான் எழுதுவேன். ஆங்கிலத்தில் எழுதும்போதுமட்டும், வசனப் பகுதி வரும் வரை, லேப்டாப்பைப் பயன்படுத்துவேன். இந்திப் படம் என்றால் வசனங் களையும் ஆங்கிலத்தில்தான் எழுதுவேன். தமிழில் எழுதும்போது, பென்சில் கொண்டு, விலாவரியாகக் கையால் எழுதுவதுதான் எனக்குப் பிடிக்கும். தமிழில் என்னால் வேகமாக டைப் செய்ய முடியாது.

ரங்கன்: விமர்சகர்கள், சில நேரங்களில் ஒரு படைப்பாளியின் நோக்கத்தை ஆராயும் பொருட்டு எல்லை மீறுவார்கள் என்பதை ஒப்புக்கொள்கிறேன். நான் கதைசொல்லியை விட, கதையில்தான் அதிகக் கவனம் செலுத்துவேன். எனினும், எப்போதும் அமைதி காக்கும், அதிகம் பேசாத ஒரு படைப்பாளி யுடன் பேசும்போது, வெட்கமின்றிப் பல கேள்விகளைக் கேட்கவேண்டும்! அவர்களுடைய பதில்களின் உள்ளே விலை மதிப்பற்ற தங்கம் ஒளிந்திருக்கலாம்.

ரத்னம்: ஹா ஹா! தங்கத்தின் விலை வீழ்ச்சி அடைந்துகொண்டிருக்கிறது!

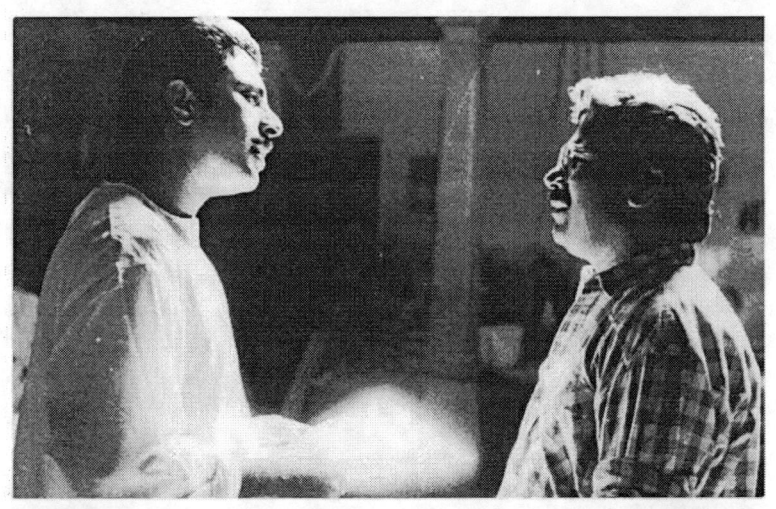

கர்ணனுடைய கதை என்பது மிகவும் டிரமாடிக்கானது. திரைக்கதை எழுதும்போது, எதைத் தொட்டாலும் அது டிரமாடிக்கான காட்சியாக மாறுவதை உணர முடிந்தது.

ரங்கன்: **தளபதி** படத்தை இயக்கிய பின், இந்திப் படம் எடுக்கவேண்டும் என்று எண்ணினீர்களா?

ரத்னம்: இல்லை. இந்திப் படம் எடுக்கும் ஆர்வம் எனக்கு அப்போது இருக்கவில்லை. பலரும் என்னை இந்தியில் படம் எடுக்கச் சொல்லி வற்புறுத்தினார்கள். ராமு (ராம் கோபால் வர்மா) எனக்கு முன்னரே இந்தியில் படம் எடுக்கத் தொடங்கியிருந்தார். ஆனால், எனக்கு ஆர்வம் இருக்கவில்லை.

ரங்கன்: **மௌனராகம்**, **நாயகன்**, **அக்னி நட்சத்திரம்**, **இதயத்தை திருடாதே** ஆகிய படங்கள் வணிக சினிமா கலாசாரத்தின் மைல்கற்களாக அமைந்தன. பலரால் ஏற்றுக்கொள்ளப்பட்ட அந்தப் படங்கள் அனைத்தும் இந்தியில் ரீமேக் செய்யப்பட்டன. ஆனால் அவை வந்த சுவடு தெரியாமல் மறைந்துவிட்டன. இதற்கு என்ன காரணம் என்று நினைக்கிறீர்கள்?

ரத்னம்: அந்தப் படங்கள் சரிவர எடுக்கப்படவில்லை. குறைந்தபட்ச அக்கறையோடும் புரிதலோடும் அந்தப் படங்களை யாராவது எடுத்திருந்தால், அவை **சாத்தியா** (**அலைபாயுதே**வின் இந்தி ரீமேக்) படம்போல் வெற்றி பெற்றிருக்கும். வெறும் டிரமாடிக்கான கூறுகளை வைத்துக்கொண்டு இதுபோன்ற படங்களை வெற்றிபெறச் செய்யமுடியாது. அவற்றைத் திறம்பட எக்ஸிக்யூட் செய்யவேண்டும். நடிகர்களைச் சிறப்பாக நடிக்கவைக்க வேண்டும். காட்சிகளை உணர்வுபூர்வமாக உருவாக்கவேண்டும். இவற்றைச் சரிவரச் செய்யாத பட்சத்தில், படத்தின் இறுதி வடிவம் சரியில்லாமல் போய்விடும்.

கர்ணனுடைய கதை என்றால் அதில் துரியோதனனுக்கு மிகப் பெரிய பங்கு இருக்கும் என்பது ரஜினிகாந்துக்கு மிகத் தெளிவாகத் தெரிந்தே இருந்தது. ரஜினிகாந்தும் மம்மூட்டியும்.

ரங்கன்: கதாபாத்திரத் தேர்வும் சரியாக இருக்கவேண்டும் என்று கருதுகிறேன். சானலை மாற்றிக்கொண்டிருந்தபோது, தற்செயலாக **வன்ஷ்** (**அக்னி நட்சத்திரத்தின்** இந்தி ரீமேக்) படத்தைப் பார்த்தேன். அந்தத் தந்தை கதாபாத்திரத்தில் அனுபம் கெர் நடித்திருந்தார். தமிழில், விஜயகுமார் வெள்ளை வேட்டி அணிந்திருப்பார். வித்தியாசமான முறையில் தலை முடியை வாரியிருப்பார். பார்ப்பதற்குப் புது நடிகரைப்போல் தோன்றுவார். ஆனால் அனுபம் கெரின் தோற்றம் நம்மை முகம் சுளிக்கவைக்கிறது. ஏனெனில், நாம் அவரைப் பல்லாயிரம் முறை அதுபோன்ற தோற்றத்தில் பார்த்திருக்கிறோம்.

ரத்னம்: நான் **தயாவான்** (**நாயகனின்** இந்தி ரீமேக்) படத்தைக் கொஞ்சம் பார்த்தேன். என்னால் ஐந்து நிமிடத்துக்குமேல் படத்தைப் பார்க்கமுடிய வில்லை. அந்தச் சிறுவன் கதாபாத்திரத்தின் காட்சிகளைத்தாண்டிப் போகவே முடியவில்லை. அந்தச் சிறுவன், தன்னை அறியாமலேயே, தன் தந்தைக்குத் துரோகம் செய்யும் தருணம் சரிவரக் காட்சிப்படுத்தப்படவில்லை என்றே நினைக்கிறேன். எனக்கு இப்போது சரிவர நினைவில்லை. அந்தப் படத்தை மீண்டும் பார்க்க நேர்ந்தால், என்னால் தெளிவாகச் சுட்டிக்காட்ட முடியும். அவர்கள் படத்தின் கருவைப் புரிந்துகொள்ளவில்லை.

பெரோஸ் கான் படத்தைத் தொடங்குவதற்குமுன் என்னை வந்து சந்தித்தார். நான் இந்தியில் அந்தப் படத்தை உருவாக்கினால் எப்படி உருவாக்குவேன் என்று சொல்லிவிட்டு, மற்றதை அவருடைய போக்கில் விட்டுவிட எண்ணினேன். என்னைப் பொருத்தவரை, ஒடுக்கப்பட்டவர்களின் கூட்டத்தைச் சேர்ந்த ஒருவன் அந்நிய மண்ணில் போராடி வெற்றி பெறுவதைப்பற்றியே அந்தப் படம் பேசுகிறது. அதனால் இந்தி வெர்ஷனில், பம்பாயையே கதைக்களமாகக் கொள்வது ஏற்றுக்கொள்ள முடியாத ஒன்று. நான் இந்தியில் படத்தை உருவாக்கினால், கதையை கொல்கத்தாவிலோ, லண்டனிலோதான் அமைப்பேன் என்று குறிப்பிட்டேன். அவரின் பார்வை வேறுமாதிரி இருந்தது. வரதராஜ முதலியாரின் வாழ்க்கைதான் படத்தின் மூலக்கதை என்று கருதினார். அந்நிய மண்ணில் அதிகாரம் செலுத்தும் ஒருவனைப்பற்றியதே படத்தின் கதை என நான் கருதினேன். அப்படி இருந்தால்தான் படம் தாக்கத்தை ஏற்படுத்தும் என்றும் குறிப்பிட்டேன். எங்களுக்குள் கருத்து வேறுபாடு ஏற்பட்டது. அதனால், அவர் முடிவில் நான் தலையிடவில்லை.

8

'அவன் அதி தூய்மையானவன் அல்ல...
அவன் ஒரு பிராக்டிகல் ஐடியலிஸ்ட்'

ரோஜா
(1992)

ரோஜா (மதுபாலா), தமிழ்நாட்டில் ஒரு கிராமத்தைச் சேர்ந்த இளம் பெண். கட்டாயத்தின் பேரில் ரிஷியை (அர்விந்த் சாமி) திருமணம் செய்துகொள்கிறாள். ரிஷி, நகரத்தைச் சேர்ந்த அல்ட்ரா மாடர்ன் இளைஞன். க்ரிப்டாலஜிஸ்டாகப் பணிபுரிகிறான். அவர்கள் இருவரும், ஒருவரை ஒருவர் புரிந்துகொள்ளத் தொடங்கும்போது, ரிஷி காஷ்மீர் தீவிரவாதிகளால் கடத்தப்படுகிறான். ரிஷியை விடுதலை செய்யவேண்டும் என்றால், சிறையில் இருக்கும் தீவிரவாதி வாசிம் கானை விடுவிக்கவேண்டும் என்று தீவிரவாதிகள் வற்புறுத்துகின்றனர். ரிஷிக்கு இருக்கும் ஒரே ஆதரவு ரோஜாமட்டுமே. அவளோ, புரியாத வாழ்க்கைச்சூழல், விட்டுக்கொடுக்காத அதிகாரவர்க்கம் இரண்டுக்கும் இடையில் சிக்கிக்கொண்டு தவிக்கிறாள்.

பரத்வாஜ் ரங்கன்: **ரோஜா** என்னுடைய பேவரைட் படம் அல்ல. இருந்தும் மனத்துக்கு நெருக்கமான ஒரு படம். நானும் என் நண்பர்களும் உங்களை எங்களில் ஒருவராக ஏற்றுக்கொண்டிருந்தோம். இளைய தலைமுறையினரான எங்களிடம் இருக்கும் துணிச்சல் உங்களிடமும் இருந்தது. எங்களைப் போலவே நீங்களும் எதற்கும் கட்டுப்படாதவராக இருந்தீர்கள். எங்களின் பார்வையும் உங்களின் பார்வையும் ஒத்துப்போயின. **அக்னி நட்சத்திர**த்தை உதாரணமாகச் சொல்லலாம். ஓர் அழகான பெண்ணின் விலாசத்தைத் தெரிந்துகொள்வதற்காக, போக்குவரத்துத் துறை ஊழியருக்கு லஞ்சம் கொடுப்பது தவறில்லை என்பதை அந்தப் படத்தில் சொல்லியிருப்பீர்கள். **ரோஜா** படத்தைப் பார்த்ததும், நீங்கள் எங்களுக்குத் துரோகம் செய்துவிட்டீர்கள் என்றே எண்ணத் தோன்றியது. இது ஒரு பொறுப்பான படம். மேலும் அதிர்ச்சி தரும்வகையில் அது தேசபக்திப் படமாகவும் இருந்தது. நீங்கள் எங்களைக் கைவிட்டுவிட்டு, எங்களின் முந்தைய தலைமுறையோடு கைகோர்த்துக்கொண்டுவிட்டீர்கள்.

மணி ரத்னம்: படம் வெளியானதும் பி.சி. ஸ்ரீராம் என்னைத் தொலைபேசியில் தொடர்புகொண்டார். அவர் பொள்ளாச்சியில், பரதனின் **தேவர் மகன்** ஷூட்டிங்கில் இருந்தார் என்று நினைக்கிறேன். 'படம் முடிந்ததும் அனைவரும் எழுந்து நின்று கைதட்ட வேண்டும் என்றேனே, அதை ஏன் உன்னால் சாத்தியப்படுத்த முடியவில்லை?' என்றார். அவருடைய குரலில் கோபம் இருந்தது. இத்தனைக்கும் அவர் படத்தைப் பார்த்திருக்கவில்லை. அவருடைய யூனிட்டைச் சேர்ந்தவர்கள் படத்தைப் பார்த்திருக்கிறார்கள். இருந்தும் பி.சி. அப்படித்தான். 'இந்தத் தருணத்தில், எல்லாரும் எழுந்து கை தட்டவேண்டும்' என்பதுபோல் ஏதாவது சொல்வார். அதை எப்படிச் சாத்தியப்படுத்துவது என்பதைப்பற்றி நாம் யோசிக்கவேண்டும். அது நம்முடைய பிரச்னை. அவருக்கு ரிசல்ட் சரியாக, அவர் விரும்பியதுபோல், இருக்கவேண்டும். அவர்தான் **ரோஜா** படத்துக்கு டெஸ்ட் ஷூட் செய்தார். அதனால் படத்தின் கதை அவருக்குத் தெரிந்திருந்தது. நடிகர்களைத் தேர்ந்தெடுக்கும்போதும் அவர் எங்களுடன் இருந்தார். அவர் சொன்னதை நான் செய்யவில்லை என்பதால் பெரும் ஏமாற்றம் அடைந்திருந்தார். பின், ராம் கோபால் வர்மா ஹைதராபாத்திலிருந்து தொடர்புகொண்டார். அவரால் படத்தை ஏற்றுக்கொள்ள முடியவில்லை என்றும், அதனால் பாதியிலேயே திரையரங்கை விட்டு வெளியே வந்துவிட்டதாகவும் கூறினார். **ரோஜா**வுக்காக எனக்குக் கிடைத்த முதல் இரண்டு எதிர்வினைகள் இவைதான். இப்போது, நீங்களும் அந்த இருவரின் வரிசையில் சேர்ந்துகொண்டீர்கள். எந்தவகையான விமர்சனங்களுக்கும் தயாராகத்தான் இருந்து வந்திருக்கிறேன்.

கூலான ஒருவன்கூட, தனக்குப் பிரச்னை என்று வரும்போது சீரியஸாக நடந்து கொள்வான் என்றே நினைக்கிறேன். என் மற்ற படங்களைப்போல **ரோஜா**வும் கூலான படமே. அதிலும் யதார்த்தமான விஷயங்கள் பல இருந்தன. நகரத்து இளைஞன் கிராமத்துக்குச் செல்லும் வழியில், காரிலிருந்து இறங்கி, தன் தாயின்முன்பு புகை பிடிக்கிறான். அந்தக் காலத்தில், இதுபோன்ற

விஷயங்களைப்பற்றி யாரும் படங்களில் விவாதித்திருக்க மாட்டார்கள். ஏனெனில், இவை எல்லாம் திரையில் காட்டக்கூடிய விஷயங்கள் அல்ல என்றே கருதினர். நம்மைச் சுற்றி நடக்கும் விஷயங்களைப்பற்றியே **ரோஜா** விவாதித்திருக்கும். மிக முக்கியமான அரசியல் பிரச்னையைப்பற்றிய படம் அது. அந்தப் பிரச்னையின் தாக்கம் அந்தப் படத்தில் பிரதிபலித்தது. ஆனால், அந்தக் கதாபாத்திரங்கள் அனைவரும் சாதாரணமானவர்களே. அந்தப் பெண் தன்மீது முழு நம்பிக்கை கொண்டவள். தனக்கு சரி என்று படுவதைத் தயங்காமல் செய்பவள். அந்த ஆண் படித்தவன். நகரத்தைச் சேர்ந்தவன். நகரத்தில் பிறந்து வளர்ந்த ஒவ்வொருவராலும், அந்தக் கதாநாயகனோடு தங்களை அடையாளப்படுத்திக்கொள்ளமுடியும். அதனால், **இருவர்** படத்தைப்போல் **ரோஜா** மிகவும் மாறுபட்ட படம் அல்ல. **இருவர்** படத்தில்தான் நான் என் முந்தைய படங்களிலிருந்து சில அடிகள் தாவிச் சென்றேன். **ரோஜா**, என்னுடைய முந்தைய படங்களின் நீட்சிதானே ஒழிய வேறில்லை.

ரங்கன்: திடீர் திருமணம் நடக்கும் அந்தக் காட்சியும் பின் அவர்கள் இருவரும், S-O-R-R-Y என்று கூறி மன்னிப்பு கேட்கும் காட்சிகளும் எங்களுக்குப் பரிச்சயமான ஸ்டைலிலேயே அமைந்திருந்தன. கதாநாயகனை நல்லவனாகக் காட்டியதைத்தான் என்னால் ஏற்றுக்கொள்ள முடியவில்லை. பொதுவாக உங்கள் படங்களின் கதாநாயகர்கள் (**மௌனராகம்** மோகன் கதாபாத்திரத்தைத் தவிர), நல்லவனா கெட்டவனா என்ற கேள்வியின் வடிவமாக உருவாகி யிருப்பார்கள். அவர்கள் எங்களைப் போன்றவர்கள். அவர்களிடம் நல்ல குணம், தீய குணம் இரண்டுமே இருக்கும். ஆனால், அர்விந்த் சாமியை உத்தம புத்திரனாகக் காட்டியிருப்பீர்கள். அந்த ஜெய் ஹிந்த் காட்சியை உதாரணமாகச் சொல்லலாம்.

ரத்னம்: நாங்கள் அறிந்த, எங்களுடன் வளர்ந்த, படித்த நகரத்து இளைஞர்கள் அப்படித்தான் இருப்பார்கள். அதனால் அவன் வித்தியாசமானவன் அல்ல. அவன் வித்தியாசமான ஓரிடத்தில், வித்தியாசமான சூழ்நிலையில் சிக்கிக் கொள்கிறான். அவ்வளவுதான். அவன், அசாதாரணமான சூழலை எதிர் கொள்ளும் ஒரு சாதாரணமான மனிதன். அவன் தீவிரவாதிகளால் கடத்தப் படுகிறான். அதுபோன்ற ஒரு டிரமாடிக் சூழலை அவன் எதிர்கொள்ளும் போது, அவனுக்குத் தெரிந்த ஒரே வழியில் அவன் தன் எதிர்ப்பைப் பதிவு செய்கிறான். அவன் உயிரோடு இருக்கிறான் என்பதற்கு ஆதாரமாக அவர்கள் அவனுடைய பேச்சை ரெகார்ட் செய்ய வரும்போது, அவன், 'ஜெய் ஹிந்த்' என்று கத்துகிறான். அது தேசபக்தியைக் குறிக்கும் வார்த்தைமட்டுமே அல்ல. அந்தச் சூழ்நிலையில், தீவிரவாதிகளைப் பொருத்தவரை அது கெட்ட வார்த்தை. ரிஷி ஸ்மார்ட் ஆனவன். அதனால்தான் அவர்களை எப்படி வெறுப்பேற்றுவது என்பது அவனுக்குத் தெரிந்திருக்கிறது. தேச பக்தியை வெளிப்படுத்துவதுமட்டும் அவன் நோக்கம் அல்ல. அவன் தன்னால் என்ன செய்ய முடியும் என்பதை அந்தத் தீவிரவாதிகளுக்கு உணர்த்துகிறான். அவர்களால் தன்னை ஒன்றும் செய்ய முடியாது என்று ஆக்ரோஷமாகச்

ரகுமானுடைய காலம் யதேச்சையாக ஆரம்பித்தது.

சொல்வதைப் போன்றது அது. என்ன சொன்னால் அவர்கள் மனசு காயப் படுமோ, அதைச் சொல்கிறான். 'ஜெய் ஹிந்த்' என்று திமிராகச் சொல்கிறான்.

அதுவும் ஒரு கெட்டவார்த்தை போன்றதுதான். எதிராளியைத் தூண்டும் பொருட்டு அவன் அதைச் சொல்கிறான். அந்தச் சூழ்நிலை, அந்த க்ரிப்டாலஜிஸ்டைப் புது மனிதனாக வார்த்தெடுக்கிறது. இனியும், அவனால் அந்தச் சூழ்நிலையைத் தாங்கிக்கொள்ள முடியாது. இனிமேல் அவன் பின் வாங்கப் போவதில்லை. அவனுள் இருக்கும் எரிமலை வெடிக்கப்போகிறது. அவனை யாராலும் தடுக்கமுடியாது. அவன் சூப்பர் ஹீரோ கிடையாது. அவனால் அந்தத் தீவிரவாதிகள் அனைவரையும் அழிக்க முடியாது. ஆனால் அமைதியாக இருக்க அவன் கோழை அல்ல. உதாரணத்துக்கு, சுஜாதா சார் அந்த இடத்தில் இருந்திருந்தால், அவர் கோபப்பட்டுச் சொல்லும் வார்த்தைகளை அவர்களால் ஆயுள் முழுவதும் மறக்க முடியாது. ரிஷியும், சுஜாதா சார்போலத்தான். அவன் கைகள் கட்டப்பட்ட நிலையில் சண்டை போடுகிறான். அவனால், ஆயுதத்தால் எதிரியைத் தாக்க முடியாமல் போனாலும், வார்த்தைகளால் எதிரியைத் தாக்க முடியும். அவன், தன் உலகி லிருந்து மாறுபட்ட உலகில் இருக்கிறான். அதனால் மாறுபட்ட ஆயுதத்தால் எதிரியைத் தாக்குகிறான். தன் கருத்தை ஆழமாகப் பதிவு செய்கிறான். 'என்னை உங்களால் எளிதில் வெற்றிகொள்ள முடியாது' என்கிறான்.

ரங்கன்: காஷ்மீர் இந்தியாவின் ஒரு பகுதி என்பதால் அவனுக்கு அங்கே போவதற்கு எந்தத் தயக்கமும் இருக்கவில்லை. தேசியக் கோடி எரிவதைக் கண்டதும், அவன் வெகுண்டு எழுகிறான். நெருப்பை அணைக்கும் பொருட்டு அந்தக் கொடியின்மீது புரள்கிறான். அவனும் ஒரு 'ஹீரோ'.

அவனிடம், சம்பிரதாயமான ஹீரோயிசம் இல்லாமல் இருக்கலாம். ஆனால், அவனிடம் இருக்கும் நற்குணங்கள் அவனை ஹீரோவாகத்தான் காட்டுகின்றன. அது போன்ற சூழ்நிலையில், அவனைப் பயந்த சுபாவம் கொண்டவனாகக் காட்டியிருந்தால் அந்தக் கதாபாத்திரம் இன்னும் நம்பும் படியாக இருந்திருக்கும் என்று நீங்கள் எண்ணியதுண்டா?

ரத்னம்: அவனிடம் கொஞ்சம் திமிர் இருக்கிறது. அதனால்தான், 'இந்தியத் திமிரு' என்று குறிப்பிடுகிறான். காஷ்மீர் இந்தியாவின் ஒரு பகுதி என்று அவன் சொல்வது, யதார்த்தமாகச் சொல்லப்பட்ட ஒன்றல்ல. அவனுடைய திமிரே அவனை அவ்வாறு பேசவைக்கிறது. அவனைவிட வயதில் மூத்த மேலதிகாரியிடம், காஷ்மீர் இந்தியாவின் ஒரு பகுதி என்று சொல்வது, 'உங்களுக்குப் பயம் இருக்கலாம், ஆனால் எனக்குப் பயம் இல்லை' என்று சொல்வதைப் போன்றது. காஷ்மீர்பற்றிய அவர்கள் இருவரின் பார்வைக்கும் வித்தியாசம் இருக்கிறது. அதற்கு, வயது வித்தியாசம் காரணமாக இருக்கலாம். அவன் இயல்பே அதுவாக இருக்கலாம். நேர்மையான நடுத்தர வர்க்கத்திடம் ஒரு வகையான, நியாயமான திமிர் இருக்கிறது என்றே நினைக்கிறேன். அதில் சிலர், முற்றிலுமாகக் கட்டுப்படுத்தப்பட்டபின்பும், தங்களால் ஏதும் செய்ய முடியாத அந்தச் சூழ்நிலையிலும், தங்கள் திமிரை விடமாட்டார்கள். நம் அன்றாட வாழ்க்கையில், பல இடங்களில், பல சந்தர்ப்பங்களில் அது போன்ற மனிதர்களைப் பார்க்கலாம். அவர்களில் ஒருவன்தான் ரிஷி. ஒரு வகையில் அவன் ரொமாண்டிக் ஆனவன்தான். அதனால்தான் அவன், கிராமத்துப் பெண்ணைக் கல்யாணம் செய்துகொள்ள விரும்புகிறான். அவன் ஏன் கிராமத்துப் பெண்ணைத் திருமணம் செய்து கொள்ள விரும்ப வேண்டும்? உண்மையில், அவனைப் போன்ற மனிதர்கள் நிறையப் பேர் இருக்கிறார்கள். அவர்கள் அப்படித்தான் நடந்துகொள்வார்கள். அவர்களிடம் இப்படியான ஒரு குணம் இருக்கும்.

ரங்கன்: இதை நான் ஏற்றுக்கொள்கிறேன். இந்தக் கதையை எழுதும்போது, உங்களின் மற்ற கதாநாயகர்களைப் போல, ரிஷியை நல்லவனா-கெட்டவனா என்ற கேள்வியின் வடிவாக உருவாக்கவேண்டும் என்று எண்ணினீர்களா என்பதையே தெரிந்துகொள்ள விரும்புகிறேன். அவனிடம் இருக்கும் குறைகளை நீங்கள் ஏன் சுட்டிக்காட்டவில்லை?

ரத்னம்: நான் அவனிடம் இருக்கும் குறைகளைப்பற்றியும் விவாதித்திருக் கிறேன். அவன் கெட்ட வார்த்தைகளை வேறு வடிவில் உபயோகப்படுத்து பவன். அவனிடம் கர்வம் இருக்கிறது. அவன் தன் மேலதிகாரியிடம், 'நீங்கள் கோழையாக இருக்கலாம். ஆனால் நான் கோழை இல்லை' என்பதை நேரடியாகச் சொல்லாமல், மறைமுகமாகச் சொல்கிறான். அவன் என்னதான் கண்ணியமாக, நாகரிகமாகத் தன் மேலதிகாரியிடம் பேசினாலும், அவன் வார்த்தைகளில் இந்த மனோபாவம் ஒளிந்திருக்கிறது. அவன் ஒரு கிராமத்துப் பெண்ணைத் திருமணம் செய்துகொள்ள விரும்புகிறான். ஆனால், அவளுக்கு நகரத்து மனிதனைத் திருமணம் செய்துகொள்ள விருப்பம் இருக்கிறதா என்பதை அவன் கேட்கவில்லை. அதனால் என்னைப் பொருத்தவரை

அவனிடமும் குறைகள் இருக்கின்றன. அவன் பரிசுத்தவான் அல்ல. பெர்ஃபெக்ட் ஐடியலிஸ்ட் அல்ல. அவன் ஒரு பிராக்டிகல் ஐடியலிஸ்ட்.

ரங்கன்: **பராசக்தி** (கிருஷ்ணன்-பஞ்சுவின் படைப்பு) காலம் தொடங்கி, ஏன் அதற்கு முன்பிருந்தே, தேசப் பற்று என்பது தேசபக்தியாகத் தமிழ் சினிமாவில் அதிக முக்கியத்துவம் கொடுக்கப்பட்டுவந்திருக்கிறது. வசனங்களின் மூலம் கொள்கைகளைப் பரப்பிய அந்தப் படங்களில், தேச பக்தி சகஜமாக வெளிப்பட்டது. **ரோஜா**விலும், கதாநாயகனின் தேசப் பற்று கொஞ்சம் கொஞ்சமாக தேச பக்தியாகத் தீவிரமாக மாறுகிறது. அவனை அப்படி உருவாக்குவதில் உங்களுக்கு ஏதேனும் தயக்கம் இருந்ததா?

ரத்னம்: அதைப்பற்றி எனக்கு எந்தத் தயக்கமும் இருக்கவில்லை. ராம் கோபால் வர்மா, இன்றளவும் அதை அதீத தேசபக்தியாகத்தான் கருதுகிறார். ஆனால் சிலநேரங்களில் நேர்மையான உணர்வெழுச்சி என்பது மிக முக்கியமான ஒன்று. நம் கண்முன்னே நம் நாட்டு தேசியக் கோடி எரிக்கப்பட்டால், ரிஷி செய்ததை நானோ, நீங்களோ செய்வோமா என்று நிச்சயமாகச் சொல்ல முடியாதுதான். ஆனால், அப்படிச் செய்யவேண்டும் என்ற எண்ணம் நிச்சயம் நம் மனத்தில் எழும். அது வெறும் தேசியக் கொடியைப்பற்றிய பிரச்னை அல்ல. அங்கே உண்மையில் யார் பெரியவர் என்ற போட்டி நடக்கிறது. அதுவும் ஒருவகையில் உண்மையான சண்டைதான். அதனால், விழுந்தாலும் போராடி விழவேண்டும் என்று அவன் நினைக்கிறான். அந்தக் கதாபாத்திரத்தை அப்படித்தான் பார்க்கிறேன். அவனுக்குக் கோபம் தலைக்கேறியதால்தான் தேசியக் கொடியின்மீது விழுகிறான். ஜெய் ஹிந்த் என்று உரக்கச் சொல்கிறான். அது வெறும் தேசபக்தி அல்ல. அவனை ஒடுக்க முயற்சிக்கிறார்கள், அதனால் கலகம் செய்கிறான். அவனுள்ளே இருக்கும்

கதையில் திடீர்த் திருப்பம் வரும்போது இயல்பாக இருக்கவேண்டும். எழுத்தாளரால் வலிந்து திணிக்கப்பட்டதாகத் தோன்றக்கூடாது.

திமிர் குறையவில்லை. அவன் பின்வாங்கப் போவதில்லை. அவன் அங்கே பிராக்டிகலாக நடந்துகொள்ள விரும்பவில்லை. அவன், கொஞ்சம் ரொமான்டிக்காக இருக்க விரும்புகிறான். அதே சமயத்தில், உக்கிரமாகவும் நடந்துகொள்கிறான்.

ரங்கன்: தேசியக் கொடியின்மீது புரள்வதன் மூலம், உண்மையில், 'ஃபக் யூ!' என்றுதான் சொல்கிறானா?

ரத்னம்: ஆம். அந்த மனப்பாங்கிலேயே அந்தக் காட்சி உருவாக்கப்பட்டது.

ரங்கன்: நீங்கள் சொல்வதைக் கேட்கும்போது, **அபூர்வ ராகங்கள்** படத்தின் காட்சி ஒன்று என் நினைவுக்குவருகிறது. கமல் ஹாசன், சிலரை 'தேவடியாப் பசங்களா' என்று திட்டுவார். அதன் பயனாக, அவர்களிடம் உதை வாங்குவார்.

ரத்னம்: ஆம். அவருக்கு அடி கிடைக்க அதுதான் காரணம். ஆக, பாலசந்தர் தான் பொறுப்பு, நான் அல்ல.

ரங்கன்: என்றுமே உங்கள் படங்களில் கெட்ட வார்த்தைகள் இடம்பெற்ற தில்லை. இப்போது, உடனடியாக என்னால் எதையும் நினைவுகூர முடிய வில்லை.

ரத்னம்: என் நிஜ வாழ்க்கைக்காக அந்த வார்த்தைகளைச் சேகரித்து வைத்திருக்கலாம்.

ரங்கன்: பாலசந்தர் உங்களை அணுகி இந்தப் படத்தை உருவாக்கச் சொன்னாரா? அல்லது, நீங்கள் கதையோடு அவரை அணுகினீர்களா?

ரத்னம்: அவர் என்னை அணுகினார். தமிழ்ப் படங்களைப் பொருத்தவரை, அவர்தான் என்னுடைய இன்ஸ்பிரேஷன். அவருடைய படங்கள் ஏற்படுத்திய தாக்கத்தின் காரணமாகவே திரைத்துறையில் நுழைந்தேன். அதனால், அவருடைய பேனருக்குப் படம் எடுக்கச் சொல்லி என்னை அவர் அணுகியபோது, அவர்கள் தயாரித்ததிலேயே சிறந்த படத்தை உருவாக்கித் தரவேண்டும் என்று எண்ணினேன். அந்தப் படம் கே.பி.யின் தரத்துக்கு இணையாக இருக்கவேண்டும் என்று முடிவு செய்தேன். அவர் என்னை அழைத்தபோது, நான் என் சொந்தத் தயாரிப்பு நிறுவனத்துக்காக ஒரு கதையை உருவாக்கிக்கொண்டிருந்தேன். நம்மிடம் எப்போதும் ஓரிரு ஐடியாக்களாவது இருக்கும். நான் அடுத்தநாள் அவரைச் சந்தித்து, **ரோஜா** படத்தின் அவுட்லைனைச் சொன்னேன். அவருக்கு அவுட்லைன் பிடித்திருந்தது. ஆனால், படத்தின் டைட்டில் பிடிக்கவில்லை. 'ரோஜா.... பாக்குத் தூள் மாதிரி இருக்கு' என்றார். அவர் சொன்னது என்னை ஆச்சரியப்பட வைத்தது. நான் அந்த டைட்டில் காஷ்மீரைக் குறிக்கிறது என்று நினைத்தேன். ஏனெனில் ரோஜாப் பூ அழகானது, ஆனால் அதில் நிறைய முட்கள் இருக்கும். கடுமையும் மென்மையும் அந்த டைட்டிலில் பொதிந்திருந்தது. ஆனால் அவர், 'பாக்குத் தூள் மாதிரி இருக்கு' என்றார். ஒரு தூய தமிழனாக, தமிழர்களின் நாடித்துடிப்பைத் தெரிந்துகொண்ட அவர் அப்படிச் சொல்லும்போது, நாம் அதை ஏற்றுக்கொள்ளத்தான் வேண்டும்.

ரங்கன்: உங்களை நீங்கள் தூய தமிழனாகக் கருதவில்லையா?

ரத்னம்: அதாவது, அவர் அந்தக் கோணத்தில் எடுத்த எடுப்பிலேயே புரிந்து கொள்கிறார். அதன் படிம, குறியீட்டு அம்சங்கள்பற்றி அவர் யோசிக்க வில்லை. எப்படியிருந்தாலும், தமிழ் மீடியத்தில் படித்தால்தான் தூய தமிழன். ஆங்கிலத்தில் யோசித்தால் தமிழன் இல்லை. அதுதான் பிரச்னை. நான் அடுத்த நாள் அவரைச் சந்தித்து, 'இறுதிவரை' என்ற டைட்டிலைச் சொன்னேன். அது முறையான தமிழ் வார்த்தை. ஆனால், அவர்களுக்கு அரைச் சொல் என்ற கான்செப்ட்டில் நம்பிக்கை இருந்தது. அதனால் 'இறுதிவரை' என்ற வார்த்தையை அவர்கள் ஏற்றுக்கொள்ளவில்லை. 'ரோஜா' என்ற டைட்டிலையே வைத்துக்கொள்ளலாம் என்றார். அதனால், பின்னர், **கன்னத்தில் முத்தமிட்டால்** படத்தில் இடம்பெறும் புத்தகத்துக்கு நான் 'இறுதிவரை' என்ற டைட்டிலைச் சூட்டினேன்.

ரங்கன்: **ரோஜா** படத்தின் விளம்பரம் ஒரு செய்தித்தாளில் அரைப் பக்கத்துக்கு வெளிவந்தது எனக்கு லேசாக நினைவிருக்கிறது. தினத்தந்தியில் என்று நினைக்கிறேன். ஒரு நீண்ட காம்பு, அதன் உச்சியில் ஒரு ரோஜாப் பூ இருக்கும். அந்தப் பூவில் மதுபாலாவின் முகம் தெரியும். அப்போது அவர் யார் என்று எனக்குத் தெரிந்திருக்கவில்லை. அவர் பாலசந்தரின் **அழகன்** படத்தில் நடித்திருந்தார்.

ரத்னம்: **அழகன்** படம் இல்லை. பாலசந்தரின் **வானமே எல்லை** படத்தில் நடித்தார். தினத்தந்தி விளம்பரத்தில் ரோஜாப் பூ இடம்பெற்றிருக்காது. அந்த விளம்பரத்தில், நீளமான காம்பில் மலர்ந்திருக்கும் ஒரு பூவைக் குறிக்கும் பொருட்டு, பேனாவால் நிறைய கோடுகள் வரையப்பட்டிருக்கும். அந்த இமேஜ்தான் படத்தின் ஒட்டுமொத்த புரமோஷனுக்கும் பயன்படுத்தப்பட்டது.

ரங்கன்: உங்களின் முந்தைய படங்களைப் பார்க்கும்போது, நீங்கள், கதாபாத்திரங்களை உருவாக்கிவிட்டுப் பின் அவர்களைச் சுற்றிக் கதையைப் பின்னியிருக்கிறீர்கள் என்று எண்ணத் தோன்றும். **ரோஜா** படத்தைப் பார்க்கும்போது, நீங்கள் இந்தியத்தன்மையுடன் ஒரு படத்தை உருவாக்க வேண்டும் என்று முடிவு செய்துவிட்டு, பின் கதையை எழுதியதுபோல் தோன்றியது.

ரத்னம்: **ரோஜா** படத்தின் கதைக்களத்தை, நான் 'இந்திய கதைக்களமாக' கருத வில்லை. அதைத் தமிழ்ப் படமாகவே கருதினேன். உண்மைச் சம்பவத்தைத் தழுவி எடுக்கப்பட்ட படம் அது. ஸ்ரீநகருக்கு ஒரு வேலை விஷயமாகச் சென்ற ஒரு பொறியாளரைத் தீவிரவாதிகள் கடத்திவிட்டனர். அவருடைய மனைவி அவரை விடுதலை செய்யக் கோரிப் போராடினார். அந்தப் பெண், தன் கணவனைக் கடத்திய தீவிரவாதிக்கு ஒரு திறந்த மடல் எழுதியிருந்தார். ரோஜா, வாசிம் கானை (தீவிரவாதி) ஜெயிலில் சந்திக்கும்போது பேசும் வசனங்களின் பெரும்பகுதி அந்த மடலிலிருந்துதான் எடுக்கப்பட்டது. அந்த மடலின் உள்ளடக்கமும் அந்தக் காட்சியின் உள்ளடக்கமும் ஒன்றுதான். அந்தச் சம்பவத்திலிருந்துதான் **ரோஜா** படத்தின் கரு பிறந்தது. அந்தப்

பெண்ணைப் பொருத்தவரை, அவள் கணவன் யாருக்கும் எந்தத் தீங்கும் செய்யவில்லை. அவன் மிகவும் நல்லவன். அதனால் அந்தத் தீவிரவாதிக்குள் ஒளிந்திருக்கும் நல்லவனுக்கு, அவள் அந்தக் கடிதத்தை எழுதினாள். அந்தப் பெண்ணின் சூழ்நிலையையே நாங்கள் படமாக உருவாக்கினோம். எனவே, ஒரு கதாபாத்திரத்திலிருந்துதான் **ரோஜா** படம் பிறந்ததே ஒழிய, தனியான பிளாட்டிலிருந்து அல்ல. அதாவது, ஒருவகையில் படத்தில் பெரிய பிளாட் எதுவும் கிடையாது. அந்த ஜெயில் காட்சியே படத்தின் மையப்புள்ளி. அந்த மையபுள்ளியை நோக்கியே மற்ற காட்சிகள் பயணிக்கும். அந்தக் கடிதத்திலிருந்துதான் படத்தின் மையப்புள்ளி பிறந்தது.

ரங்கன்: ரிஷியை ஒரு சாதாரணமான க்ரிப்டாலஜிஸ்டாகக் காட்டியதற்கு ஏதாவது காரணம் உண்டா? ஏனெனில், அவன் கடத்தப்படுவதற்கு 'பொருத்த மான' ஒரு போலிஸ் அதிகாரியோ இளம் அமைச்சரோ பெரும் புள்ளியோ அல்ல.

ரத்னம்: நாங்களாக யோசித்துக் கதையை அப்படி உருவாக்கவில்லை. காஷ்மீரில் அந்த நேரத்தில், அதுதான் நடந்துகொண்டிருந்தது. அந்தப் பொறியாளர் ஒரு ப்ராஜெக்ட்டுக்காகத்தான் அங்கே சென்றார். அவருக்கும் அரசாங்கத்துக்கும் எந்த நேரடித் தொடர்பும் இல்லை. எனினும் அவர் கடத்தப்பட்டார். தங்களுக்குச் சம்மதம் இல்லாத பிரச்னையில், அந்தப் பொறியாளர் போன்ற சராசரிக் குடிமகன்கள் சிக்கிக்கொண்டனர். அந்தச் சம்பவங்களின் பிரதிபலிப்பே **ரோஜா**.

ரங்கன்: இத்தனை வருடங்களாக, பரபரப்பான அந்த உண்மைச் சம்பவத்தை மீடியா கண்டுகொள்ளவில்லை என்பது ஆச்சரியம் அளிக்கிறது.

இந்தியாவின் ஓர் அங்கம்தான் காஷ்மீர் என்று ரிஷி சொல்லும்போது அதை அவன் வெகுளியாகச் சொல்லவில்லை. மிகுந்த திமிருடன்தான் சொல்கிறான்.

ரத்னம்: படம் வெளியான அந்த நேரத்தில் 24x7 தொலைக்காட்சி சானல்கள் இல்லை. அந்தக் கடிதத்தை எழுதிய அந்தப் பெண்ணுக்கு எந்தத் தீங்கும் நிகழ வில்லை. அதுவே இந்தக் காலமாக இருந்தால், அவர் சுற்றிவளைக்கப் பட்டிருப்பார்.

ரங்கன்: உங்களின் மற்ற குடும்பப் பின்னணிப் படங்களிலிருந்து, **ரோஜா** முற்றிலும் மாறுபட்டிருக்கும். இந்தப் படத்தில் குடும்பம் என்னும் இடத்தில் தேசம் வருகிறது. ரோஜா தன் கணவனுக்காகப் போராடுகிறாள். இதுபோன்ற குடும்பம் சார்ந்த சூழ்நிலையை, உங்கள் படங்களில் முன்னரே பார்த்திருக் கிறோம். ஆனால் இங்கே அந்தக் குடும்பப் போராட்டம், தேசியப் பின்னணியில் நடக்கிறது.

ரத்னம்: எங்கள் ஆலயம் நிறுவனத்துக்காக, சரத்குமாரை வைத்து, **தசரதன்** படத்தைத் தயாரித்தோம். அந்தப் படத்தை என் நண்பர் கிட்டி இயக்கினார். அந்தப் படத்தைத் தொடங்குவதற்குமுன்பே, அவரிடம் **ரோஜா** படத்தின் அவுட்லைனைச் சொன்னேன். அப்போது **அஞ்சலி** படத்தின் வேலையில் மூழ்கி இருந்தேன் என்று நினைக்கிறேன். 'நீ ஏன் ரோஜா படத்தை இயக்கக் கூடாது?' என்று கிட்டியிடம் கேட்டேன். அவர், 'வேண்டாம். என் சொந்தக் கதையைப் படமாக்க விரும்புகிறேன்' என்றார். அவர் நன்றாக யோசித்துத் தான் தன் முடிவைச் சொன்னார். அதனால் சரி என்று விட்டுவிட்டேன். ஆனால், அவரிடம் அவுட்லைனைச் சொல்லும்போதுதான், அந்தக் கதை உறுதியான வடிவம் பெற்றது. பின், கே.பி. தன் நிறுவனத்துக்கு என்னைப் படம் எடுக்கச் சொன்னார். அவரிடம் இந்த அவுட்லைனைச் சொன்னேன். பின்தான் கதையை முழுவதுமாக விரிவாக்கினோம். கணவனுக்காக எமனிடம் போராடும் ஒரு பெண்ணைப்பற்றிய காவியக் கதையை, காலத்துக்கு ஏற்றார்போல் மாற்றினோம். எல்லாக் காலத்திலும் அந்தக் கதைக்கு மவுசு உண்டு.

ரங்கன்: சத்யவான் சாவித்திரி கதையை மனத்தில் வைத்துத்தான் இந்த படத்தின் கதையை எழுதினீர்களா? ஆம் எனில், இந்தப் படமும் **தளபதி**யைப் போல், ஒரு காவியத்தின் நவீன வடிவமாகிறது.

ரத்னம்: ஆம். அந்தக் காவியத்தோடு, நடந்த உண்மைச் சம்பவத்தைத் தொடர்பு படுத்திக்கொள்ள முடிந்தது. நவீன சூழலில் அந்தக் கதையை அமைக்கும் போது, அது புத்தம் புதிய வடிவம் பெறுகிறது.

ரங்கன்: வாசிம் கான் கைது செய்யப்படும் காட்சியை முன்கதையாக அமைத் திருப்பீர்கள். இதன் சாதக அம்சம் என்ன? ரோஜாவின் அறிமுகக் காட்சி யிலிருந்து படத்தைத் தொடங்கியிருந்தால், அந்தக் கடத்தல் காட்சி வரும்வரை, அவள் எதிர்கொள்ளப் போகும் சூழ்நிலையைப்பற்றி யாராலும் யூகித்திருக்கமுடியாது.

ரத்னம்: படத்தோடு மிகவும் கச்சிதமாகப் பொருந்திய காட்சிகளில் அதுவும் ஒன்று என்றே நினைக்கிறேன். ஒரு படத்தில், காட்சிகளில் ஏற்படும் திடீர்

திருப்பம், வேண்டுமென்றே திணித்ததைப்போல இருக்கக்கூடாது. திட்ட மிட்டு வைக்கப்பட்ட ட்விஸ்ட் போலவும் தோன்றக்கூடாது. படைப்பாளி தேவையில்லாமல் காட்சிகளில் தன் ஆளுமையைச் செலுத்தக்கூடாது. உதாரணமாக, **லாரன்ஸ் ஆப் அரேபியா** (டேவிட் லீனின் படைப்பு) படத்தில், பின்னால் நடக்கப் போவதை முன்கூட்டியே சொல்லிவிடுவார்கள். முதல் காட்சியிலேயே லாரன்ஸ் விபத்தில் இறந்துவிடுவார். இங்கே, தீங்கு நடக்கப் போகிறது என்று பார்வையாளர்கள் எச்சரிக்கப்படுகின்றனர். இந்த உத்தியைத்தான் **ரோஜா**விலும் பின்பற்றினோம். **ரோஜா** படத்தின் ஓப்பனிங் காட்சி கிளாசிக்கலான ஒன்று. கதை எந்தப் புள்ளியை நோக்கிப் பயணிக்கிறது என்பதை அந்த முதல் காட்சியே சொல்லிவிடுகிறது. மேலும் கதை இரண்டு வெவ்வேறு உலகங்களைப்பற்றியது என்பதையும் அந்தக் காட்சி நமக்கு உணர்த்துகிறது. இந்த எளிய உத்தியின் மூலம் எங்களால் இரண்டு உலகங்களை இணைக்க முடிந்தது. இல்லை என்றால், இரண்டு உலகங்களும் ஒன்றோடு ஒன்று பொருந்தாது. மேலும், ரிஷியும் ரோஜாவும் காஷ்மீருக்குச் சென்றபின்தான், நாம் அந்த யுத்த உலகத்தைப்பற்றி விவாதிக்க முடியும். திருநெல்வேலியில் வளர்ந்த ஒரு சாதாரண மனிதனுக்கு, ஆள் கடத்தல் என்பது அந்நியமாக, ஜீரணிக்க முடியாத சம்பவமாகத் தோன்றும். ஆனால், வாசிம் கான் கைது செய்யப்படுவதை முன்கதையில் விவரித்துவிட்டால், திரைக்கதையில், திடீர் திருப்பத்தை ஏற்படுத்துவதில் எந்தச் சிக்கலும் இருக்காது.

ரங்கன்: கதாநாயகன் கடத்தப்படும் காட்சியை இண்டர்வல் ட்விஸ்ட்டாக வைத்திருப்பீர்கள். ரிஷியும் ரோஜாவும் காஷ்மீருக்குச் சென்றபின், வாசிம் கான் கைது செய்யப்படுகிறான் என்று காட்சியை அமைத்திருந்தால், வாசிம் கானின் கைது இண்டர்வல் ட்விஸ்ட்டாக இருந்திருக்கும். அதுவும், கதாநாயகன் கடத்தப் படும் காட்சிக்கு எந்த வகையிலும் குறையாத டிரமாடிக் காட்சிதான்.

ரத்னம்: ரிஷி கடத்தப்படுவது மிகவும் டிரமாடிக்கான காட்சி. அங்குதான் கதையின் மிக முக்கியத் திருப்பம் நிகழ்கிறது. எந்தக் காரணத்துக்காகவும் அந்தக் காட்சியை மாற்ற முடியாது. அதுவரை நாம் கதையை எப்படி நகர்த்தி யிருந்தாலும், இந்தக் குறிப்பிட்ட காட்சி டிரமாடிக்காகவும் அதிர்ச்சியூட்டக் கூடியதாகவும் இருக்கும். அதனால், நம் முன்னே இரண்டே வாய்ப்புகள்தான் இருக்கின்றன. ஒன்று, வாசிம் கான் காட்சியை முன் கதையாக அமைக்க வேண்டும். இல்லை என்றால் அந்தக் காட்சி முழுவதையும் நீக்கி விட வேண்டும். மற்ற காட்சிகளில் எந்த மாற்றமும் செய்யவேண்டிய அவசிய மில்லை. எதிர்பாராதவிதமாக ரிஷி கடத்தப்பட்டால் பார்வையாளர்கள் அதிர்ச்சிக்கு உள்ளாவார்கள். அந்த அதிர்ச்சியைக் குறைக்கும் பொருட்டே முன்கதை அமைக்கப்பட்டது. இல்லை என்றால், அந்தக் கடத்தல் காட்சி படத்தோடு பொருந்தாமல் போகலாம். யார் இந்தத் தீவிரவாதிகள், இந்தக் காதல் கதையில் அவர்கள் என்ன செய்கிறார்கள், அவர்கள் ஏன் ரிஷியைக் கடத்துகிறார்கள் என்பதைப் புரிந்துகொள்வது, பார்வையாளர்களுக்குச் சற்று கடினமாக இருக்கலாம். வாசிம் கான் கைது செய்யப்படுவதை ஆரம்பக் காட்சியாக வைத்ததன் மூலம், 'இதுதான் என் களம், இதில்தான் கதை நடக்கப்

போகிறது' என்பதைத் தெளிவாகச் சொல்லிவிடுகிறேன். அது ஒரு யுத்த பூமி. அங்கே தீவிரவாதிகள் நடமாடுகிறார்கள். வன்முறையில் ஈடுபடுகிறார்கள். ராணுவம் அவர்களைத் தேடுகிறது. அவர்களோடு சண்டை போடுகிறது. அந்த யுத்த பூமியில், நாம் நம் சராசரி கதாபாத்திரங்களை உலவவிடுகிறோம். அந்தச் சூழ்நிலைக்குப் பார்வையாளர்களைத் தயார்படுத்தும் பொருட்டே, முன்கதை அவ்வாறு அமைக்கப்பட்டது.

ரங்கன்: பொதுவாகத் திரைக்கதையில் பல்வேறு நிகழ்வுகளை இணைக்க முயல்வோம். அதனால், வாசிம் கான் கைது செய்யப்பட்டபிறகு, 'வாசிம் கான் கைது செய்யப்பட்டார்' என்ற தலைப்புச் செய்தியை, பத்திரிகையில், ரோஜாவின் தந்தை படிக்கிறார் என்று ஒரு ஷாட் வைத்திருக்கலாம். ஆனால், நீங்கள் வாசிம் கான் கைது செய்யப்படுவதை ஒரு தனிப் பகுதியாகக் காட்டியிருப்பீர்கள். பின், ஓர் அமைதியான கிராமத்தில் வசிக்கும் கதா நாயகியைப் பாடலின் மூலம் அறிமுகப்படுத்தியிருப்பீர்கள். மேலும், ரிஷி கடத்தப்படும்வரை, வாசிம் கான் கைதைப்பற்றி மேற்கொண்டு எதுவும் பேசியிருக்க மாட்டீர்கள்.

ரத்னம்: நீங்கள் சொல்வதைத்தான், ஓபனிங் பிளாக்கில், வேறுவிதமாகக் காட்டியிருப்போம். நீங்கள் குறிப்பிடும் பத்திரிகைத் தலைப்புச் செய்தி போன்றவற்றின் மூலம், நேரடியான காட்சியாக அல்லது அந்தச் செய்தியைப் பற்றிய குறிப்பைக் காட்டுவதாக இரண்டு உலகங்களையும் தொடர்பு படுத்துகிறீர்கள். ஆனால் நாங்கள், இரண்டு உலகங்களுக்குள் இருக்கும் முரண்களைச் சுட்டிக்காட்டி, இரண்டு உலகங்களையும் தொடர்புபடுத்தி யிருப்போம். இதுதான் காஷ்மீர், அங்கே பதற்றமான சூழல் நிலவுகிறது; இதுதான் திருநெல்வேலி, இங்கே அமைதி குடிகொண்டிருக்கிறது என்று காட்சிப்படுத்தியிருப்போம். இங்கேயும், இரண்டு உலகங்களுக்கிடையே உள்ள தொடர்பு நிலைநாட்டப்படுகிறது. அதனால்தான் அங்கே அந்தப் பாடல் கச்சிதமாகப் பொருந்தியது. படத்தின் ஆரம்பம் மிகவும் டிரமாடிக்காக அமைந்திருக்கும். அதற்கு நேர்மாறாக, மிகவும் அமைதியாக இந்த கிராமத்துக் கட்சிகளை உருவாக்கியிருப்போம். இந்தியாவின் தென் பகுதியில் இருக்கும் அந்த அமைதியான கிராமத்துக்கு, வட பகுதியில் இருக்கும் அந்த யுத்த பூமியைப்பற்றி எதுவும் தெரிந்திருக்கவில்லை. அதனால் இங்கே, நாட்டின் இரண்டு துருவங்களை இரண்டு வித்தியாசமான காட்சிகளின் மூலம் இணைத்திருப்போம்.

ரங்கன்: விந்திய மலையின் தென்பகுதியில் வசிக்கும் மக்களை, வடநாட்டவர் 'மதராஸி' என்று அழைக்கும் நெருடலான வழக்கம் ஒன்று இருக்கிறது. தன் கணவன் கடத்தப்பட்டபின், ரோஜா ராணுவ முகாமுக்குச் சென்று தமிழில் பேசுவார். உடனே ஒரு ராணுவ அதிகாரி, அங்கிருக்கும் யாருக்காவது 'மதராஸி' தெரியுமா என்று கேட்பார். இங்கே அவர் மொழியைக் குறிக்க, 'தமிழ்' என்ற வார்த்தையைப் பயன்படுத்தியிருக்கமாட்டார். பம்பாய் படத்தில்கூட, அந்த ஜோடிகளைக் குறிக்க 'மதராஸி' என்ற வார்த்தையைப் பயன்படுத்துவார்கள். இதைப்பற்றிய விழிப்புணர்வை, உங்கள் படங்களின்

மூலம் ஏற்படுத்தவேண்டும் என்று நீங்கள் எண்ணியதுண்டா? ஏனெனில், பம்பாயில் வசித்த அனுபவம் உங்களுக்கு இருக்கிறது.

ரத்னம்: அவர்கள் நம்மை அப்படி அழைக்கிறார்கள் என்றால், அதைப் பொருட்படுத்தாமல் இருப்பதே சிறந்த வழி என்று நினைக்கிறேன். இத்தனை வருடங்களில் அவர்கள் இதைப்பற்றிப் புரிந்துகொள்ளவில்லை. அதனால் இப்போது அவர்களுக்கு விளக்குவதில் எந்தப் பயனும் இராது. விழிப்புணர்வு எப்போது உருவாகவேண்டுமோ, அப்போது தானாகவே உருவாகும். ஆனால், அவர்கள் நம்மை 'மதராஸி' என்று அழைப்பதைப்பற்றி நாம் கவலைப்படத் தேவையில்லை. ரோஜா படத்தை உருவாக்கும்போது, இதுபோன்ற விஷயங்களைப்பற்றிய விழிப்புணர்வை மக்களுக்கு ஏற்படுத்தவேண்டிய அவசியம் இருப்பதாக நான் கருதவில்லை. படம் எடுப்பதுமட்டுமே என் வேலை.

ரங்கன்: ரிஷி கடத்தப்படுவதற்கு முன்பு, ரோஜா பிள்ளையார் கோவிலில் இருக்கிறாள். அவளுக்கு அது அந்நிய பூமி, அவர்கள் பேசும் மொழியும் அவளுக்குத் தெரியாது. அந்தக் கோவிலுக்குச் செல்லும் வழியை அவள் எப்படிக் கண்டுபிடித்தாள் என்று நீங்கள் சொல்லவில்லை.

ரத்னம்: இங்கே, திரைக்கதையில், ரிஷியுடன் பயணிப்பதே முக்கியமாகிறது. ரோஜா எப்படி அந்தக் கோவிலுக்குச் செல்கிறாள் என்று விளக்கவேண்டிய அவசியம் ஏற்பட்டிருந்தால். அதை எங்களால் எளிதில் செய்திருக்க முடியும். மொழி தெரியாத ஊரில், கோவிலைக் கண்டுபிடிக்க என்ன செய்ய வேண்டுமோ அதைத்தான் செய்திருப்பாள். வித்தியாசமாக எதையும் செய்திருக்கமாட்டாள். நாம் அவளோடு பயணித்திருந்தால், அவள் யாராவது

ஒருவகையில் அவன் ரொமாண்டிக் ஆனவன். கிராமத்துப் பெண்ணைத் திருமணம் செய்துகொள்ள விரும்பக்கூடியவன்.

ஒருவரிடம் கோவிலுக்குச் செல்லும் வழியைக் கேட்பதை நாம் பார்த்திருக்கலாம். அவள் பேசுவது, அந்த மனிதனுக்குப் புரிந்திருக்காது. அதனால் அவள் சைகை மொழியில் பேசியிருப் பாள். அந்தக் காட்சிகள் பார்ப்பதற்கு சுவாரஸ்ய மாகவும் வேடிக்கையாகவும் இருந்திருக்கும். இறுதியில் அவள் கோவிலைக் கண்டுபிடித்திருப் பாள். இல்லை என்றால், அவள் ஏதாவது தேவாலயத்தை அடையலாம். காட்சிகள் இந்தப் பாதையில்தான் பயணித்திருக்கும். அவள் அந்த தேவாலயத்தில் நின்று, பிள்ளையாரிடம் என்ன வேண்டினாளோ அதையேதான் வேண்டியிருப் பாள். மேலும் அவள் செல்வது, நகரத்துக்கு வெளியே அமைந்த ஒரு சிறு கோவிலுக்குத்தான். கடவுளிடம் தன்னால் நேரடியாகப் பேச முடியும் என்று அவள் நினைக்கிறாள். அது எந்தக் கடவுள் என்பதைப்பற்றி அவள் கவலைப்படவில்லை. அதனால், காட்சியை எப்படி நகர்த்தியிருந்தாலும், அதன் அடிப்படை நோக்கம் மாறியிருக்காது.

தமிழகத்தின் குக்கிராமங்களில் இருப்பவர்களுக்கு காஷ்மீர் பிரச்னை பற்றித் தெரியுமா என்பது சந்தேகமே. மதுபாலாவும் அர்விந்த் சாமியும்.

ரங்கன்: நான் இதைக் கேட்பதற்கு முக்கியக் காரணம், உங்கள் படங்களில், காட்சிகளைத் தவிர்த்துக் கதை சொல்லும் உத்தி சகஜமாகப் பின்பற்றப்பட்டிருக்கும். நாம் முன்னரே இதைப்பற்றி விவாதித் திருக்கிறோம். பொதுவாக, நீங்கள் பல்வேறு நிகழ்வுகளுக்குள் இருக்கும் தொடர்பை விவரிக்க மாட்டீர்கள். எமோஷனல் லாஜிக்குக்குக் கொடுக்கும் முக்கியத்துவத்தை லாஜிஸ்டிகல் லாஜிக்குக்குக் கொடுக்கமாட்டீர்கள். **ராவணன்** படத்தில்கூட, இறுதியில், ராகினி ட்ரெயினிலிருந்து இறங்கியபின், எப்படி வீராவின் மறைவிடத்தைக் கண்டுபிடிக்கிறாள் என்று விளக்கப் பட்டிருக்காது.

ரத்னம்: திரைக்கதையில் அந்த சீக்வன்ஸ் இடம்பெற்றிருந்தது. அவள் பேருந்தில் பயணம் செய்யும் காட்சியோடு சேர்த்து இன்னும் சில காட்சி களைப் படமாக்கியிருந்தேன். அந்த சீக்வன்ஸ் பின்வருமாறு அமைந்திருக்கும். ராகினி ட்ரெயினிலிருந்து இறங்குவாள். பின் பேருந்தில் பயணிப்பாள். பேருந்து நிலையத்தில் இறங்கி, வீராவின் அண்ணன் இருக்கும் இடத்தை விசாரிப்பாள். அவள் வீராவின் அண்ணனைச் சந்திக்கும் காட்சியைப் படமாக்கியிருந்தோம். ராகினி அவனிடம் பேசுகிறாள். பின், அவன் அவளை வீராவிடம் அழைத்துச் செல்கிறான். வீராவின் அண்ணன், ராகினியை வீரா விடம் அழைத்துச் செல்லும் காட்சிமட்டுமே படத்தில் இடம்பெற்றிருக்கும். சில நேரங்களில், 'லாஜிஸ்டிகல் லாஜிக்' என்பது முக்கியமற்றுப் போகிறது. ஒரு பார்வையாளராக, சிதறிக்கிடக்கும் கதைப் பகுதிகளை இணைத்து, முழுக் கதையை உருவாக்கிப் பார்க்கும் திறமை நம்மிடம் இருக்கிறது. அந்தத்

திறமை, நாளுக்கு நாள் வளர்ந்துகொண்டேபோகிறது. அதனால், ஒரு இயக்குநர், காட்சிகளை இணைப்பதற்காக அதிக நேரத்தைச் செலவிட வேண்டிய அவசியமில்லை. கதைக்கு எது மிகவும் முக்கியமோ, அதை விளக்குவதற்கு அந்த நேரத்தைப் பயன்படுத்திக்கொள்ளலாம்.

ரங்கன்: படத்தில், ரோஜாவுக்குப் பதினெட்டு வயதுதான் ஆகிறது. கிராமங் களில் குறைந்த வயதிலேயே திருமணம் செய்துகொள்வார்கள் என்பதை ஏற்றுக்கொள்கிறேன். ஆனால், நகரத்தைச் சேர்ந்த ஒரு இளைஞன், குறைந்த வயதுடைய பெண்ணைத் திருமணம் செய்துகொள்ளச் சம்மதிக்கிறான் என்று சொல்வதை ஏற்றுக்கொள்ள முடியவில்லை.

ரத்னம்: பொறியியல் கல்லூரி மாணவர்கள் பலர், படித்துக்கொண்டிருக்கும் போதே, தங்கள் கிராமங்களுக்குத் திரும்பிச் சென்று திருமணம் செய்து கொள்கின்றனர். பள்ளிப்படிப்பை முடித்து, கல்லூரிக்குச் செல்லும்போதே சிலருக்குத் திருமணம் நடந்துவிடுகிறது.

ரங்கன்: மேலும், அந்தத் திருமணம் ஒரு விபத்து என்றே கருதுகிறேன். அவர்கள் இருவரையும் அவ்வளவு எளிதாக நீங்கள் இணையவிட்டிருக்க மாட்டீர்கள். அவர்கள் நிறையத் தடைகளைக் கடக்கவேண்டியிருந்தது. அவன் முதலில் ரோஜாவின் அக்காவைப் பெண் பார்க்கவருகிறான். ஆனால், ரோஜாவைத் திருமணம் செய்துகொள்கிறான். இதனால் அவள் கோபம் கொள்கிறாள். பின் கோபம் தெளிந்து, அவனை ஏற்றுக்கொள்கிறாள். ஒரு கட்டத்தில், பல தடைகளை மீறி அவள் அவனோடு இணையும்போது, அவன் அவளிடமிருந்து பிரிக்கப்படுவது சோகத்தைக் கூட்டுகிறது.

ரத்னம்: ரிஷி, ரோஜா ஆகியோரின் தனிப்பட்ட வாழ்க்கையைப்பற்றியே இந்த கதை பேசுகிறது. அந்த கதை யுத்தப் பின்னணியில் அமைந்திருக்கிறது. அவர் களின் வாழ்வில் நாமும் அங்கமாகிறோம். அந்தப் புது தம்பதிகளுக்குள் எழும் முரண்களை நம்மால் புரிந்துகொள்ள முடிகிறது. நாம் அவர்களின் உலகில், அவர்களோடு சேர்ந்து பயணிக்கிறோம். அதனால், நாமும் அந்த உலகில் பயணிப்பதால், அவர்கள் அந்தக் கடத்தலை எப்படி எதிர்கொள்கிறார்களோ, அதுபோல்தான் நாமும் எதிர்கொள்கிறோம். திரைக்கதை, நம்மை அவர்களின் வாழ்க்கையோடு பிணைத்துவிடுகிறது. கதை எந்தப் பாதையில் வேண்டு மானாலும் பயணிக்கலாம், ஆனால், பார்வையாளர்கள் கதை மாந்தர்களின் வாழ்க்கையோடு ஒன்றியிருக்கவேண்டும். மூன்று நாள்களுக்கு முன் ஒரு பத்திரிகையில், நிச்சயிக்கப்பட்ட ஒரு திருமணத்தைப்பற்றிய செய்தியைப் படித்தேன். அந்த மாப்பிள்ளை ஒரு வெல்டர். திருமணத்துக்கு முந்தைய நாள், மாப்பிள்ளை அழைப்புக்கு முன்பே, அவன் ஓடிவிடுகிறான். அவன் திரும்பி வருவான் என்று அனைவரும் காத்திருக்கின்றனர். ஆனால் அவன் வரவில்லை. அதனால், இருபத்தினாலு வயது நிரம்பிய அவன் தம்பி, அந்தப் பெண்ணை மணந்துகொள்கிறான். ஒருவகையில், ரோஜாவின் திருமணமும் இதுபோலத்தான். படம் வெளியாகி, இருபது வருடங்களுக்கு பின்பும் இதுபோன்ற சம்பவங்கள் நம்மைச் சுற்றி நடந்துகொண்டுதான் இருக்கின்றன.

ரங்கன்: உங்கள் படங்களில் பொதுவாக வயதான பெண்கள் கௌரவ வேடத்தில் நடிப்பார்கள். ஆனால் ரோஜாவில், அவர்கள் கிரேக்க கோரஸ் கலைஞர்களைப்போல் கூட்டமாக வருகின்றனர். ரிஷி அந்தக் கிராமத்துக்கு வரும்போதும் அவர்கள் இருக்கிறார்கள். அவன் கடத்தப்பட்ட செய்தியை ரோஜாவின் தந்தை தொலைக்காட்சியில் பார்க்கும்போதும் அவர்கள் அந்த வீட்டில் இருக்கிறார்கள். 'ருக்குமணி' பாடலில் பிரதானமாக அவர்களே நடனமாடுகின்றனர்.

ரத்னம்: ராம் கோபால் வர்மாவுக்கு **ரோஜா** படம் பிடிக்காததைப்போல், உங்களுக்கும் படம் சுத்தமாகப் பிடிக்கவில்லையோ என்று எண்ணத் தோன்றுகிறது. நான் அந்தப் படத்தை மீண்டும் எடுக்க நேர்ந்தால், பெரும் பகுதியை எந்தவித மாற்றமின்றித்தான் எடுப்பேன். பொதுவாக, நகரங்களில் வயதானவர்கள் ஒன்றாக இருப்பதை நாம் அதிகம் பார்க்க முடியாது. ஆனால் கிராமங்களில், அவர்கள் கூட்டமாகச் சுற்றித் திரிவதைப் பார்க்கலாம். நிறைய கிராமத்து இளைஞர்கள் வேலை தேடி நகரங்களுக்கு வந்துவிடுகின்றனர். வயதானவர்கள் அங்கே தனித்து விடப்படுகின்றனர். அதனால், வயதானவர்கள், நகரங்களைவிடக் கிராமங்களில் அதிக எண்ணிக்கையில் இருக்கின்றனர். வயதான பெண்கள் ஒன்றாகச் சுற்றித் திரிவது, பார்ப்பதற்கு அற்புதமாக இருக்கிறது. அவர்கள், காட்சிகளுக்கு அழகு சேர்க்கிறார்கள். முதல் பாதி மென்மையாக நகரும். ஏனெனில் இது வெறும் ரொமாண்டிக் கதைதான். மேலும் இந்த பிளாட் சற்று கனமானது. அந்த வயதான பெண்மணிகள், கதையின் கனத்தைச் சற்று குறைக்கின்றனர். படத்தின் சுவாரஸ்யத்தைக் கூட்டுகின்றனர். காட்சிகளை வண்ணமயமாகவும் வேடிக்கையாகவும் உருவாக்கும் பொருட்டே அந்த வயதான கதாபாத்திரங்களைப் பயன்படுத்தினோம்.

ரங்கன்: ஒரு காட்சியில், ரிஷி தன்னைக் கடத்தியவர்களுடன் விவாதத்தில் ஈடுபடுவான். அவர்கள் பக்கத்துக்கு நாட்டைச் சேர்ந்தவர்களா என்று கேட்பான். அந்தக் காட்சியைப் பார்க்கும்போது, அந்த நாட்டின் பெயரை நீங்கள் குறிப்பிட விரும்பவில்லை என்று தோன்றியது. ஆனால், பின்னர், ஒரு தொலைக்காட்சி செய்தி வாசிப்பாளர் 'பாகிஸ்தான்' என்ற வார்த்தையைப் பயன்படுத்துவார். ரிஷி பாகிஸ்தான் பெயரை உச்சரிப்பதை நீங்கள் விரும்பவில்லையா?

ரத்னம்: நீங்கள்தான் ரிஷி என்று வைத்துக்கொள்வோம். நீங்கள் அவர்களிடம் சிக்கிக்கொள்கிறீர்கள். அவர்கள் விரும்பாததைப்பற்றி நீங்கள் பேச எண்ணினாலோ அவர்களைப் பேச வைக்க முயற்சி செய்தாலோ அவர்களிடம் மிகவும் எச்சரிக்கையாகத்தான் நடந்துகொள்வீர்கள். அவர்கள் பாகிஸ்தானால் தூண்டப்படுகிறார்கள் என்பதை நிச்சயம் நேரடியாகச் சொல்லமாட்டீர்கள். கொஞ்சம் கொஞ்சமாகத்தான் விவாதிப்பீர்கள். சூழ்நிலையைக் கூர்ந்து கவனிப்பீர்கள். அவர்கள் எந்த அளவுக்கு வெளிப்படையாகப் பேசுகிறார்கள் என்பதைப் புரிந்துகொண்டபின்தான் அவர்களிடம் மேற்கொண்டு விவாதிக்க முடியும். அவர்கள் இன்னொரு இடத்துக்கு நகர்ந்து கொண்டிருக்கிறார்கள்.

அவர்களிடம் பேசும் வாய்ப்பு அவனுக்கு அப்போதுதான் முதன்முதலில் கிடைத்திருக்கிறது. அதனால், ஒருவித எச்சரிக்கையுடனே பேசுகிறான். அடுத்தமுறை, அவர்கள் இருவரும் நெருப்பைச் சுற்றி அமர்ந்து, அதிக நேரம் பேசுகிறார்கள். அவர்கள் முன்பைவிட அதிகமாக ஒருவரை ஒருவர் புரிந்து கொண்டிருக்கின்றனர். அதனால் அவனால் விவாதத்தில் சற்று தீவிரமாக ஈடுபட முடிகிறது. அந்த விவாதம் கொஞ்சம் கொஞ்சமாகத் தீவிரம் அடை கிறது எனலாம்.

ரங்கன்: படத்தை எப்படி முடிப்பது என்பதை அதிகம் மெனக்கெட்டு யோசித் தீர்களா? அதாவது, தமிழ் சினிமா வழக்கப்படி வில்லனை வீழ்த்திவிடுவதா அல்லது வில்லன் தன் குற்றங்களை ஒப்புக்கொண்டு, மனிதனாக மாறி, ரிஷியை விடுவித்துவிடுகிறான் என்று காட்சிப்படுத்துவதா என்ற முடிவை எடுக்க மெனக்கெட்டீர்களா?

ரத்னம்: கிளைமாக்ஸை எப்படிக் காட்சிப்படுத்தப்போகிறோம் என்பதை முடிவு செய்யத்தான் கொஞ்சம் மெனக்கெடவேண்டியிருக்கும். ஆனால், கான்செப்டை முடிவு செய்வதில் எந்தப் பிரச்னையும் இருக்காது. அவன் ஒரு பொறியாளர். வேலை நிமித்தமாக அங்கே செல்லும் க்ரிப்டாலஜிஸ்ட். அவன் அத்தனை தீவிரவாதிகளுடன், துப்பாக்கியை வைத்துச் சண்டை போடுகிறான் என்று சொன்னால், அது நம்பும்படி இருக்காது. அதனால், அவர்கள் அவனை விடுவித்துவிடுகிறார்கள் அல்லது அவனை பலிகடா ஆக்குகிறார்கள் என்று சொன்னால்தான் நம்பும்படி இருக்கும். அதுவே எஞ்சியிருந்த ஒரே வழி. அதில் எனக்கு எந்தச் சந்தேகமும் இருக்கவில்லை. அவர்களோடு சண்டை போட்டு வெற்றிகொள்ள, நாம் அவனை சூப்பர் ஹீரோவாக உருவாக்கவில்லை. அவனால் அந்தத் தீவிரவாதிகளில் ஒருவனை மனிதனாக மாற்ற முடிந்தால், அதுவே அவனுக்குக் கிடைத்த வெற்றி. படத்தின் முடிவு, அந்தக் கதைக் களத்துக்கு நியாயம் செய்தது.

ரங்கன்: ஆனால், அங்கேயும் ஓர் ஆக்‌ஷன் சீக்வன்ஸ் இருந்தது. பனி நிறைந்த மலைப்பகுதியில் அந்தக் காட்சி அமைந்திருக்கும்.

ரத்னம்: எனக்குப் பிடித்த காட்சி அது. அது சூப்பர் ஹீரோ வகையைச் சார்ந்த ஆக்‌ஷன் காட்சி அல்ல. அவன் தப்பிக்க முயற்சி செய்கிறான். அவ்வளவுதான். அவன் அதற்கு முன்பே தப்பிக்க முயற்சி செய்திருக்கிறான். இப்போது மீண்டும் செய்கிறான். அந்த இடத்தில் நம்பத்தகுந்த வகையில், ஒரு சிறிய ஆக்‌ஷன் காட்சி வைப்பது படத்துக்குப் பலம் சேர்க்கும். கதாநாயகன், ஒரே ஆளாக நின்று நிறையத் தீவிரவாதிகளைப் பந்தாடுவதுபோல் அந்தக் காட்சியை உருவாக்கவில்லை. நான் **கிரேட் எஸ்கேப்** போன்ற படங்களைப் பார்த்து வளர்ந்தவன். படத்தின் எமோஷனை உச்ச நிலைக்குக் கொண்டு சென்று, பின் விடுவிக்க விரும்பினேன். அதற்கு அந்த அட்ரினலின் பரபரப்பு தேவைப்பட்டது. அவன் அந்த காஷ்மீரி பெண்ணின் உதவியோடு தப்புகிறான். அவனைத் துரத்துகிறார்கள். சண்டை நடக்கிறது. அவன், அந்தத் தீவிரவாதிகளின் எல்லையை விட்டு வெளியேறச் சில அடிகள்தான் பாக்கி

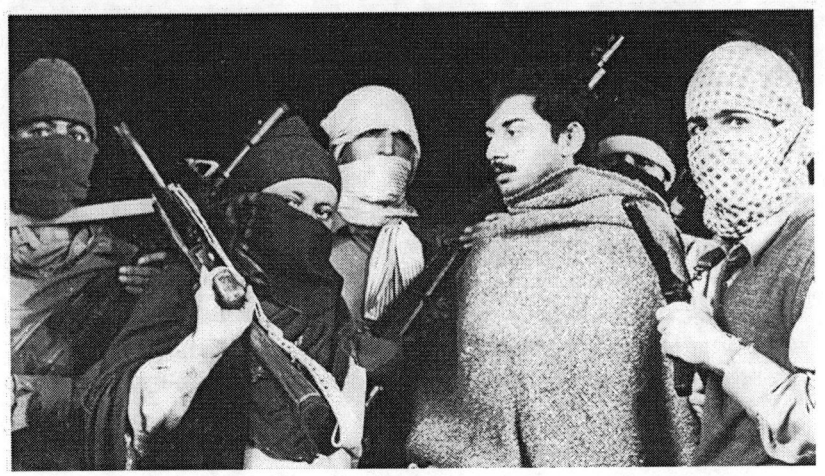

அப்பாவிகள் பிரிவினைவாதச் சண்டைக்கு நடுவில் மாட்டிக்கொண்டுவிடுகிறார்கள். அவர்களுக்கு அதில் எந்தப் பங்கும் இல்லை. **ரோஜா** படம் அதிலிருந்து உருவானதுதான்.

இருக்கிறது. அவன் தப்பிவிட்டான் என்று நாம் நினைக்கும்போது, அவன் மீண்டும் அவர்களிடம் சிக்கிக் கொள்கிறான். பின் அந்தத் தீவிரவாதியே அவனை விடுவித்துவிடுகிறான். ஒரு மெயின்ஸ்ட்ரீம் சினிமாவை வெற்றி பெற வைக்கவேண்டிய எல்லா அம்சங்களுக்கும் அந்தக் காட்சியில் இருக்கிறது.

ரங்கன்: படம் இந்திய அளவில் சிறந்த படமாகக் கொண்டாடப்படும் என்று நீங்கள் எண்ணினீர்களா?

ரத்னம்: இல்லவே இல்லை. தமிழ்நாட்டின் கிராமங்களில் இருக்கும் மக்களுக்கு காஷ்மீர் பிரச்னையைப்பற்றித் தெரியுமா, அவர்களால் அதை படத்தோடு தொடர்புபடுத்திப் பார்க்கமுடியுமா என்பதுபற்றியெல்லாம் எங்களுக்கு உறுதியாக எதுவும் தெரிந்திருக்கவில்லை. அதனால் இந்தப் படம் ஒருவகையில் சோதனை முயற்சியே. குறைந்த செலவில் எடுக்கப்பட்ட படம். இந்தப் படத்தைப் பெரும்தொகைக்கு விநியோகிக்க முடியாது என்பதை டெக்னீசியன்கள் அறிந்திருந்ததால், அவர்கள் அனைவரும் குறைந்த சம்பளமே பெற்றுக்கொண்டனர். குறைந்த செலவில் இந்தப் படத்தை உருவாக்கினால்தான், இதுபோன்ற படத்தை உருவாக்கும் வாய்ப்பு மீண்டும் கிடைக்கும் என்பதை அவர்கள் அறிந்திருந்தனர். பெரிய அளவில் பேச வைக்கவேண்டும் என்று ஆசைப்பட்டு இந்தப் படத்தை உருவாக்கவில்லை. படம் வெளியானதும் பெரிய வரவேற்பு எல்லாம் இருக்கவில்லை. படத்தில் நடித்தவர்களோ புது முகங்கள். இசையமைப்பாளரும் புதியவர். படமோ காஷ்மீரைப்பற்றியது. எல்லாமே புதிதாக இருந்தது. அதனால், படம் பிரபலமாகச் சில நாள்கள் தேவைப்பட்டன.

படம் வெளியான முதல் வாரத்தில், நாங்கள் இங்கிருந்து NSC (வட ஆற்காடு, தென் ஆற்காடு, செங்கல்பட்டு) வரை காரில் சுற்றுப்பயணம் மேற்கொண்டோம். பின் அங்கிருந்து நாகர்கோவிலுக்குச் சென்று, மீண்டும் வீடு திரும்பினோம். முதலில் ஒரு திரையரங்குக்குள் நுழைந்தோம். படம் வெளியாகி நான்கைந்து நாள்கள் ஆகியிருந்தன. அது திங்கள் கிழமையோ செவ்வாய்க் கிழமையோ. முன் வரிசைகள் காலியாக இருந்தன. எனக்குக் கொஞ்சம் அதிர்ச்சியாகத்தான் இருந்தது. திரும்பிப் பின் வரிசைகளைப் பார்த்தேன். அவை ஓரளவுக்கு நிரம்பியிருந்தன. ஆனால், நாங்கள் எங்கள் சுற்றுப்பயணத்தை முடிக்கும் தறுவாயில், படம் கொஞ்சம் கொஞ்சமாகப் பிரபலமாகிவந்தது. விசித்திரமான நிகழ்வு அது. மூன்று நான்கு தினங்களுக்குள், மாற்றங்கள் நிகழ்வதை எங்களால் கண்கூடாகப் பார்க்க முடிந்தது. முன் வரிசைகளும் இப்போது நிரம்பியிருந்தன. நம் படங்கள் அனைத்துத் தரப்பு மக்களிடமும் சென்றடைவதைக் கண்கூடாகப் பார்ப்பது மகிழ்ச்சியான அனுபவம்.

ரங்கன்: **தளபதி** படத்தில் பணியாற்றிய ஒளிப்பதிவாளரையே இந்தப் படத்திலும் பயன்படுத்திக்கொண்டீர்கள்.

ரத்னம்: நான், ஒரு டெக்னிசியனோடு இரண்டு மூன்று படங்களில்தான் இணைந்து பணியாற்றுவேன். ப்ரேக் வேண்டும் என நாங்கள் இருவரும் முடிவு செய்யும்வரை கூட்டணி தொடரும். சந்தோஷ் மிக அருமையான ஒளிப்பதிவாளர். **தளபதி**யை முடித்துவிட்டு இந்தப் படத்தைத் தொடங்குவதற்கு முன், அவரை ஒளிப்பதிவு செய்யச் சொல்லிக் கேட்டேன். அவர் சம்மதித்தார். **தளபதி** படம் அருமையான அனுபவங்களைத் தந்தது. அந்தப் படத்தில் பணியாற்றிய அனைவரும் **ரோஜா**விலும் பணியாற்றினோம்.

ரங்கன்: இளையராஜா தவிர. நீங்கள் உங்கள் டெக்னிசியன்களை அவ்வப்போது மாற்றி வந்திருக்கிறீர்கள். ஆனால் இளையராஜாவிடமிருந்து ஏ.ஆர். ரஹ்மானிடம் வருவதற்கு உங்களுக்கு நிறையக் காலம் தேவைப்பட்டது. ஏன் இந்த மாற்றம் நிகழ்ந்தது? தயாரிப்பாளர்களுக்கும் இளையராஜாவுக்கும் மனஸ்தாபம் என்பது ஒரு காரணம் என்று கேள்விப்பட்டிருக்கிறேன்.

ரத்னம்: குறிப்பிட்ட கரணம் எதுவும் இல்லை. ரகுமானுடைய காலம் யதேச்சையாக ஆரம்பித்தது. தயாரிப்பாளர்களின்மீது எந்தக் குறையும் சொல்ல முடியாது. எனக்கு இளையராஜாதான் வேண்டும் என்றால், அவர்கள் அவரிடம் சென்று பேசுவதாகச் சொன்னார்கள். ஏனெனில், அதுவரை என் எல்லாப் படங்களுக்கும் இளையராஜாதான் இசையமைத்திருந்தார். அதனால் தயாரிப்பாளர்களுக்கும் அவருக்கும் மனஸ்தாபம் என்பதெல்லாம் காரணம் இல்லை. திரைத்துறை என்றுமே தனிப்பட்ட ஒருவரைச் சார்ந்து இயங்குவதில்லை என்றே கருதுகிறேன். நான் இல்லாமல் போனால், வேறு ஒருவர் என் இடத்துக்கு வருவார். திரைப்படங்களின்மீது இருக்கும் காதல் காரணமாக நாம் திரைத்துறைக்கு வருகிறோம். திரைப்படங்கள் எடுக்க வேண்டும் என்பதற்காகத்தான் நாம் இந்தத் துறையில் நுழைந்திருக்கிறோம்.

திரைத்துறையில் தவிர்க்க முடியாதவர்கள் என்று யாரும் கிடையாது. புதுப் புது இன்புட் நமக்குத் தேவைப்படுகின்றன. புதிய காற்றுகள் புதிய ஃப்ளேவரைக் கொண்டுவரும். புதுத் திறமைசாலிகள் நமக்குப் பக்கபலமாக இருப்பார்கள் என்று நம்புகிறோம். மாற்றம் அவசியமாகிறது. இந்த மாற்றம் யதார்த்தமாக நடந்த ஒன்று என்றே நினைக்கிறேன். ராஜா ஓர் அற்புதமான இசையமைப்பாளர் என்பதில் எனக்கு என்றுமே மாற்றுக் கருத்து இருந்ததில்லை. அவர் ஒரு மாமேதை. என்றுமே அவர் மாமேதையாகத்தான் இருப்பார். இன்றுவரை, என் வாழ்நாளில் நான் கேட்டு ரசித்த சிறந்த இசை அவருடையது. இன்றளவும், அவரின் இசை அளவுக்கு எதுவும் என்னை ஈர்த்ததில்லை. அவருடன் பணிபுரிவதில் எனக்கு எந்தத் தயக்கமும் இருக்க வில்லை. எனக்கும் அவருக்கும் உண்மையில் எந்தப் பிரச்னையும் இல்லை. ஆனால் நாம், நம் துறையில் வளர்ந்துகொண்டிருக்கிறோம். யாருக்காகவும், எதற்காகவும், நம் வளர்ச்சிக்குத் தடை போடவேண்டிய அவசியமில்லை.

ரங்கன்: படத்தின் பாடல்களுக்குக் கிடைத்த வெற்றி, உங்களுடைய தீர்மானத்தை நியாயப்படுத்தின. 'காதல் ரோஜாவே' பாடலில் ஒரு குட்டிக் கதை சொல்லப்பட்டிருக்கும். காட்சிகளில் ரோஜாப் பூக்கள், உறைபனி, குழந்தைகள்...

ரத்னம்: அவர்கள் புதுமணத் தம்பதிகள். அவர்களைக் காலம் பிரித்துவிட்டது. அவள் எங்கோ ஓரிடத்தில், அவன் எங்கிருக்கிறான் என்று தெரியாமல் வாழ்ந்துகொண்டிருப்பாள் என்பதை அவன் அறிந்திருக்கிறான். அவனிடம் தவிப்பு, துக்கம், அக்கறை என்று எல்லா உணர்வுகளும் இருக்கின்றன. அவளை எங்கோ இருக்கும் ஒரு சிறு கிராமத்திலிருந்து அழைத்துவந்து இந்தச் சூழலில் தள்ளிவிட்டோமே என்று அவன் வருத்தம் கொள்கிறான். அவள் இவனுக்காகப் போராடிக்கொண்டிருக்கிறாள். யாருக்கு எதிராக அவள் போராடுகிறாள், அவளால் எவ்வளவு காலம் போராடமுடியும் என்பதை

ரோஜா படத்தின் நாயகி தன்மீது நம்பிக்கை கொண்டவள். தனக்குச் சரி என்று தோன்றுவதை அவள் துணிந்து செய்வாள்.

அவன் அறிந்திருக்கவில்லை. அவன் இருபத்தி நான்கு மணி நேரமும் தனித்து விடப்பட்டிருக்கிறான். அவன் ஓர் எழுத்தாளனாக இருந்திருந்தால், அவனுடைய எண்ண ஓட்டங்களைப் பதிவு செய்திருப்பான். அதில் அவள் எதிர்கொள்ளும் பிரச்னைகளை நினைத்து உருகியிருப்பான். அந்தப் பாடல் இதைத்தான் பதிவு செய்ய முயன்றது. ஏக்கம், தவிப்பு, வலி ஆகியவற்றைப் பற்றி அந்தப் பாடல் பேசியிருக்கும். ஒருவகையில் அந்தக் குழந்தைகள் அவளுடைய அப்பாவித்தனத்தைக் குறிக்கிறார்கள். அவளுடைய அப்பாவித் தனத்தைத் தான் கொன்றுவிட்டதாக அவன் கருதுகிறான். இப்போது, அவன் எட்டக்கூடிய தூரத்தில் அவள் இல்லை. அவள் அவனை விட்டு நழுவிச் செல்கிறாள். அவன் அவளை நினைத்து ஏங்குகிறான். ஆனால் அவள் கைக்கு எட்டாமல் மறைந்துகொண்டே இருக்கிறாள்.

ரங்கன்: படம் தமிழில் பெரும் வெற்றி பெற்ற பின்னர்தான், இந்தி வெர்ஷனுக்கான ஆஃபர் வந்தது, இல்லையா? படத்தின் கதை சிறந்தது என்பதற்காக அந்த ஆஃபர் வரவில்லை.

ரத்னம்: தமிழ் வெர்ஷனும் தெலுங்கு டப்பிங் வெர்ஷனும் ஹிட் ஆகிப் பல நாள்கள் கழித்து, தயாரிப்பாளர்களும் தெலுங்கில் படத்தை டப் செய்து வெளியிட்டவரும் படத்தை இந்தியில் டப் செய்ய விரும்பினர். அதில் ஒரு பிரச்னை இருந்தது. கதாநாயகி அந்நிய பூமியில் இந்தி தெரியாமல் தவிக்கிறாள். இந்தியில் டப் செய்தால், கதாநாயகியின் பிரச்னையை எப்படி உணர்த்துவது என்று தீவிரமாக விவாதித்தோம். ஆனால் இந்தி உரிமையை வாங்கியிருந்தவர்கள், அதற்கு முன்னரே டப்பிங் செய்திருந்தனர். மதுவை, அவரது சொந்தக் குரலில் டப்பிங் பேசவைத்தார்களா என்பதைமட்டும் நாங்கள் உறுதி செய்துகொண்டோம். அர்விந்த் கதாபாத்திரத்துக்குப் பின்னணிக் குரல் சரிவரக் கொடுக்கப்படவில்லை. படத்தில், டப்பிங் சரிவரச் செய்யப்படவில்லை என்பது அப்பட்டமாகத் தெரிந்தது.

மிகவும் அசாதரணமான சூழலில் மாட்டிக்கொண்ட மிகவும் சாதாரணமான மனிதன் அவன்.

ரங்கன்: கதாநாயகி பேசும் மொழி மற்றவர்களுக்குப் புரியாது என்பதால், தான் சொல்ல வருவதை மற்றவர்களுக்குப் புரியவைக்க முடியாமல் கதாநாயகி தவிப்பாள். இந்தி வெர்ஷனில் இந்தப் பிரச்னையைச் சரிவர உணர்த்தவில்லை என்றே நினைக்கிறேன்.

ரத்னம்: அங்கே காஷ்மீரி மொழியைப் பயன்படுத்துவதே சிறந்த யோசனையாகப்பட்டது. அவள் இந்தி பேசுவாள். மற்ற கதாபாத்திரங்கள் காஷ்மீரி பேசுவார்கள். ஆனால், படம் பார்வையாளர்களைச் சரிவரச் சென்று அடையுமா என்பதைப்பற்றி அவர்களால் (இந்தி உரிமம் வாங்கியவர்கள்) முடிவு எடுக்க முடியவில்லை. எங்கே படம் பார்வையாளர்களுக்குப் புரியாமல் போய்விடுமோ என்ற அச்சம் அவர்களிடம் இருந்தது. அதுவே, எங்கள்முன் இருந்த பெரிய தடை. அவர்கள் எந்தப் புது முயற்சியையும் மேற்கொள்ள விரும்பவில்லை என்பதே உண்மை. ஒரு குறிப்பிட்ட டயலெக்ட்டில் அவள் இந்தி பேசுகிறாள் என்றுகூடச் சொல்லியிருக்கலாம். ஆனால், அந்தப் பாதையைத் தேர்ந்தெடுத்தால், அவள் படம் முழுக்க அதே டயலெக்ட்டில் பேசியிருக்கவேண்டும். அவள் பேசுவது மக்களுக்குப் புரியுமா என்று அவர்கள் அஞ்சினர். இந்த விஷயத்தைப் பொருத்தவரை, அவர்கள் எளிதில் சமரசம் செய்துகொண்டார்கள். இன்றளவும் அது ஒரு குறைதான். தமிழ் மற்றும் தெலுங்கு வெர்ஷன் அளவுக்கு அந்தக் காட்சிகள் சிறப்பாக இருக்கவில்லை.

ரங்கன்: படத்தில் ஒரு காஷ்மீரிப் பெண் உண்டு. ஆனால் ஒரு வார்த்தைகூடப் பேசியிருக்கமாட்டாள். அந்தத் தீவிரவாத முகாமில் வசிக்கும் பெண்ணைப் பற்றிக் குறிப்பிடுகிறேன். ஒரு வகையில், படம் ரோஜாவின் கதையைப் பற்றிப் பேசுவதுபோல், அந்தக் காஷ்மீரிப் பெண்ணின் கதையைப்பற்றியும் பேசுகிறது. ஒரே வித்தியாசம், அந்தப் பெண்ணின் மனக் குமுறல்களுக்கு வடிகால் இல்லை. துன்பத்தில் உழலும் ரோஜாவால், அழுது புலம்பித் தன் துன்பத்தை வெளிப்படுத்த முடிகிறது. அந்தக் காஷ்மீரிப் பெண் அமைதியாக, உள்ளுக்குள்ளேயே அழுகிறாள்.

ரத்னம்: அவர்கள் தீவிரவாதத்தைக் கையில் எடுத்திருக்கலாம். ஆனால், அவர்களைச் சேர்ந்த பலரும், சராசரி மனிதர்களே. நாட்டின் மற்ற மாநிலங்களில் வாழ்பவர்களைப்போல், அவர்களுக்கும் குடும்ப உறவுகளில் நம்பிக்கை இருக்கிறது. மற்றவர்களைப்போல், அவர்களுக்குள்ளும் அன்பு, பாசம், ஏக்கம் என எல்லாம் இருக்கின்றன. கொள்கைரீதியாக அவர்கள் வேறுபட்டாலும், அவர்களும் மனிதர்கள்தான். அவர்களும் ஒருவர்மீது ஒருவர் அக்கறை செலுத்துகிறார்கள். சக மனிதனுக்குக் கை கொடுக்க அவர்கள் தயங்கமாட்டார்கள். அவர்களை வேறு ஏதோ ஒன்றுதான் தடுத்து நிறுத்துகிறது. அந்தப் பெண், தன் அண்ணன் கதாபாத்திரத்தை (பங்கஜ் கபூர் கதாபாத்திரம்), வலுவடையச் செய்கிறாள். யதார்த்தமாக்கிக் காட்டுகிறாள். ஆழமாக்குகிறாள். அவன் ஆகாயத்திலிருந்து குதித்தவன் அல்ல. அவனுக்கும் உறவுகள் இருக்கின்றன. அவனும் நம்மைப்போல் ஒரு சாதரண மனிதன்தான். அவனுக்கு இன்னொரு முகம் இருக்கலாம். அது ரிஷியின் பிரதிபலிப்பாகவும் இருக்கலாம்.

9

'பாரதிராஜா படப்பிடிப்பு நடத்தும் இடங்களுக்குச் சென்று ஒரு படத்தை உருவாக்குவதே எங்களின் நோக்கமாக இருந்தது'

திருடா திருடா
(1992)

லண்டனில் வசிக்கும் விக்ரம் (சலீம் கோஸ்), இந்திய அரசிடமிருந்து ஒரு பெரும் தொகையைக் கொள்ளை அடித்துவிடுகிறான். குற்றவாளிகளைப் பிடிக்க ஐ.பி.எஸ் அதிகாரி லக்ஷ்மி நாராயணனுக்கு (எஸ்.பி. பாலசுப்ரமணியம்) சொற்ப அவகாசமே இருக்கிறது. இதனிடையில், சில்லறைத் திருடர்களான கதிர் (ஆனந்த்), அழகு (பிரசாந்த்), திருமணத்துக்குப் பயந்து வீட்டை விட்டு ஓடி வந்த ராசாத்தி (ஹீரா ராஜகோபால்), கவர்ச்சி நடனமங்கை சந்திரலேகா (அனு அகர்வால்) ஆகியோர் குறுக்கிடுகிறார்கள்.

பரத்வாஜ் ரங்கன்: **திருடா திருடா**தான், உங்கள் சொந்தத் தயாரிப்பு நிறுவனமான 'ஆலயம்' நிறுவனத்துக்காக நீங்கள் உருவாக்கிய முதல் படம்.

மணி ரத்னம்: சுஜாதா ப்ரொடக்சன்ஸ் நிறுவனத்தைப் பொருத்தவரை, நான் வெறும் பிலிம் மேக்கர் மட்டுமல்ல. அதனால் படத்தை எழுதி இயக்குவதோடு என் வேலை முடிந்துவிடாது. ப்ரொடக்சன் வேலைகளையும் நானே கவனிக்கவேண்டும். அதனால் நான் என் நண்பரும் பார்ட்னருமான ஸ்ரீராமுடன் இணைந்து ஆலயம் நிறுவனத்தைத் தொடங்கியபோது, திரைவடிவம் பெறாத என் கதைகளுக்கு வேறு இயக்குநர்களை வைத்துத் திரைவடிவம் கொடுக்க விரும்பினோம். ஆலயம் நிறுவனம் தயாரித்த முதல் படம் கே.சுபாஷின் **சத்ரியன்**. நான் பாலசந்தரின் நிறுவனத்துக்காக **ரோஜா** படத்தை எடுத்தேன். பின் **திருடா திருடா**வை ஆலயம் நிறுவனத்துக்காக எடுக்கலாம் என்று முடிவு செய்தோம். ஆலயம் சிலகாலம் தொடர்ந்து படங்களைத் தயாரித்தது. பின் நாங்கள் இருவரும் வெவ்வேறு பாதையில் பயணிக்கத் தொடங்கிவிட்டோம். இன்றளவும், ஆலயம் நிறுவனத்தை ஸ்ரீராம் நடத்திவருகிறார். நான் வெளியேறிய பின்பும் அவர்கள் படங்களைத் தயாரித்தார்கள். நான் மெட்ராஸ் டாக்கீஸ் என்ற நிறுவனத்தைத் தொடங்கினேன். **இருவர்** திரைப்படம்தான், என் சொந்த நிறுவனத்துக்காக நான் உருவாக்கிய முதல் படம்.

ரங்கன்: ஆனால் **தில் சே** படத்தை, இந்தியா டாக்கீஸ் என்ற பேனரில் உருவாக்கினீர்கள்.

ரத்னம்: **பண்டிட் குயின்** படத்துக்குப் பின் உருவான படம் அது என்றே நினைக்கிறேன். நான், ராம் கோபால் வர்மா, சேகர் கபூர் மூவரும் இணைந்து அந்த நிறுவனத்தை உருவாக்கினோம். இந்தியா டாக்கீஸ் நிறுவனத்துக்காக ஆளுக்கு ஒரு படத்தை உருவாக்கவேண்டும் என்று முடிவு செய்தோம். நான் என் படத்தை எடுத்துவிட்டேன். அவர்கள் இனிதான் படங்களை எடுக்க வேண்டும்.

ரங்கன்: **திருடா திருடா**வின் ஸ்டோரி கிரெடிட்டை ராம் கோபால் வர்மாவுடன் பகிர்ந்து கொண்டீர்கள். இதன் பின்னணி என்ன?

ரத்னம்: நாங்கள் இருவரும் சுற்றுப்பயணம் மேற்கொண்டிருந்தோம். ஒரு வாரமோ அதற்குமேலோ அந்தப் பயணம் நீடித்தது. அப்போது அவர் **காயம்** படத்தை உருவாக்குவதாக இருந்தது. நான் **திருடா திருடா**வை எடுக்க முடிவு செய்திருந்தேன். மூன்று நாள்கள், நாங்கள் இருவரும் இணைந்து அவருடைய படத்துக்கான திரைக்கதையை எழுதினோம். அடுத்த மூன்று நாள்கள் என் படத்துக்கான திரைக்கதையை எழுதினோம். அங்கிருந்து திரும்பியபின், எங்கள் படங்களைத் தொடங்கினோம். அதனால்தான், **திருடா திருடா**வின் கதை இலாக்காவில் ராமுவின் பெயர் வந்தது; **காயம்** படத்தில் என் பெயர் வந்தது. ஒருவரின் புத்திசாலித்தனமான ஆலோசனைகளை இன்னொருவர் பெரிதாகக் காதில் போட்டுக்கொள்ளவில்லை. முன்னதாக, இங்கே இரு முறை கொள்ளை, கடத்தல்பற்றிய படங்களை எடுக்க முயன்றுள்ளனர். ஒன்று

கமலின் **விக்ரம்**. இரண்டாவது, ராமுவின் **க்ஷணா க்ஷணம்**. இரண்டுமே பெரிதாகப் பேசப்படவில்லை. 'இவர்களுக்கு எப்படி அந்தப் படங்களை எடுப்பது என்று தெரியவில்லை, அதனால்தான் அவை சரியில்லாமல் போயின. என்னால் நிச்சயம் சிறந்த படத்தை எடுக்க முடியும்' என்று சொல்லிக்கொண்டிருந்தேன். நமக்கு அதிகத் தன்னம்பிக்கை இருப்பதால், கதை முக்கியமில்லை என்று எண்ணுகிறோம். திரைக்கதையைத் தொய்வு இன்றி நகர்த்தினாலே போதுமானது என்று முடிவு செய்கிறோம். ஆனால், மற்ற இரண்டு படங்கள் பேசப்பட்ட அளவுக்குக்கூட என் படம் பேசப்படவில்லை.

ரங்கன்: ஆனால், **திருடா திருடா** பெரும்தோல்வி அடையவில்லை.

ரத்னம்: இல்லையா? அது மெயின்ஸ்ட்ரீம் கமர்ஷியல் படம். அதனால் அது பெரும் கமர்ஷியல் வெற்றியைப் பெற்றிருக்கவேண்டும். இல்லையேல், அந்தப் படத்தால் யாருக்கும் எந்த லாபமும் இல்லை. 'இயக்குநர்' என்ற இடத்தில் வேறொருவருடைய பெயரைக் குறிப்பிட்டிருந்தால் அந்தப் படம் வெற்றி பெற்றிருக்கக்கூடும். **ரோஜா** படத்துக்குப்பின் உடனடியாக அந்தப் படம் வெளியானதாலோ என்னவோ, படம் ஏற்றுக்கொள்ளப்படவில்லை. ஏனெனில், இரண்டு படங்களுக்கும் இடையே பெரும் வித்தியாசம் இருந்தது. ஆனால், அந்தப் பாதையிலேயே இதுவரை பயணித்துக் கொண்டிருக்கிறேன். ஒரு வகையான படத்திலிருந்து இன்னொரு வகையான படத்துக்குத் தாவிக்கொண்டிருக்கிறேன். அதனால் விளைவுகளை நாம் ஏற்றுக்கொள்ளத் தயாராக இருக்கவேண்டும். படத்தில், நிறைய செட் பீஸ்கள் இருந்தன. மியூஸிக்கல் சீக்வன்ஸ்கள் அனைத்தும் பிரமாண்டமான செட் பீஸ்கள். ஆக்‌ஷன் சீக்வன்ஸ்களும் பிரமாண்டமான செட் பீஸ்களாக இருந்தன. செட் பீஸ்களின் தொகுப்பே அந்தத் திரைப்படம். ஆனால் அவற்றை இறுக்கிக் கட்டியிருக்க வேண்டிய கயிறுதான் தளர்ந்துவிட்டது. ஒரு கொள்ளையடிப்பு காமெடி படம் வெற்றிபெறவேண்டும் என்றால், எல்லாக் கூறுகளும் சரிவர அமைந்திருக்கவேண்டும். திரைக்கதை, பெர்ஃபாமன்ஸ், எக்ஸிகியூஷன், டைமிங் ஆகிய அனைத்தும் சிறப்பாக இருக்கவேண்டும். இதில் ஏதாவது ஒன்று, சரியாக இல்லை என்றாலும், அது ஒரு பெரிய குறை யாகத் தெரியும். ஏனெனில், இதுபோன்ற படங்களில் கதை சாதாரணமாகவே இருக்கும். அதனால் கதையை மட்டுமே நம்பிப் பயணிக்கமுடியாது. இந்தப் படத்தை உருவாக்க எனக்குச் சிலகாலம் தேவைப்பட்டது. சில நேரங்களில், நம்மை நாமே அதிக மதிப்பீடு செய்துவிடுகிறோம். டொராண்டோ திரைப் பட விழாவில்தான் படம் அதிகம் பாராட்டப்பட்டது. எனினும், இந்தப் படத்தை எடுத்தது ஒரு சந்தோஷமான அனுபவம். அந்த அழகான தருணங் களை நான் இன்றளவும் நினைத்து சந்தோஷப்பட்டுக்கொண்டிருக்கிறேன்.

ரங்கன்: உங்களின் திரைத்துறை வாழ்க்கையில், ஊர் விட்டு ஊர் செல்வது போன்ற படங்களை உருவாக்கும் பாதையை **ரோஜா** படத்தின்போதுதான் தேர்ந்தெடுத்தீர்கள் என்று சொல்லலாமா? சில படங்களின் கதைகள், மாநிலங்களின் எல்லையைக் கடந்து பயணித்தன (உதாரணம் **தில் சே**), சில

நானும் ரஹ்மானும் **ரோஜா** படத்தின் தளத்திலிருந்து முழுவதுமாக வெளியே வந்துகொண்டிருந்தோம். இந்தப் படத்தின் பாடல்கள் **ரோஜா**விலிருந்து முற்றிலும் மாறுபட்டவை... மிகவும் பிரமாண்டமானவை.

படங்களின் கதைகள் நாட்டின் எல்லையைக் கடந்து பயணித்தன (உதாரணம் **குரு**). **திருடா திருடா** கதைகூட, நாசிக்கில் தொடங்கி லண்டன்வரை பயணித்து, பின் தமிழ்நாட்டில் ஒரு கிராமத்தில் முடிவடைகிறது.

ரத்னம்: ரோஜா படத்துக்கு முன்னரே **திருடா திருடா** படத்தின் கதையை உருவாக்கி வைத்திருந்தேன். **மௌனராகம்** டெல்லியைக் கதைக்களமாகக் கொண்ட படம் என்பதை நினைவுபடுத்த விரும்புகிறேன். **நாயகன்** பம்பாயைக் கதைக்களமாக கொண்ட படம். கதைக்குத் தகுந்தபடி நாம் வெவ்வேறு ஊர்களுக்குப் பயணிக்கவேண்டியிருக்கிறது. மற்றபடி எந்தத் தடையும் இருக்கவில்லை. **திருடா திருடா**, நமக்குப் பரிச்சயமற்ற அந்நிய பாணிக் கதை. **ரோஜா** படத்துக்குப் பிறகு, ஓர் எமோஷனல் படத்தையோ முற்றிலும் மாறுபட்ட **திருடா திருடா** படத்தையோ எடுக்கலாம் என்று எண்ணினேன். எமோஷனல் படத்தை இதுவரை நான் எடுக்கவில்லை. **திருடா திருடா**, ஒரு கேஷுவலான கொள்ளையடிப்புபற்றிய திரைப்படம். கதை, தமிழ்நாட்டில் ஒரு கிராமத்தில் நடக்கிறது. மேலும் படத்தில் இசைக்கும் ஆக்ஷன் காட்சிகளுக்கும் அதிக முக்கியத்துவம் கொடுக்கப்பட்டிருக்கும். **திருடா திருடா**வின் கதை வித்தியாசமாகத் தோன்றியதால், அதை எடுத்தேன்.

பின்னர்தான் ஒரு விசித்திர சம்பவம் நடந்தது. ஹர்ஷத் மேத்தா ஊழலை மையப்படுத்திப் படத்தின் மூலக்கதையை அமைத்திருந்தோம் (அந்த ஊழல் குற்றம் வெளியாகி, மிகவும் பிரபலமாகப் பேசப்பட்டுக் கொண்டிருந்த காலம் அது). அதாவது, ஒரு பெரும் தொகை காணாமல் போயிருக்கிறது, அது எங்கே போனது என்பது யாருக்கும் தெரிந்திருக்கவில்லை. அவ்வளவு பணமும் யார் கையிலாவது சிக்கினால் என்ன ஆகும் என்று கேள்வி அனைவர் மனத்திலும் எழுகிறது. எவ்வளவு பெரிய தொகை என்பது எனக்கு இப்போது நினைவில் இல்லை. இத்தனை வருடங்களுக்குப்பின், இப்போது அந்தத் தொகை சொற்பமாகத் தோன்றலாம். ஆனால் அப்போது அது பெரும்தொகையே. இந்தக் கற்பிதமான யூக வடிவிலான பணம், உண்மையான பணமாக மாற்றப் பட்டால் என்ன ஆகும், அது கிராமப்புறத்தில் யாருக்காவது கிடைத்தால் என்ன நடக்கும்? இந்தக் கேள்வியே, கதையை முன்னெடுத்துச் செல்கிறது. இதுவே படத்தின் மையக் கரு. படத்தின் ஆரம்பப் பகுதி உண்மைச் சம்பவத்தைப்பற்றியது. நகரத்தைச் சேர்ந்த பெரிய ஊழல்வாதிகளுக்கும் கிராமத்தைச் சேர்ந்த சிறு ஊழல்வாதிகளுக்கும் இடையே உள்ள வேறு பாட்டைப்பற்றி விவரிக்க விரும்பினோம். ஆனால் பாதி திரைக்கதையை எழுதி முடித்து, ப்ரீ-ப்ரொடக்ஷன் வேலைகள் நடந்துகொண்டிருக்கையில், ஹர்ஷத் மேத்தா ஊழல் பிரச்னை முடிவுக்குவந்தது. அந்த பிரச்னைக்குத் தீர்வு காணப்பட்டது. அனைவரும் அதை மறக்கத் தொடங்கினர். நான் என் படத்தின் மையக்கருவைக் குழி தோண்டிப் புதைக்கவேண்டியிருந்தது.

ஹர்ஷத் மேத்தா பிரச்னைக்குத் திடீரென்று தீர்வு காணப்பட்டுவிட்டதால், கதையின் மையக் கருவை மாற்றி அமைக்க வேண்டியிருந்தது. மற்றபடி, கதையின் போக்கில் எந்த மாற்றமும் செய்யவில்லை. படத்தை, கிராமப் பின்னணியில், கேர்ஃப்ரீ அட்வென்ட்சர் படமாக உருவாக்கவேண்டும் என்ற

முடிவிலும் எந்த மாற்றமும் ஏற்படவில்லை. 'தீர்வு காணப்படாத ஊழல் பிரச்னைகளைப்பற்றி படம் எடுக்க முயலக்கூடாது, ஏனெனில் அது எப்போது எந்தத் திசையில் பயணிக்கும் என்று நம்மால் சொல்ல முடியாது' என்பதே இந்தப் படத்திலிருந்து நான் கற்றுக்கொண்ட பாடம். திடீரென நிகழும் மாற்றங்களால், நாம் உருவாக்கி வைத்திருக்கும் மூலக்கதை பொருத்தமற்றுப் போகலாம். எங்களுக்கு அவ்வாறு நடந்தது. அதனால் நாங்கள் உடனே மூலக்கதையை மாற்றி அமைக்கவேண்டியிருந்தது. பணம் எங்கிருந்து வந்தது என்று சொல்ல வேண்டியிருந்தது (அதன்பின் அது தொலைந்துபோகிறது என்று கதையை நகர்த்தலாம்). அதனால்தான், பணம் நாசிக்கிலிருந்து அச்சாகி வருகிறது என்று கதையைத் தொடங்கினோம். எங்களுக்கு வேறு வழி இருக்கவில்லை.

ரங்கன்: உங்களின் படங்களில், **பம்பாய்** மற்றும் சில உண்மைச் சம்பவங்களை அடிப்படையாகக் கொண்டு எடுக்கப்பட்டவை என்பது தெரியும். ஆனால் கேர் ஃப்ரீ படமான **திருடா திருடாகூட** உண்மைச் சம்பவத்தைத் தழுவி உருவாக்கப்பட்டது என்பது தெரியாது. நீங்கள் கதையில் செய்த மாற்றங்களை என்னால் புரிந்துகொள்ள முடிந்தது. ஆனால் ஏன் அந்த மாற்றங்களைச் செய்தீர்கள் என்றுதான் புரிந்துகொள்ள முடியவில்லை. ஏனெனில், காணாமல் போன பெரும் தொகையைத் தேடி ஒரு கூட்டம் அலை கிறது என்று கதையைத் தொடங்கினாலே போதுமானது. பார்வையாளர்கள் அதை ஏற்றுக்கொள்வார்கள். அந்தப் பணம் எங்கிருந்து வந்தது என்பதைப் பற்றி அக்கறை கொள்வார்களா என்ன?

ரத்னம்: நாம், குறிப்பிட்ட பிரச்னையைப்பற்றி விவாதிக்கிறோம்; அதற்கு நிஜ வாழ்வில் தீர்வு காணப்பட்டுவிட்டது என்பது மக்களுக்குத் தெரிந்திருந்தால், படத்தின் மூலக்கதை ஆட்டம் கண்டுவிடும். படத்தின் மூலத்தைப்பற்றி அவர்கள் சந்தேகப்படுவதற்கான வாய்ப்பை நாமே உருவாக்கித் தந்து விடுகிறோம். அதற்குபதில், முற்றிலும் கற்பனையான ஒரு விஷயத்தைக்

பள்ளத்தை நோக்கி இறங்கும்படியான சரிவான நிலப்பகுதிகளை அதிகம் பயன்படுத்தினோம். ஓட்டமும் நகர்வும் காட்சிகளில் இருந்துகொண்டே இருக்கவேண்டும் என்று விரும்பினோம்.

கையில் எடுத்துக் கொண்டால், யாரும் கேள்வி கேட்கமாட்டார்கள். அதனால் நாங்கள் மூலக் கதையைப் புதிதாக உருவாக்க வேண்டியிருந்தது. பாதுகாப்பு சரியில்லாததால், பணம் காணாமல் போகிறது என்று திரைக்கதையை அமைத்தோம். கம்ப்யூட்டர் கார்ட் இருந்தால்தான் அந்தப் பணப்பெட்டியைத் திறக்கமுடியும் என்று கதையை மாற்றினோம். பிரச்னையின் வீரியம் மாறியது, அளவு மாறியது, தீர்வுகள் மாறின.

ரங்கன்: கேளிக்கை நிறைந்த படமாக நீங்கள் உருவாக்க விரும்பிய **திருடா திருடா**, நிஜ வாழ்வின் சம்பவங்களைப் பிரதிபலித்ததை எண்ணி வருத்தப் பட்டீர்களா?

ரத்னம்: அப்படி ஒன்றும் இல்லை. 'இப்படி நடந்தால் எப்படியிருக்கும்' என்பதைப்பற்றிய கதை அது. 'எப்படி இருக்கும்' என்பதே இங்கே முக்கிய மாகிறது. அதனால், இதுபோன்ற படங்களில், எதை வேண்டுமானாலும் கருவாக எடுத்துக்கொள்ளலாம், 'எப்படி இருக்கும்' என்பது மாறாத வரைக்கும். சில நேரங்களில், எதிர்பாராதவிதமாகக் கதை அரசியல் பாதையில் பயணிக்கலாம். அப்போது நம்முடைய கதைக் கருவில் சிக்கல் ஏற்பட வாய்ப்பு இருக்கிறது. ஊழல் பிரச்னைக்குத் தீர்வு காணப்பட்ட பின்பும், கதையின் போக்கில் எந்த மாற்றமும் நேரவில்லை என்றால், திரைப்படம் நிச்சயம் கேளிக்கைப் படமாகவே உருவாகும். இங்கே ஊழல் பிரச்னை என்பது கதையைத் தூண்டும் ஒரு சக்தியே. அந்தப் பணம் என்ன ஆனது என்ற (கற்பனை) கேள்விக்குப் பதில் அளிக்கும் பொருட்டு நாம் திரைக்கதையை அமைக்கவேண்டும்.

ரங்கன்: படத்தில் வேடிக்கையான விஷயம் என்னவென்றால், உண்மையான பணம் (Physical money) காணாமல் போகிறது. அதுவே கதையை நகர்த்திச் செல்கிறது. அந்த டிரக் முழுதும் பணம் இருக்கிறது. பொதுவாக முறைகேடு களில், ஹர்ஷத் மேத்தா செய்த ஊழல் உட்பட, பணம் கையால் தொடக் கூடியதல்ல, கற்பிதப் பணம்தான்.

ரத்னம்: இவ்வளவு பெரிய அளவில் முறைகேடு நடக்கும்போது, கற்பிதப் பணம் உண்மையான பணமாக மாற்றப்பட வாய்ப்பு இருக்கிறது. அது வெளியே எடுக்கப்படவும் வாய்ப்பு இருக்கிறது, கைமாறவும் வாய்ப்பு இருக்கிறது. பொதுவாக ஊழல்கள் அப்படித்தான் நடக்கும். குறைந்த அளவு பணத்தை முதலீடு செய்து, அதைப் பெரும் தொகையாக மாற்றி, அதைக் கவர்ந்து செல்ல முயல்வார்கள். அதனால் அங்கேயும் உண்மையான பணம் புழக்கத்துக்கு வரும்.

ரங்கன்: **திருடா திருடா**வில் நீங்கள் பி.சி. ஸ்ரீராமுடன் மீண்டும் இணைந்தீர்கள். படத்தின் ஒளிப்பதிவு அசாதாரணமாக அமைந்திருந்தது. கலர் ஃபில்ட்டர் களைத் தாறுமாறாகப் பயன்படுத்தி இருப்பீர்கள்.

ரத்னம்: அது மிகவும் ஸ்டைலான படம். படத்தில் எதுவுமே உண்மை இல்லை, எல்லாம் கற்பனையே. கொள்ளையடிப்பு படம் எடுக்கவேண்டும்

நான் விரும்பும்படியான அனைத்து அம்சங்களும் இந்தப் படத்தில் உண்டு. ஆனால், முற்றிலும் வித்தியாசமான பின்னணியில் இருக்கிறது. ஹீராவும் பிரசாந்த்தும்.

என்பது என்னுடைய பல நாள் கனவு. கதை இருந்தால்தான் ஒரு படத்தை உருவாக்க முடியும் என்றில்லை. பல்வேறு நிகழ்வுகளைத் தொகுத்துப் படமாக எடுக்கலாம். நம் கற்பனைகளைத் தொடர்ச்சியாகத் திரையில் ஓடவிடும் வாய்ப்பை சினிமா நமக்கு ஏற்படுத்திக் கொடுத்திருக்கிறது. **திருடா திருடாவைப்** பொருத்தவரை நாங்கள் மிகவும் சந்தோஷமாகவும் வேடிக்கையாகவும் பணியாற்றினோம். அதனால் எங்களின் மற்ற படங்களில் நாங்கள் மேற்கொள்ளத் தயங்கும் முயற்சிகளைக்கூட இந்தப் படத்தில் தயக்கமின்றி மேற்கொண்டோம். பொதுவாக, வழக்கத்துக்கு மாறான வண்ணங்களைப் பயன்படுத்த நாம் தயங்குவோம். ஆனால், இந்தப் படத்தில் எந்தத் தயக்கமும் இருக்கவில்லை. சோதனை முயற்சிகளை மேற்கொள்ளவும், காட்சிகளை ஆடம்பரமாக உருவாக்கவும் எங்களுக்கு முழுச் சுதந்தரம் இருந்தது.

ஒரு வகையில் இந்தப் படம் காமிக் புத்தகத்தைப் போன்றது. ஏனெனில், கலர்கள் மிதமிஞ்சிய அளவில் அமைந்திருக்கும். இசைப் பகுதி, மயிர் கூச்செறியவைக்கும். எனக்குப் பல வகையான படங்கள் பிடிக்கும். அத்தனை வகைகளையும் இந்தப் படத்தினுள் பார்க்கலாம். ஆனால், அதன் பின்னணி மட்டும் மாறியிருக்கும். பாரதிராஜா படப்பிடிப்பு நடத்தும் இடங்களுக்குச் சென்று, ஒரு விறுவிறுப்பான ஆக்ஷன் படத்தை உருவாக்குவதே எங்களின் நோக்கமாக இருந்தது. நகரப் பின்னணியில் அமைந்த படங்களிலும் ஜேம்ஸ் பாண்ட் படங்களிலும்மட்டுமே பார்க்க முடிந்த சேஸ் காட்சிகளை இந்தப் படத்தில் உருவாக்க விரும்பினோம். இங்கே இரண்டு வகையான கலாசாரத்தைப் பார்க்கலாம். நகர வகை சினிமாவை கிராமப் பின்னணியில் உருவாக்கியிருப்போம். இரண்டு வகையான (genre) சினிமாவை இணைக்க முயற்சி செய்திருப்போம். வில்லனும் அவன் கூட்டத்தாரும், கவர்ச்சியான அந்தப் பெண் உட்பட, நகரத்தைச் சேர்ந்தவர்கள். அவர்கள் அனைவரும் நேர்த்தியாகவும் நவீனமாகவும் காட்சியளிப்பார்கள். கதாநாயகர்களோ கிராமத்தைச் சேர்ந்தவர்கள். எளிமையாகக் காட்சியளிப்பார்கள். அவர்களின் பின்னணியைக் குறிக்கும்பொருட்டு வண்ணங்களைப் பயன்படுத்தினோம்.

ரங்கன்: **திருடா திருடா**வில் காட்சிகளில், அருவி, நதி, தண்ணீர் ஆகிய வற்றுக்குப் பஞ்சம் இருக்காது.

ரத்னம்: அதுமட்டுமின்றி, ட்ரெயின்கள், குதிரை வண்டிகள் மற்றும் இன்னபிற வாகனங்களையும், படத்தில் நிறைய இடங்களில் பார்க்கலாம். மேலும், மேலிருந்து கீழிறங்கும் நிலங்களையும் பார்க்கலாம். இவை அனைத்தும் ஓட்டத்தைக் குறிக்கின்றன. பயணத்தைக் குறிக்கின்றன. படம் ஆரம்பத்தி லிருந்து முடிவுவரை மிகவும் வேகமாகப் பயணித்துக்கொண்டே இருக்கும். அந்த ஓட்டத்தைமட்டுமே நாம் பார்க்கிறோம். ஓர் உச்சியிலிருந்து இன்னோர் உச்சிக்குப் படம் தாவிக்கொண்டே இருக்கும். விஸ்தாரமான இசைப் பகுதிகளுக்கும் ஆக்ஷன் காட்சிகளுக்கும் இடையேதான் இந்தப் படத்தின் பயணம் அமைந்திருக்கும்.

ரங்கன்: படத்தில் இருக்கும் மிக முக்கிய ஒற்றுமை, அனைவரும் திருடர்கள் என்பதே. அந்த ஒற்றுமையே படத்தின் வெவ்வேறு செட் பீஸ்களை இணைக் கிறது. அழகு சிறு பிள்ளையாக இருக்கும்போது கதிர் அவனை 'திருடி' விடு கிறான். பின் அவர்கள் இருவரும் இணைந்து ராசாத்தியைத் 'திருடுகிறார்கள்'.

ரத்னம்: வேறென்ன... படத்தின் பெயரே **திருடா திருடா**தானே. சண்டைக் காட்சிகளுக்குமட்டும் முக்கியத்துவம் கொடுத்து ஒரு படத்தை உருவாக்கி னால் எப்படி இருக்கும் என்றொரு யோசனை பிறந்தது. அந்த யோசனையால் உருவான படம் இது. இந்தப் படத்துக்காக நான் என் வழக்கமான பாதையிலிருந்து மாறி புதியதொரு பாதையில் பயணிக்கவேண்டியிருந்தது. கிராமப் பின்னணியில் அமைந்த ஆக்ஷன் காட்சிகள், சேஸ் காட்சிகள், குறுகிய பாதையில் அசுர வேகத்தில் ஜீப் பயணிக்கும் காட்சி, அடர்ந்த காடுகள் இடம் பெறும் காட்சிகள், சண்டை போட்டுக்கொண்டிருக்கும் இரண்டு பெண்களுக்கு இடையே புகுந்து குதிரை வண்டி ஓடும் காட்சி என அனைத்துக் காட்சிகளையும் ரசித்துப் படமாக்கினேன். இவற்றைப் படமாக்குவது சவாலாகவும் இருந்தது, சுவாரஸ்யமாகவும் இருந்தது.

ரங்கன்: ரஹ்மானுடன் நீங்கள் இணைந்த இரண்டாவது படம் இது. **ரோஜா**வில் அவரது இசை எளிமையாகவும் மெலடியாகவும் இருக்கும். இந்தப் படத்தின் இசையோ அதிலிருந்து முற்றிலும் மாறுபட்டிருந்தது.

ரத்னம்: **ரோஜா** படத்தின், பின்னணி இசைக் கோர்ப்பு வேலைகள் நடந்து கொண்டிருந்தபோதே, அவர் **திருடா திருடா** படத்தின் பாடல்களை கம்போஸ் செய்யத் தொடங்கிவிட்டார். அதற்கு முன்னரே, படத்தின் முதல் பாடலான, 'கண்ணும் கண்ணும்' பாடலை கம்போஸ் செய்திருந்தார். நாங்கள் **ரோஜா** படத்தின் தளத்திலிருந்து முழுவதுமாக வெளியே வந்துகொண்டிருந்தோம். இப்படம் முற்றிலும் மாறுபட்டது. மிகவும் பிரமாண்டமானது. 'வீரபாண்டிக் கோட்டையிலே' பாடல் கட்டற்றுப் பயணித்தது. பாடல்கள் அனைத்தும் நுணுக்கமாக அமைந்திருந்தன. ஒவ்வொரு பாடலை உருவாக்குவதற்கும் அவர் நிறைய உழைத்தார். அவசரப்படவே இல்லை. ஒவ்வொரு பாடலையும்

சிறப்பாக உருவாக்கினார். 'சந்திரலேகா' பாடலை கம்போஸ் செய்து விட்டு, 'இதை டியூனாக வாசித்தால், பெரிதாக ஒன்றும் இருக்காது' என்றார். அதனால் அதை உடனே ஒரு சிறு பாடலாகப் பதிவு செய்து பார்க்கவேண்டும் என்று ஆசைப்பட்டார். பாடலுக்கு எங்களிடம் பாடல் வரிகள் இல்லை. ஆங்கிலத்தில் ஆங்காங்கே சில வரிகளை எழுதி, ஒரு பாடகியைப் பாடவைத்து, ஒரு நிமிட வெர்ஷனை உருவாக்கினோம். அப்படித்தான் அந்தப் பாடல் உருவானது.

ஒவ்வொரு பாடலும் ஒரு வகையில் அமைந்திருக்கும். 'ராசாத்தி' பாடலில், அவர் இசைக் கருவிகளைப் பயன்படுத்த விரும்பவில்லை. பின்னணிக் குரல்களைமட்டுமே பயன்படுத்தியிருப்பார். ஒவ்வொரு பாடலையும் வித்தியாசமாக உருவாக்கும் பொருட்டுக் கடுமையாக உழைத்தார். அதனால் ஒவ்வொரு பாடலும் தனித்துவமாக இருந்தது. இந்தப் படத்தைப் பொருத்த வரை, பாடல்கள் இப்படித்தான் இருக்கவேண்டும் என்ற கட்டாயம் எதுவும் இல்லாததால், எல்லா வகையான பாடல்களும் படத்தோடு கச்சிதமாகப் பொருந்தின. மேலும் தலைசிறந்த பின்னணி இசையைக் கொடுத்திருந்தார். ஜான் வில்லியம்ஸ் அவர்களின் பின்னணி இசைக்கு நிகரான இசை அது. அதற்காக நிறைய மெனக்கெட்டார். நாங்கள் 5.1 போன்ற டிஜிட்டல் தொழில்நுட்பத்தைப் பயன்படுத்த விரும்பினோம். ஆனால், அப்போது எங்களுக்கு அது எட்டாக்கனியாகத்தான் இருந்தது. அப்போதுதான் புதுப் புதுத் தொழில்நுட்பங்கள் அறிமுகமாகிக் கொண்டிருந்தன. ரோஜா படத்தின் ஆடியோவைக்கூட, அரை இன்ச் டேப்பில்தான் ஒலிப்பதிவு செய்தோம். இந்தப் படத்துக்கு நாங்கள் ADAT ஃபார்மட் டேப்பைப் பயன்படுத்தினோம் என்றே நினைக்கிறேன். அதில், ஒரே நேரத்தில் எட்டு டிஜிட்டல் ஆடியோ டிராக்குகளை ஒலிப்பதிவு செய்ய முடியும். ஒவ்வொரு படத்திலும், புதுப் புதுத் தொழில்நுட்பங்களுக்குத் தாவிக்கொண்டிருந்தோம். வருங்காலத்தில் அறிமுகமாகப் போகிற தொழில் நுட்பத்துக்காக, முன்கூட்டியே தன்னைத் தயார்படுத்தி வைத்திருப்பார். அந்தத் தொழில்நுட்பம் அறிமுகமானதும், அவர் அதை எளிதில் புரிந்துகொண்டு, அவருக்கு ஏற்றவகையில் பயன்படுத்திக்கொள்ளத் தயாராக இருப்பார். அவர் சரியான நேரத்தில்தான் திரைத்துறையில் நுழைந்திருக்கிறார். தொழில்நுட்பம் மிக வேகமாக வளர்ச்சி அடைந்து கொண்டிருந்த காலம் அது. தான் நினைத்ததையெல்லாம் அவரால் செய்து முடிக்க முடிந்தது. இன்றளவும் அவர், தான் நினைத்ததைச் செய்து முடிக்கிறார். புதுப் புதுத் தொழில்நுட்பங ்களை அறிமுகம் செய்கிறார்.

ரங்கன்: கேட்பதற்கே சுவாரஸ்யமாக இருக்கிறது. ஏனெனில், ரஹ்மானை அறிமுகப்படுத்தியதன்மூலம், புதுப்புதுத் தொழில்நுட்பங்கள் உங்களுக்கும் அறிமுகம் ஆகியிருக்கிறது. ஆரம்பகாலம் தொட்டு, ஹார்மோனியம் மூலம் மூல இசையை வாசித்துக் காண்பிப்பதே இந்திய சினிமா இசையமைப்பாளர் களின் வழக்கமாக இருந்தது. அந்தச் சம்பிரதாயத்திலிருந்து வெளியே வரும் வாய்ப்பு உங்களுக்குத்தான் முதலில் கிடைத்தது என்று நினைக்கிறேன்.

ரஹ்மான், கிட்டத்தட்ட முழுமையான டியூன்களையே கொடுப்பார். அதனால், அவரோடு பணியாற்றும்போது, டியூன்களைத் தேர்ந்தெடுப்பது எளிதாக இருக்குமா?

ரத்னம்: உண்மையில், எளிதாக இருக்காது. ரோஜா படத்திலிருந்தே, அவர் ஸ்க்ராட்ச் இசையைப் பதிவு செய்து நம்மிடம் கொடுப்பார். ஆனால், அந்த ஸ்க்ராட்ச் இசையையே அருமையாக உருவாக்கி வைத்திருப்பார். அந்த டியூன் நம்மை ஈர்க்கிறதா, இல்லை அதன் தயாரிப்புத் தரம் நம்மை ஈர்க்கிறதா என்று நம்மால் புரிந்துகொள்ள முடியாது. இளையராஜாவின் ஹார்மோனிய இசையையும் அவருடைய குரலையும் கேட்டுப் பழக்கப்பட்டவன் நான். அதிலிருந்து டியூனைத் தேர்ந்தெடுப்பதே என் வழக்கம். ஆனால் ரஹ்மான், பாடல் ட்ராக்கை உருவாக்கி நம்மிடம் கொடுத்துவிடுவார். அதனுள், மிகவும் அற்புதமாக இசைக்கருவிகளைப் பயன்படுத்தியிருப்பார். அந்த டியூனே, கேட்பதற்கு இறுதி வடிவம்போல் இருக்கும். அதனால் நாம் அதைப் பலமுறை கேட்கவேண்டும். அப்போதுதான், நமக்கு உண்மையாகவே அந்த டியூன் பிடித்திருக்கிறதா இல்லையா என்று முடிவெடுக்க முடியும். அவர் செய் திருக்கும் அலங்காரங்களை நீக்கிவிட்டு, நாம் டியூனைக் கேட்கவேண்டும். அதனால் டியூனை இறுதி செய்யச் சிறிது காலம் தேவைப்படும். பழைய வழக்கத்திலிருந்து மாறுவது அவ்வளவு எளிதாக இல்லை. இசையைப் பொருத்தவரை, இளைராஜாவின் அணுகுமுறைக்கும் ரஹ்மானின் அணுகு முறைக்கும் பெரும் வித்தியாசங்கள் இருந்தன. அவர்கள் இருவருமே பெரும் திறமைசாலிகள். ஆனால் இருவருக்குமிடையே பெரும் வித்தியாசம் இருந்தது.

ரங்கன்: ஆக்ஷன் மற்றும் மியூஸிகல் காட்சிகளை முதுகெலும்பாகக்கொண்ட, வழக்கத்துக்கு மாறான இந்தப் படத்தில், வழக்கமான முக்கோணக் காதல் கதையும் பொதிந்திருந்தது.

ரத்னம்: அந்த முக்கோணக் காதல் கதையில் ஒளிந்திருக்கும் வேடிக்கையான விஷயங்களில்மட்டுமே கவனம் செலுத்த விரும்பினேன். படத்தின் கிளைமாக்ஸ் காட்சியில் அந்த இரண்டு ஆண் மகன்களையும் அந்தப் பெண் துரத்திக் கொண்டுபோவாள். அந்த இறுதிக் காட்சியை முடிவு செய்து, அதற்கு ஏற்றவகையில் திரைக்கதையை உருவாக்கினேன். ஆனால் சில நேரங்களில், நம்மை அறியாமலேயே நாம் சில அழகான விஷயங்களால் ஈர்க்கப்பட்டு விடுகிறோம். 'ராசாத்தி' பாடல், கேட்பதற்கு மிகவும் எமோஷனலாக இருந்தது. 'இந்தப் பாடலை நம் அடுத்த படத்தில் பயன்படுத்திக் கொள்ளலாம்' என்றேன். ஆனால் வைரமுத்து, ரஹ்மான் இருவரும், 'அடுத்த படத்துக்கு வேறு ஏதாவது பாடலை உருவாக்கிக்கொள்ளலாம்' என்றார்கள். அவர்கள் இதை ஒரு மியூஸிகல் ஆல்பமாகக் கருதினார்கள். அதனால் ஆத்மார்த்தமான ஒரு பாடல் இருந்தால்தான் அந்த ஆல்பம் முழுமை அடையும் என்றார்கள். ஆனால், நான் இதை ஒரு திரைப்படமாகப் பார்த்தேன். நான் உண்மையில் தயங்கினேன். இந்தப் பாடலைப் படத்தில் பயன்படுத்த

நகர்ப்புறப் படங்களில் மட்டுமே இடம்பெறும்படியான கார் துரத்தல் காட்சிகளைக் கொண்ட கிராமப்புறப் படம் ஒன்றை எடுக்கவேண்டும் என்பதுதான் நோக்கம்.

வேண்டும் என்றால், அதற்கான எமோஷனைக் காட்சிகளில் கொண்டுவர வேண்டுமே என்ற அச்சம் எனக்கு இருந்தது.

ரங்கன்: பாடல் எப்படி இருக்கவேண்டும் என்று ரஹ்மானிடம் விளக்கும் போதே, இந்த எமோஷனைப்பற்றி நீங்கள் எதுவும் குறிப்பிடவில்லையா?

ரத்னம்: அந்தச் சூழ்நிலைக்காக உருவாக்கப்பட்ட பாடல்தான் அது. ஆனால், அதன் ஆழமும் அர்த்தமும் நான் விரும்பியதைவிட அதிகமாக இருந்தது. சில நேரங்களில், நாம் ஒரு படைப்பாளியிடம் நம் தேவையைத் தவறாக விவரித்து விடுகிறோம். அதனால் அவர்கள் உண்மையான சூழ்நிலையை விடுத்து, சற்று தீவிரமான சூழ்நிலையைக் கருத்தில் கொண்டு படைப்பை உருவாக்கு கிறார்கள். அதனால் அவர்களின் படைப்பு ஆழமாக அமைந்துவிடுகிறது. அதுபோல்தான் இதுவும். அது ஒரு நாட்டுப்புறப் பாடல். பல ஆண்டுகளாகப் பாடப்பட்டு வரும் செவிவழிப் பாடல்போல் அது இருக்கவேண்டும். தேவதாஸும் பார்வதியும் பிரியும் சூழ்நிலையைக்கருத்தில்கொண்டு பாடலை உருவாக்குங்கள் என்று இசையமைப்பாளரிடம் சொல்லியிருந்தேன். பார்வதி தேவதாஸை விட்டுப் பிரிந்து சென்று வேறொருவனை மணந்து கொள்கிறாள். அவளை நினைத்து தேவதாஸ் இந்தப் பாடலைப் பாடுகிறான். ஆனால், பாடலின் இறுதி வடிவத்தில் உணர்ச்சி அதிகமாகிவிட்டது. அதனால்தான் அந்தக் காதல் காட்சிகள் சற்று கனமாகிவிட்டன. மற்றபடி, நான் உருவாக்க விரும்பியது லேசான காதல் காட்சியைத்தான். படத்தின் இறுதியில், அழகு, அந்தப் பெண்ணைகதிரின்தலையில் கட்டிவிட்டு, பணத்தை எடுத்துக் கொண்டு ஓட முயற்சி செய்வான். ஆனால், கதிரோ, மொத்தப் பணத்தையும் தானே எடுத்துக்கொண்டு, ராசாத்தியை அழகுவிடம் விட்டுவிட்டுச் செல்லவேண்டும் என்று எண்ணுவான். கதைமுடியும் தறுவாயில், இது சரியா, தவறா என்ற கேள்வி எனக்குள் இருந்துகொண்டே இருந்தது.

ரங்கன்: அந்தக் கனமான காதல் காட்சிகளினால், படம் திடீரென சீரியஸான பாதையில் பயணிக்கத் தொடங்குகிறது. குறிப்பாக, ஒரு காட்சியில் அவர்கள் மூவரும், முக்கோண வடிவில் நின்றுகொண்டிருப்பார்கள். கேமரா, அவர்களை வேகமாகச் சுற்றிக்கொண்டிருக்கும். அது மிகவும் சீரியஸான காட்சி.

'ராசாத்தி' பாடலை உருவாக்கியபின், பாடல் படத்தில் பொருந்தவேண்டும் என்பதற்காக திரைக்கதையில் மாற்றம் செய்தீர்களா?

ரத்னம்: பாடலுக்குமுன் வரும் அந்தக் காட்சியைமட்டும் சற்று ஆழப் படுத்தினேன். பாடல்மட்டும் படத்திலிருந்து விலகித் தெரியக்கூடாது என்பதற்காக அந்தக் காட்சியைச் சற்று கனமாக்கினேன். ஆனால், அந்தப் படத்தின் மற்ற காட்சிகளைப்போல அந்தப் பாடலையும் கேஷுவலாக உருவாக்கியிருக்க வேண்டும் என்றே நினைக்கிறேன்.

ரங்கன்: இதுபோன்ற படங்களில், பாடலில்மட்டும் எமோஷன் அதிகமாக இருப்பதைப்பற்றிப் பார்வையாளர்கள் அலட்டிக்கொள்வார்கள் என்று நினைக்கிறீர்களா?

ரத்னம்: ஒரு படைப்பாளியாக, நாம் பார்வையார்களுக்காகமட்டுமே ஒரு படத்தை உருவாக்குவதில்லை. மேலும் அந்தப் பாடலில்மட்டும் எமோஷன் அதிகமாக இருப்பது அப்பட்டமாகத் தெரியும் என்றே நினைக்கிறேன். பாடல்கள், கதைக்கு ஏற்ப, சீராக அமைந்திருக்கவேண்டும். பார்வையாளர்கள் இதைப்பற்றியெல்லாம் அலட்டிக்கொள்ளமாட்டார்கள் என்று நீங்கள் நினைக்கலாம். ஆனால், அவர்கள் இதையெல்லாம் உன்னிப்பாகக் கவனிப்பார்கள் என்றே நினைக்கிறேன். ஒட்டுமொத்தப் படமும் ஏற்றுக்கொள்ளும்படி இருக்கவேண்டும்.

ரங்கன்: இந்த கேர் ஃப்ரீ படத்தில்கூட, நீங்கள் நல்லவனா கெட்டவனா என்ற கேள்வியை, மெல்லிய வடிவில் முன்வைத்திருப்பீர்கள். ஒரு காட்சியில் சந்திரலேகா, அந்த வில்லன் நல்லவனா கெட்டவனா என்பதைத் தெரிந்து கொள்ளாமல், அவனிடம் சிக்கிக்கொண்டுவிட்டதாக ராசாத்தியிடம் கூறுகிறாள்.

ரத்னம்: இதைப்பற்றி எனக்கும் எதுவும் நினைவில் இல்லை.

10

'எந்த வகையிலும், அவர்களிடம் இருக்கும் குறைகள் சுட்டிக்காட்டப்படுவதை அவர்கள் விரும்பவில்லை'

பம்பாய்
(1995)

கடும் எதிர்ப்புகளையும் தாண்டி, சேகர் (அர்விந்த் சாமி) ஷைலா பானுவை (மனிஷா கொய்ராலா) திருமணம் செய்துகொள்கிறான். எதிர்காலத்தை சந்தோஷமாக அமைத்துக்கொள்ள விரும்பி, அவர்கள் இருவரும் தங்கள் கிராமத்தைவிட்டு, பம்பாய்க்குக் குடிபெயர்கிறார்கள். துரதிருஷ்டவசமாக, பம்பாயில் இந்து-முஸ்லிம் கலவரம் வெடிக்கிறது. நகரமே பற்றி எரிகிறது. அந்தத் தம்பதியரின் இரட்டைக் குழந்தைகள் தொலைந்துபோகிறார்கள். குழந்தைகளையும், கூடவே அமைதியையும் தேடிப் பயணம் ஆரம்பிக்கிறது.

பரத்வாஜ் ரங்கன்: சென்சார் பிரச்னைகளால் இந்தப் படம் வெளிவருவது தாமதம் ஆனது. தணிக்கை முறையைப்பற்றி உங்கள் கருத்து என்ன?

மணி ரத்னம்: தணிக்கை முறை மிகவும் பழமையானது என்றே கருதுகிறேன். ஒரே நாளில் அதை மாற்றிவிட முடியாது. மாற்றங்களுக்கு நாம் தயாராக இருக்கிறோமா என்பது கேள்விக்குறியே. ஆனால், தணிக்கை முறையில் மாற்றங்களை ஏற்படுத்தியே தீரவேண்டும். மற்ற ஊடகங்களில் நடை முறையில் இருக்கும் சுயக் கட்டுப்பாட்டு முறையைத் திரைத்துறையிலும் பின்பற்ற வழிவகை செய்யவேண்டும். ஆங்கிலேயர்கள் என்றைக்கோ உருவாக்கி வைத்த சட்டங்கள், இன்றைய இந்தியப் படங்களைக் கட்டுப் படுத்துவதை ஏற்றுக்கொள்ளமுடியாது. பம்பாய் படத்தைப் பொருத்தவரை தணிக்கைத் துறையில் யார் பொறுப்பேற்றுக் கொள்வது என்ற கேள்வியே பிரதானமாக இருந்தது. உண்மையில் எந்த அதிகாரியும் படத்தைத் தணிக்கை செய்யும் பொறுப்பை ஏற்றுக்கொள்ளத் தயாராக இல்லை. படத்துக்கு ஒப்புதல் அளித்தவர் என்ற இடத்தில் யாரும் தங்கள் பெயர் வருவதை விரும்பவில்லை. சென்சார் அமைப்பும் சரி, அதன் தலைமை அதிகாரியும் சரி, 'எதுக்கு ரிஸ்க் எடுக்கணும்?' என்றே கருதினர். சில நேரங்களில் எந்த முடிவையும் எடுக்க விரும்பாத அதிகாரிகளிடம் சிக்கிக்கொள்வோம். சில சமயம், பழமைவாதி களிடம் சிக்கிக்கொள்வோம். அவர்கள் தாங்கள் பிடித்த முயலுக்கு மூன்றே கால் என்பார்கள். ஒரே வழியில்தான் சிந்திப்பார்கள். பலவகையான மனிதர் களை எதிர்கொள்ள வேண்டியிருந்தது. துரதிர்ஷ்டவசமான சூழ்நிலை அது. மேலும், மகாராஷ்டிராவில் அது தேர்தல் சமயம் என்பதால், நாங்கள் காத்திருக்கவேண்டியிருந்தது. தேர்தல் முடியும்வரை படத்துக்கு ஒப்புதல் கிடைக்கவில்லை.

படத்துக்கும் தேர்தலுக்கும் எந்தச் சம்பந்தமும் இல்லை. எனினும், தேர்தல் சமயத்தில், படம் வெளியாவதை அவர்கள் விரும்பவில்லை. ஒவ்வொரு வாரமும் படத்தின் பிரிண்ட்டை எடுத்துக்கொண்டு, பம்பாய் க்கு விமானத்தில் பறப்போம். படத்தை அதிகாரிகளுக்குத் திரையிட்டுவிட்டு, மீண்டும் திரும்புவோம். ஒரு கமிட்டி படத்தைப் பார்க்கும்வரை காத்திருக்கவேண்டும். பின் அடுத்த கமிட்டிக்குப் படத்தைத் திரையிடவேண்டும். பல இடங்களுக்கு அலையவேண்டியிருந்தது. சில நேரங்களில் சென்சார் அமைப்பைச் சேர்ந்தவர்கள் மட்டுமல்லாமல், அமைச்சர்கள், அவர்களுடைய உறவினர்கள், செயலாளர்கள் ஆகியோரும் சேர்ந்து படம் பார்ப்பார்கள். இவையெல்லாம் வேடிக்கையாக இருந்தன. யார் யாரை சென்சார் செய்கிறார்கள் என்பது எங்களுக்கு விளங்கவில்லை. கடினமான சூழ்நிலை அது. போலிஸ் கமிஷனர் ஒருவர், இந்தப் படம் என்றுமே வெளிவரப் போவதில்லை என்று உறுதியாகக் கூறினார். ஒரு படைப்பாளியிடம் அப்படிப் பேசும் உரிமை யாருக்கும் கிடையாது. என் வேலையை நான் செய்கிறேன். அவர்கள் வேலையை அவர்கள் செய்கிறார்கள். பிரச்னைகளுக்கு ஒரே வழியில்தான் தீர்வு காணவேண்டும் என்று அவசியமில்லை. காவல் துறையால்மட்டும் தான் சட்டம் ஒழுங்கை நிலை நிறுத்தமுடியும் என்று சொல்ல முடியாது.

கலவரத்தைப் பற்றிய, பாடல்கள் இல்லாத ஒரு படமாக ஆரம்பித்த **பம்பாய்**, இளம் தம்பதியின் வாழ்க்கையினூடாக ஒரு கலவரத்தைச் சித்திரிக்கும் படமாகப் பரிணமித்தது.

அதற்கு வேறு வழிகளும் இருக்கின்றன. சினிமாவின் மூலம் அதைச் செய்யலாம். கலைப் படைப்புகளின் மூலமும் எழுத்தின் மூலமும் அதைச் செய்யலாம். ஆனால், விஷயம் தெரிந்த மனிதர்களும் அங்கே இருந்தனர். அதனால், மகாராஷ்டிரா தேர்தல் முடிந்த மறு வாரமே படத்துக்கு ஒப்புதல் அளிக்கப்பட்டது.

ரங்கன்: இது தமிழ்ப் படமாயிற்றே? சென்னையில் இருக்கும் சென்சார் அமைப்புதானே படத்துக்கு ஒப்புதல் அளிக்கவேண்டும்?

ரத்னம்: இங்கே இருந்த அதிகாரி, பொறுப்பேற்க விரும்பவில்லை. பம்பாயில் இருக்கும் தலைமை அலுவலகத்துக்குப் படத்தை அனுப்பினர். பம்பாயில் இருந்த தலைமை அதிகாரியோ எந்த முடிவையும் எடுக்க விரும்பவில்லை. மகாராஷ்டிர அரசை அணுகி ஒப்புதல் வாங்கச் சொன்னார். அதனால்தான் இங்கும் அங்கும் அலைந்துகொண்டிருந்தோம்.

ரங்கன்: இந்த விவாதங்கள் எல்லாம் முடிந்தபின், படத்தின் இறுதி வடிவத்தில் எவ்வளவு மாற்றம் செய்தீர்கள்?

ரத்னம்: மொத்தப் படத்திலிருந்து ஒரு நிமிடம் முதல் ஒன்றரை நிமிடம் வரையிலான காட்சிகள் நீக்கப்பட்டன. அவ்வளவுதான். அது ஒன்றும் பெரிய மாற்றம் இல்லை. ஆனால் படத்தின் ரிதத்தை அது கெடுத்தது. அந்தக் கலவரக் காட்சியில், எதிர்பாராதவிதமாக ஒரு போலிஸ்காரரின் துப்பாக்கி வெடிக்கும். அடுக்குமாடிக் குடியிருப்பில் வசிக்கும் ஒரு பெண், பால்கனியில் உலர வைத்த துணிகளை எடுக்கும்போது குண்டடிபட்டு இறந்துவிடுவார். காட்சியில் நாம் அந்தப் பெண்ணைப் பார்க்கமாட்டோம். அந்த ஆடைகள், சிவப்பாக மாறுவதைமட்டுமே பார்ப்போம். இந்தக் காட்சியைத் தணிக்கைத்

துறையினர் நீக்கச் சொன்னார்கள். ஒரு போலிஸ்காரர் சுட்டு யாரோ ஒருவர் இறக்கிறார் என்று காட்டுவதை அவர்கள் விரும்பவில்லை. நிஜ வாழ்க்கையில் அதுபோன்ற சம்பவங்கள் நிறைய நடக்கின்றன. படத்தைப் பார்த்த ஒவ்வொரு துறையினரும், அவர்கள் துறையைப் பாதிக்கும் காட்சிகள் இருக்கின்றனவா என்றுமட்டுமே தேடினர். ஒட்டுமொத்தப் படமும் என்ன சொல்ல வருகிறது என்பதைப்பற்றி அவர்கள் அலட்டிக்கொள்ளவில்லை. அவர்களிடம் பரந்த பார்வை இல்லை. எந்த வகையிலும், அவர்களிடம் இருக்கும் குறைகள் சுட்டிக்காட்டப்படுவதை அவர்கள் விரும்பவில்லை.

ரங்கன்: அதனால்தான் பாபர் மசூதி இடிக்கப்பட்டதை பத்திரிகை தலைப்புச் செய்திகளாகவும் புகைப்படங்களாகவும் காட்டினீர்களா?

ரத்னம்: மசூதி இடிக்கப்படும் காட்சி படத்தில் இடம்பெற்றதை அவர்கள் விரும்பவில்லை. வேதனையையும் வலியையும் குறிக்கும் பொருட்டே அந்தக் காட்சியை உருவாக்கியிருந்தோம். பின்னணி இசையும் ஓலத்தைக் குறிப்பதாகவே அமைந்திருக்கும். மசூதி கோபுரத்தின் மினியேச்சர் வடிவத்தை உருவாக்கி வைத்திருந்தோம். அவர்கள் அதில் ஏறுவதைமட்டுமே காட்சிப்படுத்தியிருப்போம். அதை உடைப்பதைக் காட்டியிருக்கமாட்டோம். மசூதி உடைபடுவதை, மசூதியின் உட்புறத்திலிருந்து காட்சிப்படுத்தி யிருப்போம். உட்புறம் முழுதும் இருள் சூழ்ந்திருக்கும். மசூதி உடைந்து, தூள்கள் உள்ளே சிதறும். பின் எங்கும் ஒளி படரும். கலைநயத்துடன் உருவாக்கப்பட்ட காட்சி அது. படத்தின் துயரமான தருணம் அதுதான். ஆனால், அவர்கள் அந்தக் கோணத்தில் பார்க்கவில்லை. அந்தக் காட்சியை அவர்கள் அனுமதிக்கவில்லை. அதனால், அந்தக் காட்சிக்குப் பதிலாகப் பத்திரிகைத் துண்டுகளை வைத்தோம். அந்தப் பத்திரிகைத் துண்டுகள், நடந்த சம்பவங்களைக் கொடூரமாக நினைவுபடுத்தின. நாங்கள் உருவாக்கி வைத்திருந்த காட்சிகள் அப்படி இருக்கவில்லை. எங்களுடைய வெர்ஷன், வேதனையை, ஓலத்தைமட்டுமே குறித்தது. வேறு எதையும் குறிக்கவில்லை. அதில் அதிக உணர்ச்சி இருந்தது. இந்தப் பத்திரிகைத் துண்டுகளோ நடந்த உண்மைகளை மீண்டும் எடுத்துரைப்பதைப்போல் அமைந்திருந்தன.

ரங்கன்: சென்சார் அமைப்போடு முதன்முதலில் முரண் ஏற்பட்டது **நாயகன்** படத்தில்தானா? கமல் அந்த போலிஸ்காரரைப் பார்த்து, 'தேவடியாப் பையா' என்று திட்டும்போது, அந்தக் கெட்ட வார்த்தையை மறைக்கும் பொருட்டுப் பின்னணியில் ட்ரெயின் ஓடும் சப்தம் பயன்படுத்தப்பட்டிருக்கும்.

ரத்னம்: அதற்கு முன்னரே அவர்கள் சில சந்தர்ப்பங்களில் அபத்தமாக நடந்து கொண்டிருக்கிறார்கள். **மௌனராகம்** படத்தில் ஒரு பெண் விவாகரத்து கோருவதால், படத்துக்கு 'ஏ' சான்றிதழ் வழங்கவேண்டும் என்றார்கள். அது வழக்கத்துக்கு மாறான காட்சி என்றார்கள். எப்படி ஒரு குடும்பப் பெண் விவாகரத்துக் கோருவாள் என்று அந்த சென்சார் அமைப்பில் இருந்த ஒரு பெண் என்னைக் கேட்டார். அதிலிருந்து அவர்கள் என்ன சொன்னாலும் நான் ஆச்சரியப்படுவதில்லை.

ரங்கன்: மென்மையான **திருடா திருடா** படத்துக்குப் பின், **ரோஜா** களத்துக்கு நீங்கள் திரும்பிவிட்டீர்கள். இந்தப் படத்திலும் உறவுகளைப்பற்றிய சீரியஸான கதையை, கலவரப் பின்னணியில் அமைத்திருப்பீர்கள்.

ரத்னம்: **திருடா திருடா** படத்தின் பின்னணி இசை சேர்ப்பு வேலை நடந்து கொண்டிருக்கையில், அந்தக் கலவரம் நடந்தது. இந்தியாவிலேயே சிறந்த காஸ்மோபாலிடன் நகரம் பம்பாய் என்று எண்ணிக்கொண்டிருந்தோம். பம்பாயிலேயே இதுபோன்ற கலவரங்கள் நடக்கும் என்றால், இந்தியாவில் எங்கு வேண்டுமானாலும் நடக்கலாம் என்ற அச்சம் எல்லோருக்கும் வருவது இயல்பு. இது குறித்து நாம் ஏதாவது செய்யவேண்டும் என்று நான் ரஹ்மானிடம் சொன்னேன். ஆனால், இந்தப் பிரச்னைகளை வைத்து ஒரு திரைக்கதை தயார் செய்யமுடியும் என்ற நம்பிக்கை முதலில் எனக்கு இருக்கவில்லை. மலையாளத்தில் ஒரு சிறு படமாக இதை எடுக்கலாம் என்று எண்ணினேன். நான் எம்.டி.வாசுதேவன் நாயர் அவர்களைச் சந்தித்து, கலவரத்தில் தொலைந்துபோகும் ஒரு சிறுவனைப்பற்றித் திரைக்கதை எழுதவேண்டும் என்றேன். படம் முழுக்க அந்தச் சிறுவனின் கோணத்தில் அமைந்திருக்கவேண்டும் என்றும் கூறினேன். ஆனால், அவரோடு இணைந்து அந்தக் கதையை எழுதவில்லை. கதையின் தொடக்கமே, தொலைந்துபோன சிறுவனைப்பற்றித்தான் அமைந்திருக்க வேண்டும் என்று எண்ணினேன். காலப்போக்கில், அது படத்தின் இரண்டாம் பாதி ஆனது. மற்ற காட்சிகளை எல்லாம், அதாவது அந்தக் குழந்தை யார், அவன் பெற்றோர் யார் என்பதைப்பற்றி எல்லாம், பின்னர்தான் எழுதினோம். எந்தக் கதையாக இருந்தாலும், ஒரு குறிப்பிட்ட புள்ளியிலிருந்து பின்னோக்கிப் பயணிக்க வேண்டும். அப்போதுதான், எப்படி அந்தப் புள்ளியை அடைந்தோம்

'எனது படங்களிலேயே காட்சிபூர்வமாக மிகச் சிறந்த படம் **பம்பாய்**தான்.'
மணி ரத்னம் அர்விந்த் சாமிக்கு ஒரு காட்சியை விவரிக்கிறார்.

என்பதை விளங்கிக்கொள்ள முடியும். அந்தச் சிறுவனின் கதையிலிருந்து, பின்னோக்கி நகர்ந்து, வி.டி. ஸ்டேஷனுக்கு வந்து இறங்கும் பெண்ணைப் பற்றிய கதையை உருவாக்கினோம். அங்கிருந்து மீண்டும் பின்னோக்கிப் பயணித்தோம். படத்தின் பட்ஜெட் மிகவும் அதிகமாகிவிடும் என்று தயாரிப்பாளர் கருதினார். இது ஒரு மலையாளப் படம். அதுவும் சிறுவனைப் பற்றிய படம். அதனால் இந்தப் படத்தைப் பெரிய பட்ஜெட்டில் உருவாக்க அவர் விரும்பவில்லை. உடனே, படத்தைத் தமிழில் எடுக்க முடிவு செய்தோம்.

ரங்கன்: *1984*-ம் ஆண்டு **உணரு** படத்தை இயக்கினீர்கள். அதன்பின், **தில் சே** வரை எல்லாப் படங்களையும் தமிழில்தான் உருவாக்கினீர்கள். இடையில் **கீதாஞ்சலி** படத்தைமட்டும் தெலுங்கில் எடுத்தீர்கள்.

ரத்னம்: இந்தப் படத்தை மலையாளத்தில் எடுத்திருந்தால், சோதனை முயற்சிகளை மேற்கொள்ள எனக்கு முழுச் சுதந்தரமும் இருந்திருக்கும். இதுபோன்ற ஒரு கருவைக்கொண்ட படத்தை, பாடல்கள் இன்றி எடுத்தாலும் அவர்கள் ஏற்றுக்கொள்வார்கள் என்று நம்பினேன். மேலும் தயாரிப்பாளர் முத்ராசசி என் நண்பர். வெகு நாள்களாகவே, நான் மலையாளத்தில் ஒரு படம் இயக்கவேண்டும் என்று ஆசைப்பட்டார். இந்தக் கதையை, மலையாளத்தில் மிக வேகமாகப் படமாக உருவாக்கிவிட முடியும். அதை வெற்றி பெற வைத்துவிடலாம் என்ற நம்பிக்கையும் இருந்தது. அதனால், அந்த ஐடியா என்னுள் ஆழப்பதிந்துவிட்டது. அதைத் தமிழில் மாற்றும்போது, அது பெரியதொரு வடிவம் பெற்றது. கலவரத்தில் சிக்கிக்கொள்ளும் இரண்டு குழந்தைகளைப்பற்றிய கதையைச் சொல்ல நினைத்தேன். ஆனால் அந்தக் கதையோடு சேர்த்து, அவர்கள் எப்படி அந்தச் சூழ்நிலைக்குத் தள்ளப் பட்டார்கள், அவர்கள் எங்கிருந்து வந்தார்கள், அவர்களுடைய பெற்றோர் யார் என்பன போன்றவற்றையும் சொல்லவேண்டிவந்தது. கலவரத்தைப்பற்றிய பாடல்கள் அற்ற அந்தப் படம், இளம் தம்பதியரின் வாழ்க்கையின் மூலம் கலவரத்தை விவரிக்கும் டிரமாடிக் படமாக மாறியது.

ரங்கன்: ராஜீவ் மேனன், மனிஷா கொய்ராலா ஆகியோருடன் முதன் முறையாக இணைந்து பணியாற்றினீர்கள்.

ரத்னம்: எனக்கு மகேஷ் என்றொரு நண்பர் இருக்கிறார். அவர் ஓர் இசை யமைப்பாளர். நாங்கள் ஒரே கல்லூரியில் படித்தோம். பின் அவர் எக்ஸ்.எல்.ஆர்.ஐ பிசினஸ் ஸ்கூலில் சேர்ந்தார். நான் பஜாஜில் சேர்ந்தேன். மயிலாப்பூர் கிளப்பில் டென்னிஸ் விளையாடுவது என் வழக்கம். அங்கே போகும் வழியில்தான் மகேஷின் வீடு இருந்தது. நான் என் பைக்கை அங்குதான் பார்க் செய்வேன். அவருடன் அமர்ந்து வெகுநேரம் அரட்டை அடிப்பேன். விளையாட்டு முடிந்ததும், நாங்கள் இருவரும் இணைந்து திரைப்படங்களுக்குச் செல்வதுண்டு. நிறையப் படங்களைப் பார்த்திருக் கிறோம். இசையில் மூழ்கியிருக்கிறோம். மாலைப் பொழுது அவர் வீட்டில்தான் கழியும். பல (ஒழுக்கமற்ற) இரவுகளையும் அவர் வீட்டில்

கழித்திருக்கிறேன். ஒருநாள் மாலையில், வழக்கம்போல் அவர் வீட்டுக்குச் சென்றேன். அங்கே, நீளமான குர்தா அணிந்த ஒருவர் அமர்ந்திருந்தார், கிளீன் ஷேவ் செய்திருந்தார். அவர்தான் ராஜீவ். மகேஷின் சகோதரியும் ராஜிவும் நண்பர்கள். மகேஷின் சகோதரியைச் சந்திக்க அங்கே வந்திருக்கிறார். நான் ‘ஹலோ’ என்றேன். அவரை எங்கேயோ பார்த்த நினைவு இருந்தது. ஆனால் யார் என்று தெரியவில்லை.

அப்போதுதான் **மௌனராகம்** வெளிவந்திருந்தது. அவர் அந்தப் படத்தைப் பார்த்துவிட்டதாகக் குறிப்பிட்டார். படத்தைப்பற்றி ஒரு பெரிய லெக்சர் கொடுத்தார். காட்சிகள் எப்படி உருவாக்கப்பட்டிருந்தது என்பதைப்பற்றியும். **சுவாமி அண்ட் பிரண்ட்ஸ்** படத்தில் சங்கர் நாக் காட்சிகளை எப்படி உருவாக்கியிருந்தார் என்பதைப்பற்றியும் விலாவரியாகப் பேசினார். மேலும் படத்தொகுப்பு எப்படிச் செய்யப்பட்டிருந்தது என்பன போன்ற விஷயங் களைப்பற்றியும் பேசினார். அது மிகத் தீவிரமான அனாலிசிஸ். படத்தில், அவரைப் பொருத்தவரை எது சரி, எது சரியில்லை என்பதைப் பற்றியெல்லாம் குறிப்பிட்டார். மகேஷுடன் அமர்ந்து அரட்டை அடித்துப் பொழுதைச் சந்தோஷமாகக் கழிக்கவே அங்கு சென்றிருந்தேன். அப்படித்தான் ராஜீவ் எனக்கு அறிமுகமானார். **பம்பாய்** படத்தில்தான் நாங்கள் முதன்முதலில் இணைந்து பணியாற்றினோம். அவரது ஒளிப்பதிவு, மிகவும் ரியலிஸ்டிக் ஆகவும், சாஃப்ட் ஆகவும், ஈவன் ஆகவும் அமைந்திருக்கும். அதில் கான்ட்ராஸ்ட் அதிகமாக இருக்காது. அலங்காரமான தளத்துக்கு அவர் செல்லமாட்டார். என் முந்தைய படங்களின் ஒளிப்பதிவிலிருந்து அவரது ஒளிப்பதிவு மாறுபட்டிருந்தது. கேரளாவில் மழைக்காலம் வரும்வரை காத்திருந்து, படத்தின் முதல் பாதியில் வரும்

வேதனையையும் வலியையும் குறிக்கும்பொருட்டே அந்தக் காட்சியை உருவாக்கியிருந்தோம். அந்தப் பரிதவிப்பைத்தான் காட்சிப்படுத்த முயன்றோம்.

கிராமத்துக் காட்சிகளைப் படமாக்கினோம். பிறகுதான் பம்பாயில் ஷூட்டிங் நடத்தினோம். **பம்பாயின்** உட்புறக் காட்சிகளையும் கலவரக் காட்சிகளையும் சென்னையில் செட் அமைத்துப் படமாக்கினோம். காட்சிகளில், நாங்கள் விரும்பிய டோனை கொஞ்சம் கொஞ்சமாகக் கொண்டுவர வேண்டியிருந்தது. ப்ளூயிஷ் டோனிலிருந்து டார்க்கர் டோனுக்குப் பயணித்தோம். கலவரங்கள், நெருப்பு, கரும் புகை போன்றவை டார்க்கர் டோனில் அமைந்திருக்கும். அவை அனைத்தும் சிறப்பாகச் செய்யப்பட்டிருந்தன என்றே கருதுகிறேன். என்னுடைய படங்களிலேயே சிறந்த விஷுவல் கொண்ட படங்களாக நான் கருதும் படங்களில் **பம்பாயும்** ஒன்று. அந்தப் படத்தில், ராஜிவின் ஒளிப்பதிவு மிகவும் ஸ்பெஷலானது.

ரங்கன்: கதாநாயகியைப்பற்றி என்ன சொல்கிறீர்கள்? **பல்லவி அனுபல்லவி** படத்தின் கதாநாயகி கிரண் வைராலுக்கு பிறகு, உங்கள் படத்தில் நடித்த பம்பாய் நடிகை மனிஷாதான். **திருடா திருடா** படத்தில் அனு அகர்வால் நடித்திருந்தார். எனினும் கதைப்படி, வெளியூரிலிருந்து வரும் கதாபாத்திரம் என்பதால் அவர் படத்தில் கச்சிதமாகப் பொருந்தினார். இந்தப் படத்திலோ, மனிஷா, தமிழ்நாட்டு கிராமத்தைச் சேர்ந்த பெண்ணாக நடித்திருப்பார்.

ரத்னம்: அந்த நடிகை, கதாபாத்திரத்துக்கு ஏற்றார்போல், பார்ப்பதற்கு மிகவும் அழகாகவும் மென்மையாகவும் இருக்கவேண்டும் என்று எண்ணினேன். அந்த நேரத்தில் தமிழ் சினிமாவில் மிகவும் பிரபலமாக இருந்த யாரையாவது நடிக்க வைத்திருந்தால் (இப்போது அவர்கள் யார் என்று எனக்கு நினைவில்லை. குஷ்பூ அல்லது மதுபாலாவாக இருக்கலாம்) பார்வையாளர்கள் அந்த நடிகையை ஒரு ஸ்டாராகத்தான் பார்த்திருப்பார்கள். ஆர்த்தடாக்ஸ் முஸ்லிம் பெண்ணாகப் பார்த்திருக்கமாட்டார்கள். அதனால், அதிகம் பிரபலம் ஆகாத, அந்தக் கதாபாத்திரத்தில் கச்சிதமாகப் பொருந்தும் வகையிலான ஒரு நடிகையைத் தேடினோம். அவர், வெளி மாநில நடிகையாக, அதுவரை தமிழ் சினிமாவில் நடித்திராதவராக இருக்கவேண்டும். அவர் பார்ப்பதற்குக் கதாபாத்திரமாகத் தோன்றவேண்டுமே ஒழிய ஸ்டாராகத் தோன்றக்கூடாது என்று எண்ணினோம். பார்ப்பதற்கு மிகவும் மென்மையாகவும் பலவீனமாகவும் இருக்கும் கதாபாத்திரம் அது. மேலும், அந்தக் கதாபாத்திரம், பின்னாளில் பெரும் பிரச்னைகளில் சிக்கிக் கொள்ளப்போகிறது. அந்தக் கதாபாத்திரத்தில் மனிஷா கச்சிதமாகப் பொருந்தினார்.

ரங்கன்: அண்மையில் நான் ஒரு ஃபிலிம் மேக்கரிடம் பேசிக்கொண்டிருந்தேன். இந்திய நடிகர்கள், பெரும்பாலும், கதாபாத்திரத்தின் கடந்த காலத்தையும் எதிர்காலத்தையும் நினைவில் வைத்துக்கொண்டு நடிப்பதே இல்லை என்று குறிப்பிட்டார். அதுவே அவர்களிடம் இருக்கும் முக்கியக் குறை. அதனால் அவர்களுக்கு எல்லாவற்றையும் விளக்கிக்கொண்டிருக்க வேண்டும் என்றும் கூறினார்.

ரத்னம்: இந்தப் பிரச்னைகளுக்கு இயக்குநர்கள்தான் பொறுப்பேற்கவேண்டும். நாங்கள் (இயக்குநர்கள்), நடிகர்களுக்கு முழு ஸ்கிரிப்ட்டையும்

கொடுப்பதில்லை. அந்த ஸ்கிரிப்ட்டினுள் பயணிக்க அவர்களுக்குப் போதிய அவகாசத்தை வழங்குவதில்லை. காட்சிகளைப் பின்னர் விவரிக்கிறோம் என்று அவர்களிடம் சொல்லிவிடுவோம். பின், அவர்களைப் படப்பிடிப்புத் தளத்துக்கு வரவழைத்து காட்சியை விளக்குவோம். கதைப்படி, அந்தக் காட்சிக்கு முன்னர் என்ன நடந்தது, பின்னர் என்ன நடக்கும் என்பதையும் விவரிப்போம். இதுதான் இங்கே பின்பற்றப்படும் முறை. மேற்கத்திய நாடுகளில், நடிகர்களுக்கு முழு ஸ்கிரிப்ட்டும் தெரிந்திருக்கும். அவர்கள் அதை நன்றாகப் படித்துத் தங்களைத் தயார் செய்துகொள்வார்கள். ஹாலிவுட்டில் அந்த முறை பின்பற்றப்படுகிறது என்ற ஒரே காரணத்தால், இந்தியாவிலும் சிலர் அந்த முறையைப் பின்பற்றத் தொடங்கியுள்ளனர். உண்மையைச் சொல்லவேண்டும் என்றால், மேற்கத்திய நாடுகளிலும் தொழில்முறை நடிகர் அல்லாதவர்களை வைத்துப் படம் எடுக்கிறார்கள். நடிப்புத்துறையோடு எந்தவகையிலும் சம்பந்தப்படாதவர்களையும் நடிக்க வைக்கிறார்கள். அவர்களுக்கெல்லாம் முழு ஸ்கிரிப்டையும் தருவது கிடையாது. அவர்களையும் சிறப்பாக நடிக்க வைத்து, சிறந்த படங்களை உருவாக்கியிருக்கிறார்கள்.

அதனால், இதுமட்டுமே சரி என்று எதுவும் கிடையாது. ஈரான் படங்களிலும் சில தமிழ்ப் படங்களிலும், தெருவில் செல்லும் சாமானிய மனிதர்களை அருமையாக நடிக்க வைக்க முடிந்துள்ளது. பல புதுமுகங்களை பாரதிராஜாவால் அருமையாக நடிக்க வைக்க முடிந்துள்ளது. எனவே நாம் எந்த முறையைப் பின்பற்றினால் என்ன? நடிகர்களுக்கு முழு ஸ்கிரிப்ட் தெரிந்திருக்கிறதா, காட்சியின் அந்தத் தருணம்மட்டும் தெரிந்திருக்கிறதா என்பதைப்பற்றி நாம் அலட்டிக்கொள்ள வேண்டியதில்லை. எப்படி இருந்தாலும், அவர்களைச் சிறப்பாக நடிக்கவைக்க முடியும். இது மிகவும் சப்ஜெக்டிவானது. பல சாத்தியக்கூறுகளுக்கு இடம் அளிக்கக்கூடியது. நடிகர்களுக்குப் போதுமான பயிற்சி அளிக்கும் நோக்கில் மேற்கத்திய நாடுகளில் இதை ஒரு சிஸ்டமாக உருவாக்கியிருக்கிறார்கள். அது நல்ல முறைதான், ஆனால் அதுமட்டுமே ஒரே வழி அல்ல. ஓர் இயக்குநரும் நடிகரும் மட்டுமே சம்பந்தப்பட்ட ப்ராசஸ் இது. அதனால், எந்த முறையைப் பின்பற்றி நடிகர்களை நடிக்கவைத்தார்கள் என்பதைப் பற்றியெல்லாம் பார்வையாளர்கள் கவலைப்படப்போவதில்லை. திரையில் தெரியும் இறுதி வடிவமே அவர்களுக்கு முக்கியம்.

ரங்கன்: நீங்கள் குறிப்பிட்டதைப்போல் மனிஷா கொய்ராலா அழகாகவும் மென்மையாகவும் இருந்தார். ஆனால், பார்வையாளர்களாகிய எங்களுக்கு, கிராமத்துப் பெண் இப்படித்தான் இருப்பாள் என்றொரு முன்முடிவு இருக்கும். கிராமத்துப் பெண் என்றதும், பார்வையாளர்களுக்கு வலிமையான தோற்றம் கொண்ட ஒரு பெண்ணே நினைவுக்கு வருவார். அதனால் இந்தக் கதாபாத்திரம், பார்ப்பவர்களுக்குப் பரிச்சயமற்றுத் தோன்றலாம் என்று நீங்கள் எண்ணியதுண்டா?

ரத்னம்: அப்படி எண்ணுவது, பம்பாய் நகரைக் கதைக் களமாகக் கொண்ட, **பம்பாய்** படத்தை சென்னையில், படமாக்கினால் மக்கள் ஏற்றுக்

கொள்வார்களா என்று அஞ்சுவதற்குச் சமம். நாம் நம்மீது கொண்டிருக்கும் நம்பிக்கையே இங்கு முக்கியமாகிறது. படம் பார்க்க வருபவர்கள், ஒன்றுக்குப் பதில் இன்னொன்றை வைத்து நம்மை ஏமாற்றுகிறார்களா என்ற சந்தேகத்தோடு வரமாட்டார்கள். குறிப்பிட்ட காலத்தையும், இடத்தையும், கதாபாத்திரத்தையும் நம்மால் தத்ரூபமாகத் திரையில் கொண்டுவர முடியும் பட்சத்தில், நாம் எதற்காகவும் அஞ்சவேண்டாம். இந்தப் பெண், இந்தக் கதாபாத்திரத்துக்குச் சரியாக இருப்பாள் என்று தோன்றினால், அவளை வைத்து டெஸ்ட் ஷூட் எடுக்கவேண்டும். அவள் கதாபாத்திரத்துக்குக் கச்சிதமாகப் பொருந்துகிறாளா என்ற முடிவைப் பிறகுதான் எடுக்கவேண்டும். அப்படிச் செய்தால், எதற்காகவும் நாம் கவலைப்படவேண்டாம்.

சிலநேரங்களில், வழக்கத்துக்கு மாறாகச் செய்யப்படும் காஸ்டிங் படத்துக்கு வலு சேர்க்கும். ஒரு குறிப்பிட்ட பாணி கதாபாத்திரத்தில்மட்டும் நடித்து பிரபலமான ஒரு நடிகரை, முற்றிலும் மாறுபட்ட கதாபாத்திரத்தில் நடிக்க வைக்கும்போது, அந்தக் கதாபாத்திரம் உயிர் பெறுகிறது. **கன்னத்தில் முத்த மிட்டால்** மாதவனை உதாரணமாகச் சொல்லலாம். அந்தப் படத்தின் கதாநாயகன் கதாபாத்திரம், மாதவன் நடித்த முந்தைய படங்களின் கதா பாத்திரங்களிலிருந்து, **அலைபாயுதே** உட்பட, முற்றிலும் மாறுபட்டிருந்த தால்தான் அவரை மீண்டும் அந்தப் படத்தில் நடிக்க வைத்தேன். அந்தக் கதாநாயகன், தீவிரத் தமிழ்ப்பற்று உடையவன். நடுத்தர வயதுக்காரன். சுறுசுறுப்பானவன். அறிவுஜீவி. அவன் நகரத்தைச் சார்ந்தவன் அல்ல. இந்த காஸ்டிங், நடிகரின் மீது இருக்கும் கவனத்தைக் கதாபாத்திரத்தின்மீது திருப்பு கிறது. கதாபாத்திரத்துக்குப் புது வடிவம் கொடுக்கிறது. புத்துணர்ச்சி பெற வைக்கிறது. பார்வையாளர்களின்மீது தாக்கத்தை ஏற்படுத்துகிறது. மனிஷாவும் அதுவரை, அதுபோன்ற கதாபாத்திரத்தில் நடித்திருக்கவில்லை. நாம் தேர்வு செய்த நடிகரை மக்கள் ஏற்றுக்கொள்வார்களா என்ற அச்சம் எந்தப் படைப்பாளிக்கும் இருக்கக்கூடாது. ஒரு குறிப்பிட்ட கதாபாத்திரத் துக்கு ஒரு குறிப்பிட்ட நடிகர் கச்சிதமாகப் பொருந்துவார் என்று நாம் நினைத்தால், அவரை எந்தத் தயக்கமும் இல்லாமல் தேர்வு செய்யலாம். நம்பிக்கையோடு நம் வேலையை நாம் செய்யவேண்டும். நம்பிக்கையோடு பயணித்தால், எல்லாம் சரிவர நடக்கும்.

ரங்கன்: மனிஷாபோல் மொழி தெரியாத நடிகர்கள் நடிக்கும்போது, உங்கள் இன்புட்டில் எந்த அளவுக்கு மாற்றம் இருக்கும்?

ரத்னம்: ஒரு காட்சியைத் தத்ரூபமாக உருவாக்கும்பொருட்டு நாம் எவ்வளவு உழைக்கிறோமோ, அந்த அளவுக்கு அதில் நடிக்கும் நடிகரும் உழைக்க வேண்டும். நான் சொல்வதை அப்படியே திரும்பிச் செய்யும் நடிகராக அவர் இருக்கக்கூடாது. நடிகர்கள் என்னை இமிடேட் செய்தால், எல்லாக் கதா பாத்திரங்களிலும் நானே நடித்திருப்பதுபோல் தோன்றும். இயக்குநர்தான், ஒரு நடிகரை கதாபாத்திரமாக மாற்றவேண்டும். இயக்குநரும் நடிகரும் இணைந்து கதாபாத்திரத்துக்கும் சூழ்நிலைக்கும் நியாயம் செய்யவேண்டும்.

கதாபாத்திரத்திலும் சூழ்நிலையிலும் உள்ள உண்மையையும் நேர்மையையும் அவர்கள் கண்டுகொள்ளவேண்டும். இதைச் செய்யப் பல வழிகள் உண்டு. ஒவ்வொரு நடிகருக்கும் ஒவ்வொரு வழியைக் கையாளவேண்டும். குழந்தைகள் என்றால் வித்தியாசமான வழிகளைக் கையாளவேண்டும். சிறந்த நடிகர் கிடைத்தால், அவரது நடிப்பை வேறு வழியில் நெறிப்படுத்த வேண்டும். சில நடிகர்களால் கதாபாத்திரமாக மாற முடியாது. அவர்களை நடிக்க வைக்க வேறு முறைகளைப் பின்பற்றவேண்டும். எந்தத் திசையில் பயணித்தால், காட்சிகளின் அந்தக் குறிப்பிட்ட தருணத்துக்கு நடிகரைக் கொண்டுவரமுடியுமோ அவரைக் கதாபாத்திரமாக மாற்ற முடியுமோ, அந்தத் திசையில் பயணிக்கவேண்டும். அப்போதுதான் காட்சி உயிர் பெறும். நம்பும்படி அமையும். இதைச் செய்யும் பொறுப்பு இயக்குநருடையது. நடிகருக்கு மொழி தெரியாத பட்சத்தில், இயக்குநர் நடிகர் இருவருமே சற்று அதிகமாக மெனக்கெடவேண்டும், அவ்வளவுதான். ஷூட்டிங் முடிந்ததும் நடிகர்கள் உதவி இயக்குநருடன் அமர்ந்து அடுத்த நாளுக்கான வசனங்களை மனப்பாடம் செய்துகொள்ளவேண்டும். அவர்களுக்கு, வசனங்கள் வெறும் ஒலிகளாகத்தான் இருக்கும். ஆனால், காட்சிகளை அவர்களால் புரிந்துகொள்ள முடிந்தால், நாம் விரும்பும் உணர்வை அவர்களால் கொண்டுவர முடிந்தால், அதுவே போதுமானது. நாம் நினைத்ததைப்போல் காட்சிகளை உருவாக்க வேண்டும் என்றால், அவர்களுக்கென்று பிரத்யேகமாக நேரத்தை ஒதுக்க வேண்டும்.

ரங்கன்: பிற மொழி நடிகர்களுக்கு வசனங்களைச் சொல்லித் தரும் உதவி இயக்குநர்தான் தொனி, பாவம் போன்ற நுணுக்கமான விஷயங்களையும் சொல்லித் தருவார்களா?

ரத்னம்: உதவி இயக்குநரிடம் அந்த வேலையை ஒப்படைத்தால், அவர் அதைச் சரியாகச் செய்யாமல் போகலாம். நாமே நேரடியாக, இந்த வேலையைச் செய்வதே சிறந்தது. வசனங்களைச் சொல்லித்தருவதுமட்டுமே உதவி இயக்குநரின் வேலை. நடிகர்கள் வசனங்களை மனப்பாடம் செய்துகொண்ட பின், வேண்டிய உணர்வைக்கொண்டு வர இயக்குநர் பாடுபடவேண்டும். சில நேரங்களில், அவர்களை, வசனம் தமிழில் இருக்கிறது என்பதை மறந்துவிடச் சொல்லவேண்டும். அவர்கள் மொழியில் (இந்தியிலோ, கன்னடத்திலோ வேறு மொழியிலோ - ஐஸ்வர்யா ராய் என்றால் துளு மொழியிலோ), அந்த வசனத்தைப் பேசச் சொல்லவேண்டும். அவர்களுக்குப் பரிச்சயமான மொழியில் அவர்கள் அந்த வசனத்தைப் பேசினார்கள் என்றால், அவர்களால் அதன் உணர்வைப் புரிந்துகொள்ள முடியும். எங்கே அழுத்தம் கொடுக்கவேண்டும் என்பதையும், நாம் என்ன சொல்கிறோம் என்பதையும் அவர்கள் புரிந்துகொள்வார்கள். யந்திரகதியில் எங்கே அழுத்தம் கொடுக்க வேண்டும் என்று குறித்துத் தருவதைவிட, அவர்களுக்கு நம்பிக்கையூட்டி, என்ன எதிர்பார்க்கிறோம் என்பதைப் புரியவைக்கவேண்டும். அதுவே சிறந்த முறை. அப்படிச் செய்தால், அவர்கள் வசனங்களை மிகவும் சிறப்பாக உச்சரிப்பார்கள்.

மொழி ஒரு பெரிய பிரச்னையே அல்ல. நடிகர்களைக் கதாபாத்திரங்களாக மாற்றிக் காட்சியின் அந்தக் குறிப்பிட்ட தருணத்துக்குக் கொண்டு வருவதும், சரியான உடல்மொழியைக் கொண்டுவருவதும்தான் முக்கியப் பிரச்னை. அதில்தான் நாம் அதிகக் கவனம் செலுத்தவேண்டும். உதாரணத்துக்கு, மனிஷா சிலநேரங்களில் ஒரு வார்த்தைக்குப் பதில் இன்னொரு வார்த்தையைப் பயன்படுத்திவிடுவார். எனினும், ஃப்ளோ சரியாக இருக்கும். ஓரிரு தவறு செய்தாலும், முழு வசனத்தையும் பேசி முடிக்கும்வரை நிறுத்த மாட்டார். நாங்கள் அந்தக் காட்சியை மீண்டும் முதலிலிருந்து எடுக்க நேர்ந்தாலும், கதாபாத்திரத்திலிருந்து சிறிதும் பிறழமாட்டார். ஆங்காங்கே எழும் உச்சரிப்புப் பிழைகளை எளிதில் சரி செய்துவிடலாம். இலக்கணப் பிழைகளையும் கன்டென்ட் பிழைகளையும் சரி செய்யத்தான் அதிகம் மெனக்கெட வேண்டியிருக்கும். அவர்களது நடிப்பு ஏற்றுக்கொள்ளும்படி இருந்தால், அவர்கள் பரிச்சயமற்ற மொழியைப் பேசுகிறார்கள் என்பது அப்பட்டமாகத் தெரியாமல் இருந்தால், அதுவே நம் உழைப்புக்குக் கிடைத்த பலன்.

ரங்கன்: ஸ்க்ரீன் டெஸ்ட் எடுக்கும்போதே, அவர்களால், மொழியைச் சரிவர உச்சரித்து, காட்சியில் வேண்டிய உணர்வைக் கொண்டுவர முடிகிறதா என்பதை உறுதி செய்துகொள்வீர்களா?

ரத்னம்: ஆமாம். அவர்களால் கொஞ்சம்கூட மொழியைக் கையாள முடியவில்லை என்றால் அவர்களை நடிக்கவைப்பது மிகவும் கடினமாகிவிடும். சிலரால் எந்த மொழியையும் எளிதில் கையாள முடியும், சிலரால் முடியாது. சில ஆண்களிடம் இந்தப் பிரச்னை இருக்கிறது. பெண்கள், புது மொழியைக் கற்றுக்கொள்ளும்பொருட்டு அதிக உழைப்பைத் தரத் தயாராக இருக்கிறார்கள், கவனமாக மொழியைக் கற்கிறார்கள் என்று எனக்குத் தோன்றுகிறது. அல்லது, பெண்களிடத்தில் நான் அதிகப் பொறுமை காப்பதால் அப்படித் தோன்றுகிறதோ என்னவோ.

ரங்கன்: ஸ்க்ரீன் டெஸ்டில், உச்சரிப்பதற்கு மிகவும் கடினமாக இருக்கும் வசனத்தைக் கொடுத்து, அவர்களால் அதைச் சரியாகப் பேச முடிகிறதா என்று பார்ப்பீர்களா?

ரத்னம்: காட்சிகளுக்குமட்டுமே முக்கியத்துவம் கொடுப்போம். அந்தக் காட்சிகளே கடினமாகத்தான் இருக்கும். காட்சிகளுக்கு அவர்கள் உயிர் கொடுக்கவேண்டும். அவர்களுக்கு மொழி தெரிந்திருக்கிறதா இல்லையா என்பதைப்பற்றிக் கவலைப்பட மாட்டேன். படத்தில் இடம்பெறப்போகும் காட்சியைத்தான் அவர்கள் ஸ்க்ரீன் டெஸ்டில் நடித்துக்காட்டவேண்டும். அவர்களால் தத்ரூபமாக நடிக்க முடியும் பட்சத்தில், எந்தத் தயக்கமும் இன்றி அவர்களைத் தேர்வு செய்யலாம்.

ரங்கன்: ஒரு பிரமாண்டமான திருமணத்தில்தான் அர்விந்த் சாமி முதன் முதலில் மனிஷாவைப் பார்க்கிறார். ஆனால், அவர்களின் திருமணம் மிகவும்

நான் சமூகத்துக்கு மெசேஜ் சொல்வதற்காகப் படம் எடுக்க வரவில்லை.

எளிமையாக நடக்கிறது. தங்கள் மதத்துக்குள்ளேயே அவர்கள் திருமணம் செய்திருந்தால், அவர்கள் திருமணமும் பிரமாண்டமாக இருந்திருக்கும் என்பதை இந்தக் காட்சிகள் உணர்த்துகின்றன. இது ஒரு நல்ல கான்ட்ராஸ்ட்.

ரத்னம்: அந்த கான்ட்ராஸ்ட் திட்டமிட்டு உருவாக்கப்பட்ட ஒன்றல்ல. ஆனால் அந்த கான்ட்ராஸ்ட்தான் அந்தத் திருமணக் காட்சியின் நம்பகத்தன்மையைக் கூட்டுகிறது. அதாவது, அந்த எளிமையான தருணத்தில், ஓர் அந்நியமான களத்தில், தங்கள் சொந்தங்களை விடுத்துத் தனித்து நிற்கும் அவர்கள் இருவரும் திருமண பந்தத்தில் நுழைகிறார்கள். அந்தத் திருமணத்தினால், அந்தப் பெரிய நகரத்தில் அவர்கள் இருவரும் தனிமைப்படுத்தப்படுகிறார்கள். அவர்கள் புது உலகினுள் கால் எடுத்துவைக்கிறார்கள். அந்த உலகின் இன்ப துன்பங்களை அவர்கள் மட்டுமே அனுபவித்தாகவேண்டும். அவர்கள் தங்கள் வேர்களிலிருந்து பிரிந்து செல்கிறார்கள். புது இடத்துக்குக் குடிபெயர் கிறார்கள். புது வாழ்க்கையைத் தொடங்குகிறார்கள். அதையே அந்தக் காட்சி நமக்கு உணர்த்துகிறது.

ரங்கன்: நான் கேட்பது என்னவென்றால், பின்னால் நடக்கப்போகும் இந்த எளிமையான திருமணக் காட்சியைக் கருத்தில்கொண்டுதான், அர்விந்த், மனிஷா இருவரும் அந்தப் பெரிய திருமணத்தில் சந்தித்துக்கொள்கிறார்கள் என்று கதையை எழுதினீர்களா? அல்லது, கலர்புல் பாடல் வைக்கவேண்டும் என்பதற்காக அந்தத் திருமணக் காட்சியை உருவாக்கினீர்களா?

ரத்னம்: நானும் அதைத்தான் விவரித்தேன். அந்தப் பிரமாண்டமான திருமணக் காட்சி; கான்ட்ராஸ்டாக இருக்கவேண்டும் என்பதற்காக உருவாக்கப் பட்டதல்ல. அவர்கள் இருவரும் வெவ்வேறு மதத்தைச் சேர்ந்தவர்கள். அதுவரை, அவர்கள் ஒருவரை ஒருவர் அறிந்திருக்கவில்லை. அவர்கள் ஒருவரை ஒருவரும் சந்தித்துக்கொள்ளும் வாய்ப்பு மிகக் குறைவு. இந்தச் சூழலிலிருந்துதான் நமக்குத் தேவையான கட்சிகளை நாம் உருவாக்க

வேண்டும். அதுபோன்ற மனிதர்களுக்குள் பரிமாற்றங்கள் எந்தெந்த வழியில் சாத்தியப்படும் என்று யோசித்துச் சில நிகழ்வுகளை உருவாக்குகிறோம். அதில் சிலவற்றைத் தேர்ந்தெடுத்துக் காட்சிகளாக உருமாற்றுகிறோம். அதன் ஒரு பகுதியே அந்தத் திருமணமும். அவ்வளவுதான்.

ரங்கன்: நம்மை அறியாமல் நடக்கும் ஆழ்மனச் செயல்பாடுகளில் உங்களுக்கு நம்பிக்கை இருக்கிறதா? ஏனெனில், ஒரு கதை உங்களுக்குள் ஆழமாகப் பதிந்துவிடுகிறது என்று வைத்துக்கொள்ளுங்கள். ஆழ்மனத்திலிருந்து உங்களை அறியாமலேயே சில விஷயங்கள் நடக்க வாய்ப்பு இருக்கிறது. இந்த இடத்திலும் இரண்டு திருமணங்களுக்கும் இடையே உள்ள வேறுபாடு, உங்களை அறியாமல் உங்களை இந்தக் காட்சிகளை எழுத வைத்திருக்கலாம்.

ரத்னம்: ஹா ஹா. ஒரு விமர்சகரின் மனம் அப்படியாகத்தான் சிந்திக்கும்.

ரங்கன்: அப்படியானால், உங்களைப் பொருத்தவரை, எழுதுவது என்பது முற்றிலும் பிரக்ஞைபூர்வமான செயல்பாடு இல்லையா?

ரத்னம்: பெரும்பாலும் அப்படியானதுதான் என்றே நினைக்கிறேன். தீவிர யோசனையாலும் ஆழ்ந்த சிந்தனையாலும் விவாதத்தினாலும்தான் நல்ல எழுத்து உருவாகிறது. இப்போதெல்லாம் நான் பல தமிழ் எழுத்தாளர்களைச் சந்தித்துவருகிறேன். நாவல் எழுதுபவர்கள், திரைக்கதை எழுதுபவர்களை விடத் தங்கு தடையின்றி எழுதுகிறார்கள். இருவருக்கும் இடையிலான வித்தியாசம் மிகவும் தெளிவாகவே தெரிகிறது. சில இயக்குநர்களின் படங்களில் ஒரு கட்டுக்கோப்பைப் பார்க்கமுடியாது. அந்தப் படங்களில் கவிதையில் இருப்பது போல, ஓவியத்தில் இருப்பதுபோல, அற்புதமான ஃப்லோ இருக்கும். மற்றவர்களின் படங்கள் எல்லாம் (என் படங்கள் உட்பட), திட்டமிட்டு, குறிப்பிட்ட வழிமுறைகளைப் பின்பற்றித்தான் உருவாக்கப்பட்டிருக்கும். ஆனால், கலை மேதைமை என்பது ஸ்ட்ரக்சரையோ வழிமுறையையோ வெளிப்படையாகப் பார்க்க முடியாதவகையில் உருவாக்குவதில்தான் இருக்கிறது.

ரங்கன்: அப்படியானால், உங்கள் படங்களின் கவித்துவமான தருணங்களைக் கூர்ந்து கவனித்தால், அவைகூடக் கட்டமைக்கப்பட்டதாகவே இருக்கும் என்கிறீர்களா?

ரத்னம்: ஆமாம். நிச்சயமாக.

ரங்கன்: **பம்பாய்** படத்தில், அவர்களுக்குள் முதல் பார்வையிலேயே காதல் மலர்கிறது. கண்டதும் காதல் என்பது உங்களுக்கு மிகவும் பிடித்திருப்பது போல் தோன்றுகிறது. **காட்பாதர்** படத்தில் இதை 'தண்டர்போல்ட்' (இடி மின்னல்) என்று விவரித்தார்கள். இங்கு கதாநாயகியின் முகத்திரை காற்றில் பறக்கும்போது அவளுடைய முகத்தைப் பார்க்கிறான். உடனே அவளிடம் தன் இதயத்தைப் பறிகொடுக்கிறான். 'உயிரே உயிரே' பாடலில் அவர்கள் காதலைக் காட்சிபூர்வமாகச் சொல்லியிருப்பீர்கள். கொந்தளிக்கும் கடலின்

பின்னணியில் ஆரம்பிக்கும் பாடல் அமைதியான நீர்ப்பரப்பைக் காட்டியபடி முடிவடையும். அவளுடைய பாதை அடைக்கப்பட்டிருப்பதால், அவளால் அவனை நெருங்க முடியவில்லை. அவர்களுக்கிடையே இருக்கும் இரும்பு வாசல் அவர்களைப் பிரித்துவைத்திருக்கிறது. வசனக் காட்சிகளில் காதல் கதையை அவுட்லைனாகச் சொல்லிவிட்டு, இந்தப் பாடலில் உணர்வுகளை ஆழமாகப் பதிவு செய்திருப்பீர்கள்.

ரத்னம்: நான் முன்பு குறிப்பிட்டதுபோல, தொலைந்துபோகும் சிறுவனைப் பற்றிய கதையைத்தான் முதலில் எழுதினோம். அதிலிருந்து பின்னோக்கிப் பயணித்தோம். முதல் பிரதியில், அந்தத் தாய் பம்பாயில் ஒரு ரயில்வே ஸ்டேஷனில் வந்து இறங்கும் காட்சி வரைதான் எழுதியிருந்தோம். அங்கே வரும் ரொமாண்டிக் சீக்வன்ஸ், 'அந்த நாள் உனக்கு நினைவிருக்கிறதா' என்பதைப்பற்றியது. அவர்கள் இருவருக்கும் பம்பாயில் உறவு என்று யாரும் இல்லை. அவர்கள் இருவரும் உட்கார்ந்து, அவளால் அவனைச் சந்திக்க முடியாத நாள்களில் அவளுக்கு என்ன நடந்தது என்பதைப்பற்றிப் பேசிச் சிரிக்கிறார்கள். அழகான தருணங்களில் அதுவும் ஒன்று. வெவ்வேறு நினைவுத் துண்டுகளாகத்தான் அந்த காட்சியை எழுதியிருந்தோம். எந்தக் காதல் கதையாக இருந்தாலும், இந்த அளவுக்குக் காட்சிகளை வைத்தால் போதுமானது. அதுவே, அந்தக் காதல் எந்த அளவுக்கு வளர்ச்சியடைந்து உள்ளது என்பதை விளக்கிவிடும். ஒரு பாடலில் இதுபோன்ற எமோஷனை உருவாக்க

இந்தப் படம் வெளியே வரவே வராது என்று ஒரு போலிஸ் கமிஷனர் சொன்னார். அதை அவர் எப்படிச் சொல்ல முடியும்? அவர் அவருடைய வேலையைச் செய்கிறார். நான் என்னுடையதைச் செய்கிறேன்.

M-25062

Endorsement on Certificate No. 91417-U dated the 01st MARCH, 1995. issued to the film 'BOMBAY'(TAMIL) COLOUR - 35mm - CINEMASCOPE.

Cuts:		ft fr
General cut:	Delete the words 'Pakistan', 'Islamic State' and 'Afghanistan' wherever it occurs. Deleted: (Replaced with appd. words)	Sound only
1. Reel 5	Delete the visuals of Rathyatra alongwith the dialogue 'Babri Masjid thodenge Ram Mandir banayenge'. Deleted: (Replaced with appd.dialogues)	Sound only
2. Reel 7 (a)	Delete the dialogues and visuals starting from 'Ayodiyile irrukkira Babar Majeedai idichu Raamar Koyil kattap poaram. Ovvur indhu veeti-lleyum panamo porulo vasool panroam. Masoodiyai idichu raamar koyil katta ungalaala mudincha uthavi sencheenganna nallayirukkum'. Deleted: (Replaced with appd. dialogues)	Sound only
(b)	Delete all visuals of Babri	

முடிந்த பட்சத்தில், அது வெறும் பாடலாகமட்டும் இருக்காது. அந்தப் பாடல், மிகப் பெரிய கதை சொல்லும் கருவி ஆகிறது. 'இது இரண்டாம் பாதிப் பாடல், இதை ஏன் முதல் பாதியில் வைத்தீர்கள்' என்று ராமு என்னைக் கேட்டது எனக்கு இன்றும் நினைவிருக்கிறது. சிலநேரங்களில், அதுபோன்ற ரிஸ்க்கை நம்மால் எடுக்க முடியும் என்ற நம்பிக்கை நமக்கு ஏற்படுகிறது. கதையை வேகமாகச் சொல்லும் பொருட்டு அந்த ரிஸ்க்கை எடுக்கிறோம்.

ரங்கன்: அது பிரத்யேகமான பாடலும்கூட. எதிர்பாராதவிதமாக வரும் பாடல் அது. ஏனெனில், மிகவும் எமோஷனலான அந்தப் பாடலை அந்தச் சூழ்நிலையில் யாரும் எதிர்பார்த்திருக்க மாட்டார்கள். அவர்களுடைய காதல் இவ்வளவு சீக்கிரத்தில் தீவிரம் அடைந்துவிட்டதா என்ற கேள்வி எழுகிறது. அது, அவர்களின் காதல் எந்த அளவுக்கு வளர்ச்சி அடைந்துள்ளது என்பதைத் தெரிவிக்கும் வழக்கமான பாடல் அல்ல. அவர்களின் காதல் கதையின் தொடர்ச்சியாக அந்தப் பாடல் இருக்கிறது. உண்மையில், அந்தப் பாடலில்தான் அவர்கள் இணைகிறார்கள். இது போலத்தான், **ராவண**னில் வரும் 'காட்டுச் சிறுக்கி' பாடலில், வீராவும் ராகினியும் ஒருவரை ஒருவர் புரிந்து கொள்வார்கள். 'காட்டுச் சிறுக்கி' பாடலின் விதை, 'உயிரே உயிரே' பாடலில்தான் போடப்பட்டது. பாடல் காட்சிகளை நம் மக்கள் ஆர்வமாகப் பார்க்கமாட்டார்கள் என்று தெரிந்தும், எந்த நம்பிக்கையில், இதுபோன்ற 'கதையை நகர்த்தும்' காட்சிகளைப் பாடலில் வைக்கிறீர்கள்?

ரத்னம்: அவர்கள் பாடல் காட்சிகளை ஆர்வமாகப் பார்க்காததற்கு நாம்தான் காரணம். பாடல் காட்சிகளை சுவாரஸ்யமாக உருவாக்கினால் நிச்சயம் ஆர்வமாகப் பார்ப்பார்கள். ஒரு பிலிம் மேக்கருக்கு என்றுமே, எங்கே மக்கள் பாடல்களைப் பார்க்கமாட்டார்களோ என்ற பயம் இருக்கக்கூடாது. நாம் சொல்லும் கதை, பார்வையாளர்களை இருக்கையில் கட்டிப்போடும் அளவுக்கு சுவாரஸ்யமான இருக்கிறதா என்பதை நாம் அறிந்திருக்கவேண்டும். இல்லையேல், கதை சொல்ல நாம் தகுதியற்றவர்கள் ஆகிறோம். பாடல் காட்சிகளை சுவாரஸ்யமாக உருவாக்க முடியும் என்ற நம்பிக்கை நம்மிடம் இல்லை என்றால், பயம்தான் எஞ்சியிருக்கிறது என்றால், படத்தில் பாடல்களையே வைக்கக்கூடாது. எல்லோரும் பின்பற்றும் சௌகரியமான வழியையே நாமும் பின்பற்றவேண்டும் என்று அவசியமில்லை. முதலில், பார்வையாளர்களை உணர்வுபூர்வமாகப் படத்தோடு உறவாடவைக்க வேண்டும். அதைச் செய்ததும் அவர்களை அடுத்த தளத்துக்கு இட்டுச்செல்ல முடியும் என்றால், பாடலை இதுபோல் அமைக்கவேண்டும். ஒட்டுமொத்தத் திரைக்கதையைக் கருத்தில் கொண்டே பாடல் எப்படி இருக்கவேண்டும் என்பதை முடிவு செய்யவேண்டும். இந்தக் குறிப்பிட்ட இடத்தில், இந்தக் காதல் கதையின் உணர்வுகள் உச்சியை அடைந்து, பின் சம தளத்துக்கு வரவேண்டும். பிறகுதான் படத்தின் அடுத்த ஏற்றம் தொடங்கவேண்டும். இந்தப் பாடலில் ஒரு டிரமாடிக்கான உச்சம் இருக்கிறது. **பம்பாய்** படத்தின் ஆரம்பப் பகுதி, ஒரு சிறுகதையைப் போன்றது. அதற்கு ஒரு முடிவு இருக்க வேண்டும். 'உயிரே உயிரே' பாடலே அந்தச் சிறுகதையின் முற்றுப்புள்ளி.

ரங்கன்: இந்தப் பாடலை நடன இயக்குநருடன் இணைந்து உருவாக்கினீர் களா?

ரத்னம்: இந்தப் பாடலுக்கு நடன இயக்குநர் என்று யாரும் இல்லை. இது போன்ற பாடல்களை நடன இயக்குநர்களுடன் இணைந்து உருவாக்குவது மிகவும் கடினம். ஏனெனில், பாடலில் தேவையில்லாமல் நடன அம்சங்கள் இடம்பெற ஆரம்பித்துவிடும். அது பாடலுக்குப் பொய்யான தோற்றத்தைக் கொடுத்துவிடும். இந்தப் பாடலை எடுக்கும்போது, அதில் இன்டர்லூட்கள் இடம்பெற்றிருக்கவில்லை. பார் கவுன்ட் (bar count) மட்டுமே எங்களிடம் இருந்தது. அந்த நீளத்துக்குள் கதையைக் கோர்வையாகச் சொல்லவேண்டியிருந்தது. பின்தான், ரஹ்மான் காட்சிகளுக்கு ஏற்ப இன்டர்லூட்களை உருவாக்கினார். ஆனால், **ராவணன்** படத்தில் வரும் 'காட்டுச் சிறுக்கி' பாடலை, ஆக்ஷன் மாஸ்டருடனும் நடன இயக்குநருடனும் இணைந்து உருவாக்கினோம்.

ரங்கன்: **ரோஜா** படத்தைப்போல், பம்பாய் படத்தையும் மெலோடிராமா பாணியிலேயே உருவாக்கியிருப்பீர்கள். அங்கே கதாநாயகன் எரியும் மூவர்ணக் கோடியை அணைக்கிறான். இங்கே கதாநாயகன், அவன் கையையும் கதாநாயகியின் கையையும் கீறி, ரத்தம் ஒரே நிறம் என்று நாயகியின் தந்தைக்கு உணர்த்துகிறான். மணி ரத்னத்தின் டிபிக்கல் நகர்ப்புறக் கதாநாயகன் இதுபோல் வெளிப்படையாக ஹீரோயிசத்தில் ஈடுபடுவது புதிது. மேலும் **ரோஜா**, **பம்பாய்** ஆகிய படங்களின் கதாநாயகர்கள் வசதியான வர்கள். **நாயகன்**, **தளபதி** படத்தின் கதாநாயகர்கள்போல், அன்றாட வாழ்க்கைக்கே போராடும் ஏழைகள் அல்லர். அவர்களின் ஹீரோயிசத்தைத் தான் நாங்கள் அதிகம் பார்த்திருக்கிறோம். பல படங்களில், நகர்ப்புற மனிதர்களின் வாழ்க்கையை மென்மையான குரலில் சொன்னீர்கள். அதனால் ஒரு மாற்றத்துக்காகத் தமிழ் சினிமாவின் வழக்கமான பாதை யைத் தேர்ந்தெடுத்தீர்களா?

ரத்னம்: **ரோஜா** படத்தைப்பற்றிப் பேசும்போது குறிப்பிட்டதைப்போல, இந்தப் படத்தின் கதாநாயகனையும் ஒரு கலகக்காரனாகத்தான் பார்க்கிறேன். 'உன் கோபத்தைத் தூண்டுவதற்காக என்ன வேண்டுமானாலும் செய்வேன்' என்று எதிராளியிடம் சொல்லும் குணம் கொண்டவன் அவன். அவனுடைய தந்தையும் அப்படித்தான். அதனால்தான், தான் இறந்தபிறகுதான் அந்தத் திருமணம் நடக்கவேண்டும் என்று கோபமாகக் கூறுகிறார். அதற்கு மகன், அத்தனை நாள்கள் காத்திருக்க முடியாது என்று குறிப்பிடுகிறான். அவன் அதை உள்ளர்த்தத்தோடு சொல்லவில்லை. ஆனால், என்ன சொன்னால் தந்தை காயப்படுவார் என்பதை அவன் அறிந்துவைத்திருக்கிறான். எல்லா முடிவு களையும் பெரியவர்களே எடுத்துக்கொண்டிருக்கக்கூடாது என்பதை உணர்த்த இளைஞர்கள் அவ்வாறு நடந்துகொள்வார்கள். அவன் தன் பெற்றோர்களை, அவர்கள் எதிர்பார்க்காத வழியில் காயப்படுத்த விரும்புகிறான். அதேபோல் தான், அந்தப் பெண்ணின் தந்தையிடமும், அவர் மனத்தைக் காயப்படுத்தும் பொருட்டு அவ்வாறு நடந்துகொள்கிறான்.

அதனால், நான் அறிந்தவரை, எந்தவிதத்திலும் என் பாதை மாறிவிடவில்லை. இந்த ஒரு படத்தில்மட்டும், சிறிதளவு மாறியிருக்கலாம். இந்தப் படம் உணர்ச்சிமயமான பிரச்னையைப்பற்றிப் பேசுவதுதான் அதற்குக் காரணம். மேலும், நம் சினிமாவைப் பொருத்தவரை இது மிகவும் டிரமாடிக்கான கதை. படம் வெளிவந்தபோது, தணிக்கைத்துறை சேர்மன் என்னிடம், 'ஓர் இந்துவும் ஒரு முஸ்லிமும் திருமணம் செய்துகொள்கிறார்கள் என்பதை எந்த தைரியத்தில் காட்டியிருக்கிறீர்கள். இதற்குமுன் இப்படிக் காட்டப்பட்டதே இல்லையே' என்று கேட்டார். 'நிஜ வாழ்வில் ஒவ்வொரு நாளும் இது போன்ற திருமணங்கள் நடப்பதில்லையா? என் நண்பர்கள் பலர் இதுபோல் கலப்புத் திருமணம் செய்திருக்கிறார்கள். இன்னும் எத்தனை நாள்கள் இதை நாம் மறைத்து வைப்பது?' என்று பதிலளித்தேன். நம் படங்களில் இதுபோன்ற விஷயங்களைப்பற்றி விவாதிக்கும்போது யாருக்கும் எந்தப் பிரச்னையும் வராத அளவுக்கு முன்னெச்சரிக்கையாக நடந்துகொள்கிறோம். கதையையும் முன்னெச்சரிக்கையாகவே உருவாக்குகிறோம். இந்தப் பாதையில் பயணித்துக் கதை சொல்வது சற்று கடினமாகத்தான் இருக்கும். நான் வழக்கமாகப் பயணிக்கும் பாதை இது இல்லை என்பதை அறிவேன். இது நகரத்தில் நடக்கும் இந்து-முஸ்லிம் திருமணமல்ல. கிராமத்தில் நடக்கும் திருமணம் என்பதால் அது மிகவும் டிரமாடிக் ஆகிவிட்டது. திரைப்படம் இந்த வகை வெளிப்பாட்டைக் கொண்டிருப்பதில் தவறில்லை. தென் தமிழகத்தில் வேகமாக அரிவாளைத் தூக்கிவிடுவார்கள், நகரத்தில் அப்படிக் கிடையாது.

ரங்கன்: இங்கே முக்கியப் பிரச்னைகளை மையப்படுத்தி எடுக்கப்படும் படங்களில், மக்களைத் தூண்டக்கூடிய கூறுகள் இருக்கத்தான் செய்கின்றன. ஏனெனில், நீங்கள் குறிப்பிட்டதைப்போல, இதுபோன்ற விஷயங்களைப் படத்தில் விவாதிக்கும்போது அது டிரமாடிக் ஆகிவிடுகிறது. அதனால் மக்கள் எளிதில் எழுச்சி அடைந்துவிடுகிறார்கள். படத்தின் கதாபாத்திரங் களிடம் இருக்கும் எமோஷன், அப்படியே மக்களிடம் தொற்றிக்கொள்கிறது. இங்கே எடுக்கப்படும் படங்களில், கதாபாத்திரங்கள் எப்படி உணர்கிறார்களோ அதேபோல் மக்களையும் உணரவைக்கிறார்கள். நீங்கள் இதைத்தான் செய்ய முயன்றீர்களா?

ரத்னம்: இதற்கு நேர்மாறான விளைவை ஏற்படுத்தத்தான் முயன்றேன். பார்வையாளர்களை அந்தக் குறிப்பிட்ட சூழ்நிலைக்குள் பயணிக்க வைக்க வேண்டும். முன் யோசனையின்றி உணர்ச்சிவசப்பட்டு நடப்பதால் எந்தப் பயனும் விளையாது என்பதை அவர்களுக்கு உணர்த்தவேண்டும். அவர்கள் அதை உணர்ந்துகொண்டால், நம் முயற்சியில் நாம் வெற்றி பெற்று விட்டோம் என்று அர்த்தம். பாதிக்கப்பட்டவர்களின் ஓலங்களைத்தான் பதிவு செய்ய முயன்றோம். பொதுவாக, அதிகாரத்தில் இருப்பவர்களை எதிர்த்துக் குரல் எழுப்புவதே பிரச்னைகளுக்குத் தீர்வு காண்பதற்கான ஒரே வழி என்று இங்கே நம்பப்படுகிறது. 1960-களின் கிழக்கு ஐரோப்பிய நாடுகளிலிருந்து

அழகும் வெகுளித்தனமும் நிறைந்த அந்தக் கதாபாத்திரத்துக்குப் பொருத்தமான ஒருவரைத் தேடினேன்.

இறக்குமதியான சிந்தனை இது. அதனால், அதிகாரத்துக்கு எதிராகப் பேசும் படங்கள் எல்லாமே புரட்சிகரமானவை என்றும் மிகவும் நல்ல படங்கள் என்றும் கருதப்பட்டன. போராட்டம் தேவையானதா நியாயமானதா உண்மை யானதா என்பதைப்பற்றியெல்லாம் கவலைப்படாமல், அரசாங்கத்துக்கு எதிராகப் போராடவேண்டும். அதுவே சிறந்தது. மற்றதெல்லாம் மலினமாக உருவாக்கப்பட்ட படங்கள் என்றொரு கருத்து நிலவுகிறது. நீங்களும் இந்தக் கருத்தை ஆதரிக்கிறீர்கள் என்று எண்ணத் தோன்றுகிறது. ஆனால் என்னால் இதை ஏற்றுக்கொள்ளமுடியாது. அரசாங்கத்துக்கு எதிராகப் போராடும் படங்கள் ஒருபுறம், பிரசாரப் படங்கள் இன்னொரு புறம் இருக்க, இடையில், தெருவில் செல்லும் சராசரி மனிதனைப்பற்றிப் பேசும் படங்களும் வந்து கொண்டுதான் இருக்கின்றன. வாழ்க்கையின் பிரச்னைகளில் சிக்கி, அதிலிருந்து வெளியே வரப் போராடும் மனிதனைப்பற்றிய படங்கள் அவை. அந்த மனிதன், பரந்து விரிந்த உலகப் பிரச்னைகளைத் தனது வாழ்க்கை அனுபவங்கள் மூலமாகப் பார்க்கிறான். அவனைப் போன்ற ஒரு சராசரி மனிதனைப்பற்றியே இந்தப் படத்தில் விவாதிக்க முயன்றேன்.

ரங்கன்: இங்கே, அர்விந்த் சாமியின் 'சராசரி மனிதன்' கதாபாத்திரம், ரோஜா கதாநாயகனின் பிரதிபலிப்பு என்றே எண்ணத் தோன்றுகிறது. அங்கே அவன், 'காஷ்மீரும் இந்தியாவின் ஒரு பகுதி' என்கிறான். இங்கே, 'முஸ்லிம் என்றாலே விரோதிகளா?' என்று கேட்கிறான்.

ரத்னம்: அவன் படித்த, நகரத்து இளைஞன். எதையும் அலசி ஆராய்பவனாக வும் முற்போக்குச் சிந்தனை உடையவனாகவும் தன்னைக் கருதுகிறான். ஒருவகையில் இன்றைய நகர்ப்புற இந்தியாவின் குரலாக ஒலிக்கிறான்.

ரங்கன்: கொஞ்சம் விளையாட்டுக் குணமும் அவனிடம் இருக்கிறது என்றே எண்ணுகிறேன். ஒரு காட்சியில், அவன் தெருவில் தன் மனைவியுடன் நடந்து செல்லும்போது, மாடியில் அமர்ந்திருக்கும் ஒரு பெண், அவன் தன்னைத் திருமணம் செய்துகொள்ள வாக்களித்ததாகச் சத்தம்போட்டுச் சொல்லுவாள்.

ரத்னம்: சிறு நகரங்களில் வசிக்கும் மனிதர்களுக்குள் இருக்கும் உறவுகளுக்கும் பம்பாயில் வசிப்பவர்களுக்குள் இருக்கும் உறவுகளுக்கும் இடையே உள்ள வேறுபாடுகளை அடிக்கோடிட்டுக் காட்டும் பொருட்டே அந்தக் காட்சிகள் உருவாக்கப்பட்டன. பம்பாயில், உலகமே ஒரு சிறு காரிடாருக்குள் அடங்கிவிடும். எல்லா வயது ஆண்களும் எல்லா வயதுப் பெண்களும் அந்த காரிடருக்குள் இருப்பார்கள். அந்தக் காலகட்டத்தில், பம்பாய் பிரத்யேகமான நகரமாக இருந்தது. மிகப் பெரிய காஸ்மோபாலிட்டன் நகரமாக, பல்வேறு மக்கள் வந்து சங்கமிக்கும் ஊராக இருந்தது. அங்கே பலர் வசித்தார்கள். அங்கே மனிதர்களுக்கிடையே கேஷுவலான நட்பு நிலவும். அமைதியான பகைமை உணர்வு இருக்கும். மிகவும் கேஷுவலாகக் கேலி செய்து கொள்வார்கள். அதை வெறும் ஜோக்காகதான் கருதவேண்டும். சீரியாஸாக எடுத்துக்கொள்ளக்கூடாது. பம்பாய் ஒரு மெட்ரோ நகரம் என்பதைக் காட்டும் பொருட்டே இந்தக் காட்சி உருவாக்கப்பட்டது. எங்கிருந்தோ வரும் ஒரு பெண்ணுக்கு, மத ஊர்வலம் என்பதே மிகவும் பயமுறுத்தக் கூடிய ஒரு செயல்.

ரங்கன்: கலவரத்தின்போது அந்த இரண்டு சிறுவர்களில் ஒருவனை ஒரு திருநங்கை காப்பாற்றுகிறாள். திருநங்கைகளைப் போன்ற சிறுபான்மை யினருக்கு, அந்தச் சிறுவர்கள் போன்ற சிறுபான்மையினர் (அந்தச் சிறுவர்கள் இந்து, முஸ்லிம் என்ற இரண்டு மதங்களைச் சேர்ந்தவர்கள்) மீது இரக்கம் அதிகமாக இருக்கும் என்பதை இந்தக் காட்சி நமக்கு உணர்த்துகிறது.

ரத்னம்: இந்தக் காட்சியும் பம்பாயையும் அதன் காஸ்மோபாலிட்டன் தன்மை யையும் காட்டும் பொருட்டே உருவாக்கப்பட்டது. அங்கே திருநங்கைகள் தெரு எங்கிலும் இருப்பார்கள். வம்பிழுக்கவும் செய்வார்கள். நட்பாகவும் பழகுவார்கள். அவர்கள் அந்த வழியே செல்லும் பொதுமக்களிடம் சகஜமாகப் பழகுவார்கள். அவர்கள் பம்பாய் வாழ்க்கையின் முக்கிய அங்கம். இங்கே (சென்னையில்) அவர்கள் அதிக அளவில் இல்லை. ஆனால் பம்பாயில் அவர்கள் வலுவான சமூகம். அவர்களை எங்கும் பார்க்கலாம். நாம் இங்கிருந்து அங்கு சென்றால், நிச்சயம் அவர்களைக் கவனிக்காமல் இருக்க முடியாது. இரண்டு பாலினங்களுக்கு இடையே சிக்கித் தவிக்கும் அவர்கள், யாருக்கும் சொந்தமில்லா இடங்களில் வசிக்கிறார்கள். அந்த இரட்டைக் குழந்தைகளும் அவர்களைப்போல்தான். இரண்டு மதங்களுக்குள் சிக்கிக் கொண்டு, தாங்கள் எந்த மதத்தைச் சார்ந்தவர்கள் என்பது தெரியாமல்

தவிக்கிறார்கள். அவர்கள் அனைவரும், ஒருவகையில், தங்கள் உடல்களைத் தேடி அலையும் ஆத்மாக்கள்.

ரங்கன்: பம்பாய் நகரை நீங்கள் அதிகம் நேசிப்பதுபோல் தோன்றுகிறது. உங்கள் முதல் பம்பாய்ப் படமான **நாயகனில்**, இந்து மதத்தைச் சேர்ந்த வேலுவை, இரக்க குணம் உள்ள ஒரு முஸ்லிம் பெரியவர்தத்தெடுத்து வளர்க்கிறார். இந்தப் படத்திலோ, இந்துக்களும் முஸ்லிம்களும் சண்டையிட்டுக் கொள்கிறார்கள். படிப்புக்காகச் சில ஆண்டு காலம் பம்பாய் நகரில் தங்கியிருக்கவில்லை என்றால், உங்களால் பம்பாய்ப் படங்களை எடுத்திருக்க முடியும் என்று நினைக்கிறீர்களா?

ரத்னம்: அங்கே வசித்ததனால், அந்நகரைப்பற்றிப் படம் எடுப்பது எளிதாக இருந்தது. ஏனெனில், அந்த நகரின் காட்சிப் படிமங்கள் என்னுள் இருந்தன. அந்நகரைப்பற்றிய உணர்வு என்னிடம் இருந்தது. அதனால்தான் என்னவோ, பம்பாய் இப்படி ஆகிவிட்டதே என்ற வேதனை படத்தில் வெளிப்பட்டது. நான் எளிதில் அந்தக் களத்தில் இதனைப் படமாகச் செய்ய முன்வந்ததற்கு அதுவே காரணமாக இருக்கலாம்.

ரங்கன்: நாசரை இந்து கதாபாத்திரத்திலும் கிட்டியை முஸ்லிம் கதாபாத்திரத்திலும் வேண்டுமென்றே நடிக்க வைத்தீர்களா? இதிலிருந்தே படத்தின் உட்கருத்தைப் புரிந்துகொள்ள முடிகிறது.

ரத்னம்: ஆமாம்.

ரங்கன்: படத்தில், வெவ்வேறு தளங்களில் நடக்கும் இந்து-முஸ்லிம் மோதலைப்பற்றி விவாதித்திருப்பீர்கள். ஒன்று கிட்டிக்கும் நாசருக்கும் குடும்ப அளவில், உள்ளூர் அளவில் நடக்கும் மோதல்கள். இன்னொன்று தேசிய அளவில் நடக்கும் மோதல்கள். இந்து முஸ்லிம் மோதல்கள், தேசிய அளவில் மட்டும் நடக்கவில்லை, நாட்டின் மூலை முடுக்குகளிலும் நடக்கிறது என்பதை வெளிப்படையாக உணர்த்தும் பொருட்டு இந்தக் காட்சிகளை உருவாகியிருப்பீர்கள். இதுபோன்ற காட்சிகளைப் படத்தில் வைத்ததற்கு வேறு ஏதாவது காரணமும் இருக்கிறதா? ஒரு காட்சியில், நாசர், கிட்டியிடம், 'ராம்' என்ற பெயர் பொறித்த செங்கலைச் செய்து தருமாறு கேட்பார்.

ரத்னம்: அரசியல் காரணங்களுக்காக என்றோ நடந்த பிரிவினை, இன்றளவும் தேசமெங்கும் ஊடுருவிக்கொண்டே வருகிறது என்று நினைக்கிறேன். நமக்கு இன்னொருவரிடம் இருக்கும் கருத்து வேறுபாட்டை நியாயப்படுத்தக் காரணத்தைத் தேடுகிறோம். உங்களுக்கு டிராவிடைப் பிடிக்கும், எனக்கு டெண்டுல்கரைப் பிடிக்கும் என்று வைத்துக்கொள்வோம். எங்கோ ஒரு மூலையில் இருக்கும் ஒருவர், டிராவிட் பெரியவரா டெண்டுல்கர் பெரியவரா என்ற பிரச்னையை உருவாக்கினால், இங்கே இருக்கும் நாம் இருவரும் மோதலில் ஈடுபடுவோம். இப்படித்தான் பிரச்னைகள் உருவாகின்றன. இதைத்தான் படத்தில் விவாதித்தோம். ஆனால், கிட்டிக்கும் நாசருக்கும் இடையேயான மோதல், இரண்டு தந்தைகளுக்குள் நடக்கும் அந்த மோதல்,

அவர்களின் உறவு தீவிரமான சூழ்நிலையிலிருந்து தொடங்கவேண்டும் என்பதற்காக உருவாக்கப்பட்டவை. கொஞ்சம் கொஞ்சமாக அது உணர்ச்சி வசப்பட்ட மோதலாக உருவாகிறது. இருவரும் அரிவாளைத் தூக்குகிறார்கள். அங்கே ரத்த ஆறு ஓடப்போகிறது என்று நாம் எண்ணும்போது, அவர்களுக்குள் நட்பு மலர்கிறது. அவர்களுக்குள் நடக்கும் மோதல், தேசிய அளவில் நடக்கும் மோதலுக்கு எதிர்நிலையில் பார்ப்பதற்கே வேடிக்கையாக இருக்கிறது. அங்கே அந்த மோதலானது இளம் தலைமுறையினர் எடுத்த தைரியமான முடிவினால் முடிவுக்கு வந்தது. எதிராளியைச் சீண்டிப் பார்க்கும் பொருட்டே அவர் செங்கல்லில் 'ராம்' பெயரைப் பொறிக்கச் சொல்கிறார். அதன் பின், அவர்கள் இடம்பெறும் காட்சிகள் அனைத்தும் சந்தோஷமூட்டக் கூடிய காட்சிகள்தான். இரண்டு வயதான மனிதர்களுக்குள் இருக்கும் தயங்கித் தயங்கி வெளிப்படுத்தும் நட்பையும் பிணைப்பையும்தான் அந்தக் காட்சிகளில் விவாதித்திருப்போம். அதே நேரத்தில், தேசிய அளவில் நடக்கும் மோதல் தீவிரமாகிக்கொண்டே போகிறது என்பதையும் காட்டியிருப்போம். திட்டமிட்டு உருவாக்கப்பட்ட முரண் அது.

ரங்கன்: படத்தில் மெசேஜ் சொல்வதைப்பற்றி என்ன நினைக்கிறீர்கள்?

ரத்னம்: மெசேஜ் சொல்வதற்காக நான் படங்களை உருவாக்குவதில்லை. ஏதாவது ஒரு நிகழ்வைப்பற்றிய அனுபவத்தையும் நம் கவலையையும் நம் அக்கறையையும் பெருவாரியான மக்களிடம் பகிர்ந்துகொள்ளவே படங்களை உருவாக்குகிறோம். ஒரு படம், நம்மை இன்னொருவரின் வாழ்க்கையை வாழ வைத்து, அந்த மனிதனைப் புரிந்துகொள்ள வைக்க வேண்டும். அல்லது, ஏதாவது ஒரு பிரச்னையைப்பற்றிய புரிதலை ஏற்படுத்த வேண்டும். ஏதோ ஒரு அனுபவத்தை நமக்குத் தரவேண்டும். இதில் ஏதாவது ஒன்றை அந்தப் படத்தால் செய்ய முடிந்தால், அதுவே போதுமானது. நம்மை நாமே திருப்திப்படுத்திக் கொள்ளும் பொருட்டு, நம் படத்தில் மெசேஜ் இருப்பதால்தான் மக்கள் அதைப் பார்க்கிறார்கள் என்று நினைத்துக் கொள்கிறோம். வாழ்க்கைக்குத் தேவையான பல விஷயங்கள் பல்வேறு வழிகளில் நமக்குக் கிடைக்கின்றன. அவற்றுள், படங்களும் ஒரு வழி. அவ்வளவுதான். எல்லா நேரங்களிலும் திரைப்படம் மக்களின்மீது தாக்கத்தை ஏற்படுத்தும் என்று சொல்ல முடியாது. திரைப்படங்கள் தங்களின்மீது தாக்கம் ஏற்படுத்துவதை மக்கள் விரும்பினால் ஒழிய, எந்தப் படத்தாலும் யார்மீதும் தாக்கம் ஏற்படுத்த முடியாது. மேலும் நாம் சொல்லும் கருத்தில் அவர்களுக்கு முன்கூட்டியே உடன்பாடு இருந்தால்தான், நாம் சொல்வதை ஏற்றுக் கொள்வார்கள். மெசேஜ், ஒரு படத்துக்கு திடீர் புகழைத் தேடித்தரலாம். ஆனால் அந்தப் புகழ் எப்போதும் நிலைத்திருக்காது. தெருவில் செல்லும் மனிதர்களைச் சந்தித்து, 'உங்களுக்காக ஒரு மெசேஜ் வைத்திருக்கிறேன்' என்று என்றுமே சொல்ல மாட்டேன். பின் ஏன் நான் அதைப் படத்தில் செய்யவேண்டும்?

ரங்கன்: நான் இதைக் கேட்பதற்குக் காரணம், **பம்பாய், ஆய்த எழுத்து/யுவா** போன்ற படங்களில் நீங்கள் கொஞ்சம் மெசேஜ் சொல்லியிருப்பீர்கள். **பம்பாய்** படத்தின் இறுதி, நம்பிக்கையூட்டும் தொனியில் முடிந்திருக்கும்.

ரத்னம்: நீங்கள் தவறாகப் புரிந்துகொண்டிருக்கிறீர்கள் என்று நினைக்கிறேன். **பம்பாயின்** நம்பிக்கை என்பது, என்னுடைய நம்பிக்கை; என்னுடைய விருப்பம். **பம்பாய்** படத்தின் சப்ஜெக்ட் மிகவும் டிரமாடிக்கான ஒன்று. மக்களின் மிருக குணம் கலவரத்தின்போது வெளியே தலைகாட்டுகிறது. மக்களிடம் பாசிடிவ் குணமும் இருக்கிறது. அதனால் வியத்தகு செயல்களைச் செய்கிறார்கள். யுத்தத்தில் இருப்பதைப்போலவே கலவரங்களிலும் இந்த இரண்டு குணங்களும் வெளிப்படுகின்றன என்று நினைக்கிறேன். அதை மெசேஜாக நான் கருதவில்லை. துயரத்தின் குரலாகத்தான் கருதுகிறேன். பின்னணி இசையும் அதற்கு ஏற்றார்போல் அமைந்திருக்கும். பம்பாய் அந்த பிரச்னைகளிலிருந்து மிக வேகமாக மீண்டது. ஒரு மாதத்துக்குள் அங்கே மனிதச் சங்கிலிப் போராட்டம் நடத்தினார்கள். மனிதநேயம் என்பது பாசிட்டிவான விஷயம். சில பிரச்னைகள் நடந்துவிட்டன. நம் வாழ்க்கை பாதிக்கப்பட்டு விட்டது. ஆனால், அடுத்த நாள் நல்லதாகவே விடியும். வாழ்க்கைச் சக்கரம் சுற்றிக்கொண்டே இருக்கும். நாம் தேடினால், உலகில் நம்பிக்கை எங்கும் நிறைந்திருப்பதைக் கண்டுகொள்ளலாம். அதைத்தான் அந்தப் படத்தில் சொன்னோம். **ஆய்த எழுத்து** அப்படியான எந்த ஒரு பிரச்னையைப் பற்றியும் பேசவில்லை. எனவே எந்த மெசேஜும் இல்லை.

ரங்கன்: 'உங்கள் வாழ்க்கையை நீங்களே வடிவமைத்துக் கொள்ளுங்கள்' என்று இந்திய இளைஞர்களிடம் நீங்கள் சொல்ல முயற்சி செய்கிறீர்களோ என்று எண்ணினேன். தன்னிச்சையாக நடந்துகொள்ளும் அந்த இளைஞன்கூட (சித்தார்த்/விவேக் ஓபராய்), இறுதியில் அரசியலில் நுழைகிறான்.

ரத்னம்: அது மெசேஜ் அல்ல. இன்றைய இந்தியாவின் பிரதிபலிப்பு என்றே நினைக்கிறேன். மூன்று முக்கியக் கதாபாத்திரங்களும் வெவ்வேறு சூழலில் வளர்ந்தவர்கள், வலுவான கொள்கைகள் உடையவர்கள். அவர்கள் மூவரும்

அந்தக் காதல் கதை உணர்வுபூர்வமாகத் தன் உச்சத்தை எட்ட வேண்டிய தருணம் அது.

ஒரு தருணத்தில் சந்தித்துக்கொள்கிறார்கள். தங்கள் வாழ்க்கையை அதுவரை கொண்டுவந்த விஷயம் எதுவோ, அதைவிட மேலாகப் பார்க்கிறார்கள். அவற்றுக்கு அப்பாற்பட்டுச் சிந்திக்கிறார்கள். அதைப்பற்றித்தான் அந்தப் படம் பேசுகிறது.

ரங்கன்: **ரோஜாவும் பம்பாயும்** தமிழகத்துக்கு வெளியே தேசியக் களத்தில், நடக்கும் கதைகள். ஆனால் **ரோஜா** சொந்தப் பிரச்னையின் தீர்வுடன் முடிகிறது, **பம்பாய்** அரசியல் தீர்வுடன் முடிகிறது. ரோஜாவுக்கு அவள் கணவன் நல்லபடியாகக் கிடைத்துவிடுகிறான். அத்துடன் படம் முடிந்து விடுகிறது. அந்தத் தீவிரவாதிகளுக்கு என்ன நடந்தது என்பதைப்பற்றிச் சொல்லியிருக்கமாட்டீர்கள். ஆனால் ஷைலா பானுவுக்கு, அவளுடைய குழந்தைகள் கிடைத்தபிறகும், மனித நேயம்பற்றிய கருத்து முன்வைக்கப் படுகிறது. இந்த இரண்டு படங்களுக்கும் இடையே இருந்த இடைவெளியில், உங்கள் பார்வை மாறிவிட்டது என்று கருதுகிறீர்களா? அதிகார மையத்தில் இருப்பவராக நீங்களும் மாறிவிட்டீர்களா?

ரத்னம்: **பம்பாய்** படமும் சொந்த வாழ்க்கைத் தீர்வுடன்தான் முடிகிறது. நம்மைச் சுற்றி வாழும் மனிதர்கள்மீதான அக்கறை என்பதும் சொந்த விஷயமாக ஏன் இருக்கக்கூடாது? ஒரு மனிதன் தன் மனைவியின்மீதும் குழந்தைகள்மீதும் மட்டும்தான் அக்கறை செலுத்தவேண்டுமா? மற்றவர்கள் மீது அக்கறை செலுத்தக்கூடாதா? நம்மைச் சுற்றி நடக்கும் விஷயங்களில் அக்கறை செலுத்தும் ஒருவன்மீது, 'அதிகார வர்க்கத்தைச் சேர்ந்தவன்' என்ற முத்திரையை ஏன் குத்துகிறீர்கள்? என்னால் இதைப் புரிந்துகொள்ள முடிய வில்லை. அவள் குழந்தைகளைக் கண்டுபிடிப்பதுதான் படத்தின் இறுதிக் காட்சி. மீதியெல்லாம், படத்தை முடிக்கும் பொருட்டு வைக்கப்பட்ட ஷாட்கள். எந்த மாதிரியான ஷாட்டையும் வைத்துப் படத்தை முடிக்கலாம். ஆனால், இந்தக் குறிப்பிட்ட ஷாட், அன்றைய நிகழ்காலத்தைப் பிரதிபலித்த தால், மிகவும் தீவிரமாக இருந்ததால், நாம் தொலைக்காட்சியிலும், பத்திரிகைகளிலும், நாளிதழ்களிலும் பார்த்த விஷயங்களை நினைவு படுத்தியதால், இதையே வைத்தோம். இது கூடுதலாக வைக்கப்பட்ட ஒன்றுதான். படம் இந்தக் குறிப்பிட்ட காட்சியை ஏற்றுக்கொள்ளும் என்று நம்பினேன். ஏனெனில், கடந்த காலத்தில் ஏற்பட்ட காயத்தைப்பற்றிப் படம் பேசவில்லை. நிகழ்காலத்தில் ஏற்பட்ட காயத்தைப்பற்றியே பேசுகிறது. அந்தக் காயம் அப்போதுதான் ஆறிக்கொண்டிருக்கிறது. உண்மையில், அவளுக்குக் குழந்தைகள் கிடைத்ததும் கதை முடிந்துவிடுகிறது. பம்பாய் இயல்பு நிலைக்குத் திரும்புகிறது. கதாநாயகனின் செயல்பாடுகள் மூலம் அதை உணர்த்தியிருப்போம். அவர்களுக்கு ஏற்பட்ட காயத்துக்கு எதிராக எதிர்வினை செய்கிறார்கள். அந்தப் படத்தை இப்போது எடுத்திருந்தால், அதன் இறுதிக் காட்சி வேறு மாதிரி இருந்திருக்கும்.

ரங்கன்: 'அதிகார வர்க்கத்தைச் சேர்ந்தவன்' என்று குறிப்பிடுவது தவறாக இருக்கலாம். நான் சொல்லவந்தது என்னவென்றால், **ரோஜாவுக்குப்** பிறகு

பொறுப்பான படைப்பாளியாக (தமிழ் ரசிகர்களைப் பொருத்த அளவிலாவது) மாறிவிட்டீர்கள் என்பதைத்தான். வெறும் பொழுதுபோக்குத் திரைப் படத்தைமட்டும் எடுக்காமல், நல்ல விஷயங்களைச் சொல்லவேண்டும் என்று எண்ணும் படைப்பாளியாகத்தான் எங்களுக்குத் தெரிகிறீர்கள்.

ரத்னம்: ஒரே வகையான படத்தை எடுக்கக்கூடாது என்பதில் தெளிவாக இருந்துவந்திருக்கிறேன். அப்போதுதான் விருப்பம்போல் சப்ஜெக்டைத் தேர்வு செய்யலாம். அந்தக் குறிப்பிட்ட காலகட்டத்தில்கூட, **ரோஜா**வுக்குப் பிறகு **திருடா திருடா**வை எடுத்தேன். அது மிகவும் லைட்டான கதை. அதைக் கண்டுகொள்ளாமல், **பம்பாயை**மட்டும் ஏன் ஆராய்கிறீர்கள்? **திருடா திருடா** 'நல்ல விஷயங்களைச் சொல்லும்' படமாகவா தெரிந்தது? வாழ்க்கையின் பல்வேறு காலகட்டத்தில், பல்வேறு விஷயங்களால் ஈர்க்கப்படுகிறோம். ஒரு காலகட்டத்தில் படமாக எடுக்க ஆசைப்பட்ட கதைகள், இன்னொரு காலகட்டத்தில் பிடிக்காமல் போகலாம். இன்று நாம் டிரமாடிக்காகக் கருதும் விஷயங்கள் வருங்காலத்தில் சுவாரஸ்யமற்றுத் தோன்றலாம். இருபது, முப்பது வயதுகளில் நமக்குப் பிடித்த கதைகள், நமக்கு எப்போதும் பிடிக்க வேண்டும் என்று அவசியமில்லை. காலம்தான் எல்லாவற்றையும் நிர்ணயம் செய்கிறது. வயதாகிறது என்பதன் அறிகுறி அது.

11

'நான் படமாக்கியதிலேயே சிறந்த திருமணக் காட்சி அதுதான்'

இருவர்
(1997)

தோல்வியில் உழன்றுகொண்டிருக்கும் கலைஞர்களான நடிகர் ஆனந்தனும் (மோகன்லால்), எழுத்தாளர் தமிழ்ச்செல்வனும் (பிரகாஷ்ராஜ்) இணைகிறார்கள். இருவரும் திரைத்துறை ஜாம்பவான்களாக உயர்கின்றனர். வெற்றி அவர்களுடைய நட்பில் விரிசலை உருவாக்குகிறது. குறிப்பாக இருவரும் அரசியலில் சேரும்போது, எதிரெதிர் முகாமாகப் பிரிய நேருகிறது. அவர்கள் அவர்களுடைய பெண் துணைகளிடத்தில் (ஐஸ்வர்யா ராய், கௌதமி, ரேவதி, தபு) ஆறுதல் தேடுகிறார்கள். ஆனால், இந்த இருவரின் ஆழமான பிணைப்பு என்பது அசாதாரணமானது, என்றும் நிலைத்து நிற்கக்கூடியது.

பரத்வாஜ் ரங்கன்: அரசியலை மிகவும் ஆர்வமாகப் பின்பற்றுவீர்களா?

மணி ரத்னம்: அரசியலில் ஓரளவுக்குத்தான் ஆர்வம் உண்டு. மற்றவர்கள் எந்த அளவுக்கு அரசியலைப் பின்பற்றுவார்களோ, அதே அளவுக்குத்தான் நானும் பின்பற்றுவேன். ஆனால், சுதந்தரத்துக்குப்பிறகு வந்த இந்தக் குறிப்பிட்ட காலகட்டம், மிகவும் வசீகரமானது. இத்தனை வருடங்களாக இங்கே வாழ்ந்து வருபவர்களுக்கு அது எவ்வளவு வசீகரமான காலகட்டம் என்பது தெரியும். புதிதாகப் பிறந்த இந்தியாவில், புதுப்புது அரசியல் கட்சிகள் உருவாகிக் கொண்டிருந்தன. தங்களுக்கென்று ஒரு நிலையான இடத்தைப் பிடித்துக் கொண்டிருந்தன. அடையாளத்தைப் பெற்றுக்கொண்டிருந்தன. சுதந்தரப் போராட்டத்திலிருந்து வெளியே வந்துகொண்டிருந்தன. இதற்கு இணையாக, சினிமாவுக்கு என்று புதியதொரு மொழி உருவாகிக்கொண்டிருந்தது. சினிமாவும் பிராந்திய அரசியல் கட்சிகளும் ஒன்றின் தோளில் இன்னொன்று சாய்ந்து, ஒரே நேரத்தில் வளர்ந்துகொண்டுவந்தன.

ரங்கன்: **இருவர்** என்ற டைட்டில், சினிமாவும் அரசியலும் இணைந்து இரட்டைக் குழந்தைகளாக உருவானதைக் குறிக்கிறது என்றும் சொல்லலாம். 'தமிழர் அடையாளம்' என்பது அப்போதுதான் உருவானது. அதுவரை 'இந்திய அடையாளம்' என்பதே வழக்கில் இருந்தது. தமிழ்ச் சொல்லாட்சியின் மூலமாகத்தான் 'தமிழ் அடையாளம்' உருவானது.

ரத்னம்: திராவிடர் கழகத்தில் நாடக ஆசிரியர்கள், பேச்சாளர்கள், எழுத்தாளர்கள் ஆகிய அனைவரும் இருந்தனர். அனைத்துவகையான இலக்கிய வாதிகளும் அதில் அங்கம் வகித்தனர். மேடை நாடகக் கலைஞர்கள், தெருக்கூத்துக் கலைஞர்கள் எனப் பலரும் தங்கள் எழுத்துத் திறமையையும் பேச்சுத் திறமையையும் வைத்துக் கட்சிக்குள் தங்களுக்கென ஒரு நிரந்தர இடத்தைப் பிடிக்க முயன்றனர். சினிமா அப்போது வளர்ந்து வந்த ஒரு புதிய ஊடகம். சினிமாவும் திராவிடக் கட்சியும் ஒன்றோடு ஒன்று இணைந்து வளர்ந்தன. ஒன்றின் வளர்ச்சிக்கு இன்னொன்று பாடுபட்டன. தமிழ்நாட்டில் மட்டுமே நடந்த ஒரு வியக்கத்தக்க நிகழ்வு இது.

ரங்கன்: அதுவரை நீங்கள் வருடம் ஒரு படம் எடுத்து வந்தீர்கள். ஆனால் **திருடா திருடா**வுக்கும் **பம்பாய்**க்கும் இரண்டு வருட இடைவெளி இருந்தது. அதேபோல், **பம்பாய்** எடுத்து இரண்டு வருடங்கள் கழித்துத்தான் **இருவர்** படத்தை எடுத்தீர்கள். வேறு ஏதாவது வேலையில் பிஸியாக இருந்தீர்களா?

ரத்னம்: படம் எடுப்பதுமட்டுமே என் வேலை. பட வேலைகளில்மட்டுமே எப்போதும் மூழ்கி இருப்பேன். அதனால், வேறு வேலையில் மூழ்கி விட்டேன் என்ற பேச்சுக்கே இடமில்லை. திரைக்கதையை எழுதத் தொடங்கினோம். பின் கொஞ்சம் கொஞ்சமாக அது உயிர் பெற்றது. திரைக் கதை சிறப்பாக உருவானதும் ஷூட்டிங்கைத் தொடங்கினோம்.

ரங்கன்: **பம்பாய்** படத்துக்குப் பிறகு நடந்த குண்டுவெடிப்பு உங்களைப் பயமுறுத்தியதால்தான் பெரிய இடைவெளி எடுத்துக்கொண்டீர்களோ என்று

நினைத்தேன். ஃபிலிம் மேக்கிங்கில் இறங்கிவிட்டாலே மன அழுத்தத்துக்குப் பஞ்சம் இருக்காது. இதில் உங்கள் உயிருக்கு வேறு அச்சுறுத்தல் ஏற்பட்டது. பின் **ஆய்த எழுத்து** படப்பிடிப்பின்போது, உங்களுக்கு ஹார்ட் அட்டாக் வந்தது. 'பட்டவரை போதும், மேனஜ்மென்ட் கன்சல்டிங் வேலைக்கே திரும்பிப் போய்விடலாம்' என்றுகூட நீங்கள் எண்ணியிருக்கலாம்.

ரத்னம்: இந்த விஷயங்கள் ஃபிலிம் மேக்கிங்கை எந்தவகையிலும் பாதிக்கப் போவதில்லை. **பம்பாய்** போன்ற படங்களின்மூலம் வன்முறைக்கு எதிராகக் குரல் கொடுக்கிறோம். அதனால், ஒரு தனிப்பட்ட மனிதன் சகமனிதன்மீது வன்முறையைக் கையாண்டால் அதைக்கண்டு நாம் அஞ்சக்கூடாது. வன்முறைக்கு எதிரான போராட்டத்தைப்பற்றித்தான் நம் படத்தில் பேசுகிறோம். அதனால், நாமும் வன்முறையை எதிர்த்துப் போராடியே தீர வேண்டும்.

ரங்கன்: அந்த வன்முறைச் சம்பவம் நடக்கும் என எதிர்பார்த்தீர்களா?

ரத்னம்: யாரும் அதுபோன்ற சம்பவங்களை எப்போதுமே எதிர்பார்த்திருக்க மாட்டார்கள். ஆனால், என்னை அது எந்தவகையிலும் பாதிக்கவில்லை. அதன் பின், என் திரைத்துறை வாழ்க்கையில் நான் எடுத்த எந்த முடிவுகளையும் அந்தச் சம்பவம் மாற்றிவிடவில்லை. ஒரு சில மனிதர்களால் நம் சிந்தனையை மாற்றிவிட முடியாது. நம்மை எதிர்வினை புரியவிடாமல் தடுத்துவிடமுடியாது. இதுபோன்ற சம்பவங்கள், நமக்குள் உறுதியை விதைக்கின்றன. அதனால், நாம் செய்ய விரும்புவதை உறுதியுடன் செய்கிறோம். உடல்நலக் குறைவு நமக்கு வேறு சில விஷயங்களை நினைவுபடுத்துகிறது. ஃபிலிம் மேக்கிங்குக்கும் அதற்கும் எந்தச் சம்பந்தமும் இல்லை. அது மரபணுக்கள் சார்ந்த விஷயமாக இருக்கலாம். நாம் ஆரோக்கியமாக இல்லை என்பதை இதுபோன்ற உடல்நலக் குறைவுகள் நமக்கு நினைவுபடுத்துகின்றன. 'நீங்கள் படம் எடுக்கவில்லை என்றால் ஆரோக்கியமாக இருப்பீர்கள்; பிரச்னைகள் அற்ற வாழ்க்கையை உருவாக்கித் தருகிறோம்' என்று யாராலும் உறுதி அளிக்க முடியாது. இதெல்லாம் வாழ்வில் ஏற்படும் சிறு தடங்கல்கள். அவ்வளவுதான்.

ரங்கன்: உங்களின் **இருவர்** படமும் **பம்பாய்** படத்தைப்போல், ஆனால் வேறு வழியில், சர்ச்சையை ஏற்படுத்தியது.

ரத்னம்: எங்கள் மாணவப் பருவத்தில், திராவிட இயக்கத்தின் வளர்ச்சியை மிக அருகிலிருந்து பார்த்திருக்கிறோம். நாங்கள் வளர்ந்த அதே காலத்தில்தான், அந்த இயக்கமும் வளர்ந்துவந்தது. பகுத்தறிவு இயக்கத்தின் சிந்தனைகள் நம்மை ஈர்க்கின்றன. அதனால் நம் ஊரில் பகுத்தறிவு இயக்கம் இருப்பது நமக்குச் சந்தோஷமளிக்கிறது. பிற்படுத்தப்பட்ட மக்களுக்காக அந்த இயக்கம் உண்மையாகப் போராடியது. நம் மனக் கண்ணைத் திறந்து, நம்மைப் பரந்த நோக்கு உடையவர்களாக அந்த இயக்கம் மாற்றியது. நம் சிந்தனைகளை ஒரு திசையில் பயணிக்கவைத்தது. நம் கொள்கைகளைத் தீர்மானிக்க அது நமக்கு உதவியது. என் இளம் பிராயத்தில் இரண்டு விஷயங்கள் என்மீது

இருவர் - கற்பனை கலந்த கதைதான். பல நிஜ கதாபாத்திரங்களைத் தொகுத்து அது உருவாக்கப்பட்டிருக்கிறது. அது உண்மை நிகழ்வைக் கலைச் சுதந்தரத்துடன் பார்க்கும் வாய்ப்பைத் தருகிறது. தபுவும் பிரகாஷ்ராஜும்.

தாக்கத்தை ஏற்படுத்தின. ஒன்று, மிகவும் வலுவான திராவிட இயக்கச் சிந்தனைகள். இன்னொன்று, திரைத்துறையின் மிகுதியான ஆற்றல். என்னைக் கவர்ந்த விஷயங்கள் அவை. தமிழகத்தின் எதிர்காலத்துக்காக, தமிழ்நாட்டின் பல பகுதிகளிலிருந்து வந்த அவர்கள் உழைத்தார்கள். வெள்ளை வேட்டி, வெள்ளைச் சட்டை, துண்டு அணிந்த அவர்கள், இன்றும் என்னைக் கவர்கிறார்கள். மேலும், கவர்ச்சியான, பகட்டான சினிமாத்துறையும் என்னை வசீகரித்தது. ஒருவகையில், அரசியல் இயக்கத்தின் விதை சினிமா மூலமாகத்தான் தூவப்பட்டது. இருவர் படத்தை அப்போது எடுத்திருக்க வில்லை எனில் நிச்சயம் இப்போது எடுப்பேன்.

ரங்கன்: அப்படியென்றால் அது பயாக்ரஃபி இல்லை, ஆட்டோபயாக்ரஃபி என்கிறீர்கள். இந்தப் படத்தின் கரு, நீங்கள் தலையில் தூக்கிவைத்துக் கொண்டாடிய நிஜ மனிதர்களைப்பற்றியது.

ரத்னம்: என் வார்த்தைகளுக்கு, உங்களுக்குப் பிடித்தவகையில் அர்த்தம் கற்பிக் கிறீர்கள். நான் இந்த மனிதர்களைத் தலையில் தூக்கி வைத்து ஆடினேன் என்று சொல்ல எண்ணியிருந்தால், அதை நேரடியாகவே சொல்லியிருப்பேன். எங்கள் கண்முன்னே இந்த அரசியல் இயக்கம் வளர்ந்துவந்தது. அதனால் அதைப்பற்றி அறியாதவர்கள் யாரும் இருக்க முடியாது. சிறுவயதில், செட் தியரி, கால்குலஸ் போன்றவை நமக்கு எப்படி பரிச்சயமாயினவோ, அதேபோல் இந்தக் கட்சியும் பரிச்சயமானது. அந்தத் தலைமுறையைச் சேர்ந்த அனைவருக்கும் இந்தக் கூற்று பொருந்தும். கடந்த நாற்பது வருடங்களாக

நாங்கள் இந்த இயக்கத்தோடு வளர்ந்துவந்திருக்கிறோம். நீங்கள் அந்த இயக்கத்தை ஆதரிக்கலாம், எதிர்க்கலாம், அதில் அங்கம் வகிக்கலாம். எது எப்படி இருந்தாலும், அந்த இயக்கம் தமிழ்நாட்டின் அங்கம் என்பதை மறுக்க முடியாது. அது எங்கள் வாழ்வில் பின்னிப் பிணைந்துவிட்டது.

எம்.டி.வாசுதேவன் நாயருடன் பேசிக்கொண்டிருக்கையில்தான் படத்தின் தீம் பிறந்தது. நான் அவரைச் சிலமுறை சந்தித்திருக்கிறேன். அப்போது அவர், ஹாம்லெட் கதையைத் தழுவித் திரைக்கதை எழுதிக்கொண்டிருந்தார். அதை மலையாளப் படமாக உருவாக்க எண்ணினார். நான் அதை இயக்க ஆசைப் பட்டேன். ஆனால், அது சாத்தியப்படவில்லை. படத்தின் பட்ஜெட் அதிகமாகிவிடும் என்று தோன்றியதே அதற்குக் காரணம். ஒரு மலையாளப் படத்துக்கு அவ்வளவு பெரிய பட்ஜெட் சாத்தியமில்லை. பின், நான் **பம்பாய்** படத்தை எடுப்பதற்கு முன்பு, படத்தின் திரைக்கதையை எழுத அவருக்கு விருப்பம் இருக்கிறதா என்று கேட்பதற்காக அவரைச் சந்திக்கச் சென்றேன். நான் முன்பே குறிப்பிட்டதைப்போல, **பம்பாய்** படத்தை மலையாளத்தில்தான் உருவாக்க எண்ணினோம். அந்தச் சந்திப்பின்போது, அவர் தமிழ் சினிமாவுக்கும் தமிழக அரசியலுக்கும் இருக்கும் தொடர்பைப்பற்றிக் குறிப்பிட்டார். இதைத் தழுவி ஏன் யாரும் நாவலையோ திரைப்படத்தையோ உருவாக்கவில்லை; அப்படி உருவாக்கினால், அது மிகவும் அருமையாக இருக்கும் என்று அவர் குறிப்பிட்டார். அப்போதுதான் படத்தின் ஐடியா உருவானது. ஒருவகையில், வாசுதேவன் நாயர்தான் என்னை இந்தக் கதையினுள் பயணிக்க வைத்தார்.

ரங்கன்: நிஜ மனிதர்களைப்பற்றிய படம் இது என்பது பார்வையாளர்களுக்குத் தெரியும் என்பதை அறிவீர்கள். அதே சமயத்தில், இது உண்மைக் கதை அல்ல என்று டிஸ்க்ளைமர் போடவேண்டிய அவசியமும் இருந்தது. இதனால் ஏதேனும் முரண்பாடு ஏற்பட்டதா?

ரத்னம்: திரைக்கதை உண்மைச் சம்பவங்களைத் தழுவி எழுதப்பட்டது. ஆனால், படம் முழுக்க முழுக்க உண்மையல்ல. அதில் கற்பனையும் இருக் கிறது. பல கதாபாத்திரங்களை ஒன்றுசேர்த்திருக்கிறோம். தழுவல் திரைக்கதை என்பதால், கதையை விருப்பம்போல் மாற்றி அமைக்கும் சுதந்தரம் இருந்தது. இன்னார் இன்னாருக்கு இதைச் செய்தார் என்பன போன்ற விஷயங்களில் கவனம் செலுத்தவேண்டிய அவசியம் இருக்கவில்லை. இந்தக் கருவுக்கு எது முக்கியமோ அதில்மட்டும் கவனம் செலுத்தினோம். மற்ற, சிறுசிறு விஷயங்களைப்பற்றி அலட்டிக்கொள்ளவில்லை. 'அவர் அப்படிப்பட்டவர் இல்லை, அவர் இப்படிப்பட்டவர்' என்றெல்லாம் சிந்திக்கவேண்டிய அவசியம் இருந்திருக்கவில்லை.

ரங்கன்: 'ஆயிரத்தில் நான் ஒருவன்' போன்ற பாடல் வரிகள் படத்தில் இடம் பெற்றது. **உலகம் சுற்றும் வாலிபன்** படத்தில் வரும் 'சிக்குமங்கு' பாடலை நினைவுபடுத்தும் பொருட்டு குழந்தைகள் ஆடுகிறார்கள். இவை அனைத்தும் வெளிப்படையாகவே எம்.ஜி.ஆர் படங்களைக் குறிக்கின்றன.

இது மக்களைக் கதையின் பாதையிலிருந்து திசை திருப்பி, நீங்கள் தவிர்க்க நினைத்த விஷயத்தை, அதாவது 'அவர் அப்படிப்பட்டவர் இல்லை, அவர் இப்படிப்பட்டவர்' என்பதை நினைவுபடுத்திவிடும் என்று அஞ்சினீர்களா?

ரத்னம்: படம், நடந்த சம்பவங்களை அப்பட்டமாக நினைவுபடுத்தக்கூடாது. அதே சமயத்தில், அவருடைய படங்களைக் குறிக்கும் காட்சிகள், தூரிகையால் தீட்டிய மெல்லிய கோடுபோல், ஆங்காங்கே இடம்பெற்றிருக்கவேண்டும். அது படத்தை நிச்சயம் மெருகேற்றும். நடந்த எல்லாவற்றையும் பிரகடனப் படுத்த முயன்றாலோ கேலிச்சித்திரமாக உருவாக்க முயன்றாலோதான் படத்தின் சுவாரஸ்யம் குறையும். விஷுவல்கள், டிராமா, ஆடியோ, இசை என எல்லாக் கூறுகளும் நிஜ வாழ்க்கையைக் குறித்தால், பார்வையாளர்கள் சுமையை உணர்வார்கள். முகம் சுளிப்பார்கள். ஆனால் ஏதாவது ஒரு கூறுமட்டும், பழைய சம்பவங்களைக் கோடி காட்டிவிட்டு, வேகமாக மறைந்துவிட்டால், அந்தக் குறிப்பிட்ட காலகட்டம் நம் கண்முன்னே வந்து நிற்கும். நம் நெஞ்சில் ஆழப் பதிந்துவிடும். அவை இதழின் நுனியில் புன்னகையை வரவழைக்கும். கடந்தகால நினைவுகளை நம் கண்முன்னே கொண்டுவந்தாலும் ஆச்சரியப்படுவதற்கில்லை.

ரங்கன்: எம்.ஜி.ஆரைப்பற்றிப் பேசிவிட்டோம். இப்போது சிவாஜி கணேசனைப்பற்றிப் பேச விரும்புகிறேன். நீங்கள் அவருடைய தீவிர ரசிகர் என்பதை முன்பு குறிப்பிட்டிருந்தீர்கள். அவர் மிகைப்படுத்தப்பட்ட நடிப்பை வெளிப்படுத்தினார் என்று இளம் தலைமுறையினர் கருதுகின்றனர். உங்கள் இளமைக் காலத்தில் அவரைப்பற்றிய உங்கள் பார்வை எப்படி இருந்தது?

ரத்னம்: நடிக்கத் தெரிந்த ஒரே மனிதர் அவர்தான். திறமையான இயக்குநர் களின் படங்களில் மிகவும் திறமையாக நடித்தார். அவரிடம் மிகுந்த கட்டுப்பாடு இருந்தது. உண்மையில், அவர் பெரிய திறமைசாலி. தமிழ் சினிமாவில் நடிப்பு எப்படி இருக்கவேண்டும் என்பதற்கான தர அடிப்படையை அவர்தான் உருவாக்கினார். இருபத்தைந்து வயதில், வயதான கதாபாத்திரத்தில் நடிக்க அவர் அஞ்சவில்லை. திரையில் ஒரு ஹீரோ செய்ய முன்வராத அனைத்து விஷயங்களையும் செய்தார். இன்றளவும், ஹீரோக்கள் வயதான கதாபாத்திரத்தில் நடிக்கத் தயங்குகிறார்கள். அவர் நடிப்புக் கலையைப் பெரிதும் நேசித்தார். அதை நம்மால், கண்கூடாகப் பார்க்க முடிந்தது.

ஒரு நடிகர் எந்த அளவுக்கு நடிப்புத் திறமையை வெளிப்படுத்தவேண்டும் என்பதை, அந்த நடிகர்தான் முடிவு செய்யவேண்டும். அல்லது இயக்குநர் முடிவு செய்யவேண்டும். ஒரு நடிகராக அவர் வியக்கவைத்தார். நாங்கள் அனைவரும் அவரது நடிப்பை ரசித்தோம். ஆனால் எம்.ஜி.ஆர், ஒரு பெரிய சகாப்தமாகவும் சிறந்த ஆளுமையாகவும் விளங்கினார். ஒட்டுமொத்த மாநிலத்தையும் அன்பால் கட்டிப்போடுவதற்குத் தனித்திறமைவேண்டும். அனைவரும் அவரை நேசித்தனர். இந்த மனிதரை இப்படி இயங்க வைத்தது எது என்று ஆச்சரியப்படுகிறோம். என்ன மந்திரம் இது? இதன் பின்னணி

நீரோட்டம் போன்று காட்சிகள் நகரவேண்டும் என்று விரும்பினேன். ஏதோ கேமராவுக்காக நடித்ததுபோல் இருக்கக்கூடாது. சம்பவங்கள் நடக்கும் இடத்தில் கேமரா தற்செயலாக இருப்பதுபோன்ற உணர்வே ஏற்படவேண்டும் என விரும்பினேன். ஐஸ்வர்யா ராய்.

என்ன? இத்தனை வருடங்களுக்குப் பின்னும் நாம் அவரை நினைத்துக் கொண்டிருப்பதற்குக் காரணம் என்ன? அவர் சினிமாத் துறையில் வெற்றி பெற்றபின், அரசியலுக்குள் நுழைந்தார். அங்கேயும் வெற்றி பெற்றார். மாநிலத்தை ஆண்டார். அவர் உருவாக்கிய கட்சி இன்றளவும் வலுவாக விளங்குகிறது. அவருடைய கதை மிகவும் டிரமாடிக்கானது, அற்புதமானது.

ரங்கன்: சிவாஜியின் வாழ்க்கையைவிட, எம்.ஜி.ஆரின் வாழ்க்கைக்குத் திரைவடிவம் கொடுப்பது எளிது என்று சொல்கிறீர்கள்.

ரத்னம்: ஆம். என்னைப் பொருத்தவரை அவரது வாழ்க்கையில் டிராமா அதிகம் இருந்தது. ஒரு கலைஞனாக, ஒரு நடிகனாக சிவாஜி மிக அருமை யானவர். ஆனால், அவருடைய வாழ்க்கையை வைத்து டிரமாடிக்கான கதையை உருவாக்க முடியுமா என்று எனக்குத் தெரியவில்லை. அதே நேரத்தில், எம்.ஜி.ஆர் பிரமிக்க வைத்தார். உண்மையில், அவரது வாழ்க்கை அசாதாரணமானது. அவர் நிஜ மனிதர். அதே சமயத்தில், 'லார்ஜர் தேன் லைஃப்' ஹீரோ. அவருடைய கதை, படமாக உருவாவதற்காகவே காத்துக்கொண்டிருந்தது.

ரங்கன்: அந்த நேரத்தில், இருவர் உங்களின் லட்சியப் படம்.

ரத்னம்: இது மிகவும் முக்கியமான, லட்சியமான படம் என்று எண்ணிக் கொண்டு இந்தப் படத்தைத் தொடங்கவில்லை. ஒருவகையில், எல்லாப்

படங்களும் லட்சியப் படங்களே. ஆனால் இது முற்றிலும் புதியதொரு களம். என் மற்ற படங்களைவிட இந்தப் படத்தில் நிறைய லேயர்கள் இருந்தன. மேலும் கதை, கற்பனை அல்ல. நிஜ வாழ்க்கைக்கும் கதைக்கும் மிக நெருங்கிய தொடர்பு இருந்தது. இது மிகவும் ஆழமான கதையும்கூட. கதையோடு பயணிக்கும்போது நிறைய விஷயங்களைப் புரிந்துகொள்ள முடிந்தது. அரசியல் மற்றும் சினிமாவின் விசித்திரக் கலவையைப் பின்னணி யாகக் கொண்ட படம் இது. திரைக்கதை, உண்மைச் சம்பவங்களை அடிப்படையாகக் கொண்டது. அதனால், நாம் கதைகளில் உருவாக்கும் டிராமாவைவிட, நிஜ வாழ்க்கையில் இருக்கும் டிராமா மிகவும் நேர்த்தியானது என்ற விசித்திர உண்மையை எங்களால் புரிந்துகொள்ள முடிந்தது. மேலும், இது மிகவும் அழகான கதை என்பதையும் கண்டுகொண்டோம். அதனால், இவர் நல்லவர், இவர் கெட்டவர் என்று தீர்மானமாகக் குறிப்பிட்டு கதையின் அழகைக் கெடுக்க விரும்பவில்லை. இங்கே, கதாபாத்திரங்களிடம் நல்ல குணம், தீய குணம் ஆகிய இரண்டு குணங்களுமே இருக்கும்.

நான் கற்பனையாக ஒரு படத்தை உருவாக்கியிருந்தால், இரண்டு நண்பர்கள் மிகவும் பாசமாகப் பழகுகிறார்கள் என்று உருவாக்கியிருக்க வாய்ப்பிருக் கிறது. அதாவது, இரண்டு இளைஞர்கள் சந்தித்து, நெருங்கிய நண்பர்கள் ஆகின்றனர்; பின் பிரிந்து மனக் கசப்புடன் வாழ்கின்றனர் என்று காட்டி யிருப்பேன். இந்த கான்ட்ராஸ்ட் மிகவும் டிரமாடிக்கான ஒன்று. அழகானதும் கூட. ஆனால், நிஜ வாழ்க்கையில் இந்தப் பிளவு எப்படி ஏற்பட்டது என்பது தெளிவாக விளங்கவில்லை. அதனால் இந்தக் கதை என்னை அதிகம் ஈர்த்தது. அந்த இரண்டு கதாபாத்திரங்களும் முதன்முதலில் சந்தித்துக் கொள்ளும் காட்சியில்கூட, அவர்கள் ஒருவரை ஒருவர் சந்தேகித்துக் கொள்கின்றனர். அந்தக் காட்சியில்தான் அவர்களுக்குள் நட்பு மலர்கிறது. சந்தேகமும் மலர்கிறது. இவனால் தனக்கு உதவ முடியுமா என்று இருவருமே ஒருவரை ஒருவர் எடை போடுகின்றனர். அவர்களின் உறவில் சுயநலமும் கலந்திருக் கிறது. அது அழகாகவும் நம்பும்படியாகவும் மனித வாழ்க்கைக்கு உட்பட்ட தாகவும் இருக்கிறது. அவர்கள் இருவரிடமும் ஈகோ இருப்பதை நம்மால் எளிதில் புரிந்துகொள்ள முடியும். இந்தக் காரணங்களால்தான் நான் படத்தை மிகவும் ரசித்து உருவாக்கினேன். அவர்கள் இருவரும் பிரிந்த பின்பும், 'உன்னை அழித்துக் காட்டுகிறேன்' என்ற எண்ணத்தோடு நடந்துகொள்ள வில்லை. பிரிந்தும், அவர்கள் இணைந்தே இருந்தார்கள். ஒருவரை ஒருவர் எதிர்த்து நின்றாலும், ஒரே பதவிக்காக இருவரும் போட்டி போட்டாலும் அவர்கள் இருவரிடமும் நட்பு இருந்தது. இது முற்றிலும் புதுமையானது. அதனால்தான் இந்தக் கதை என்னைக் கவர்ந்தது.

ரங்கன்: இதில் மனம் கவரும் இன்னொரு விஷயம், இந்த யதார்த்தமான கதையைக்கூட (உங்கள் வார்த்தைகளில் குறிப்பிடவேண்டும் என்றால், நிஜ வாழ்க்கையைப் பிரதிபலிக்கும் கதை), ஸ்டைலான தளத்தில் உருவாக்கி யிருப்பதுதான். அதில் இருக்கும் செயற்கைத்தனம் புத்திசாலித்தனமாக மறைக்கப்பட்டிருக்கும்.

ரத்னம்: கதை, பொழுதுபோக்குத்துறையைப்பற்றியது என்பதுதான் அதற்குக் காரணம். கடந்த காலத்தைப்பற்றிய கதை இது. அதனால் கதை, மலரும் நினைவுகளைத் தருகிறது. மேலும், கதாபாத்திரங்கள் அந்தக் காலத்துத் தமிழைப் பேசுகிறார்கள். ஒரு நடிகனையும் ஓர் எழுத்தாளனையும்பற்றிய படம் இது. இரண்டு கதாபாத்திரங்களும் இரண்டு துருவங்கள். அவர்கள் இருவருமே வெவ்வேறு வகையில் துடிப்பானவர்கள். அவர்கள் வார்த்தைகளால் ஒருவரை ஒருவர் சீண்டிக்கொள்வார்கள். அதேவேளையில் அப்பாவித்தனமாகவும் நடந்துகொள்வார்கள்.

ரங்கன்: படத்தின் பெரும் பகுதி, மெல்லிய கோட்டுச் சித்திரம்போல் சின்னச் சின்னக் காட்சிகளின் தொகுப்பாக (Vignette) அமைந்திருந்தது. இந்தப் பாதையில்தான் பயணிக்கவேண்டும் என்று முதலிலேயே முடிவுசெய்துவிட்டீர்களா, அல்லது நீளமான காட்சிகளை எடுத்து இறுதியில் அதன் நீளத்தைக் குறைத்தீர்களா?

ரத்னம்: மிக முக்கியமான ஐம்பது வருடங்களைப்பற்றி இந்தப் படம் பேசுகிறது. ஐம்பது வருடங்களில் நடந்த சம்பவங்களின் சாரம்சத்தைப் படத்தில் பதிவு செய்யவேண்டும். அதே சமயத்தில், துரிதமாகக் காட்சிகளை நகர்த்தியதுபோலவும் நிறைய தகவல்களைப் புகுத்தியிருப்பதுபோலவும் தோன்றக்கூடாது. இந்தச் சமநிலையை உருவாக்குவதே எங்கள் ஐடியாவாக இருந்தது. அப்போதுதான், பார்வையாளர்களும் அந்த இரண்டு கதாபாத்திரங்களுடன் பயணிப்பார்கள். அவசர அவசரமாகக் கதையைச் சொல்லியிருக்கிறார்கள் என்றும் எண்ணமாட்டார்கள். இந்த உத்தியில்தான், இந்த உண்மைக் கதையைப் படமாக உருவாக்க முடியும். ஆனால், மெல்லிய கோட்டுச் சித்திரம் என்று நீங்கள் எதைக் குறிப்பிடுகிறீர்கள்?

ரங்கன்: அதுவரை, உங்களை 'சீன் டைரக்டர்' என்றே கருதினோம். உங்கள் படங்களில் ஐம்பது முதல் அறுபது சீன்கள் வரைதான் இருக்கும். ஒவ்வொரு சீனின் மையப்புள்ளியையும் தெளிவாக விளக்கியிருப்பீர்கள். ஆனால் இந்தப் படத்தில், பல்வேறு தருணங்களை மெல்லிய கோட்டுச் சித்திரமாகச் சித்திரித்திருப்பீர்கள். அவை மிகவும் வேகமாக நகர்கின்றன. கதாபாத்திரங்களின் உணர்வுகள் ஆங்காங்கே துண்டு துண்டுகளாகப் பதிவு செய்யப்பட்டிருக்கும். இந்தத் தருணங்களிலிருந்தே, நம்மால் கதாபாத்திரங்களையும் சூழ்நிலையையும் எளிதில் புரிந்துகொள்ள முடிகிறது. வெவ்வேறு நிகழ்வுகளை, ஆழமான காட்சிகளாக உருவாக்கவேண்டிய அவசியம் இங்கே ஏற்படவில்லை.

ரத்னம்: எந்தக் குறிப்பிட்ட காட்சியையும் உதாரணமாகச் சொல்லாமல் மெல்லிய கோட்டுச் சித்திரபாணி என்றால் என்ன என்பதை அருமையாக விளக்கிவிட்டீர்கள். இருவர் படத்தின் ஸ்டைல் என் முந்தைய படங்களிலிருந்து முற்றிலும் மாறுபட்டிருக்கும். படத்தின் கதை மிகவும் டிரமாடிக்கான ஒன்று என்றாலும், கதை சொல்லப்பட்ட விதத்திலும், எமோஷனிலும் நாடகீயத்தன்மை சற்று குறைவாகத்தான் இருக்கும். மேலும், இருவர்

படமாக்கப்பட்ட விதமும், கதையின் தளமும் என் முந்தைய படங்களான **தளபதி, பம்பாய்** போன்ற படங்களிலிருந்து மாறுபட்டிருக்கும். நான் சீன்களை பல ஷாட்களாக உருவாக்காதது இதுதான் முதல்முறை. ஷாட்கள் மிக நீளமாக அமைந்திருக்கும். ஸ்வீப்பிங் ஷாட்களும் படத்தில் இருக்கும். மொத்தக் காட்சியையும், ஒரே ஸ்மூத் கேமரா மூவ்மென்டில் படம்பிடித்திருப்போம். பார்வையாளர்கள், கதைத் தொடர்ச்சியை உணரவேண்டும் என்பதற்காகக் காட்சிகளை அப்படி அமைத்தோம். அந்தச் சம்பவங்கள் நடக்கும் இடத்தில் எதேச்சையாக கேமரா இருக்கிறது; கேமராவுக்கு முன்னால் யாரும் நடிக்க வில்லை என்ற உணர்வை ஏற்படுத்தும் பொருட்டுக் காட்சிகளை அமைத்தோம். மேலும், அவர்கள் வாழ்க்கையில் சில தருணங்களைமட்டும் தான் நாம் பார்க்கிறோம். அதனால் கேமராமுன் அவர்கள் நின்று நடித்திருக் கிறார்கள் என்று தோன்றக்கூடாது என்பதற்காக அதிகமான க்ளோஸ்-அப் ஷாட்களை வைக்கவில்லை. நிறைய ஷாட்களையும் எடுக்கவில்லை. என் முந்தைய படங்களைவிட, இந்தப் படத்தில் ஷாட்கள் குறைவாகவே இருக்கும். சீன்கள் கட்டமைக்கப்பட்ட விதம்மட்டும் மாறுபட்டிருக்க வில்லை. அதைப் படம்பிடித்த விதம், படத்தொகுப்பு செய்த விதம் என எல்லாமே என் முந்தைய படங்களிலிருந்து மாறுபட்டிருந்தது.

ரங்கன்: இந்த மாற்றம், கதையினால் உருவானதா, இல்லை வித்தியாசமாகப் படத்தை உருவாக்கவேண்டும் என்பதற்காக நீங்களாகவே இந்தப் பாதையைத் தேர்ந்தெடுத்தீர்களா?

ரத்னம்: 'இந்தப் படத்தை வித்தியாசமாக உருவாக்கவேண்டும்' என்று சொல்லிக்கொண்டு யாரும் படத்தை உருவாக்க மாட்டார்கள். நாம் சொல்லும் கதைக்கு ஏற்ப ஸ்டைல் உருவாகவேண்டும் என்று நினைக்கிறேன். கதை, குறிப்பிட்ட பாதையில் பயணிக்கவேண்டும். அந்தப் பயணத்தின்போதே, அது தனக்கான வடிவத்தைப் பெறும். இந்தக் கதை ஒரு குறிப்பிட்ட காலத்தைப் பதிவு செய்கிறது. அதனால் கதையின் ஓட்டத்தில் தடங்கல் இருப்பதை நாங்கள் விரும்பவில்லை. கதை தடையின்றிப் பயணிக்கவேண்டும் என்று எண்ணினோம். அந்தப் பயணமே, சீன்கள் எப்படி இருக்கவேண்டும் என்பதையும், ஷாட்கள் எப்படி இருக்கவேண்டும் என்பதையும் முடிவு செய்தது.

ரங்கன்: ஒரு வகையில், வாழ்க்கையின் பயணம் அது என்று சொல்லுகிறீர்கள்.

ரத்னம்: ஆம்.

ரங்கன்: **நாயகனுக்குப்** பின் நீங்கள் எடுத்த பீரியட் படம் இதுதான். பீரியட் படங்களுக்கான வேலைகள் கடினமாக இருக்குமா? ஏனெனில், நாம் கற்பனையான கதையைச் சொன்னாலும், அந்தக் குறிப்பிட்ட காலகட்டத்தின் ஆக்டிங் ஸ்டைல், இசை போன்றவற்றிலும் கவனம் செலுத்தவேண்டும்.

ரத்னம்: அது நம் வேலையின் ஒரு பகுதி. அதுதான் கிராஃப்ட். வேண்டிய காலகட்டத்தைத் தத்ரூபமாக உருவாக்குவதும், அதற்கேற்ப நுட்பமான

விஷயங்களை மறுகட்டமைப்பு செய்வதும் எளிமையான வேலை என்றே நினைக்கிறேன். கதைக்கு ஏற்ப, அந்தக் காலகட்டத்தைக் காட்சிபூர்வமாக மறு உருவாக்கம் செய்யவேண்டும். வேண்டிய மாற்றங்களைச் செய்யவேண்டும். அந்தக் காலகட்டத்தை நினைவுபடுத்தும் பொருள்களும் தெளிவான குறிப்புகளும் காட்சிகளில் இருக்கவேண்டும். இவை கதையில் ஓர் அங்கமாக இருக்கவேண்டுமே ஒழிய, கதையில் திணித்ததுபோல் இருக்கக்கூடாது. அதற்கு நாம் சற்று மெனக்கெடவேண்டும். இவை அனைத்தையும் கதையின் தேவைக்கு ஏற்பச் சுருக்கி, கதையின் சாராம்சம் கெடாமல், முழுவடிவமாக உருவாக்குவதுதான் சற்று கடினமான வேலை. மேலும், நாம் ஒரு பாத்திரத்தையும் இன்னொரு பாத்திரத்தையும் இணைத்து புதுக் கதாபாத்திரத்தை உருவாக்குகிறோம் என்றால், அந்தப் புதுக் கதாபாத்திரம் ஏற்றுக்கொள்ளும்படி இருக்கவேண்டும். முகம் சுளிக்க வைக்கக்கூடாது. உண்மை நிகழ்வுகளைக் கதையோடு தொடர்புபடுத்துவதைவிட, பார்வையாளர்களைப் படத்தில் மூழ்க வைத்து, கதையின் ஓட்டத்தோடு அவர்களைப் பயணிக்க வைக்கவேண்டும். அதற்காக அதிகம் உழைக்கவேண்டும்.

ரங்கன்: **நாயகனில்** பாடல்கள் அந்தக் குறிப்பிட்ட காலகட்டத்தின் பாடல்களாக, நம்பத்தகுந்த வகையில் இருந்தன. அதில் பயன்படுத்தப்பட்ட குரல்களும் இசைக்கருவிகளும் அந்தக் காலத்துக்கு ஏற்ப இருந்தன. இந்தப் படத்தில், பாடல்கள் மிகவும் ஸ்டைலாக அமைந்திருந்தன.

ரத்னம்: ஒரே உத்தியை ஒவ்வொரு முறையும் பயன்படுத்தினால், அது சம்பிரதாயமான உத்தி ஆகிவிடும். அந்தக் குறிப்பிட்ட காலகட்டத்தை அப்படியே அப்பட்டமாக உருவாக்கவேண்டும் என்று அவசியமில்லை. ஒரு படம் எனக்கு நினைவிருக்கிறது. இரண்டு வெவ்வேறு காலகட்டத்தைப் பற்றிய படம் அது. நிகழ்காலக் காட்சிகளுக்கு ஸூம் லென்ஸ்மட்டுமே பயன்படுத்தியிருப்பார்கள். கடந்த காலத்தை ஸூம் லென்ஸ் பயன்படுத்தாமல் படம்பிடித்திருப்பார்கள். ஏனெனில், அந்தக் காலத்தில் ஸூம் கேமராக்கள் இல்லையாம். இது சிறுபிள்ளைத்தனமான செயல் என்றே கருதுகிறேன். அந்தப் படம் திரைப்படங்களைப்பற்றிய படம் அல்ல. பீரியட் படங்களில், அந்தக் குறிப்பிட்ட பீரியடைத் தத்ரூபமாக உருவாக்குவதிலேயே கவனம் செலுத்துவேன். காலம், இடம் ஆகிய இரண்டும், கடந்த காலம் என்ற உணர்வை ஏற்படுத்தும்பொருட்டு இருக்கவேண்டும். அதைச் செய்ய வேண்டியது ஃபிலிம் மேக்கரின் பொறுப்பு. தகுந்த உத்தியைப் பயன்படுத்தி அதைச் செய்யவேண்டும்.

நாயகன் படத்தை உருவாக்கும்போது, அந்தக் குறிப்பிட்ட வகை ஒலியைப் பயன்படுத்த வேண்டும் என்று முடிவு செய்துகொண்டோம். ஏனெனில், மற்ற அனைவரும் வேறுமுறையைப் பின்பற்றிக்கொண்டிருந்தார்கள். அதனால் நாங்கள் புது முயற்சியை மேற்கொண்டோம். பழைய இசைக்கருவிகளையும் குரல்களையும் பயன்படுத்தினோம். எலெக்ட்ரானிக்ஸ் கருவிகளை முற்றிலுமாகத் தவிர்த்தோம். இது அந்தப் படத்துக்கு அருமையான டோனைக்

கொடுத்தது. மிகுந்த உற்சாகத்துடன் இதைச் செய்தோம். இந்தப் படத்தில், ஒலியை அந்தக் காலத்துக்கு ஏற்ப மறு உருவாக்கம் செய்திருக்க மாட்டோம். ஒலியை நவீனப்படுத்தி, அதேசமயத்தில் அந்தக் குறிப்பிட்ட காலகட்டத்தை உணர்த்தும்பொருட்டு ரஹ்மான் உருவாக்கியிருப்பார். இவை இரண்டுமே வெவ்வேறு அணுகுமுறைகள். **இருவர்** படத்தில் இந்தக் குறிப்பிட்ட முறையைப் பின்பற்றியதற்குக் காரணம், மற்றொரு முறையை முன்னரே பின்பற்றிவிட்டோம் என்பதுதான்.

ரங்கன்: சில இசைப் பகுதிகள் அந்தக் குறிப்பிட்ட காலகட்டத்துக்கு ஏற்றவாறு அமைந்திருந்தன. உதாரணமாக, எம்.ஜி.ஆரை வெளிப்படையாக நினைவு படுத்திய 'ஆயிரத்தில் ஒருவன்' பாடல். ஆனால், 'வெண்ணிலா', 'விடுதலை' ஆகிய பாடல்களில் ஜாஸ் இசையின் தாக்கம் இருக்கும். அந்தக் காலத்தில் தமிழில் ஜாஸ் இசை அதிகமாகப் பிரபலமாகியிருக்கவில்லை.

ரத்னம்: 'ஆயிரத்தில் ஒருவன்' பாடல்கூட, படம் வெளியான காலகட்டத்து இசைப்படிதான் செய்யப்பட்டிருக்கும். எம்.ஜி.ஆர். காலத்து மெலடியுடனும் வரிகளுடனும் ஒப்பிடுகையில் இந்தப் பாடல் புதுமையாகத்தான் இருக்கும். இசையும் நவீனமாக இருக்கும். அந்தக் காலத்துப் பாடல்களிலும் ஜாஸ் இசை அங்கம் வகித்தது. அதை நாங்கள் அடுத்த தளத்துக்குக் கொண்டு சென்றோம். அவ்வளவுதான். 'நாம் அந்தக் காலத்தில் வாழ்ந்திருந்தால், நாம் எந்த மாதிரியான இசையை விரும்பியிருப்போம்' என்று சிந்தித்தோம். அதன்படிப் பாடல்களை உருவாக்கினோம். நவீன வடிவத்தில் உருவாக்கப்பட்ட பழைய பாடல்கள் அவை. அந்தப் பாடல்களில் குறிப்பிட்ட பீரியடையும் நம்மால் உணர முடியும். அதே சமயத்தில் சமகால இசையின் தாக்கத்தையும் உணரமுடியும். எல்லாப் பாடல்களையும் அப்படித்தான் உருவாக்கினோம். 'ஆயிரத்தில் நான் ஒருவன்' என்ற வரி குறிப்பிட்ட காலத்தை வெளிப்படையாக உணர்த்தியது. அந்த வரி பாடலில் இடம்பெறாமல் போயிருந்தாலும், அந்தப் பாடல் அந்தக் குறிப்பிட்ட காலகட்டத்தை நமக்குக் குறிப்பால் உணர்த்தியிருக்கும்.

ரங்கன்: பாடல்கள் காட்சிப்படுத்தப்பட்ட விதமும் புதிது. உங்கள் முந்தைய படங்களில் மான்டேஜ் பாடல்களும் நடனக் காட்சிகளைக் கொண்ட பாடல்களும்தான் இடம்பெற்றிருக்கும். இந்தப் படத்தின் பாடல்களை சீன்களாக, கதையின் அங்கமாக உருவாக்கியிருப்பீர்கள்.

ரத்னம்: திரைத்துறைப் பின்னணியில் படம் அமைந்திருப்பதால் பாடல்களை உருவாக்குவது எளிதாகிறது. ஏனெனில், பாடல்கள் அந்த யதார்த்த உலகினுள் வந்துவிடுகின்றன. திரைத்துறையில்தான் பாடல்கள் உருவாக்கப்படுகின்றன. அதனால், படத்திலும் பாடல்கள் அங்கமாகிவிடுகின்றன. திரைத்துறை வாழ்க்கையைப் பொருத்தவரை, பாடல்கள் உண்மையானவை. அதனால் நாம் பாடல்களை மற்ற நிகழ்வுகளோடு பிசிறின்றிக் கோக்கமுடியும். திரைத் துறையைப் பின்னணியாகக் கொண்ட படங்களில், பாடலுக்கென்றே, லாஜிக்கலான இடம் இருக்கிறது. அதனால் பாடலை வெறும் பாடலாக மட்டும் உபயோகப்படுத்தாமல், கதாபாத்திரத்தின் வளர்ச்சியைக் காட்டு

இருவர் | 265 |

வதற்கும் ஷூட்டிங் எப்படி நடக்கிறது என்பதை விளக்குவதற்காகவும் பயன்படுத்திக்கொள்ளலாம். இதுபோன்ற படங்களில், எந்த விஷயங்களை வேண்டுமானாலும் பாடலில் புகுத்தலாம். அதற்கு நமக்கு முழுச் சுதந்தரம் இருக்கிறது. நாங்கள் அனைத்துப் பாடல்களையும் ரசித்துப் படமாக்கினோம்.

ரங்கன்: பாடல்கள், அந்தக்காலத் திரைத்துறையைப்பற்றிய ஆவணப்படங்களாகத் தோன்றின. அவை, மையக் கதைக்கு இணையாக அமைந்திருக்கும். அப்படித்தானே?

ரத்னம்: ஆமாம்.

ரங்கன்: ஒரு காட்சியில் கல்பனா, கோபமாக உள்ளுக்குள் குமைந்தவாறே அறையினுள் அமர்ந்திருப்பாள். அவள் படப்பிடிப்புக்கு வரவேண்டும் என்று நினைக்கிறாளா இல்லையா என்று ஆனந்தன் கேட்பார். இதுபோன்ற காட்சிகளை இந்தக் காதல் கதையோடுமட்டும் சம்பந்தப்படுத்திப் பார்க்க வேண்டுமா. அல்லது அந்தக் காலத் தமிழ் திரைத்துறையின் உண்மை நிலையை இந்தக் காட்சி விளக்குகிறது என்று எடுத்துக்கொள்ள வேண்டுமா?

ரத்னம்: என் நினைவு சரி என்றால், அந்தக் காட்சியில், அவள் நாற்காலியில் அமர்ந்து சுழன்றுகொண்டிருப்பாள். அவள்முன் கண்ணாடி இருக்கும். நாம் ஆனந்தனைப் பார்க்கமாட்டோம், அவன் குரலைமட்டுமே கேட்போம். இந்தத் தருணத்தில்தான், சொந்த வாழ்க்கையும் தொழில் வாழ்க்கையும் சந்தித்துக்கொள்கின்றன. இங்கே, ஒருவரின், சொந்த, நிஜ வாழ்க்கையைச் சேர்ந்த உணர்வு, தொழில் வாழ்க்கையினுள் நுழைந்து வெளிப்படுகிறது. ஆனால், சொந்த விஷயங்கள் பொதுவெளியில் வெளிப்படுவதை, அந்த இன்னொரு நபர் விரும்பமாட்டார். இந்த முரண் அவர்களுக்குள் எப்பவுமே இருக்கும். திரைத்துறையில் பணிபுரிபவர்களிடம் இந்தக் குணம் இருப்பதை நாம் எளிதில் கண்டுகொள்ளலாம். அவர்கள், மிகவும் தெளிவாக, இரண்டு ரோல்களில் வாழ்கின்றனர். அதைத்தான் அந்தக் காட்சியில் பார்க்கிறோம்.

ரங்கன்: அவள் பார்ப்பதற்கு, அவனுடைய இறந்துபோன மனைவிபோல் இருப்பதால், அவள்மீது அவனுக்கு ஈடுபாடு ஏற்படுகிறது. அதனால், அவன் தன் உணர்வுகளை மறைக்கும்பொருட்டு எரிச்சலை வெளிப்படுத்துகிறான் என்று எண்ணினேன்.

ரங்கன்: அவன் மிகப்பெரிய ஸ்டார். அவனைச் சுற்றி இருக்கும் அனைவரும் அவனிடம் பயபக்தியுடன் நடந்துகொள்கின்றனர். அவள் இளமையானவள். மிகவும் புத்திசாலி. அவளுடைய மனத்தை எளிதில் கவர்ந்துவிட முடியாது. அவளை அவனுக்குப் பிடித்திருக்கிறது. ஆனால், அவள் புரியாத புதிராக நடந்துகொள்கிறாள். அதனால்தான் அவன் முரணாக நடந்துகொள்கிறான்.

ரங்கன்: ‘வெண்ணிலா’ பாடலை தாஜ் மஹாலின் பின்னணியில் உருவாக்கியிருப்பீர்கள். **அஞ்சலி, மௌனராகம்** ஆகிய படங்களின் பாடல்களிலும் தாஜ்

மஹால் இடம்பெற்றிருக்கும். அந்த லொகேஷன் உங்களுக்கு மிகவும் பிடிக்குமா?

ரத்னம்: ஒருமுறை நாம் பயன்படுத்திய லொகேஷனை மீண்டும் பயன் படுத்தத் தயங்குவோம். அந்தக் காலப்படங்களிலும் பாடல்களிலும் மிகவும் அதிகமாகப் பயன்படுத்தப்பட்ட லொகேஷன் அது. பிருந்தாவன் கார்டன், பிரபல அணைகள், காஷ்மீர், தாஜ் மஹால் ஆகிய அனைத்தும் அந்தக் காலத்துப் படங்களில் அதிகம் இடம்பெற்றன. இதில் எந்த லொகேஷனைத் தேர்ந்தெடுத்திருந்தாலும், இறுதி வடிவம் ஒரே உணர்வைத்தான் ஏற்படுத்தி யிருக்கும். அந்த பீரியடிலும், பெரிய பட்ஜெட் படங்கள் உருவாகிக் கொண் டிருந்தன. அதனால் வட இந்தியாவுக்குச் சென்று படப்பிடிப்பு நடத்தும் அளவுக்கு வசதி இருந்தது. அந்தக் கால சினிமாவை நினைவுபடுத்த எண்ணி னோம். அந்தக் காலகட்டத்தில்தான், ஆரம்ப கால சினிமா கொஞ்சம் கொஞ்ச மாக மாறி, வண்ணங்களும் கண்கவர் காட்சிகளும் படங்களில் இடம்பெறத் தொடங்கின. நாங்கள் அந்த ஃப்ளேவரைக் கொண்டுவர விரும்பினோம்.

தாஜ் மஹாலின் அழகு பிரமிக்கவைக்கிறது. இந்தியாவிலேயே அதிகமுறை காட்சிப்படுத்தப்பட்ட இடம் அதுதான் என்று நினைக்கிறேன். எத்தனை முறை அதன் உருவத்தைக் கண்டு ரசித்திருந்தாலும், அதன்முன் நிற்கும்போது நாம் பிரமிப்பின் உச்சிக்கே செல்கிறோம். அதேநேரத்தில், அது சம்பிரதாய மான லொகேஷனும்கூட. **மௌனராகம்** படத்துக்காகத்தான், நாங்கள் முதல்முறை தாஜ் மஹாலுக்குச் சென்று படப்பிடிப்பு நடத்தினோம். தாஜ் மஹாலின் பின்புறம் அமைந்துள்ள நதியின் அருகே சென்று படப்பிடிப்பு

பகுத்தறிவு இயக்கம்போல் ஒன்று நடந்தது என்பது அருமையான விஷயம்.
வெள்ளை வேட்டியும் வெள்ளைச் சட்டையுமாக நாளைய தமிழகத்தை
உருவாக்க முன்வந்த அவர்களைப் பார்க்க அருமையாக இருந்தது.
பிரகாஷ் ராஜ், நாஸர், மோகன் லால்.

நடத்தினோம். அந்த இடம் ஒரு கிராமத்தைப்போல் இருந்ததால்தான் காட்சிகள் புதுமையாக அமைந்திருந்தன. தாஜ் மஹாலின் அழகும் அந்த கிராமியத் தன்மையும், அந்தக் காட்சியை ரகு ராயின் 'போட்டோக்ராப்'போல் உருவாக்கியது. தாஜ்மஹாலை நாம் கோடி முறைகூடப் படம் பிடிக்கலாம். அங்கே, வாசலில் விற்கப்படும் போஸ்ட் கார்ட்களில் இருக்கும் தாஜ் மஹாலைப்போல் நம்முடைய காட்சிகள் அமையாதவரைக்கும், தாஜ் மஹால் பார்ப்பதற்கு உயிரோட்டமுள்ளதாகவே இருக்கும். எந்தக் காதல் கதைக்கும் தாஜ் மஹாலை உவமையாகப் பயன்படுத்தலாம். இந்தப் படத்தில், மிக மென்மையான காதலைப்பற்றிப் பேசுகிறோம் என்பதை நினைவுபடுத்த விரும்புகிறேன்.

ரத்னம்: **இருவர்** படத்துக்கு முன்புவரை தோட்டா தரணிதான் உங்கள் படங்களில் கலை இயக்குநராகப் பணியாற்றினார். ஆனால், இந்தப் படத்தில் சமீர் சந்தாவுடன் முதன்முதலில் இணைந்தீர்கள். ஆர்ட் துறையில் உங்களின் பங்களிப்பு எத்தகையது?

ரத்னம்: ஒவ்வொரு கலைத்துறைபற்றியும் நமக்குத் தெளிவான பார்வை இருக்கவேண்டும். நான் தேர்ந்தெடுக்கும் ஒவ்வொருவருக்கும் அவர்களின் வேலை என்ன என்பது தெளிவாகத் தெரிந்திருக்கும். ஆனால், அவர்களுக்குப் படத்தின் கருவோடு பந்தம் இருக்காது. படத்தின் கதையோடு அவர்கள் வெகு நாள்கள் வாழ்ந்திருக்கமாட்டார்கள். அவர்களிடம் முழுப் பொறுப்பை ஒப்படைக்கலாம். நிச்சயம் அவர்களால் சில விஷயங்களை அருமையாகச் செய்ய முடியும். ஆனால், அவர்கள் மற்ற படத்தில் என்ன செய்தார்களோ அதையே நம் படத்துக்கும் செய்வார்கள். அதனால் அவுட்புட்டில் பெரிய வித்தியாசம் எதுவும் இருக்காது. நமக்கு இன்னும் சிறப்பான அவுட்புட் வேண்டுமென்றால், அது புதுமையாக இருக்கவேண்டுமென்றால், நாம் நம் கலை இயக்குநருடன் அல்லது ப்ரொடக்ஷன் டிசைனருடன் இணைந்து, படத்துக்கு என்ன தேவை என்பதை வரையறுக்கவேண்டும்.

நான் என் கலை இயக்குநர்களுடன் அதிக நேரத்தைச் செலவிடுவேன். ஏனெனில் அவர்கள்தான் நமக்குத் தேவையான லுக், செட்டிங், சர்ஃபேஸ், ஆம்பியன்ஸ், டெக்ஸ்சர், ஆங்கிள், டோன் என அனைத்தையும் உருவாக்கித் தருகிறார்கள். இதுபோன்ற படங்களில், கதையைக் கடந்த காலத்துக்குக் கொண்டு செல்லவும், காட்சிகளை நம்பும்படியாக உருவாக்கவும் அவர்கள் நமக்கு உதவுகிறார்கள். அவர்களின் பங்களிப்பு நம் வேலையை எளிதாக்க லாம், கடினமாக்கலாம். படத்தின் மற்ற அம்சங்களிலும் அவர்களின் பங்களிப்பு இருக்கும்படி முடிந்தவரை பார்த்துக்கொள்வேன். அப்போதுதான் அவர்களால் தொடர்ந்து சுறுசுறுப்பாக இயங்கமுடியும். தரணி மிகவும் அருமை யான கலை இயக்குநர். மிகவும் க்ரியேட்டிவானவர். என்னுடன் பணியாற்றிய கலை இயக்குநர்களில் குறிப்பிடத்தகுந்தவர். அவரை நாம் முழுவதுமாகப் பயன்படுத்திக்கொள்ளலாம். நமக்காக அவர் எவ்வளவு வேண்டுமானாலும் உழைப்பார். ஆனால், அவருக்கு வேறு சில வேலைகள் இருந்தன. **இருவர்**

படத்தில் ஆர்ட் டைரக்‌ஷனுக்கு அதிக முக்கியத்துவம் இருந்தது. அதனால், படம்முடியும்வரை கலை இயக்குநர் என்னுடன் பணியாற்றவேண்டும் என்று எண்ணினேன். அது ஒரு ஷெட்யூலில் முடியக்கூடிய படம் அல்ல. படத்தின் ஷூட்டிங் பல நாள்கள் நடக்கும் என்பதை அறிந்திருந்தேன். தரணி வேறு வேலைகளில் ஈடுபட்டிருந்ததால், அவரால் அவ்வளவு நாள்களை ஒதுக்க முடியவில்லை.

ரங்கன்: காஸ்டியூம்ஸ்பற்றி என்ன சொல்கிறீர்கள்? சில இடங்களில் ஆடைகள் மிகவும் அருமையாக இருந்தன. ஆனால், சில ஆடைகள் அந்தக் குறிப்பிட்ட காலகட்டத்தைச் சேர்ந்த ஆடைகள் அல்ல. 'வெண்ணிலா' பாடலில், ஐஸ்வர்யா ராய் அணிந்திருக்கும் கறுப்பு நிற டைட் பிட்டிங் ஆடையை (கேட்சூட் போல) உதாரணமாகச் சொல்லலாம்.

ரத்னம்: அந்தக் காலப் படங்களிலும் சமூகத்திலும் பயன்படுத்தப்பட்ட ஆடைகளையே நாங்களும் பயன்படுத்தினோம். அதை உறுதி செய்து கொள் வதற்காகவே அதிக உழைப்பை அளித்தோம். ஆடைகளின் தையல் பாணி அந்தந்தக் காலத்துக்கேற்ப அமைந்திருக்கவேண்டும் என்பதிலும் தெளிவாக இருந்தோம். ஆஸ்கார் விருது பெற்ற பானு அத்தையாவின் பங்களிப்பு அசாதாரணமானது. அவர் மிகவும் சிறப்பாகப் பணியாற்றினார். படத்தின் பெரும்பகுதி முடியும்வரை, அவர் எங்களுடன் இருந்தார். கடைசி ஷெட்யூலில்மட்டும் அவரால் பங்குகொள்ள முடியவில்லை. நாங்கள் அந்தக் காலத்தில் வசித்திருந்தால் எப்படி இருந்திருக்கும் என்று எண்ணியே மொத்தப் படத்தையும் உருவாக்கினோம். அந்தக் காலத் தமிழ் சினிமாவில் கேட்சூட் இல்லாமல் இருந்திருக்கலாம். ஆனால், இந்தியில், சாய்ரா பானுவின் காலத்திலும் ஷர்மிளா தாகூரின் (உதாரணம்: **அன் ஈவினிங் இன் பாரிஸ்**) காலத்திலும் அந்த வகை ஆடைகள் பயன்படுத்தப்பட்டன. அதன் தாக்கம் தமிழ் சினிமாவிலும் இருந்தது. நாங்கள் ஒரு குறிப்பிட்ட நடிகரை மட்டும் நினைவுபடுத்தும் பொருட்டுக் கதாபாத்திரத்தை உருவாக்கவில்லை. இன்னும் சொல்லப்போனால், அந்தக் காலத்தில் அவ்வளவு ஒல்லியாக எந்தத் தமிழ் நடிகையும் இருக்கவில்லை. அவர்கள் வேறு உடல் அமைப்பைக் கொண்டிருந்தார்கள். நாங்கள் அந்தக் காலத்தில் வாழ்ந்திருந்தால், அழகுணர்ச்சி, காட்சி மொழி ஆகியவற்றின் தரம் எந்த அளவுக்கு இருக்கவேண்டும் என்று விரும்பியிருப்போமோ, அந்த அளவுக்கு அவற்றை உருவாக்கி, அந்தக் குறிப்பிட்ட காலகட்டத்தைக் கண்முன் கொண்டு வந்தோம். கடந்த காலத்தை, நிகழ்காலத்தின் மனநிலையில் உருவாக்கினோம்.

ரங்கன்: படத்தின் முதல் காட்சி சிறுவயது ஆனந்தனிடமிருந்து தொடங்கும். அவன் ரயிலில் அமர்ந்து, வெளியே இருக்கும் இயற்கைக் காட்சிகளைப் பார்த்தவாறே பயணம் செய்வான். அதன் பின் அந்தச் சிறுவனைப் படத்தில் காட்டவே இல்லையே.

ரத்னம்: அவன் மிகவும் திறமையான சிறுவன். அவனை வைத்து இன்னும் சில காட்சிகளைப் படமாக்கினோம். அவனைப்பற்றிய கதையையும்,

காட்சிகளையும், சீக்வனஸ்களையும் எழுதி வைத்திருந்தோம். ஆனால், இந்த ஒரு காட்சியைமட்டுமே படத்தில் வைத்துக்கொண்டோம். சில நேரங்களில் நாம் பல காட்சிகளை எழுதி, கதைக்கு ஒருவித ஓட்டத்தைக் கொண்டு வருவோம். ஆனால், இறுதி வடிவத்தில் அந்தக் காட்சிகள் இடம்பெறாமல் போகலாம். எனினும் நம் கதாபாத்திரத்தைச் சரிவர உருவாக்க அந்தக் கதை நிகழ்வுகள் நமக்கு நிச்சயம் பயன்படும். அவன் ஓர் அப்பாவிச் சிறுவன். வருங்காலத்தைப்பற்றிய கனவுகளைக் கண்களில் சுமந்தவாறே பயணித்துக் கொண்டிருக்கிறான். அவன் கனவுகள் வெளிப்படையானவை. வெளியே இருக்கும் இயற்கைக் காட்சிகளைப்போல் அந்தக் கனவுகளும் எல்லை யற்றவை. அவன் பயணத்தின் தொடக்கம் அது. அந்தப் பயணம் எங்கே சென்று முடிகிறது என்பதை நாம் அறியோம். அதனால் நம்மிடம் எதிர்பார்ப்பு குடி கொண்டிருக்கிறது. அவனுடைய சொந்த வாழ்க்கை, தொழில் வாழ்க்கை, கனவுகள் என எல்லாம் அங்கேதான் தொடங்குகின்றன.

ரங்கன்: படத்தின் ஆரம்பப்பகுதியை இப்படிப் பூடகமாக அமைத்தாலே போதும்; கதையையோ கதாபாத்திரத்தையோ சுட்டிக்காட்டும்வகையில் அழுத்தமாக அமைக்கவேண்டிய அவசியமில்லை என்ற முடிவை எப்போது எடுத்தீர்கள்? அதாவது பெரியவனான ஆனந்தன் கண்ணாடிமுன் நின்று நடிப்புப் பயிற்சி செய்கிறான் என்பதுபோல்கூடக் காட்சியை அமைத் திருக்கலாம் அல்லவா?

ரத்னம்: ஒரு திரைக்கதையை எடுத்துக்கொண்டால், முதல் காட்சியைத்தான் நாம் பல தடவை மாற்றி மாற்றி எழுதிப் பார்த்திருப்போம். ஏதாவது ஒரு ஐடியாவை யோசிக்கும்போதும் சரி, திரைக்கதையின் ஸ்ட்ரக்சர் நமக்குப் புலப்படும்போதும் சரி, கதையின் தொடக்கம் எப்படி இருக்கவேண்டும் என்ற யோசனை நமக்கு இருக்கும். அதை நாம் பல கோடி முறை செழுமைப் படுத்துவோம். சிலநேரங்களில், மொத்தப் படத்தையும் எடுத்து முடித்து, தொகுத்துப் பார்க்கும்போது, நாம் அதுவரை ஆரம்பக் காட்சி எனக் கருதிக் கொண்டிருந்ததைத் தக்க வைத்துக்கொள்ள முடியாமல் போகலாம். ஆனால், அதன் உணர்வை நாம் தக்கவைத்துக்கொள்ள முயல்வோம். அந்த உணர்வே, ஆரம்பக் காட்சியாகிவிடும். படத்தின் முதல் காட்சி எந்தத் தளத்தில் அமையவேண்டும் என்பதைப்பற்றி ஒவ்வொரு படைப்பாளிக்கும் தெளிவான யோசனை இருக்கும் என்றே நினைக்கிறேன். ஏனெனில், அதுவே படத்தின் அடித்தளமாக, ஆணிவேராக அமையப்போகிறது. அங்கிருந்துதான் படம் வளரப் போகிறது. ஒரு படைப்பாளியின் உள்ளுணர்வில்தான் படத்தின் டோன் உருவாகிறது.

ரங்கன்: இருவர் படத்துக்கு அடுத்த வந்த உயிரே படத்திலும் முதல் காட்சி பூடகமாகத்தான் அமைந்திருக்கும். அவுட் ஆப் ஃபோகஸில் ஓர் இரும்பு வேலியைக் காட்டியிருப்பீர்கள்.

ரத்னம்: ஐம்பது வருட இந்தியச் சுதந்தரத்தின் இன்னொரு முகத்தை, கடுமையான முகத்தை அந்தப் படத்தில் பதிவு செய்ய முயன்றோம்.

அவர்களிடையே ஒரு நட்பு இருக்கிறது. அதே நேரம் இருவரும் ஒருவரையொருவர் சந்தேகிக்கவும் செய்கிறார்கள். அடுத்தவர் நமக்கு உதவ முடியுமா என்ற எண்ணவோட்டம் இருவர் மனத்திலும் ஓடிக்கொண்டிருந்தது.

எல்லையைப்பற்றிப் பேசுகிறோம், எல்லை மாநிலங்களைப்பற்றிப் பேசுகிறோம். அந்த மாநிலங்களில்தான் இன்னும் பிரச்னைகள் தீர்க்கப்பட வில்லை. அந்தப் பகுதிகள் நாட்டின் மற்ற பகுதிகளிலிருந்து வேலிகளாலும் தடுப்பு அரண்களாலும் பிரிக்கப்பட்டிருக்கின்றன என்ற உண்மையைச் சுட்டிக்காட்ட விரும்பினேன்.

ரங்கன்: தொடக்கம் இதுபோலப் பூடகமாகத்தான் இருக்கவேண்டும் என்பதைத் திரைக்கதையிலேயே எழுதிவைத்திருப்பீர்களா? அல்லது அவற்றைப் படமாக்கி வைத்துவிட்டு, பின் அவை படத்துக்குச் சிறந்த தொடக்கமாக அமைகின்றனவா என்று பார்ப்பீர்களா?

ரத்னம்: இருவர் படத்தின் தொடக்கம், படத்தில் இருப்பதுபோல்தான் எழுதப்பட்டிருந்ததா என்பது எனக்குச் சரிவர நினைவில் இல்லை. நான் முன் குறிப்பிட்டதைப்போல அந்தக் காட்சியை விலாவரியான அறிமுகக் காட்சியாகத்தான் உருவாக்கியிருந்தோம். இறுதி வடிவத்தில் அவை இடம் பெறவில்லை. ஆனால், நாங்கள் எழுதிய அனைத்துக் காட்சிகளும் சேர்ந்து என்ன உணர்வை ஏற்படுத்தியிருக்குமோ அதை இந்தக் குறிப்பிட்ட தருணம் ஏற்படுத்திவிட்டது. அந்தச் சிறுவனின் பார்வையில் நகரும் கதை அது. புதிய உலகில் புதிய எதிர்காலத்தைத் தேடிப் புறப்படுகிறான். அந்தச் சிறுவனின் கதைதான் படத்தின் ஆரம்பக் காட்சியாக இருக்கவேண்டும் என்ற முடிவில் எந்த மாற்றமும் ஏற்படவில்லை.

ரங்கன்: இதுபோன்ற குறிப்புகளையும், படத்தில் இடம்பெறாத காட்சி களையும் டி.வி.டியாக வெளியிடவேண்டும் என்ற எண்ணம் இருக்கிறதா?

ரத்னம்: அந்தக் காட்சிகள் எவையும் இப்போது இல்லை. அவையும் என் ஆரம்பகாலப் படங்களின் காட்சிகள் எல்லாமும் அழிந்துவிட்டன.

ரங்கன்: இந்தப் படத்தில், ட்ரெயின்கள் வரும் காட்சிகள் நிறைய இருக்கின்றன. உங்கள் எல்லாப் படங்களிலும் வரும் ட்ரெயின் காட்சிகளைச் சேர்த்தால் எவ்வளவு வருமோ அதைவிட இந்தப் படத்தில் அதிக ட்ரெயின் காட்சிகள் இடம்பெற்றிருக்கின்றன என்று நினைக்கிறேன்.

ரத்னம்: இந்தப் படத்தில் வருபவை எல்லாமே ஸ்டீம் என்ஜின்கள். வேண்டிய நேரத்தில் அவற்றை வரவழைத்து படப்பிடிப்பு நடத்துவது அவ்வளவு எளிதாக இருக்கவில்லை.

ரங்கன்: உங்களுக்கு ட்ரெயின்களின்மீது இவ்வளவு ஈர்ப்பு ஏற்படக் காரணம் என்ன என்பதை இந்தப் படத்திலாவது கண்டுகொண்டிருப்பீர்கள் என்றே நினைக்கிறேன்.

ரத்னம்: உலக சினிமா வரலாற்றில் முதன்முதலாக எடுக்கப்பட்ட ஒரு படத்தில், என்ஜின் பார்வையாளர்களை நோக்கி வரும். அதனால் ட்ரெயின்கள் பார்வையாளர்களோடு பின்னிப் பிணைந்திருக்கலாம். இந்தப் படத்தில், அந்தக் குறிப்பிட்ட காலகட்டத்தைத் தத்ரூபமாக உருவாக்க ட்ரெயின்கள் பெரிதும் பயன்பட்டன. ட்ரெயின்களை வைத்து விரும்பிய ஃப்ளேவரை எளிதாக உருவாக்க முடிந்தது. இரண்டு கதாபாத்திரங்களின் வாழ்க்கைப் பயணத்தைப்பற்றியது இந்தப் படம். அந்தப் பயணத்தை உணர்த்தும் கருவிகளாக ட்ரெயின்கள் பயன்படுத்தப்பட்டன. அவர்களின் வாழ்க்கையில் வந்து செல்லும் மனிதர்களை இந்த ட்ரெயின்கள் குறிக்கின்றன. உதாரணத்துக்கு, தபு, பிரகாஷ் ராஜின் வாழ்க்கையில் திடீரென நுழைவார். ட்ரெயினில் திடீரென ஏறும் பயணி போல.

ரங்கன்: அப்படியெனில், ட்ரெயின்களை ஒருவகையில் குறியீடுகளாகக் கருத வேண்டும்.

ரத்னம்: இருக்கலாம். மேலும், அந்தக் கால திராவிட இயக்கப் போராட்டங்களில் ட்ரெயின்கள் முக்கிய அங்கம் வகித்தன. டெல்லி அதிகார மையத்துக்கு செய்திகளையோ கோரிக்கைகளையோ உணர்த்த ட்ரெயின்கள் பெரிதும் பயன்பட்டன. அதனால் அந்தக் காலகட்டத்தின் முக்கிய அங்கமான ட்ரெயின்கள் படத்திலும் முக்கிய அங்கம் ஆகிவிட்டன.

ரங்கன்: **பம்பாய்** படத்தில் நடிக்க மனிஷாவைத் தேர்ந்தெடுத்ததைப்பற்றிப் பேசும்போது, தமிழ் ரசிகர்களுக்கு பரிச்சயமாகாத, கதாநாயகியை நடிக்க வைக்கவே நீங்கள் விரும்பியதாகக் கூறினீர்கள். இந்தப் படத்துக்கும் அந்த லாஜிக் பொருந்துமா? முற்றிலும் புதியவர்களான கல்பனா ஐயர், தபு, ஐஸ்வர்யா ராய் ஆகியோரை நடிக்க வைத்திருப்பீர்கள்?

ரத்னம்: கதாபாத்திரங்களுக்கு யார் பொருந்துவார்கள் என்பதைமட்டுமே பார்த்தேன். கல்பனா ஐயர் நிறைய இந்திப் படங்களில் நடித்திருந்தாலும், சுத்தமாகத் தமிழ் பேசுவார். ஆனந்தன்போல் ஒரு கதாபாத்திரத்துக்கு, தாய்போல் காட்சியளிக்கும் நடிகையைத் தேடினோம். யாராவது ஒரு நாடக நடிகையைக்கூட அந்தக் கதாபாத்திரத்துக்குப் பொருத்தியிருக்கலாம். பம்பாய் நடிகை கல்பனா ஐயர் அந்தக் கதாபாத்திரத்துக்குப் பொருந்தியதால் அவரைத் தேர்வு செய்தோம். அதுபோன்ற வேடங்களில் நடிப்பதற்கு முன்னனுபவமுள்ள ஒரு நடிகையைத் தேர்வு செய்வது எளிமையாக இருந்திருக்கும். ஆனால் நான் அதைச் செய்ய விரும்பவில்லை. அதைச் செய்திருந்தால், அந்தக் கதாபாத்திரம், சம்பிரதாயமான கதாபாத்திரமாக உருவாகியிருக்கும். பார்வையாளர்கள்மீது எந்தத் தாக்கத்தையும் ஏற்படுத்தியிருக்காது. ஒரு பிரபல நடிகையாகத்தான் அந்தக் கதாபாத்திரம் தோன்றியிருப்பார், ஆனந்தனின் தாயாக அல்ல. பார்வையாளர்கள்மீது தாக்கத்தை ஏற்படுத்தும் பொருட்டு நடிகர்களை மிகவும் கவனமாகத் தேர்வு செய்யவேண்டும்.

கதாநாயகிகளாக நடிக்க ஒரு புதுமுகத்தைத் தேடினோம். புதுமுகம், இரண்டு கதாபாத்திரங்களிலும் திறமையாக நடிக்கவேண்டும் என்று விரும்பினோம். ஒன்று புத்திசாலித்தனமான, அப்பாவி கிராமத்துப் பெண் கதாபாத்திரம். இன்னொன்று படித்த, தைரியமான இளம் நடிகை கதாபாத்திரம். இரண்டு கதாபாத்திரங்களும் இரண்டு துருவங்களாக இருந்தன. ராஜீவ்தான் (ராஜீவ் மேனன்) ஐஸ்வர்யாவை எனக்கு அறிமுகம் செய்துவைத்தார். ஐஸ்வர்யா என் வீட்டுக்கு வந்திருந்தார். அவரைப் பெரிய ஸ்டாராக உலகுக்கு அறிமுகப் படுத்தக்கூடிய படம் இதுவல்ல என்பதைத் தெளிவாகச் சொல்லிவிட்டேன். பெரிய ஸ்டாராக அறிமுகமாவதே அவருடைய நோக்கம் என்றால், **இருவர்** போன்ற படம் அதற்கு எந்த வகையிலும் வழிவகை செய்யாது என்றும் சொன்னேன். இரண்டு வெவ்வேறு கதாபாத்திரங்களைப்பற்றியும் விளக்கிக் கூறி, இதில் நடிக்கச் சம்மதமா என்று கேட்டேன். அந்த நேரத்தில், திரைத்துறையினுள் காலடி எடுத்து வைக்கலாமா வேண்டாமா என்ற தயக்கம் அவருக்கு இருந்தது என்றே நினைக்கிறேன். தயக்கத்தை விட்டு நடிக்கச் சம்மதித்தார். அலுவலகத்துக்கு வரவழைத்து, டெஸ்ட் ஷூட் எடுத்தோம். சுரேஷ் பாலாஜி சில ஸ்டில்கள் எடுத்தார். கதாபாத்திரத்துக்கு ஏற்ப ஐஸ்வர்யா ராயை ஆடைகளை அணியச் செய்தோம். தமிழ் வசனங்களைப் பேசச் சொன்னோம்.

புஷ்பா கதாபாத்திரத்தில்தான் முதலில் நடிக்க வைத்தோம். டெஸ்ட் ஷூட்டின் முதல் காட்சியை மோகன் லாலுடன் இணைந்து நடித்தார் என்றே நினைக்கிறேன். சந்தோஷ் சிவன்தான் டெஸ்ட் ஷூட் எடுத்தார். ஐஸ்வர்யா அருமையாக நடித்தார். படத்தில் நடிக்கத் தயாராக இருந்தார். படப்பிடிப்பு தொடங்கியதும், அந்தத் திருமணக் காட்சிதான் முதலில் படமாக்கப்பட்டது. திருமண நாள் இரவில் புஷ்பா ஆனந்தனிடம் பேசும் அந்தக் காட்சியையும் படமாக்கினோம். அந்த வசனங்களை ஐஸ்வர்யா இன்னும் நினைவில் வைத்திருக்கிறார். 'எனக்குப் பேசணும்' என்பதே முதல் வரி. அதனால்

இன்றளவும், அவர் என்னிடம் ஏதாவது பேச எண்ணினால், 'எனக்குப் பேசணும்' என்றே தொடங்குவார். ஷூட்டிங் முழுதும், அவர் புஷ்பாவா இல்லை கல்பனாவா என்று விவாதித்துக்கொண்டிருந்தோம். இன்றளவும், அவர் புஷ்பாவா இல்லை கல்பனாவா என்பது எனக்கு ஞாபகத்தில் இல்லை. அதை வைத்து இன்னும்கூட நாங்கள் அவரைக் கிண்டல் செய்து கொண்டிருக் கிறோம்.

ரங்கன்: ஐஸ்வர்யா ராயின் இரட்டை வேடம், வெர்டிகோ படத்தின் கிம் நோவாக்கை எனக்கு நினைவுபடுத்தியது. அந்தப் படத்தில், கிம் நோவாக், கதாநாயகனின் இறந்துபோன காதலி போலவே இருப்பாள். அதனால் கதாநாயகனுக்கு அவள்மீது அப்சஷன் ஏற்படுகிறது. இங்கே, இரண்டாவது ஐஸ்வர்யா ராய் பாத்திரம் இறக்கிறாள், அவளின் சடலம்கூடக் கிடைக்க வில்லை என்றதும், அவள் கல்பனா என்ற பெயருக்கேற்ப வெறும் கற்பனை உருவமோ என்றுகூட எண்ணினேன்.

ரத்னம்: ஒருவர், ஒருமுறைக்குமேல் திருமணம் செய்துகொள்ள நேர்ந்தால், தன் முதல் மனைவியின் பிரதிபலிப்பாக இருக்கும் இன்னொரு பெண்ணைத் தேடுவார் என்று சொல்வார்கள். அல்லது, புதிதாக அவன் கண்ட பெண், அவனுடைய முதல் மனைவியை நினைவுபடுத்தியதால்தான், அவர்கள் இருவருக்கும் பந்தம் ஏற்பட்டது என்றுகூடச் சொல்வார்கள். இந்த கான்சப்ட், பலரின் வாழ்க்கையில், பல வடிவங்களில், உண்மையாகியிருப்பதைப் பார்க்கலாம். இதைத்தான் விரிவுபடுத்தினேன். இதைத் தழுவி முழு நீளப் படமாக உருவாக்க முயன்றேன். அவள் மற்றவர்களின் கண்களுக்கு இறந்து போன மனைவிபோல் இருக்கவேண்டும் என்று அவசியமில்லை. ஆனால், அந்தக் கணவனின் கண்களுக்கு அவள் அப்படித் தெரிகிறாள் என்றால், அதனால்தான் அவளால் ஈர்க்கப்பட்டேன் என்று அந்தக் கணவன் சொல்வான் என்றால், அந்தக் காரணத்தை யாராலும் மறுக்க முடியாது. அந்தப் பந்தம் ஏற்றுக்கொள்ள முடியாத ஒன்று என்றால்கூட. அவனுக்கு வேறு பொறுப்புகள் இருக்கலாம். இருந்தும், பழைய நினைவுகள், அவனுடைய புதிய உறவுக்கு உணர்வுபூர்வமான ஒப்புதலை அளித்துவிடுகின்றன.

இங்கே இரண்டு கதாநாயகிகளும் முற்றிலும் மாறுபட்டவர்கள். முதல் கதாபாத்திரமான புஷ்பா, பெயருக்கேற்ப பூ போன்றவள், தூய்மையானவள், புத்துணர்ச்சி மிக்கவள், அழகானவள், கிராமத்தைச் சேர்ந்தவள். இரண் டாவது கதாபாத்திரமான கல்பனா, நவீனமானவள். சொகுசாக வாழ்பவள். ஆனந்தனை விட அதிக உலக அனுபவம் கொண்டவள். மனத்தில் பட்டதைச் செய்பவள். எளிதில் உணர்ச்சிவசப்படும் குணம் கொண்டவள். அவள் புஷ்பாவிடமிருந்து முற்றிலும் மாறுபட்டிருந்தாலும்கூட ஆனந்தனுக்கு அவள்மீது ஈர்ப்பு ஏற்படுகிறது. அவள் புஷ்பாவை நினைவுபடுத்துவதுதான் அதற்குக் காரணம் என்று கருதுகிறான். ஆனால் அவளும் புஷ்பாவும் இரு துருவங்கள் என்பதை நாம் அறிவோம்.

ரங்கன்: நான் இதைப்பற்றிச் சிந்தித்ததே இல்லை. நீங்கள் சொல்வதிலிருந்து ஒன்றுமட்டும் விளங்குகிறது. எத்தனை முறை காதல்கொள்ள நேர்ந்தாலும்,

பாடல்களில் ஒலி சார்ந்து நவீனத்தன்மையை இடம்பெறச் செய்தபடியே பழங்காலத்தின் உணர்வுகளை மீட்டெடுக்க ரஹ்மான் இருந்ததால் முடிந்தது.

முதலாமவர்மட்டுமே நம் மனத்தில் நிலைத்திருப்பார்; அவர் என்று நினைத்தே நாம் மற்றவர்களின்மீது காதல் கொள்கிறோம் என்கிறீர்களா?

ரத்னம்: ஆம்.

ரங்கன்: 'வெண்ணிலா' டூயட் பாடல் அவளின் கோணத்தில் அமைந்திருப்பதைப்போல் தோன்றுகிறது. ஏனெனில், அவன் தன் காதலை இன்னும் வெளிப்படுத்தியிருக்கவில்லை. 'வந்ததே முதல் காதல்' என்ற பாடல் வரியை, அவர்கள் நடிக்கும் படத்தின் பாடல் வரியாகவும் எடுத்துக்கொள்ளலாம். அல்லது, இருவர் படத்தில் கல்பனாவின் காதலைக் குறிக்கும் வரியாகவும் எடுத்துக்கொள்ளலாம்.

ரத்னம்: அவர்கள் நடிக்கும் படத்தில் இடம்பெறும் பாடல் அது. நிஜ வாழ்க்கையில், அவர்கள் இருவருக்குள்ளும் நடக்கும் உணர்ச்சிமயமான போராட்டத்தை நாம் அறிந்திருப்பதால், அந்தப் பாடலுக்கு இன்னொரு அர்த்தமும் இருக்கிறது என்று கருதுகிறோம். 'வெண்ணிலா' பாடலின் அந்தக் குறிப்பிட்ட வரி, அவளின் மனநிலையைப் பிரதிபலிக்கிறது என்று அர்த்தம் கொள்ளக்கூடாது. நான் முன்பு குறிப்பிட்டதைப்போல, திரைத்துறைப் பின்னணியில் பாடல்களை உருவாக்கும்போது படத்தோடு பாடல்களை நாம் விரும்பியவகையில் பொருத்திக்கொள்ளும் சுதந்தரம் நமக்கு இருக்கிறது. இங்கே பாடல்கள் கற்பனை அல்ல. அவர்களின் சினிமா வாழ்க்கையில் ஒரு அங்கம். அதுவே அவர்களின் வாழ்வாதாரம்.

தளத்தில் நிறைய டான்சர்கள் இருப்பார்கள், லைட்கள் இருக்கும். ஆனால் ஷூட்டிங் நடக்கிறது என்று உணர்த்துவதற்காக, ஒவ்வொரு முறையும்

கேமரா, லைட் ரிஃப்லக்டர் ஆகியவற்றையும், நடன இயக்குநர் போன்றோரையும் காண்பித்துக்கொண்டிருக்க வேண்டிய அவசியமில்லை. காட்சியின் தொடக்கத்தில் சிறிது நேரம்மட்டும் ஷூட்டிங் சம்பந்தப்பட்ட விஷயங்களைப் படத்தில் காண்பித்தால் போதுமானது. அதிலிருந்தே பார்வையாளர்களுக்கு காட்சி எதைப்பற்றியது என்பது புரிந்துவிடும். அதன் பின் படத்தின் போக்கோடு நாமும் பயணிக்கவேண்டும். 'விடுதலை' பாடலில்கூட ஷூட்டிங் சம்பந்தமான பொருள்கள் எதையும் பார்க்க மாட்டோம். வெறும் பாடலைமட்டுமே பார்ப்போம். அந்தப் பாடலும் ஒரு படத்துக்காக அவர்கள் உருவாக்கும் பாடல்தான். அதுபோல் போராட்டம் நடத்தவேண்டும் என்று ஆனந்தன் எண்ணவில்லை. அவன் நடிக்கும் படத்தின் ஒரு பகுதி அது. அந்தப் படம்தான் வெளியாகப்போகிறது. அதைத்தான் அவர்கள் தடை செய்யவேண்டும் என்று பேசிக்கொள்கிறார்கள்.

ரங்கன்: படத்தில் தமிழ்ச்செல்வன் கதாபாத்திரத்துக்கு என்று பாடல்கள் எதுவும் இருக்கவில்லை. அவருக்காக வெறும் கவிதைகள்மட்டுமே உருவாக்கி வைத்திருந்தீர்கள்.

ரத்னம்: அவர் ஓர் எழுத்தாளர் என்பது நினைவிருக்கட்டும்.

ரங்கன்: எழுத்தாளர் என்றால் பாடல்கள் இருக்கக்கூடாதா?

ரத்னம்: இந்தப் படத்தில், கதாபாத்திரங்களுக்காக எந்தப் பாடலையும் உருவாக்கவில்லை. உண்மையில், **இருவர்** படத்துக்கு என்று எந்தப் பாடலையும் உருவாக்கவில்லை. இந்தப் படத்தினுள் எடுக்கப்படும் படங்களில் வரும் பாடல்களைத்தான் நாம் பார்த்தோம். எது எப்படியோ, எழுத்தாளர்கள் எப்போதும் தங்கள் மனத்துக்குள்தான் பாடிக்கொள்வார்கள்.

ரங்கன்: ஆனந்தன் சம்பிரதாய முறைப்படி, சடங்குகளைப் பின்பற்றித் திருமணம் செய்துகொள்கிறான். தமிழ்ச்செல்வனோ மதச்சார்பற்ற முறையில், பதிவுத் திருமணம் செய்துகொள்கிறான். திருமண நாள் இரவில், அவன் மனைவியின் புடைவை தீப்பிடித்துக்கொள்கிறது. அது, ஏதோ தவறு நடக்கப் போகிறது என்பதைச் சொல்லும் கெட்ட சகுனம் போலவும், சம்பிரதாயங்களைப் பின்பற்றாததால் அவளுக்குத் தரப்பட்ட தண்டனை போலவும் தோன்றுகிறது.

ரத்னம்: ஆனந்தன் சம்பிரதாயங்களைப் பின்பற்றி நடப்பவன். அதனால் தன் தாயின் விருப்பத்துக்கேற்ப, சம்பிரதாய முறைப்படித் திருமணம் செய்து கொள்கிறான். அந்த எழுத்தாளனோ ஒரு போராளி. அவனது அரசியல் வாழ்க்கை அப்போதுதான் தொடங்கியிருக்கிறது. தன் திருமணத்தில்கூட அரசியல் கொள்கையைக் கடைப்பிடிக்கிறான். அவர்கள் கொள்கைகளைப் பரப்பமட்டும் செய்யவில்லை. தங்கள் வாழ்க்கையிலும் தீவிரமாகப் பின்பற்றினார்கள். நான் படமாக்கியதிலேயே சிறந்த திருமணக் காட்சி அதுதான் (தமிழ்ச்செல்வனின் சீர்திருத்தக் கல்யாணம்) என்று இன்றளவும் எண்ணிக்கொண்டிருக்கிறேன். சில ஆண்டுகளுக்கு முன்பு (நடிகர்) ஜான்

விஜயின் திருமணத்துக்குச் சென்றிருந்தேன். அது ஒரு சீர்திருத்தக் கல்யாணம். அண்ணா அறிவாலயத்தில் நடந்தது. அந்த இயக்கத்தைச் சேர்ந்த அனைவரும் வந்திருந்தனர். மணமகனும் மணபெண்ணும் ஒரு மூலையில் நின்று கொண்டிருந்தார்கள். முதலமைச்சர் வந்ததும் அவர்களைத் தன் அருகில் அழைத்து அவர்களிடம் பூமாலைகளைக் கொடுத்தார். அவர்கள் மாலை மாற்றிக்கொண்டனர். திருமணம் முடிந்தது. பின் புதுமண தம்பதியைப் பற்றியும் திராவிட இயக்கத்தைப்பற்றியும் உரையாற்றினார்கள்.

இதிலிருந்து, சீர்திருத்தத் திருமணங்கள் இன்றளவும் பின்பற்றப்படுகின்றன என்பது தெளிவாக விளங்குகிறது. சீர்திருத்தத் திருமணம் என்பது திராவிட இயக்கத்தால் அறிமுகப்படுத்தப்பட்ட புதியதொரு முறை. அவர்கள் அனைவரும் அதைப் பின்பற்றுகிறார்கள். திருமணம் போன்ற சடங்குகளில் இருக்கும் மூட நம்பிக்கைகளையும் சமஸ்கிருதமயமாக்கலையும் அவர்கள் எதிர்த்தார்கள். தன் மனைவி என்றாலும்கூட தமிழ்ச்செல்வன், அவளிடம் இருக்கும் மூட நம்பிக்கைகளை எதிர்க்கிறான். அவற்றை அகற்ற அவன் பாடுபட வேண்டியிருக்கிறது. பகுத்தறிவு இயக்கம் சூன்யத்தில் இருந்து வளர வேண்டி இருந்தது. நீங்கள் குறிப்பிடுவதைப்போல், தீ என்பது கெட்ட சகுனம் அல்ல. நல்ல சகுனம், கெட்ட சகுனம் என்று பிரித்துப் பார்ப்பது ஒருவகையான மூட நம்பிக்கை. அந்த மூட நம்பிக்கையை எரிக்கவே அந்தத் தீ பயன்படுகிறது.

ரங்கன்: அப்படியானால், அங்கே சேலைமட்டும் எரியவில்லை, அவளுடைய மூட நம்பிக்கையும் எரிகிறது... கவனியுங்கள், இப்படித்தான் திரைப்படக் கோட்பாடுகள் உருவாகின்றன.

ரத்னம்: ஹா ஹா!

ரங்கன்: இன்னொரு காட்சியையும் குறிப்பிட விரும்புகிறேன். ஆனந்தன் தோல்வியில் உழன்றுகொண்டிருக்கும் அந்தக் காலகட்டத்தில், பெரிய ரோலிலிருந்து அவனை நீக்கி, மிகச் சிறிய ஒரு ரோலில் நடிக்க வைப்பார்கள். பொய்த் தாடியை வைத்துக்கொண்டு நடிப்பான். அந்த நடிகர் (மோகன்லால்), இன்னொரு நடிகராக (ஆனந்தன்) நடிக்கிறார். அந்த இன்னொரு நடிகர் வேறொரு நடிகராக நடிக்கிறார். அது ஒரு மிக அருமையான மெடா-மொமென்ட் (Meta-Moment). அவர் பெரிய நடிகர் ஆனபின், அவரைப் பல கோடி மக்கள் நேசிக்கின்றனர். ஆனால் அவருக்குக் குழந்தை இல்லை. தமிழ்ச்செல்வனுக்கோ பெரிய குடும்பம் இருக்கிறது. அந்த இருவரின் வாழ்க்கை அப்படி அமைந்துவிட்டது என்று சொல்ல வருகிறீர்களா, இல்லை அதில் ஆழமான உட்கருத்துகளைச் சொல்கிறீர்களா? பொதுமக்களால் நேசிக்கப் படும் ஒருவனின் குடும்ப வாழ்க்கை வறண்டு கிடக்கிறது. இன்னொருவனோ ஆனந்தமான குடும்ப வாழ்க்கையை வாழ்கிறான்.

ரத்னம்: நாங்கள் அவர்களின் வாழ்க்கையின் ஒவ்வொரு தருணத்தைப் பற்றியும் விவாதிக்கவில்லை. அவர்கள் இருவருமே பொது வாழ்க்கையில் இருந்தாலும், அவர்களுக்கும் சொந்த வாழ்க்கை என்று ஒன்று உண்டு.

அதைப்பற்றியும் நாம் படத்தில் பதிவு செய்யவேண்டும். அவர்களைச் சுற்றி இருக்கும் மனிதர்களைப்பற்றியும், அவர்கள் வாழ்க்கையின் ஏற்றத் தாழ்வுகளைப்பற்றியும் படத்தில் பேசவேண்டும். சில நேரங்களில் அவர்களின் வாழ்க்கையைச் சுருக்கவேண்டியிருக்கும். சில நேரங்களில் இரண்டு மூன்று கதாபாத்திரங்களை இணைத்து ஒரே கதாபாத்திரமாக உருவாக்கவேண்டியிருக்கும். ஆனால், அவர்களின் பொது வாழ்க்கையோடு சேர்ந்து தனிப்பட்ட வாழ்க்கையும் பயணம் செய்கிறது என்பதை நாம் நினைவில்கொள்ளவேண்டும். இங்கே இரண்டு வாழ்க்கையையும் பேலன்ஸ் செய்ய முயலவில்லை. அவர்களின் பொது வாழ்க்கை, குடும்ப வாழ்க்கை இரண்டையும், இணை கோடாகச் சொல்லியிருக்கிறோம். அவ்வளவுதான். இரண்டு வாழ்க்கையையும் ஒப்பிட்டு அதில் இருக்கும் முரணைச் சொல்ல முயலவில்லை.

ரங்கன்: அந்த இணை கோட்டுத்தன்மை திட்டமிட்டு வைக்கப்பட்டது என்பது தெளிவாகத் தெரிகிறது. அவர்கள் இருவரும் ஒரே நேரத்தில் திருமணம் செய்துகொள்கிறார்கள். ஒரே நேரத்தில், இன்னொரு பெண்மீது காதல் கொள்கிறார்கள். இதுபோல் நிறையக் காட்சிகள் உண்டு.

ரத்னம்: அதனால்தான் படத்தின் பெயர் 'இருவர்'. படம் முழுக்க இரட்டை அம்சம் இருந்துகொண்டே இருக்கும். மேலும் படம் அவர்களின் சொந்த வாழ்க்கையையும், பொது வாழ்க்கையையும், அரசியல் வாழ்க்கையையும் பற்றியது. அந்த இரண்டு கதாபாத்திரங்களுமே பிரபலமானவர்கள். அவர்கள் இருவருமே, வெவ்வேறு வகையில் தீவிரமாகச் செயல்பட்டவர்கள். அவர்கள் ஒன்றாக வாழ்க்கையில் வெற்றிபெற்றார்கள். ஒரே நேரத்தில் முரண்பட்டார்கள். வகுப்புத் தோழர்களைப்போல்தான் அவர்களும். வாழ்க்கைச் சக்கரம் எல்லா நேரங்களிலும், எல்லா இடத்திலும், எல்லோருக்கும் ஒரே மாதிரியாகத்தான் சுற்றுகிறது.

ரங்கன்: ஆனந்தன், தமிழ்ச்செல்வன் ஆகிய இருவரிடமும் சரிசமமான கரிசனம் கொண்டிருந்தீர்களா? இறுதியில், சிலர் தமிழ்ச்செல்வனைப்பற்றி ஆனந்தனிடம் தவறாகப் பேசும்போது, அவர் தன் நட்புக்கே முக்கியத்துவம் கொடுக்கிறார். தமிழ்ச்செல்வனைப்பற்றித் தவறாகப் பேசியவர்களை, காரிலிருந்து பாதிவழியிலேயே ஒரு பாலத்தில் இறக்கி விட்டுவிட்டு, கோபமாகச் சென்றுவிடுகிறார். ஆனால், தமிழ்ச்செல்வன், மற்றவர்கள் ஆனந்தனைப்பற்றித் தவறாகப் பேசுவதைக் கேட்டுக்கொண்டிருக்கிறார். தமிழ்ச்செல்வனைவிட ஆனந்தன் சிறந்த மனிதர், சிறந்த நண்பர் என்று எண்ணத் தோன்றுகிறது.

ரத்னம்: சூழ்நிலையே மனிதர்களை அவ்வாறு நடந்துகொள்ள வைக்கிறது என்று நினைக்கிறேன். உதாரணத்துக்கு, உங்களையும் என்னையும் எடுத்துக்கொள்ளலாம். நான் சொகுசான ஒரு நிலையில் இருந்தால், உறுதியாக இருந்தால், நான் தாராளமாக நடந்துகொள்ள வாய்ப்பிருக்கிறது. ஆனால், நான் பெரிய நிலையை அடையப் போராடிக்கொண்டிருந்தால், உச்சிக்குச்செல்லத் திட்டமிட்டுக் கொண்டிருந்தால், அந்த இலக்கை அடைவதே என்

வெகுளியான அதேநேரம் புத்திசாலித்தனமான கிராமத்துப் பெண், நன்கு படித்த, தன்னம்பிக்கை மிகுந்த இளம் நடிகை என இந்த இரண்டு கதாபாத்திரங்களில் நடிக்கப் பொருத்தமான புதுமுகத்தைத் தேடிக்கொண்டிருந்தோம்.

நோக்கமாக இருக்கும். இதுபோன்ற பேட்டிகளுக்கெல்லாம் என்னால் நேரம் ஒதுக்க முடியாமல் போகலாம். அதனால் வாழ்க்கையின் எந்தத் தருணத்தில் ஒருவரை மதிப்பீடு செய்கிறோம் என்பதைப் பொருத்து நம் முடிவில் மாற்றம் ஏற்படலாம். சில ஆண்டுகள் கழித்து, அதேபோன்ற சூழ்நிலையில், தமிழ்ச்செல்வன் வேறு மாதிரி நடந்துகொள்ள வாய்ப்பிருக்கிறது. அதனால் அவரைப்பற்றிய நம் மதிப்பீடும் நிச்சயம் மாறிவிடும். அதேபோல், சில ஆண்டுகளுக்கு முன்பிருந்த ஆனந்தனை எடுத்துக்கொண்டால், அவரைப் பற்றிய நம் மதிப்பீடு வேறு மாதிரி இருக்கலாம். அவர்களுடைய வாழ்க்கை யின் எந்தப் பகுதியை ஆராய்கிறோம் என்பதே இங்கு முக்கியமாகிறது.

பதவிகளையும் போராட்டங்களையும் பொருத்தே மனிதனின் நடவடிக் கைகள் அமைந்திருக்கின்றன என்று நினைக்கிறேன். சிலர், எப்போதுமே, பெரும் போராட்டங்களை எதிர்கொள்ள வேண்டியிருக்கிறது. அவர்கள் மலை உச்சியை நோக்கிப் பயணிக்க வேண்டியிருக்கிறது. சிலர் சமவெளியிலேயே பயணிக்கிறார்கள். அதில், ஏற்ற இறக்கங்களைச் சந்திக்கிறார்கள். இந்த மாற்றங்களைக் காலம்தான் முடிவு செய்கிறது. அதனால் அவர்களில் யார் நல்லவர், யார் கெட்டவர் என்பதைப்பற்றி இந்தப் படம் பேசவில்லை. உணர்வுபூர்வமாக எது சரியோ அதைப்பற்றிமட்டுமே இந்தப் படம் பேசுகிறது. படத்தின் இறுதியில், தமிழ்ச்செல்வன் சொல்லும் அந்தக் கவிதையைக் கூர்ந்துநோக்கினால், அவர், ஆனந்தன் பாலத்தில் நடந்து கொண்டதைவிட நேர்மையாக நடந்துகொள்கிறார் என்பதைப் புரிந்து கொள்ள முடியும். ஆனால், தன் நண்பனின் மறைவுக்குப் பின்னரே அவரால் அதைச் சொல்ல முடிந்தது. அப்போதுதான், அவருக்குள் இருக்கும் நட்பு வெளிப்படுகிறது. ஒரு வகையில், பதவிக்காக அவர்கள் போராடினாலும், அவர்களிடம் ஈகோ இருந்தாலும், தொடக்கத்தில் அவர்களுக்குள் இருந்த மனிதத்தன்மை இன்னும் எஞ்சி இருக்கிறது என்பதையே சொல்ல முயன்றோம்.

ரங்கன்: படத்தில், காட்சிபூர்வமான மெலோடிராமா நிறைய இருக்கிறது. ஆனந்தன் தோல்விகளைச் சந்தித்துக்கொண்டிருக்கும் அந்தக் காலகட்டத்தில், ஒரு காட்சியில், தரையில் நின்றுகொண்டிருப்பார். உயரத்தை எட்டிய தமிழ்ச்செல்வன், மாடியின் மேலே நின்று ஆனந்தனிடம் பேசுவார்.

ரத்னம்: ஒரே ஃப்ரேமினுள் கருப்புக் கண்ணாடி அணிந்த பல முகங்கள் நிரம்பி வழியும்போது டிராமா இருக்கத்தான் செய்யும். அந்தக் காலகட்டத்தில்தான், வெள்ளை உடை உடுத்திய அந்தக் கருப்பு மனிதர்கள் புதிய கட்சியைத் தொடங்கியிருக்கிறார்கள். கட்சிக் கொடியை வெறியுடன் உயர்த்திப் பிடிக்கிறார்கள். மக்களிடம் புதிய சிந்தனைகள் விதைப்பதே அந்த அரசியல் இயக்கத்தின் நோக்கமாக இருக்கிறது. அவர்கள் போட்ட விதை, கண் முன்னே விருட்சமாகக் கொஞ்சம் கொஞ்சமாக வளர்ந்து வருவதை, தமிழ்ச்செல்வன் உட்பட, அனைவரும் பார்க்கிறார்கள். அதுவே படத்தில் இருக்கும் டிராமா. அந்த டிராமா, ஒவ்வொரு ஃப்ரேமிலும் இருக்கிறது.

ரங்கன்: இரண்டு காட்சிகளில், வசனங்கள் வரவேண்டிய இடத்தில் வெறும் பின்னணி இசைமட்டுமே வரும். ஒன்று, தமிழ்ச்செல்வனும் அவனுடைய இரண்டாவது மனைவியும் (அவனுடைய மனச்சாட்சியும் அவள்தான்), கடற் கரையில் பேசும் காட்சி. இன்னொன்று, ஆனந்தன், தன் தலைவர் இறந்ததும் மக்கள்முன் தோன்றிப் பேசும் காட்சி. இந்தக் காட்சிகளில் தொடக்கத்திலும் முடிவிலும்மட்டுமே வசனங்களைக் கேட்க முடிகிறது. நடுவில், வசனங்கள் மறைந்துவிடுகின்றன. இது திட்டமிட்டு உருவாக்கப்பட்ட ஒன்றா?

ரத்னம்: உண்மையில் நாங்களாக அதை உருவாக்கவில்லை. சென்சார் பிரச்னைகள் ஏற்பட்டதாலேயே காட்சிகளை அப்படி உருவாக்கினோம். அவர்கள் வசனங்களை நீக்கச் சொன்னார்கள். அதைச் செய்ய எங்களுக்கு இரண்டு வழிகள்தான் இருந்தன. ஒன்று அந்த முழுப் பகுதியையே நீக்கி விடுவது. அல்லது, அந்தப் பகுதியை ஸ்டைலாக ட்ரீட் செய்வது. அதனால் வசனங்களைமட்டும் நீக்கிவிட்டு, பின்னணி இசைக்கு முக்கியத்துவம் கொடுத்தோம். என்னைப் பொருத்தவரை, உண்மைகளை ஆராய்வதோ, உண்மைச் சம்பவங்களை நினைவுபடுத்துவதோ இந்தக் காட்சிகளின் நோக்கம் அல்ல. சரியான உணர்ச்சியை உருவாக்குவதே இந்தக் காட்சிகளின் நோக்கம். அதை வார்த்தைகளால் உருவாக்கலாம். இசையால் உருவாக்கலாம். மாற்றங்கள் செய்திருந்தாலும், அந்தக் காட்சிகள் உருவாக்கப்பட்டிருந்த விதமும், நடிகர்கள் நடித்திருந்த விதமும், கதைக்கு நியாயம் செய்தது என்றே நினைக்கிறேன். காட்சிகளை நீக்கி, படத்தை ஊனப்படுத்த நாங்கள் விரும்பவில்லை. அதனால் காட்சிகளை ஸ்டைல் ஆக்கினோம்.

ரங்கன்: படத்தில் இன்னொரு ஸ்டைலான விஷயமும் இருக்கும். ஆனந்தன் புஷ்பாவைப்பற்றி கல்பனாவிடம் பேசும்போது, வைட் அவுட்ஸ் (White-outs) ட்ரான்சிஷனைப் பயன்படுத்தி இருப்பீர்கள்.

ரத்னம்: அது கீஸ்லாவ்ஸ்கியின் உத்தி. மிகச் சிறந்த உத்தியும்கூட.

ரங்கன்: மருத்துவமனை அறையின் ஜன்னலின் வழியே, ஆனந்தன், வெளியே கூடியிருக்கும் கூட்டத்தை நோக்கிக் கை அசைப்பார். ஜன்னலில் இருக்கும் இரும்புக் கம்பிகளைப் பார்க்கும்போது, அவர் சிறையில் இருப்பதுபோன்ற உணர்வு ஏற்படும். இதற்கு அரசியல் உள்ளர்த்தம் எதுவும் உண்டா?

ரத்னம்: அப்படி எதுவும் இல்லை. அவர் மருத்துவமனையில் அனுமதிக்கப் பட்டிருக்கிறார். அவரைப் பார்ப்பதற்காக ஒரு பெரும்கூட்டம் பல நாள்களாகக் காத்துக்கொண்டிருக்கிறது. அவருக்கு முன்னால் இருக்கும் ஜன்னல் கம்பிகள், அந்தக் காட்சிக்கு வலு சேர்க்கின்றன. இதுபோல் இன்னொரு காட்சியும் படத்தில் உண்டு. தமிழ்ச்செல்வன் வீட்டின் மாடியில் நின்றபடி அவர்கள் இருவரும் கீழே நிற்கும் கூட்டத்தை நோக்கிக் கை அசைப்பார்கள். அந்தத் தருணத்திலிருந்து, இன்றைய நிலைவரை நிறைய மாற்றங்கள் நிகழ்ந்துவிட்டன. அவர்களின் எளிய, லட்சியவாதக் கனவு நனவாகிக்கொண்டுவருகிறது. அவர்கள் தேர்தலில் வெற்றி பெற்று விட்டார்கள், ஆட்சிக்கு வந்துவிட்டார்கள். பதவியோடு வரும் அனைத்துச்

சுமைகளுக்குள்ளும் சிறைப்பட்டுவிட்டார்கள். அங்குதான் மாற்றம் நிகழத் தொடங்குகிறது.

ரங்கன்: ஆனந்தன் எப்போதும் மிகத் திறமையான நடிகராகவே இருந்து வந்திருக்கிறார். அவர் சுடப்பட்டுக் கீழே விழும்போது, அவரின் கோணத்தில் நாம் நிறைய பிம்பங்களைப் பார்க்கிறோம். அவர் கல்பனாவைப் பார்க்கிறார். கூடியிருக்கும் கூட்டத்தைப் பார்க்கிறார். மருத்துவமனையில் இருக்கும் நர்ஸ்களைப் பார்க்கிறார். பின் ரமணியைப் பார்க்கிறார். சுடப்பட்டும், 'பார்வையாளர்கள்' பற்றிய கவனம் அவருக்குத் துல்லியமாக இருக்கவே செய்கிறது.

ரத்னம்: அவர் சுடப்பட்டுக் கீழே சாயும்போது, கேமராவும் அவரோடு சேர்ந்து விழுகிறது. தான் இறக்கப்போகிறோம் என்று கருதுகிறார். அதனால் அவரைப் பொருத்தவரை அதெல்லாம் அவருடைய கடைசித் தருணங்கள். அவற்றைக் கூர்ந்து கவனிக்கிறார். அந்த முகங்கள் அனைத்தும் அவர் பார்க்க விரும்பும் முகங்கள். அவர்களைக் கடந்து செல்கையில், அவர்களின் முகம் மனத்தில் ஆழமாகப் பதிகிறது. அவர், தன் துறையில் உச்சத்தில் இருக்கிறார். திடீரென அவர்மீது குண்டு பாய்கிறது. அந்தத் தருணத்தில் அவரது உணர்வுகள் எப்படி இருந்திருக்கும்? அவர் இடத்திலிருந்து அவருடைய உணர்வுகளைப் பதிவு செய்ய முயன்றோம். சில முக்கிய விஷயங்கள்மட்டும் அவர் மனத்தில் பதிகின்றன. மற்றவையெல்லாம் அவர் பார்வையிலிருந்து கொஞ்சம் கொஞ்சமாக மறைகின்றன. இறுதியில் எல்லாம் மறைந்து இருள்மட்டுமே மிஞ்சுகிறது.

ரங்கன்: படத்தின் இறுதியில், ஆனந்தன் இறந்தபின்பும், அவர் பார்வையாளர்களின் முன் தோன்றத் தயாராவதைப்போல் இருக்கிறது. படத்தில், அவருடைய அறிமுகக் காட்சியிலும் அவருக்கு மேக்கப் போடுகிறார்கள். அவர் வாழ்க்கை முடிந்தபின்பும் அவருக்கு மேக்கப் போடுகிறார்கள். தமிழ்ச்செல்வனின் பாதையும் அப்படியே அமைந்திருக்கிறது. தொடக்கத்தில் கவிதை சொல்கிறார். இறுதியிலும் கவிதை சொல்கிறார். தொடங்கிய இடத்துக்கே வந்து சேர்கிறார்கள்.

ரத்னம்: மேலும், அவர்கள் செய்து வந்தவை அனைத்தும் இறுதிவரை தொடர்கின்றன. அவர்களின் வாழ்க்கை ஒரு முழுச் சுற்று சுற்றி வந்துவிட்டது என்று நான் சொல்லவில்லை. ஆனால், ஒரு நடிகன், இறந்தபின்பும், மக்கள் முன் அழகாகத் தோன்றியாகவேண்டியிருக்கிறது. வெளிப்புறத் தோற்றமே ஒரு நடிகனுக்கு எப்போதும் முக்கியம். ஒப்பனை செய்யப்பட்ட முகத்தைத்தான் அவன் மக்கள் முன் காட்டியாக வேண்டியிருக்கிறது. அதேபோல், ஓர் எழுத்தாளனுக்கு அவனுடைய வார்த்தைகள்தான் அடையாளம். அவனுள் இருக்கும் உணர்வுகளை, வார்த்தைகள் மூலமாகத்தான் அவனால் மக்கள் முன் வைக்க முடியும். தமிழ்ச்செல்வனின் செயல்களை வைத்து அவன் குணத்தை எடைபோடக் கூடாது. அவனுள் ஒளிந்திருக்கும் வார்த்தைகளை, அவன் வெளியில் சொல்லாத வார்த்தைகளை, வைத்தே அவனுடைய உண்மைக் குணத்தை எடைபோட முடியும். அதைத்தான் இந்தப் படம் சொல்ல முயன்றது.

12

'ஒரு பொருள் நமக்குக் கிடைக்காது என்று தெரிந்தால்தான், அதை அடையவேண்டும் என்ற ஆசை அதிகமாகும்'

உயிரே / தில் சே
(1998)

முதல் சந்திப்பிலேயே அமர் (ஷாருக் கான்) மேக்னாவால் (மனிஷா கொய்ராலா) ஈர்க்கப்படுகிறான். இரண்டாவது முறை அவளைக் காணும் போதுதான், அவள்மீது தான் காதல் கொண்டிருப்பதை அமர் உணர்கிறான். அவனது காதல் அம்புகளை அவள் தொடர்ந்து நிராகரிக்கிறாள். ஆனால், அவன் ப்ரீத்தியை (ப்ரீத்தி ஜிந்தா) திருமணம் செய்துகொள்ளத் தயாராகும்போது அவள் அவன் வீட்டினுள் நுழைகிறாள். இந்தமுறை அவள், அவனது இதயத்தைக் கவர்ந்துசெல்வதை அமர் அனுமதிக்கத் தயாராக இல்லை. அவளது கொடிய திட்டத்தையும் அவன் நிறைவேற விடப்போவதில்லை.

பரத்வாஜ் ரங்கன்: *உயிரே* உங்களின் பதினைந்தாவது படம். அத்தனை வருட சினிமா அனுபவம், *இருவர்* படத்தின் தோல்வி போன்றவற்றைத் தாங்கிக் கொள்ளும் பக்குவத்தைத் தந்திருந்ததா?

மணி ரத்னம்: என்னுடைய முதல் நான்கு படங்கள் சரியாக ஓடவில்லை. பதினைந்தாவது படத்தை இயக்கும்போது பெரும் அனுபவசாலி ஆகிவிடு கிறோம். எவ்வளவு அனுபவம் பெற்றிருந்தாலும், நம் படம் சரிவர ஓட வில்லை என்றால் நிச்சயம் கவலை கொள்வோம். வருந்துவோம். ஆனால், தொடர்ந்து முன்னே சென்றுகொண்டே இருக்கவேண்டும். *இருவர்* படத்தின் ஸ்டைல், நாரேட்டிவ் போன்றவை, என் முந்தைய படங்களிலிருந்து பெரிதும் மாறுபட்டிருக்கிறது என்பதை நான் உணர்ந்திருக்கவில்லை. *இருவர்* படத்தையும், என்னுடைய இன்னொரு படமாகத்தான் கருதினேன். முற்றிலும் புதியதொரு பாதையில் பயணிக்கிறோம் என்பதை நான் உணரவில்லை. படத்தின் ரிசல்ட் வந்ததும், உண்மை உரைக்கத் தொடங் கியது. என்ன செய்திருக்கிறோம் என்று யோசிக்கவேண்டிய சூழ்நிலைக்குத் தள்ளப்பட்டேன். நான் வழக்கத்தைவிட பல அடிகள் தாண்டிச் சென்று விட்டேன் போலும். ஆனால், நான் ரசித்து உருவாக்கிய படம் அது. நான் பயணிக்க விரும்பிய திசை அதுதான் என்பதில் எனக்கு எந்தச் சந்தேகமும் இருக்கவில்லை. ஆனால், அந்தப் பயணத்தில், நம்மால் எத்தனை பேரை நம்முடன் இணைத்துக்கொள்ள முடிகிறது என்பதே மிக முக்கியம்.

ரங்கன்: *இருவர்* படம் தோல்வி அடைந்ததால், படம் ஏன் ஏற்றுக்கொள்ளப் படவில்லை, எங்கே தவறு செய்திருக்கிறோம் என்றெல்லாம் ஆராய்ந்தீர்களா?

ரத்னம்: அதற்காக நேரத்தை ஒதுக்கி ஆராய்ச்சி செய்துகொண்டிருக்க மாட்டோம். சில நாள்களுக்கு நம்மிடம் தோல்வியின் தாக்கம் இருக்கும். கவலை இருக்கும். அதிலிருந்து வெளிவர இரண்டு மூன்று வாரங்கள் ஆகும். பின், நம் படத்தைப்பற்றிய தெளிவான, உறுதியான அபிப்ராயம் நம்மிடம் நிச்சயம் உருவாகும். அவ்வளவுதான். சில நேரங்களில், 'படம் வெற்றி பெறாததற்கு இதுதான் காரணம்', 'அதுதான் காரணம்' என்றுகூட எண்ணு வோம். டென்னிஸ் விளையாடி முடித்தபின், 'அந்த நேரத்தில் நான் அந்த ட்ராப் ஷாட்டை அடித்திருக்கக்கூடாது' என்று சொல்வதைப்போலத்தான் இதுவும். நான் ஆட்டத்தில் தோற்றதற்கு அதுவும் காரணமாக இருந்திருக் கலாம். ஆனால், அந்த ஷாட்டை அடிக்கவில்லை என்றால் ஆட்டத்தில் வெற்றி பெற்றிருப்பேன் என்று சொல்ல முடியாது. ரிசல்ட்டை நாம் ஏற்றுக் கொள்ளவேண்டும். நம் படத்துக்காகக் கிடைக்கும் பாராட்டுகளை நாம் ஏற்றுக்கொள்ளும்போது, படத்துக்காகக் கிடைக்கும் விமர்சனங்களையும் ஏற்றுக்கொள்ளவேண்டும். படம் மக்களால் அங்கீகரிக்கப்படவில்லை என்றால், அதைத் தாங்கிக்கொள்ளும் பக்குவம் நமக்கு இருக்கவேண்டும். அதே நேரத்தில், இதைத்தான் செய்ய விரும்பினோமா என்ற கேள்வியையும் நமக்குள் நாமே கேட்டுக்கொள்ளவேண்டும். பலதரப்பு மக்களுக்கும் புரியும் வகையில் நான் படத்தின் கதையைச் சொல்லவில்லைபோலும். எது எப்படியோ, பலரிடம் படத்தை எடுத்துச்செல்வதே என் லட்சியம் என்றால்,

அதை எப்படிச் சாத்தியப்படுத்துவது என்று சிந்திக்கவேண்டும். கதை எனக்குப் பிடித்திருந்தால், அதைப் பலரிடம் கொண்டுசெல்லும் வழியைத் தேடவேண்டும். வேறொருவர் இதுபோன்ற ஒரு படத்தை உருவாக்கி யிருந்தால், அப்போது ஒரு ரசிகனாக எனக்குப் படம் பிடித்திருந்தால், நான் அதுபோன்ற கதையைச் சொல்லும்போது, எப்படிச் சொன்னால் மக்கள் ஏற்றுக்கொள்வார்கள் என்று யோசிக்கவேண்டும். அப்போதுதான் பலதரப்பு மக்களிடமும் படம் சென்றடையும். படத்தையும் அவர்கள் விரும்புவார்கள். என் ரசனைக்கும் பார்வையாளர்களின் ரசனைக்கும் பெரிய வித்தியாசம் இருப்பதாக எனக்குத் தோன்றவில்லை.

ரங்கன்: அப்படியென்றால், நீங்கள் எதிர்பார்த்தவகையில் **இருவர்** படத்தின் இறுதி வடிவம் அமைந்திருந்ததா?

ரத்னம்: என்னுடைய படங்களிலேயே **இருவர்**தான் சிறந்த படம் என்று கருதுகிறேன். **இருவர்** படத்தில் எங்கே தளர்வு ஏற்படுகிறது, அதை எப்படிச் சரி செய்திருக்கவேண்டும் என்பதை என்னால் கண்டுகொள்ள முடிந்தது. ஆனால், இது படத்தை எடுத்து முடித்தபின் வந்த ஞானம். அந்தப் படம் வியாபாரரீதியாக வெற்றி பெற்றிருந்தால், நான் அந்தப் பாதையிலேயே பயணத்தைத் தொடர்ந்திருப்பேன். எனினும், நமக்கு இன்னும் நிறைய காலம் இருக்கிறது. மீண்டும் அந்தப் பாதையைத் தேர்ந்தெடுக்கலாம்.

ரங்கன்: எல்லாப் படங்களிலும், இறுதி வடிவம் நீங்கள் நினைத்ததைப்போல் இருக்குமா? அல்லது, குறிப்பிட்ட படங்களில்மட்டும்தான் கான்சப்டுக்கும் இறுதி வடிவத்துக்கும் இருக்கும் இடைவெளி குறைவாக இருக்குமா?

ரத்னம்: அந்த இடைவெளியை அளக்க முடியுமா என்று எனக்குத் தெரிய வில்லை. படப்பிடிப்பைத் தொடங்குவதற்குமுன், படத்தின் இறுதி வடிவம் இப்படித்தான் இருக்கவேண்டும் என்ற தெளிவான அபிப்ராயமெல்லாம் என்னிடம் இருக்காது. படத்தின் முழு வடிவமும் என் மனத்தில் இருக்கும்; அதை நான் அப்படியே உருவாக்க முயல்வேன் என்று பொய் சொல்ல விரும்பவில்லை. படம் கொஞ்சம் கொஞ்சமாக உருவாகும்போது, அதன் வடிவத்தைக் கண்டுகொள்ள முயல்வேன். படத்தின் பூடகமான வடிவமே நம் மனத்தில் இருக்கும். சிறப்பான காட்சியமைப்பு, சிறந்த நடிப்பு, சிறந்த படத்தொகுப்பு, சிறந்த இசை ஆகியவற்றின் மூலம் படத்தின் இறுதி வடிவத்தைச் சிறப்பாக உருவாக்க முயல்வோம். உண்மையில், நம் படத்தை நம்மால் ஜட்ஜ் செய்ய முடியாது. நாம், நம் படத்தோடு மிகவும் நெருக்கமாக வாழ்வதால், ஒரு கட்டத்துக்குப்பின் முழுப்படம் பற்றிய சித்திரம் உங்கள் மனத்தில் இருக்காது. துண்டு துண்டாக அப்போது எடுக்கப் போகும் காட்சிகளின் சித்திரங்கள்மட்டுமே நம் கண்ணுக்குத் தெரியும். எனினும், நம்மிடம் தெளிவான உள்ளுணர்வு இருக்கும். அதாவது, 'இது சரி' அல்லது 'இது சரியில்லை' அல்லது 'இது அருமையாக இருக்கிறது', 'இதை இன்னும் சரியாகக் காட்சிப்படுத்தியிருக்கலாம்' என்று நம்மால் உணர முடியும். இவை அனைத்தும் நம் படத்தைப்பற்றிய உணர்வுகள்தாமே ஒழிய, ஜட்ஜ்மென்ட்

அல்ல. உண்மையில், நம் படத்தை நம்மால் ரசிக்க முடியாது. ஏனெனில், அதில் இருக்கும் குறைகள் அனைத்தும் நம் கண்ணுக்குத் தெரியும். படத்தைத் தொடங்குவதற்குமுன் நமக்கு அந்த சப்ஜெக்ட் மிகவும் பிடித்திருக்கலாம். ஆனால், படத்தின் திரைவடிவம் நாம் விரும்பிய வகையில் அமைந்திருக்கிறதா என்பதே முக்கியம். காகிதத்தில் இருப்பதை வெற்றிகரமாகத் திரையில் கொண்டுவர முடிந்தால்தான் நம் படத்தை நம்மால் ரசிக்க முடியும். உண்மையில், என் படம் எதையும் என்னால் ரசிக்க முடிவதில்லை.

ரங்கன்: அதே கேள்வியை வேறு வடிவில் கேட்க விரும்புகிறேன். உங்கள் படம் (ஏதாவது ஒரு படம்) வெளியாவதற்கு முன்பு, 'இது சிறப்பாக வந்திருக்கிறது... இதை எண்ணி நாம் சந்தோஷப்பட்டுக்கொள்ளலாம்' என்ற உணர்வு ஏற்பட்டதுண்டா?

ரத்னம்: ஒவ்வொரு படம் வெளியாகும்போதும் அந்த உணர்வு ஏற்படும். ஏனெனில், ஒவ்வொரு படத்துக்காகவும் நாம் நிறைய உழைக்கிறோம். நம் தொழில் வாழ்க்கையின் எந்தத் தருணத்திலும், 'இந்தக் கலையை நான் முழுமையாகக் கற்றுக்கொண்டுவிட்டேன். இனி அதிகம் மெனக்கெடாமல் என்னால் படங்களை உருவாக்க முடியும்' என்று எண்ண மாட்டோம். எப்போதுமே அப்படி எண்ணக்கூடாது. நம் படைப்பு நமக்குத் திருப்தி அளிக்கும்வரை போராடவேண்டும். படத்தைக் கொஞ்சம் கொஞ்சமாகச் செதுக்கவேண்டும். நம்மால் முடிந்தவரை அதைச் செழுமைப்படுத்த வேண்டும். பிறகுதான் அதை உலகின் பார்வைக்கு வைக்கவேண்டும். நான் உலகின் பார்வைக்கு வைத்தது முழு வடிவமே. இப்போது, அந்தப் படங்களின் முழு வடிவமும் எனக்கு நினைவில் இல்லை. எது எப்படியோ, என் படங்களின் இறுதி வடிவம் எனக்கு திருப்தி அளித்தது. இல்லையேல், அவற்றை மக்களின் பார்வைக்கு வைத்திருக்க மாட்டேன்.

ரங்கன்: எனினும், உங்கள் கட்டுப்பாட்டுக்கு அப்பால் நிச்சயம் சில விஷயங்கள் நடக்கும். ஏதாவது ஒரு நடிகர் நீங்கள் எதிர்பார்த்த அளவுக்கு நடிக்காமல் போகலாம். படப்பிடிப்புத் தளத்தில் எதிர்பாராத தடங்கல்கள் வரலாம். அதனால் நீங்கள் சமரசம் செய்துகொள்ள நேரலாம். அப்போது உங்களுக்குப் படத்தின் இறுதி வடிவம் பிடிக்காமல் போகலாம் அல்லவா?

ரத்னம்: இவற்றில் நிறைகளும் இருக்கின்றன, குறைகளும் இருக்கின்றன. சில விஷயங்கள், மூலக்கதையில் இருந்ததைவிட, இறுதி வடிவத்தில் பல மடங்கு சிறப்பாக இருக்கும். திடீரென நிகழும் அதிசயங்களால், காகிதத்தில் இருக்கும் காட்சிகள் அடுத்த கட்டத்துக்குச் செல்வதை நாம் கண்கூடாகப் பார்க்கலாம். சில நேரங்களில், காகிதத்தில் சிறப்பாகத் தோன்றிய காட்சியை சிறப்பாகக் காட்சிப்படுத்துவது கடினமாக இருக்கும். ஒருவேளை, அந்தக் காட்சியை நாம் சரிவர எழுதியிருக்க மாட்டோம். சிறப்பாக எழுதியிருக்கிறோம் என்று நினைத்துக்கொண்டிருப்போம். அதை ஆழமாகக் கவனித்திருக்க மாட்டோம். ஆனால், அதைக் காட்சிப்படுத்தும்போது, நடிகர்களைத் தளத்தில் நிற்க வைக்கும் போது, காட்சியில் இருக்கும் குறைகள் நம் கண் முன்னே வந்து

லைலா மஜ்னு காதல் கதைபோல்தான் **உயிரே** படத்தின் காதல்கதையையும் வடிவமைத்திருக்கிறேன். இரண்டு கதாபாத்திரங்களும் எங்கிருந்து வருகிறார்கள்... எதை நோக்கிப் போகிறார்கள் என்ற விஷயங்கள் அந்தச் சோக முடிவை நோக்கி இட்டுச் சென்றன.

நிற்கும். இந்தக் குறைகளை எப்படிச் சரிசெய்வது என்று கண்டுகொள்ள நாம் போராடவேண்டும். அந்தக் குறைகளைக் கண்டுகொள்ளாததுபோல் வெகு நேரம் பாவனை செய்ய இயலாது. காட்சிகள் எப்போதும் அசாதாரணமாக உருவாகும் என்று எதிர்பார்க்க முடியாது. காட்சிகளைச் சிறப்பாக உருவாக்க ஒவ்வொரு முறையும் போராட வேண்டியிருக்கும். நாமும் அதிக அக்கறை எடுத்து, நடிகர்கள் உட்பட நம்மைச் சுற்றி இருக்கும் அனைவரையும் அதிக அக்கறையுடன் உழைக்க வைக்கவேண்டும். அப்போதுதான், எதிர்பார்த்ததை விடப் படம் சிறப்பாக உருவாகும்.

ரங்கன்: **உயிரே** படத்தில், காகிதத்தில் இருந்ததைவிட மிகவும் சிறப்பாக, உங்கள் மொழியில் 'அசாதாரணமாக', உருவெடுத்த காட்சி எதையாவது நினைவுகூர முடியுமா?

ரத்னம்: குறிப்பிட்ட ஊரைப்பற்றிய சில காட்சிகள் உண்டு. அதற்காக, லாஜிக்கை மீறி லடாக் லொகேஷனைத் தேர்ந்தெடுத்தோம். கதையில் அந்த லொகேஷன் இடம்பெற்றிருக்கவில்லை. இருந்தும், வேண்டிய எமோஷனைத் திரையில் கொண்டுவருவதற்கும், கதையின் பின்னணியை உணர்த்துவதற்கும் அந்த லொகேஷன் பயன்பட்டது. அது காட்சிகளை அடுத்த தளத்துக்குக் கொண்டுசென்றது. ஒரு காட்சியில், அவர்கள் ஒரு

வெறுமையான நிலத்தில் பயணித்துக்கொண்டிருக்கும் போது, மேக்னாவின் தாடைகள் லாக் ஆகிவிடும். அதை 'லாக் ஜா கண்டிஷன்' என்பார்கள். அவளால் வாயை மூடமுடியாது. அதுபோல் ஒரு மெடிக்கல் கண்டிஷன் இருக்கிறது என்பதை நடிகர்களுக்குப் புரியவைக்கவேண்டியிருந்தது. பின் அதற்குக் காட்சிவடிவம் கொடுக்கும்போது, அந்தக் காட்சி மெருகேறியது. காகிதத்தில் இருந்ததைவிடச் சிறப்பாக வந்தது. அவர்கள் இருவரும் மிகவும் அருமையாக நடித்திருந்தார்கள்.

ரங்கன்: **உயிரே** படம் எப்படிச் சாத்தியமானது?

ரத்னம்: நான் **அலைபாயுதே** படத்தின் ஸ்க்ரிப்டை எழுதி முடித்திருந்தேன். **இருவர்** படத்துக்குப் பின் அந்தப் படத்தைத்தான் நான் இயக்குவதாக இருந்தது. நான் ஷாருக்கைச் சந்தித்து அந்தக் கதையைச் சொன்னேன். காஜோலிடமும் பேசியிருந்தோம். ஓர் ஆணையும் ஒரு பெண்ணையும் பற்றிய கதை அது. திருமணத்துக்கு முன்பும் பின்பும் அவர்கள் வாழ்க்கை எப்படி இருக்கிறது என்பதைப்பற்றி அந்தப் படம் பேசும். ஷாருக்கும் காஜோலும் அந்தக் கதாபாத்திரத்தில் கச்சிதமாகப் பொருந்தினார்கள். லொகேஷன்கள், ரயில் நிலையங்கள் என எல்லாவற்றையும் தேர்ந்தெடுத்துவைத்திருந்தோம். இருந்தும், எனக்கு ஸ்கிரிப்ட் திருப்தி அளிக்கவில்லை. ஏனெனில், அந்தக் குறிப்பிட்ட ஃபார்மட் உருவாகியிருக்கவில்லை. அதாவது, ஒருநாள், விபத்தில் சிக்கிக்கொள்ளும் கதாநாயகி தொலைந்து போய்விடுவாள். அந்த நாளில்தான் கதை தொடங்கும். அந்த ஃபார்மட் சரியான இடத்தில் பொருந்தியிருக்கவில்லை. அவர்கள் இருவரும் காதலித்து, ரகசியத் திருமணம் செய்துகொண்டதும் அவர்கள் வாழ்க்கையில் என்ன நடக்கிறது என்பதுமட்டுமே அந்தப் படத்தின் கதையாக இருந்தது. அந்தப் பகுதிமட்டும் தயாராக இருந்தது. ஆனால் ஆரம்பமும் முடிவும் இணையாமல் இருந்தன.

ரங்கன்: அதாவது, கடந்தகாலமும் நிகழ்காலமும் மாறி மாறி வரும் அந்த நான்-லீனியர் ஸ்ட்ரக்சர் உருவாகியிருக்கவில்லை என்கிறீர்கள்.

ரத்னம்: ஆம். அந்தக் கதை லீனியராக இருந்தது. அதில் ஏதோ ஒரு குறை இருந்தது. ஆனால், அது என்ன என்பதை எங்களால் கண்டுகொள்ள முடியவில்லை. அதனால் அந்தக் கதையை அப்படியே விட்டுவிட்டு, **உயிரே** படத்தை எடுக்க முடிவுசெய்தோம். சில நேரங்களில், அதுவே சிறந்த வழி. அப்போது, இந்தியா சுதந்தரம் பெற்று ஐம்பது வருடங்கள் ஆகியிருந்தன. திரும்பும் திசைகளில் எல்லாம் கொண்டாட்டங்கள் நடந்தன. அனைவரும் உற்சாகத்தோடு காணப்பட்டனர். ஆரவாரம் செய்தனர். நாளிதழ்கள் அனைத்தும், ஐம்பது வருட சுதந்தர இந்தியாவின் வரலாற்றையும் சாதனைகளையும் பற்றிமட்டுமே பேசின. இதைக் கொண்டாடிக்கொண்டிருக்கும் நேரத்தில், இன்னும் பிரச்னைகளில் உழன்றுகொண்டிருக்கும் சில பகுதிகளைப்பற்றி நாம் விவாதிக்க வேண்டும் என்று எண்ணினேன். அப்படித்தான் **உயிரே** பிறந்தது. **உயிரே** படத்தை முடிக்கும்போது, **அலைபாயுதே** படத்தின் திரைக்கதையும் சரியாக உருவாகிவிட்டது.

ரங்கன்: நீங்கள் மனிஷா கொய்ராலாவை மீண்டும் நடிக்க வைத்தீர்கள். ரேவதிக்குப் பின் உங்கள் படத்தில் இரண்டாவது முறையாக நடித்த நடிகை அவர்தான்.

ரத்னம்: இந்தக் கதாபாத்திரம், அவர் **பம்பாய்** படத்தில் நடித்த கதாபாத்திரத்திலிருந்து முற்றிலும் மாறுபட்டிருந்தது. அதுதான் அவரை நடிக்க வைத்ததற்கு ஒரு காரணம். மேலும், அவரோடு நான் பணிபுரிந்திருந்ததால், அவரை இந்தக் கதாபாத்திரமாக மாற்றிவிட முடியும் என்பதை அறிந்திருந்தேன். இதுபோன்ற கதாபாத்திரத்தில் அவர் இதற்குமுன் நடித்ததில்லை. இந்தப் போராளி கதாபாத்திரத்தில் அவர் சிறப்பாக நடிப்பார் என்று நம்பினேன்.

ரங்கன்: மனிஷா நேபாளத்தைச் சேர்ந்தவர். கதாநாயகி, பார்ப்பதற்கு வட கிழக்குப் பகுதியைச் சேர்ந்தவர்போலத் தோன்றவேண்டும் என்பதற்காக நீங்கள் அவரைத் தேர்வு செய்திருக்கிறீர்கள் என்று எண்ணினேன். அதைக் குறிக்கும் பொருட்டு, அமர் அவள் கண்களை, 'சிறு சிறு கண்கள்' என்று வர்ணிக்கிறான்.

ரத்னம்: அதுவும் ஒரு காரணம். ஒரு நடிகரைத் தேர்வு செய்யுமுன் சில விஷயங்களைக் கருத்தில் கொள்ளவேண்டும். அந்த நடிகர், குறிப்பிட்ட கதாபாத்திரத்துக்கு நியாயம் செய்யக்கூடியவராக இருக்கவேண்டும். அவருடைய உடலமைப்பு கதாபாத்திரத்துக்குப் பொருந்தவேண்டும். நம் படத்தில் நடிக்க அவர் தயாராக இருக்கவேண்டும். அந்தக் கதாபாத்திரத்துக்குப் பொருந்தக்கூடிய பலரில், அவர் சிறந்தவராக இருக்கவேண்டும். நமக்குப் படத்தில் இருக்கும் ஆர்வம் அவருக்கும் இருக்கவேண்டும். இவை அனைத்தும் கைகூடி வரவேண்டும். பின், அவர் நமக்குத் தேவையான கால்ஷீட் கொடுத்து, படத்தில் நடிக்கச்சம்மதிக்கவேண்டும். புது முயற்சிகளை மேற்கொள்ளக் கூடியவராகவும் இருக்கவேண்டும். நம்முடன் தொடர்ந்து பயணிக்கவேண்டும். இன்னல்கள் வந்தாலும் நம்மோடு சேர்ந்து அவற்றை எதிர்கொள்ளத் தயாராக இருக்கவேண்டும்.

ரங்கன்: மேக்னா வடகிழக்குப் பகுதியைச் சேர்ந்தவர். அமர் வடநாட்டைச் சேர்ந்தவர். ப்ரீத்தி தென்னகத்தைச் சேர்ந்தவர். இங்கே காதல்மட்டும் முக்கோணக் காதலாக இருக்கவில்லை. இந்திய வரைபடத்தில், அவர்கள் மூவரும் வாழும் பகுதிகளை இணைத்துப் பார்த்தாலும் முக்கோணம்தான் கிடைக்கும்.

ரத்னம்: ப்ரீத்தி ஜிந்தாவை மலையாளி கதாபாத்திரமாக, நம்பும்படி உருவாக்குவது கடினமாகத்தான் இருந்தது. மெனக்கெட்டு அதைச்செய்தோம். சுதந்தர இந்தியாவின் ஐம்பதாவது வருடம் அது. நம் நாட்டின் பரந்துபட்ட தன்மையைக் குறிக்கும் பொருட்டு கதாபாத்திரங்களை உருவாக்கினோம்.

ரங்கன்: உங்கள் பழைய படங்களைப்போல, இது சென்னையைப் பின்னணியாகக்கொண்ட படமல்ல. **ரோஜா, பம்பாய்** படத்துக்குப் பின் மீண்டும் இந்தியப் பின்னணியில் இந்தப் படத்தை உருவாக்கினீர்கள்.

ரத்னம்: அவை வெறும் தனி நபர் பிரச்னைகள்பற்றிய கதைகள் அல்ல. விரிவான பின்னணியில் அமைந்த தனி நபர் கதைகள் அவை. அந்தக் காலகட்டத்தில் அதுபோன்ற படங்களை எடுக்கவே விரும்பினேன். அதற்கு வயது ஒரு காரணமாக இருந்திருக்கலாம். **மௌனராகம்** போன்ற குடும்பக் கதைகளை உருவாக்கிவிட்டதனால், ஒரு டிரமாடிக் பின்னணியில் ஒரு காதல் கதையைச் சொன்னால் எப்படி இருக்கும் என்று நினைத்திருந்திருக்கலாம். உண்மையில் **உயிரே** கதை என்னைக் கவர்ந்தது. அதுவும் ஒருவிதக் காதல் கதைதான். ஆனால், அதைக் குடும்பத்துக்கு அப்பாற்பட்ட பெரியதொரு பின்னணியில் சொல்லியிருந்தோம். அவ்வளவுதான். இந்தியப் பின்னணியில் கதையை நகர்த்தவேண்டும் என்று முடிவு செய்து படத்தை உருவாக்கியிருக் கிறார்கள் என்றெல்லாம் எண்ணக்கூடாது. கதை, வட கிழக்குப் பகுதியில் நடப்பதனால்தான் (அந்த பின்னணியில்தான் இந்தக் கதையை உருவாக்க முடியும்), இதை இந்திப் படமாக உருவாக்கவேண்டிய அவசியம் ஏற்பட்டது. இல்லை என்றால், அந்த அவசியம் ஏற்பட்டிருக்காது.

ரங்கன்: எப்படியும் நீங்கள் அந்தக் காலகட்டத்தில் ஓர் இந்திப் படத்தை எடுத்திருந்திருப்பீர்கள்.

ரத்னம்: ஆம். **அலைபாயுதே** படத்தை இந்தியில் உருவாக்குவதாகத்தான் இருந்தேன். அதற்காக 'மஸ்த்' என்ற டைட்டிலைப் பதிவு செய்து வைத்திருந்தோம். அந்த ரொமான்ஸ், புறநகர் ரயிலில் தொடங்குவதற்குக் காரணம், அந்தக் கதையை பம்பாய்ப் பின்னணியில் உருவாக்கியிருந்ததுதான். முழுப் படத்தையும் மும்பையில் மழைக் காலத்தில் ஷூட் செய்வதாக இருந்தேன்.

ரங்கன்: **தளபதி** படத்தைப்பற்றிப் பேசும்போது, இந்திப் படம் எடுப்பதில் உங்களுக்கு விருப்பம் இல்லை என்று சொன்னீர்கள்.

ரத்னம்: **ரோஜா, பம்பாய்** ஆகிய படங்களுக்கு வட இந்தியாவில் நல்ல வரவேற்பு இருந்தது. அதனால், இந்தியில், எனக்குப் பிடித்த மாதிரி ஒரு படத்தை எடுத்து அதை நிறைய மக்களிடம் கொண்டு சேர்க்கமுடியும் என்று எண்ணினேன். எனவே இந்திப் படத்தை எடுத்தேன்.

ரங்கன்: இது இந்தியில் உங்களுக்கு முதல் படம். மொழிப் பிரச்னையை எப்படிச் சமாளித்தீர்கள்?

ரத்னம்: பல நேரங்களில், மற்றவர்களைச் சார்ந்திருக்க வேண்டியிருந்தது. என் நண்பர் திக்மான்சு (திக்மான்சு துளியா) எப்போதும் என்னுடன் படப்பிடிப்புத் தளத்தில் இருந்தார். வசனங்களை நேரடியாக இந்தியில் எழுதவில்லை. படத்தைத் தமிழில்தான் முதலில் எடுத்திருப்பார்கள் என்று மக்கள் எண்ணும்படி வசனங்கள் அமைந்திருக்கவேண்டும் என்று விரும்பினோம். வசனங்கள், முதலில் தமிழில்தான் எழுதப்பட்டன (சுஜாதா தமிழ் வசனங் களை எழுதினார்). பின் அவற்றை ஆங்கிலத்தில் மொழி பெயர்த்தோம். பின் ஆங்கிலத்திலிருந்து இந்திக்கு மாற்றினோம். திக்மான்சுதான் இந்தியில்

வசனங்களை எழுதினர். அவர் திறமையானவர். அதுபோன்ற பொறுப்பை அவரை நம்பி ஒப்படைக்கலாம். மேலும், நாம் நடிகர்கள்மீதும் நம்பிக்கை வைக்கவேண்டும். ஷாருக் கான் டெல்லியைச் சேர்ந்தவர். அதனால் அவர் மிகவும் சரளமாக இந்தி பேசுவார். நாங்கள் என்ன செய்கிறோம் என்பதை முழுவதுமாக உணர்ந்திருந்தார். அவருடன் இணைந்து பணிபுரிவது மிகவும் அருமையான அனுபவம். மிகுந்த ஒத்துழைப்பைக் கொடுப்பார். எப்போதும் நம்முடன் இருப்பார். படத்துக்காக என்ன வேண்டுமானாலும் செய்வார். மிகவும் ஆபத்தான விஷயங்களைக்கூடச் செய்வார். மலையின் உச்சியில் அவர் இருக்கவேண்டும் என்று சொன்னால் போதும். வேகமாக மலையில் ஏறி, நடிக்கத் தொடங்கிவிடுவார்.

ரங்கன்: தமிழ்ப் படங்களில், செட்டில், அனைத்தும் உங்கள் கட்டுப்பாட்டில் இருந்திருக்கும். இந்தப் படத்தில், பிறரைச் சார்ந்து இயங்கியதால், உங்கள் அதிகாரம் பறிபோனதாக உணர்ந்தீர்களா?

ரத்னம்: அப்படி எப்போதும் நடந்ததில்லை. நடக்காது. ஷாருக்கின் ஆர்வத்தைக் கட்டுப்பாட்டில் வைத்திருப்பதே ஒரே பிரச்னையாக இருந்தது. தமிழ்ப் படம்போலத்தான் இந்திப் படங்களும். ஒரு தமிழ்ப் படத்துக்கு எவ்வளவு உழைக்கவேண்டுமோ, அதே அளவுக்குத்தான் இந்திப் படத்துக்கும் உழைக்கவேண்டும். உண்மையில், மொழி எனக்கு பெரிய பிரச்னையாக இருக்கவில்லை. லடாக் செல்லும்போதெல்லாம் பிங்க் கலர் டீ கொடுப்பார்கள். அதுதான், என் நினைவில் இருக்கும் பெரிய பிரச்னை.

ரங்கன்: ஆரம்பப்பகுதியில், அமர் மேக்னாமீது ஆழமான காதல் கொண்டிருக்க வில்லை. அவள் முகத்தைப் பார்த்ததும் அவள்மீது அவனுக்கு ஈர்ப்பு ஏற்படுகிறது. **பம்பாய்** படத்தில்வரும் 'தண்டர்போல்ட்' கான்சப்டை இதிலும் பயன்படுத்தி இருப்பீர்கள். அவன் கொஞ்சம் சேட்டைகள் செய்து பார்க்கிறான். ஆனால் எதுவும் நடக்கவில்லை.

ரத்னம்: அதோடு அந்தப் பகுதி முடிகிறது. உலகிலேயே மிகச் சிறிய காதல் கதை அதுதான் என்று அமரே குறிப்பிடுகிறான். தன் நினைவில்மட்டுமே அவள் வாழப்போகிறாள் என்றும் ஒப்புக்கொள்கிறான். அவள் மீண்டும் அவன் முன் தோன்றும்போதுதான், அவள்மீது அவனுக்கு அதிக ஈர்ப்பு ஏற்படுகிறது. லே பகுதியில், அந்த விபத்துக்குப் பின், அவர்கள் இருவரும் இணைந்து பயணம் செய்யவேண்டிய சூழ்நிலைக்குத் தள்ளப்படுகிறார்கள். அங்குதான் அவனுக்கு அவள்மீது கொஞ்சம் கொஞ்சமாகக் காதல் மலர்கிறது. அவர்கள் இருவருக்கும் வெவ்வேறு பணிகள் இருக்கின்றன. அதற்காக அவர்கள் பயணித்துக்கொண்டிருக்கிறார்கள். அந்த விபத்து, அவர்களின் பயணத்தைத் தடை செய்கிறது. அந்தப் பரந்த நிலப்பகுதியில் அவர்கள் தனித்து விடப் படுகிறார்கள். அங்கே, அவர்களின் உண்மை முகத்தைமட்டுமே அவர்களால் வெளிக்காட்ட முடியும். அங்குதான் அவர்களுக்குள் பந்தம் ஏற்படுகிறது. சூழ்நிலை அவனுக்குச் சாதகமாக அமைகிறது. அவளை முழு மனதாகக் காதலிக்கத் தயாராக இருக்கிறான். ஆனால் அவள் தயாராக இல்லை.

அவனைப் பார்க்கவும் அவள் விரும்பவில்லை. இருந்தும், அவனால் அவள் ஈர்க்கப்படுகிறாள்.

ரங்கன்: லே பகுதியில், ஒருவர்மீது இன்னொருவர் ஈர்ப்புக் கொள்ளும் காட்சிகள் தெளிவாக இருக்கின்றன. அதற்குமுன் இருக்கும் காட்சிகளைப் பற்றித்தான் கேட்கிறேன். முற்பகுதியில், அவன் வேட்டை மிருகத்தைத் துரத்துவதுபோல் துரத்துகிறான். மிகவும் அப்ஸசிவாக நடந்துகொள்கிறான். அவளிடம் இருக்கும் ஏதோ ஒன்று அவனை வாட்டி வதைக்கிறது. மேலும், 'சந்தோஷக் கண்ணீரே', 'என் உயிரே என் உயிரே' ஆகிய பாடல்களில் மட்டுமே அவள் அழகான, கலர்ஃபுல்லான, பெண்களுக்கு உரித்தான ஆடை களை அணிந்திருக்கிறாள். மற்ற இடங்களில், அவள் கவரும்படியாகவே இல்லை. அவள் முகம் அழகாக இருக்கலாம். ஆனால் அவள் பெண்களுக்கே உரிய நளினம் ஏதும் இல்லாமல் நடந்துகொள்கிறாள். நட்பாகவும் நடந்து கொள்ளவில்லை. அப்படியிருக்க, அவன் அவளால் ஈர்க்கப்படுகிறான் என்று சொல்வதைத்தான் ஏற்றுக்கொள்ள முடியவில்லை. எனினும், அந்த உற்சாகமான டெல்லி இளைஞன் ப்ரீத்திமீது காதல் கொள்வதை ஏற்றுக் கொள்ள முடிகிறது. ஏனெனில், அவளும் அவனைப்போல் உற்சாகமானவள்.

ரத்னம்: ஒரு டெல்லி இளைஞன் யாரையெல்லாம் காதலிக்கலாம், யாரை யெல்லாம் காதலிக்கக்கூடாது என்ற விதிமுறைகளை நாம் வகுக்கமுடியாது. நம்மைப்போல் குணம் கொண்ட இன்னொருவர்மீதுதான் காதல் கொள்ள வேண்டும் என்று ஏன் எண்ணுகிறீர்கள்? ரயில் நிலையத்தில் அந்தப் பெண்ணைப் பார்த்ததும், அமர், தன்னுள் ஏதோ மாற்றம் நிகழ்வதை உணர் கிறான். ஆனால், அவன் அதையெல்லாம் மறந்துவிட்டுப் பழைய நிலைக்குத் திரும்பிவிடுகிறான். வாழ்க்கையை அதன் போக்கில் ஏற்றுக் கொள்ளும் பக்குவம் அவனிடம் இருக்கிறது. ஆனால், அவளை மீண்டும் சந்திக்கும் போது, மீண்டும் அந்த உணர்வு ஏற்படுகிறது. எல்லாம் விதிப்படி நடக்கிறது என்று அவன் எண்ணுகிறான். அவளை மறந்துவிட்டு, வாழ்க்கையை நகர்த்த அவன் தயாராக இருந்தான். ஆனால், அவள் மீண்டும் அவன் வாழ்வினுள் வந்து அவனைக் காதல் உலகத்துக்கு இட்டுச் சென்றுவிட்டாள். இதுபோன்ற ஒரு சூழ்நிலையை நாம் எதிர்கொள்ள நேர்ந்தால், அந்த மாற்றம் நமக்கும் புரியக்கூடும். எனினும் அப்படி நடக்கவேண்டும் என்று இருந்தால் அதை யாராலும் மாற்ற முடியாது. முதலில் ஏன் இந்த மாற்றங்கள் நிகழ்கின்றன என்று ஆச்சரியப்படலாம். பின் நிச்சயம் நாமும் அந்தக் காதல் திசையில்தான் தள்ளப்படுவோம். அந்தக் காதலே நம்மை வழி நடத்தும் தூண்டுதல் ஆகிவிடும். அது நிச்சயம் பல மாற்றங்களை ஏற்படுத்தும்.

ரங்கன்: அந்தத் தூண்டுதல்கள் அவனை ஒரு விசித்திரமான, அப்ஸசிவான இடத்துக்கு இட்டுச்செல்கின்றன. ஒரு கட்டத்தில், அவளது மனோபாவம் அவனுக்குக் கோபத்தை வரவழைக்கிறது. அவளை அடித்துவிடுவேன் என்று அவன் சொல்லவில்லை; கழுத்தை நெரித்துக் கொன்றுவிடுவேன் என்று சொல்கிறான்.

ரத்னம்: ஒரு பொருள் நமக்குக் கிடைக்காது என்ற நிலை இருந்தால், அதை அடையவேண்டும் என்ற ஆசை அதிகமாகும். அவள் ப்ரீத்தியைப்போல் வெளிப்படையானவளாக இருந்திருந்தால், அவளுடன் பழகுவது அவனுக்கு எளிமையாக இருந்திருக்கும். இங்கே, அவளும் தன்னை விரும்புகிறாள்; ஆனால், அதை வெளிப்படுத்த அவள் விரும்பவில்லை என்பதை அவன் அறிந்திருக்கிறான். அவளுடன் இருக்கும்போது, அவளுக்கும் தன்மீது ஈர்ப்பு இருக்கிறது என்பதை அவனால் புரிந்துகொள்ள முடிகிறது. ஆனால், அதை அவனால் நிரூபிக்க முடியவில்லை. அவளுக்குள் காதல் இருக்கிறது. ஆனால், ஏதோ ஒன்று அவளைத் தடுக்கிறது. இதுவே அவர்களுக்குள் நடக்கும் காதல் கதை.

ரங்கன்: இந்தக் கேள்வியை உங்களிடம் பலரும் பல தருணத்தில் கேட்டிருப்பார்கள். நானும் கேட்கிறேன். இதுபோன்ற காதல் உறவுகளை எப்படி உங்களால் அருமையாகப் படம் எடுக்க முடிகிறது?

ரத்னம்: மற்ற உறவுகள் நன்றாக இல்லையா? ஏன், என் படங்களில் இருக்கும் காதல் அல்லாத உறவுகளைத் தவிர்க்கிறீர்கள்? **அலைபாயுதே** படத்தில், ஷாலினிக்கும் அவள் தாய்க்கும் இருக்கும் பாசம் எனக்கு மிகவும் பிடிக்கும்.

ரங்கன்: உங்கள் படங்களில் எல்லா உறவுகளும் தத்ரூபமாக, அருமையாக விவரிக்கப்பட்டிருக்கும் என்பதை ஒப்புக்கொள்கிறேன். ஆனால் காதல்

மனிஷா கொய்ராலாவுடன் ஏற்கெனவே **பம்பாய்** படத்தில் இணைந்து பணியாற்றியிருக்கிறேன். அவர் இதுபோன்ற கதாபாத்திரத்தில் இதற்குமுன் நடித்ததில்லை. இலட்சிய வேட்கையுடன் தீவிரமாகச் செயல்படும் கனமான அந்தக் கதாபாத்திரத்துக்குப் பொருத்தமானவராக அவர் இருந்தார். ஷாருக் கானும் மனிஷாவும்

உறவுகளைப்பற்றி மட்டுமே குறிப்பிட விரும்புகிறேன். உங்கள் படங்களில் வரும் காதல் காட்சிகளில் ஒரு குறிப்பிட்ட மணம் இருக்கும், உற்சாகம் இருக்கும். இதை மற்ற படங்களில் வரும் காதல் ஜோடிகளிடம் பார்க்க முடிவதில்லை. நம் ஊரில்தான் காதல் படங்களுக்குப் பஞ்சம் இல்லையே!

ரத்னம்: இதற்கு என்னிடம் விளக்கம் இல்லை. ஆனால் பாலசந்தரால் ஆண் பெண் உறவுகளை விரிவாகவும் அருமையாகவும் விளக்க முடிந்தது. அவர், ஆரம்ப காலங்களில், கமல் ஹாசனை வைத்து எடுத்த படங்கள் எனக்கு இன்றும் நினைவில் இருக்கின்றன.

ரங்கன்: **மன்மத லீலை** படத்தைப்பற்றிக் குறிப்பிடுகிறீர்களா?

ரத்னம்: இல்லை. **அவர்கள், நிழல் நிஜமாகிறது** போன்ற படங்களைக் குறிப்பிடுகிறேன். **அபூர்வ ராகங்க**ளில்கூட, சிக்கலான உறவுகளைப்பற்றிப் பேசியிருப்பார்.

ரங்கன்: நீங்கள் பதில் அளிக்க விரும்பாத கேள்வியைக் கேட்டுக்கொண்டிருக்கிறேன் என்று நினைக்கிறேன். அவை எல்லாம் சிக்கலான உறவுகள். ஒரு ஆண் பெண்ணைச் சந்தித்து காதல் கொள்ளும் எளிய கதைகள் அல்ல. காதல் கதைகளுக்கு, உங்களின் மணமும் உற்சாகமும் புத்துணர்ச்சி ஊட்டுகின்றன.

ரத்னம்: அப்படித்தான் அந்த உறவுகள் இருக்கும். வைக்கம் முகம்மது பஷீரின் கதைகளை உதாரணமாகச் சொல்லலாம். அவர் கதையில், ஆண்-பெண் ஜோடிகளுக்கு இடையேயான உறவு எளிமையாக இருக்காது. நம் படங்களில், வெறும் பார்வைப் பரிமாற்றத்தில் காதல் மலர்ந்தது என்று சொல்லக்கூடாது. அவர்களுக்குள் இருக்கும் வேறு ஏதோ ஒன்று அவர்களை இணைக்கும். அதை நாம் தயக்கமின்றி டிரமாடைஸ் செய்யலாம். அது என்னவென்று கண்டுகொள்ளவேண்டும். அதற்கு இரண்டு கதாபாத்திரங்களிலும் நாம் கவனம் செலுத்தவேண்டும். ஒரு கதாபாத்திரத்திடம் இருக்கும் ஏதோ ஒரு அம்சத்தினால் கவரப்பட்டு, அந்த இன்னொரு கதாபாத்திரம் காதல் வயப்படவேண்டும். அந்த அம்சம் எது என்று நம்மால் கண்டுகொள்ள முடிந்த பட்சத்தில், கதை மிகவும் சுவாரஸ்யமாக நகரும்.

ரங்கன்: இந்தப் படத்தில் பெரும்பான்மையான பாடல்களில் ஆன்மிக, இருத்தலியல் சார்ந்த தொனி ஒளிந்திருக்கிறது. ஜாலியான 'தைய தையா' பாடலிலும் அந்த டோன் இருக்கிறது.

ரத்னம்: எனக்குக் கிடைத்த சிறந்த ஆல்பங்களில் இதுவும் ஒன்று. பாடல்கள் அனைத்தும் மிகவும் ஸ்பெஷலானவை. அப்போது, ரஹ்மான், இசை மழை பொழிந்துகொண்டிருந்தார். அவரால் மிக எளிமையாகப் பாடல்களை உருவாக்க முடிந்தது. **பம்பாய்** படத்தின் பாடல்களை உருவாக்கத்தான் அதிகம் பாடுபட்டோம். **உயிரே** படத்துக்கு அவ்வளவு உழைப்பு தேவைப்படவில்லை. 'சந்தோஷ கண்ணீரே' பாடல் எதேச்சையாக உருவான ஒன்று. ஒருநாள் இரவு, காதலின் ஏழு நிலைகளைப்பற்றி அவரிடம் சொன்னேன். அடுத்தநாள் காலை, அவர் டியூனை உருவாக்கி வைத்திருந்தார். அது சிம்பிள்

டியூன் அல்ல. ரஹ்மானிடம் அசாதாரணமான ஓட்டம் இருந்தது. குல்சாரும் அங்கே இருந்தார். நாங்கள் மூவரும் இணைந்து பணியாற்றினோம். ஒருவர் தோளை இன்னொருவர் தட்டிக் கொடுத்துக்கொண்டோம். அதனால்தான் பாடல்கள் அருமையாக உருவாயின. 'தைய தையா' பாடலைத்தான் முதலில் பதிவு செய்தோம். அது உயரிய இலக்கு ஒன்றை எங்கள்முன் வைத்தது. அது எங்களுக்கு மிகப் பெரிய உந்து சக்தியைத் தந்தது.

'தைய தையா'வின் விஷுவல் கான்சப்ட்டை எப்போதோ யோசித்து விட்டோம். **உயிரே** படத்துக்குமுன் எப்படி **அலைபாயுதே** உருவாகி இருக்க வேண்டுமோ, அதேபோல், **கீதாஞ்சலி** படத்துக்குமுன் வேறொரு தெலுங்குப் படம்தான் உருவாகியிருக்கவேண்டும். நானும் பி.சி.யும் அந்தப் படத்துக்காக லொகேஷன் தேடிக்கொண்டிருந்தோம். அப்போதுதான் ஓடும் ரயிலின்மீது ஒரு பாடலை உருவாக்கவேண்டும் என்ற ஐடியா பிறந்தது. அந்தத் திரைக் கதை திரைவடிவம் பெறவில்லை. அதற்குபதில்தான் **கீதாஞ்சலி** படத்தை எடுத்தேன். பின் **இருவர்** படத்தில், 'ஆயிரத்தில் நான் ஒருவன்' பாடலை உருவாக்கும்போது, ஆனந்தனை ரயிலின்மீது உலவவிட்டு ஒரு ஷாட்டை எடுத்தேன். அது படத்தோடு பொருந்தாது என்று தோன்றியதால், அதை நான் பயன்படுத்திக்கொள்ளவில்லை. **உயிரே** படத்தில் அந்தப் பாடல் கச்சிதமாகப் பொருந்தியது. அந்தக் காதல் கதையின், முதல் பகுதியின் கிரீடமாக 'தைய தையா' பாடல் காட்சியளித்தது. மேலும், அந்தப் பாடல், படத்தின் முன்கதையின் முடிவாக அமைந்தது. அத்தியாயம் ஒன்றின் முடிவு என்றும் சொல்லலாம். இந்தப் படத்தை, லைலா மஜ்னு கதையைப்போல, ஒரு க்ளாசிக்கான கதையாகத்தான் உருவாக்கினோம். அந்தக் கதாபாத்திரங்களின் பின்னணியும் அவர்களுடைய பயணத்தின் முடிவும்தான் படம் தோல்வியைத் தழுவியதற்குக் காரணம். க்ளாசிக்கல் காதல் கதைக்கான அச்சில்தான் இந்தப் படம் வார்த்தெடுக்கப்பட்டது. அதனால், பாடல்களும் அந்த மனநிலையில் அமைந்துவிட்டன. பாடல்களில், ஒரு சோகமான தொனி, ஒருதலைக் காதலுக்கான டோன், உருவாகிவிட்டது. இது ஒரு ஈஸியான, சந்தோஷமான, கேஷுவலான காதல் கதை அல்ல. இது சோகம் நிறைந்த காதல் கதை.

ரங்கன்: **ராவணன்** படத்தில், 'உசுரே போகுதே' பாடலின் தொடக்கத்தில், வீரா மலையிலிருந்து சறுக்கிக்கொண்டு தண்ணீரில் விழுவான். அவன் தண்ணீரில்மட்டும் விழவில்லை, காதலிலும் விழுகிறான் என்பதை அந்தப் பாடல் நமக்கு உணர்த்துகிறது. ஆனால், அது வெறும் காதலைப்பற்றிய பாடலன்று. **உயிரே** படத்தில் வரும் பாடல்களைப்போல், இந்தப் பாடல் வரிகளிலும் ஆன்மிக, இருத்தலியல் சார்ந்த, தத்துவார்த்தப் பண்புகள் இருக்கின்றன.

ரத்னம்: அந்தப் பகுதியில்தான் வீராவின் மனநிலையில் மாற்றம் ஏற்படுகிறது. அதுவரை, அவன் அவளை ஒரு பிணைக்கைதியாகத்தான் பார்க்கிறான். அவள் இன்னொருவனின் மனைவி. அவனுக்குப் பாடம் கற்பிப்பதே வீராவின் நோக்கமாக இருக்கிறது. பின்தான், அந்தப் பெண்

தன்னைவிடத் தைரியசாலியாக இருக்கலாம் என்பதை அவன் உணர்கிறான். அவன் செய்ய அஞ்சும் செயல்களையும் அவள் செய்வாள் என்பதையும் கண்டுகொள்கிறான். அவள்மீது கோபம் கொள்வதா வேண்டாமா என்பது அவனுக்குத் தெரியவில்லை. அவளது செயல்கள் அவனை ஆச்சரியப்படுத்து கின்றன. குழப்புகின்றன. அதுவரை, அவன் உலகம் அவனுடைய கட்டுப் பாட்டில் இருந்தது. அவனுடைய அதிகாரம் அவளால் பறிபோகும் என்று அவன் என்றுமே எண்ணியதில்லை. அவளுக்காக அவன், தன் உலகின் உச்சி யிலிருந்து கீழிறங்கிவருகிறான். அவள் அவனைக் கொல்ல முயன்றாலும், அவன் அவளைக் காப்பாற்ற விழைகிறான். சில வினாடிகளில் நடக்கும் மாற்றம் இது. அதைக் குறிக்கும் பொருட்டே அந்தப் பாடல் அங்கே ஆரம்ப மாகிறது. அந்தப் பாடலின் கன்டென்ட் அந்தக் குறிப்பிட்ட தருணத்தை மட்டும் குறிக்கவில்லை. அவன் இனிமேல் பயணிக்கப் போகும் பாதையைப்பற்றியும் அந்தப்பாடல் பேசுகிறது. அவன் பாடும் 'உசுரே போகுதே' என்ற வரி, அந்தக் குறிப்பிட்ட தருணத்தில் அவன் எப்படி உணர்கிறான் என்பதைமட்டும் சொல்லவில்லை. படத்தின் இறுதியில் அவன் எப்படி உணரப்போகிறான் என்பதையும் முன்கூட்டியே அந்தப் பாடல் வரிகள் நமக்கு உணர்த்துகின்றன. அப்படியாக அந்தக் குறிப்பிட்ட தருணத்தைக் குறிக்கும் பாடலாக இல்லாமல், வருங்காலத்தைப்பற்றிப் பேசும் பாடலாகவே அந்தப் பாடலை உருவாக்க முயன்றோம்.

ரங்கன்: 'தைய தையா' பாடலை **இன்சைட் மேன்** (ஸ்பைக் லீயின் படைப்பு) படத்திலும் பயன்படுத்திக் கொண்டார்கள்.

ரத்னம்: **அலைபாயுதே** படத்தின் தொடக்கத்தில், ஹீரோ ஹெட்போனுடன் வலம் வருவார். 'பேக்ஸ்ட்ரீட் பாய்ஸ்' பாடலின் சிறு பகுதியைப் பின்னணி யில் பயன்படுத்தி அந்தப் பாடலை எடுத்தோம். அந்தப் பகுதியைப் படத்தில் பயன்படுத்த அனுமதி கேட்டோம். **அலைபாயுதே** படப் பாடல்களின் காப்புரிமை எச்.எம்.வி நிறுவனத்திடம் இருந்தது. பேக்ஸ்ட்ரீட் பாய்ஸ் பாடல்களின் உரிமையும் அவர்களிடம் இருந்ததால், அவர்கள் மூலம் தாய் நிறுவனத்தைத் தொடர்புகொண்டோம். அவர்கள் அனுமதி அளிக்கத் தயாராக இருந்தார்கள். ஆனால், ஒரு கோடி ரூபாய் கேட்டார்கள். நாங்கள் வேண்டாம் என்று சொல்லிவிட்டு, வேறொரு பாடலை உருவாக்கினோம். அந்தப் பாடல் மிகவும் சிறப்பாக வந்தது. சில வருடங்கள் கழித்து, அவர்கள் 'தைய தையா' பாடலை ஓர் ஆங்கிலப் படத்தில் பயன்படுத்திக்கொள்ள அனுமதி கேட்டார்கள். அதுவரை அவர்கள் யாரும் இந்தியத் திரைத்துறைக்கு, எதற்காகவும் பணம் செலுத்தியதில்லை. அவர்கள் கேட்டதைப்போல், நாங்களும் ஒரு கோடி ரூபாய் கேட்டோம். மியூஸிக் நிறுவனம், அந்தப் பாடலை இலவசமாக அவர்களுக்குத் தரத் தயாராக இருந்தது. ஆனால் நாங்கள் தரக்கூடாது என்றோம். அவர்கள் நம்மிடம் அவ்வளவு கட்டணம் கேட்கிறார்கள் என்றால், நாமும் அதே அளவுக்குக் கேட்கத்தானே வேண்டும். இறுதியில், அவர்கள் பணத்தைக் கொடுத்தார்கள்.

நாம் என்ன செய்யப்போகிறோம் என்ற புரிதல் ஷாருக் கானுக்கு உண்டு. அவருடன் பணிபுரிவது அருமையான அனுபவம். மிகவும் அபாயமான விஷயங்களைக்கூட அநாயாசமாகச் செய்வார்.

ரங்கன்: ஹாஹா. கெடுமதி கொண்ட 'மேற்குலகுக்கு' சரியான பதிலடி கொடுத்திருக்கிறீர்கள், மனோஜ் 'பாரத்' குமாரின் தேச பக்திப் படங்களில் வருவதுபோல! குல்சார் தன் கவிதைகளில் கவித்துவமான வார்த்தைகளுக்கு அதிக முக்கியத்துவம் கொடுப்பவர். உங்களுக்கோ இந்தி சரியாகத் தெரியாது. அவருடன் பணிபுரிவது எளிமையாக இருந்ததா?

ரத்னம்: நான் முதன்முதலில் ஓர் இந்திப் பாடலாசிரியருடன் நேரடியாக இணைந்து பணிபுரிந்தது **தில் சே (உயிரே)** படத்தில்தான். அவருடைய வரிகளில் இருக்கும் நுணுக்கங்கள் எனக்குப் புரியவில்லை. இருந்தும், என் தேவையை அவரிடம் விளக்கவேண்டியிருந்தது. சில நேரங்களில், பாரதியார் பாடல்களை ஆங்கிலத்தில் மொழிபெயர்த்து, இதுபோன்ற பாடல்தான் வேண்டும் என்று சொல்வேன். சூழ்நிலையை நேரடியாகக் குறிக்கும் பாடல்களை எழுதாமல், கொஞ்சம் பூடகமாகவும் கொஞ்சம் லேட்டரல் ஆகவும் பாடல்களை உருவாக்கினோம். உதாரணமாக, 'தில் சே ரே' ('சந்தோஷ கண்ணீரே') பாடல் ஒரு யுத்தக் களத்தில் நடக்கும் காதலைப்பற்றிப் பேசுகிறது. அவ்வளவு குழப்பங்களுக்கு மத்தியிலும், அவர்கள் இருவருக்குள் காதல் மலர்கிறது. அதைத்தான் அந்தப் பாடல் பதிவு செய்ய முயன்றது. இதுபோன்ற பாடல் வரிகளில் ஒரு புதிர்த்தன்மை இருக்கவேண்டும். காதலின் பல நிலைகளைப்பற்றிப் பேசும், 'சத்ரங்கி' ('என் உயிரே') பாடலில்கூட சூஃபி அம்சம் இருக்கும்.

ரங்கன்: படத்தில் இடம்பெற்ற ஒரே மரபார்ந்த பாடல், 'நெஞ்சினிலே' பாடல்தான். மிகவும் அழகான 'எராடிக்' பாடல் அது. கல்யாணத்துக்குமுன் ஒரு பெண்ணின் உணர்வு எப்படி இருக்கும் என்பதைப்பற்றி அந்தப் பாடல் பேசுகிறது. மற்ற பாடல்கள் அனைத்தும் பல்வேறு தளங்களில் இயங்கு கின்றன. 'நெஞ்சினிலே' பாடலின் வரிகள், காட்சியமைப்பு அனைத்திலும் காமம் நிறைந்திருந்தது ஆச்சரியம் அளித்தது. இந்தப் படத்தில் வேறெங்கும் காமம் கலந்திருக்கவில்லை.

ரத்னம்: அந்தப் பாடலின் கோரஸில் மலையாள வாசனை இருப்பதால், அந்தப் பாடல் படத்தோடு தன்னைப் பொருத்திக்கொள்ளும் என்று எண்ணினோம். அந்த மலையாள வாசனை, அந்தப் பாடலை மரபான பாதையிலிருந்து மாற்றிப் புதிய பாதையில் பயணிக்க வைத்தது. வழக்கமான ஒரு சூழ்நிலையில், வழக்கத்துக்கு மாறான ஒரு ஒரு விஷயத்தைப் புகுத்தும்போது அந்தச் சூழ்நிலை புதியதொரு வடிவம் பெறுகிறது. மலையாள வரிகள் அந்தப் பாடலுக்குப் புத்துணர்ச்சியைத் தந்தன. அந்தப் பாடலின் சூழ்நிலை திருமணத்தைப்பற்றியது. மேலும் ப்ரீத்தி மிகவும் சுதந்தரமானவள். அவள் எதைக் கண்டும் கூச்சப்படமாட்டாள். அதனால், அந்தக் கதாபாத்திரத்தைக் குறிக்கும்பொருட்டுப் பாடலை உருவாக்க எங்களுக்கு முழுச் சுதந்தரம் இருந்தது. மேக்னாவுக்கும் அவனுக்கும் இருக்கும் உறவுக்கு நேர் எதிரானது ப்ரீத்திக்கும் அவனுக்கும் இருக்கும் உறவு. முதல் உறவில், கருத்துப் பரிமாற்றம் உட்பட எந்தப் பரிமாற்றமும் நிகழவில்லை. ஆனால் இங்கே, எல்லாவற்றையும் பேசுகிறாள். வெளிப்படையாக நடந்துகொள்கிறார்கள். எல்லாவற்றையும் பரிமாறிக்கொள்கிறார்கள். இந்தப் பாடல் அந்தக் கதா பாத்திரங்களையும் அவர்களுக்குள் இருக்கும் உறவையும்தான் குறிக்கிறது. மேலும், அந்த இரண்டு வகையான உறவுகளுக்குள் இருக்கும் முரண்தான் இந்தப் பாடலில் வெளிப்படுகிறது. அதனால்தான் இந்தப் பாடல் மாறு பட்டிருகிறது.

ரங்கன்: படத்தில் இன்னொரு அரிதான எராடிக் தருணம் இருக்கிறது. லே பகுதியில், மேக்னா குளித்துக்கொண்டிருக்கும்போது அமர் பார்த்து விடுவான். அவன் மனம் தடுமாறும். அவன் பார்ப்பதை அவளும் பார்த்துவிடுவாள். பின் எதுவும் நடக்காததுபோல் தொடர்ந்து குளிப்பாள்.

ரத்னம்: அந்தத் தருணம் எனக்கும் நினைவிருக்கிறது. காட்சிகளில் சுவாரஸ்யம் இருந்துகொண்டே இருக்கவேண்டும். இரண்டு மனிதர்கள் இணைந்து பயணம் செய்யும்போது, தங்கள் அனுபவங்களைப் பரிமாறிக் கொள்ளும்போது, அவர்களுக்குள் நெருக்கம் ஏற்பட வாய்ப்பிருக்கிறது. சிலநேரங்களில் வழக்கத்துக்கு மாறான முறையில் அவர்களுக்குள் நெருக்கம் ஏற்படும். அந்தத் தருணங்களைத்தான் நாம் பதிவு செய்ய முயற்சி செய்கிறோம். சிலநேரங்களில், நாம் அந்தத் தருணங்களை எழுதி யிருப்போம், ஆனால், காட்சிப்படுத்தியிருக்கமாட்டோம். **ராவண**னிலும் அதுபோன்ற அழகான தருணங்கள் நிறைய உண்டு. அந்தத் தருணங்கள் வழக்கத்துக்கு மாறானவையும்கூட. ஏனெனில் கதாபாத்திரங்கள்

விசித்திரமான சூழ்நிலைக்குத் தள்ளப்பட்டிருக்கிறார்கள். இங்கே, அவர்கள் இருவருக்குள்ளும் மாற்றம் நிகழத் தொடங்குகிறது. அதன் விளைவு என்னவாக வேண்டுமானாலும் இருக்கலாம். அவர்களுக்குள், உடல் அளவில் நெருக்கம் ஏற்படலாம். மனத்தளவில் நெருக்கம் ஏற்படலாம். வாழ்நாள் பந்தம் அவர்களுக்குள் ஏற்படலாம். அவர்கள் இருவருக்குள்ளும் எந்தத் திட்டமும் இருக்கவில்லை. அவனுக்கு வேறு வேலை இருக்கிறது, அவளுக்கும் வேறு வேலை இருக்கிறது. அவர்கள் எதிர்பாராத நேரத்தில் இந்த மாற்றம் நிகழ்கிறது. இருவரும் அந்த மாற்றத்தை எதிர்கொள்கிறார்கள். அவர்களுக்குள் ஏற்படும் மாற்றத்தை அவர்கள் அறிந்திருக்கிறார்கள். இருவரும், ஒவ்வொரு வழியில் எதிர்வினை செய்கிறார்கள். சில நொடிகள் மட்டுமே அவள் தன் உண்மையான உணர்வுகளை வெளிப்படுத்துகிறாள். ஆனால், அடுத்த நாள் காலையில் சொல்லிக்கொள்ளாமல் அவனை விட்டுச் சென்றுவிடுகிறாள். அந்தக் குளியல் காட்சிதான் அவர்களை இணைக்கும் புள்ளி. அந்தக் காட்சியில் இருவரும் இரண்டு மூலைகளில் இருந்தாலும், மனத்தால் இணைகிறார்கள்.

ரங்கன்: அது கொஞ்சம் சர்ரியலான காட்சியும்கூட. உண்மையில், படம் இங்கே ஸ்தம்பித்துவிட்டது என்றே சொல்லவேண்டும். அடுத்து என்ன நடக்கப்போகிறது என்ற கேள்வி இங்கே எழவில்லை. கனவு உலகினுள், மெய்மறந்து நிற்கும் அவர்களைக் கூர்ந்து கவனிப்பதே படத்தின் வேலையாக இருக்கிறது. நாங்களும் அதைத்தான் செய்தோம்.

ரத்னம்: கதையில் இன்னொரு தருணமும் உண்டு. படத்தில் அந்தத் தருணம் இடம்பெற்றதா என்று எனக்கு நினைவில்லை. அவள் தண்ணீர் பருகுவாள். தண்ணீர் தன்மீது வழிந்தோடுவதைக்கூடக் கண்டுகொள்ளாமல், தொடர்ந்து நீர் பருகுவாள். அவள் எப்போதும் அப்படிதான். குளியல் காட்சி, அவளை அவனோடு இணைக்கும் புள்ளி என்றால், இந்தக் காட்சி அவனை அவளோடு இணைக்கும் புள்ளி. அதுவரை அவளிடம் சில்மிஷம் செய்வதுமட்டுமே அவனது நோக்கமாக இருந்தது. இப்போது அவன் அவளை முற்றிலும் விரும்ப ஆரம்பித்துவிட்டான். தன்னை முழுவதுமாக அவளிடம் பறிகொடுத்து விட்டான். அங்கே அவனுடைய உணர்வுகள் உச்சத்தை அடைகின்றன.

ரங்கன்: அந்தக் காட்சி படத்தில் இடம்பெற்றிருக்கிறது. அவன் அவளை வெறித்துப் பார்க்கிறான் என்பதைக் கண்டுகொள்ளும் அவள், 'பொம்பளையப் பாத்ததே இல்லையா?' என்று கேட்பாள். அஞ்சலி படத்துக்குப் பின், நீங்கள் எடுத்த ட்ராஜிடி படம் **உயிரே**தான். உங்களை நீங்கள் ஒரு வணிகப் படைப்பாளியாகக் கருதுவதால், இதைக் கேட்கிறேன். ஒரு வணிகப் படத்தின் முடிவு சந்தோஷமாக அமைந்திருக்கவேண்டியது எந்த அளவுக்கு முக்கியம் என்று கருதுகிறீர்கள்?

ரத்னம்: படத்தின் முடிவு சந்தோஷமாக இருக்கவேண்டும் என்று எண்ணிக் கொண்டு கதையைத் தொடங்குவோமா என்று எனக்குத் தெரியவில்லை. கதை தானாகவே முடிவை நோக்கி நம்மை அழைத்துச்செல்லும். சில படங்களில்

மட்டும், முடிவு எப்படி இருக்கவேண்டும் என்பதை முன்கூட்டியே முடிவு செய்வோம். **மௌனராகம்** கதையைத் தொடங்கும் போதே, இறுதியில் அவர்கள் இருவரும் இணைந்துவிடுவார்கள் என்பதை அறிந்திருந்தேன். அந்த முடிவிலிருந்து கதையைப் பின்னோக்கி நகர்த்தினேன். **நாயகனில்**, அவன் இறுதியில் இறக்கப்போகிறான் என்பதை முடிவு செய்திருந்தேன். எப்படி அந்த மரணம் அவனைத் தேடிவருகிறது என்பதே ஒரே கேள்வியாக இருந்தது. ஆனால், சில படங்களைப் பொருத்தவரை, முடிவு எப்படி இருக்கும் என்பது நமக்கு முன்கூட்டியே தெரிந்திருக்காது. **உயிரே** அந்த வகையைச் சேர்ந்த படம். இதுபோன்ற படங்களின் 'ஐடியா', படம் எப்படி முடியவேண்டும் என்பதை நமக்குச் சொல்லாது. கதையை எழுதும்போது, முன்னோக்கிப் பயணிக்கவேண்டுமா, அல்லது பின்னோக்கிப் பயணிக்க வேண்டுமா என்பதை 'ஐடியா'தான் முடிவு செய்கிறது. ஆனால், **உயிரே** படத்தை, ஒரு க்ளாசிக்கல் காதல் கதைக்கான அச்சில் வார்த்தெடுக்கிறேன் என்பதை நான் அறிந்திருந்ததால், அவர்கள் இருவரும் இணையப்போவதில்லை என்பதையும் அறிந்திருந்தேன். அவள் தீவிரமாக ஓர் இயக்கத்தில் ஈடுபட்டிருக்கிறாள். அவன் ஆல் இந்தியா ரேடியோவின் பிரதிநிதி. சாமானியர்களின் குரலாக ஒலிப்பவன். அதனால், இந்தக் கதையில் வேறு சாத்தியக்கூறு எதுவும் இருக்கவில்லை. இந்தக் கதையைச் சோகமாகத்தான் முடிக்கவேண்டும். கதாபாத்திரங்களை அதற்கு ஏற்றார்போல்தான் உருவாக்கினோம். பாசிடிவான முடிவுதான் வேண்டும் என்றால், இதுபோன்ற கதையை எடுக்கக்கூடாது. **அலைபாயுதே** போன்ற படத்தையே உருவாக்கவேண்டும்.

ரங்கன்: நீங்கள் மெயின்ஸ்ட்ரீம் சினிமாவைக் கொஞ்சம் கொஞ்சமாக, மாற்றுப்பாதைக்கு இட்டுச் சென்றது, **இருவர்** படத்துக்குப் பிறகுதான் என்று நினைக்கிறேன். அதற்குமுன்பே வித்தியாசமான கருக்களில் படங்களை உருவாக்கியிருக்கிறீர்கள் என்பதில் எனக்கு எந்த மாற்றுக் கருத்தும் இல்லை. ஆனால் **இருவர்** படத்துக்குப் பின், உங்களின் கதைக் கருக்கள் கொஞ்சம் பூடகமாகவும் கொஞ்சம் உள்ளொடுங்கியவையாகவும் இருந்தன. எல்லாமே, பார்வையாளர்களை மனத்தில் வைத்து உருவாக்கப்பட்டவை அல்ல. உதாரணமாக, **குரு** படத்தில், பாடல்களைத் துண்டு துண்டாக உபயோகிக்கத் தொடங்கினீர்கள். 'ஏய் மாண்புறு மங்கையே' பாடலைப் பகுதி பகுதியாகத் தான் பயன்படுத்தியிருப்பீர்கள். உங்கள் முந்தைய படங்களில், பாடல்கள் முழுவதுமாகப் பயன்படுத்தப்பட்டிருந்தன.

ரத்னம்: ஏனெனில், நான் பயணிக்க விரும்பிய பாதை அதுதான். பாடல்களை கதையை நகர்த்தும் கருவியாக உபயோகிக்க முயன்றேன். **இருவர்** படம் சரிவர ஏற்றுக்கொள்ளப்படவில்லை என்பதால், அந்தப் படத்தைச் சேர்ந்த எதுவுமே ஏற்றுக்கொள்ளப்படவில்லை என்று அர்த்தம் கொள்ளக்கூடாது. சற்று வித்தியாசமான கருவிகளின் மூலம், நம்மால் கதையைச் சொல்ல முடியும் என்ற நம்பிக்கை இருந்தால் தைரியமாக அந்தக் கருவிகளைப் பயன்

படுத்தலாம். சில நேரங்களில், மிக அழகான பாடலை நாம் இழக்க வேண்டியிருக்கும். அந்தப் பாடலைக் காட்சிப்படுத்த முடியாமல் போகலாம். 'பூங்காற்றிலே' மிகவும் அருமையான பாடல். ஆனால் அவன் ரேடியோவில் ஒலிபரப்பும் பாடலாகத்தான் அந்தப் பாடலை உருவாக்கினோம். அதற்காகமட்டுமே அந்தப் பாடலைப் பயன்படுத்தவேண்டும் என்று எண்ணினோம். சிலநேரங்களில், கதையின் அங்கமாகப் பாடலைப் பயன்படுத்தாமல், அதை ஒரு பாடல் காட்சியாகவே வைத்துவிடலாம் என்றுகூட எண்ணத் தோன்றும். ஆனால் அந்த எண்ணத்தைக் கைவிட வேண்டும். பாடல்களைப் போன்ற தனித்தனிக் கூறுகளைவிட, ஒட்டு மொத்தப் படம்தான் முக்கியம்.

ரங்கன்: ஆனால், 'பூங்காற்றிலே' மிகவும் கச்சிதமாகப் படத்தோடு பொருந்தியது. அது உருவாக்கப்பட்டிருந்த விதம்தான் அதற்கு முக்கிய காரணம். பார்ப்பதற்கும் அருமையாக இருந்தது. அவர்களின் உறவு ஆன்-ஆஃப் ஆகிறது என்பதைக் குறிக்கும் பொருட்டு, பாடல் ஓடிக் கொண்டிருக்கையில், அவள் ரேடியோவை ஆன்-ஆஃப் செய்வாள். மறுபுறம், 'ஏய் மாண்புறு மங்கையே' பாடலோ வெறும் காதல் பாடல்தான்.

ரத்னம்: ஆம். படத்தில் இடம் இல்லாததால்தான், அதை முழுப் பாடலாக உருவாக்காமல் தீம் மியூஸிக்போல உபயோகப்படுத்தினோம்.

நன்கு நடிக்கக்கூடியவராக இருக்கவேண்டும். உடல்ரீதியாக கதாபாத்திரத்துக்குப் பொருத்தமானவராக இருக்கவேண்டும். அவருடைய கால்ஷீட் கிடைக்கும்படியாக இருக்கவேண்டும். நம்மைப் போலவே அந்தப் படத்தில் அவருக்கும் ஈடுபாடு இருக்கவேண்டும். அப்படியான ஒருவரைத்தான் தேர்ந்தெடுக்க முடியும்.

ரங்கன்: உங்களுக்கு சலிப்பு தட்டிவிடக்கூடாது என்பதற்காகத்தான் இந்த சோதனை முயற்சிகளை மேற்கொள்கிறீர்களா? படம் எடுப்பதற்கு இரண்டு வழிகள் உண்டு எனலாம். வெற்றிப் பட ஃபார்முலாவை எடுத்துக்கொண்டு, அதில் மாற்றங்களைச் செய்து, படங்களை உருவாக்குவது ஒரு வழி. இன்னொரு வழி, எப்போதும் வித்தியாசமான முயற்சிகளை மேற்கொள்வது.

ரத்னம்: ஆரம்ப காலத்திலிருந்தே, நான், என்னளவில், புது முயற்சிகளை மேற்கொண்டு வந்திருக்கிறேன். **மௌனராகத்**துக்குப் பின் **நாயக**னை எடுத்தேன். இரண்டு கதைகளுக்கும் பெரும் வித்தியாசங்கள் இருந்தன. **மௌனராகம்** பெற்றோர் நிச்சயிக்கும் திருமணத்தைப்பற்றிய படம். திரைக் கதை எப்படி உருவாகும் என்பதை அறிந்திருந்தேன். ஐடியா கிடைத்ததுமே, படத்தின் ஆரம்பமும் முடிவும் எப்படி இருக்கவேண்டும் என்பதையும் கண்டுகொண்டேன். **நாயக**னைப் பொருத்தவரை, படம் அந்த மனிதனின் ஏற்றத்தைப்பற்றியது என்பதைமட்டும்தான் அறிந்திருந்தேன். அதிலிருந்து எப்படி சுவாரஸ்யமான திரைக்கதையை அமைப்பது என்பது தீர்மானம் ஆகியிருக்கவில்லை. அது, முற்றிலும் புதியதொரு களமாக இருந்தது. அத்தகைய சவாலான சூழ்நிலையை எதிர்கொள்ள வேண்டும் என்றால், நாம் நிச்சயம் புதுப்புது முயற்சிகளை மேற்கொள்ளவேண்டும்.

உண்மையில், **பல்லவி அனுபல்லவி** படத்தை எடுத்து முடித்தபின், ‘இனி நான் என்ன செய்யப்போகிறேன்?’ என்றுதான் எண்ணியிருந்தேன். எனக்கு என்னவெல்லாம் தெரியுமோ அதையெல்லாம் இந்தப் படத்தில் செலவழித்து விட்டேன். என்னவெல்லாம் செய்யவேண்டும் என்று ஆசைப்பட்டேனோ அதை எல்லாம் இந்தப் படத்தில் செய்துவிட்டேன். நடிகர்கள் ஒரு குறிப்பிட்ட பாணியில் நடிக்கவேண்டும் என்று விரும்பினேன். அந்தக்காலப் படங்களில் அவர்கள் பின்பற்றிய சிலமுறைகளை நான் விரும்பியதில்லை. அதை என் படத்தில் பின்பற்றாமல் பார்த்துக்கொண்டேன். ஒரு குறிப்பிட்ட பாணியில் ஷூட் செய்வதை நான் விரும்பவில்லை. வண்ண வண்ண ஆடைகளை நடிகர்களுக்கு அணிவிப்பதில் எனக்கு உடன்பாடு இல்லை. அந்தக்காலப் படங்களில் எனக்குப் பிடிக்காத எதுவும், **பல்லவி அனுபல்லவி**யில் இடம் பெறாமல் பார்த்துக்கொண்டேன். இனிமேல் நான் எந்தப் பாதையில் பயணிப்பேன்? என் அடுத்த படத்தைத் தொடங்குவதற்குமுன், என்னிடம் இருக்கும் ஐடியாக்கள் தீர்ந்திருக்கும் என்றே எண்ணினேன். ஆனால் அடுத்த ஸ்கிரிப்ட்டில் வேலை செய்யும்போதுதான், நமக்குத் தெரியாத இன்னும் பல விஷயங்கள் நமக்குள் ஒளிந்திருப்பதைக் கண்டுகொள்கிறோம். முற்றிலும் புதியதொரு கான்சப்டை எடுத்துக்கொண்டு, யாரும் பயணிக்காத ஒரு பாதையில் பயணிக்கும்போது, நம்மிடம் நிறைய ஐடியாக்கள் உதயம் ஆகின்றன. ‘இதை நான் எப்படிச் செய்யப்போகிறேன் என்று தெரியவில்லை’ என்று எண்ணிக்கொண்டு ஒரு வேலையைத் தொடங்கும்போதுதான், நம்மால் தடையின்றி இயங்க முடிகிறது. அந்த எண்ணமே, நம் கற்பனைகள் வற்றாமல் பார்த்துக்கொள்கிறது.

ரங்கன்: புதுமையாகவும், முன்மாதிரியாகவும் கருதப்படும் விஷயங்கள் பத்து வருடங்களில் பழையதாகிவிடலாம். பின் புதியதொரு விஷயம், புதுமையாகவும் முன்மாதிரியாகவும் கருதப்படும். இந்தச் சக்கரம் சுழன்று கொண்டே இருக்கும். என் தலைமுறையைச் சேர்ந்தவர்களுக்கு உங்கள் படங்கள் மிகவும் பிடித்ததற்கு முக்கியக் காரணம், அவை அந்தக் காலப் படங்களிலிருந்து முற்றிலும் புதுமையாகவும் வித்தியாசமாகவும் இருந்தன என்பதுதான். ஆனால், தொண்ணூறுகளில் பிறந்தவர்களுக்கு அப்படி இல்லை. அவர்கள், **மௌனராகம்** ஏன் இப்படிக் கொண்டாடப்படுகிறது என்று ஆச்சரியமாகப் பார்த்தார்கள். **உயிரே** படத்தைப்பற்றி இறுதியாக ஒரு கேள்வி. மேக்னாவின் சக போராளியான மிட்டா வசிஷ்ட் கதாபாத்திரம், அவர்கள் போட்ட திட்டத்தை நிறைவேற்றினாளா? ஏனெனில், அவள்தான் அந்தத் திட்டத்தின் பேக்கப் (Backup).

ரத்னம்: குடியரசு தின அணிவகுப்பில் ஏதாவது அசம்பாவிதம் நடந்திருந்தால், நமக்குத் தெரியாமல் இருந்திருக்காது.

13

'நம்முடைய மிடில் கிளாஸ் வாழ்க்கையில் மெலோடிராமாவுக்குப் பஞ்சம் இருக்காது'

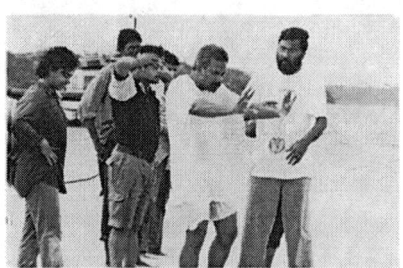

அலைபாயுதே
(2000)

கார்த்திக் (மாதவன்) ஷக்தியின் (ஷாலினி) மீது காதல் கொள்கிறான். திருமணத்துக்கு அவர்களது பெற்றோர்கள் சம்மதிக்காததால், அவர்கள் ரகசியத் திருமணம் செய்துகொள்கிறார்கள். எதுவும் நடக்காததுபோல், அவரவர் இல்லங்களில் வாழ்கிறார்கள். தன்னை வேறொருவருக்குத் திருமணம் செய்துவைக்கப் பெற்றோர் முடிவு செய்துவிட்டார்கள் என்பதைக் கண்டுகொள்ளும் ஷக்தி, வீட்டைவிட்டு வெளியேறுகிறாள். கார்த்திக்குடன் சேர்ந்து, புது வீட்டில் குடி புகுகிறாள். ஒருவரைக் காதல் செய்வது எளிது, ஆனால், அவருடன் சேர்ந்து வாழ்வது எளிதல்ல என்ற உண்மை ஷக்திக்கு உரைக்கத் தொடங்குகிறது.

பரத்வாஜ் ரங்கன்: உங்களது பல படங்கள், திருமணமான பெண் எதிர் கொள்ளும் பிரச்னைகளை மையப்படுத்தி உருவாக்கப்பட்டவை. கதையே அப்படித்தான் அமைந்திருக்குமா? அதாவது, அந்தக் காலகட்டத்தில், உங்களுக்குப் பிடித்த இந்தக் கதையில் திருமணமான பெண் கதாபாத்திரம் எதேச்சையாக இடம்பெற்றதா? அல்லது, **மௌனராகத்**தின் திவ்யா கதாபாத்திரத்தை மீண்டும் சந்தித்து, அவளுடைய வாழ்க்கையை வேறொரு கோணத்திலிருந்து பதிவு செய்வோம் என்று முடிவெடுத்துக் கதையை உருவாக்கினீர்களா? ஏனெனில், **அலைபாயுதே** படம் **மௌனராகத்**துடன் நெருங்கிய தொடர்பு கொண்டிருந்தது. இரண்டு படங்களுமே, நவீன கால இளம் தம்பதியரின் திருமண வாழ்க்கையைப் பற்றிப் பேசியது.

மணி ரத்னம்: **அஞ்சலி** படத்தில் ரேவதியை நடிக்கச் செய்தபோதுமட்டும் தான், என்னுடைய பழைய கதாபாத்திரத்தை மீண்டும் சந்திக்கவேண்டும் என்று எண்ணினேன். வேறு எப்போதும் அப்படி எண்ணியதில்லை. **மௌனராகம்** காலத்திலிருந்து பத்து வருடங்களுக்குப்பின் திவ்யாவின் வாழ்க்கை எப்படி இருக்கும் என்று யோசித்தேன். அதனால் ஒரு கட்டத்தில், ரேவதி, மோகன் இருவரையும் படத்தில் நடிக்கவைக்க முயற்சி செய்தோம். மோகனிடம் கால்ஷீட் இல்லை. ஒரே நடிகர்களை நடிக்க வைக்க முயற்சி செய்தோமே தவிர, இரண்டு படங்களுக்கும் எந்தச் சம்பந்தமும் இருக்க வில்லை. **அஞ்சலி, மௌனராகத்**திலிருந்து முற்றிலும் மாறுபட்டிருக்கும். இரண்டு படங்களும் வெவ்வேறு பிரச்னைகளைப்பற்றிப் பேசின. இரண்டு படங்களிலும் ஒரே நடிகையை (ரேவதி) நடிக்க வைத்ததால், வயதான திவ்யாதான் அஞ்சலியின் தாய் கதாபாத்திரம் என்ற எண்ணம் நம் மனத்தில் எழுகிறது. அவ்வளவுதான். **அலைபாயுதே, மௌனராகத்**துடன் நெருங்கிய தொடர்பு கொண்டிருக்கலாம். ஆனால், **மௌனராகம்** பெற்றோர் நிச்சயிக்கும் திருமணத்தில் எழும் பிரச்னைகளைப்பற்றிப் பேசியது. **அலைபாயுதே** படமோ, இரண்டு தனிப்பட்ட மனிதர்களுக்குள் இருக்கும் பிரச்னைகளைப் பற்றிப் பேசியது. இரண்டு படங்களும் 'திருமணம்' என்ற தளத்தில் இயங்கி னாலும், இரண்டுமே வெவ்வேறு பிரச்னைகளைப்பற்றி விவாதிக்கின்றன.

ரங்கன்: காஷ்மீர், பம்பாய், வட கிழக்குப் பகுதி போன்ற யுத்த பூமிகளைப் பின்னணியாகக் கொண்ட காதல் கதைகளையே கிட்டத்தட்டப் பத்தாண்டுகள் எடுத்ததால், லைட்டாக ஒரு படத்தை எடுக்கவேண்டும் என்று எண்ணி இந்தப் படத்தை எடுத்தீர்களா? வெவ்வேறு சப்ஜெக்ட்களைத் தேர்வு செய்யும்போது இதுபோன்ற விஷயங்களைக் கருத்தில் கொள்வீர்களா?

ரத்னம்: நாம் எடுக்கப்போகும் படம், நம் முந்தைய படங்களிலிருந்து மாறுபட்டிருக்கவேண்டும் என்று எண்ணுவோம். அவ்வளவுதான். அந்தக் கதையில் ஏதாவது ஓர் அம்சம் புத்துணர்ச்சியுடன் இருக்கவேண்டும். எந்த முன்முடிவும் இல்லாமல்தான் கதையைத் தொடங்குவோம். நான் பின்பற்றும் கோட்பாடு இதுதான். **நாயகன், மௌனராகத்**திலிருந்து மாறுபட்டிருக்கும். **அக்னி நட்சத்திரம், நாயக**னிலிருந்து மாறுபட்டிருக்கும். இந்த மாற்றங்கள்தாம் என்னைத் தொடர்ந்து விழிப்புடன் இயங்கவைக்கின்றன. மேலும்,

புதுப்புதுக் கதைகளை உருவாக்குவதற்கு ஆர்வம் அளிக்கின்றன. மற்ற காதல் கதைகள் முடியும் இடத்தில், **அலைபாயுதே** கதையைத் தொடங்க எண்ணினேன். அவர்கள் சந்திக்கிறார்கள், காதலிக்கிறார்கள், திருமணம் செய்து கொள்கிறார்கள். எல்லாம் சரி. திருமணத்துக்குப்பின் என்ன நடக்கிறது? இந்தக் கேள்வியில் ஓர் அருமையான கதை ஒளிந்திருக்கிறது என்று நான் எண்ணுவதுண்டு. திருமணத்துக்குப்பின் நடப்பவை, எளிய உண்மைகளாகவும் இருக்கலாம். நம்மைச் சுடும் உண்மைகளாகவும் இருக்கலாம்.

எந்த உறவிலும் ஒரு குறிப்பிட்ட கட்டம் வரும். அந்தக் கட்டத்தில் நாம் அடுத்தவரை அலட்சியப்படுத்த மாட்டோம். நம்மால் முடிந்தவரை அவர்களிடம் பற்றுதலாக நடந்துகொள்ள முயல்வோம். பின், அவர் நம் அரவணைப்பில் வந்ததும், நம்மை அறியாமலேயே நாம் மாற ஆரம்பிப்போம். அவர்களை அலட்சியப்படுத்துவோம். சில நேரங்களில், அந்த உறவு வித்தியாசமான வழியில், மீண்டும் பழைய நிலைக்கு, பற்றுதல் நிறைந்த நிலைக்குத் திரும்பும். இதுதான் **அலைபாயுதே** படத்தின் கரு. உறவுகளுக்குள் சிறுசிறு கருத்து வேறுபாடுகள் ஏற்படும் இந்தக் குறிப்பிட்ட கட்டம், எல்லோருக்கும் அவர்களின் வாழ்க்கையை நினைவுபடுத்தும், இதழ் நுனியில் புன்னகையை வரவழைக்கும் என்று எண்ணினேன். ஏனெனில், எல்லோரும் தங்கள் வாழ்க்கையில் இந்தக் கட்டத்தைத் தாண்டித்தான் வந்திருப்பார்கள். இன்றைய மனிதர்களைப் பிரதிபலிக்கும்படி நம்மால் கதாபாத்திரங்களை உருவாக்க முடியும் என்றால், இதுபோன்ற கதைகளைத் தைரியமாகக் கையில் எடுக்கலாம். நிச்சயம், படம் பலருக்கும் அவர்கள் வாழ்க்கையை நினைவுபடுத்தும்.

ரங்கன்: ஆனால் இது தமிழ்ப் படத்துக்கான கதையாயிற்றே? இதை இந்தியில் எடுக்கவேண்டும் என்று ஏன் எண்ணினீர்கள்? **உயிரே** படத்தை இந்தியில் எடுக்கவேண்டிய அவசியத்தை என்னால் புரிந்துகொள்ள முடிந்தது.

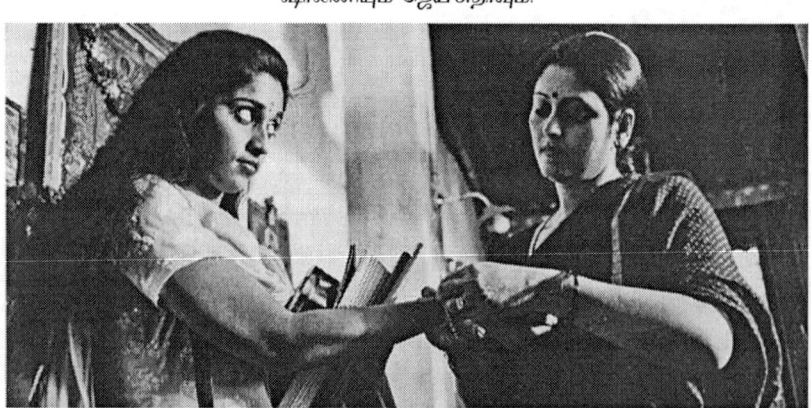

அம்மா-மகள் உறவு இந்தப் படத்துக்கு மிகவும் முக்கியமானது. ஷாலினியும் ஜெய சுதாவும்.

ரத்னம்: இந்தியில் அந்தக் காலகட்டத்தில் பல அருமையான காதல் படங்கள் வந்து கொண்டிருந்தன. அனைத்துமே பிரமாண்டமான படங்கள். **ஹம் ஆப்கே ஹை கோன், தில்வாலே துல்ஹனியா லே ஜாயேங்கே** போன்ற படங்கள் காதலைப்பற்றிமட்டுமே பேசின. அதன்பின் என்ன நடக்கிறது என்று விவாதிக்க முயன்றேன். அவர்கள் உலகினுள் புகுந்து, அவர்கள் கதையின் அடுத்த பக்கத்தை எழுதுவதே என் நோக்கமாக இருந்தது.

ரங்கன்: படத்தைத் தமிழில் எடுக்க முடிவு செய்தபின், கதையில் ஏதாவது மாற்றம் செய்யவேண்டிய நிலை ஏற்பட்டதா? கதையைத் தமிழுக்கு மாற்றுவதில் ஏதாவது பிரச்னை இருந்ததா?

ரத்னம்: எனக்கு இருந்த ஒரே பிரச்னை, படத்தின் தொடக்கத்தையும் முடிவையும் எப்படி நிர்ணயிப்பது என்பதுதான். இங்கே தொடக்கம் முடிவு இரண்டுமே ஒரே புள்ளியில் இணைந்திருக்கும்.

ரங்கன்: திரைக்கதையின் முந்தைய வெர்ஷன் லீனியராக இருந்தது. அதாவது, காதல் காட்சி ஒன்று, காதல் காட்சி இரண்டு... என்று அமைந்திருந்தது என்று சொன்னீர்கள். இந்த இறுதி வெர்ஷன் நிகழ்காலத்தில் தொடங்கி, பின் காதல் காட்சி ஒன்றுக்குப் பயணித்துவிட்டு, மீண்டும் நிகழ்காலத்துக்கு வரும். மீண்டும் பிளாஷ்பேக் வரும்.

ரத்னம்: மேலும், அந்தப் பழைய வெர்ஷனில் படத்தின் முடிவு தீர்மானமாகி யிருக்கவில்லை. முடிவைக் கண்டுகொண்ட பின்தான், கதை நிகழ்காலத்தில் தொடங்கி, கடந்த காலத்துக்குப் பயணிக்கவேண்டும் என்பதை முடிவு செய்தோம். படத்தின் முடிவில், விபத்தில் சிக்கிக்கொண்ட அவள் மீண்டும் நல்லபடியாகத் திரும்பி வரவேண்டும் என்று விரும்புவான். அவள்மேல் இருக்கும் காதலை உணர்வான். அங்குதான் அந்தக் காதல் கதை நிறைவு பெறுகிறது. ஒருநாள் நடக்கும் அந்த விபத்து, நாள் முழுக்க அவன் அவளைத் தேடுவது, அவள்தான் எல்லாம் என அவன் உணர்ந்துகொள்வது, அவள் திரும்ப வரவேண்டும் என்று ஏங்கி நிற்பது. இவை எவையுமே பழைய வெர்ஷனில் இடம்பெற்றிருக்கவில்லை. இவை அனைத்தையும் கண்டு கொள்வதற்கு, எங்களுக்கு, ஒரு படம் எடுக்கும் கால அளவுக்கு அவகாசம் தேவைப்பட்டது.

ரங்கன்: பல வருடங்களுக்குப்பின், நீங்கள் திரைக்கதை கிரெடிட்டை இன்னொருவருடன் பகிர்ந்துகொண்டீர்கள். ஆர். செல்வராஜும் உங்களுடன் இணைந்து திரைக்கதை எழுதியிருப்பார். பொதுவாக, உங்கள் படங்களுக்கு நீங்கள்மட்டும்தான் திரைக்கதை எழுதுவீர்கள் இல்லையா?

ரத்னம்: பெரும்பான்மையான நேரங்களில், திரைக்கதை நமக்கு மிகவும் நெருக்கமாக இருப்பதே சிறந்தது. காட்சிகளையும் திரைக்கதையின் ஓட்டத்தையும் முடிவு செய்து, படம் எந்தப் பாதையில் பயணிக்கவேண்டும் என்பதையும் கண்டுகொண்டபிறகுதான் வசனங்களை மெருகேற்றுவதற்காக மற்றவர்களின் பங்களிப்பை நாடுவேன். நான் பாரதிராஜாவின் **தாஜ்மஹால்**

படத்தில் செல்வராஜுடன் இணைந்து பணியாற்றினேன். அவரை முதன் முதலாகச் சந்தித்தது அப்போதுதான். அவரை நம்பி வேலையை ஒப்படைக்கலாம். அவர் வேலையை முடித்தபின், மீண்டும் திரைக்கதையை இறுதிசெய்யலாம் என்று முடிவெடுத்தேன். ஆனால் வரையறுக்கப்பட்ட விதி என்று எதுவும் இருக்கவில்லை. பொதுவாக என்னிடம் தோராயமான ஐடியா இருக்கும். பின் நான் யாருடனாவது இணைந்து திரைக்கதையை மெருகேற்று வேன். சுஜாதாவுடன் அப்படித்தான் பணியாற்றினேன். சிறப்பாகப் பணியாற்றக்கூடிய, திரைக்கதைக்கு இன்னொரு பரிமாணத்தைச் சேர்க்கக் கூடிய ஒருவர் நம்முடன் இருந்தால் போதுமானது. அவருடைய அலைவரிசை நம்முடையதுடன் ஒத்துப்போகவேண்டும். அதே நேரத்தில், அவர் திரைக்கதைக்குப் புது வடிவம் கொடுக்கவேண்டும்.

ரோஜா படம் தொடங்கி, கிட்டத்தட்ட எல்லாப் படங்களிலும் ஹாசினி ஓரிரு காட்சிகளையாவது எழுதியிருப்பார். எல்லா நேரங்களிலும், அவருடைய பங்களிப்புக்கு கிரெடிட் கொடுக்கப்படவில்லை. எனினும், அவர் தொடர்ந்து எழுதிவருகிறார். காட்சிகள் கடினமாக இருக்கும்போதெல்லாம் அவர் தன் பங்களிப்பைத் தருவார். **ரோஜா** படத்தின் இரண்டாவது பாகத்தில், 50 சதவிகிதக் காட்சிகளை அவர்தான் எழுதினர். மீதி 50 சதவிகிதக் காட்சிகளை நான் எழுதினேன். கூர்ந்து கவனித்தீர்கள் என்றால், அந்தக் காட்சிகளுக்குள் இருக்கும் வித்தியாசத்தைக் கண்டுகொள்ளலாம். அவரது காட்சிகள், நீரோட்டம்போல் சுமுகமாக ஒழுகிச் செல்லும். என்னுடைய காட்சிகள், ஒன்றின்மேல் ஒன்று கட்டமைக்கப்பட்டதாக இருக்கும். அவர் வார்த்தை களுக்கு அதிக முக்கியத்துவம் கொடுத்துக் காட்சிகளை எழுதுவார். அவரது காட்சிகள் எளிமையாகவும் நேரடியாகவும் அமைந்திருக்கும். என்னுடைய காட்சிகள் மறைமுகமாக அமைந்திருக்கும். எங்களால், எப்போதும் சிறப்பாக இணைந்து பணியாற்ற முடியும். சில நேரங்களில் நாங்கள் தனித்தனியாக வேலை செய்து காட்சிகளை உருவாக்குவோம். பின் அனைத்துக் காட்சி களையும் இணைப்போம். சில நேரங்களில், சேர்ந்து காட்சிகளை எழுதுவோம். **குரு** படத்தின் இறுதியில் வரும் நீதிமன்றக் காட்சியை இருவரும் சேர்ந்து எழுதினோம். மிகவும் கடுமையான உணர்ச்சிமயமான காட்சிகளுக்கு அவருடைய உதவியை நாடுவேன். **அலைபாயுதே**வில், ஷாலினி வீட்டுக்குத் திரும்பும்போது அவளுடைய தந்தை இறந்துபோயிருப் பார். அவளுக்கும் அவள் தாய்க்கும் இடையே ஒரு பெரிய உணர்ச்சிமயமான காட்சி நடக்கும். அந்தக் காட்சி முழுவதையும் ஹாசினிதான் எழுதினார்.

ரங்கன்: காட்சிகளை விலாவரியாக எழுதுவதற்குமுன், முழு திரைக்கதையின் அவுட்லைனை எழுதிவிடுவீர்களா? அல்லது, முதல் காட்சியிலிருந்து கடைசிக் காட்சிவரை தனித்தனியாக எழுதுவீர்களா? அதாவது ஒரு காட்சியை முழுவதுமாக முடித்தபின், அடுத்த காட்சியை எழுதத் தொடங்குவீர்களா?

ரத்னம்: நான் எந்தக் குறிப்பிட்ட பேட்டர்னையும் பின்பற்றமாட்டேன். ஆக்ட் 1, ஆக்ட் 2, ஆக்ட் 3 என்று பிரித்துத் திரைக்கதையை எழுத மாட்டேன். ஏனெனில், நான் திரைக்கதை எழுதும் கலையை முறையாகவெல்லாம் கற்றுக்

கொண்டிருக்கவில்லை. முதலில், மற்றவர்கள் எப்படித் திரைக்கதை எழுதுகிறார்கள் என்பதைப்பற்றி எனக்கு எந்த ஐடியாவும் இருக்கவில்லை. நான் படம் எடுக்கத் தொடங்கிய காலகட்டத்தில் சினிமாவைப்பற்றிய இலக்கியங்களும் கட்டுரைகளும் மிகவும் குறைவாகவே இருந்தன. திரைப்படக் கலையைக் கற்றுக்கொள்வதற்கு இருந்த ஒரே வழி, திரைப் படங்களைப் பார்ப்பதே. யு.எஸ்.ஐ.எஸ் நூலகத்துக்குச் சென்று நிறையத் திரைக்கதைகளையும் நாடகங்களையும் படிப்பேன். அவைமட்டுமே எனக்கு அந்தக் காலத்தில் கிடைத்த எழுத்துகள். ஆனால், எழுத்தாளர்கள் எந்த முறையைப் பின்பற்றுகிறார்கள் என்பதைப் பின்னாளில்தான் கண்டு கொண்டேன். சுஜாதா சாரைச் சந்தித்தபின்தான் எழுத்தாளர்கள் பின்பற்றும் முறை எனக்கு விளங்கியது. பின் நான் திரைத்துறையைச் சேராத எழுத்தாளர் கள் பலரையும் சந்தித்து, எழுதும் கலைபற்றிக் கூடுதலாகத் தெரிந்து கொண்டேன். நாவல்களை எப்படி எழுதுகிறார்கள் என்ற வியப்பு என்னிடம் இருந்ததால், சில நாவலாசிரியர்களிடம் உரையாடியிருக்கிறேன். அதில் பெரும்பாலானோர், தங்கள் கதை எதை நோக்கிப் பயணிக்கிறது என்பது தங்களுக்கே தெரியாது என்றனர். கதை நம்மைக் கதையின் முடிவை நோக்கி அழைத்துச் செல்லும் என்றே அவர்கள் சொல்கிறார்கள்.

ஆனால், திரைக்கதை எழுதுவது அதற்கு நேர்மாறானது என்றே கருதுகிறேன். திரைக்கதையைப் பொருத்தவரை, படத்தின் கட்டமைப்பும் ஓட்டமும் நமக்குத் தெரிந்திருக்கவேண்டும். கதை எங்கே தொடங்கப்போகிறது, எந்தப் பாதையில் பயணிக்கப்போகிறது என்பதைத் தெரிந்துகொண்டபிறகு, கதையை விலாவரியாக எழுதத் தொடங்கவேண்டும். நான் என் திரைக்கதை களை அப்படித்தான் எழுதுவேன். முதலில், காட்சிகளின் தோராயமான உள்ளடக்கத்தையும் படத்தின் ஓட்டத்தையும் சுருக்கமாக எழுதி வைத்துக் கொள்வேன். பிறகுதான் திரைக்கதையைக் கட்டமைப்பேன். படத்தின் கட்டுமானம் சமநிலையில் இருக்கவேண்டும். இல்லையென்றால், திரைக் கதை தள்ளாடும். சீரான லயம் இருக்காது. நாம் ஒரு படத்தைப் பார்க்கும் போது, பெரும்பான்மையான நேரங்களில், அது குறிப்பிட்ட வழியில் கட்டமைக்கப்பட்டிருக்கிறது என்பதையும், ஒரு குறிப்பிட்ட வடிவில் உருவாக்கப்பட்டிருக்கிறது என்பதையும் நம்மால் கண்டுகொள்ள முடியும். படங்களுக்குத் திரைக்கதை எழுதுவதற்கு ஒரு கலைத்திறன் வேண்டும் என்றே நினைக்கிறேன். கதையின் ஓட்டத்தில் ஏற்றம் இருந்துகொண்டே இருக்கவேண்டும். எந்தவொரு திரைக்கதைக்கும் ஓட்டம்தான் மிகவும் முக்கியம். அந்த ஓட்டத்தை முடிவு செய்ததும், நாம் ஒவ்வொரு காட்சியாக விலாவரியாக எழுதவேண்டும். ஒவ்வொரு காட்சியும் உயிரோட்டமுள்ளதாக இருக்கும்படிப் பார்த்துக்கொள்ளவேண்டும். அதற்கேற்றார்போல் காட்சிகளை உருவாக்க முயற்சி செய்யவேண்டும். திரைக்கதை நிபுணர்கள், தாங்கள் எழுதும் திரைக்கதைகள் எப்படிக் கட்டமைக்கப்பட்டிருக்கின்றன என்பதைப் பார்வையாளர்கள் கண்டுகொள்ளக்கூடாது என்பதில் கவனமாக இருப்பார்கள். அவர்களின் திரைக்கதைகளில் கட்டமைப்பும் காட்சிகளை

இணைக்கும் கோடுகளும் வெளியில் தெரியாது. அதனால் திரைப்படம் மிகவும் இயல்பான ஓட்டத்துடன் இருக்கும்.

ரங்கன்: நாவலாசிரியர்கள் என்று நீங்கள் குறிப்பிட்டது, அசோகமித்திரன் போன்ற எழுத்தாளர்களையா? அசோகமித்திரனின் கதைகளில் ஒன்றுகூட, வேதாளம்போல் உங்களின் தோளில் ஏறிக்கொண்டு, என்னைப் படமாக எடு என்று உங்களை வற்புறுத்தவில்லையா? தமிழ் எழுத்தாளர்கள் பல சிறந்த கதைகளை எழுதியிருக்கிறார்கள். இருந்தும், நீங்கள் எந்தத் தமிழ்க் கதையையும் படமாக்க முயற்சி செய்ததில்லை. இஸ்மத் சுக்தாயின் சிறுகதையைத் தழுவி 'லஜ்ஜோ' என்றொரு படம் எடுக்கப்போகிறீர்கள் என்று ஓர் அறிவிப்புமட்டும் வந்தது.

ரத்னம்: நான் அசோகமித்திரனைச் சந்தித்ததில்லை. நிச்சயம் ஒருநாள் அவரைச் சந்திப்பேன். அவர் ஒரு மேதை என்றே கருதுகிறேன். உலகத் தரம் வாய்ந்த எழுத்தாளர் அவர். அவருடைய சிறுகதைகள் எனக்கு மிகவும் பிடிக்கும். அவருடைய கதைகளில் ஒன்றையாவது வருங்காலத்தில் படமாக எடுப்பேன் என்று நம்புகிறேன். 'பொன்னியின் செல்வன்' நாவலைப் படமாக்க விரும்பினேன். தமிழ் சினிமாவில், இலக்கியப் படைப்புகள் அதிக அளவில் திரைப்படமாக மாற்றப்படுவதில்லை. மிகக் குறைந்த எண்ணிக்கையிலான நாவல்களே இங்கு படமாக மாற்றப்பட்டிருக்கின்றன. ஏ.பி. நாகராஜனின் **தில்லானா மோகனாம்பாள்** போன்ற படங்களை உதாரணமாகச் சொல்லலாம்.

ரங்கன்: சில ஆண்டுகளுக்குப்பின், சுஜாதாவின் 'கரையெல்லாம் செண்பகப்பூ' நாவலும் படமாக்கப்பட்டது.

ரத்னம்: ஆனால், அது த்ரில்லர் கதை. அதுபோன்ற கதைகளுக்குச் சற்று எளிமையாகத் திரைவடிவம் கொடுத்துவிடலாம். சற்று சீரியசான கதைகளுக்குத் திரைவடிவம் கொடுப்பது கடினம். அசோகமித்திரன், தி. ஜானகிராமன் ஆகியோரின் கதைகளைத் திரைப்படமாக உருவாக்கச் சற்று மெனக்கெட வேண்டும். எனினும், அதை நம்மால் செய்யமுடியும் என்றே நினைக்கிறேன். மலையாளத்தில் அதுபோன்ற கதைகளுக்குத் தொடர்ந்து திரைவடிவம் கொடுத்துவருகிறார்கள்.

ரங்கன்: திரைக்கதை ஆசிரியர்களுடன் எப்படி இணைந்து பணியாற்றுவீர்கள்? சுஜாதாவின் பேட்டி ஒன்றைப் படித்தேன். **ரோஜா** படத்தின் கதை விவாதங்கள் அனைத்திலும் அவர் பங்கேற்றதாகவும், ஆனால், **உயிரே** படத்துக்காக ஒரு சிறுகதையைமட்டும் எழுதித் தரச் சொன்னீர்கள் என்றும் அவர் அந்தப் பேட்டியில் குறிப்பிட்டிருந்தார். மேலும், அந்தச் சிறுகதையை சினிமாவுக்காக உருவாக்காமல், இலக்கியமாக உருவாக்கித் தரவேண்டும் என்று நீங்கள் கேட்டதாகவும் சொல்லியிருந்தார்.

ரத்னம்: **அஞ்சலி**யில் ஆரம்பக் காட்சியை (அந்தக் குழந்தை பிறக்கும் தருணம் வரை) அவர் எழுதித் தரவேண்டும் என்று விரும்பினேன். அவர் அப்போது பெங்களூரில் வசித்துவந்தார். நான் அவரைச் சந்தித்து, இந்தத் தொடக்கக்

அவர்கள் மனத்துக்குள் புதைத்து வைத்திருக்கும் ரகசியம் அவர்களை சிறைப்படுத்தியிருக்கிறது. அந்த ரகசியம் அம்பலமாகிறது. அவர்களுக்கு ஒரு நிம்மதி பிறக்கிறது.

காட்சியை எழுதித் தரமுடியுமா என்று கேட்டேன். அதன் திரை வடிவத்தைப் பற்றிச் சிந்திக்காமல், வெறும் சிறுகதையாகமட்டும் அதை எழுதித் தர வேண்டும் என்று குறிப்பிட்டேன். அவர் சிறு பகுதியை எழுதிக் கொடுத்தார். ஆனால், அவர் அங்கும் நான் இங்கும் இருந்ததனால் அந்தக் கதையை மேலும் எங்களால் முன்னெடுத்துச் செல்ல முடியவில்லை. ரோஜா படம் தொடங்கப்பட்ட காலகட்டத்தில், அவர் ஓய்வு பெற்று சென்னைக்கு வந்திருந் தார். அவருக்கு நேரம் இருந்ததால், எங்களால் இணைந்து பணியாற்ற முடிந்தது. நான் மற்றவர்களுடன் பணி புரியும்போது, எவ்வளவு முடியுமோ அவ்வளவு சிறப்பாக அவர்களைப் பயன்படுத்திக்கொள்ள முயற்சி செய்வேன். சுஜாதா ஓர் எழுத்தாளர். சிறுகதைகளே அவரது பலம். அவர் ஏராளமான சிறுகதைகளை எழுதி இருக்கிறார். அதனால், அவர் கதா பாத்திரங்களை டெவலப் செய்து, கதையின் பல்வேறு புள்ளிகளைச் சரியாக இணைத்து, அவரது ஸ்டைலில் ஒரு சிறப்பான வடிவத்தை என்னிடம் கொடுப்பார். நான் அவரது கதையிலிருந்து எனக்குத் தேவையானவற்றை எடுத்து என் திரைக்கதையில் பயன்படுத்திக் கொள்வேன். **அஞ்சலியைப்** போல் **உயிரே** படத்தின் தொடக்கக் காட்சிகளையும் சிறுகதையாகத்தான் எழுதினோம்.

அதேபோல், **உயிரே** படத்தின் போஸ்ட் ப்ரொடக்ஷன் வேலைகளில் ஈடுபட்டிருந்தபோது, **அலைபாயுதே** படத்தின் தொடக்கக்காட்சியின் ஐடியா என்னுள் உதித்தது. அவன் மனைவி காணமல் போவதே அந்தத் தொடக்கக் காட்சி. பின், அவன் அவளைத் தேடுவான். அந்தத் தேடலின்போது அவனுடைய உணர்வுகள் எப்படி இருக்கின்றன, அவன் அவளை எப்படிக்

கண்டுபிடிக்கிறான் என்பதைப்பற்றி அந்தக் கதை அமைந்திருக்கவேண்டும். ஒரேநாளில் அவர்களுடைய வாழ்க்கையில் நிறைய மாற்றங்கள் நடந்து விட்டன என்பதைப் படத்தின் முடிவு உணர்த்தவேண்டும் என்று எண்ணினேன். இது ஒரு சிறுகதைக்கான சிறந்த களம் என்பதையும், அந்தச் சிறுகதை, அந்தப் படத்தைச் சுற்றி அமைந்திருக்கும் என்பதையும் கண்டு கொண்டேன். நான் சுஜாதாவை **அலைபாயுதே** படத்துக்கான திரைக்கதையை எழுதச் சொல்லவில்லை. படத்தின் முதல் மற்றும் முடிவுப் பகுதியை மட்டுமே எழுதச் சொன்னேன். அதாவது, அந்த ஒரு நாளில் என்ன நடக்கிறது என்பதைமட்டும் சிறுகதையாக எழுதச் சொன்னேன். கதையைத் திரைப் படமாக மாற்றும் வேலையை இருபது வருடங்களாகச் செய்துவருகிறேன். அதனால், அதில் எனக்கு எந்தப் பயமும் இருக்கவில்லை.

ரங்கன்: சுஜாதாவுக்கு முன் உங்கள் படங்களுக்கு மற்ற எழுத்தாளர்களைப் பயன்படுத்தியிருக்கிறீர்களா?

ரத்னம்: சில நேரங்களில், வசனம் எழுதுவதற்காக மற்றவர்களைப் பயன் படுத்தியுள்ளேன். பகல் நிலவு படத்தில் ஓரிரு எழுத்தாளர்கள் பணியாற்றி னார்கள்.

ரங்கன்: **மௌனராகம்** படத்திலும் அதற்குப் பின்பும் யாரையாவது பயன் படுத்திக்கொண்டிருக்கிறீர்களா என்றுதான் கேட்கிறேன். அந்த காலத்தி லிருந்துதான் நீங்கள் வாடகை இயக்குநராக இல்லாமல், உங்களுக்குப் பிடித்த படங்களை உருவாக்கத் தொடங்கினீர்கள்.

ரத்னம்: **மௌனராகம்** படத்தில் பணியாற்ற வேண்டும் என்று சில எழுத்தாளர் களைக் கேட்டுக்கொண்டேன். ஆனால் அவர்கள் மறுத்துவிட்டனர். **நாயகன்** படத்துக்கு பாலகுமாரன் வசனம் எழுதினார். **கீதாஞ்சலி** படத்தில் தெலுங்கு எழுத்தாளர் ராஜஸ்ரீ பணியாற்றினார். அந்தப் படத்தின் வசனங்களை முதலில் தமிழில்தான் எழுதினோம். அந்தக்காலத்தில் ராஜஸ்ரீ தமிழ்ப் படங்களை தெலுங்கில் டப் செய்துகொண்டிருந்தார். அப்போது என் டீமில் இணைந்த பாணி சாரும் எங்களோடு இணைந்து வசனங்களைத் தெலுங்கில் மொழி பெயர்த்தார். எங்கெல்லாம் தேவைப்படுகிறதோ, அங்கெல்லாம் மற்றவர் களின் உதவியைப் பயன்படுத்திக்கொள்வேன்.

ரங்கன்: ஸ்ரீகர் பிரசாத்துடன் இந்தப் படத்தில்தான் முதன்முதலில் இணைந்தீர் கள். அன்றிலிருந்து அவர் உங்களுடன் தொடர்ந்து பணியாற்றிவருகிறார். படத்தொகுப்பில் உங்களின் பங்களிப்பு என்ன? எடிட்டர், ரஃப் கட்டை அசெம்பிள் செய்து முடித்தபின், நீங்கள் அவருடன் இணைந்து வேலையைத் தொடர்வீர்களா அல்லது டேக் செலக்ஷன் வேலைகளிருந்தே அவருடன் இணைந்து பணியாற்றுவீர்களா?

ரத்னம்: நான் லெனினுடன் இணைந்து பல படங்களில் பணியாற்றி இருக் கிறேன். அவர் மிகவும் திறமையானவர். வெவ்வேறு காட்சித் துண்டுகளை இணைக்கும் மெக்கானிக்கல் வேலையைச் செய்வதோடு மட்டுமல்லாமல்

பல நுணுக்கமான விஷயங்களிலும் கவனம் செலுத்துவார். நடிகர்களின் பெர்பார்மன்ஸ், மேக்னிபிகேஷன் என அனைத்தையும் கூர்ந்து கவனித்துப் படத்தொகுப்பு செய்வார். படத்தின் லயமும் ஓட்டமும் சரிவர அமைந்திருக் கும்படிப் பார்த்துக்கொள்வார். படத்தை மெருகேற்றுவார். உண்மையில், படத்தொகுப்பு என்பது திரைக்கதையின் நீட்சியே ஆகும். படத்தின் இறுதி வடிவத்தைச் சரிவர உருவாக்குவதில் படத்தொகுப்பு முக்கியப் பங்கு வகிக்கிறது. என்னைவிடத் திறமைசாலிதான் அந்த வேலையைச் செய்ய வேண்டும் என்று விரும்புவேன். ஒளிப்பதிவாளரும் என்னைவிடத் திறமை சாலியாக இருக்கவேண்டும். அப்போதுதான் அவரது பங்களிப்பு மிகவும் சிறப்பாக அமையும். எனக்கு என்ன தேவையோ அதைமட்டும் செய்யும் ஒளிப்பதிவாளர் எனக்குத் தேவையில்லை. நாம் விரும்புவதை அப்படியே செய்வதற்கு ஓர் உதவியாளர் போதும். ஒரு புத்திசாலியான, திறமையான கலைஞன் நம்முடன் சேர்ந்து பயணிக்கும்போது, படைப்பின் இறுதி வடிவம் சிறப்பாக உருவாகும் வாய்ப்பு அதிகமாகிறது. என் பங்களிப்பும் இன்னொரு திறமைசாலியின் பங்களிப்பும் சேர்ந்தால், படம் மிகவும் உயரமான தளத்தை எட்டும். நிச்சயம் அந்தத் தளம், தனித்தனியே எங்களால் எட்ட முடிந்ததை விட, அதிக உயரத்தில் இருக்கும்.

எனக்கு ஸ்ரீகரைப் பல ஆண்டுகளாகத் தெரியும். பிரசாத் லேப்பில்தான் அவருடைய எடிட்டிங் அறை இருந்தது. அங்கே அவரை எதேச்சையாகச் சந்தித்திருக்கிறேன். சந்தோஷ் சிவனின் ஆரம்ப காலப் படங்களுக்கு ஸ்ரீகர் தான் படத்தொகுப்பு செய்தார். அந்தப் படங்களின் ஃபர்ஸ்ட் காப்பிகளை அவருடன் அமர்ந்து பார்த்திருக்கிறேன். **அலைபாயுதே** படத்துக்காகப் படத் தொகுப்பாளரைத் தேடிக்கொண்டிருக்கையில், அவரை அங்கே மீண்டும் சந்திக்க நேர்ந்தது. அப்போதுதான் நாங்கள் ஒருவருக்கொருவர் பரஸ்பரம் அறிமுகம் செய்துகொண்டோம். அவர் படத்தொகுப்பு செய்த படங்களை நான் பார்த்திருந்தாலும், அவர் என்னைப் புரிந்துகொள்வதற்கும் நான் அவரைப் புரிந்துகொள்வதற்கும் எங்களுக்கு அவகாசம் தேவைப்பட்டது. **அலைபாயுதே** படத்தில்தான் முதன்முதலில் நாங்கள் இணைந்தோம். இப்போதெல்லாம், நான் படத்தை ஷூட் செய்யும்போதே ஸ்ரீகர் படத்தொகுப்பு வேலைகளைத் தொடங்கிவிடுகிறார். நான் படத்தை எடுத்து முடிக்கும்போது, அவர் படத்தின் ரஃப் கட்டைத் தயாராக வைத்திருப்பார். பின் நாங்கள் அதை அடுத்த கட்டத்துக்கு எடுத்துச்செல்வோம். சமீப காலமாக, திரைக்கதை உருவாக்க நிலையிலேயே அவரை இணைத்துக்கொள்ளத் தொடங்கிவிட்டேன். அதனால், நான் என்ன காட்சிகளை எடுக்கப்போகிறேன், திரைக்கதை எப்படி நகர்கிறது என்பதும் அவருக்குத் தெரிந்திருக்கும். அதில் ஏதாவது பிரச்னை இருந்தால், உடனுக்குடன் எடுத்துச்சொல்வார். அவர் எங்கள் யூனிட்டில் ஓர் அங்கமாக இருக்கிறார். முக்கிய அங்கமும்கூட.

ரங்கன்: ஷாலினிக்குள் ஓர் இளம் நடிகை இருந்தார். மாதவனுக்குள் ஒரு புத்தம் புது நடிகர் இருந்தார். ஆனால், பிரபலமான நடிகர்களைக் காதல் ஜோடிகளாக

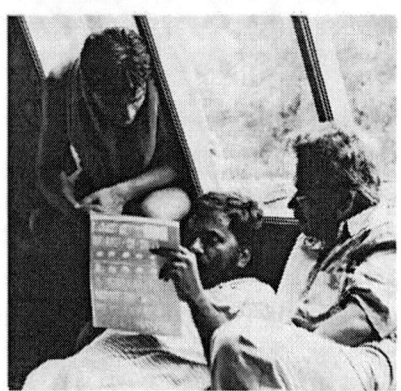
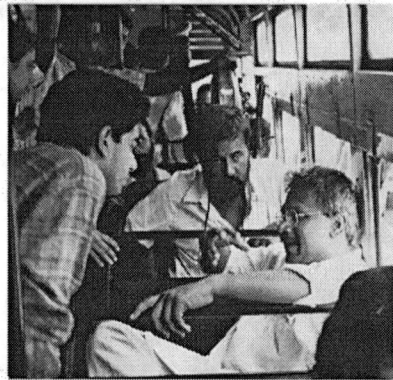

ஹம் ஆப்கே ஹை கவுன், தில்வாலே துல்ஹனியா லே ஜாயேங்கே போன்ற வெற்றிகரமான ரொமாண்டிக் படங்கள் வெளியான காலம் அது. அந்தக் காதல் கதைகளில் அதற்குப் பிறகு என்ன நடக்கிறது என்று காட்ட விரும்பினேன்.

நடிக்க வைத்தால், உடனே படம் பிரபலமாகிவிடும் வாய்ப்பு அதிகம் இருக்கிறது அல்லவா?

ரத்னம்: இந்தப் படத்துக்குப் பிரபலமான நடிகர்கள் தேவையில்லை என்றே கருதினேன். கதாபாத்திரத்தில் கச்சிதமாகப் பொருந்தும் சாதாரண நடிகர்களே இந்தப் படத்துக்குத் தேவைப்பட்டார்கள். அவர்கள் நம்மையோ, நாம் சந்தித்த மனிதர்களையோ நினைவுபடுத்தவேண்டும் என்று எண்ணினோம். **ஏக் துஜே கேலியே, பாபி** போன்ற பெரும் வெற்றிப் படங்கள் அனைத்திலும் புது முகங்கள்தான் நடித்திருந்தார்கள். இது நிரூபணமான, நிலையான மெயின் ஸ்ட்ரீம் பார்மட். அதை நாம் சந்தேகிக்கக்கூடாது.

ரங்கன்: அவர்கள் குடிபுகும் கட்டிமுடிக்கப்படாத அந்த வீடு, கலை இயக்குநரின் கற்பனையாகமட்டும் தெரியவில்லை. மாதவன்-ஷாலினி திருமணத்தைக் குறிக்கும் உவமையாகவும் தெரிகிறது. அந்த வீட்டைப் போல அவர்கள் திருமணமும் முற்றுப்பெறாமல், ஆரம்ப நிலையிலேயே இருக்கிறது.

ரத்னம்: அது உவமைதான். அந்த வீடு முழுமை பெற்றிருக்கவில்லை. அவர்கள் உறவும் அப்படித்தான். அந்தக் கட்டடம் ஒருநாள் முழுமையான வீடு ஆகலாம். அதேபோல், அவர்கள் உறவும் முழுமை அடையலாம், வலுப் பெறலாம். அந்த வீட்டை, கதையைச் சொல்வதற்கான கருவியாகப் பயன் படுத்தினோம். அந்த வீடு திரைக்கதையில் இடம்பெற்றிருக்கவில்லை. இடம்பெற்றிருக்கவேண்டும் என்ற அவசியமும் இல்லை. ஆனால், ஒரு இயக்குநருக்கு இதுபோன்ற முயற்சிகளை மேற்கொள்ளத்தான் சம்பளம் தரப்படுகிறது. குறைந்தது பத்து வீடுகளையாவது பார்த்திருப்போம். பிறகுதான் இந்த வீட்டைத் தேர்வு செய்தோம்.

ரங்கன்: ஜெயசுதாவைச் சிலகாலங்களாகத் திரையில் பார்க்கவில்லை. ஷாலினியின் அம்மா கதாபாத்திரத்தில் மிகவும் கச்சிதமாகப் பொருந்தி யிருந்தார். ஷாலினியைத் தேடிக்கொண்டு மாதவன் ஷாலினியின் வீட்டுக்கு வரும் காட்சி எனக்கு மிகவும் பிடிக்கும். அங்கே இருக்கும் ஜெயசுதா, அவனை 'நீங்க' என்று குறிப்பிட்டு மரியாதையாகப் பேசுவார். ஆனால், அவருடைய கவலை கொஞ்சம் கொஞ்சமாக அதிகரிக்கவே, அவன்மேல் அவர் வைத்திருக்கும் மரியாதையும் கொஞ்சம் கொஞ்சமாகக் குறையும். 'நீ' என்று குறிப்பிடுவார்.

ரத்னம்: மாதவன் நடித்த முதல் ஷாட் அதுதான். நான்கைந்து நாள்கள் ஜெயசுதாவை எதுவும் செய்யவிடாமல், யூனிட்டுடன் சகஜமாகப் பழக விட்டோம். பின் இந்த எமோஷனல் காட்சியில் அவர் நடிக்க வேண்டி யிருந்தது. ஜெயசுதா மிகவும் கண்ணியமானவர், எளிமையானவர், மிகச் சிறந்த நடிகையும்கூட. தாய் மகள் உறவே இந்தப் படத்தின் முக்கிய அம்சம். அதனால், இரண்டு சிறந்த நடிகர்களை அந்தக் கதாபாத்திரங்களில் நடிக்க வைப்பது படத்துக்கு பலம் சேர்க்கும்.

ரங்கன்: விவேக்கை வழக்கத்துக்கு மாறாக இங்கே பயன்படுத்தியிருப்பீர்கள். ஷாலினியை மணமுடிக்க விரும்பும், கூச்ச சுபாவம் கொண்ட மனிதராக நடித்திருப்பார். அந்தக் காலத்திலேயே அவர் நகைச்சுவை நடிகராகப் பிரபலமாகியிருந்தாரா என்று எனக்கு நினைவில்லை.

ரத்னம்: அவரை வெறும் காமெடியனாகமட்டும் பயன்படுத்திக்கொள்ளாமல், குணச்சித்திர நடிகராகவும் பயன்படுத்திக்கொள்ளவேண்டும் என்று விரும்பினேன். அந்தக் காலத்தில் நாகேஷ் எப்படிப்பட்ட கதாபாத்திரத்தில் நடித்திருப்பாரோ, அதுபோன்ற கதாபாத்திரத்தில் விவேக்கை நடிக்க வைத்தேன். அவர் யதார்த்தமானவராகவும் நமக்குத் தெரிந்தவர்போலவும் இருக்கவேண்டும் என்று எண்ணினேன். ஒரு பெரிய கதாபாத்திரமாகத்தான் விவேக் கதாபாத்திரத்தை உருவாக்கி வைத்திருந்தேன். ஆனால், படத்தில் இடமும் நேரமும் இல்லாததால் எல்லாக் காட்சிகளுக்கும் திரை வடிவம் கொடுக்க முடியவில்லை. நாங்கள் படத்தை எடுத்துமுடிக்கும்போது, அவர் பெரிய நகைச்சுவை நடிகராக உருவெடுத்திருந்தார்.

ரங்கன்: படத்தில், மிகவும் நகைச்சுவையான காட்சியாக நான் கருதுவது, விவேக் இடம்பெறும் காட்சி அல்ல. மாதவனின் அம்மா ரகசியமாக அவனுக்குப் பணம் கொடுக்கும் காட்சிதான் அது. அவள் பணம் கொடுக்கையில், மாதவனின் தந்தை தூங்கிக்கொண்டிருப்பார். அவரின் அருகில், எகானமிக் டைம்ஸ் நாளிதழ் இருக்கும்.

ரத்னம்: அவர் எப்படிப்பட்ட மனிதர் என்பதைக் குறிக்க இதுபோன்ற விஷயங்கள் உதவுகின்றன. அவர் ஒரு வக்கீல். குறைந்த அளவு பணத்தை, அவர் மார்க்கெட்டில் முதலீடு செய்திருக்கலாம். அதனால் மார்க்கெட் நிலவரங்களைத் தொடர்ந்து தெரிந்துகொள்ள விரும்புகிறார். அவர் ஆகாயக் கோட்டைகள் கட்டாமல் தரையில் காலூன்றி நடக்கும் மனிதர். மனத்தில் இருப்பதை வெளிப்படையாகப் பேசுவார், அது அடுத்தவர்களைப் பாதிக்குமா என்பதைப்பற்றியெல்லாம் கவலைப்பட மாட்டார். அந்தக் கதாபாத்திரத்துக்கு என்று சில குண நலன்கள் இருக்கின்றன. எகானமிக் டைம்ஸ் படிப்பது அவருடைய இயல்புகளில் ஒன்று.

ரங்கன்: மாதவன் ஒரு சுவாரசியமான கதாபாத்திரம். அவன் வக்கீலாகவோ பொறியாளராகவோ விரும்பவில்லை. வருங்காலத்தைப்பற்றி எந்த முடிவையும் அவன் எடுத்திருக்கவில்லை. மேலும் அவன் ஒரு நாத்திகன். கதாபாத்திரங்களை உருவாக்கும்போது, அவர்களின் பேக் ஸ்டோரியையும் பண்புகளையும் எழுதுவீர்களா? அல்லது திரைக்கதையை எழுதும்போது கதாபாத்திரமும் அதன் பண்புகளும் உருவாகுமா?

ரத்னம்: கதாபாத்திரம் நகர்ப்புறத்தைச் சேர்ந்தவனாக இருந்தால், கதை சமகாலத்தில் அமைந்திருந்தால், அந்தக் கதாபாத்திரத்தைப்பற்றி நமக்குத் தெளிவான பார்வை இருக்கும். அந்தக் கதாபாத்திரங்களின் குணங்களும் நம் மனத்தில் தெளிவாக உதித்திருக்கும். அவன் எங்கே பிறந்தான், அவன்

எப்படிப்பட்டவன் என்பதைப் புரிந்துகொள்வதற்காக, விரிவான பேக் ஸ்டோரியை எழுதவேண்டிய அவசியமில்லை. ஆனால், **யுவா** படத்தில் லல்லன் கதாபாத்திரத்தை (தமிழில் இன்பா) உருவாக்கும்போது, அவன் எங்கிருந்து வருகிறான், அவனுக்கு எப்படித் திருமணம் நடக்கிறது என்பதைப் பற்றியெல்லாம் பேக் ஸ்டோரி எழுதினேன். அதுபோன்ற படங்களில், ஒரு நடிகர் கதாபாத்திரமாக மாறுவதற்கு பேக் ஸ்டோரி பெரிதும் உதவி புரியும். இந்தப் படத்தில், கார்த்திக் கதாபாத்திரத்தின் மனநிலையைப் புரிந்துகொள்வது கடினமான விஷயம் அல்ல. அதனால் பேக் ஸ்டோரி தேவைப்படவில்லை.

ரங்கன்: பேக் ஸ்டோரி நடிகருக்குமட்டும் பயன்படுமா அல்லது உங்களுக்கும் பயன்படுமா?

ரத்னம்: ஒரு கதாபாத்திரம், நம் வாழ்வில் நமக்கு அதிகம் பரிச்சயப்படாததாக இருந்தால், பேக் ஸ்டோரி எழுதுவதே நல்லது. ஆனால், பேக் ஸ்டோரி எழுதியே தீரவேண்டும் என்று எந்தக் கட்டாயமும் இல்லை. ஒரு கதா பாத்திரத்தைப் புரிந்துகொள்வதற்கு பேக் ஸ்டோரி நமக்குப் பயன்படுகிறது. கதாபாத்திரத்தை நாம் முன்கூட்டியே தெளிவாகப் புரிந்துவைத்திருக்கிறோம் என்றால் பேக் ஸ்டோரி அவசியமில்லை. அதில் நேரத்தை வீணடிக்கக் கூடாது.

ரங்கன்: படத்தில், திருமணத்துக்குப் பின்னும் நிறைய லைட்டான, க்யூட்டான தருணங்கள் உண்டு. 'ஹலோ பொண்டாட்டி' போன்ற தருணங்களைக் குறிப்பிடுகிறேன். பெரும்பாலான காதல் கதைகளில் இதுபோன்ற தருணங்கள், திருமணத்துக்கு முன்தான் அமைந்திருக்கும்.

ரத்னம்: அது ஏனெனில், பெரும்பாலான காதல் கதைகள், திருமணத்துக்கு பின் என்ன நடக்கிறது என்பதைப்பற்றிப் பேசுவதில்லை. இங்கே, திருமணமான இளம் ஜோடிகள், தங்கள் குடும்பங்களிலிருந்து பிரிந்து வாழ்கின்றனர். நிச்சயம் அவர்களுக்குள் கெமிஸ்ட்ரி இருக்கும். அவர்கள் ப்ரைவேட்டான இடத்தில் வசிப்பதால், அந்த கெமிஸ்ட்ரி வார்த்தைகளிலும் வெளிப்படு கிறது. அவர்கள் வெளிப்படையாகவும் நடந்துகொள்கிறார்கள்.

ரங்கன்: படத்தில், வழக்கமான மெலோடிராமா காட்சிகளும் நிறைய இருந்தன. ஷாலினிக்கு திருமண ப்ரபோசல் வரும் அந்தக் காட்சியில், தாய் அவளை அறைக்குள் அழைத்துச் சென்று, புடைவை கட்டிவிட்டு, வெளியே அழைத்து வரும்வரை ஷாலினி அமைதியாக இருப்பாள். அதுவரை அவள் தாலி வெளியே தெரிந்திருக்காது. பின் தனக்குத் திருமணமாகிவிட்டது என்பதை மிகவும் தாமதமாகச் சொல்வாள். இந்தத் தாமதம், அவள் இந்தச் சூழ்நிலையை எப்படி எதிர்கொள்ளப் போகிறாள் என்ற சஸ்பென்ஸை உருவாக்கியது.

ரத்னம்: சிலநேரங்களில், மிக முக்கியமான சூழ்நிலையில், நாம் ஏதாவது சொல்லவேண்டும் என்று எண்ணும்போது, பல நூறு முறை யோசிப்போம். நாம் சொல்லவருவதைத் தைரியமாகச் சொல்ல நமக்கு அவகாசம்

தேவைப்படும். நமக்குள் இருக்கும் ரகசியங்களை அவ்வளவு எளிதாக வெளியே சொல்லிவிட முடியாது. தப்பிக்க வழியில்லாத சூழ்நிலைக்குத் தள்ளப்பட்ட பின்தான், அவளுக்குத் தன் பெற்றோரிடம் உண்மையைச் சொல்லும் தைரியம் வருகிறது. திருமண சம்பந்தம் வந்த உடனேயே அவள் அந்த உண்மையைப் போட்டு உடைத்திருந்தால், அவளுக்கு யார்மீதும் அக்கறை இல்லை; ரகசியத் திருமணம் என்பது பெரிய விஷயம் ஒன்றுமல்ல என்று அவள் நினைப்பதாக ஆகியிருக்கும். ஆனால், அது சாதாரண விஷயம் அல்ல. அந்த அறையினுள்ளே அவள் தன் தாயிடம் உண்மையைச் சொல்ல முயல்கிறாள். ஆனால் அவள் தாய் அவளைப் பேச விடவில்லை. எதிர்பாராத சம்பவம் ஏதாவது நிகழ்ந்து பிரச்னைகள் மாயமாக மறைந்துவிடும் என்று நம்புகிறாள். அந்த மாப்பிள்ளை, 'இந்தப் பெண் எனக்கு வேண்டாம்' என்று சொல்லிவிடுவான் என்று எதிர்பார்க்கிறாள். எதுவும் தன்னைக் காப்பாற்றப் போவதில்லை என்பதை உணர்ந்துகொண்டபிறகுதான், அவள் உண்மையைப் போட்டுடைக்கிறாள்.

ரங்கன்: இன்னொரு தருணத்திலும் மெலோடிராமா இருக்கிறது. அவள், தான் மிகவும் நேசித்த தன் அக்காவிடம்கூட இப்போது தொடர்பில் இல்லை என்று சொல்வது மெலோடிராமாட்டிக் ஸ்டைல்தான். அவள் பெற்றோர்கள் அவளிடம் உறவாட விரும்பமாட்டார்கள்தான். ஆனால், அவள் திருமணத் துக்கு உதவி புரிந்த அக்காகூட அவளோடு உறவாட விரும்ப வில்லை என்று சொல்வது ஆச்சரியம் அளிக்கிறது.

ரத்னம்: இதற்கு விசேஷக் காரணம் என்று எதுவும் இல்லை. ஒரு குடும்பம் பிரியும்போது, உறவுகளுக்குள் விரிசல் ஏற்படும்போது, அந்தக் குடும்பத்தில் இருக்கும் எல்லோரும் எல்லோருடனும் சண்டை போடவேண்டும் என்று அவசியமில்லை. ஆனால் எல்லோருக்குள்ளும் மனக்கசப்பு இருக்கும். அந்தச் சகோதரிகள் மிகவும் நெருக்கமாகப் பழகினார்கள். அன்றாடம் என்ன நடக்கிறது என்பதைப் பகிர்ந்துகொண்டார்கள். ஆனால் குடும்பம் பிரியும் போது, சோகம் அவர்களைத் தாக்குகிறது. இனிமேல் அவர்கள் இணைந் திருப்பது சாத்தியமில்லை. எந்த உறவுகளுக்குள் விரிசல் விழுந்தாலும் இப்படித்தான் நடந்துகொள்வார்கள். இரண்டு சகோதரிகள் பிரிகிறார்கள், அல்லது அதுவரை இணைந்திருந்த வேறு யாரோ இருவர் பிரிகிறார்கள் என்று வைத்துக்கொள்ளுங்கள். ஒருவர் ஒரு பக்கம் தங்கிவிடுவார். ஏனெனில், அதுதான் தர்மம். தனிப்பட்ட முறையில் அவருக்கு எதிர்ப் பக்கத்துடன் பிரச்னைகள் இருக்கவேண்டும் என்று அவசியமில்லை. பாண்டவர்கள்-கௌரவர்கள் பிரச்னைபோல்தான் இதுவும். பிரிவுக்குப்பின், ஒவ்வொருவரும் ஏதாவது ஒரு பக்கத்தைத் தேர்ந்தெடுத்து, அவர்களோடு நிலைத்திருக்கவேண்டும். அவர்கள் தொடர்ந்து உறவாடினாலும் ரகசிய மாகத்தான் அதைச் செய்யவேண்டும்.

ரங்கன்: ஷக்தியின் தந்தை அவளை வீட்டிலிருந்து வெளியே தள்ளி, அவளது சூட்கேஸைப் பால்கனியிலிருந்து தூக்கி எறிகிறார். இதுவும் மெலோ டிராமாதான். இதைப்பற்றி என்ன சொல்கிறீர்கள்?

ரத்னம்: நம்முடைய மிடில் கிளாஸ் வாழ்க்கையில் மெலோடிராமாவுக்குப் பஞ்சம் இருக்காது என்றே நினைக்கிறேன். அவர்கள் டிரமாடிக்காக நடந்து கொள்ளத் தயங்குவதில்லை. நான் அதுபோல் நடந்துகொள்ளும் பலரைப் பார்த்திருக்கிறேன். எது சரி, எது தவறு என்ற உணர்வை அழுத்தமாக வெளிப் படுத்தும்பொருட்டு அவர்கள் அப்படி நடந்துகொள்கிறார்கள். அந்தக் காட்சி டிரமாடிக்கானது. அதை டிரமாடிக்கான முறையில் காட்சிப்படுத்தினோம்.

ரங்கன்: மாதவனும் அந்த வீட்டு உரிமையாளரும் மொட்டை மாடியில் அமர்ந்து குடித்துக்கொண்டிருப்பார்கள். அப்போது அந்த வீட்டு உரிமையாளர், வேர்களைப்பற்றியும், பூக்களைப்பற்றியும், உறவுகளைப்பற்றியும் அறிவுரை வழங்குவார். இந்தக் காட்சியைப் பார்க்கும்போது, உண்மையில் **அலைபாயுதே**, இப்போது நாம் பார்க்கும் படத்தைவிட மிகவும் சீரியசான கதையாகத்தான் எழுதப்பட்டிருந்ததோ என்று எண்ணத் தோன்றியது.

ரத்னம்: அவர் ஒரு அண்டை வீட்டுக்காரர். வீட்டு உரிமையாளர். பிறருக்கு எந்தப் பிரச்னை என்றாலும், தோள் கொடுக்கவேண்டும் என்று நினைப்பவர். ஒரு குடிகாரன் எல்லாவற்றுக்கும் ஒரு தத்துவம் வைத்திருப்பான். அவன் குடித்திருக்கும் மது, அவனை அப்படிப் பேசவைக்கிறதா அல்லது உண்மை யிலேயே திருமணத்தைப்பற்றியும், ஆண் பெண் உறவுகளைப்பற்றியும் அவன் தீவிரமாகத் தத்துவம் பேசுகிறானா என்று நம்மால் கண்டுபிடிக்க முடியாது. இந்த அர்த்தத்தில்தான் அந்தக் காட்சியை உருவாக்கினோம். மேலோட்டமாகத் தெரியும் ஒரு விஷயத்தில், ஆழமான கருத்துகள் ஒளிந் திருக்கலாம். அப்படி இல்லாமலும் இருக்கலாம்.

கதாபாத்திரத்துக்குப் பொருத்தமான, பார்வையாளர்கள் எளிதில் அடையாளப்படுத்திக் கொள்ள முடிந்த நடிகர்களைத்தான் தேடினேன். **ஏக் துஜே கேலியே**, பாபி போன்ற படங்களை எடுத்துக்கொள்ளுங்கள். இந்தக் காதல் கதைகள் எல்லாமே புதுமுகங்களைக் கொண்டு எடுக்கப்பட்டதால் பெரும் வெற்றி பெற்றிருந்தன.

ரங்கன்: வழக்கத்துக்கு மாறான இரண்டு பாடல்கள் இந்தப் படத்தில் இடம் பெற்றிருந்தன. 'பச்சை நிறமே', வண்ணங்களைப்பற்றியது.

ரத்னம்: அந்த ஐடியாவை **உயிரே** படத்தில், 'என் உயிரே' பாடலில்தான் முதலில் உபயோகித்தோம். எனினும், முழு வீச்சில் அங்கே இந்த முயற்சியை மேற்கொள்ளவில்லை. அந்தப் பாடல் காதலின் பல்வேறு நிலைகளைப் பற்றிப் பேசியது. அதன் காட்சிபூர்வ நீட்சிதான் 'பச்சை நிறமே' பாடல். 'என் உயிரே' பாடலின் வேரிலிருந்துதான் 'பச்சை நிறமே' பாடல் தோன்றியது. அந்த இளைஞனின் உணர்வுகளைத் திரையில் கொண்டுவருவதற்கான வழியை நாம் கண்டுகொள்ளவேண்டும். அவன் புன்னகையின் மூலம் தன் உணர்ச்சியை வெளிப்படுத்தலாம். எளிய உடல்மொழி மூலம் வெளிப்படுத்தலாம். நடிப்பின் மூலம் வெளிப்படுத்தலாம். அல்லது, ஒரு பாடலின் மூலம், இவை அனைத்தையும் வெளிப்படுத்தலாம். நம் மனத்துக்குப் பிடித்த ஒருவரை நாம் கண்டுகொண்டதும், நம்முள் எழும் மகிழ்ச்சியைப்பற்றியே அந்தப் பாடல் பேசுகிறது. அவனுள் இருக்கும் மகிழ்ச்சியைப் பாடலாக மாற்றியிருக்கிறோம். பெரிதாக எந்த லட்சியமும் இல்லாத கேஷுவல் பாடலாக இல்லாமல், வண்ணங்களின்மூலம் அவன் உணர்வுகளை வெளிப் படுத்தும் பாடலாக அது இருந்தது. வண்ணங்கள், பாடலுக்குத் தனி அடையாளத்தைக் கொடுத்தன. நம் கவனத்தை ஈர்த்தன.

ரங்கன்: 'ரிவர்ஸ்' பாடலான 'காதல் சடுகுடு' பற்றி என்ன சொல்கிறீர்கள்?

ரத்னம்: அவர்கள் இருவரும், சம்பிரதாயங்களைப்பற்றி அலட்டிக்கொள்ள வில்லை. தங்கள் பெற்றோர்களை எதிர்த்து, சமூகத்தை எதிர்த்து திருமணம் செய்துகொள்கிறார்கள். அந்த ரகசியத்தைத் தங்கள் மனத்தில் போட்டு அழுத்தி வைத்திருக்கிறார்கள். தப்பிச் செல்ல வழியின்றித் தவிக்கிறார்கள். இப்போது அந்த ரகசியத்தை வெளிப்படுத்திவிட்டார்கள். இனிமேல் அவர்கள் வெளிப்படையாக நடந்துகொள்ளலாம். ஜோடியாகச் சுற்றித் திரிவதை யாரும் பார்த்துவிடுவார்களா என்று அவர்கள் இனிமேல் பயப்படத் தேவையில்லை. அதனால் அவர்கள் சுதந்தரமாக உணர்கிறார்கள். மேலும், உடல்ரீதியான நெருக்கம், அவர்களுக்கு இன்னும் அதிகமான சுதந்தர உணர்வைத் தருகிறது. இந்தத் தருணங்களை சற்று மேஜிக்கலாகப் பதிவு செய்ய முயன்றோம். சற்று வழக்கமாகவும், அதே நேரத்தில் வழக்கத்துக்குச் சற்று மாறாகவும் காட்சிப்படுத்த எண்ணினோம். கட்டி முடிக்கப்படாத அந்த வீட்டின் அறையினுள் அந்த மேஜிக்கை நிகழ்த்த முயன்றோம். அதற்கு எங்களுக்குச் சரியான கருவி தேவைப்பட்டது. 'ரிவர்ஸ்' உத்தியே அந்தக் கருவி. அந்தக் கருவி கவித்துவமான உணர்வை, சுதந்தர உணர்வை ஏற்படுத்தியது. ஆகாயத்தில் பறப்பதுபோன்ற உணர்வைத் தந்தது. அதுவரை அதுபோன்ற முயற்சியை நாங்கள் மேற்கொண்டிருக்கவில்லை. அதனால் அந்தப் பாடல் முற்றிலும் புதியதொரு அனுபவத்தைக் கொடுத்தது. அந்தப் பாடலின் முதல் ஷாட்டை எடுத்துவிட்டு, ஏவிடில் (Avid) போட்டு ரிவர்ஸ் லிப்-சின்க் சரியாக வந்திருக்கிறதா என்பதைச்சரிபார்க்கவேண்டியிருந்தது. ஏனென்றால், எல்லா வற்றையும் ரிவர்ஸில் எடுத்தபின், வாய் அசைவு மட்டும் மேட்ச் ஆகவில்லை

எல்லா உறவுகளிலும் ஒரு கட்டத்தில் அடுத்தவர்களைப் பொருட்படுத்தி நடந்துகொள்வீர்கள். எதிராளி உங்கள் கைக்கு வசப்பட்டதும் உங்களை அறியாமலேயே நீங்கள் மாறிவிடுவீர்கள். ஷாலினியும் மாதவனும்

என்றால் எங்கள் உழைப்புக்கு அர்த்தமில்லாமல் போய்விடும். அதனால் அந்த ரிவர்ஸ் லிப்-சின்க் சரியாக இருக்கிறதா என்பதைப் பார்த்துக்கொள்ள ஒருவரை நியமித்திருந்தோம். நாங்கள் பாடலின் எந்தப் பகுதியை எடுக்கிறோம் என்பது அவருக்குத் தெரிந்திருக்கும். நடிகர்கள் சரியாக வாய் அசைக்கிறார்களா என்பதை அவர் சரிபார்த்துக்கொள்வார். மிகவும் வித்தியாசமான அனுபவம் அது. பாடல் ரிவர்ஸில் நகரும். நாங்கள் அதை ஹை ஸ்பீடில், இருமடங்கு ஸ்பீடில் படம்பிடித்தோம். பாடல் வரிகள் அர்த்தமற்றுத் தோன்றின. பாடல் வரிகளை ரிவர்ஸில் மனப்பாடம் செய்ய மாதவன் அதிகம் மெனக்கெட வேண்டியிருந்தது.

ரங்கன்: சாப்ட்வேர் துறையின் வளர்ச்சியைப்பற்றிப் பேசிய முதல் தமிழ்ப் படம் **அலைபாயுதே** என்று கருதுகிறேன். சரியா?

ரத்னம்: அந்தக் குறிப்பிட்ட கால சாப்ட்வேர் துறையின் வளர்ச்சியைப்பற்றி மட்டும் இந்தப் படம் பேசவில்லை. அதற்கு முன்னரே நான் கண்ட சில விஷயங்களைத்தான் இந்தப் படத்தில் பதிவு செய்ய முயன்றேன். 1992-ம் ஆண்டோ 1993-ம் ஆண்டோ, சரிவர நினைவில்லை. மூன்று, நான்கு பொறியாளர்கள், தியாகராய நகரில், அவர்கள் தொடங்கப்போகும் சிறு நிறுவனத்தின் திறப்பு விழாவுக்கு என்னை அழைத்தனர். அதில் ஒருவர், ஒரு சிப்பைப்பற்றிப் பேசினார். அதிக மெமரி கொண்ட அந்த சிப் வருங்காலத்தில் எல்லாவற்றையும் மாற்றி அமைக்கும் என்று குறிப்பிட்டார். அவர்களின் கனவு அது. அந்தத் தலைமுறை ஆரோக்கியமாக இயங்குவதை என்னால் கண்கூடாகப் பார்க்க முடிந்தது. அவர்கள் அப்போதுதான் கல்லூரிப் படிப்பை முடித்திருந்தார்கள். இன்னொருவரிடம் வேலை செய்ய அவர்கள் விரும்பவில்லை. பல மாற்றங்களை நிகழ்த்தவேண்டும் என்று அவர்கள் கனவு கண்டுகொண்டிருந்தார்கள். உலகம் எந்தப் பாதையில் பயணிக்கப்போகிறது என்பதைத் தெரிந்துகொண்டு, அந்தப் பாதையைத் தேர்ந்தெடுக்க முடிவு செய்திருந்தார்கள். அதைத்தான், இந்தப் படத்தில் விவாதித்தேன்.

14

'அந்தச் சிறுமியின் பார்வை, அந்நியரின் பார்வை'

கன்னத்தில் முத்தமிட்டால்
(2002)

திருச்செல்வன் (மாதவன்) தன் மகள் அமுதாவிடம் (கீர்த்தனா), அவள் தத்தெடுக்கப்பட்டவள் என்ற உண்மையைச் சொல்கிறான். அவள் தாயின் பெயர் ஷியாமா (நந்திதா தாஸ்), அவள் இலங்கையைச் சேர்ந்தவள் என்றும் கூறுகிறான். மனம் உடைந்துபோகும் அமுதா, தன் வளர்ப்புத் தாயை (சிம்ரன்) வெறுக்கத் தொடங்குகிறாள். தன்னைக் கைவிட்டுவிட்டுச் சென்ற தாயைப் பார்க்கவேண்டும் என்று ஏங்குகிறாள். அந்தக் குடும்பம், ஷியாமாவைத் தேடி இலங்கை வருகிறது. அங்கே நடக்கும் சண்டைகள், அமுதாவை நிலைகுலையச் செய்கின்றன.

பரத்வாஜ் ரங்கன்: இந்த உரையாடல்களின்போது, அவ்வப்போது நாம் பாடல்களைப்பற்றியும் பேசிவருகிறோம். பாடல்களைப்பற்றி உங்களின் கருத்து என்ன? பாடல்கள் இன்றிப் படத்தை உருவாக்கப்போகிறேன் என்று பலமுறை சொல்லியிருக்கிறீர்கள்.

மணி ரத்னம்: பாடல், மிகப் பெரிய கருவி. அதைச் சரிவரப் பயன்படுத்தினால், அது படத்துக்கு அசாதாரணமான பலத்தைத் தரும். அதனால், பாடல்களைத் தவிர்க்க விரும்ப மாட்டோம். அதேநேரத்தில், பாடல்கள் படத்தின் வேகத்தைத் தடுக்கும்போது அதை நாம் அனுமதிக்கக்கூடாது. கதையை ஒரு புள்ளியில் நிறுத்திவிட்டு, பாடலைச் செருகிவிட்டு, பிறகு அதே புள்ளியிலிருந்து படத்தைத் தொடங்கக்கூடாது. பாடல்கள் கதையை அடுத்த தளத்துக்கு எடுத்துச்செல்லவேண்டும். மேலும் பாடல்கள் பார்வையாளர்களுக்குத் தேவையான ஆசுவாசத்தை ஏற்படுத்தித் தரவேண்டும். அப்போதுதான் படத்தில் என்ன நடக்கிறது என்பதைப்பற்றிப் பார்வையாளர்களால் சிந்திக்க முடியும். எந்த வகையான படமாக இருந்தாலும் இந்த ஆசுவாசம் தேவைப் படும். ஹாலிவுட்டில், பாலத்தின்மேல் செல்லும் கார்களை லாங் ஷாட்டில், ஹெலிகாப்டரிலிருந்து படம் பிடித்திருப்பார்கள். ஒருவித பிரீத்திங் ஸ்பேஸை ஏற்படுத்தித் தருவதே இந்த ஷாட்களின் நோக்கம். மற்றபடி இந்த ஷாட்களால் எந்தப் பயனும் இல்லை. இந்த ஷாட்கள், சிறிது ஆசுவாசத்தை அளித்து, கதையைத் தெளிவாகப் பார்வையாளர்களின் மனத்தில் பதியவைக்கின்றன. இந்த ஹாலிவுட் உத்தியைவிடப் பாடல்களைப் பயன்படுத்துவது சிறப்பான உத்தி என்றே நினைக்கிறேன். மேலும் நம்முடைய உத்தி, க்ரியேட்டிவான உத்தியும்கூட.

பாடல்களின் மூலம் இந்த பிரீத்திங் ஸ்பேஸை உருவாக்கவே விரும்புவேன். ஏனெனில் பாடல்கள், புது முயற்சிகளை மேற்கொள்ளும் வாய்ப்பை நமக்கு ஏற்படுத்தித் தருகின்றன. பாடல்களில் கதையைச் சொல்லலாம். அல்லது கதையில் நடக்கும் சம்பவங்களுக்கு காண்ட்ராஸ்ட்டான சம்பவங்களைப் பாடலில் பதிவு செய்யலாம். அல்லது பாடல் வரிகளுக்கு அதிக முக்கியத் துவம் கொடுத்துப் பாடல்களை உருவாக்கலாம். பாடலில் பல அடுக்குகள் சாத்தியம் என்பதால், நம்மால் தொடர்ந்து புது முயற்சிகளை மேற்கொள்ள முடியும். மேலும் பாடல்களில் டிராமாவுக்கான லாஜிக் இருக்கவேண்டிய அவசியம் இல்லை. டிராமாவை அமைப்பதற்கு நாம் சில இலக்கணங் களைப் பின்பற்றவேண்டும். பாடல்களில் அது தேவையில்லை. பாடல்கள் பூடகமாக இருக்கலாம். பாடல்களில் விஷயங்களை ஸ்டைலாகச் சொல்லலாம். அந்தச் சுதந்தரம் நமக்கு இருக்கிறது. ஒவ்வொரு படத்தைத் தொடங்கும்போதும், ‘இந்தப் படத்தைப் பாடல்கள் இன்றியே உருவாக்கப் போகிறேன்’ என்று எனக்கு நானே சொல்லிக்கொள்வேன். ஆனால், பாடல்கள் படத்தில் இடம்பெற்றுவிடும். பாடல்களைத் தவிர்ப்பது கடினம். அதுவும் இளையராஜா, ரஹ்மான் ஆகியோர் நம் படங்களுக்கு இசையமைக்கும் பாக்கியம் நமக்குக் கிடைத்திருக்கும்போது, பாடல்களை எப்படித் தவிர்க்கமுடியும்?

தத்தெடுத்த விஷயத்தை நாலு ஐந்து வயதாகியிருக்கும்போதே குழந்தையிடம் இதமாகச் சொல்ல ஆரம்பிப்பார்கள். மாதவனும் கீர்த்தனாவும்.

ரங்கன்: **கன்னத்தில் முத்தமிட்டால்** படத்தில், 'ஒரு தெய்வம் தந்த பூவே' பாடலை இரண்டு முறை பயன்படுத்தியிருப்பீர்கள். இரண்டு பாடலுமே, அந்தச் சிறுமியை மையப்படுத்தித்தான் அமைந்திருக்கும். ஆண் வெர்ஷன், அந்தச் சிறுமியையும் அவளின் தந்தையையும்பற்றியது. பெண் வெர்ஷன், சிறுமியையும் அவளின் தாயையும்பற்றியது.

ரங்கன்: ஒரே பாடலை இரண்டு வெவ்வேறு சூழ்நிலைகளில் பயன் படுத்துவது, இந்திய சினிமாவுக்குப் புதிதல்ல. அதை நாம் பல வருடங்களாகச் செய்துவருகிறோம். இங்கே இரண்டு வெர்ஷனிலும் ஒரே ஒரு சரணம்தான் இடம்பெற்றிருக்கும்.

ரங்கன்: ஆம், சந்தோஷமான வெர்ஷன், சோகமான வெர்ஷன் எனப் பலவகையான வெர்ஷன்கள் நம் படங்களில் இருக்கும். ஆனால், நீங்கள் ஏன் ஒரே பாடலை இரண்டுமுறை பயன்படுத்தினீர்கள் என்றுதான் கேட்கிறேன். இது நீங்கள் வழக்கமாகப் பின்பற்றும் உத்தி அல்ல. **நாயகனின்** 'தென்பாண்டிச் சீமையிலே' பாடல்மட்டும் விதிவிலக்கு.

ரத்னம்: இங்கே உறவுகளை இணைக்கும் சாதனமாகவும், அந்த உறவு எப்படிப் பட்டது என்பதை விளக்கும் சாதனமாகவும் பாடல் பயன்பட்டது. அவர்கள் அந்தக் குழந்தையைத் தத்தெடுத்திருக்கிறார்கள். இப்போது அந்தக் குழந்தை அவர்களுக்கே சொந்தம். பாடலின் முதல் வெர்ஷனில், அந்தத் தாய்க்கும் மகளுக்கும் இருக்கும் பந்தத்தைப்பற்றிப் பேசியிருப்போம். அந்தச் சிறுமி

அவளுடைய தாயுடன் சண்டை போட்டிருப்பாள். அதனால் அவர்களுக்குள் சிறு மனஸ்தாபம் இருக்கும். அவர்களுக்குள் இருக்கும் விரிசலை, அந்தப் பாடல் சரி செய்கிறது. அந்தச் சிறுமியின் தந்தை, அவளிடம் கனிவாக நடந்துகொள்கிறான். படத்தின் இரண்டாம் பாதியில் நடக்கும் ஒரு சம்பவம் அவளைப் பெரிதும் பாதிக்கிறது. ஒருவன் வெடித்துச் சிதறுவதை மிக அருகிலிருந்து அவள் பார்க்கிறாள். அவன் ஒரு மனித வெடிகுண்டு. அவள் சற்று முன்புவரைதான் அவனிடம் பேசிக்கொண்டிருந்தாள். இந்தச் சம்பவம் அவளை நிலைகுலையச் செய்கிறது. யுத்தபூமியை முதன்முதலில் பார்க்கும் அவள், தன் தந்தையின் அரவணைப்பை நாடுகிறாள். கண்முன் கண்ட உண்மை அவளைச் சுடுகிறது. தந்தைக்கும் மகளுக்குமான அந்த உறவில் மாற்றம் ஏற்படுகிறது.

இங்கே, இரண்டாவது முறையாகப் பயன்படுத்தப்பட்டிருக்கும் இந்தப் பாடல் தந்தைக்கும் மகளுக்குமான உறவு எப்படிப்பட்டது என்பதை விளக்குகிறது. அந்த முதல் பாடல், தாய்க்கும் மகளுக்கும் இடையே ஏற்பட்ட விரிசலைப்பற்றியும், அது எப்படிச் சரியாகிறது என்பதைப் பற்றியும் பேசுகிறது. இரண்டாவது பாடல், தந்தைக்கும் மகளுக்கும் இடை யிலான பாசத்தை வெளிப்படுத்துகிறது. அவன், தன் மனதில் வைத்திருந்த ரகசியத்தை அவளிடம் சொல்லிவிடுகிறான். அவள் உண்மையில் யாருக்குச் சொந்தம், எந்த ஊரைச் சேர்ந்தவள் என்பதையும் சொல்லிவிடுகிறான். அவன் அவளிடம் அந்த ரகசியத்தைச் சொல்லாமல் தவிர்த்திருக்கலாம். அவளை, அவளுடைய ஊருக்கு அழைத்துச் செல்லாமல் தவிர்த்திருக்கலாம். ஆனால் அவன் அதைச் செய்ய விரும்பவில்லை. உலகின் இருள் நிறைந்த பக்கத்தை அவன் அவளுக்குக் காண்பிக்கிறான். அவளை ஆறுதல்படுத்துகிறான். அவள் முதல்முறையாக மரணத்தைப் பார்க்கிறாள். அவர்கள் இன்னும் நிறையப் பயணிக்கவேண்டும். அதற்கு அவள் தன்னைத் தயார்ப்படுத்திக்கொள்ள உதவுகிறான். அவளது வாழ்க்கைப் பயணத்துக்காகவும், அவன் அவளைத் தயார்செய்கிறான். அதனால், இந்தச் சூழ்நிலைக்கு, புதிய பாடலை கம்போஸ் செய்வதைவிட, பழைய பாடலையே வைத்துக்கொள்ளலாம் என்று முடிவு செய்தோம். அதில் எந்தத் தவறும் இருப்பதாகத் தெரியவில்லை. பாடல் வரிகள் இல்லாமல், வெறும் பின்னணி இசைமட்டும் இருந்திருந்தால், அந்த ஒரேதீம் மியூஸிக்கை இரண்டு சூழ்நிலைக்கும் பயன்படுத்தியிருப்போம். ஒரு சூழ்நிலை தாயுடனான உறவைப்பற்றியது. இன்னொரு சூழ்நிலை தந்தை யுடனான உறவைப்பற்றியது. அந்த தீம் மியூஸிக், இரண்டு சூழ்நிலைக்கும் பொருந்தியிருக்கும். அதேபோல்தான் இதுவும். அந்தச் சிறுமியையும், அவளது பெற்றோரையும் இணைக்கும் தீம் மியூஸிக்தான் அந்தப் பாடல்.

ரங்கன்: இந்த இரண்டு பாடல்களின் இசைமட்டும் ஒரே மாதிரி இருக்க வில்லை, ட்ரீட்மென்ட்டும் ஒரே மாதிரிதான் இருந்தன. இந்தப் பாடல் களில், சாதாரணமான மனித உறவுகளை சர்ரியலாகக் காட்சிப் படுத்தியிருப்பீர்கள். ஒரு காட்சியில் கடற்கரையில் கொடியில் துணிகள் உலர்ந்து கொண்டிருக்கும்.

ரத்னம்: அந்தப் பாடலில், அந்தத் தாய்க்கும், எங்கிருந்தோ வந்து அவளது தத்துப்பிள்ளையாகிப் போன அந்தச் சிறுமிக்கும், அந்த வெறுமையான பூமியில் உறவு மலர்கிறது. இதற்காக நாங்கள் ஒரு விஷுவல் கான்சப்ட்டை உருவாக்கினோம். அந்த கான்சப்ட்படி, பரந்த அந்த பூமியில், ஒரே ஒரு பொருள்மட்டும் செங்குத்தாக நிற்கும். ஃப்ரேமில் நிலையாக நிற்கும் அந்த ஒற்றைப் பொருளைச் சுற்றி, தாயும் மகளும் நடமாடுவார்கள். மரக் கிளை, சேதமடைந்த கப்பல், அவர்கள் இருவரையும் பிரிக்கும் வேலி, வீட்டின் கொல்லைப்புரத்தை உணர்த்தும்பொருட்டு அமைக்கப்பட்டிருக்கும் துணி உலர்த்தும் கொடி என அந்த 'ஒற்றைப் பொருள்' மாறிக்கொண்டே இருக்கும். அதாவது, ஒவ்வொரு காட்சியிலும் ஒரு பொருள் இருக்கும். மரத்தின் வேரைப் போல, அந்தப் பொருள்கள் ஸ்டாட்டிக்காவும், உறுதியாகவும், தனியாகவும் இருக்கும். இதற்கு நேர்மாறாக, தாய்-மகள் பிம்பங்களை டைனமிக்காக உருவாக்கியிருப்போம். அந்தத் தாயும் மகளும், ஓரிடத்தில் நிலைத்து நிற்க மாட்டார்கள். அவர்கள் மெய்மறந்து சுற்றித் திரிகிறார்கள். பாசம் என்னும் உருவமற்ற கயிற்றினால் பிணைக்கப்பட்டிருக்கிறார்கள். தந்தையும் மகளும் இடம்பெறும் பாடல், அந்த உறவை, பாசத்தை அடுத்த தளத்துக்கு எடுத்துச்செல்கிறது. அவள் மரணத்தை மிக அருகிலிருந்து பார்க்கிறாள். நித்தியத்தை மிக அருகிலிருந்து பார்க்கிறாள். கடவுளைப் பார்க்கிறாள். அந்தப் பாடலில், ஒரு புனிதத்துவம் இருக்கும். இலங்கையுடனும் புத்தருடனும் அந்தப் பாடல் தொடர்புபடுத்தப்பட்டிருக்கும். அதுவே இந்தப் பாடலுக்கான விஷுவல் தீம்.

ரங்கன்: பாடல்களுக்கு நீங்கள் அதிக உழைப்பைத் தருகிறீர்கள்.

ரத்னம்: பாடல்கள் நம்மை வெற்றிப்பாதைக்கு அழைத்துச் செல்லலாம். அல்லது புதைகுழியிலும் தள்ளிவிடலாம். பாடல்கள் சுவாரஸ்யமாகவும், புதுமையாகவும், பார்வையாளர்களின் கவனத்தை ஈர்க்கும்வகையிலும் இருக்கவேண்டும். படம் முடிந்தபின்பும், பாடல்கள் மக்களின் மனத்தில் நிலைத்திருக்கவேண்டும். இவற்றைச் செய்யும் வழியை நாம்தான் கண்டு கொள்ளவேண்டும். வசனக் காட்சிகளை விவரிப்பதற்கு அதில் இருக்கும் டிராமா பெரிதும் பயன்படுகிறது. ஆனால், பாடல்களில் டிராமா இருக்காது. அதனால், பாடல்களில் வேறு சில சுவாரஸ்யமான கூறுகளைப் புகுத்த வேண்டும். வெறும் விஷுவல் துண்டுகளையோ, இமேஜ் துண்டுகளையோ வைத்துக்கொண்டு பாடல்களை உருவாக்கக்கூடாது. அந்த எல்லாத் துண்டு களையும் இணைக்கும் கான்சப்ட் பாடலில் இருக்கவேண்டும். பூட்டிய அறைக்குள் நடக்கும் சம்பவங்கள்கூட வெவ்வேறு விஷுவல்களை இணைக்கும் கான்சப்ட்டாக இருக்கலாம். **பாபி** படத்தில் வரும் 'ஹம் தும் ஏக் கம்ரே மே பந்த் ஹோ' பாடலை இதற்கு உதாரணமாகச் சொல்லலாம். முழுப் பாடலையும் கடற்கரையில் காட்சிப்படுத்தலாம். பலவகையான வண்ணங்களை வைத்துப் பாடல்களை உருவாக்கலாம். ஆனால், எல்லா வற்றையும் இணைக்கும் கான்சப்ட் பாடலில் இருக்கவேண்டும். நான் வெகு சீக்கிரமாகவே ஸ்க்ரிப்ட் வேலையைத் தொடங்கிவிடுவேன். திரைக்கதை

எழுதிக்கொண்டிருக்கும்போதே, ஏதாவது ஒரு தருணத்தில், ஒவ்வொரு பாடலையும் எப்படி உருவாக்கவேண்டும் என்பதையும் எழுதத் தொடங்கி விடுவேன். என் சிந்தனையில் உதிக்கும் கூறுகள் ஒவ்வொன்றையும் பாடலில் சேர்த்துக்கொண்டே வருவேன். சில நேரங்களில், நம் எண்ணங்களுக்கு எப்படித் திரைவடிவம் கொடுப்பது என்பது விளங்காமல் போகலாம். ஆனால், இறுதியில் எல்லாமே சாத்தியமாகிவிடும்.

ரங்கன்: ஒரு பாடலைக் காட்சிப்படுத்துவதில் இருக்கும் மிகப் பெரிய சவால் என்ன? இந்திய சினிமாவில் பாடல்கள் முக்கிய அங்கம் வகிக்கின்றன. உலக சினிமாவில் பாடல்கள் எப்போதாவதுதான் பயன்படுத்தப்படுகின்றன.

ரத்னம்: என்னைப் பொருத்தவரை, பாடல்களை உருவாக்குவது உற்சாகமான அனுபவம். பயங்கரமான அனுபவமும்கூட. என் முதல் படம் **பல்லவி அனுபல்லவி**யில் இடம்பெற்ற 'ஓ ப்ரேமி' பாடலுக்கு நாங்கள் ஒரு நடன இயக்குநரைப் பயன்படுத்தினோம். பிரபுதேவாவின் தந்தை சுந்தரம் மாஸ்டர் தான் அந்தப் பாடலுக்கு நடனம் அமைத்தார். அதற்குப் பின் அவருடன் நிறைய படங்களில் இணைந்து பணியாற்றியிருக்கிறேன். அதுதான் நாங்கள் இருவரும் இணைந்த முதல் படம் என்பதால், எங்களுக்குள் சண்டை, சச்சரவு ஏற்பட்டது. ஓர் ஆண்மகன், ஒரு பெண்ணைக் கல்லூரிக்கு அழைப்பதைப் பற்றிய பாடல் அது. கல்லூரியில் இசை விழா இருக்கிறது என்று சொல்லி, அவளைக் கல்லூரிக்கு வரச் சொல்வான். அவள் வந்துபார்க்கும்போது, திறந்த வெளித் திரையரங்கம் ஆள் அரவமின்றி இருக்கும். அவனும் அவனுடைய நண்பர்களும் அவளை ஏமாற்றி விளையாடுவார்கள். இதுதான் பாடல். இந்தப் பாடலை மேடை, லைட்ஸ் போன்றவற்றைப் பயன்படுத்தி யதார்த்தமாக உருவாக்கவேண்டும் என்று எண்ணினேன். அதே சமயத்தில், இது ஒரு மேடைப் பாடல் என்ற உணர்வை ஏற்படுத்தவேண்டும் என்றும் விரும்பினேன்.

ஆனால் நடன இயக்குநர், நடன அசைவுகளுக்குமட்டுமே முக்கியத்துவம் கொடுத்தார். பாடல் யதார்த்தமாக இருக்கவேண்டும் என்பதை அவருக்கு நினைவுபடுத்திக்கொண்டே இருந்தேன். வெறும் டான்ஸ் பாடலாக இதை உருவாக்கவேண்டாம் என்றேன். அவர் பல வருடங்களாக நடன இயக்குந ராகப் பணியாற்றி வருபவர். இந்தப் புது இளைஞன் என்ன சொல்கிறான் என்று ஆச்சரியப்பட்டார். தொடக்கத்தில் எங்களுக்குள் முரண்பாடு இருந்தாலும், இறுதியில் ஒருவரை ஒருவர் புரிந்துகொண்டோம். அன்று தொடங்கிய போராட்டம் முடியவே இல்லை. ஒவ்வொரு பாடலைத் தொடங்கும்போதும், ஒரு பெரிய போராட்டமே நடக்கும். ஒரு வகையில், எங்கள் போராட்டம் பார்ப்பதற்குக் குட்டி திரைப்படம்போல் இருக்கும். சுந்தரம் மாஸ்டரும் நானும் இதை 'எக்ஸாமினேஷன்' என்று குறிப்பிடுவோம். ஏனெனில் பாடல், கதையில் ஓர் அங்கமாக இருக்கவேண்டும். அதேசமயத்தில் புதுமையாகவும் இருக்கவேண்டும். இதற்குமுன் நாம் உருவாக்கிய பாடல்போல் இருக்கக்கூடாது. மேலும் பாடலில் எனர்ஜி இருக்கவேண்டும். பாடலின் முதல் நாள் படப்பிடிப்பு, சித்ரவதை நிறைந்ததாக இருக்கும். முதல் நாள்

படப்பிடிப்பு முடிந்தபின்தான், அந்தப் பாடலைப்பற்றிய தெளிவான புரிதல் ஏற்படும். பெரியதொரு தடையைக் கடந்ததுபோன்ற உணர்வு ஏற்படும்.

ரங்கன்: அப்படியானால் பாடலில் புதுமையைப் புகுத்துவதே பெரிய சவால் என்று தோன்றுகிறது. ஒவ்வொரு பாடலையும் புதுமையாகவும் முன்பு வந்த பாடல்களை நினைவுபடுத்தாதவகையிலும் உருவாக்குவதற்கு அதிகம் மெனக்கெடவேண்டியிருக்கும்.

ரத்னம்: சிலநேரங்களில் பாடல் எப்படி இருக்கவேண்டும் என்ற ஐடியா நம்மிடம் இருக்கும். ஆனால், அதை எப்படிக் காட்சிப்படுத்துவது என்று நமக்குத் தெரிந்திருக்காது. அதுவும், சோதனை முயற்சிகளை மேற்கொள்ளும் போது, இதுபோன்ற பிரச்னைகள் நிச்சயம் ஏற்படும். **நாயகன்** படத்தில் 'அந்திமழை மேகம்' என்றொரு ஹோலிப் பாடல் வரும். இந்தி சினிமாவில் நிறைய ஹோலிப் பாடல்களை உருவாக்கியிருக்கிறார்கள். வளரும் பருவத்தில் அந்தப் பாடல்களையெல்லாம் பார்த்திருக்கிறேன். சில காலங் களுக்குப்பின், அந்தப் பாடல்கள் பிடிக்காமல் போய்விட்டது. ஏனென்றால், அந்தப் பாடல்கள் அனைத்தும் ஒரே மாதிரியாகவே காட்சிப்படுத்தப் பட்டிருந்தன. நாங்கள் கொண்டாட்டத்தைப் பாடலில் கொண்டுவர விரும்பினோம். அதனால் வுட்ஸ்டாக் பாடலைப்போல அந்தப் பாடலை உருவாக்க முடிவு செய்தோம்.

முப்பது டான்சர்களை வரவழைத்திருந்தோம். ஆனால், அவர்களின் நடனம், திட்டமிட்ட அசைவுகளைக் கொண்டதாக இருக்கக்கூடாது என்று தீர்மானித் திருந்தோம். ஒரு ராக் திருவிழாவில், மழை வந்தால் மக்கள் ஆரவாரம் செய்வார்கள், கொண்டாடுவார்கள் இல்லையா. அதைத்தான் பதிவு செய்ய விரும்பினோம். இதைத்தான் நாம் விரும்புகிறோம் என்று சொல்வது எளிது. ஆனால் அதை எப்படித் திரையில் கொண்டுவருவது? முதல் நாள் முழுக்க, அந்த ஸ்ட்ராடஜியைக் கண்டுகொள்ளும்வரை போராடவேண்டும். எப்படி நாம் விரும்பும் வகையில் பாடலை உருவாக்குவது என்று நமக்குத் தெரியாது. அதை நடன இயக்குநருக்கு விளக்குவதும் கடினம். அந்த ஸ்ட்ராடஜியைக் கண்டுபிடிப்பதே முதல் நாள் எக்சர்சைஸ். ஆனால், அந்த ஸ்ட்ராடஜியைக் கண்டுகொண்டதும், நாம் ரிலாக்ஸ் ஆகிடுவோம். பாடலை ரசித்து உருவாக்கத் தொடங்கிவிடுவோம்.

ரங்கன்: அந்தப் பாடல் வுட்ஸ்டாக் விழாபோல் உருவாக்கப்பட்டதா? எனக்கு அப்படி ஒன்றும் தெரியவில்லையே!

ரத்னம்: அது உங்களுக்குத் தெரியக்கூடாது. அதுதான் உத்தி.

ரங்கன்: எது எப்படியோ, 'அந்தி மழை மேகம்' பாடல் கொண்டாட்டப் பாடலாகத்தான் தெரிந்தது. ஆனால் 'கன்னத்தில் முத்தமிட்டால்' பாடலை நீங்கள் எந்த நோக்கத்தோடு உருவாக்கியிருக்கிறீர்கள் என்பதைப் புரிந்து கொள்ளவேண்டுமானால், பார்வையாளர்கள் பாடலைக் கொஞ்சம் கொஞ்சமாக அலசி ஆராயவேண்டும். இல்லையென்றால், தாயும் மகளும்

இந்த சண்டைக்காட்சியை எடுத்தவிதம் எனக்கு மிகவும் மகிழ்ச்சியைத் தந்தது. அந்த துப்பாக்கிச் சூட்டுக்கு நடுவில் நாமே சிக்கிக் கொண்டது போன்ற உணர்வை அது ஏற்படுத்தியது.

திறந்தவெளியில், விநோதமான லொகேஷன்களில், ஓடிக்கொண்டிருக்கிறார்கள் என்ற எண்ணமே ஏற்படும்.

ரத்னம்: அந்த வெறுமையான நிலத்துக்காகவே அந்தப் பாடல் நம் நினைவில் நிலைத்து நிற்கும். லடாக்கில் காதல் கதையை உருவாக்குவதுபோல்தான் இதுவும். விஷுவலுக்கும் எமோஷனுக்கும் இருக்கும் முரண் படத்துக்கு நிச்சயம் பலம் சேர்க்கும். அதைத்தான் இந்தப் பாடல் செய்கிறது. அடிப்படையில், ஒரு பாடல் தாயையும் மகளையும்பற்றியது. இன்னொரு பாடல், தந்தையையும் மகளையும்பற்றியது. கதையின் அந்தத் தருணத்துக்குச் சரியெனப்பட்ட அடுக்குகளைப் பாடலோடு சேர்த்தோம். அவை வெளிப்படையாகத் தெரியாது, பாடலுக்குள் பொதிந்திருக்கும். நாம் பாடலில் சேர்த்திருக்கும் ஒவ்வொரு உள்ளடுக்கும் எதை உணர்த்துகிறது, நாம் என்ன சொல்லவருகிறோம் என்பதையெல்லாம் நேரடியாகப் புரியவைக்கவேண்டும் என்று அவசியம் இல்லை. எனினும், பாடலின் முழு வடிவம், பார்ப்பவர்களின் மனத்தில் தாக்கத்தை ஏற்படுத்தும். நிச்சயம் அதன் அர்த்தத்தை அனைவரும் புரிந்துகொள்வார்கள். இந்தப் பாடலைப் பார்க்கும்போது, காட்சிகள் துண்டு துண்டாகச் சிதறி இருப்பதுபோன்ற உணர்வு ஏற்படாது. பாடலில் சீரான ஃப்ளோ இருப்பதை உணரமுடியும். வெளிப்படையாகப் பாடலின் அடுக்குகள் நமக்குத் தாக்கத்தை ஏற்படுத்தவில்லை என்றாலும், நம்மை அறியாமல் அந்த லேயர்கள் நம் ஆழ்மனத்தைத் தொடும். ஒரு மாடர்ன் ஆர்ட் ஓவியர் வண்ணங்களைப் பயன்படுத்துவதுபோல்தான் இதுவும்.

பாரம்பரிய ஓவியத்தைப் புரிந்துகொண்டு ரசிப்பதுபோல் மாடர்ன் ஆர்ட் ஓவியங்களை எளிதில் ரசித்துவிட முடியாது. ஏனெனில், நவீன ஓவியத்தில் கோடுகளும் நிறங்களும் மரபான தர்க்க ஒழுங்கிலிருந்து மாறுபட்டு இருக்கும். சில இடங்களில் சில நிறங்கள் தூக்கலாக இருக்கும். சில இடங்களில் குறைவாக இருக்கும். ஆனால், நவீன ஓவியங்களில் அதற்கான ஒரு வடிவ அமைதி இருக்கும். நல்ல ஓவியர் வரையும் ஓவியத்தில் இந்த அம்சங்கள் இதமாக, ஒத்திசைவுடன் இருக்கும். நல்ல ஓவியங்கள் நிலைத்து நிற்கக் காரணம், அதில் இருக்கும் பூடகமான அம்சங்கள் வியத்தகு முறையில் சித்திரிக்கப்பட்டிருக்கும். பாடலிலும் அந்த அம்சம் இருக்கவேண்டும்.

ரங்கன்: கன்னத்தில் முத்தமிட்டால் ஐடியா எப்படி உருவாகியது? ரீடர்ஸ் டைஜஸ்ட்டில் வந்த ஒரு கட்டுரையிலிருந்துதான் இந்தப் படத்தின் ஐடியா உருவானது என்று கேள்விப்பட்டேன்.

ரத்னம்: ரீடர்ஸ் டைஜஸ்ட்டிலும் அந்தக் கட்டுரை வந்தது என்றே நினைக்கிறேன். ஆனால் நான் அந்தக் கட்டுரையை டைம் இதழில்தான் படித்தேன். பிலிப்பைன்ஸ் நாட்டைச் சேர்ந்த ஒரு பெண் குழந்தையை, ஒரு தம்பதியர் தத்தெடுத்து அமெரிக்காவில் வளர்த்திருக்கின்றனர். அவள் வளர்ந்ததும், தன்னைப் பெற்ற தாயைச் சந்திக்க விரும்பியிருக்கிறாள். அதனால் அவளை அந்தத் தம்பதியர் பிலிப்பைன்ஸ் அழைத்துச் சென்றிருக் கின்றனர். அவர்களுக்குள் ஒரு உணர்ச்சிகரமான போராட்டமே நடந்திருக் கிறது. அந்த உணர்வுகளைக் கச்சிதமாக இந்தப் படத்தில் வைக்க முடியும். ஹாசினிதான் அந்தக் கட்டுரையை முதலில் படித்தார் என்று நினைக்கிறேன். அந்தக் கட்டுரையை என்னிடம் காண்பித்தார். அதிலிருந்துதான் இந்தப் படத்தின் கரு உருவானது. நான் அவரை, அந்தக் கதையைப் படமாக எடுக்கச் சொன்னேன். அந்த நேரத்தில், அவர் தொலைக்காட்சித் தொடர்களில் பணியாற்றிக்கொண்டிருந்தார். திரைப்படங்களில் பணியாற்ற அவர் விரும்பவில்லை.

அந்தக் கரு என்னைத் தூக்கம் இழக்கச் செய்தது. அந்தக் கதையை இலங்கையின் பின்னணியில் அமைக்கமுடியும் என்று எனக்குள் சொல்லிக் கொண்டிருப்பேன். கதையை எப்படி அமைக்கலாம் என்றுகூட யோசிக்கத் தொடங்கியிருந்தேன். அந்தச் சிறுமி நம்மூரில் வளர்க்கப்படுகிறாள். அவளுடைய வாழ்க்கை மூலமாக, இலங்கையில் நடக்கும் பிரச்னைக்குள் பயணிக்கலாம் என்று எண்ணினேன். இலங்கை நம் அண்டை நாடு. அங்கே பல ஆண்டுகளாகப் பிரச்னை நடந்துகொண்டிருக்கிறது. அந்தப் பிரச்னை பற்றிப் பலவகையான பார்வைகள் இருப்பது நமக்குத் தெரியும். தமிழ்நாட்டில் உள்ளவர்களின் எதிர்வினைகள் மாறிக்கொண்டே இருப்பதை யும் கவனித்திருக்கிறோம். இந்த எளிமையான உணர்ச்சிமயமான கதையின் மூலம், பிரச்னை நடக்கும் அந்த உலகினுள் பயணிக்க முடியும் என்று தோன்றியது. அந்தச் சிறுமி இந்தியாவில் வளர்ந்தவள். இலங்கையில் என்ன நடக்கிறது என்பதை அவள் அறிந்திருக்கவில்லை. அந்தச் சிறுமியின் கண்ணோட்டத்தில், நாம் அந்தப் பிரச்னைகளை பார்க்க முடியும்; நம்

அண்டை நாட்டில் என்ன நடக்கிறது என்பதை நம்மால் புரிந்துகொள்ள முடியும் என்று தோன்றியது. இந்தக் காரணங்களால்தான் அந்தக் கட்டுரைக்குத் திரை வடிவம் கொடுத்தோம்.

ரங்கன்: அந்தச் சிறுமியின் கதையினூடாக இலங்கையின் பிரச்னைகளில் பயணித்திருக்கிறீர்கள்.

ரத்னம்: அவள் தன்னைச்சுற்றி நடக்கும் யுத்தத்தைப் பார்க்கிறாள். ஒரு சமூகம் அழிவதைப் பார்க்கிறாள். அந்த ஒன்பது வயதுச் சிறுமிதான் இந்தக் கதையின் வியூ பாயிண்ட் என்பதால், அவளது கண்ணோட்டத்தில் அந்தப் பிரச்னைகளை நாமும் பார்க்கிறோம்.

ரங்கன்: இதற்கு நேர்மாறாக யோசித்திருந்தேன். கதை அந்தச் சிறுமியைப் பற்றியது; இலங்கையில் நடக்கும் பிரச்னைகள் அந்தக் கதைக்கான உணர்ச்சி மயமான பின்புலத்துக்காகப் பயன்படுத்தப்பட்டது என்று நினைத்தேன்.

ரத்னம்: இலங்கைப் பிரச்னைதான் இந்தக் கதையின் முக்கிய விஷயம். அது இல்லை என்றால் இந்தக் கதை இல்லை.

ரங்கன்: என்றாலும் இது எமோஷனல் கதைதான். இது குடும்ப உறவுகளைப் பற்றிய வலிமையான கதையும்கூட. உறவுகளைப்பற்றிய கதைகள்தான் உங்களுக்கு எப்போதும் பிடிக்குமே.

ரத்னம்: ஆம். ஆனால் வெறும் குடும்ப உறவுகளைப்பற்றிய கதையாக மட்டும் இது இருந்திருந்தால், நிச்சயம் என்னை ஈர்த்திருக்காது. அந்தச் சிறுமியின் கதையை, இலங்கையின் கதையைச் சொல்வதற்கான களமாகப் பயன்படுத்திக்கொண்டேன். பிரச்னைகள் நிறைந்த அந்த உலகில் பயணிப்பதற்கான பாதையை அந்தச் சிறுமியின் கதை உருவாக்கித் தந்தது. அந்தப் பயணம்தான் என்னை ஈர்த்தது. இல்லை என்றால், நான் இந்தக் கதையைக் கையில் எடுத்திருக்கவேமாட்டேன்.

ரங்கன்: இலங்கைப் பிரச்னையில் உங்களுக்கு இருக்கும் பொதுவான அக்கறை நீங்கள் இந்தப் படத்தை எடுத்ததற்கு ஒரு காரணம். அதைத்தவிர, இந்தப் பிரச்னையை டிரமாடிக்காகவும் துடிப்புடனும் படமாக உருவாக்கு வதற்கான சாத்தியக்கூறுகள் அதிகம் இருக்கிறது என்று தோன்றியதால் இந்தக் கதையைக் கையில் எடுத்தீர்களா? இந்தப் பிரச்னையைப்பற்றி யாரும் திரையில் அதிகம் பேசவில்லை.

ரத்னம்: அதே நேரத்தில், இதே பேக்டிராப்பில் இன்னொரு படமும் உருவானது என்று நினைக்கிறேன். ஆனால் இன்னொருவர் இதுபோன்ற படத்தை உருவாக்குகிறாரா, இல்லையா என்பதைப்பற்றி எல்லாம் நான் அலட்டிக்கொள்ளவில்லை. இந்தக் கதையை நம்மால் சரியாகக் கையாள முடியும் என்ற நம்பிக்கை இருந்தால் போதும், எந்தக் கதையை வேண்டு மானாலும் தைரியமாகப் படமாக எடுக்கலாம். அந்தச் சிறுமியின் கோணத்தில் கதை நகர்வதால், பிரச்னை எவ்வளவு தீவிரமானது என்பதை நம்மால்

கன்னத்தில் முத்தமிட்டால் | 331 |

புரிந்துகொள்ள முடிந்தது. நாம் வேறு கோணத்தில்தான் அந்தப் பிரச்னையைப் பார்த்துவந்திருக்கிறோம். அந்தச் சிறுமியின் கோணம் நம்முடைய கோணத்திலிருந்து கொஞ்சம் மாறுபட்டிருக்கும். இந்தியா விலிருந்து கிளம்பி அவள் அங்கே செல்கிறாள். பிரச்னைகளை மிக அருகிலிருந்து பார்க்கிறாள். அந்த ஊரில் வளர்ந்த, அந்த பிரச்னைகளைப்பற்றி அறிந்திருந்த யாரோ ஒருவரின் கண்ணோட்டத்தில் படத்தை நகர்த்தவில்லை. வெளியூரைச் சேர்ந்த, அந்தப் பிரச்னை ஏற்படுத்திய விளைவுகளைக் கண்டு அதிர்ந்துபோன, ஒரு சிறுமியின் கண்ணோட்டத்தில் படத்தை நகர்த்தினோம். அந்தச் சிறுமியின் பார்வை, அந்நியரின் பார்வை, மாற்றுப் பார்வை. யுத்த களத்தினுள் மேற்கொள்ளப்பட்ட பயணம்தான், **கன்னத்தில் முத்தமிட்டால்.**

ரங்கன்: இந்தப் பயணத்தை, இந்தப் பிரச்னையை ஏன் அந்தத் தந்தையின் கண்ணோட்டத்தில் பார்க்கக்கூடாது? அவர் ஒரு சர்ச்சைக்குரிய, தீவிரமான, கவித்துவமான எழுத்தாளராக வலம்வருகிறார். அவரது பார்வையில் கதையை நகர்த்தியிருந்தால், வலிமையான கருத்தைப் பதிவு செய்திருக்க முடியுமே.

ரத்னம்: அப்படிச் செய்திருந்தால், அது வலிமையான, தனி மனிதக் கருத்தாக உருவாகியிருக்கும். நாம் ஒரு படைப்பாளியாக, ஓர் எழுத்தாளராக மாறும் போது, எது சரி, எது தவறு, எதை ஏற்றுக்கொள்வது என்று தீர்மானமாக முடிவு சொல்ல முயல்வோம். இருபது, இருபத்தைந்து வருடங்களாக நடந்துவரும் ஒரு பிரச்னைக்கு வெறும் ஒரு தரப்பு நியாயத்தை வைத்துக்கொண்டு தீர்ப்பு சொல்ல முயல்வோம். ஓர் எழுத்தாளருக்கு, இந்தப் பிரச்னையைப் பற்றி உறுதியான நிலைப்பாடு இருக்கும். அதனால், எழுத்தாளரின் கண்ணோட்டத்தில்மட்டுமே கதையை நகர்த்தமுடியும். ஆனால் அமுதாவின் பார்வை நடுநிலையான பார்வை. அதனால் பார்வையாளர்கள் நடுநிலையான பாதையிலேயே தங்கள் பயணத்தைத் தொடர்கிறார்கள். அங்கே சக மனிதனுக்கு இழைக்கப்படும் கொடுமைகளையும் அதனால் அவன்படும் வேதனைகளையும் அமுதாவின் கோணத்திலேயே பார்க்கிறார்கள். அந்த எழுத்தாளரின் கொள்கைகளைப்பற்றி இந்தப் படம் பேசவில்லை. ஒரு பெரும் போராட்டத்தை அருகிலிருந்து பார்க்கும்போது ஏற்படும் உணர்ச்சிமயமான அனுபவத்தைப்பற்றியே இந்தப் படம் பேசுகிறது.

ரங்கன்: அதனால்தான், கேமராவை நோக்கிக் கதை சொல்லும் உத்தியைப் பயன்படுத்தி இருக்கிறீர்கள். படம், அந்தச் சிறுமியின் சப்ஜெக்ட்டிவ் வியூ பாயிண்ட்டில் அமைந்திருப்பதால் அவள் கேமராவைப் பார்த்துப் பேசுவாள். மேலும், நம்மைக் கதையினுள் அவள்தான் அழைத்துச் செல்கிறாள்.

ரத்னம்: படம் அவளை ஒரு வாகனமாகப் பயன்படுத்துகிறது. அந்த வாகனத்தில்தான் நாம் பயணம் செய்கிறோம். அந்தப் பயணத்தின்போது, அவள் நம்மிடம் பேச விரும்புகிறாள். அவள் யார், எப்படிப்பட்டவள் என்பதை நம்மிடம் சொல்வதற்காகத்தான் அவள் கேமராவை நோக்கிப் பேசுகிறாள். அதனால், படத்தின் ஆரம்பப்பகுதியில், இந்த ஃப்ளோவைக் கொண்டுவரும் பொருட்டு, கேமராவை அவள் அருகில் வைத்திருப்போம்.

கீர்த்தனா மூலமாகவே நாம் இந்தக் கதைக்குள் பயணிக்கிறோம். கேமராவைப் பார்த்தபடி அவள் பேசுவது அதன் நீட்சியே.

நாமும் அவளது உலகில் இருக்கிறோம் என்பதையும், அவள் எல்லாவற்றையும் எப்படிப் பார்க்கிறாள், அவள் எவ்வளவு வேகமாக இயங்குகிறாள் என்பதையும் உணர்த்துவதற்காகத்தான் அப்படிச் செய்தோம். அந்த முதல் பாடலில், பலவிதமான கேமரா ஆங்கிள்கள் பயன்படுத்தப்பட்டிருக்கும். நிறைய சர்க்குலர் மூவ்மென்ட்கள் இருக்கும். ஒன்பது வயதில், துடிப்பான ஒரு சிறுமிக்கு எவ்வளவு எனர்ஜி இருக்கும் என்பதை உணர்த்தும்பொருட்டு அந்தக் காட்சிகளைப் படமாக்கினோம். அந்தக் காட்சிகளில் நாம் அவளது எனர்ஜியை உணரலாம். வீட்டினுள் நடக்கும் காட்சிகள் அனைத்தையும், அந்த எனர்ஜியைக் கருத்தில்கொண்டே உருவாக்கினோம். அந்தக் காட்சிகளில் கேமரா மிகவும் வேகமாக, ஒரே ஃப்ளோவில், பல திசைகளில் பயணிக்கும். மொத்தத்தில் அவளுடைய உற்சாகத்தைத்தான் பதிவு செய்ய முயன்றோம். பின், அவள் வாழ்வில் புயல் வீசுகிறது. அவளுக்குள் மாற்றம் நிகழ்கிறது. பயணம் தொடங்குகிறது.

ரத்னம்: இந்த உத்தியைப் படம் முழுக்கப் பயன்படுத்தியிருக்க மாட்டீர்கள். அவள் தன் குடும்பத்தை அறிமுகம் செய்யும்போது மட்டும்தான் பார்வையாளர்களுடன் பேசுவாள். பின், எங்கும் கேமராவை பார்த்துப் பேச மாட்டாள். கதை அதன் போக்கில் நகரும்.

ரத்னம்: நாம் அவள் மனத்தில் இருப்பதைப் புரிந்துகொள்ளவேண்டும் என்பதற்காகத்தான் அவளைக் கதைசொல்லியாகப் பயன்படுத்தினோம்.

இங்குதான் நாம் முதன்முதலில் கூடுவிட்டுக் கூடுபாய்கிறோம். அவளுடைய மனத்தினுள் நுழைந்து அவளுடைய கண்ணோட்டத்தில் கதையைப் பார்க்கத் தொடங்குகிறோம். படம், இலங்கையில் தொடங்குகிறது. அந்தச் சிறுமியின் கதை வரும்போது, பார்வையாளர்களை அந்த உலகுக்குள் பயணிக்க வைக்க ஏதாவது ஓர் உத்தியைக் கையாளவேண்டியிருந்தது. அவள் ஒரு தமிழ் எழுத்தாளரின் மகள். அவளுடைய அம்மா, தொலைக்காட்சி செய்தி வாசிப்பாளர். அத்தகைய சூழலில்தான் வளர்ந்திருக்கிறாள். கதை விவரணை செய்யக்கூடிய திறமையை அவளுடைய சூழல் அவளுக்கு உருவாக்கிக் கொடுத்திருக்கிறது. அவளுடைய வாழ்க்கையைக் கதையோடு இணைப்பதற் காகத்தான் இங்கே நரேஷன் உத்தியைப் பயன்படுத்தினோம். அவளுடைய பின்னணி எத்தகையது என்பதை அவளுடைய நரேஷன் நமக்கு விளக்குகிறது. ஆனால் அவளுடைய உலகை எஸ்டாப்ளிஷ் செய்தபின், நாம் நரேஷன் உத்தியைப் பயன்படுத்தவேண்டிய அவசியமில்லை. கதை, அந்த உத்தி இன்றியே தன் பாதையில் சீராகப் பயணிக்கவேண்டும். அந்தச் சிறுமி என்ன நினைக்கிறாள் என்பதை அவள் சொல்லாமலேயே நாம் புரிந்து கொள்ளவேண்டும். எந்தவொரு உத்தியாக இருந்தாலும், அது நம் கதைக்குப் பலம் சேர்த்தால்மட்டுமே அதை நாம் தொடர்ந்து பயன்படுத்தவேண்டும். இல்லை என்றால் அது செப்படி வித்தையாகத்தான் தோன்றும்.

ரங்கன்: பின் ஏன், அவள் இலங்கைக்கு விமானத்தில் செல்லும்போது, இதே உத்தியை மீண்டும் பயன்படுத்தினீர்கள்? அங்கே அவள் மீண்டும் கதையை நரேட் செய்கிறாள்.

ரத்னம்: அவளுடைய வாழ்க்கைப் பாதையை நாம் அறிந்திருக்கிறோம். எனவே, அவள் வாழ்வில் அதுதான் மிகவும் முக்கியமான தருணம் என்பதைப் புரிந்துகொள்வதில் எந்தக் கஷ்டமும் இருக்காது என்றே நினைக் கிறேன். அங்குதான் அவளுடைய பயணம் தொடங்குகிறது. நாம் எல்லா நாளும் டைரி எழுதவேண்டும் என்று அவசியமில்லை. எப்போது எழுத வேண்டும் என்று தோன்றுகிறதோ, அப்போதுமட்டும்தான் எழுதுவோம். அவளிடம் ஒரு நோட்புக் இருக்கிறது. அவள் அதில் தன் பெற்ற தாய்க்காகக் குறிப்புகளை எழுதுகிறாள். அவளைப் பார்த்ததும் கேட்கவேண்டிய கேள்வி களையும் எழுதுகிறாள்.

ரங்கன்: 'அமுதாவின் வியூ பாயிண்ட்' என்பதுபோன்ற உத்திகளைக் கையில் எடுக்கும்போது, நாம் எந்த அளவுக்கு அந்த உத்திகளுக்கு நியாயமாக இருக்க வேண்டும் என்று நினைக்கிறீர்கள்? உதாரணமாக, ஒரு காட்சியில், அந்தச் சிறுமியின் தாய் போனில் அழுதுகொண்டிருக்கும் தன் மகனுக்கு ஆறுதல் சொல்வாள். இந்தக் காட்சி அமுதாவின் கண்ணோட்டத்தில் அமைந்திருக்கிறது.

ரத்னம்: எந்த ஓர் உத்தியையும் வலுக்கட்டாயமாகப் பின்பற்றவேண்டும் என்று அவசியமில்லை. உத்திகள் நமக்குப் பாதையை ஏற்படுத்தித் தருகின்றன. நாம் பயணிக்கவேண்டிய திசையைக் காட்டுகின்றன. அவை இறுக்கமான விதிகள் அல்ல. அந்தத் தாய் தன் மகனுக்கு ஆறுதல் சொல்லும் காட்சிகூட

அமுதாவிடமிருந்துதான் தொடங்கும். அவள் தன் தம்பியிடம் பேசுவாள். அவன் அவள் மனம் புண்படும்படி ஏதோ சொல்லுவான். அவள் போனைத் தன் தாயிடம் கொடுத்துவிட்டு, அந்த இடத்தை விட்டு நகர்ந்துவிடுவாள். வீட்டைவிட்டு வெளியே வருவாள். நாமும் அவளைப் பின்தொடர்வோம். அவள் மனம் காயப்பட்டிருக்கிறது. அதனால் அவள் எங்கேயும் நிற்காமல் தொடர்ந்து நடந்துகொண்டே இருப்பாள். எதிர்பாராதவிதமாக, போராளிகள் இருக்கும் இடத்துக்குச் சென்றுவிடுவாள். அந்தப் போராளிகளும் சிறுமிகளே. ஓர் உணர்ச்சிமயமான சூழ்நிலையிலிருந்து அவள் திடீரென வேறோர் உணர்ச்சிகரமான சூழ்நிலைக்குள், வேறோர் உலகத்துக்குள் புகுந்து விடுவாள். பின் அங்கிருந்து பயந்துபோய் மீண்டும் வீட்டுக்கு ஓடிவருவாள். அதனால், நாம் தொடர்ந்து அவளுடன்தான் பயணித்துக்கொண்டிருக்கிறோம். அவளை விட்டுவிட்டு எங்கேயும் செல்லவில்லை.

ரங்கன்: வீட்டில் இருக்கும் பிரச்னைகளை விட, மிக மோசமான பிரச்னைகள் வெளியேதான் இருக்கின்றன என்பதை அவள் உணர்ந்துகொள்கிறாள். அதனால்தான் அவள், அந்தப் பாடலில், ஒரு பெரிய மஞ்சள் நிறக் குடையைத் தனக்கு பாதுகாப்பாக வைத்துக்கொள்கிறாளா? ஜோக்ஸ் அபார்ட்... இந்தப் படத்துக்கு முதலில் மஞ்சள் குடை என்றுதான் பெயர் சூட்டியிருந்தீர்கள் என்று ஒரு வதந்தி பரவியிருந்தது. தேவாலயத்தைவிட்டு வெளியே வரும் போது அவளிடம் ஒரு குடை இருக்கிறது. படத்தின் இறுதியில், அந்தத்

வறண்ட அந்தப் பிரமாண்டமான நிலப்பரப்பில் காட்சிப்படுத்தப்பட்ட பாடலில் அநாதையாக எங்கிருந்தோ வந்த குழந்தையுடன், தாயின் பாச உறவு மெல்ல மலருகிறது.

தந்தை, அவர்களை மழையிலிருந்து காக்கும் பொருட்டுக் குடை பிடிக்கிறான். இலங்கையில், பூங்காவில் இருக்கும் ஒரு பெண்கூடக் குடை வைத்திருக் கிறாள். குடை 'தீம் எலிமென்ட்'போல் தோன்றியது.

ரத்னம்: குடை தீம் எலிமென்ட்தான். படத்துக்குத் தாற்காலிகமாக 'குடை' (மஞ்சள் குடை அல்ல) என்று ஒரு டைட்டில் வைத்திருந்தோம். எது எப்படி இருந்தாலும், காட்சிகளில் குடை இருக்கவேண்டும் என்பதை முன்கூட்டியே முடிவு செய்திருந்தோம். குடை, குடும்பத்தைக் குறிக்கிறது. உறைவிடத்தைக் குறிக்கிறது. நாம் வாழும் நாட்டைக் குறிக்கிறது. தத்தெடுக்கப்பட்ட குழந்தையைப்பற்றி நாம் பேசுகிறோம். ஆனால் ஒரு நிலத்தைத் தத்தெடுக்கலாம். புலம்பெயர்ந்து வரும் மனிதனைத் தத்தெடுக்கலாம். எல்லாமே எல்லாருமே, வானம் என்ற கூரையின்கீழ் சமம். வானம் என்னும் ஒரு கூரையின்கீழ் பலதரப்பட்ட மனிதர்கள் வசிக்கிறார்கள். அந்தக் கூரையைத்தான் குடை குறிக்கிறது.

ரங்கன்: குடையை விஷுவல் தீம் எலிமென்ட்டாகமட்டும் வைத்துக் கொண்டீர்கள். டைட்டிலில் வைத்துக்கொள்ளவில்லை. **கன்னத்தில் முத்த மிட்டால்** என்ற டைட்டிலைப் பிரதிபலிக்கும் பொருட்டு, கன்னத்தில் முத்தமிடும் காட்சிகளும் படத்தில் இருக்கின்றன.

ரத்னம்: டைட்டில் **கன்னத்தில் முத்தமிட்டால்** என்று இருந்தால், கன்னத்தில் முத்தமிடும் காட்சிகளை வைக்கவேண்டும் என்று அவசியமில்லை. டைட்டில் குழந்தையைப்பற்றியது. 'சின்னஞ்சிறு கிளியே' என்ற பாரதியாரின் பாடலிலிருந்துதான் இந்த டைட்டில் பிறந்தது. தன் தாயின் (தந்தையின்) கழுத்தை, வைர மாலைபோல் சுற்றிக்கொள்ளும் குழந்தையைப் பற்றியது இந்த டைட்டில். அந்த பாரதியார் பாடலிலிருந்துதான் இந்தக் கற்பனை உதித்தது.

ரங்கன்: யதார்த்தத்துக்கும் (அருகில் இருக்கும் வளர்ப்புத் தாய்) கற்பனைக்கும் (எங்கோ இருக்கும் அவளுடைய தாய்) இடையே சிக்கிக்கொண்டு அந்தச் சிறுமி போராடுகிறாள். திரைக்கதையில் அவளின் கிராஃப் மிக அருமையாக இருந்தது. ஒருபுறம், தன் தாயை அழாதே என்று சொல்லி ஆறுதல்படுத்து கிறாள். இன்னொருபுறம், இலங்கையில், பேருந்தில் பயணித்துக் கொண்டிருக்கையில், நீ என்னுடைய உண்மையான தாய் இல்லை என்று குறிப்பிடுகிறாள். அவள் தன் தாயைக் காயப்படுத்தி, அழவைக்க முயற்சிக் கிறாளோ என்று எண்ணத் தோன்றியது. இந்தக் காட்சிகளில், உங்களின் கற்பனை எவ்வளவு? அதாவது, டைம் பத்திரிகையில் வந்த கதையோடு, நீங்கள் எவ்வளவு கற்பனையைச் சேர்த்தீர்கள்?

ரத்னம்: டைம் பத்திரிகையில் வந்த கதை, இந்தப் படத்துக்குத் தூண்டுகோலாக அமைந்தது. அவ்வளவுதான். மற்றபடி, படத்தின் கதை எங்களுடையது. அந்தக் கட்டுரை மூன்று நான்கு பக்கங்கள்தான் இருக்கும். அந்தக் குடும்பம் அமெரிக்காவிலிருந்து கிளம்பிவந்து, அந்த பிலிப்பைன்ஸ் பெண்ணைச் சந்திக்கும் நிகழ்வுமட்டுமே அந்தக் கட்டுரையில் விவரிக்கப்பட்டிருந்தது.

ஈழத்துக்குள் பயணம் செய்தவர்களின் பயணக் குறிப்புகளைப் பார்த்தால், காடுகளில் அல்லது காடுகளுக்குள் அமைக்கப்பட்ட முகாம்களில் வைத்துத்தான் போராளிகளைச் சந்தித்தாகச் சொல்லியிருப்பார்கள்.

படத்தின் கடைசிக் காட்சிக்குமட்டுமே அந்தக் கட்டுரை பயன்பட்டது. அந்தக் கட்டுரையைத் தழுவி, திரைக்கதையை முழுக்க முழுக்க எங்கள் கற்பனையில், இலங்கையைக் களமாகக்கொண்டு உருவாக்கினோம். ஒரு கதாபாத்திரத்தை டெவலப் செய்யும்போது, அந்தக் கதாபாத்திரத்தின் மனோபாவமும் இயல்பும் எல்லாக் காட்சிகளிலும் வெளிப்படும். அந்தப் பேருந்துக் காட்சியில் அமுதா கதாபாத்திரத்தின் மனோபாவம் வெளிப் படுகிறது. அந்தக் கதாபாத்திரத்தை அப்படித்தான் உருவாக்கி வைத்திருந்தோம்.

ரங்கன்: வீட்டை விட்டு ஓடும் அமுதாவை, ரயில் நிலையத்தில் அவளுடைய பெற்றோர்கள் கண்டுபிடிப்பார்கள். இந்தக் காட்சியில், அவள் தன் தந்தையைக் கண்டதும் அவனை நோக்கி ஓடுவாள். அவனை அரவணைத்துக் கொள்வாள். அதற்கு ஒரு காரணம், அவன் மிகவும் கனிவானவன் என்பது தான். அதே நேரத்தில், தன்னைப் பெற்ற தாய் வேறெங்கோ இருக்கிறாள் என்ற உண்மையை அவள் கண்டுகொண்டதனால், தன் வளர்ப்புத் தாயிடம் கோபமாக நடந்துகொள்கிறாள் என்றுகூட, இந்தக் காட்சியைப் பார்க்கும் போது சிந்திக்கத் தோன்றுகிறது.

ரங்கன்: பெரும்பான்மையான பெற்றோர்-குழந்தை உறவுகளில் இந்தப் பிரச்னை இருக்கும் என்றே நினைக்கிறேன். நாம் தவறு செய்துவிட்டோம் என்ற குற்ற உணர்ச்சி ஒரு குழந்தைக்கு ஏற்படும்போது, தன் பெற்றோர்களில் யார் கனிவாக நடந்துகொள்கிறார்களோ, அவரிடமே அந்தக் குழந்தை இருக்க விரும்பும். கனிவாக நடந்துகொள்பவரைச் சமாதானப்படுத்துவதே எளிது.

அதனால்தான் இங்கே அவள் தன் தந்தையிடம் செல்கிறாள். தன் தாயைச் சமாதானப்படுத்துவது கடினம் என்பதை அவள் அறிந்திருக்கிறாள். செய்யக் கூடாத ஒன்றை நாம் செய்துவிட்டோம் என்பதையும் அறிந்திருக்கிறாள். மேலும், அவள் தன் தாயை நன்றாகப் புரிந்துவைத்திருக்கிறாள். அதனால், தன் தாய் இந்த விஷயத்தை எளிதாக எடுத்துக்கொள்ள மாட்டாள் என்பதும் அவளுக்குத் தெரிந்திருக்கிறது. ஒவ்வொரு குழந்தைக்கும், தன் பெற்றோர் களில் யார் தான் செய்யும் தவறைக் கண்டுகொள்ளமாட்டார்கள் என்பது தெரிந்திருக்கும். அதனால், தாய் தந்தை இருவரில், தனக்கு ஆதரவாக நடந்து கொள்ளும் ஒருவரைத் தன் பக்கம் வைத்துக்கொள்ளவேண்டும் என்ற உள்ளுணர்வு குழந்தைகளுக்கு ஏற்படும். பின், இன்னொருவருடன் நடக்கப் போகும் போருக்குத் தங்களைத் தயார்படுத்திக்கொள்வார்கள். அந்தப் போர் எத்தனை மாதங்கள் வேண்டுமானாலும் நடக்கலாம். இந்தப் படத்தில், அவள் தன் தந்தையைத் தன் பக்கம் சேர்த்துக்கொள்கிறாள்.

எனவே, ஒரு குடும்பத்துக்குள், வழக்கமாக நடக்கும் சம்பவங்களைப்பற்றி மட்டும்தான் இந்தக் காட்சி பேசுகிறது. அந்தச் சிறுமி, தன் இரண்டு தாய்களைப்பற்றியும் யோசித்துக் குழம்புகிறாள் என்று இந்தக் காட்சி சொல்ல முயலவில்லை. ஆரம்பத்திலிருந்தே அந்தத் தாய்க்கும் மகளுக்கு மான உறவு அப்படித்தான் இருந்துவந்திருக்கிறது. அந்தத் தாய் எப்போதும் ஸ்ட்ரிக்ட்டாக நடந்துகொள்பவள். ஆனால் உண்மையில், அவள் தன் மகளின்மீது அதிகப் பாசம் வைத்திருக்கிறாள். தன் மகளுக்காக அதிக நேரத்தைச் செலவிடுகிறாள். அந்தத் தந்தை, தன் மகளைப் பார்க்கும் போதெல்லாம் பாசத்தை வெளிப்படுத்துவார். பின், தன் வேலைகளில் மூழ்கிவிடுவார். கணவன்-மனைவி உறவிலும், மனைவிதான் அதிகப் பொறுப்போடு நடந்துகொள்கிறாள். அவன் எப்போதும் எழுதிக்கொண்டே இருப்பான். சமூகப் பிரச்னைகளைப்பற்றி நிறைய எழுதுகிறான். ஆனால், அவன் கதையில் வருவதைப்போல் நிஜவாழ்விலும் நடந்துகொள்ள வேண்டும்; கைவிடப்பட்ட அந்தக் குழந்தையை, அவன் தத்தெடுக்க வேண்டும் என்று அவள்தான் அவனை வற்புறுத்துகிறாள். உண்மையில், அவனுடைய சிந்தனைகளைப் பின்பற்றி நடப்பவள் அவள்தான். அவன் எழுத்தில்மட்டுமே சமூக பிரச்னைகளுக்குத் தீர்வு காண்கிறான். எழுதி முடித்ததும் அதை மறந்தும் விடுகிறான். ஆனால் அவளோ அவனிடம், 'உங்க லட்சியமெல்லாம் வெறும் கதை எழுதறதோடமட்டும் சரியா...' என்று கேட்கிறாள். அந்தக் குடும்பத்தில், அவனுடைய உபதேசங்களுக்குச் செயல் வடிவம் கொடுக்கும் ஜீவன் அவள்தான்.

ரங்கன்: அமுதாவைத் தத்தெடுக்கும்படி திருச்செல்வனை முதலில் வற்புறுத்துவது இந்திராதான். இதைச் சாத்தியப்படுத்துவதற்காக, அவள் அவனைத் திருமணம் செய்துகொள்கிறாள். பின்னர், தன் தாய் ஸ்தானத்தை இழக்கும் அபாயம் அவளுக்குத்தான் முதலில் ஏற்படுகிறது. இது சிறந்ததொரு முரண்.

ரத்னம்: ஆனால் இறுதியில், அமுதா இந்திராவிடம்தான் திரும்பிவருகிறாள். அவர்களுக்குள் இருக்கும் பந்தம் மிகவும் வலிமையானது.

ரங்கன்: இந்திரா திருச்செல்வனைச் சீண்டி விளையாடும் அந்தக் காட்சிகள் உட்பட, மொத்த பிளாஷ்பேக் பகுதியும் மிக மிக அற்புதமாக இருந்தது. இந்தப் பகுதி, படத்திலேயே மிகவும் குறிப்பிடத்தகுந்த பகுதி.

ரத்னம்: அது, படத்தின் நடுவில் வருவதால்தான் அனைவரின் கவனத்தையும் ஈர்க்கிறது என்று நினைக்கிறேன். அந்தப் பகுதியை நடுவில் வைக்காமல், படத்தின் தொடக்கத்தில் வைத்திருந்தால், அது கதையைக் கட்டமைப்பதற் கான தளமாகத்தான் பயன்பட்டிருக்கும். அடர்த்தியான இந்தக் கதையின் நடுவில் அந்தப் பகுதி வருவதால், படத்தின் பாதையிலிருந்து விலகி முற்றிலும் வித்தியாசமான எமோஷனல் தளத்தில் இயங்குவதால், அதன் ரிதம் மிகவும் வித்தியாசமாக இருப்பதால், அது பார்ப்பதற்கு மிகவும் புதுமையாக இருக்கிறது.

ரங்கன்: முதல்முறை பார்க்கும்போது, அந்தப் பகுதி பிடித்ததற்கு நீங்கள் சொல்வது காரணமாக இருக்கலாம். ஆனால், அந்தப் பகுதியை இருபதுமுறை பார்த்தாலும் சுவாரஸ்யமாகவே இருக்கும். வெறும் கதையைக் கட்டமைக்கப் பயன்பட்ட உத்தியாக அதைக் கருத முடியவில்லை. அதற்கும் மேலாக அதில் ஏதோ இருக்கிறது.

ரத்னம்: நன்றி. உங்கள் பாராட்டுகளை ஏற்றுக்கொள்கிறேன். போதுமா?

ரங்கன்: அந்தச் சிறுமி தத்தெடுக்கப்பட்டவள் என்ற உண்மையை, அவளுக்கு ஒன்பது வயது இருக்கும்போது அவளுடைய தந்தை சொல்கிறார். இதற்கு ஏதாவது காரணம் உண்டா? இந்தக் குறிப்பிட்ட விஷயத்தைப்பற்றி நிறைய விமர்சனங்கள் எழுந்தன. குறிப்பாகத் தத்தெடுப்பு அமைப்புகளைச் சார்ந்தவர்கள் கடும் எதிர்ப்பு தெரிவித்தனர்.

ரத்னம்: ஆம். அவர்களின் விமர்சனம் சரிதான். இதுபோன்ற உண்மையைக் குழந்தையிடம் ஒரேயடியாகச் சொல்லிவிடக்கூடாது. அவர்களுக்கு நான்கைந்து வயது இருக்கும்போதே அந்த உண்மையைச் சொல்லத் தொடங்க வேண்டும். பின்பு கொஞ்சம் கொஞ்சமாக எல்லா உண்மைகளையும் சொல்ல வேண்டும். ஒரு குழந்தை, தான் தத்தெடுக்கப்பட்டிருக்கிறோம் என்ற உண்மையை வெளியாட்கள் சொல்லித் தெரிந்துகொள்வதைவிட, தன் வளர்ப்புப் பெற்றோர்களிடமிருந்து தெரிந்துகொள்வதே சிறந்தது. சில நேரங்களில், இந்த உண்மையைக் குழந்தையிடம் போட்டு உடைப்பது, வளர்ப்புப் பெற்றோருக்குக் கடினமாக இருக்கலாம். சில நேரங்களில், குழந்தை, பெற்றோர்கள் சொல்வதைக் கவனிக்காது. நாம் உண்மையைச் சொல்லியிருப்போம். ஆனால் அது அவர்கள் மனத்தில் பதிந்திருக்காது. நாம் சொல்லும் உண்மையைக் காதில் வாங்கிக்கொள்ளக்கூடாது என்பதற்காகவே அவர்கள் அலட்சியமாக நடந்துகொண்டாலும் ஆச்சரியப்படுவதற்கில்லை. கதைக்காக, நாங்கள் பல விஷயங்களைச் சுருக்கி, ஒரே காட்சியாக

உருவாக்கினோம். அந்த உண்மைகளை அவர்கள் கொஞ்சம் கொஞ்சமாகச் சொல்ல இரண்டு மூன்று வருடங்கள் தேவைப்படலாம். ஆனால் நாங்கள், டிராமாவுக்காக, ஒரு குறிப்பிட்ட தருணத்தில், அத்தனை உண்மைகளையும் சொல்லிவிடுகிறார்கள் என்று கதையை உருவாக்கினோம். உண்மை வெளிப்பட்டதும், நாமும் கதையோடு பயணிக்கத் தொடங்குகிறோம். எனினும், குழந்தையிடம் எவ்வளவு சீக்கிரம் முடியுமோ அவ்வளவு சீக்கிரம் உண்மையைச் சொல்லவேண்டும் என்றே ஆர்வலர்கள் சொல்லுகிறார்கள்.

ரங்கன்: ஆரம்பக் காட்சியில், அமுதா குழந்தையாக இருக்கும்போது, ஒரு அறையினுள் தொட்டிலில் தூங்கிக்கொண்டிருப்பாள். அவளைப் பெற்ற தாய் அறையின் வெளியே நின்று தன் மகளுக்காக ஏங்குவதை நாம் அந்த ஜன்னல் கம்பிகளின் வழியே பார்க்கிறோம். பின் அமுதா வளர்ந்து வீட்டைவிட்டு ஓடிய பின், அவளுடைய பெற்றோர் அதே அறைக்கு வந்து, அதே ஜன்னலைப் பார்ப்பார்கள். இப்போது அமுதா ஜன்னலுக்கு வெளியே இருப்பாள். முதலில் தனித்து விடப்பட்ட தாயை, ஜன்னல் வழியே பார்க்கிறோம். இப்போது அதே ஜன்னலின் வழியே தனித்து விடப்பட்ட மகளைப் பார்க்கிறோம் என்பது ஏற்றுக்கொள்ளும்படித்தான் இருக்கிறது. எந்தக் காரணமுமின்றி ஒரே அறையில் ஷூட் செய்தீர்களா, அல்லது, ஒரே மாதிரியான பிம்பம் இரண்டுமுறை வருவதற்கு வேறு ஏதாவது ஆழமான காரணம் உண்டா?

ரத்னம்: உங்களுக்கு சினிமாத்தனமான பதில் வேண்டுமா இல்லை பிராக்டிகலான பதில் வேண்டுமா?

ரங்கன்: எதுவாக இருந்தாலும் பரவாயில்லை. எனினும், இரண்டு பதில் களையும் எதிர்பார்க்கிறேன்.

ரத்னம்: சில நேரங்களில், நாம் பல காட்சித் துண்டுகளை, பல்வேறு லொகேஷன்களில் படம்பிடிக்கவேண்டியிருக்கும். பின், நாம் பல்வேறு லொகேஷன்களில் ஷூட் செய்திருக்கிறோம் என்பது வெளியில் தெரியாதபடி, அனைத்துத் துண்டுகளையும் இணைத்து, ஒரே காட்சியாக உருவாக்க வேண்டியிருக்கும். அந்த முதல் ஜன்னல் ஷாட்டை, ராமேஸ்வரத்தில், நாங்கள் உருவாக்கிய அகதிகள் முகாமில் படமாக்கினோம். இரண்டாவது ஷாட்டை (அந்தச் சிறுமி கடலைப் பார்க்கும் ஷாட்), தனுஷ்கோடியில் படமாக்கினோம். தனுஷ்கோடியில் அந்த அறை இருக்கவில்லை. அறையினுள் நடக்கும் காட்சிகள் ராமேஸ்வரத்தில் படமாக்கப்பட்டன. ராமேஸ்வரத்தில், அறைக்கு வெளியே எதுவும் இருக்காது. அந்தப் பெற்றோர் அந்த அறைக்குள்ளிருந்து வெளியே பார்த்தால், வெறும் புதர்கள்தான் கண்ணுக்குத் தெரியும். ஆனால், கதைப்படி, அவர்கள் ஜன்னலின் வழியே கடலையும் அமுதாவையும் பார்க்கவேண்டும். அமுதா கரையில் நின்றுகொண்டிருப்பாள். தன் தாய் இங்கே இல்லை, கடலுக்கு அப்பால்தான் இருக்கிறாள் என்று எண்ணும் அவள் அந்தத் திசையையே உற்றுப் பார்த்துக்கொண்டிருப்பாள். தன் தாய்நாட்டை, தன் மக்களை உணர்ச்சிபொங்கப் பார்த்துக்கொண்டிருப்பாள்.

அமுதா குழந்தையாக இருக்கும்போது அவளுடைய தாய் அவளைப் பார்க்கும் தருணத்தையும், அமுதா கடலுக்கு அப்பால் இருக்கும் தேசத்தைப் பார்க்கும் தருணத்தையும் இணைப்பது மிக மிக முக்கியம்.

இரண்டு தருணத்தையும் எப்படி வேண்டுமானாலும் இணைக்கலாம். உதாரணமாக, அவர்கள் கதவின் வழியே, அமுதா கரையில் நின்று கொண்டிருப்பதைப் பார்த்திருக்கலாம். ஆனால், அந்த ஜன்னலை வைத்து இரண்டு காட்சிகளையும் இணைப்பதே கதைக்கு நியாயம் செய்வதாக இருக்கும் என்று தோன்றியது. அந்த பெற்றோர் ஜன்னலின் வழியே பார்க்கிறார்கள் என்பதை உணர்த்துவதற்கு அந்த ஜன்னலின் இமேஜ் காட்சியில் இருக்கவேண்டும். அப்போதுதான் அந்தக் காட்சி திருப்தி அளிக்கக்கூடியதாக இருக்கும். அதனால் ராமேஸ்வரத்தில் இருந்ததுபோலவே ஒரு சுவரை உருவாக்கினோம். ராமேஸ்வரக் காட்சியில் பயன்படுத்திய ஜன்னலை அதில் பொருத்தினோம். அந்த முழு செட்டப்பையும் தனுஷ்கோடிக்கு எடுத்துச் சென்று, கடலுக்கு அருகே வைத்து, அந்தக் காட்சியை உருவாக்கினோம். அது ஒரு திறந்தவெளி. அங்கே நாங்கள் உருவாக்கி வைத்திருந்த சுவர்மட்டுமே இருக்கும். அந்த சுவரின் ஜன்னலின் வழியே, அமுதா கரையில் நிற்கும் காட்சியைப் படமாக்கினோம். இரண்டு வெளிப்புறக் காட்சிகளையும் தனுஷ்கோடியில்தான் படமாக்கினோம். அதாவது, அமுதாவின் பெற்ற தாய் அவளை விட்டுவிட்டுச் செல்லும் அந்த வெளிப்புறக் காட்சி, அந்த எழுத்தாளரும் அவரது மனைவியும் கரையின் அருகில் நிற்கும் தங்கள் மகளைப் பார்க்கும் அந்தக் காட்சி ஆகிய இரண்டு ஷாட்களையும் தனுஷ்கோடிக் கரையில்

தான் செய்த தவறுக்காக ஒரு குழந்தை வருந்துகிறது என்றால், பெற்றோரில் யார் கண்டிப்பு குறைவாக இருக்கிறார்களோ அவர்களிடமே ஆறுதல் தேடிச் செல்லும். கறாரான தாயிடமிருந்து மன்னிப்பைப் பெறவேண்டும் என்றால் கொஞ்சம் மெனக்கெட வேண்டியிருக்கும்.

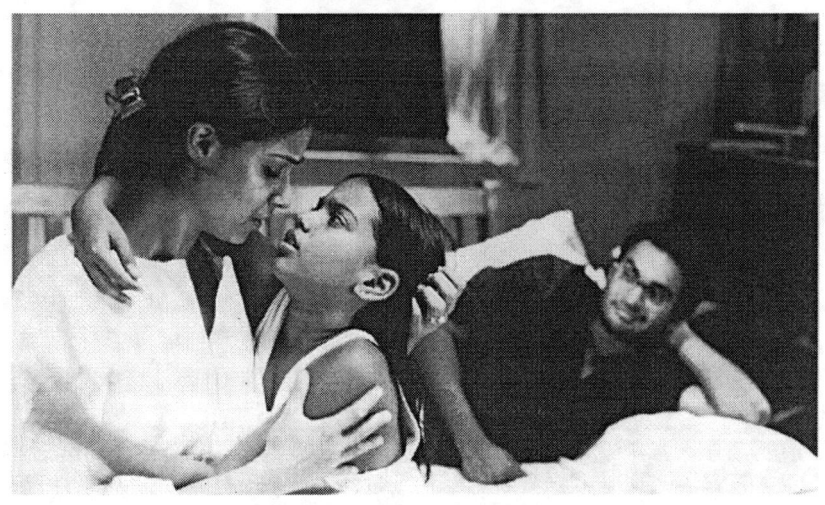

படமாக்கினோம். ஜன்னல் பதிக்கப்பட்ட அந்தச் சுவரை உருவாக்கி, எங்களுடன் எடுத்துச்சென்றது நல்லதாகப் போயிற்று. குறுகிய இடைவெளி யில் இரண்டு காட்சிகளை உருவாக்க முடிந்தது. அந்த ஒரே செட்டப்பை இரண்டு காட்சிகளிலும் பயன்படுத்தி, செலவைக் குறைக்க முடிந்தது.

ரங்கன்: ஏதாவது காட்சியை இலங்கையில் படம் பிடித்தீர்களா?

ரத்னம்: நடிகர்கள் இடம்பெறும் எந்தக் காட்சியையும் அங்கு படம்பிடிக்க வில்லை. சாலையில் கார்கள் செல்லும் ஷாட்களையும் சில லாங் ஷாட்களையும்மட்டுமே இலங்கையில் படம்பிடிக்க வேண்டியிருந்தது. அது ஒருநாள் வேலை. கேமரா குழு அங்கே சென்று, வேலையை முடித்துவிட்டுத் திரும்பினார்கள்.

ரங்கன்: பொதுவாக, நீங்கள் வெளிநாட்டில் படப்பிடிப்பு நடத்த மாட்டீர்கள் அல்லவா? பாடல்களைக்கூட இந்தியாவில்தான் எடுத்திருக்கிறீர்கள். கதையே வெளிநாட்டில் அமைந்திருந்தால் ஒழிய, நீங்கள் அங்கே படப்பிடிப்பு நடத்துவதில்லை. குரு படத்தை துருக்கியில் ஷூட் செய்திருப்பீர்கள்.

ரத்னம்: நான் எந்த விதியையும் பின்பற்றி அப்படிச் செய்வதில்லை. கதைக்குத் தேவை என்பதால்தான் குரு படத்தின் சில காட்சிகளை வெளிநாட்டில் படமாக்கினோம். வெளிநாடு சென்று, பாடல்களைமட்டும் எடுத்துவிட்டுத் திரும்புவதில் எனக்கு விருப்பமில்லை. பொதுவாகவே, நம் படங்களில் பாடல்கள், படத்திலிருந்து தனித்துத் தெரியும். படத்துக்குச் சம்பந்தம் இல்லாத காட்சிகளைப் பாடலில் சேர்த்து, அதை வெளிநாட்டு லொகேஷன் களில் ஷூட் செய்தால், பாடல் படத்தின் பாதையிலிருந்து விலகித் தெரியும். வெளிநாட்டு லொகேஷன், பார்வையாளர்களின் கவனத்தை அதிகம் ஈர்ப்பதால், பாடல் ஒட்டாமல் போய்விடுகிறது. கதை நடக்கும் லொகேஷனிலேயே பாடலை உருவாக்கி, படத்தோடு பாடலைப் பிணைப்பதையே விரும்புவேன்.

ரங்கன்: இது மிகவும் பிராக்டிகலான பதில். 'என் நாட்டில் எவ்வளவோ லொகேஷன்கள் இருக்கும்போது, நான் ஏன் வெளிநாட்டுக்குச் செல்ல வேண்டும்?' என்ற தேசபக்தி நிறைந்த பதிலை அளிப்பீர்கள் என்று எண்ணினேன்.

ரத்னம்: நாம் பாடல்களை எங்கே எப்படி உருவாக்குகிறோம் என்பதற்கும் தேசபக்திக்கும் சம்பந்தம் இருப்பதாக எனக்குத் தோன்றவில்லை. நான் பிராக்டிகலான ஆசாமி.

ரங்கன்: அந்த தேவாலயத்துக்கு வெளியே நிற்கும் சிவப்பு ஆட்டோ நம் கவனத்தை ஈர்க்கிறது. சென்னையிலிருந்து வருபவர்கள், ஆட்டோ மஞ்சளாக இருக்கவேண்டும் என்றுதான் எதிர்பார்ப்பார்கள்.

ரத்னம்: அவர்கள் இருவரும், திடீரென்று அங்கு வந்து, அமுதாவையும் அவள் குடும்பத்தையும் சந்திக்கவில்லை. அவர்கள், அந்தக் குடும்பத்தைப் பின்

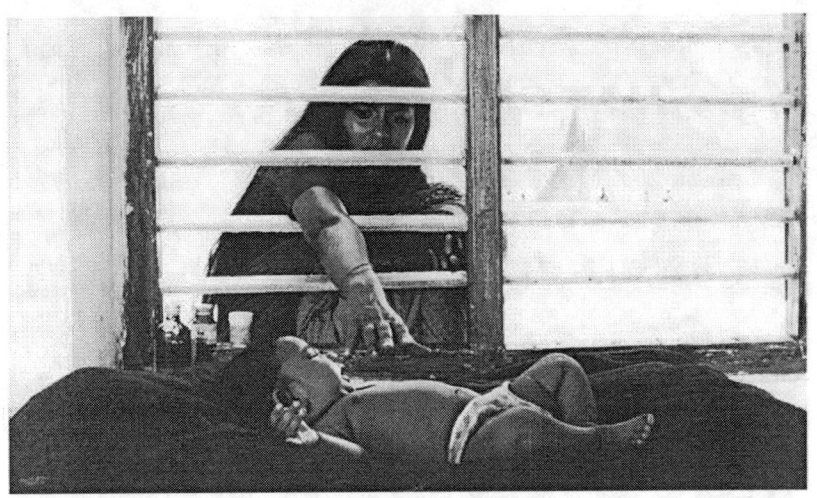

ராமேஸ்வரத்தில் செயற்கையாக நாங்கள் அமைத்த அகதிகள் முகாமில் இந்த ஜன்னல் காட்சி முதன் முதலில் படமாக்கப்பட்டது.

தொடர்கிறார்கள் என்பதை உணர்த்தவே அந்தக் காட்சியில் ஆட்டோவைக் காண்பித்தோம்.

ரங்கன்: கோவில் கிழவர் போன்ற இலங்கைக் கதாபாத்திரங்களை உருவாக்கும் போது, அந்தக் கதாபாத்திரங்களின் மனநிலையைப் புரிந்துகொள்வது எளிதாக இருந்ததா அல்லது கடினமாக இருந்ததா? அந்தக் கிழவர், கிராமத்திலிருந்து வெளியேறும் கூட்டத்தில் இணைய மறுப்பார். துன்பத்தில் உழலும் மக்கள் உலகம் முழுக்க இருக்கிறார்கள். ஆனால் இந்தக் குறிப்பிட்ட காட்சியை, இலங்கை ஃப்ளேவரில் எப்படி உங்களால் தத்ரூபமாக உருவாக்க முடிந்தது?

ரத்னம்: இவை எவையுமே கற்பனைக் கதைகள் அல்ல. பெரும்பான்மையான சம்பவங்கள், உண்மையாக நடந்தவை அல்லது நடந்திருக்கக்கூடியவை. இலங்கையில் நடந்த பிரச்னைகளைப்பற்றிப் பேசிய இலங்கை இலக்கியங்கள், பத்திரிகைக் கட்டுரைகள், கதைகள், கவிதைகள் ஆகியவற்றை ஆராய்ந்து எடுத்த குறிப்புகளிலிருந்துதான் இந்தக் காட்சிகளை உருவாக்கினோம். உண்மைச் சம்பவங்களின் பிரதிபலிப்பே இந்தக் காட்சிகள். திருச்செல்வனை அவர்கள் இழுத்துச் செல்லும்போது, அவன் சொல்லும் கவிதைகூட நாங்கள் எழுதியது அல்ல. அது ஒரு இலங்கைத் தமிழ் எழுத்தாளர் எழுதிய கவிதை. அவர்கள், இலங்கையில் வாழும் சராசரி மனிதர்கள். அந்த நாட்டுக் குடிமக்கள். அவர்களைப்பற்றிய காட்சித் துளிகள் நியாயமானதாக இருக்கும்படிப் பார்த்துக்கொண்டோம். அந்தச் சிறுமியின் கதையை டிரமாடிக்காக உருவாக்கவேண்டும் என்பதற்காக, அந்த மனிதர்களின் கதையைக் கற்பனையாகவோ, மனித வாழ்க்கைக்கு அப்பாற்பட்டதாகவோ மாற்றக்கூடாது. அந்தக் காட்சிகள், உண்மையாக இருக்கவேண்டும். அவர்களின் வலியையும்

வேதனையையும் பார்ப்பவர்களுக்கு உணர்த்தவேண்டும். பார்வையாளர்களின் மனத்தில் தாக்கத்தை ஏற்படுத்தவேண்டும். அந்த நாட்டின் பல்வேறு பகுதிகளைச் சேர்ந்த அவர்கள், பல ஆண்டுகாலமாக எத்தகைய சூழ்நிலையில் வாழ்ந்துவருகிறார்கள் என்பதை அந்தக் காட்சிகள் விளக்கவேண்டும். இவற்றைக் கருத்தில் கொண்டே அந்தக் காட்சிகளை உருவாக்கினோம்.

ரங்கன்: அந்த இலங்கைப் பெண் கதாபாத்திரத்தில் நந்திதா தாஸ்தான் நடிக்க வேண்டும் என்று ஆரம்பத்திலேயே முடிவு செய்திருந்தீர்களா?

ரத்னம்: ஆம். அந்தக் கதாபாத்திரத்துக்காக நாங்கள் அணுகிய ஒரே நடிகை அவர்தான்.

ரங்கன்: திருச்செல்வன், இலங்கையில், மேடையில், 'நாம எழுதப்போற கதைய வேற யாராவது இன்னும் சிறப்பாக எழுதிடுவாங்களான்னு பாக்கணும்' என்று குறிப்பிடுகிறார். இது உங்களின் கருத்தா? இந்தத் தத்துவத்தைப் பின்பற்றித்தான் படங்களை உருவாக்குகிறீர்களா?

ரத்னம்: அவை சுஜாதாவின் வரிகள். என்னுடையதல்ல. அந்த முழுப் பேச்சையும் அவர்தான் எழுதினர். அது அவரின் உண்மையான கருத்தாக இருந்திருக்கலாம்.

ரங்கன்: பிரகாஷ் ராஜுக்கும் மாதவனுக்கும் இடையே நடக்கும், வாக் அண்ட் டாக் வகை உரையாடலை, அமைதியான திறந்தவெளியில் ஷூட் செய்திருப்பீர்கள். அந்த நிலத்தில், வளர்ந்த புற்கள் காற்றில் அழகாக ஆடிக்கொண்டிருக்கும். அந்த உரையாடலின் முடிவில் அவர்கள் போராளிகளிடம் சிக்கிக்கொள்ளவேண்டும் என்பதற்காகக் காட்சியை அந்தத் திறந்தவெளியில் அமைத்திருக்கிறீர்கள் என்பதைப் புரிந்துகொள்ள முடிகிறது. இருந்தும் அதற்கு வேறு ஏதாவது காரணம் உண்டா என்று தெரிந்துகொள்ள விரும்புகிறேன்.

ரத்னம்: அந்தப் பகுதியில் பயணம் மேற்கொண்டவர்களைப்பற்றிப் படிக்கும் போது, ஒரு விஷயம் தெளிவாக விளங்குகிறது. காடுகளிலோ காடுகளினுள் அமைந்த முகாம்களிலோதான் போராளிகளைச் சந்திக்கமுடியும் என்று அந்த ரிப்போர்ட்கள் குறிப்பிடுகின்றன. மக்கள் அதிகம் கூடும் டீ கடை, ரெஸ்ட்டாரன்ட் போன்ற இடங்களில் அந்தச் சந்திப்புகள் நிகழாது. பொதுமக்களின் பார்வைபடாத இடங்களில்தான் அந்தச் சந்திப்புகள் நிகழும். அந்த நாட்டின் வடபகுதியில் அவ்வளவு எளிதாக யாராலும் பயணம் மேற்கொள்ள முடியாது. பாதையைக் கண்டுகொள்வது கடினம். அந்தப் பகுதியில் பயணம் மேற்கொண்ட அனைவரும், இலங்கையைச் சேர்ந்த யாரையாவது உடன் அழைத்துச் சென்றிருக்கின்றனர். அதனால்தான் அவர்களின் பயணம் வெற்றி அடைந்திருக்கிறது. இதை எல்லாம் கருத்தில் கொண்டே, அந்தக் காட்சியை எழுதினோம். எழுதியபடி அப்படியே உருவாக்கினோம். அந்தக் காட்சியில் திடீர் மாற்றங்கள் எதையும் செய்யவில்லை. அவர்கள் இருள் செறிந்த உலகினுள் பயணிக்கிறார்கள் என்பதை அந்த பேக்ரவுண்ட் நமக்கு உணர்த்துகிறது.

ரங்கன்: 'ஹார்ட் ஆஃப் டார்க்னஸ்' கதையில் வருவதைப்போல...

ரத்னம்: ஆம்.

ரங்கன்: திருச்செல்வன் என்னதான் ஆக்ரோஷமாக எழுதினாலும், அவன் மனத்தில் வேதனைமட்டுமே மிஞ்சியிருக்கிறது. மற்ற நேரங்களில் எப்படியோ, ஆனால் இந்தக் குறிப்பிட்ட காட்சியில் அவன் மன வேதனை யுடன்தான் காணப்படுகிறான். அவன் மனைவி அவனைவிட மனவலிமை கொண்டவள் என்பதை நீங்களே குறிப்பிட்டீர்கள். மனிதன் சக மனிதனுக்குத் தீங்கு விளைவிக்கிறான், இயற்கை அவனை அமைதியாகப் பார்த்துக் கொண்டிருக்கிறது என்பதை அந்த அமைதியான சூழல் நமக்கு உணர்த்து கிறது. பின் அவன் போராளிகளிடம் சிக்கிக்கொள்கிறான். அவனும் தமிழன்தான் என்பதை நிரூபிப்பதற்காக அவன் தமிழ்க் கவிதை ஒன்றை உதிர்க்கிறான். இது ஒரு ஹைப்பர்-ரியலிஸ்டிக் தருணம். அதுவரை படத்தின் நரேஷனில் எந்தவொரு மிகைத்தன்மையும் இருக்கவில்லை.

ரத்னம்: அவன் அத்தகைய குணம் கொண்டவன், அதனால்தான் அவனால் அந்தச் சூழ்நிலைக்கேற்ப எளிதாக மாறிக்கொள்ள முடிகிறது என்று நினைக்கிறேன். அவன் ஒரு தமிழன். எழுத்தாளன். அதில் அவன் தீவிரமாக இருக்கிறான். அதனால் 'நான் ஒரு தமிழன்' என்று தமிழில் சொல்லி அவர்களை எளிய முறையில் சமாதானப்படுத்த முயலாமல், தீவிரமான எமோஷனை வெளிப்படுத்தும்பொருட்டு அவன் கவிதையைப் பயன்படுத்து கிறான். நான் பிறப்பால்மட்டும் தமிழனல்ல. மனத்தாலும் எண்ணத்தாலும் கருத்தாலும் தமிழன் என்று ஆணவமாகத் தெரிவிக்க விரும்புகிறான். இங்கே நடக்கும் பிரச்னைகள் என்ன என்பது எனக்கும் தெரியும், உண்மையில் உங்களைவிட எனக்கு அதிகமாகவே தெரியும் என்று அவர்களுக்கு உணர்த்த விரும்புகிறான். தானும், ஒருவகையில், அவர்களில் ஓர் அங்கம் என்பதையும் சொல்ல விரும்புகிறான். இவை அனைத்தையும், அந்தக் கவிதை அவர்களுக்கு உணர்த்திவிடுகிறது. மிகவும் நீண்டதொரு வசனம் செய்திருக்க வேண்டிய வேலையை, அதைவிடச் சிறப்பாக, வெறும் நாலு வரிக் கவிதை செய்துவிடுகிறது. 'நான் உங்களில் ஒருவன், உங்களின் பிரதிபலிப்பு' என்பதை அவர்களுக்கு எளிமையான முறையில் உணர்த்தவே அவன் கவிதையைப் பயன்படுத்துகிறான்.

ரங்கன்: அப்படியென்றால் அவன் ஒருவகையில், **ரோஜா** படத்தின் நாயகனான ரிஷியின் பரம்பரையைச் சேர்ந்தவன். ரிஷி தன்னைக் கடத்தியவர்களுக்குப் பதிலடி கொடுக்கும் பொருட்டு 'ஜெய் ஹிந்த்' என்பான்.

ரத்னம்: ரிஷி ஒரு சாமானிய மனிதன், உங்களையும் என்னையும் போல. நீங்களோ, நானோ, அதுபோன்ற சூழ்நிலையில் அப்படி எதையாவது சொல்வோம். ஆனால் இங்கே, திருச்செல்வனின் எதிர்வினை தீவிரமாக இருக்கிறது. அந்தக் கவிதையைச் சொல்லும்போது அவனுடைய உணர்வுகள் உச்சகட்டத்துக்குச் செல்கின்றன.

ரங்கன்: ரிஷியைவிட திருச்செல்வன் மிகவும் தீவிரமான எமோஷனை வெளிப்படுத்துகிறான் என்று சொல்கிறீர்களா?

ரத்னம்: அங்கே, அவன் தன் எதிர்ப்பைப் பதிவு செய்கிறான். அவர்களுக்குக் கட்டுப்பட அவன் தயாராக இல்லை. ஒரு கெட்ட வார்த்தையை உதிர்த்துக் கூட, அவனால் தன் எதிர்ப்பை வெளிப்படுத்தமுடியும். இங்கே, அதற்கு நேர் மாறான செயலைத்தான் இந்த எழுத்தாளன் செய்ய முயற்சி செய்கிறான். அவன் அவர்களை எதிர்க்கவில்லை. தானும் அவர்களில் ஒருவன் என்பதை அவர்களுக்கு உணர்த்தும்பொருட்டு அவன் தமிழ்க்கவிதையைச் சொல்லுகிறான்.

ரங்கன்: படத்தின் இறுதியில், ஒரு நீண்ட சண்டைக் காட்சிவருகிறது. அதில்கூட, திருச்செல்வன் வேடிக்கைதான் பார்கிறான். தன் மனைவியையும், மகளையும்மட்டும் பாதுகாத்துக்கொள்கிறான். படத்தை வணிகரீதியாக உருவாக்கும்பொருட்டு, மாதவனும் ஒரு கட்டத்தில் துப்பாக்கியைத் தூக்கவேண்டும் என்று நீங்கள் எண்ணியதுண்டா?

ரத்னம்: அடுத்து அவன் என்ன செய்யவேண்டும் என்று எதிர்பார்க்கிறீர்கள்? அவன் யாரைச் சுடுவான்? துப்பாக்கியைப்பற்றி விலாவரியாக எழுதச் சொன்னால், அவன் அதை செய்ய வாய்ப்பிருக்கிறது. முதல் துப்பாக்கி எந்த ஊரில் எப்போது செய்யப்பட்டது, எந்த சூழ்நிலையில் வெடிமருந்தைக் கண்டுபிடித்தார்கள் என்றெல்லாம் அவனால் எழுத முடியும். ஏனெனில், அவன் ஓர் எழுத்தாளன். மற்றபடி, அதற்குமுன் துப்பாக்கியின்மீது அவன் விரல்கள் பட்டிருக்குமா என்பதுகூடச் சந்தேகம்தான். இந்தச் சண்டைக் காட்சி, யுத்தத்தைப்பற்றியதன்று. நாம் ஒரு பக்கத்தைச் சேர்ந்தவர்கள், அவர்கள் நம்முடைய எதிரிகள் என்று இந்தக் காட்சி சொல்லவில்லை. அந்தத் தீவின் சாமானிய மனிதர்களைப்பற்றியதே இந்தக் காட்சி. இரண்டு பக்கங்களைச் சேர்ந்தவர்களும் சுடுகிறார்கள். இரண்டு திசைகளிலிருந்தும் தோட்டாக்கள் வெளிவருகின்றன. இந்த சராசரி மனிதன்மீது யாருடைய தோட்டா வேண்டுமானாலும் பாயலாம். உண்மையில், இரண்டு பக்கங்களுக்கும் இடையே சிக்கித் தவிக்கும் சாமானிய மக்கள்தான் பாதிக்கப்படுகிறார்கள். குண்டடி படுகிறார்கள். அவர்களுக்கும் யுத்தத்துக்கும் எந்தச் சம்மந்தமும் இல்லை. குண்டுமழை பொழியும்போது பொதுமக்களும் சிக்கிக்கொள்கிறார்கள். அதைத்தான் நாங்கள் திரையில் காண்பிக்க முயன்றோம். இது ஓர் ஆக்ஷன் காட்சி; இந்தக் காட்சியில் கதாநாயகனின் ஹீரோயிசம் வெளிப்படவேண்டும் என்றெல்லாம் எண்ணக்கூடாது. அவன் குடும்பத்தைக் காப்பாற்றுவதுதான் அவனைப் பொருத்தவரை ஹீரோயிசம். அந்த ஆக்ஷன் காட்சியை உருவாக்கிய விதத்தை எண்ணி நான் சந்தோஷம் கொள்கிறேன். பார்வையாளர்களை அந்த இடத்துக்கு அழைத்துச்செல்வதும், குண்டுமழைக்குள் சிக்கிக்கொண்ட உணர்வை அவர்களுக்கு ஏற்படுத்துவதுமே அந்தக் காட்சியின் நோக்கம்.

ரங்கன்: இந்தக் காட்சியை **அஞ்சலி** படத்தின் வியூ பாயிண்ட்டில் பார்க்கிறேன். அந்தப் படத்தில், நீங்கள் சொல்ல விரும்பிய கதையைச் சொல்லியிருப்பீர்கள்.

இலங்கைப் பிரச்னை பல ஆண்டுகளாக நடந்துவருகிறது.
அதில் பல கோணங்கள் இருக்கின்றன.

அதேநேரத்தில், பெரிய ஸ்டாரான பிரபுவை ஹீரோயிசம் செய்வதற்காகப் பயன்படுத்தியிருப்பீர்கள். அந்த ஹீரோ சண்டை போட்டுப் பார்வையாளர் களைக் கவர்வார்.

ரத்னம்: அத்தகைய எண்ணத்தோடு அந்தச் சண்டை காட்சியை நான் உருவாக்கவில்லை. ரகுவரன்தான் அந்தப் படத்தின் ஹீரோ. அதுபோன்ற ஒரு சூழ்நிலையில் அவன் சிக்கிக்கொண்டால், அவன் எதுவும் செய்திருக்க மாட்டான். அவனால் சண்டை போட முடியாது, அந்தப் பிரச்னைக்கு முற்றுப் புள்ளி வைக்கமுடியாது. அதே காலனியில் இந்த முன்னால் குற்றவாளி வசிக்கிறான். அவன் ஜெயிலிலிருந்து வந்தவன். இருண்ட வாழ்க்கை வாழ்ந்தவன். அதனால் அவன் சண்டை போடுகிறான். அதை வணிகக் காரணத்துக்காக வைத்ததாக நான் கருதவில்லை. இந்தப் படத்தில், என் சிந்தனை முதிர்ச்சி அடைந்ததால் சண்டைக் காட்சியை நான் வைக்கவில்லை என்று சொல்வதிலும் எனக்கு உடன்பாடில்லை.

ரங்கன்: நானும் அதை வணிக நோக்கில் வைத்த சண்டையாகக் கருதவில்லை. ஆனால், பார்வையாளர்களின் சில எதிர்பார்ப்புகளைப் பூர்த்தி செய்யும் வகையில் அந்தக் காட்சி உருவாக்கப்பட்டிருந்தது. ஆக்ஷன் காட்சிகளின்மீது நாம் ஆழமான காதல் கொண்டிருக்கிறோம். நமக்குத் தெரிந்த ஒரு ஹீரோ சண்டை போடும்போது அந்தக் காட்சி நமக்குள் அதிகத் தாக்கத்தை ஏற்படுத்துகிறது.

ரத்னம்: ஆம்.

ரங்கன்: கதை, பதற்றமான சூழலை நோக்கிப் பயணிக்கப்போகிறது என்பதை அறிந்திருந்தும், நீங்கள் 'வெள்ளைப் பூக்கள்' என்ற அமைதியான, நம்பிக்கை

யூட்டும் பாடலுடன் படத்தைத் தொடங்கியிருப்பீர்கள். உண்மையில், ஆரம்பத்திலிருந்தே கதை மாந்தர்கள் பிரச்னையில் உழல்கிறார்கள்.

ரத்னம்: அவர்களின் வாழ்க்கை, எப்படி இருந்திருக்கவேண்டும், எப்படி இருந்திருக்கக்கூடும் என்பதைத்தான் அந்தப் பாடல் உணர்த்துகிறது. அவர்கள் வாழ்க்கையிலும் அமைதியும் சாந்தமும் இருந்திருக்கும். அந்தப் பிரச்னைகள் ஏற்படும்வரை, அவர்களும் நிலையான சந்தோஷமான வாழ்க்கையை வாழ்ந்தவர்கள்தாம். அந்தப் பாடல், அவர்கள் வாழ்வில் ஒரு காலத்தில் குடிகொண்டிருந்த அமைதியைப்பற்றிப் பேசுகிறது. இப்போது, அவர்கள் தேடிக்கொண்டிருக்கும் அமைதியைப்பற்றிப் பேசுகிறது. வருங் காலத்தில் அமைதி திரும்பும் என்று அவர்கள் நம்பிக்கொண்டிருக்கிறார்கள். எனவே, அந்தப் பாடல் கடந்த காலத்துக்கும் பொருந்தும், எதிர்காலத்துக்கும் பொருந்தும். அந்தப் பிரச்னைகளை சிறுமியின் கண்ணோட்டத்தில் பார்க்க வேண்டும் என்றால், அந்தச் சிறுமி அறிமுகமாவதற்குமுன் அந்தப் பிரச்னைகளைப்பற்றித் திரையில் பேசக்கூடாது. கதையைச் சாந்தமாகத் தொடங்கவேண்டும். அதனால்தான் முதல் காட்சியில் அந்தத் திருமணத்தைக் காண்பித்தோம். அது அமைதியான காட்சி. அவர்களின் வாழ்க்கையில் அமைதி குடிகொண்டிருப்பதைப் பார்க்கிறோம். ஆனால், அவர்களின், சாதரணமான, எளிமையான வாழ்க்கைக்குள் பிரச்னை கொஞ்சம் கொஞ்சமாகத் தலைதூக்குகிறது. அமைதி குலைகிறது.

ரங்கன்: புயலின் சீற்றத்தால் தள்ளாடும் அந்தக் கப்பலில் அவர்கள் பயணித்துக் கொண்டிருக்கும்போதும், பின்னணியில் அதே பாடலைப் பயன்படுத்தி யிருப்பீர்கள்.

ஃபிளாஷ்பேக் காட்சிகள் படத்தின் நடுவில் வருவதால், முற்றிலும் மாறுபட்ட ஒரு உணர்வுத் தளத்தில், மாறுபட்ட ரிதத்தில் அது அமைந்திருப்பதால் பார்வையாளர்களுக்கு மிகுந்த ஆசுவாசத்தைத் தருகிறது. மாதவன், சிம்ரன்.

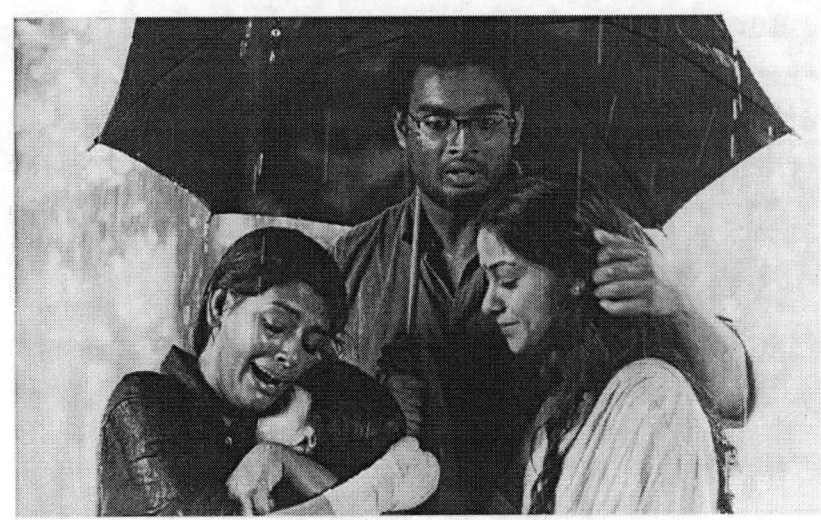

குடை ஒரு குறியீடு. ஒரு நாடு, ஒரு குடும்பம் என அடைக்கலம் தரக்கூடிய ஒன்றைக் குறிப்பால் உணர்த்துகிறது. நந்திதா தாஸ், கீர்த்தனா, மாதவன், சிம்ரன்.

ரத்னம்: அந்தப் பாடலும் அவர்களின் மனப்போராட்டத்தைப்பற்றித்தான் பேசுகிறது. அவர்களின் பிரச்னையை இரண்டு விதத்தில் சொல்லலாம். ஒன்று, அவர்கள் பிரச்னையில் உழல்வதை வெளிப்படையாகக் காண்பிக்கலாம். இன்னொன்று, அந்தப் பிரச்னை அவர்களின் மனத்தில் ஏற்படுத்திய காயத்தைப்பற்றிப் பேசலாம். அவர்களின் மனம் ஆழ் கடலைப்போல் அமைதியாக இருக்கிறது. ஆனாலும் அது காயப்பட்டிருக்கிறது. பிரிவின் வலி அந்த மனத்தில் புதைந்துவிடுகிறது. அவர்கள் மனத்தின் எண்ணங்களை அந்தப் பாடல் வெளிப்படுத்துகிறது. ஒருவகையில், அந்தப் பாடல் அமைதி யின் கவுன்ட்டர்பாயிண்ட். அந்தப் பாடலில் அமைதி குடிகொண்டிருக்கிறது. அதே நேரத்தில், அந்த அமைதியின் உள்ளே வலியும் வேதனையும் ஒளிந்திருக்கின்றன.

ரங்கன்: பாடல் வரிகளும் நம்பிக்கையூட்டுவதாகவே அமைந்திருந்தன. 'வெள்ளைப் பூக்கள் மலரவே…', 'குழந்தை விழிக்கட்டுமே…' போன்ற வரிகள் பாடலில் இடம்பெற்றிருந்தன.

ரத்னம்: நம்பிக்கையூட்டும் பாடலாகத்தான் அதை உருவாக்கினோம். அமைதியைக் குறிக்கும்பொருட்டே 'வெள்ளைப் பூக்கள்' என்ற வரியைப் பயன்படுத்தினோம். வெள்ளைப் பூக்கள், அமைதிக்கு உவமையாகப் பயன் படுத்தப்பட்டது. படத்தின் தொடக்கத்திலும் முடிவிலும் அந்தப் பாடல்தான் ஒலிக்கும். அந்தப் பாடல், நேற்று இருந்த அமைதியைப்பற்றிப் பேசுகிறது. நாளை பிறக்கப் போகும் அமைதியைப்பற்றிப் பேசுகிறது. நாளை அமைதி பிறக்கும் என்ற நம்பிக்கையில்தான் நாம் அனைவரும் வாழ்ந்துகொண்டிருக் கிறோம்.

15

'ஃபேர்வெல் உணர்வை ஏற்படுத்துவதற்கான சிறந்த இடம் ரயில் நிலையம்தான்'

ஆய்த எழுத்து / யுவா
(2004)

மைக்கேல் (சூர்யா/ அஜய் தேவ்கன்), சமுக முன்னேற்றத்துக்காகப் போராடும் இளைஞன். அவனைக் கொல்லும் வேலை ரவுடி இன்பாவிடம்/லல்லனிடம் (மாதவன்/ அபிஷேக் பச்சன்) வருகிறது. ஒரு பாலத்தில் அந்தக் கொலை முயற்சி நடக்கிறது. அர்ஜுன் (சித்தார்த்/விவேக் ஓபராய்) அதைப் பார்த்துவிடுகிறான். பிரச்னைகள் நிறைந்த இந்தியாவை முன்னேற்றுவதை விடுத்து அமெரிக்காவுக்குச் செல்லவேண்டும் என்ற தன்னுடைய தன்னலம் நிறைந்த எண்ணம் அவ்வளவு எளிதில் நிறைவேறப்போவதில்லை என்பதை அர்ஜுன் உணர்ந்துகொள்கிறான். நாட்டின் நலனுக்காகக் களத்தில் இறங்கிப் போராடுவதே ஒரு நல்ல குடிமகனின் கடமை என்பதையும் புரிந்துகொள்கிறான்.

பரத்வாஜ் ரங்கன்: படங்களை ரீமேக் செய்யும் வழக்கம், இந்திய சினிமாவில் பல ஆண்டுகளாக இருந்துவருகிறது. இயக்குநர்கள், மற்ற இயக்குநர்களின் படங்களைமட்டும் ரீமேக் செய்யவில்லை. தங்கள் படங்களையும் ரீமேக் செய்திருக்கிறார்கள். ஆனால் ஒரே நேரத்தில், இரண்டு மொழிகளில், இரண்டு படங்களை எடுப்பது என்பது வழக்கமாக நடக்கக்கூடிய ஒன்றல்ல. **சந்திரலேகா**மட்டும் விதிவிலக்கு.

மணி ரத்னம்: **சந்திரலேகா** ரீமேக் செய்யப்படவில்லை, டப் செய்யப்பட்டது என்றே நினைக்கிறேன். அல்லது, சில பகுதிகள்மட்டும் ரீமேக் செய்யப் பட்டிருக்கலாம். **ஆய்த எழுத்து** படத்தை இரண்டு மொழிகளில் எடுக்க வேண்டும் என்று எண்ணம் எதுவும் எங்களுக்கு இருக்கவில்லை. இந்தியில்மட்டுமே அதை எடுக்க எண்ணினோம். 70 சதவீதப் படப்பிடிப்பு முடிந்ததும், க்ளைமாக்ஸ் காட்சியை எடுக்கத் தொடங்கினோம். ஒரு பாலத்தில் படப்பிடிப்பு நடந்துகொண்டிருக்கும்போது, விவேக் ஓபராய் விபத்தில் சிக்கினார். அவர் கால் உடைந்ததால், அவருக்குச் சில மாதங்கள் ஓய்வு தேவைப்பட்டது. முன்னதாக, இந்தப் படத்தைத் தமிழிலும் உருவாக்க லாமா என்று யோசித்துக்கொண்டிருந்தோம். சூர்யா, மாதவன் இருவரிடமும் நான் பேசியிருந்தேன். கதையின் அவுட்லைனைமட்டும் அவர்களிடம் சொல்லியிருந்தேன். ஆனால், ஒரே நேரத்தில் இரண்டு வெர்ஷன்களை எடுக்க முடியுமா என்று எனக்குத் திட்டவட்டமாகத் தெரியவில்லை. அதனால் அதைப்பற்றி மேற்கொண்டு யோசிக்கவில்லை. ஆனால், இந்த விபத்து நடந்ததும், படப்பிடிப்பு ஷெட்யூலில் மூன்று நான்கு மாதங்கள் இடைவெளி ஏற்பட்டது. உடனே, சூர்யாவிடமும் மாதவனிடமும் படத்தில் நடிக்க விருப்பம் இருக்கிறதா என்று கேட்டேன். கதை மூன்று வெவ்வேறு மனிதர் களைப்பற்றியது. திரைக்கதையில் மூன்று பகுதிகள் இருக்கும். ஒவ்வொரு நடிகரும் வெகு சில நாள்கள்மட்டுமே கால்ஷீட் கொடுக்கவேண்டியிருந்தது. விவேக் குணமடைந்துகொண்டிருந்த அந்த இடைவெளியில், நாங்கள் தமிழ் வெர்ஷனை ஷூட் செய்தோம். பின் இந்தி வெர்ஷனையும் எடுத்து முடித்தோம்.

ரங்கன்: படத்தை இரண்டு மொழியில் எடுக்கவேண்டும் என்ற எண்ணம் ஏன் ஏற்பட்டது? ஒரே ஸ்கிரிப்ட்டை வைத்து, இரட்டிப்புப் பலனை அடையலாம், குறைந்த செலவில் அதிக லாபம் ஈட்டலாம் என்பதாலா?

ரத்னம்: படங்களை ரீமேக் செய்யவேண்டும் என்ற எண்ணம் எனக்கு எப்போதும் இருந்ததில்லை. ஒரு படத்தை ஒரு மொழியில் எடுத்து முடித்த பின், அதை மீண்டும் வேறொரு மொழியில் எடுப்பதற்கான ஆர்வம் என்னிடம் இருப்பதாக எனக்குத் தோன்றவில்லை. ஆனால் நான் இந்திப் படங்களைமட்டும் எடுத்துக்கொண்டிருந்தால், என் தமிழ்ப் படங்களுக்கு இடையேயான இடைவெளி அதிகரித்துவிடும். தமிழ்ப் படங்களில்மட்டும் கவனம் செலுத்திக்கொண்டிருந்தால், இந்திப் படங்களுக்கு இடையேயான இடைவெளி அதிகரித்துவிடும். படங்களை டப் செய்தால்மட்டுமே இந்த இடைவெளியைக் குறைக்கமுடியும். **குரு** படத்தைத் தமிழில் டப் செய்ததைப்

போல. டப்பிங் படங்களில் இருக்கும் பிரச்னை என்னவென்றால், சில காலத்துக்குப் பின், அது டப்பிங் படம் என்பது அப்பட்டமாகத் தெரியும். அதில் இருக்கும் குறைகள் வெளியே தெரியும். நிறைய விஷயங்கள் மூலப் படத்தோடு பொருந்தியிருக்காது. இந்தச் சூழ்நிலையில்தான், ஒரு படத்தை இரண்டு மொழிகளில் எடுப்பதற்கான சந்தர்ப்பம் கிடைத்தது. சற்றுத் தயங்கினேன். என்னால் இந்தக் காரியத்தைச் செய்து முடிக்க முடியுமா என்று உறுதியாகத் தெரியவில்லை. ஆனால், விவேக்குக்கு நடந்த விபத்து, படத்தை ரீமேக் செய்யும் வாய்ப்பினை ஏற்படுத்தித் தந்தது. அப்படித்தான் **ஆய்த எழுத்து** உருவானது. **யுவா** படத்தின் வேலைகள் ஷெட்யூல்படி நடந்திருந் தால், அந்தப் படத்தை முதலிலிருந்து மீண்டும் தமிழில் எடுக்கும் சக்தி என்னிடம் இருந்திருக்குமா என்பது சந்தேகமே.

ரங்கன்: ஆனால், சூர்யா, மாதவன் ஆகியோருடன் முன்கூட்டியே படத்தைப் பற்றிப் பேசியிருந்ததாகச் சொன்னீர்களே?

ரத்னம்: ஒரே நேரத்தில் இரண்டு மொழிகளிலும் படங்களை எடுக்க நான் விரும்பவில்லை. **ராவணன்** படத்தைமட்டும்தான் ஒரே நேரத்தில் இரண்டு மொழிகளிலும் எடுப்பதற்காக எழுதினேன். **ஆய்த எழுத்து** படத்தின் திரைக்கதையை, இந்தி வெர்ஷனுக்காகத்தான் எழுதினேன். படத்தில் நடிக்க மூன்று இளைஞர்கள் தேவைப்பட்டார்கள். அபிஷேக், விவேக் ஆகியோரைத் தேர்வு செய்தேன். ஆனால் மூன்றாவது கதாபாத்திரத்தில் நடிக்கச் சரியான நடிகர் கிடைக்கவில்லை. பின்தான் அந்த கதாபாத்திரத்தில் அஜய் தேவ்கன் நடித்தார். இதற்கிடையில், படத்தைத் தமிழில் எடுக்க நேர்ந்தால் சரியான நடிகர்கள் கிடைப்பார்களா என்று யோசித்தேன். அப்படித்தான் மாதவனையும் சூர்யாவையும் அணுக நேர்ந்தது.

இது நகரப் பின்னணியில் அமைந்த கதை. சென்னைச் சூழலில் கதையைக் கச்சிதமாகப் பொருத்தலாம் என்று தோன்றியது. ஏனெனில், இங்கே மாணவர் களின் வாழ்க்கையில் அரசியல் முக்கிய அங்கம் வகிக்கிறது. அனைவரும் அதைப்பற்றி அறிந்திருக்கின்றனர். இந்தச் சூழலிலிருந்துதான் படத்தின் கதை டெவலப் ஆனது. சூர்யா கதாபாத்திரத்தின் கதை என் மனத்தில் வெகு நாள்களாகவே இருந்துவந்தது. உண்மைச் சம்பவத்தை அடிப்படையாகக் கொண்டு உருவாக்கப்பட்ட கதை அது. அந்த உண்மைச் சம்பவத்திலிருந்து ஒரு முழுப் படத்தை உருவாக்கவேண்டும் என்று முடிவு செய்தேன். அதற்கான ஸ்கிரிப்ட் வேலைகளில் ஈடுபட்டிருந்தேன். அதேபோல், மாதவன் கதாபாத்திரத்தின் கதையையும் ஒரு முழுப் படமாக எடுக்கலாம். அதையும் ஒரு தனி ஸ்கிரிப்ட்டாக உருவாக்கி வைத்திருந்தேன். பின்தான், எல்லாக் கதைகளையும் இணைப்பதற்கான கான்சப்ட் எங்களுக்குக் கிடைத்தது. இந்திய இளைஞர்கள் தேர்ந்தெடுக்கும் வெவ்வேறு பாதைகளைப்பற்றி இந்தப் படத்தில் பேசலாம் என்று தோன்றியது. அதனால், வெவ்வேறு கதைகளைச் சுருக்கி, ஒரு வடிவம் கொடுத்தோம்.

SCENE 24

COLLEGE CANTEEN

Michael is explaining physics on the canteen table. He has a group of students who watch him with rapt attention.

MICHAEL : அடுத்த 50 வருஷம் இந்த super string
theory தான் ரூல் பண்ணப் போகுது.

He clears the table of tea cups and uses it as black board - He hands over his glass to Radhika who is standing close by and continues.

M : Universe-ல இருக்கிற அத்தனை
Matter-ம் நாலு வகை பார்டிகல்ஸால
ஆனது - க்வார்க்ஸ், லெப்டான்ஸ்.

கேண்டீனில் தன் நண்பர்களுக்கு இலவசப் பாடம் எடுக்கும் இந்தக் காட்சி திரைக்கதையின் முதல் பிரதியில் இடம்பெற்றிருந்தது. **யுவா/ஆய்த எழுத்து.**

ரங்கன்: அப்படியென்றால், தனித்தனிக் கதைகளை இணைத்திருக்கிறீர்கள்.

ரத்னம்: ஆமாம். ஒருவன், தன்னால் சமுதாயத்தை மாற்றமுடியும் என்று எண்ணுகிறான். இன்னொருவன், சமுதாயம் அப்படியே இருக்கட்டும், அதை நமக்குச் சாதகமாகப் பயன்படுத்திக்கொள்ளலாம் என்று எண்ணுகிறான். மூன்றாவது இளைஞன், இவர்களிலிருந்து முற்றிலும் மாறுபட்டவன். அவன் எதையும் பொருட்படுத்துவதில்லை. நாம் அனைவரும் ஏதோ ஒருவகையில், இந்த மூன்று அச்சுகளுக்குள்தான் இயங்கிக்கொண்டிருக்கிறோம். சிலர், வெவ்வேறு தருணங்களில், இந்த மூன்று கதாபாத்திரங்களாகவும் மாறுகிறோம். சிலர், இந்த மூன்று வகையான மனிதர்களில் இருவரைமட்டும் பிரதிபலிக்கிறோம். ஆனால், நம் அனைவருக்குள்ளும் இந்த மூன்றுவகை மனிதர்களும் இருக்கிறார்கள். இவர்கள் அனைவரையும் ஒரே கதையில் புகுத்தினால் என்ன ஆகும் என்பதையே நான் கண்டுகொள்ள முயன்றேன். இரண்டு தனித்தனிக் கதைகளை எழுதிவைத்திருந்தேன். மூன்றாவது கதை (விவேக்/சித்தார்த் கதாபாத்திரத்தின் கதை), அமெரிக்கா செல்ல முயற்சி செய்யும் இன்றைய இளைஞர்களின் கதை. ஒரு பாதையில் பிரச்னை இருக்கிறது என்று கண்டுகொண்டால், அவன் அந்தப் பாதையைத் தவிர்த்து விட்டு அடுத்த பாதையில் பயணிக்க விரும்புகிறவன். தான் மிகவும் கூலானவன் என்று கருதுகிறவன். அவன் எப்போதும் தன் கொள்கைகளை மாற்றிக்கொள்ள விரும்பமாட்டான்.

ரங்கன்: அவனை, 'வெள்ளைக்காரனுக்கு கூஜா தூக்குகிறவன்' என்றும் சொல்லலாம். கிண்டலான வரிகள் அவை.

ரத்னம்: அந்த வரிகளுக்குச் சொந்தக்காரர் சுஜாதா.

ரங்கன்: பைலிங்குவல் படங்களை எடுப்பதன் மூலம் செலவைக் குறைக்க முடியுமா?

ரத்னம்: இந்தப் படத்தைப் பொருத்தவரை எங்களால் எந்தச் செலவையும் குறைக்க முடியவில்லை. இரண்டு வெர்ஷன்களையும் இரண்டு தனித்தனிப் படங்களாகத்தான் எடுத்தோம். இந்தி வெர்ஷனை கொல்கத்தாவில் படமாக்கினோம். தமிழ் வெர்ஷனை சென்னை, பம்பாயில் படமாக்கினோம். இந்தப் படத்துக்கு, அரசியலும், மாணவ இயக்கங்களும் இணைந்து செயல்படும் ஊரைத்தான் கதைக்களமாகக்கொள்ளமுடியும். **யுவா** படத்தை டெல்லி அல்லது கொல்கத்தாவில்தான் உருவாக்கவேண்டும் என்று எண்ணினேன். ஏனெனில், அந்த ஊர்களில்தான் அரசியல், மாணவர்களின் வாழ்க்கையில் முக்கிய அங்கமாகத் திகழ்கிறது. பம்பாயில் இந்தச் சூழ்நிலை இல்லை. அதனால் படத்தை பம்பாயில் உருவாக்க முடியாது. கொல்கத்தா எங்களை அதிகம் வசீகரித்தது. ஏனெனில், அங்கே நிறையப் படங்கள் ஷூட் செய்யப்பட்டிருக்கவில்லை. மேலும், மிகவும் அற்புதமான தோற்றம் கொண்ட பாலம் அங்கே இருக்கிறது. மூன்று கதைகளிலும் பாலம் தான் மையக்கூறு.

ரங்கன்: **ரோஜா, ராவணன்** ஆகிய படங்களிலும் பாலங்கள் இடம் பெற்றிருக்கின்றன. உங்கள் படங்களில் அதிகம் இடம்பெறும் மழை, கண்ணாடி, டிரெய்ன் ஆகியவற்றைப்போலப் பாலமும் ஒரு விஷுவல் தீம் எலிமென்ட்டா?

ரத்னம்: இரண்டு வியூ பாயிண்ட்களை, அல்லது இரண்டு கதாபாத்திரங்களை இணைக்கும் சாதனமாகப் பாலம் பயன்பட்டது என்று சொல்லவேண்டும் என்று எனக்கும் ஆசைதான். ஆனால் அது உண்மை அல்ல. என் பதில்களுக்கு இன்டலெக்சுவல் சாயம் பூச நான் விரும்பவில்லை. உண்மையில், அந்தப் பாலம் ஒரு மேடையாகத்தான் பயன்படுத்தப்பட்டது. அது கதாபாத்திரங்களை மற்றவர்களிடமிருந்து தனிமைப்படுத்தி, அவர்கள் பெர்ஃபார்ம் செய்வதற்கென்று விசேஷமான ஃப்ரேமை உருவாக்கித் தருகிறது. பாலம் ஒரு அற்புதமான விஷுவல் சாதனம். அதன்மேல் மிக முக்கியமான காட்சிகளை அமைக்கலாம் என்று நினைக்கிறேன்.

ரங்கன்: தமிழ் வெர்ஷனில் எந்தெந்தப் பகுதிகளை பம்பாயில் படமாக்கினீர்கள்?

ரத்னம்: இன்பாவின் வீடு மீன்பிடித் துறைமுகத்தில் அமைந்திருக்கும். இன்பா இடம்பெறும் பகுதிகளைதுறைமுகம், கப்பல் பட்டறை போன்ற இடங்களில் படம்பிடிக்க முடிவு செய்திருந்தோம். அதற்கான லொகேஷன்களையும் பார்த்துவைத்திருந்தோம். படப்பிடிப்புத் தொடங்குவதற்கு ஒரு வாரத்துக்கு முன்புதான் அந்த இடங்களில் சுதந்தரமாகப் படப்பிடிப்பு நடத்துவது கடினம் என்று தெரிந்தது. மேலும் சில இடங்களில் படப்பிடிப்பு நடத்த அனுமதி கிடைக்கவில்லை. அதனால், எங்களுக்கு இருந்த குறைந்த அவகாசத்தில் அந்த முழுப் பகுதியையும் பம்பாயில் ஷூட் செய்ய வேண்டியிருந்தது. பம்பாய் மீன்பிடித் துறைமுகம் அருகில் அமைந்துள்ள முகேஷ் மில்ஸில் இன்பா வீட்டைக் கட்டமைத்தோம். சினிமா விசித்திரமானது. கதைப்படி, சென்னையில்தான் படப்பிடிப்பு நடத்தவேண்டும். ஆனால் பம்பாயில் நடத்தினோம். ஏனெனில், அங்குதான் எங்களுக்கு வேண்டிய தோற்றத்தை உருவாக்க முடிந்தது.

ரங்கன்: **ராவணன் (ராவன்)** படத்தின் இரண்டு வெர்ஷன்களையும் ஒரே காட்டினுள்தான் படம் பிடித்தீர்கள். அதைப்பற்றி என்ன சொல்கிறீர்கள்? இந்த உத்தியைப் பின்பற்றினால் செலவைக் குறைக்க முடியுமா?

ரத்னம்: ஓரளவுக்குச் செலவு குறையலாம். ஆனால் அங்கேயும் நிறையப் பிரச்னைகள் ஏற்படும். அதனால் எல்லா நேரங்களிலும் செலவைக் குறைக்க முடியாது. இரண்டு வெர்ஷன்களை ஒரே நேரத்தில் உருவாக்கும்போது, எண்ணற்ற பிரச்னைகளை எதிர்கொள்ளவேண்டியிருக்கும். சிக்கனமாகச் செலவு செய்வதே நம் நோக்கம் என்றால், மிகவும் திறமையான, மிகவும் வேகமாகப் பணியாற்றக்கூடிய ஒருவரிடம் படத்தை இயக்கும் பொறுப்பை ஒப்படைப்பதே புத்திசாலித்தனம். ஆனால் படத்தின் எல்லா அம்சங்களையும்

சிறப்பாக உருவாக்க நாம் முயன்றால், சவாலான முயற்சிகளை மேற்கொண்டால், ஒவ்வொரு வெர்ஷனிலும் வெவ்வேறு நடிகர்களுடன் பணிபுரிந்தால், ஒரே மாதிரியான சூழ்நிலைகளுக்கு, ஒவ்வொரு வெர்ஷனிலும், ஒவ்வொரு பரிமாணத்தைக் கொடுக்க முயன்றால், மேற்கூறிய கூற்று பொருந்தாது. இரு மொழிப் படம் என்றால் நம் யூனியன் கட்டணங்கள் பெரிதும் மாறுபடும். அதனால் ஷூட்டிங் செலவு மிக மிக அதிகமாகிடும். அத்தகைய சூழலில், இரண்டு வெர்ஷன்கள் சாத்தியப்படாமல் போகலாம். படத்தின் கதை, ஒரு பெரிய செட்டில் நடக்கிறது என்றால், இரண்டு வெர்ஷன்களுக்கும் ஒரே செட்டைப் பயன்படுத்திக்கொள்ளலாம். அதனால் செலவைக் கட்டுப்படுத்த முடியும். ஆனால் நிஜ லொகேஷன்களில் படத்தை ஷூட் செய்யப்போகிறோம் என்றால், செலவைக் கட்டுப்படுத்த முடியாமல் போகலாம்.

ரங்கன்: இந்தி வெர்ஷனுக்கும் தமிழ் வெர்ஷனுக்கும் இடையே சில வித்தியாசங்கள் இருந்தன. இந்த வித்தியாசங்கள் எனக்கு ஆச்சரியத்தை அளித்தன. அவற்றில் சிலவற்றைப்பற்றி உங்களிடம் கேட்க விரும்புகிறேன். உதாரணமாக, **ஆய்த எழுத்தில்** ஒரு காட்சியில், இன்பா சிறையிலிருந்து திரும்பி அவன் மனைவி வீட்டுக்கு வருவான். அவன் மனைவி, அவனோடு புறப்படத் தயாராவாள். அவள் வீட்டை விட்டுச் சென்றால், அவளுடைய தந்தை அவளை வெறுத்துவிடுவார் என்று தாய் கூறுவாள். அவள் கண் கலங்கியவாறே, 'சபிக்காதீங்கமா' என்று சொல்வாள். ஆனால், **யுவாவில்**, அவள் தன் தாயைக் கட்டித் தழுவிவிட்டு அங்கிருந்து நகர்ந்துவிடுவாள். எந்த வசனமும் அந்தக் காட்சியில் இடம்பெற்றிருக்காது. குறிப்பிட்ட அந்தத் தருணத்தில் தமிழில் இருந்த யதார்த்த சாயல் இந்தியில் இல்லை.

ரத்னம்: நான் தமிழில்தான் வசனங்களை எழுதுவேன். அதனால், என்னால் இதுபோன்ற எமோஷன்களை எளிதில் வார்த்தைகளாக மாற்ற முடியும். ஆனால் இந்தி வெர்ஷனில், சிலநேரங்களில், வசனகர்த்தாவுடன் அமர்ந்து வசனங்களை எழுதும்போது, தமிழ் வார்த்தைகளுக்கு இணையான இந்தி வார்த்தைகள் கிடைக்காமல் போகலாம். வசனங்கள் ஏற்றுக்கொள்ளும்படி இல்லாமல் போகலாம். வார்த்தைகளின் கனம் அதிகரிக்கலாம். வார்த்தைகளில் போலித்தனம் தெரியலாம். அவ்வாறான சூழ்நிலைகளில் நான் வசனங்களைத் தவிர்த்துவிடுவேன். ஒரே பெண், வெவ்வேறு வழிகளில் ரியாக்ட் செய்யக் கூடும். அபசகுனமாகப் பேசுபவர்களின் வாயை அடைப்பதற்குப் பல வழிகள் உள்ளன. அதில் ஒரு வழி, அவர்களிடம் அன்பை வெளிப்படுத்திவிட்டு, அந்த இடத்தைவிட்டு நகர்ந்துவிடுவது. ராணி கதாபாத்திரத்தால் அதை எளிதாகச் செய்ய முடியும். இரண்டு வெர்ஷன்களிலும், அவளுடைய குணாதிசயங்கள் ஒன்றுதான். ஒரு நாணயத்தில் இரண்டு பக்கம் இருப்பது போல, இங்கே ஒரே சூழ்நிலையில், இரண்டு எதிர்வினைகள் வெளிப்படுகின்றன. 'சபிக்காதீங்கமா' என்பதன் கலாபூர்வமான வெளிப்பாடுதான் கட்டித்தழுவுதல் என்று நினைக்கிறேன். இங்கே, வசனத்தைச் செயலாக மாற்றியதை எண்ணிச் சந்தோஷமடைகிறேன்.

ரங்கன்: அதாவது, இரண்டு மொழிகளில் படத்தை எடுக்கும்போது, இரண்டு வகையான ஆப்ஷன்களுக்கும் செயல் வடிவம் கொடுக்கலாம் என்கிறீர்கள். பொதுவாக, திரைக்கதையில் ஒவ்வொரு காட்சிக்கும் இரண்டு ஆப்ஷன்கள் இருக்கும். அதில் ஏதாவது ஒன்றைத் தேர்ந்தெடுத்துக்கொள்வோம். ஆனால், இரண்டு மொழிகளில் படத்தை உருவாக்கும்போது, ஓர் ஆப்ஷனை தமிழ் வெர்ஷனிலும் இன்னோர் ஆப்ஷனை இந்தி வெர்ஷனிலும் பயன்படுத்திக் கொள்ளும் வாய்ப்பு நமக்குக் கிடைக்கிறது.

ரத்னம்: ஒரே ஒரு மொழியில் படத்தை உருவாக்கும்போதுகூட, பல ஆப்ஷன்களைப் பயன்படுத்தவேண்டிய சூழ்நிலை ஏற்படலாம். நாம் ஒரு ஆப்ஷனுக்குச் செயல் வடிவம் கொடுக்க எண்ணுவோம். ஆனால், அந்தக் காட்சியில் நடிக்கும் நடிகர்கள் அதை அசௌகரியமாக உணரலாம். அதன் இறுதி வடிவம் ஏற்றுக்கொள்ளும்படி இல்லாமல் போகலாம். நமக்குத் திருப்தி அளிக்காமல் போகலாம். அவ்வாறான சூழ்நிலைகளில் உடனே நாம் இன்னொரு ஆப்ஷனைப் பயன்படுத்தவேண்டும். இது வழக்கமாக நடக்கக் கூடியதுதான். இரண்டு ஆப்ஷன்களிலும் உணர்ச்சி ஒன்றாகத்தான் இருக்கும். அதை வார்த்தைகளால் வெளிப்படுத்தலாம், செய்கையால் வெளிப் படுத்தலாம், அல்லது வெறும் பார்வையால் வெளிப்படுத்தலாம். அதனால், நான் இரண்டு வெர்ஷன்களை உருவாக்கியதால்தான் எனக்கு இந்த வாய்ப்பு கிடைத்தது என்ற கருத்தில் எனக்கு உடன்பாடில்லை. ஒரே ஒரு வெர்ஷனை மட்டும் உருவாக்கியிருந்தால், இன்னோர் ஆப்ஷனைப் பார்க்கும் வாய்ப்பு உங்களுக்குக் கிடைத்திருக்காது. இங்கே அந்த இன்னோர் ஆப்ஷனைப் பார்க்கும் வாய்ப்பு உங்களுக்குக் கிடைத்திருக்கிறது. அவ்வளவுதான்.

ரங்கன்: வசனம் இல்லாத ஒரு காட்சியில் இருக்கும் வித்தியாசத்தைப்பற்றிக் குறிப்பிட விரும்புகிறேன். மாணவர்களிடம் அடிவாங்கும் லல்லனின் அண்ணன் நடுங்கிப்போய் மூலையில் அமர்ந்திருப்பார். அங்கே வரும் லல்லன், தன் அண்ணனின் நிலையைக்கண்டதும் அதிர்ச்சிக்கு உள்ளாவான். ஆனால், இன்பாவோ அண்ணனின் நிலையைக் கண்டு சந்தோஷம் அடைந்த வனைப்போல், கேலியாகப் பேசுவான்.

ரத்னம்: எனக்கு நினைவில் இல்லை. அந்தக் காட்சியை நான் மீண்டும் பார்க்கவேண்டும். அவன் அப்போதுதான் அந்தத் தொழிலில் நுழைந்திருக் கிறான். தன் அண்ணன் சக்தி வாய்ந்தவன், செல்வாக்குள்ளவன் என்று அவன் எண்ணிக்கொண்டிருந்தான். தன் அண்ணன் ஒன்றும் வீழ்த்தவே முடியாதவன் கிடையாது, அவனுக்கும் இப்படியெல்லாம் நடக்கும் என்பது அவனுக்கு அப்போதுதான் விளங்குகிறது. அவனுடைய அண்ணன் அதிர்ச்சியிலிருந்து மீள முடியாமல் இருக்கிறான். அப்போதுதான், லல்லன்/இன்பா, தன் அண்ணனின் இடத்தைப் பிடிக்கிறான். அதுவரை சிறு சிறு வேலைகளைச் செய்து வாழ்க்கையை நகர்த்திக்கொண்டிருந்த அவன், அப்போதுதான் தன் வாழ்க்கையின் அடுத்த அடியை எடுத்துவைக்கிறான். அதுபோன்ற கதா பாத்திரங்களின் வாழ்வில் இந்த மாற்றம் நடந்தே தீரும். அந்தக் கதா

பாத்திரத்தின் திருப்புமுனை அதுதான். அதைத்தான் இரண்டு வெர்ஷன்களிலும் உணர்த்த முயன்றோம். ஒருவேளை, மாதவனுக்கு அந்த நாள் நல்லபடியாக விடிந்திருக்கவில்லை போலும். அதனால்தான் அவர், நீங்கள் சொல்வதுபோல் நடந்துகொண்டிருக்கிறார். இல்லையேல் அந்தக் காட்சியை உருவாக்கிய எனக்கு, அந்த நாள்கெட்டநாளாக விடிந்திருக்கலாம்.

ரங்கன்: படத்தில், நிறையச் சிறுசிறு டச்கள் இருந்தன. **ஆய்த எழுத்தில்** அந்த நேர்மையற்ற அரசியல்வாதியின் (பாரதிராஜா) பின் ஒரு பெண் நின்று கொண்டிருப்பாள். அவள் அவருடைய மனைவியாகவும் இருக்கலாம். அவள் எப்போதும் காபியையும் டம்ப்ளரையும் கையில் வைத்திருப்பாள். ஆனால், **யுவாவில்**, ஓம் புரி கதாபாத்திரத்துக்குப்பின் அந்தப் பெண் நிற்கவில்லை.

ரத்னம்: இரண்டாவது முறையாக ஒரு காட்சியை எடுப்பதில் இருக்கும் சாதக அம்சங்களில் இதுவும் ஒன்று என்று நினைக்கிறேன். நாங்கள் இந்தியில், அந்தக் காட்சி உட்பட நிறையக் காட்சிகளை எடுத்து முடித்திருந்தோம். அதனால், தமிழில் அந்தக் காட்சிகளில் சிலவற்றைச் செழுமைப்படுத்தும் வாய்ப்பு எங்களுக்குக் கிடைத்தது. பாரதிராஜா, அந்தக் கதாபாத்திரத்துக்குக் கிராமிய மணத்தைக் கொண்டுவந்தார். எளிமையைக் கொடுத்தார். முரட்டுத் தனமான நடிப்பை வெளிப்படுத்தினார். அதனால் அந்தக் கதாபாத்திரத்தின் பின்னணிக்கு ஏற்ப சில கூடுதலான விஷயங்களை எங்களால் சேர்க்க முடிந்தது.

ரங்கன்: அவர் மிக அருமையாக நடித்திருந்தார். மிக 'ரா'வான நடிப்பு அது.

ரத்னம்: நானும் அப்படிதான் கருதினேன். அவருக்கு என்மீதும் அந்த ரோல் மீதும் கொஞ்சம் கோபம். அவர் பெரிய ரோலை எதிர்பார்த்தார் என்று நினைக் கிறேன். எனினும், அவர் மிக அற்புதமான பங்களிப்பைத் தந்தார். அவர் வெகுநாள்களுக்குப் பின் நடித்ததனால், கதாபாத்திரமாக மாற அவருக்குச் சிறிது அவகாசம் தேவைப்பட்டது. அதற்குப்பின், அவர் கதாபாத்திரத்துக்கு உயிர் கொடுத்தார். அவரிடம் ஒரு முரட்டுத்தனம் குடிகொண்டிருந்தது. அதை எவ்வளவு முடியுமோ அவ்வளவு வெளிக்கொண்டு வந்தோம். ஓம் புரியிடமும் இதை நாங்கள் செய்ய முயன்றோம். அவர் மிக அருமையான நடிகர். அவருடன் பணிபுரிவது எளிது. ஒரு காட்சியில், துண்டால் மூடியபடி ஆவி பிடித்தவாறே, அடுத்து என்ன செய்யவேண்டும் என்று தன் உதவியாளர்களிடம் சொல்லிக் கொண்டிருப்பார். வீட்டில் சிறுசிறு வேலைகள் செய்துகொண்டிருக்கும் போதுதான், மிக முக்கிய முடிவுகள் எடுக்கப்படுகின்றன என்ற உண்மையை இந்தக் காட்சிகளின்மூலம் வெளிப்படுத்தியிருந்தோம். ஓம் புரியுடன் பணியாற்றும்போது இதுபோன்ற விஷயங்களைச் செய்ய முடிந்தது. பாரதிராஜாவுடன் மிகவும் எளிதாகவும், ஜாலியாகவும் பணிபுரிய முடிந்தது. அதற்கு முக்கியக் காரணம், நாங்கள் இருவரும் தமிழர்கள் என்பதுதான். ஒரு கிராமத்து மனிதன் நகரத்துக்கு வந்து பெரும் அரசியல்வாதி ஆவதைப் பல நேரங்களில் கண்டிருக்கிறோம். அதை, பாரதிராஜாவின்மூலம் மிகவும் எளிதாகச் சொல்ல முடிந்தது. மேலும், நாங்கள் இருவரும் ஒரே மொழியைப்

பேசுபவர்கள் என்பதால் எளிதாக இணைந்து வேலை செய்தோம். அதனால்தான் இந்தக் கூடுதலான விஷயங்களைச் சேர்க்க முடிந்தது.

ரங்கன்: அந்தக் கூடுதலான விஷயங்களில் ஒன்றுதான், அவர் பின்னால் நிற்கும் அந்தப் பெண், இல்லையா? அவள், அவருடைய அடிமைபோல் நடந்து கொள்கிறாள்.

ரத்னம்: அவள் அவருடைய அடிமையா என்பதெல்லாம் நமக்குத் தெரியாது. பின்னாளில் அவளுக்கு என்னவாயிற்று என்பதும் நமக்குத் தெரியாது.

ரங்கன்: தமிழ் வெர்ஷனில் சூர்யாவின் பிரின்சிபால் அவனைக் கல்லூரியை விட்டு நீக்கிவிடப் போவதாக நூலகத்தில் வைத்து மிரட்டுகிறார். ஆனால், இந்தி வெர்ஷனில், அஜயை அறிவிப்புப் பலகையின் முன் வைத்து மிரட்டுகிறார்.

ரத்னம்: ஒரு காட்சியை கொல்கத்தாவில் ஷூட் செய்தோம், இன்னொரு காட்சியை சென்னையில் ஷூட் செய்தோம். இங்கே ஜியாகிரபி மாறுபடு கிறது. அதை எங்களுக்குச் சாதகமாகப் பயன்படுத்திக்கொண்டோம். ஒரு மொழியில் செய்ததை இன்னொரு மொழியில் செய்யவேண்டும் என்று அவசியம் இல்லை. விஷுவலை மெருகேற்றும்பொருட்டு, லொகேஷனை மாற்றவேண்டியிருந்தது. அதே சமயத்தில், காட்சியின் நம்பகத்தன்மை கெடாமல் பார்த்துக்கொள்ளவேண்டியிருந்தது. இரண்டாவது முறை படத்தை எடுக்கும்போது, காட்சியைச் செழுமைப்படுத்தவும் அடுத்த தளத்துக்கு எடுத்துச் செல்லவும் எங்களுக்குச் சுதந்தரம் இருந்தது.

ரங்கன்: தமிழில், சூர்யா, பாலத்தில் தண்ணீர் லாரிகளைத் தடுத்து நிறுத்தி மறியல் செய்கிறார். ஆனால் இந்தியில் அந்தக் காட்சி இல்லை. அதற்குப் பதில் சம்பிரதாயமான, சுவாரஸ்யமான ஒரு சேஸ் காட்சி இடம்பெற்றிருக்கும்.

ரத்னம்: நிஜ வாழ்வில் நடந்த சம்பவங்களை வைத்து உருவாக்கப்பட்ட காட்சிகள் அவை. அதனால், அந்த நேரத்தில், அந்தந்த நகரங்களில் நடந்த சம்பவங்களின் தாக்கம் அந்தக் காட்சிகளில் இருக்கும். இது காட்சிகளுக்கு, அந்தந்த மண்ணின் மணத்தைக் கொடுக்கிறது. இந்தி வெர்ஷனில், கொல்கத்தாவில் நடந்த சம்பவங்களைத்தான் காண்பிக்க முயன்றோம். தமிழ் வெர்ஷனில், தமிழ்நாட்டுக்கு ஏற்ப காட்சிகளை மாற்றினோம். தமிழக வாழ்வில் முக்கிய அங்கம் வகிக்கும் தண்ணீர் லாரிகளைப் பயன்படுத்தினோம்.

ரங்கன்: ஒரு முக்கியக் காட்சி இந்தி வெர்ஷனில் இடம்பெறாதது ஆச்சரியம் அளிக்கிறது. பாட்டில்களை உடைக்கும் காட்சியைக் குறிப்பிடுகிறேன். மிக அருமையான இந்தக் காட்சியால், மைக்கேலும் இன்பாவும் ஒருவருக்கு ஒருவர் சளைத்தவர்கள் அல்லர் என்ற உணர்வு ஏற்படுகிறது. இந்தியில் இந்தக் காட்சி இல்லாததால், மைக்கேலும் லல்லனும் சம பலம் கொண்டவர்கள் என்ற உணர்வு ஏற்பட மறுக்கிறது.

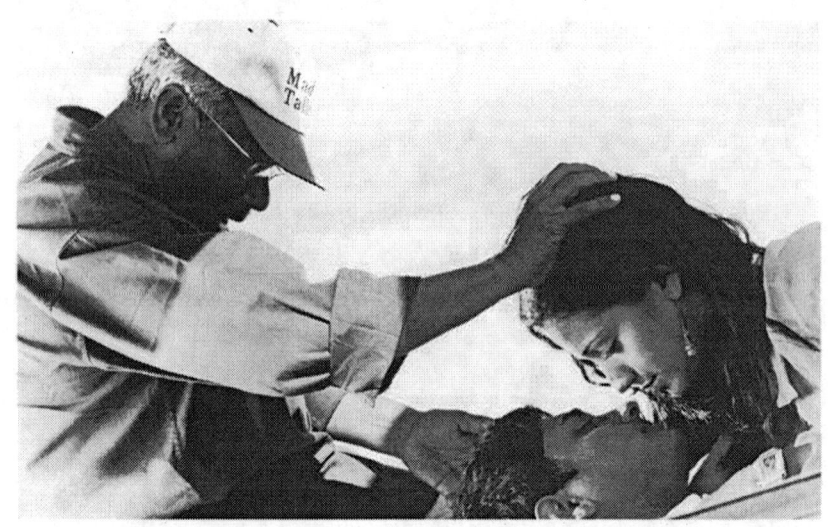

எந்த உறவுமே புனிதமானது அல்ல. யாரும் கட்டிப்போடப்படுவதை விரும்புவதில்லை. அமைப்பால் முடக்கப்படுவதை விரும்புவதில்லை. அதிலும் கடைசி முயற்சியாக தீவிரத்துடன் ஒன்றைச் செய்யும்போது எதைப் பற்றியும் கவலைப்படமாட்டார்கள்.

ரத்னம்: இந்தியிலும் அந்தக் காட்சி இருந்தது. அந்தக் காட்சியை சென்னையில் தான் ஷூட் செய்தோம். ஆனால், அஜயின் குழந்தைக்கு உடம்பு சரியில்லை என்பதால், அவர் திரும்பிப் போகவேண்டியிருந்தது. அதனால் அந்தக் காட்சியை முழுவதுமாக முடிக்க முடியவில்லை. அந்தக் காட்சியை எடுக்காமலேயே அடுத்த காட்சிக்குச் சென்றுவிட்டோம்.

ரங்கன்: தமிழ் ரசிகர்களுக்கு ஹீரோயிசம் பிடிக்கும் என்பதால் இந்தக் காட்சியை வைத்திருக்கிறீர்கள் என்று எண்ணினேன்.

ரத்னம்: இந்தி ரசிகர்களுக்கும் ஹீரோயிசம் பிடிக்கும்.

ரங்கன்: தமிழ்ப் படத்தில், மாதவன் நடித்த காட்சிகளில், என்னுடைய பேவரைட் காட்சி அதுதான். 'இப்ப நீ என்னை அடிச்சிட்ட, ஆனா... நிச்சயம் உன்னை நான் பழி வாங்குவேன்' என்று அவர் சொல்வதுபோன்ற உணர்வை அந்தக் காட்சி ஏற்படுத்தும். **யுவாவில்** இந்தக் காட்சி இல்லை என்று வருத்தப்பட்டீர்களா?

ரத்னம்: அது மிக முக்கியமான காட்சி அல்ல. அதனால், அதைக் கட்டாயம் வைத்தே தீரவேண்டும் என்று அவசியம் இல்லை. ஆனால் அது படத்துக்கு ஒரு ஃப்ளேவரைத் தருகிறது. இரண்டு முக்கியக் கதாபாத்திரங்கள் நேரடியாக மோதிக்கொள்ளும் வாய்ப்பை அந்தக் காட்சி உருவாக்கித் தருகிறது. மேலும் நாம் இன்பாவின் கதையை விவரித்து முடித்துவிட்டோம். அதனால், மைக்கேலின் கதையில் இன்பா தலைகாட்டுவது படத்தின் சுவாரஸ்யத்தைக்

கூட்டுகிறது. ஒரு கதையில் வரும் கதாபாத்திரத்தை இன்னொரு கதையில் உலவ விடுவது, படத்தின் நம்பகத்தன்மையைக் கூட்டுகிறது.

ரங்கன்: த்ரிஷா, சித்தார்த் ஆகியோருக்கு இடையேயான ஃபேர்வெல், ரயில் நிலையத்தில் நடக்கிறது. ஆனால் கரீனா, விவேக் வீட்டுக்குச் சென்று குட்பை சொல்கிறாள். ரயில் நிலையம்தான் உங்களுக்கு ஏற்ற இடமாக இருந்திருக்கும். ஏனெனில், அங்கே உங்களுக்குப் பிடித்த ட்ரெய்ன்களை ஷூட் செய்ய முடியும்.

ரத்னம்: ஃபேர்வெல் உணர்வை ஏற்படுத்துவதற்கான சிறந்த இடம் ரயில் நிலையம்தான். பிரிவு, தவிர்க்க முடியாதது. அவர்கள் எப்போது வேண்டு மானாலும் பிரியலாம் என்ற உணர்வை ரயில் நிலையம் ஏற்படுத்தும். காட்சிகளை வீட்டில் அமைக்கும்போது இந்த உணர்வு ஏற்படாது. வீட்டினுள் உருவாக்கப்பட்ட காட்சியைப் பார்க்கும்போது, தங்கள் மனத்தை மாற்றிக் கொள்ள அவர்களுக்குப் போதிய அவகாசம் இருக்கிறது என்ற எண்ணத் தோன்றும். அதனால் ரயில் நிலையத்தில் காட்சியை அமைத்தால், எளிமை யாகப் பிரிவின் வலியை உணர்த்திவிடலாம். ஆனால், ரயில் நிலையத்தில் படப்பிடிப்பு நடத்த அனுமதி வாங்குவது கடினம். மேலும், இதுபோன்ற மல்டி-ட்ராக் கதைகளில் லாஜிஸ்டிக்ஸ் பிரச்னைகளையும் எதிர்கொள்ள வேண்டியிருக்கும். எனவே, நாம் வேறு லொகேஷன்களைத் தேடிச் செல்கிறோம். இந்தக் காட்சியை ஏன் வீட்டில் அமைத்தோம் என்று எனக்கு நினைவில்லை. ரயில்வே துறையிடமிருந்து அனுமதி கிடைக்காதது ஒரு காரணமாக இருந்திருக்கலாம்.

ரங்கன்: தன் பாஸ்போர்ட்டைப் பறிமுதல் செய்துவிடுவார்கள் என்று அஞ்சும் சித்தார்த், குண்டடிபட்ட மைக்கேலை மருத்துவமனையில் விட்டுவிட்டுச் சென்றுவிடுவான். இது மிக அருமையான முரண். அந்தக் கதாபாத்திரத்தின் இரண்டு மனநிலைகள் இங்கே வெளிப்படுத்தப்பட்டிருக்கும். அவன் அப்போதுதான் உயிருக்குப் போராடும் ஒருவனுக்கு உதவி செய்திருக்கிறான். அதேநேரத்தில், அவனுடைய வெளிநாட்டுப் பயணம் தடைப்படுவதையும் அவன் விரும்பவில்லை. **யுவா**வில் இந்தக் காட்சி இல்லை.

ரத்னம்: **யுவா**வில் ஏன் அந்தக் காட்சி இடம்பெறவில்லை என்று எனக்குத் தெரியவில்லை. மொழிதான் இதற்குக் காரணம் என்று நினைக்கிறேன். தமிழ் வெர்ஷனில், வசனங்களை ப்ரிஸ்க்காகப் பேசுவோம். அதனால் காட்சிகளின் நீளத்தைக் கட்டுக்குள் வைத்துக்கொள்ள முடியும். ஆனால், பெரும்பான்மை யான நேரங்களில் இந்தி வெர்ஷனின் நீளம் அதிகமாகிவிடுகிறது. அதற்கு மொழி காரணமா, அந்த மொழியைப் பேசும் முறை காரணமா என்று எனக்குத் தெரியவில்லை. இந்தக் காரணங்களால் படத்தின் ரிதம் மாறுகிறது. தமிழ் வெர்ஷனைவிட இந்தி வெர்ஷன் பத்து நிமிடம் அதிகமாக ஓடுகிறது. சிலநேரங்களில் இதை நம்மால் ஏற்றுக்கொள்ள முடியாது. அதனால், இந்தி வெர்ஷனில் சில காட்சிகளை நீக்கி, கதையைச் சுருக்கமாகச் சொல்ல வேண்டும்.தேவையில்லாத காட்சிகளைத் திணித்து படத்தின் ரிதத்தைக்

கெடுக்கக்கூடாது. நிறைய காட்சிகளைத் திணிக்கும்போது, காட்சிகள் வேக வேகமாக மாறுகின்றன என்ற உணர்வு ஏற்படும். அதனால், காட்சிகளை நீக்கிவிடுவதே சிறந்த வழி.

ரங்கன்: தமிழ் வசனங்களைவிட, அவற்றுக்கு இணையான இந்தி வசனங்கள் நீளமானவை என்று சொல்கிறீர்களா?

ரத்னம்: தமிழிலிருந்து இந்தியில் ரீமேக் செய்யப்பட்ட படங்களை எடுத்துக் கொள்ளுங்கள். அல்லது தெலுங்கிலிருந்து இந்திக்குச் சென்ற படங்களை எடுத்துக்கொள்ளுங்கள். அந்தப் படங்களின் இந்தி வெர்ஷன் நீளமாக இருப்பதைப் பார்க்கலாம். இந்தி வாக்கியங்கள் நீளமானவை என்றுதான் நினைக்கிறேன். அவர்கள் உச்சரிக்கும் விதமும் உச்சரிப்பில் இருக்கும் இடைவெளியும்தான் நீளத்தைக் கூட்டுகின்றன. தமிழ் மொழியை நாம் வேகமாகப் பேசுவோம். **ராவணன்** படத்தில்கூட இந்தி வெர்ஷனைவிட தமிழ் வெர்ஷனில் அதிக வசனங்கள் இருந்தன. எனினும், இரண்டு படங்களின் நீளத்துக்கும் இடையே பெரிய வித்தியாசம் இருக்கவில்லை. இந்தி வெர்ஷனில் வசனங்கள் குறைவாக இருந்தாலும் அதன் நீளத்தை, தமிழ் வெர்ஷனின் நீளத்துக்கு எங்களால் கொண்டுவர முடிந்தது.

ரங்கன்: **ராவணன்** படத்தில், சீதா கதாபாத்திரம் கடத்தப்பட்டதும், எதிரிகள் முகாமில் இருக்கும் ஒருவர், அவர்களுக்கு இழைக்கப்பட்ட அநீதிகளுக்கு அவள் பதில் சொல்லியே தீரவேண்டும் என்று சொல்வார். ஆனால் இந்தி வெர்ஷனில் அவள் இறக்கவேண்டும் என்றுமட்டுமே ஒருவர் சொல்வார். அவர்கள் ஏன் அவளைப் பழிவாங்கத் துடிக்கிறார்கள் என்ற காரணத்தைச் சொல்லியிருக்க மாட்டீர்கள். இந்தி வெர்ஷன் பூடகமாக இருப்பதனால், 'ஏன்' அவளைக் கொல்ல எண்ணுகிறார்கள் என்ற கேள்வி எழும்.

ரத்னம்: அவை வெறும் வசனங்கள்தான். ஒரு பெண் கடத்தப்பட்டிருக்கிறாள். இது சாதரணமான விஷயமல்ல. அவள் சுட்டுக் கொல்லப்படுவதற்கு வாய்ப்பு இருக்கிறது. இந்த டிராமாவோடு ஒப்பிடுகையில், அந்தக் காரணத்தின் முக்கியத்துவம் குறைந்துபோகிறது. அவளுடைய கணவன் ஒரு போலிஸ் அதிகாரி. அவன் அவர்களுக்கு ஏதோ கெடுதல் செய்திருக்கிறான் என்பதை நம்மால் புரிந்துகொள்ள முடிகிறது. அதனால், மேற்கொண்டு எந்தக் காரணத்தையும் சொல்லத் தேவையில்லை.

ரங்கன்: அவ்வாறெனில், நீங்கள் வேண்டுமென்றே இந்தி வசனத்தைக் குறைக்கவில்லையா? ஏனெனில், தமிழ் வசனங்களுக்கு இணையான இந்தி வசனங்கள் எப்போதும் நீளமாகத்தான் இருக்கும் என்று குறிப் பிட்டீர்கள்.

ரத்னம்: இந்த மாற்றங்கள், நீளத்தைப் பொருத்தவையல்ல. காட்சி எப்படி நகர்கிறது என்பதைப் பொருத்தது. திரைக்கதையை எழுதும்போது, நீளத்தைக் கருத்தில்கொண்டு நாம் எந்த முடிவையும் எடுக்கமாட்டோம். படத்தொகுப்பு செய்யும்போதுதான் நாம் நீளத்தைப்பற்றியெல்லாம் யோசிக்க வேண்டி

யிருக்கும். சிலநேரங்களில், படத்தைக் கூர்மைப்படுத்தும் நோக்கில் நீளத்தைக் குறைக்கவேண்டியிருக்கும்.

ரங்கன்: உங்களுக்கு இரண்டு சாய்ஸ் கொடுக்கப்படுகிறது என்று வைத்துக் கொள்வோம். படம், க்ரிஸ்ப்பாக இருக்கவேண்டும் என்பது ஒரு சாய்ஸ். அல்லது, படம் நீங்கள் விரும்பியதுபோல் இருக்கலாம், நீளம் அதிகமானாலும் பரவாயில்லை என்பது இரண்டாவது சாய்ஸ். இரண்டில், எதைத் தேர்ந்தெடுப்பீர்கள்.

ரத்னம்: படம் நான் விரும்பிய வடிவத்தில் இருக்கவேண்டும் என்றுதான் எண்ணுவேன். ஆனால், நான் விரும்பும் வடிவத்தில் க்ரிஸ்ப்னஸ் கண்டிப்பாக இருக்கும். டென்னிஸ் ராக்கெட்டைப்போலத்தான் இதுவும். அதில் குறிப்பிட்ட அளவு டென்ஷன் இருப்பதுபோல நம் படத்திலும் இருக்க வேண்டும். அந்த இறுக்கத்தைத் தியாகம் செய்ய முடியாது. ஒரு படத்தில், நுட்பமான விவரங்களும் டென்ஷனும் சரியாக இருந்தால்தான் படம் சரியாக இருக்கும். நிறைய விவரங்களைச் சொல்லவேண்டும் என்பதற்காக, படத்தின் டென்ஷனைக் குறைத்துக்கொள்ளக்கூடாது. நிறைய தகவல்களைக் காட்சி களில் புகுத்த நான் விரும்பமாட்டேன். ஒரு குறிப்பிட்ட வடிவமைப்பில் கதையைச் சொல்லவே விரும்புவேன்.

ரங்கன்: இந்த இரண்டு வெர்ஷன்களைப் பார்க்கும் ஒவ்வொருவரும், படத்தின் ஒவ்வொரு ஃப்ரேமையும் ஒப்பிட்டுப் பார்ப்பார்கள் என்று சொல்ல முடியாது.

ரத்னம்: அப்படி ஒப்பிட்டுப் பார்த்தாலும் கவலை இல்லை. இரண்டு வெர்ஷன்களும் ஒன்றுதான் என்று நாங்கள் என்றுமே சொன்னதில்லை.

ரங்கன்: ஒரு கடைசி ஒப்பீடு. 'இனி ஒரு விதி செய்வோம்' என்ற கவிதையோடு தமிழ் வெர்ஷனை முடித்திருப்பீர்கள். **யுவா**வில் அதுபோன்ற கவிதை இடம்பெறவில்லை.

ரத்னம்: 'இனி ஒரு விதி செய்வோம்' என்ற கான்சப்ட் அவர்களிடம் இல்லை போலும். நமக்கு நன்கு பரிச்சயமான ஒரு மொழியில் படத்தை உருவாக்கு வதில் இருக்கும் சாதக அம்சம் என்னவென்றால், அந்த மொழியின் பல வடிவங்களைப் படத்தில் பயன்படுத்திக்கொள்ள முடியும். **ராவணன்** படத்தில்கூட, அதன் இந்தி வெர்ஷனை விட அதிகக் கவிதைகள் இருக்கும். இந்தியில் அதுபோன்ற கவிதைகளை வைக்கமுடியாது. ஏனெனில், அவை திணிக்கப்பட்டதைப்போல் இருக்கும், போலித்தனமாக இருக்கும், கதையோடு பொருந்தாது என்று அவர்கள் சொல்வார்கள். இந்தக் கூற்று தமிழ் வெர்ஷனுக்குப் பொருந்தாது. தமிழ் மொழி, பல்லாயிரம் ஆண்டுகளாக உபயோகத்தில் இருந்துவருகிறது. உரையாடலுக்குள் கவிதைகளைக் கச்சிதமாகப் பொருத்தலாம் என்பதை அறிந்திருக்கிறோம். எனவே கவிதை, படத்திலிருந்து விலகித் தெரியாது. இந்தியில் தமிழுக்கு இணையான கவிதை ஏதாவது இருக்கிறதா என்று எங்களால் தேடியிருக்க முடியும். ஆனால், இந்தி

மொழியில், உரையாடலுக்குள் கவிதையைப் பொருத்த முடியாது என்றால், அந்த மொழியின் தன்மை அப்படி என்றால், நாம் கவிதைகளை, தமிழ் வெர்ஷனில் வைத்திருக்கிறோம் என்ற ஒரே காரணத்துக்காக, இந்தி வெர்ஷனிலும் திணிக்கக்கூடாது என்று அவர்கள் சொல்வார்கள்.

ரங்கன்: யார் 'அவர்கள்'?

ரத்னம்: படத்தில் பணியாற்றிய எழுத்தாளர், பாடல் ஆசிரியர் மற்ற அனைவரும்.

ரங்கன்: **உயிரே** படத்தை எழுதியதுபோல், இந்தப் படத்தையும் தமிழ் மற்றும் ஆங்கிலத்தில் எழுதி, பின் இந்தியில் மொழிபெயர்த்தீர்களா?

ரத்னம்: இந்தப் படத்தையும் தமிழ், ஆங்கிலத்தில்தான் எழுதினேன். அனுராக் காஷ்யப்தான் **யுவா** படத்தின் எழுத்தாளர். அவர் சென்னை வந்தார். நாங்கள் இருவரும் அமர்ந்து இந்தி வெர்ஷனை உருவாக்கத் தொடங்கினோம். அவர் டிராஃப்ட்டை எழுதினார்; மேலும் திரைக்கதையில் என்னென்ன மாற்றங்கள் செய்யவேண்டும் என்று விரும்பினோமோ அதைச் செய்தார். நான் எப்போதும் ஸ்பூன் ஃபீட் செய்ய விரும்பமாட்டேன். ஒவ்வொரு வார்த்தையையும் மொழிபெயர்க்க வேண்டும் என்று எதிர்பார்க்க மாட்டேன். இதுவே நான் பின்பற்றும் விதி. எழுத்தாளர், கதையை மறுஉருவாக்கம் செய்யவேண்டும் என்றே எதிர்பார்ப்பேன். நான் அவரிடம் கதைச் சுருக்கத்தைக் கொடுத்துவிடுவேன். தமிழ் வெர்ஷனின் பேக் அப் என்னிடம் எப்போதும் இருக்கும். இந்தி வெர்ஷனில் ஏதாவது விஷயம் சிறப்பாக உருவானால், நான் அதை எடுத்து தமிழ் வெர்ஷனில் இணைத்துவிடுவேன். தமிழ் வெர்ஷனில் இருந்த ஏதாவது விஷயம் இந்தியில் இல்லை என்று தெரிந்தால், நான் அவரை அதை எழுத வைப்பேன். திரைக்கதையின் இறுதி வடிவம் சரியாக உருவாகும்வரை அதில் பல மாற்றங்களைச் செய்தோம்.

ரங்கன்: இந்திய சினிமாவில் இருக்கும் 'இடைவேளை' கான்சப்ட்டைப்பற்றி என்ன நினைக்கிறீர்கள்?

ரத்னம்: அது மிகவும் அருமையான விஷயம் என்றே நினைக்கிறேன். எனக்கு மிகவும் பிடித்த விஷயம்.

ரங்கன்: நிறையப் படைப்பாளிகள் அந்த கான்சப்ட்டைக் குறை சொல்லு கிறார்கள்.

ரத்னம்: தெரியும், தெரியும். நாம் மேற்கத்தியச் சிந்தனைகளால் அதிகம் ஈர்க்கப்பட்டிருக்கிறோம். அதனால் நாம் செய்வதெல்லாம் நமக்குத் தவறாகத் தெரிகிறது. நம் படங்களின் வடிவமைப்பு அருமையானது. இரண்டரை மணி நேரப் படத்தில் இண்டர்வல் அவசியம் இருக்கவேண்டும். பார்வையாளர் களுக்கு ஓய்வு நேரம் நிச்சயம் தேவை. அப்போதுதான் கதையில் என்ன நடந்தது என்பதை யோசிக்க முடியும். தெளிவாகப் புரிந்துகொள்ள முடியும். பின்னர், இரண்டாம் பாதியோடு தொடர்ந்து பயணிப்பது எளிதாக இருக்கும்.

நம் படங்களில் பாடல்கள் இருக்கின்றன. அதனால் படங்களின் நீளம் அதிகமாகிவிடுகிறது. நாம் தொண்ணூறு நிமிடங்கள் ஓடக்கூடிய படத்தை எடுக்கப்போகிறோம் என்றால், அதில் இடைவேளை வைக்கவேண்டிய அவசியம் இல்லை. படத்தின் நீளத்தைப் பொருத்தே இடைவேளை வேண்டுமா, வேண்டாமா என்பதை முடிவு செய்யவேண்டும். நம் படங் களையும் ஆங்கிலப் படங்களையும் ஒப்பிட முடியாது. ஒப்பிடக் கூடாது. அவர்கள் பின்பற்றும் ஸ்ட்ரக்சருக்கும் நாம் பின்பற்றும் ஸ்ட்ரக்சருக்கும் இடையே பெரும் வித்தியாசங்கள் உள்ளன. அவர்கள் ஆக்ட் 1, 2, 3 என்று பிரித்துத் திரைக்கதை எழுதுவார்கள். வேறு எந்த ஸ்ட்ரக்சரையும் பின்பற்ற மாட்டார்கள். அவர்களுடைய படங்கள்போல் நம் படங்கள் இருக்க வேண்டும் என்று சொல்வது, இந்திய கிளாசிக்கல் இசை, வெஸ்ட்டர்ன் ஸ்ட்ரக்சரில் இருக்கவேண்டும் என்று சொல்வதற்குச் சமம்.

ரங்கன்: உங்கள் படங்களிலேயே, இந்தப் படத்தில்தான் இடைவேளையை வைப்பதற்கு நீங்கள் அதிகம் போராடி இருக்கிறீர்கள் என்று எனக்குத் தோன்றியது. முதல் பாதியில் இரண்டு மனிதர்களின் கதைகளைச் சொல்லு கிறீர்கள். இரண்டாவது பாதியில் வேறு இருவரின் கதைகளைச் சொல்லு கிறீர்கள். பின், எல்லாக் கதைகளையும் இணைத்து, அதன் முடிவைச் சொல்கிறீர்கள். படத்தை முடிக்கவேண்டும் என்பதற்காகவே, இறுதியில் கதையை வேகவேகமாக நகர்த்தியிருக்கிறீர்கள் என்ற உணர்வு ஏற்பட்டது.

ரத்னம்: இருக்கலாம். பல ஆண்டுகாலமாக, முதல் பாதி-இரண்டாவது பாதி ஸ்ட்ரக்சர் நமக்கு சாதகமாக இருந்துவந்திருக்கிறது. அதனால், சிலநேரங்களில் அந்த ஸ்ட்ரக்சர் நமக்குப் பிரச்னையை ஏற்படுத்தலாம். சில கதைகளை, முதல் பாதி-இரண்டாவது பாதி ஸ்ட்ரக்சருக்குள், அவ்வளவு எளிதாகக் கொண்டுவர முடியாது. அதை அந்த ஸ்ட்ரக்சருக்குள் பொருத்தும் வழியை நாம் கண்டுகொள்ளவேண்டும். இறுதியாக, கதையை ஸ்ட்ரக்சருக்குள் கச்சிதமாகப் பொருத்திவிட்டோம் என்று நாம் எண்ணுவோம். ஆனால், அந்த ஸ்ட்ரக்சர் பேலன்சாக இல்லை என்று யாராவது சொல்வார்கள். அவர்கள் சொல்வது சரியாகவும் இருக்கலாம். அதுபோல்தான் நீங்களும் சொல்லுகிறீர்கள். அந்த ஸ்ட்ரக்சரை இன்னும் சரியாக உருவாக்கியிருக்க முடியும் என்றே நினைக்கிறேன்.

ரங்கன்: இந்தப் படத்தின் இடைவேளை தருணத்தைப்பற்றி என்ன நினைக்கிறீர்கள்?

ரத்னம்: இது சற்று ட்ரிக்கான நரேடிவ். ஏனென்றால், இதில் மூன்று கதைகள் இருக்கின்றன. கூடுதலாக, மூன்று கதாபாத்திரங்களையும் இணைக்கும் ஒரு கதையும் இருக்கிறது. எனவே படத்தில், மொத்தம் நான்கு பகுதிகள் இருக் கின்றன. சரியான இடத்தில் இடைவேளையை வைக்கச் சற்று மெனக்கெட வேண்டும். அதற்கு முடிந்தவரை போராடவேண்டும். வெவ்வேறு இடங்களில் இடைவேளையை வைத்துப் பார்த்தோம். இறுதியில், இந்த வெர்ஷன் சிறப்பாக இருந்ததால், இதை வைத்துக்கொண்டோம்.

ஓம் புரி மிகச் சிறந்த நடிகர். துண்டால் மூடிக்கொண்டு ஆவி பிடித்தபடியே முக்கியமான உத்தரவுகளை அவர் பிறப்பிக்கிறார். நிஜ வாழ்க்கையில் பெரிய பெரிய தீர்மானங்கள் எல்லாம் இப்படிச் சாதாரணமான செயல்களைச் செய்தபடியேதான் எடுக்கப்படும்.

ரங்கன்: இந்தியாவில் லைவ் சவுண்ட் பயன்படுத்துவதில் இருக்கும் சாதக பாதக அம்சங்கள் என்ன?

ரத்னம்: வருங்காலத்தில், இந்திய சினிமாவில், லைவ் சவுண்ட் முக்கியத்துவம் பெறப்போகிறது. அதனால் நாம் இப்போதே அந்தப் பாதையில் பயணிக்கத் தொடங்கவேண்டும் என்று நினைக்கிறேன். சுற்றுச்சூழலில் இருக்கும் சப்தங்கள் காட்சிகளுக்கு வலு சேர்க்கின்றன. பெர்ஃபார்மன்ஸ் லேயரோடு இன்னொரு மேஜிக்கல் லேயரைச் சேர்க்கின்றன. அவை நிஜமானவை. நாம் என்ன செய்தாலும், அந்த உண்மைச் சப்தங்களை உருவாக்க முடியாது. துரதிருஷ்டவசமாக, பிராந்திய மொழிகளை எல்லோராலும் சரியாக உச்சரிக்க முடியாது. அதனால் வேறொருவரின் குரலை நாம் நாடிச் செல்கிறோம். சில நேரங்களில் நாம் முழுப் படத்தையும் லைவ் சவுண்டில் உருவாக்கிவிட்டு, ஓரிரு கதாபாத்திரங்களின் குரலைமட்டும் டப் செய்வோம். அதுபோன்ற சூழ்நிலையில், லைவ் சவுண்டையும் டப் செய்யப்பட்ட குரலையும் மிக்ஸ் செய்யும்போது இரண்டையும் மேட்ச் செய்ய நாம் அதிகம் மெனக்கெட வேண்டியிருக்கும். டப்பிங் தியேட்டரில், முகத்துக்கு மிக அருகில் மைக் இருக்கும். அதனால் சவுண்ட் க்வாலிட்டி பெரிதும் மாறுபடும். டப் செய்யப் பட்ட ட்ராக், க்ரிஸ்ப்பாகவும் மிகவும் க்ளீனாகவும் இருக்கும். டப்பிங் லேயரில் ஒரு செயற்கையான ஒழுங்கு இருக்கும். அது தனித்துத் தெரியும். ஆனால், லைவ் சவுண்டில், சுற்றுச்சூழலில் இருக்கும் சப்தங்களும் ட்ராக்கில் சேர்ந்துகொள்கின்றன. லைவ் சவுண்டில் ஒரு பிரத்யேகமான குவாலிட்டி இருக்கும். **ஆய்த எழுத்து** படத்தை லைவ் சவுண்டில் உருவாக்குவதற்காக நாங்கள் மிகவும் போராட வேண்டியிருந்தது. ஏனெனில், படத்தின்

பெரும்பகுதி சாலைகளில், எளிதில் கட்டுப்படுத்த முடியாத சூழலில், அமைந்திருந்தன. எனினும் எங்களிடம் பாப் டெய்லர் என்ற மிகச் சிறந்த சவுண்ட் இன்ஜினியர் இருந்தார். லைவ் சவுண்டைப் பயன்படுத்தியது மகிழ்ச்சியான அனுபவம்.

ரங்கன்: இதைப்பற்றி மேலும் ஒரு கேள்வி. **ஆய்த எழுத்து, யுவா** ஆகிய படங்களில்தான் முதன்முதலில் லைவ் சவுண்டைப் பயன்படுத்தினீர்கள் இல்லையா?

ரத்னம்: ஆம்.

ரங்கன்: அதில் சில பகுதிகளில் குரல்களின் தரம் தெளிவற்று இருப்பதை உணரலாம். கேட்பதற்கு, கிணற்றின் உள்ளிருந்து வரும் சப்தம்போல் இருக்கும். இந்தப் பிரச்னை லைவ் சவுண்டில் உருவாகும் அனைத்து இந்தியப் படங்களிலும் இருக்கிறது. ஸ்டூடியோவில் இருக்கும் நாய்ஸ் இதற்குக் காரணமாக இருக்கலாம். அல்லது வேறு எதாவது காரணம் இருக்கலாம்.

ரத்னம்: அது ஒரு காரணமாக எனக்குத் தோன்றவில்லை. உண்மையில் பிரச்னை நம்மிடம்தான் இருக்கிறது. நாம், ஸ்டூடியோவில் டப் செய்யப் பட்ட குரல்களைக் கேட்டே பழக்கப்பட்டிருக்கிறோம். லைவ் சவுண்ட்கள் எதையும் நாம் கேட்டதில்லை. நாம் இருவரும் இந்த அறையில் அமர்ந்து பேசிக்கொண்டிருக்கிறோம். அங்கே ஏசி மெஷின் ஓடிக்கொண்டிருக்கிறது. வெளியே பறவைகள் கத்தும் சப்தம் கேட்கிறது. நாம் இந்தச் சப்தங்களை உருவாக்கலாம். ஆனால், நம் குரல்களும் இந்த சப்தங்களும் பின்னிப் பிணைந்தால்தான் இந்த உரையாடல் உயிர் பெறும். தனித்துவம் பெறும். டப்பிங், நம் குரல்களை மிகவும் துல்லியமானதாக மாற்றுகிறது. பின் நாம், ஏசியின் சப்தம், பறவைகளின் சப்தம் மற்றும் இன்னபிற சப்தங்களைச் சேர்ப்போம். இதுகூடப் பரவாயில்லை. படத்தின் சில பகுதிகளில், லைவ் ட்ராக்கையும் சில பகுதிகளில் டப் செய்யப்பட்ட ட்ராக்கையும் பயன் படுத்தும்போதுதான் பிரச்னை வருகிறது. அப்போதுதான், பின்னணியில் ஜாரிங் (Jarring) சப்தம் கேட்க ஆரம்பிக்கிறது. அதைத்தான் நீங்கள் தெளிவற்ற சவுண்ட் என்று குறிப்பிடுகிறீர்கள். ஏனெனில், நீங்கள் டப் செய்யப்பட்ட சவுண்டைக் கேட்டுப் பழகியிருக்கிறீர்கள். ஒரு படத்தில், மேற்கத்தியப் படங்களில் இருப்பதைப்போல லைவ் ட்ராக் பிரதானமாக இருக்கும்போது, இரைச்சல் இருக்காது. எல்லாச்சப்தங்களும் பின்னிப் பிணைந்து இருந்தால், நாம் எந்த வித்தியாசத்தையும் உணர மாட்டோம். ஏதாவது ஒரு சவுண்ட் மிகவும் க்ரிஸ்ப்பாக இருக்கும்போதுதான், நாம் அந்த ட்ராக்கில் இருக்கும் மற்ற சவுண்ட்களை இரைச்சலாகக் கருதத் தொடங்குகிறோம்.

ரங்கன்: ஒரு காட்சியில், ஜனகராஜும் சூர்யாவும் ரயில்நிலையத்தில் ஈஷாவின் ட்ரெயினுக்காகக் காத்திருப்பார்கள். அப்போது அவர்கள் பேசும் வசனங்கள் புரிந்தாலும், எல்லா வார்த்தைகளும் தெளிவாகக் கேட்கவில்லை. இது, ரயில் நிலையத்தில் இருக்கும் கூட்டமான சூழலைப் பிரதிபலிக்கும்

பொருட்டு, திட்டமிட்டுச் செய்யப்பட்ட சவுண்ட் டிசைனா அல்லது சுற்றுச்சூழலில் இருந்த சப்தங்கள் வசனங்களை மூழ்கடித்துவிட்டனவா?

ரத்னம்: வசனங்கள் தெளிவாகக் கேட்கவேண்டும் என்பதைத்தான் நாம் அனைவரும் விரும்புவோம். வசனங்களைத் தெளிவாக உருவாக்கவே முடிந்தவரை பாடுபடுவோம். வசனங்களைத் தெளிவற்றதாக உருவாக்க யாரும் பாடுபட மாட்டார்கள். கதாபாத்திரங்கள் என்ன பேசுகிறார்கள் என்பதைப் புரிந்துகொள்ளப் பார்வையாளர்கள் மெனக்கெடுவதை விரும்ப மாட்டேன். அதேநேரத்தில் அவர்களுக்கு ஸ்பூன் ஃபீட் செய்யவும் விரும்பமாட்டேன். எல்லாக் காட்சிகளிலும், சப்டைட்டில்கள் போட்டுக் கொண்டிருக்க முடியாது. முக்கியமான வசனங்கள் அனைத்தும் தெளிவாகக் கேட்கவேண்டும். அதேநேரத்தில் சூழலில் இருக்கும் சப்தங்களும் பின்னணியில் கேட்கவேண்டும். இந்த ஒத்திசைவை உருவாக்க நாம் பாடுபடவேண்டும். சில நேரங்களில் இதைச் செய்ய முடியாமல் போகலாம். எனினும், தெளிவான ஒலியே நம்முடைய இலக்காக இருக்கவேண்டும்.

ரங்கன்: அப்படியானால், ரியாலிட்டியைவிட கிளாரிட்டிக்குத்தான் அதிக முக்கியத்துவம் கொடுக்கிறீர்கள்.

ரத்னம்: உலகில் இருக்கும் ஒவ்வொரு ஃபிலிம் மேக்கரும் அதற்குத்தான் முக்கியத்துவம் கொடுப்பார். சில சப்தங்கள்மட்டும் ஒரு கதாபாத்திரத்துக்குச் சரிவரக் கேட்காது என்று திரைக்கதையில் எழுதியிருந்தால்மட்டுமே, நாம் தெளிவற்ற ஒலியை உருவாக்கவேண்டும். அதேநேரத்தில், சுற்றுச்சூழல் சப்தங்களை முழுவதுமாக நீக்கிவிட்டு, வசனங்களைமட்டும் 100 சதவீதம் தெளிவாக உருவாக்கக்கூடாது. வசனங்களுக்கும் ஆம்பியன்ஸ் சப்தங்களுக்கும் இடையே பேலன்ஸ் இருக்கும்படிப் பார்த்துக்கொள்ளவேண்டும். ஆங்கிலப் படங்களில்கூட, பெரும் கூட்டத்தினிடையே, மக்கள் மெல்லிய சப்தத்தில் பேசுவதைப்போல் காட்சிகளை உருவாக்கியிருப்பார்கள். நம் கண் எதைப் பார்க்கிறதோ, அதன் சப்தத்தைத்தான் காது கேட்கவேண்டும் என்பதைக் கருத்தில் கொண்டே காட்சிகளை உருவாக்குவோம். ஒலியையும் அதற்கு ஏற்றதுபோல்தான் டிசைன் செய்வோம். முக்கியக் கதாபாத்திரங்களில் நம் கவனம் நிலைத்திருக்கிறது என்றால், அந்தக் கதாபாத்திரங்கள் பேசுவது மட்டுமே நம் காதுக்குக் கேட்கும். சுற்றுச்சூழல் ஒலிகளுக்கும் இது பொருந்தும்.

ரங்கன்: **ரோஜா** படத்தைப்பற்றிப் பேசும்போது, கதை எதை நோக்கிப் பயணிக்கிறது என்பதைப் பார்வையாளர்களுக்கு உணர்த்துவதற்காகத்தான் வாசிம் கான் கைதிலிருந்து படத்தைத் தொடங்கியதாகக் குறிப்பிட்டீர்கள். அதே காரணத்துக்காகத்தான், இந்தப் படத்தை, மூன்று கதைகளும் இணையும் அந்த மேம்பாலக் காட்சியிலிருந்து தொடங்கினீர்களா?

ரத்னம்: ரஷோமான் படத்தைப்போல, இதுவும் முழுக்க முழுக்க ஸ்ட்ரக்சருக்கு முக்கியத்துவம் கொடுத்து உருவாக்கப்பட்ட படம். இந்தத் திரைக்கதையின் ஸ்டரக்சர்தான் இந்தக் கதையை இயக்குகிறது. ஒரு நிகழ்வில் மூன்று பேர் சம்பந்தப்படுகிறார்கள். அந்த நிகழ்வுதான் இந்தக் கதையின் இணைப்புச்

சரடு. ஒரு கதாபாத்திரம், காரணம். இன்னொரு கதாபாத்திரம், விளைவு. மூன்றாவது கதாபாத்திரம், சாட்சி. அங்கிருந்து, ஒவ்வொரு கதாபாத்திரத்தின் கதைக்குள்ளும் பயணிக்கிறோம். ஒவ்வொருவரும் அந்தக் குறிப்பிட்ட தருணத்துக்கு எப்படி வந்தார்கள் என்ற கதையை விவரிக்கிறோம். பின் கதையின் முடிவை நோக்கி நகர்கிறோம். அதனால், தர்க்கரீதியாக, ஒரு இணைப்புப்புள்ளி இருக்கவேண்டும். அங்கிருந்துதான் ஒவ்வொருவரின் கதைக்குள்ளும் பயணிக்கவேண்டும். இங்கே திரைக்கதையின் ஸ்ட்ரக்சர்தான், கதையை எப்படிச் சொல்லவேண்டும் என்பதைத் தீர்மானம் செய்தது. அதனால்தான் படம், மூன்று கதைகளையும் இணைக்கும் அந்தக் காட்சியிலிருந்து தொடங்குகிறது.

ரங்கன்: ஒவ்வொரு கதாபாத்திரத்தின் கதைக்கும், ஒவ்வொரு நிறத்தைப் பயன்படுத்தியிருப்பீர்கள். லல்லன்/இன்பா கதைக்குச் சிவப்பு; மைக்கேல் கதைக்குப் பச்சை, அர்ஜுன் கதைக்கு நீலம்.

ரத்னம்: படத்தில் மூன்று வெவ்வேறு கதைகள் இருக்கின்றன. ஆனால், மூன்றுமே ஒரே கதையின் அங்கமாகவும் விளங்குகின்றன. மூன்று வெவ்வேறு சமூக அடுக்குகளைச் சேர்ந்த மூன்று மனிதர்களைப்பற்றிய படம் இது. அதனால், அவர்கள் எந்தச் சமூகத்தில் பிறந்தார்கள், அவர்கள் எப்படிப்பட்டவர்கள் என்பதற்கேற்ப வெவ்வேறு ஷேட்களைப் பயன்படுத்த முடிந்தது. முதலாமவன், சமூகத்தின் அடித்தட்டிலிருந்து வருகிறான். அவனிடம் இயல்பாகவே வன்முறை குடிகொண்டிருக்கிறது. அதைக் குறிக்கும் பொருட்டு முதல் பகுதி, பிரவுன் மற்றும் சிவப்பு வண்ணத்தில் அமைந்திருக்கும். அஜய்/சூர்யா பகுதி பச்சை நிறத்தில் இருக்கும். ஏனெனில் அவர்கள் வருங்காலத்தைப்பற்றிச் சிந்திக்கிறார்கள். நம்மைச் சிறப்பான எதிர்காலத்துக்கு இட்டுச்செல்லும் வழியைத் தேடுகிறார்கள். மூன்றாமவன் மிகவும் கூலானவன், கேஷுவலானவன். எதைப்பற்றியும் அலட்டிக் கொள்ளாதவன். நிகழ்காலத்தை முழுவதுமாக அனுபவிக்கவேண்டும் என்று எண்ணுபவன். அவனைக் குறிக்கும்பொருட்டு, மூன்றாவது பகுதி நீல நிறத்தில் இருக்கும். கதாபாத்திரங்களின் பின்னணியைக் குறிக்கவே வெவ்வேறு நிறங்களைப் பயன்படுத்தினோம். படத்தில் மூன்று நிறங்கள் இருப்பதால், படத்துக்கு 'ட்ராஃபிக் சிக்னல்' என்று பெயர் வைக்கலாம் என்றுகூட யோசித்தேன். அதுவே படத்தின் வொர்க்கிங் டைட்டிலாகப் பயன்பட்டது.

ஒவ்வொரு கதாபாத்திரத்தின் கதையையும், ஒவ்வொரு முறையில் ஷூட் செய்து, கட் செய்யும் சுதந்தரத்தை இந்த ஸ்ட்ரக்சர் எங்களுக்குத் தந்தது. ஒவ்வொரு கதைக்கும் தெளிவான எல்லை இருக்கும். வெவ்வேறு பகுதிகளுக்கு வெவ்வேறு லென்ஸ்களைப் பயன்படுத்தினோம். வெவ்வேறு எடிட்டிங் உத்திகளைப் பின்பற்றினோம். அபிஷேக், மாதவன் ஆகியோரின் பெரும்பாலான காட்சிகளை ஹேண்ட்-ஹெல்ட் கேமராவைப் பயன்படுத்தித்தான் ஷூட் செய்தோம். அதனால் காட்சிகளில் ஜெர்க்கை உணரலாம்.

மேலும், அந்தக் காட்சிகளை ஒரே ஆக்சிஸில் கட் செய்திருப்போம். அதாவது, முதல் ஷாட் மிட் ஷாட்டாக இருக்கும். அடுத்த ஷாட் க்ளோஸ்-அப் ஷாட்டாக இருக்கும், அதற்கடுத்த ஷாட் எக்ஸ்ட்ரீம் க்ளோஸ்-அப் ஷாட்டாக இருக்கும். இதற்காக கான்சென்ட்ரிக் ஃப்ரேம்களைப் பயன்படுத்தினோம். காட்சிகளை கட் செய்தவிதமும் வழக்கத்துக்கு மாறாகத்தான் இருக்கும். அவன் நம்முன் தோன்றுவான். கணநேரத்தில் மறைந்துவிடுவான். அவன் ஓரிடத்தில் நிலைத்திருக்க மாட்டான். நம்மை விட்டு நழுவிச் சென்றுகொண்டே இருப்பான். அஜய், சூர்யா ஆகியோரின் காட்சிகள் ஸ்மூத்தாக இருக்கும். ஷாட்கள் நீளமாக இருக்கும். ஜெர்க்கி கட்கள் இருக்காது. விவேக், சித்தார்த் பகுதி மாடர்னாக இருக்கும். காட்சிகளில் ஒரு மாயத்தோற்றம் இருக்க வேண்டும் என்பதற்காகவே அந்தப் பகுதியை ஃபாஸ்ட் ஃப்ரேமில் ஷூட் செய்தோம். மேலும் காட்சிகளில் ஃப்ளேர் எபெக்ட் (Flare effect) இருக்கும். மற்ற பகுதிகளைவிட இந்தப் பகுதி அதிகத் துடிப்புடன் இருக்கும். மேலும், காட்சிகள் கிளாசிகல் ஸ்டைலில் இருக்காது. மூன்று வெவ்வேறு ஸ்டைல்களை வைத்துச் சோதனை முயற்சிகளை மேற்கொள்ளும் வாய்ப்பினை இந்தப் படத்தின் ஸ்ட்ரக்சர் உருவாக்கித் தந்தது. எப்போதாவது தான் நமக்கு இதுபோன்ற வாய்ப்பு கிடைக்கும். மேலும், த்ரீ இன் ஒன் படத்தினை உருவாக்கும் வாய்ப்பும் இந்தப் படத்தின் மூலம்தான் கிடைத்தது.

ரங்கன்: சில காட்சிகளில் ஒரு கதாபாத்திரத்தின் வண்ணம் பிரதானமாக இருக்கும். அதே சமயத்தில், பின்னணியில் மற்றொரு கதாபாத்திரத்தின் வண்ணமும் இருக்கும். கதாபாத்திரங்கள் இணைவதுபோல, வண்ணங்களும் இணைகின்றன.

ரத்னம்: இந்த கலர் கோடிங்கை அளவுக்கு அதிகமாகப் பயன்படுத்தினால், வண்ணங்கள் தனித்துத் தெரிய ஆரம்பித்துவிடும், கதைக்கு இடையூறாக அமைந்துவிடும். கதைக்கு ஏற்றார்போல் டோனைப் பயன்படுத்தினோம். அதைத்தான் நீங்கள் பார்க்கிறீர்கள். ஒரு குறிப்பிட்ட டோனை வைத்துக் கொள்ளவேண்டும் என்பதற்காக, மற்ற டோன்களை நீக்கிவிடக்கூடாது. நமக்குத் தேவையான டோன் பிரதானமாக இருக்கும்படிப் பார்த்துக்கொள்ள வேண்டும். அப்படிச் செய்யும்போது, மற்ற வண்ணங்களும் காட்சியில் கசியும். சிலநேரங்களில், ஆங்காங்கே கசிந்திருக்கும் வண்ணங்களே விஷுவலுக்கு அழகைக் கூட்டுகின்றன. பிரதான வண்ணத்தைத் தனித்துத் தெரிய வைக்கின்றன. அதனால் கொஞ்சம் கான்ட்ராஸ்ட் உருவாகிறது. இதமான டோன்கள் தனித்துத் தெரியவேண்டும் என்றால், பின்னணியில் நீல நிறம் இருக்கவேண்டும். அப்போதுதான் இதமான டோன் பார்ப்பதற்கு அழகாக இருக்கும்.

ரங்கன்: அப்படியென்றால், சிவப்பு நிறத்தைத் தனித்துக் காட்டவே, அதன் பின்னணியில் நீலம் பயன்படுத்தப்பட்டிருக்கிறது. நீல நிறத்தைப் பிரதானமாகக் கொண்ட கதாபாத்திரத்தைக் குறிக்கும்பொருட்டு நீல நிறம் பயன்படுத்தப்படவில்லை.

ரத்னம்: ஆமாம்.

ரங்கன்: இருவர் படத்தைப்பற்றிப் பேசும்போது, உங்களுக்கு தமிழ்ச் செல்வனைவிட ஆனந்தன்மேல் அதிகக் கரிசனம் இருந்திருக்கலாம் என்று பேசினோம். இந்தப் படத்தில், உங்களுக்கு மற்ற இருவரைவிட லல்லன் (இன்பா) மீதுதான் அதிகப் பாசம் இருந்ததாக எனக்குத் தோன்றியது.

ரத்னம்: உண்மையில், மூன்று கதாபாத்திரங்களும் என்னைக் கவர்ந்தன. ஒவ்வொரு கதையையும் ஒரு முழு நீளப் படமாக உருவாக்கியிருக்க முடியும். சித்தார்த் (விவேக் ஓபராய்) கதாபாத்திரத்தை எடுத்துக்கொள்ளுங்கள். அவன் நம்முடைய பிரதிபலிப்பாக விளங்குகிறான். நாம், பிரச்னைகளைத் தவிர்ப்ப தற்காகவே, 'மிகவும் கூலானவர்கள்' என்ற போர்வையில் திரிகிறோம். எந்தப் பிரச்னையையும் எதிர்கொள்ள நாம் விரும்புவதில்லை. நாம் பூக்கள் நிறைந்த பாதையிலேயே பயணிக்க விரும்புகிறோம். நம் செய்கைகளுக்கு உடனடிக் காரணம் கற்பிக்கிறோம். நமக்கு ஏதாவது பிரச்னை வரும்வரை, நம் போக்கில் பயணிக்கிறோம். நம் தலைக்குக் கத்தி வரும்போதுதான், நம்முடைய பகட்டான வெளித்தோற்றத்துக்குள் ஒரு சராசரி மனிதன் இருக்கிறான் என்பதை உணர்கிறோம். அந்தக் கதாபாத்திரத்தைப்பற்றி இன்னும் நிறையப் பேச முடியும். அதேபோல், சூர்யா கதாபாத்திரத்தைப்பற்றியும் நிறையப் பேசலாம். நாம் அனைவரும் ஒரே இடத்தில்தான் இருக்கிறோம். ஆனால், சிலர்மட்டுமே எதிர்காலத்தைப்பற்றி யோசிக்கிறார்கள். அவர்களுக்கு ஒரு லட்சியம் இருக்கிறது. சமூகத்தை மாற்ற முடியும் என்ற நம்பிக்கை இருக்கிறது. அவர்கள் அடுத்த அடியை எடுத்துவைக்கத் தயாராக இருக் கிறார்கள். அவர்களிடம் ஒரு தலைவருக்கான குணம் இருக்கிறது. மக்களைப் பின்பற்றவைக்கும் குணம் இருக்கிறது. அவர்களிடம், நிறைய ஐடியாக்கள் இருக்கின்றன. அகடமிக்ஸ் அல்லது வேறு ஏதாவது ஒரு துறையில் அவர்கள் சக்தியுடன் விளங்குகிறார்கள். அந்தச் சக்திக்கு, அவர்கள் நடைமுறை வடிவம் கொடுக்கிறார்கள். அறிவுபூர்வச் சக்தியை யதார்த்த உலகோடு இணைக்கும் போது அற்புதமான விளைவுகள் ஏற்படுகின்றன. அதனால் அவர்கள் மூவருமே நம்மை வசீகரிக்கிறார்கள்.

ரங்கன்: ஆரம்பத்தில் லல்லன்/இன்பா ஒரு குழந்தைபோல் நடந்துகொள் கிறான். கபடியில் தோற்றதை எண்ணி உள்ளுக்குள் குமுறுகிறான். அங்கிருந்து அவன் இரக்கமற்ற மனிதனாக உருவாகிறான். தன் அண்ணனைக் கொல் கிறான். தன் மனைவியைக் கைவிடுகிறான். அவனோடு ஒப்பிடுகையில், மற்ற இருவரும் நேர்மையாக நடந்துகொள்கிறார்கள். மற்ற இருவரது வாழ்க்கையிலும் இந்தத் திடீர் திருப்பம் இருக்கவில்லை.

ரத்னம்: மற்ற இருவரோடு ஒப்பிடுகையில், லல்லன்/இன்பா அதிகப் பிரச்னை நிறைந்த பின்னணியிலிருந்து வருகிறான். மற்ற இருவரும் வசதியான பின்னணியிலிருந்து வருகிறார்கள். அவர்களுடைய போராட்டம் இன்டலெக்சுவல் தளத்தில், சித்தாந்தத் தளத்தில் நடக்கிறது. ஆனால், லல்லன்/இன்பா உயிர் வாழ்வதற்காகப் போராடுகிறான். அவன் பயணிக்கும்

மூன்று கதாபாத்திரங்களுமே என்னைக் கவர்ந்தவைதான்.
சித்தார்த்/விவேக் ஓபராயின் கதாபாத்திரத்தை எடுத்துக்கொண்டால் அது நம்மில் ஒருவரைப் போன்றதுதான். நாம் பெரும்பாலான பிரச்னைகளைத் தவிர்க்கவே விரும்புகிறோம். விவேக் ஓபராய், கரீனா கபூர்.

பாதை கரடுமுரடானது, கடுமையானது. பிரச்னைகள் நிறைந்தது. நாம், நம் சமூகத்தின் ஒரு பகுதியைக் கண்டுகொள்ளாமல் விட்டுவிட்டோம். அவர்கள் இன்னும் அடிமட்டத்திலேயே இருக்கிறார்கள். அதனால் அவனுடைய பிரச்னைகள், உங்களுடைய பிரச்னையைவிட, என்னுடைய பிரச்னையை விட மெலோடிராமாத்தனமானவை. அவனுடைய வளர்ச்சியும் அப்படியே. அவனுடைய செயல்களுக்கான காரணத்தை நம் உலகினுள் நின்றுகொண்டு ஆராய முடியாது. அவன், தன் பிரச்னைகளிலிருந்து மீண்டு, அடுத்த தளத்துக்குச் செல்ல முயல்கிறான். இந்த மாற்றத்தைப்பற்றியே படம் பேச முயன்றது.

ரங்கன்: அவனுடைய மாற்றம் மெலோடிராமாத்தனமாக இருப்பதைப்பற்றி நான் பேசவில்லை. யாரும் எதிர்பாராதவிதமாக அவன் எடுக்கும் முடிவுகளைப்பற்றியே பேச விரும்புகிறேன். அவன், தன் மனைவியை அதிகம் நேசிக்கிறான். அவள் இல்லாமல் அவனால் வாழ முடியாது என்று நாம் எண்ணும்போது, அவன் அவளை விட்டுவிட்டுச் சென்றுவிடுகிறான்.

ரத்னம்: அவனுடைய எதிர்வினைகள் மிகவும் தீவிரமானவை. அவனுடைய காதல், காமம், கோபம் என்று எல்லாமே தீவிரமானவை. சூழ்நிலை மிகவும் சிக்கலாகும்போது, அவன் தன் அண்ணனையே கொல்லத் துணிகிறான். நீங்களோ, நானோ அதைச் செய்யமாட்டோம். அவன், தான் அதிகம் நேசிக்கும் மனைவியையே கைவிடுகிறான். அவன் லட்சியமே அவனை வழி நடத்திச்செல்கிறது. அவன் சர்வைவலுக்காகப் போராடுகிறான். சந்தோஷமாக வாழ்க்கையை நகர்த்துவதற்கு வேறு வழி இருந்தால், நிச்சயம் அவன் தன்

மனைவியை நேசிப்பான். தன் அண்ணனுக்காகப் பாடுபடுவான். ஆனால், சர்வைவலே கேள்விக்குறியாக இருக்கும்போது, அவனால் மற்ற எதைப் பற்றியும், யாரைப்பற்றியும் யோசிக்க முடியவில்லை.

ரங்கன்: ஏன் படத்தின் இறுதியில் இன்பா, துப்பாக்கியைத் திருப்பி கொடுக்க வேண்டும் என்று எண்ணுகிறான்? அவன் எல்லாவற்றையும் அப்படியே விட்டுவிட்டு, தன் மனைவியை அழைத்துக்கொண்டு போயிருக்கலாமே?

ரத்னம்: அவன் அந்த உலகத்திலிருந்து வெளியே வர விரும்புகிறான். அதனால், அவனைப் பொருத்தவரை துப்பாக்கியைத் திருப்பிக்கொடுப்பது ராஜினாமா கடிதத்தைக் கொடுப்பதற்கு சமம். அவன் தன்னைத் தூய்மைப் படுத்திக்கொண்டு நியாயமான வாழ்க்கை வாழ விரும்புகிறான் என்பதை அவனுடைய செய்கை நமக்கு உணர்த்துகிறது. அந்தத் துப்பாக்கியால்தான் அவனுக்கும் அவன் மனைவிக்கும் அடிக்கடிப் பிரச்னை வரும். அவள் அந்தத் துப்பாக்கியைப் பார்க்கும்போதுதான் தன் கணவன் தவறான பாதையில் பயணிக்கிறான் என்பதை அறிந்துகொள்கிறாள். அவன் முன்பைவிட ஆபத்தானவனாக மாறிவிட்டான் என்பதை உணர்ந்து கலங்குகிறாள். அதனால், அவளுடைய அச்சத்தைப் போக்குவதற்காக அவன் துப்பாக்கியைத் திருப்பித் தர முடிவுசெய்திருக்கலாம். அதை வைத்துக்கொண்டு, அவனால் அவளுடன் செல்ல முடியாது. நாம், நம்முடைய விருப்பமின்றி இன்னொருவருக்காக ஒரு விஷயத்தைச் செய்யும்போது, வேண்டுமென்றே நம் செயல்களைத் தாமதப்படுத்துவோம். அவ்வளவு எளிதாக நம் உலகை விட்டு நம்மால் வேறொரு உலகுக்குப் போய்விட முடியாது. அவனாக விரும்பி அவளுடன் செல்ல முடிவு செய்திருந்தால், அந்தத் துப்பாக்கியை ஏதாவது சாக்கடையில் போட்டுவிட்டுச் சென்றிருப்பான். ஆனால் அவன், தன் மனைவியின் கட்டாயத்தால் அந்த முடிவை எடுக்கிறான். அதனால், பழைய வாழ்க்கையை இன்னும் கொஞ்ச நேரம் வாழ்ந்து பார்க்க ஆசைப்படுகிறான்.

ரங்கன்: மணி ரத்னம், பி.ஏ, பி.எல் அவர்களுடன் பேசிக்கொண்டிருப்பதாக எனக்குத் தோன்றுகிறது. உங்களின் வாதத் திறமை வியக்கவைக்கிறது. எப்படி கார்னர் செய்ய முயன்றாலும் தப்பித்துவிடுகிறீர்கள்.

ரத்னம்: ஹா ஹா. என்னை கார்னர் செய்ய முயன்றீர்களா?

ரங்கன்: லல்லன்/இன்பா கதாபாத்திரத்துக்கு ஏற்ற, பொருத்தமான பாடலாக ‘டோல் டோல்’ பாடல் திகழ்கிறது. அந்தப் பாடல் முழுக்க எனர்ஜி பரவிக் கிடக்கிறது. அந்தப் பாடலின் சோக வெர்ஷன் (தீம் மட்டும்), அவன் தன் அண்ணனைக் கொல்லும்போது அருமையாகப் பயன்படுத்தப்பட்டிருக்கும். ரஹ்மானிடம் பாடலை உருவாக்கித் தரும்படிக் கேட்டு, பின் அதை தீம் மியூஸிக்காகப் பயன்படுத்திக் கொண்டீர்களா அல்லது தீம் மியூஸிக்காகக் கேட்டு வாங்கி, பின் அதைப் பாடலாக மாற்றிவிட்டீர்களா?

ரத்னம்: ஒருநாள் ஷூட்டிங்கை முடிந்துவிட்டு, சாயங்காலம் ரஹ்மானின் ஸ்டூடியோவுக்குச் சென்றேன். லல்லன் கதாபாத்திரத்தை டிஃபைன்

லல்லன் அதி தீவிரமாகச் செயல்படக்கூடியவன். அவனுடைய கோபம் அதீதமானது. அவனுடைய காதல் அதி தீவிரமானது. எதிலுமே அவன் தீவிரமானவன்தான். ராணி முகர்ஜியும் அபிஷேக் பச்சனும்.

செய்யக்கூடிய, ஒரு ஹை-எனர்ஜி பீஸ் எனக்கு வேண்டும் என்றேன். அந்த டியூன், அவனுடைய துடிப்பான ரிதத்தை உணர்த்தவேண்டும் என்றேன். நான் ரஹ்மானிடம், காட்சிகளை ஷூட் செய்வதற்காக ஒரு தற்காலிக ட்ராக்கைத் தான் கேட்டேன். அடுத்த நாள் காலை ஷூட்டிங் தொடங்கும்போது, இந்தப் புதிய ராப் ட்ராக் அவரிடமிருந்து வந்து சேர்ந்தது. அவர் முந்தைய நாள் இரவு அதை ஒலிப்பதிவு செய்திருக்கிறார். அந்த ட்ராக்கும் அது உருவான வேகமும் என்னை பிரமிக்க வைத்தது.

ரங்கன்: **மௌனராகம்**, **அக்னி நட்சத்திரம்** காலம் தொடங்கி, உங்கள் படங்களில் வரும் நகரத்து இளைஞர்கள், பஸ், ட்ரெயின், ஆட்டோ போன்ற பப்ளிக் போக்குவரத்தையே பயன்படுத்துகிறார்கள். இந்தப் படத்திலும் அப்படித்தான். இன்றைய, அதாவது தாராளமயமாக்கலுக்குப் பிந்தைய, இந்தியாவில் கொஞ்சம் வசதியான, இருபத்தையந்து வயது நிரம்பிய இளைஞர்கள் ஒவ்வொருவரிடமும் பைக்கோ காரோ இருக்கும். நாம் வாழ்ந்த அன்றைய இந்தியாவை மனத்தில் வைத்துக்கொண்டு இந்தக் கதா பாத்திரங்களை உருவாக்குகிறீர்களா?

ரத்னம்: நீங்கள் சொல்வதை என்னால் ஏற்றுக்கொள்ள முடியாது. என் குடும்பத்தில் வளரும் குழந்தைகளை நான் பார்க்கிறேன். அவர்கள் பொதுப் போக்குவரத்தைத்தான் பயன்படுத்துகிறார்கள். ஏதாவது ஒரு விஷயத்தை நமக்குத் தெரியாமல் அவர்கள் செய்ய விரும்பினால், எந்த வண்டியில்

போகிறோம் என்பதைப்பற்றியெல்லாம் கவலைப்பட மாட்டார்கள். என் அண்ணனின் பதின்ம வயது மகள்கள், மாயாஜால் போன்ற இடங்களுக்கு போக எண்ணினால், பேருந்தில்தான் போய்வருகிறார்கள். இதைப் பார்த்து ஆச்சரியப்பட்டிருக்கிறேன். காரை அனுப்பட்டுமா என்றுகூடக் கேட்டிருக் கிறேன். ஆனால், அவர்கள், 'வேண்டாம், ஆட்டோ அல்லது பேருந்தில் போய்க்கொள்கிறோம்' என்பார்கள். அவர்களது ஒவ்வொரு நடவடிக்கை யையும் நாம் கண்காணிப்பதை அவர்கள் விரும்புவதில்லை. அவர்கள் சுதந்தரமாக இருக்க விரும்புகிறார்கள். அதற்கான வழி அவர்களுக்குத் தெரிந்திருக்கிறது. இரண்டு உலகங்களுக்கு இடையே எப்படி வாழ்வது என்பதை அவர்கள் கற்றுக்கொள்கிறார்கள். இந்தியாவின் சிறந்த அம்சங்களில் இதுவும் ஒன்று. என்னதான் நாம் நடுத்தர வர்க்கமாகவோ, உயர் நடுத்தர வர்க்கமாகவோ இருந்தாலும், நம்மிடம் ஒருவித எளிமை இருக்கிறது. பொதுப்போக்குவரத்தைப் பயன்படுத்தும் இளைஞர்கள் குறைந்திருக்கலாம். ஆனால், இன்றும் அதைப் பயன்படுத்துபவர்கள் இருக்கிறார்கள்.

ரங்கன்: த்ரிஷா, கரீனா ஆகியோரின் கதை எனக்கு மிகவும் பிடிக்கும். அந்தக் கதாபாத்திரங்கள் இந்தியச் சம்பிரதாயங்களைப் பின்பற்றுவதில்லை. நிச்சய தார்த்தம் முடிந்தபின்னும், இன்னொரு ஆணுடன் கேஷுவலாகச் சுற்றித் திரிகிறார்கள். அதைப்பற்றி அவர்களுக்கு எந்தக் கவலையும் இல்லை. அவர்களின் கதை, படத்தில் ஒரே ஒரு பகுதியாகமட்டும் வருவதால், இதுபோன்ற விஷயங்களைச் சொல்லிவிட்டுத் தப்பித்துக்கொள்ளலாம் என்று எண்ணினீர்களா? ஏனென்றால், இதுபோல் ஒழுக்க நெறியிலிருந்து பிறழும் கதாபாத்திரத்தை, கதாநாயகியாகவைத்து முழுப் படத்தை உருவாக்கினால், மக்கள் ஏற்றுக்கொள்வார்களா என்று எனக்கு சரிவரத் தெரியவில்லை.

ரத்னம்: என் மனத்தில் இருப்பதைச் சொல்லிவிடுகிறேன். எனக்கு அந்தக் கதாபாத்திரங்கள் உண்மையானவர்களாகத்தான் தோன்றினார்கள். ஒரு கதாபாத்திரம் உண்மையானது என்றால், அதை மக்கள் ஏற்றுக்கொள்வார்கள் என்றே நினைக்கிறேன். இன்றைய இளைஞர்களில் பலரும் அப்படித்தான் நடந்துகொள்கிறார்கள். அவர்கள் எதைப்பற்றியும் அலட்டிக்கொள்வதில்லை. அதனால் பலரால் இந்தக் கதாபாத்திரத்தை அடையாளம் கண்டுகொள்ள முடியும், ஏற்றுக்கொள்ள முடியும் என்றே எண்ணுகிறேன். புனிதமான உறவு என்று எதுவும் கிடையாது. சம்பிரதாயங்கள் தங்களைக் கட்டுப்படுத்துவதை யாரும் விரும்பமாட்டார்கள். அதுவும் கடைசி வாய்ப்பை யாரும் தவறவிட மாட்டார்கள். இந்தக் கதாபாத்திரங்களை வைத்து முழுப் படத்தையும் உருவாக்கலாம். அதை எதுவும் தடுக்கப்போவதில்லை. அப்படித்தான் நாம் சட்டதிட்டங்களை உடைக்கவேண்டும். பார்வையாளர்கள் இதுபோன்ற விஷயத்தை ஏற்றுக்கொள்வார்களா மாட்டார்களா என்று அஞ்சுவதை விடுத்து, உண்மையான விஷயத்தை அவர்களுக்குப் புரியும்படிச் சொன்னால், நிச்சயம் ஏற்றுக்கொள்வார்கள்.

16

'ஊஞ்சல், நம்மைத் தாலாட்டுகிறது. கனவு உலகத்தில் சஞ்சரிக்க வைக்கிறது'

குரு
(2007)

குருகாந்த் தேசாய் (அபிஷேக் பச்சன்), சொந்தமாகத் தொழில் தொடங்கும் லட்சியத்துடன் துருக்கியிலிருந்து தாயகம் திரும்புகிறான். வரதட்சணைப் பணத்துக்காக சுஜாதாவை (ஐஸ்வர்யா ராய்) திருமணம் செய்து கொள்கிறான். அந்தப் பணத்தை வியாபாரத்தில் முதலீடு செய்ய முடிவு செய்து, தன் மனைவியுடன் பம்பாய் வருகிறான். ஆனால், பம்பாயின் அதிகார வர்க்கம் அவர்களை வரவேற்கத் தயாராகவில்லை. முன்னேறவேண்டும் என்றால், சட்டதிட்டங்களை உடைக்கவேண்டும் என்று கண்டுகொள்கிறான். அவன் அப்படிச் செய்தால், அவனுடைய வழிகாட்டி, நேர்மையான பத்திரிகை நிறுவனர், மாணிக் தாஸ்குப்தாவின் (மிதுன் சக்ரவர்த்தி) மனம் சங்கடப்படும் என்பதை அறிந்திருக்கிறான். இருந்தும் வியாபாரத்தில் வெற்றிபெறுவதே அவனுடைய குறிக்கோளாக இருக்கிறது.

பரத்வாஜ் ரங்கன்: டொராண்டோவில் 'சிறப்புத் திரையிடல்' செய்யப்பட்ட முதல் இந்தியப் படம் இதுதானா? இது முழுக்க முழுக்க இந்தியாவுக்கே உரித்தான கதை. இந்தப் படத்தின் சிறப்புக்காட்சியை இந்தியாவில் திரையிட்டிருக்கலாம்.

மணி ரத்னம்: எனக்குத் தெரியவில்லை. உண்மையில், சிறப்புத் திரையிடலில் எல்லாம் எனக்கு அதிக ஆர்வம் இல்லை. நான் தமிழ்த் துறையிலிருந்து இந்தித் திரைப்படத் துறைக்குச் சென்றவன். தமிழ்த் திரையுலகில், சிறப்புத் திரையிடலைப்பற்றி யாரும் அலட்டிக்கொள்ள மாட்டார்கள். படத்தை வெளியிடுவதில்தான் அதிகக் கவனம் செலுத்துவார்கள். தமிழ்த் திரை யுலகைப் பொருத்தவரை, ரெட் கார்ப்பெட் ஒன்றும் முக்கிய விஷயம் அல்ல. ஆனால் இந்தி சினிமாவில் அவர்கள் இதையெல்லாம் அதிகம் விரும்புகிறார் கள். டொராண்டோ சிறப்புத் திரையிடல், வட அமெரிக்காவில் குரு படத்தைப் பிரபலப்படுத்தியது. பெரிய ப்ரீமியர் ஷோ, நம் படத்தை மார்க்கெட் செய்ய உதவுகிறது. ஒட்டுமொத்த ஊடகத்தினரிடமும் எடுத்துச் செல்ல உதவுகிறது. அதனால்தான் இதையெல்லாம் செய்கிறோம். நம் படம், நம்முடைய குழந்தைபோல. அதனால் அதை மார்க்கெட் செய்ய என்ன வெல்லாம் செய்யவேண்டுமோ, அதையெல்லாம் நாம் செய்யவேண்டும்.

டொராண்டோ சிறப்புத் திரையிடல், என்னுடைய ஐடியா அல்ல. இதெல் லாம் என் ஸ்கோப்புக்கு அப்பாற்பட்ட விஷயங்கள். நாங்கள் விரும்பிய வகையில் பிரிண்ட்களை உருவாக்குவதோடு என் வேலை முடிந்துவிடும். அதன் சிறப்புத் திரையிடல் எங்கு நடக்கிறது என்பதைப்பற்றி எல்லாம் அலட்டிக்கொள்ள மாட்டேன். படத்தை மார்க்கெட் செய்யப் பல வழிகள் உண்டு. அதில் ஒன்றே சிறப்புத் திரையிடல். படத்தின் ஓவர்சீஸ் விநியோக உரிமையை வாங்கியவர்கள்தான் படத்தை டொராண்டோவில் திரையிட வேண்டும் என்ற முடிவை எடுத்தனர். அது மிகவும் நல்ல முடிவு என்றே கருதுகிறேன். ஏனெனில், அங்கே நிறைய இந்தியர்கள் இருக்கிறார்கள். மேலும், இந்தியப் படங்களின் சிறப்புத் திரையிடல் அங்கே அதிகம் நடப்ப தில்லை. குரு படத்தின் சிறப்புத் திரையிடல் பிரமாண்டமாக நடந்தது. படத்தைப் பார்க்க நிறையப் பேர் வந்திருந்தார்கள். மேலும், டொராண்டோ நியூயார்க்குக்கு அருகில் இருப்பதால் நல்ல பிரஸ் கவரேஜ் இருந்தது. படத்தை அங்கு வெளியிட்டதற்கு நல்ல பலன் கிடைத்தது.

ரங்கன்: குரு, **நாயகனின்** பிற்கால பேரல்லல் படமாகத் தோன்றியது. இரண்டு படத்தின் கதாநாயகர்களும் சிறு நகரத்தைச் சேர்ந்தவர்கள். அவர்கள் அங்கிருந்து புறப்பட்டு, மிகப்பெரிய, இரக்கமற்ற பம்பாயில் வந்து இறங்கு கிறார்கள். அதிகார வர்க்கத்தை எதிர்த்துப் போராடுகிறார்கள். அவ்வப்போது சட்டத்துக்குப் புறம்பாகவும் நடந்துகொள்கிறார்கள். குரு திரைக்கதையை எழுதும்போது, இரண்டு படங்களுக்கும் இடையே இருக்கும் ஒற்றுமை களைப்பற்றி அறிந்திருந்தீர்களா?

ரத்னம்: இல்லை. நீங்கள் வாழ்க்கை வரலாற்றுக் கதையை ஆராய்கிறீர்கள்.

ரங்கன்: இரண்டு படங்களுமே வாழ்க்கை வரலாற்றுப் படங்கள்தான் என்பதை நினைவுபடுத்த விரும்புகிறேன்.

ரத்னம்: இரண்டு படங்களுக்கும் இடையே உள்ள ஒரே ஒற்றுமை அது மட்டும்தான். மற்றபடி இரண்டையும் ஒரேமாதிரியான படமாக நான் கருதவில்லை. அப்படிக் கருதியிருந்தால், இந்தப் படத்தில் உற்சாகமாகப் பணியாற்றியிருக்க முடியாது.

ரங்கன்: ஆனால் ஹிட்ச்காக், தவறாகக் குற்றம் சாட்டப்பட்டு அதிலிருந்து தப்பி ஓடும் அப்பாவிகளை முக்கியக் கதாபாத்திரமாக வைத்து நிறையப் படம் எடுத்திருக்கிறார்.

ரத்னம்: ஹிட்ச்காக் ஒரு மாஸ்டர். அப்படிப் படங்கள் எடுக்கும் திறமை அவரிடம் இருந்தது. ஆனால் என்னை ஒரு கதைக் கரு ஈர்க்கவேண்டும் என்றால், அது எனக்குப் புதியதாகப்படவேண்டும். அது நான் அதற்குமுன் பயணிக்காத உலகமாக இருக்கவேண்டும். இந்தியாவில், என் கண்முன் நடக்கும் விஷயமாக, மாற்றமாக இருக்கவேண்டும். அது சினிமாவில் பொருந்தும் ஒன்றாக இருக்கவேண்டும். அப்போதுதான் நான் அந்தக் கதையைக் கையில் எடுப்பேன். கதையை எழுதத் தொடங்கும்போதே, அது நம் முந்தைய படங்களின் மாற்று வடிவமாகத் தோன்றினால், மேற்கொண்டு கதையை நகர்த்துவது மிகவும் கடினம். அது ஒரே டெம்ப்ளேட்டில் படம் செய்வதைப் போன்றது. அதைச் செய்யமாட்டேன்.

ரங்கன்: எனக்கு அப்படித் தோன்றவில்லை. நான்கு பிளாட் பாயிண்ட்களை நான்கு புள்ளிகளாகக் கருதுவோம் என்றால், ஒரு புள்ளியையும் இன்னொரு புள்ளியையும் எப்படி வேண்டுமானாலும் இணைக்கலாம். **மௌனராகம்** பற்றி விவாதிக்கும்போது, இதைப்பற்றிப் பேசினோம். ஒருவகையில், அந்தப் படத்தின் கதை, **நெஞ்சத்தைக் கிள்ளாதே** படத்தின் கதையோடு ஒத்திருந்தது. புள்ளிகளுக்கு இடையே எப்படிப் பயணிக்கிறோம் என்பதுதான் முக்கியம். அந்தப் பயணம் வித்தியாசமானதாக இருக்கும்வரை, பிளாட் பாயிண்ட்கள் ஒத்திருக்கின்றனவா என்பதைப்பற்றிக் கவலைகொள்ளத் தேவையில்லை.

ரத்னம்: இருக்கலாம். ஆனால், அத்தகைய எண்ணங்கள் படத்தை எடுத்து முடித்தபின் ஏற்படவேண்டும். தொடக்கத்தில் அல்ல. **நாயகனின்** மாற்று வடிவம்தான் **குரு** என்ற எண்ணத்தோடு படத்தைத் தொடங்கினால், மேற் கொண்டு பயணிப்பது கடினம். புது முயற்சிகளை மேற்கொள்வதும் கடினம்.

ரங்கன்: அப்படியென்றால், நீங்கள் ஒரு படத்தில் பணிபுரியத் தொடங்கியதும், நான்கு காட்சிகள் உங்கள் முந்தைய படங்களை நினைவுபடுத்தும் வகையில் அமைந்துவிட்டால், அந்தப் படத்தை நிறுத்திவிடுவீர்களா?

ரத்னம்: உண்மையில், நான்கு காட்சிகள்வரைகூட நான் காத்திருக்கக்கூடாது. அத்தனை காட்சிகள், என் முந்தைய படங்களோடு ஒத்துப்போவதை என்னால் ஏற்றுக்கொள்ளவே முடியாது. இன்று ஜிம்மில் ஒருவர் என்னிடம் வந்து,

‘உங்களை ஒரு கேள்வி கேட்கட்டுமா?’ என்றார். ‘கேளுங்கள்’ என்றேன். ‘**மௌனராகம்**போல் ஒரு படத்தை எப்போது எடுக்கப்போகிறீர்கள்?’ என்றார்.

ரங்கன்: அவரை உயிருடன் விட்டீர்களா?

ரத்னம்: ‘என்றுமே அதுபோல் ஒரு படம் எடுக்கமாட்டேன்’ என்றேன்.

ரங்கன்: நான் சற்றுமுன்பு கேட்ட கேள்வியைத்தான் வேறு வடிவில் கேட்டிருக்கிறார் என்று நினைக்கிறேன். படைப்பாளிகள், ஒரு குறிப்பிட்ட வகைக் கதைகளையும், சூழ்நிலைகளையும், கதாபாத்திரங்களையும் மீண்டும் உருவாக்க வாய்ப்பு இருக்கிறது. ஏனெனில், அத்தகைய விஷயங்கள் அவர்களின் ஆழ்மனத்தில் ஊறியிருக்கும். இதைக் கேட்க எண்ணி, அவர் **மௌனராகத்**தைப்பற்றிக் கேட்டிருக்கலாம். உதாரணத்துக்கு, **உணரு**தான் ‘கோபமுள்ள இளைஞன்’ பற்றி நீங்கள் எடுத்த முதல் படம். மோகன்லால் ‘சமூகத்தை மாற்றவேண்டும்’ என்று எண்ணும் ஒரு கதாபாத்திரத்தில் நடித் திருப்பார். அந்தக் கதாபாத்திரத்தின் இன்னொரு வடிவம்தான் **ஆய்த எழுத்து/யுவா** படத்தில் வரும் மைக்கேல். பின்னாளில், குருவில் இடம் பெற்ற தொழிற்சங்கங்களும், **அக்னி நட்சத்திர**த்தில் இடம்பெற்ற வேலை யில்லா இளைஞன் கதாபாத்திரமும், அப்போதே **உணரு** படத்தில் இடம்பெற்றிருந்தன.

ரத்னம்: எல்லா விமர்சகர்களும், ஒரே பிரிவில் அடைக்க முடிந்த படங்களைத் தேடிக் கண்டுபிடித்து, அதை ஒரே மூட்டைக்குள் திணிக்க விரும்புகிறார்கள் என்றே நினைக்கிறேன். நீங்களும் அதைத்தான் செய்ய முயற்சி செய்கிறீர்கள். **உணரு** படத்தில் வரும் கதாபாத்திரம் நீங்கள் சொல்வதுபோல் இருக்காது. அவன், வேலை தேடி நகரத்துக்கு வரும் அப்பாவி இளைஞன். நேர்மையற்ற சில வக்கீல்களால் கட்டுப்படுத்தப்படும் யூனியன்களில் சிக்கிக்கொள்கிறான். அவர்களுடன் இணைந்து செயல்படும்போதுதான், அவர்கள் எப்படிப் பட்டவர்கள் என்பது அவனுக்குக் கொஞ்சம் கொஞ்சமாக விளங்குகிறது. பின் அவர்களை எதிர்த்துப் போராடுகிறான். **உணரு** எந்தவகையில், குரு, **அக்னி நட்சத்திரம்** ஆகிய படங்களோடு தொடர்புகொண்டிருக்கிறது என்று எனக்குப் புரியவில்லை.

ரங்கன்: நீங்கள் ஒரு விஷயத்தை அப்படியே மீண்டும் உருவாக்குகிறீர்கள் என்று சொல்லவில்லை. உங்கள் முந்தைய படங்களின் தாக்கம், பிற்காலப் படங்களில் இருக்கிறது என்றே சொல்கிறேன். உதாரணமாக, **தளபதி** படத்தில் ஷோபனாவை ரஜினிக்குத் திருமணம் செய்துதரவேண்டும் என்று மம்மூட்டி, அவள் தந்தையிடம் கேட்பார். இந்தக் காட்சியில் இருக்கும் வர்க்கச் சிக்கல் **பகல் நில**விலும் இடம்பெற்றிருந்தது. அதில், ரேவதியை முரளிக்குத் திருமணம் செய்துதரவேண்டும் என்று சத்யராஜ், அவள் அண்ணனிடம் கேட் பார். குரு படத்தில்கூட, கதாநாயகனிடம், இன்பா கதாபாத்திரத்தின் **(ஆய்த எழுத்து)** தாக்கம் இருந்தது. இருவருமே, இரக்கமற்ற உலகில் போராடு கிறார்கள். அவர்கள் பயணிக்கும் பாதையும் சட்டத்துக்குப் புறம்பானது.

ரத்னம்: ஆய்த எழுத்து படத்தை எடுத்துக்கொண்டிருந்தபோதுதான் குரு படத்தைப்பற்றி முதன்முதலில் சிந்தித்தேன். நாம் ஒரு தேசமாக எப்படி வளர்ந்துவருகிறோம் என்பதைப்பற்றி அப்போது சிந்தித்துக்கொண் டிருந்தேன். அங்கிருந்துதான் குரு படத்தின் கரு உருவானது. எனது பள்ளிப் பருவத்தில் லால் பகதூர் சாஸ்திரி ஒரு முக்கியமான கருத்தை முன்வைத்தார். ஒவ்வொரு குடிமகனும், வாரம் ஒருநாள்மட்டும் - செவ்வாய்க்கிழமை இரவு என்று நினைக்கிறேன் - உணவு உண்ணாமல் இருந்தால், ஏழைகளின் பசியை அறவே நீக்கிவிட முடியும் என்று குறிப்பிட்டார். இதுதான் நான் வளர்ந்த இந்தியா. உண்ணா நோன்பைப்பற்றிப் பேசிய இந்தியா. மற்றவர்களுக்காக ஏதாவது செய்யவேண்டும் என்று வலியுறுத்திய இந்தியா. மற்றவர்களுக்காக வாழ்வதே அப்போது முக்கிய விஷயமாகக் கருதப்பட்டது. ஆனால் இன்று நாம், 'நான்தான் எனக்கு முக்கியம். நான் என்னைச் சரியாகக் கவனித்துக் கொள்வேன். மற்றவர்கள், தாங்களாகவே தங்களைக் கவனித்துக் கொள்வார்கள்' என்று சொல்லும் அளவுக்கு மாறியிருக்கிறோம். 'நான் என் வேலையை ஒழுங்காகச் செய்தால், மற்ற அனைத்தும் சரியாக நடக்கும்' என்பதே இதன் உண்மையான அர்த்தம். முப்பது வருடத்தில் நிகழ்ந்துள்ள இந்த மாற்றம் சற்று அபாயகரமானது. சிலர், இன்றும் அந்தப் பழைய நிலைப் பாட்டை விடுவதாக இல்லை. வேறு சிலரோ இதற்கு நேர்மாறாக நடந்து கொள்கின்றனர். வேகமாக முன்னேறுகின்றனர். அவர்கள் சட்டதிட்டங் களை உடைக்கிறார்கள். வெற்றிதான் முக்கியம், பயணிக்கும் பாதை முக்கியமல்ல என்று கருதுகின்றனர். நாம் இன்னும் இந்த மாற்றத்தின் கால கட்டத்தில்தான் இருக்கிறோம். நம் கண்முன்னே அதிரடியான மாற்றங்கள் நிகழ்கின்றன. அதைத்தான் இந்தப் படத்தில் பதிவு செய்ய முயன்றேன்.

ரங்கன்: அம்பானியின் வாழ்க்கையில் இந்தத் திருப்பம் இருப்பதால்தான் அதைப் படமாக எடுக்கவேண்டும் என எண்ணியிருக்கிறீர்கள்.

ரத்னம்: அவர் கதை, ஒரு சாராரைப்பற்றிமட்டுமே பேசுகிறது. அந்தக் கதை மட்டுமே இந்தப் படமல்ல. அவர் கதையைமட்டும் வைத்து என்னால் இந்தப் படத்தை எடுத்திருக்க முடியாது. அந்தப் பத்திரிகை அதிபரை (மிதுன் சக்ரவர்த்தி) பற்றிய பகுதி இல்லை என்றால் இந்தக் கதையை நகர்த்தியிருக்க முடியாது. அவர் பழைமைவாதி. நியாயம், அநியாயம் ஆகியவற்றில் அவருக்கு நம்பிக்கை இருக்கிறது. இந்த முரண்தான் கதையை நகர்த்தியது. அதுதான் அம்பானி கதைக்குத் தூணாக அமைந்தது. அவர் கதை இல்லை என்றால் இந்தக் கதை முற்றுப்பெற்றிருக்காது. படத்தில், அந்தப் பத்திரிகை அதிபரின் கதை நுண்ணிய முறையில் அமைந்திருக்கும். எனினும், அவருடைய கதைதான், அம்பானி கதையைச் சொல்வதற்கு உதவியது. நாம் எந்த இடத்தில் இருக்கிறோம், எந்த இடத்துக்குப் பயணித்துக்கொண்டிருக் கிறோம், இரண்டு இடத்துக்கும் உள்ள முரண் என்ன என்பதை விளக்க அவர் கதை பயன்பட்டது. அந்த வகையில், இரு சாராரின் கருத்தைப்பற்றியும் இந்தப் படம் பேசுகிறது என்று சொல்லலாம்.

ரங்கன்: ஆமாம். ஒருவரை ஹீரோவாகவும் இன்னொருவரை வில்லனாகவும் சித்திரிக்காமல், பழைய இந்தியாவுக்கும் (மிதுன். அவர் பத்திரிகையின் பெயர் 'இன்டிபென்டென்ட்'. அதுபோல அவருடைய இந்தியாவும் சுதந்தர மானது) புது இந்தியாவுக்கும் (அபிஷேக்) இடையே எழும் மோதலைப் பற்றிப் பேசியிருப்பீர்கள். ஒரு காட்சியில், குருவுக்குப் பக்கவாதம் வந்துவிட்டது என்ற செய்தி அவரை வந்தடையும். குருவுக்கு எதிரான கட்டுரையைப் பிரசுரிக்கலாமா வேண்டாமா என்ற முடிவை எடுக்க வேண்டிய சூழ்நிலைக்குத் தள்ளப்படுவார். புது இந்தியாவுக்காக இரக்கப் படுவதா அல்லது வாய்ப்பு கிடைக்கும்போதே அதை நசுக்கிவிடுவதா என்ற கேள்வி அவர்முன் எழுந்து நிற்கும். மிதுன் நடித்ததில் இதுதான் என்னுடைய ஃபேவரைட் காட்சி. இந்தக் காட்சியில் மிகவும் அருமையாக நடித்திருப்பார்.

ரத்னம்: தன் மகனுக்கு எதிராகச் செயல்படுவதுபோல்தான் இதுவும். இங்கே, ஒருவரின் நிலைப்பாட்டுக்கும் பந்தத்துக்கும் இடையே முரண் ஏற்படுகிறது. இறுதியில் ஒன்று இன்னொன்றை வெற்றிகொள்கிறது. அவர் அவனுக்கு எதிராகச் செயல்பட முடிவு செய்கிறார். ஆனால், அதை எண்ணி உள்ளுக்குள் வருந்துகிறார். அந்தத் தருணத்தில்தான், அவனைச் சென்று பார்க்கலாமா, வேண்டாமா என்ற முடிவை எடுக்கவேண்டிய சூழ்நிலைக்குத் தள்ளப்படு கிறார். அவனை மருத்துவமனைக்குச் சென்று பார்க்கவேண்டும் என்ற முடிவை அப்போதுதான் எடுக்கிறார்.

ரங்கன்: படத்தைக் கருப்பு வெள்ளையில் தொடங்கியிருப்பீர்கள். அந்தக் காட்சி நிகழ்காலத்தைப்பற்றியது. பின், அவ்வப்போது, பத்திரிகை தலைப்புச் செய்தியைக் காண்பிக்கும்போதுமட்டும், கருப்பு வெள்ளைக்கு மாறியிருப்பீர்கள்.

ரத்னம்: குருவைக் குற்றம்சாட்டி எழுதப்பட்ட பத்திரிகைப் பத்திகளும் அவன்மீது ப்ளாக் மார்க்கைக் குத்தும் வரிகளும்மட்டுமே கருப்பு வெள்ளையில் அமைந்திருக்கும். ஒரு பத்திரிகை ஒருவரைப்பற்றி எந்த அளவுக்கு அலசி ஆராயமுடியும் என்பதை இந்தக் கருப்பு வெள்ளைக் காட்சிகள் உணர்த்தும். இங்கே கருப்பு வெள்ளை, ஒரு 'ஸ்டைலாக' பயன்படுத்தப்பட்டது. ஆனால், 'கருப்பு வெள்ளை' விஷுவல் முக்கிய மானதல்ல. அந்தக் கருப்பு வெள்ளை வார்த்தைகளில்தான் முக்கியத்துவம் இருக்கிறது. அந்த வார்த்தைகள் அவனைப்பற்றியது. அந்த வார்த்தைகள், ஒருவர்மீது, 'அவர் உண்மையில் இப்படிப்பட்டவர்' என்ற முத்திரையைக் குத்துகின்றன. அவரது முகத்திரையைக் கிழிக்கின்றன. இந்தக் காலத்தில்தான் தொலைக்காட்சி சானல்கள் இருக்கின்றன. அதில் வண்ண இமேஜ்களுக்கு முக்கியத்துவம் கொடுக்கப்படுகிறது. அந்தக் காலத்தில், கருப்பு வெள்ளை யில்தான் பல உண்மைகள் உலகுக்கு எடுத்துரைக்கப்பட்டன.

ரங்கன்: கருப்பு வெள்ளையில் அமைந்திருக்கும் அந்த ஆரம்பக் காட்சியில், கதாநாயகன், அவனது கடந்த காலத்தை நமக்கு மறைமுகமாகச் சொல்லும்

குரு | 381 |

குரு படத்தில் பூமி பூஜையின்போது இடம்பெறும் இந்தக் காட்சியைக் கீழக்கரையில் பார்த்தேன். அந்த நிகழ்வு என்னை வெகுவாகக் கவர்ந்துவிட்டது.

பொருட்டு, அவன் தந்தையின் வார்த்தைகளை ('வெத்துக் கனா காணாத... எங்கப்பா சொல்லிக்கிட்டே கிடப்பாரு...') குறிப்பிடுவான். பின் ஃபிளாஷ் பேக் காட்சிகள் வரும். இங்கே, ஒரு சில நொடிகள்மட்டும் குருவைக் காட்டியதன் அவசியம் என்ன? ஏன் நேரடியாக ஃபிளாஷ்பேக்கிலிருந்து படத்தைத் தொடங்கியிருக்கக்கூடாது?

ரத்னம்: ஒரு படத்தின்மூலம், ஒரு மனிதனின் வாழ்க்கையைப் பின்தொடர்கிறோம் என்றால், படம் ஏதோ ஒரு ப்ளாட்டைப்பற்றியதாக இருக்காமல் ஒருவனின் வாழ்க்கைப் பயணத்தைப்பற்றியது என்றால், அந்தப் பயணத்தின் முடிவில் அவனுக்கு என்ன ஆனது என்று முதலிலேயே சொல்லிவிட வேண்டும். அதுவே சிறந்த வழி. ஒரு புள்ளியில் படத்தைத் தொடங்கி, அதே புள்ளியில் படத்தை முடித்தால், அந்தப் பயணம் முழுமையானது என்ற உணர்வு, பார்ப்பவர்களுக்கு ஏற்படும். இதுபோன்ற கதைகளை, சுவாரஸ்யமாகத் தொடங்கி, சுவாரஸ்யமாக முடிக்க இந்த உத்தி பயன்படுகிறது.

ரங்கன்: பயணத்தின் முடிவில் அவனுக்கு என்னவானது என்ற குறிப்பை ஆரம்பத்திலேயே கொடுக்கிறீர்கள்.

ரத்னம்: ஆமாம். படத்தில் உள்ள வெவ்வேறு புள்ளிகளை இணைத்து ஒரு சுவாரஸ்யமான கட்டமைப்பை உருவாக்க இந்த உத்தி பயன்படுகிறது.

ரங்கன்: இதுபோன்ற சிறு காட்சிகள், திரைக்கதையிலேயே எழுதப் பட்டிருந்தனவா? (காட்சி 1: குருவின் இறுதிப்பேச்சைச் சில மணித்துளிகள் பார்க்கிறோம்) அல்லது, படத்தை எடுத்து முடித்தபின் படத்தொகுப்பு செய்யும்போது காட்சிகள் அப்படி உருவானதா?

ரத்னம்: சிலநேரங்களில் திரைக்கதையிலேயே இதுபோன்ற காட்சிகள் இடம் பெற்றிருக்கும். சிலநேரங்களில், படத்தை எடுத்துக்கொண்டிருக்கையில் அதுவாக உருவாகும். காகிதத்தில் இருப்பதுதான் சிறந்தது என்று எண்ணிக் கொண்டிருப்போம். ஆனால், படத்தை எடுக்கத் தொடங்கியதும், படத்தை இன்னும் சிறப்பாக உருவாக்குவதற்கான வாய்ப்புகளையும் வழிகளையும் கண்டுகொள்ளலாம்.

ரங்கன்: மேலும், அந்தக் காட்சியில் அவர், தான் கண்ட கனவைப்பற்றிக் குறிப்பிடுகிறார். அதன்பின், முழுப் படமும் அவருடைய கனவு எப்படி நனவானது என்பதைப்பற்றித்தான் பேசும்.

ரத்னம்: ஆமாம்.

ரங்கன்: படத்தில் இன்னொரு அருமையான 'லட்சியக் கனா' இடம்பெறும் தருணம் இருக்கிறது. இந்தியாவுக்குத் திரும்பும் குரு, அவன் ஊருக்கு, ட்ரெயினில் வந்து இறங்குவான். பின்னணியில் சூரியன் உதிக்கும். அவன் வாழ்வில் விடியல் பிறக்கிறது. அவனுடைய சுதந்தர இந்தியாவில் விடியல் பிறக்கிறது.

ரத்னம்: பனி பொழியும் காலைப்பொழுது அது என்பதைத் தவிர சிம்பாலிக்காக அந்தக் காட்சியில் எதையும் உணர்த்த முடியவில்லை. சுஜாதா, இரவில் வீட்டை விட்டு ஓடுகிறாள். விடியற்காலை, ட்ரெயினில் ஏறித் தப்பிக்க முடிவு செய்கிறாள். முந்தைய நாள் தொடங்கிய அவளது பயணம், விடிந்தபின்னும் தொடர்கிறது என்பதை உணர்த்துவதற்காக அந்த ஷாட்டில் சூரியன் இடம்பெற்றிருக்கும். அவ்வளவுதான்.

ரங்கன்: ஜும்பா கதாபாத்திரம் (மல்லிகா ஷெராவத்) படத்தின் ஆரம்பப் பகுதியில்மட்டும்தான் வரும். எனினும் படத்தின் பிற்பகுதியிலும் அவளது தாக்கம் இருக்கிறது. அவளைப்பற்றி குருவும், மனோஜ் ஜோஷி கதா பாத்திரமும் மருத்துவமனையில் பேசிக்கொள்வார்கள். அவர்கள் துருக்கியில் இருந்தபோது, அவர்கள் வாழ்க்கையில், அவள் முக்கிய அங்கம் வகித்தாள் என்பதை இந்தக் காட்சியிலிருந்து உணர்ந்துகொள்ள முடிகிறது.

ரத்னம்: அவரை வைத்து நிறைய காட்சிகளை எடுத்தோம். ஆனால், படத்தில் சிறு பகுதியைமட்டுமே வைக்கமுடிந்தது. திரைக்கதையில் அவரை, இதை விடப் பெரிய கதாபாத்திரமாகத்தான் உருவாக்கி வைத்திருந்தேன். அவர்களது துருக்கி வாழ்க்கையில், அவர் முக்கிய அங்கம் வகிக்கிறார். அவர்கள் தங்கள் வாழ்க்கையில் சந்திக்கும் முதல் வித்தியாசமான பெண் மல்லிகாதான். வாழ்க்கையில் வெற்றி பெறவேண்டும் என்ற துடிப்பு மிகுந்தவரும்கூட. அதனால்தான் மல்லிகா ஷெராவத், அவர்களின் மனத்தை விட்டு நீங்காமல் இருக்கிறார். ஆனால் படத்தை மிகவும் சுருக்கமாக உருவாக்க முயலும்போது, இன்னொருவரின் வாழ்க்கை வரலாற்றைச் சொல்லும்போது, சில விஷயங் களை நீக்கவேண்டியிருக்கும். கதையில் சிறு பகுதியை நீக்க நேரிடலாம். கதா பாத்திரத்தை நீக்க நேரிடலாம். இது எல்லாப் படங்களிலும் நடக்கக்கூடிய

ஒன்றுதான். சிலநேரங்களில், சுவாரஸ்யத்தைக் கூட்டும் பொருட்டு, சில பகுதிகளை நீக்கவேண்டியிருக்கும். அது தவிர, இரண்டு நண்பர்கள், இருபத்தைந்து முப்பது வருடங்கள் பின்னோக்கிப் பயணிக்கிறார்கள் என்றால், பழைய விஷயங்களை நிச்சயம் நினைவுகூர்வார்கள். அதுவும், பிரச்னை நிறைந்த சூழ்நிலையிலும் மரணப் படுக்கையில் இருக்கும்போதும் பழைய விஷயங்களைப் பேசவே அவர்கள் விரும்புவார்கள். அவர்கள், சூழ்நிலைக்குச் சம்பந்தம் இல்லாத விஷயங்களைப்பற்றிப் பேசுவார்கள். அவ்வளவு நெருக்கடியான சூழ்நிலையிலும், இதழில் புன்னகையை வரவழைக்கும் விஷயங்களைப்பற்றிப் பேசுவார்கள். அதனால் அவள் ஸ்க்ரிப்ட்டில் இல்லை என்றாலும், அவர்கள் அந்தப் பெண் கதா பாத்திரத்தைப்பற்றிப் பேசியிருக்க வாய்ப்பிருக்கிறது. நிஜ வாழ்க்கையில், நெருக்கடியான சூழ்நிலையில் இரண்டு நண்பர்கள் சந்தித்துக்கொண்டால், அப்படித்தான் பேசுவார்கள். அதைக் குறிக்கும்பொருட்டே இந்தக் காட்சி படத்தில் இடம்பெற்றது.

ரங்கன்: வேலு நாயக்கரின் வாழ்க்கை வரலாற்றுக் கதையில், அவருடைய முழுக் கதையையும் விவரிக்க உங்களுக்குப் போதிய அவகாசம் இல்லை என்றீர்கள். அதுபோல்தான் இதுவும் என்று நினைக்கிறேன். நான் உங்கள் எல்லாப் படங்களையும், வரிசையாக, மீண்டும் பார்த்துவருகிறேன். **நாயக**னையும் அண்மையில் பார்த்தேன். **நாயகன்** படத்திலேயே, உங்களின் தனி முத்திரைகள், அந்தச் சிறுவனைப்பற்றிய முன்கதை, ப்ரீ-டைட்டில் சீக்வன்ஸ் போன்றவை, கச்சிதமாகப் பொருந்தியிருப்பது வியக்கவைக்கிறது.

துருக்கியில் மிகப் பெரிய வர்த்தகங்களில் ஈடுபடும் வாய்ப்பு அவனுக்குக் கிடைத்திருந்தது. அங்குதான் அவன் மனத்துக்குள் ஒரு கனவு முளைத்தது. மிகப் பெரிய சாம்ராஜ்ஜியத்தை நிறுவவேண்டும் என்ற வெறி எழுந்தது.

ரத்னம்: **பல்லவி அனுபல்லவி** படத்திலும் முன்கதை இருக்கும். வீட்டுக்கு வரும் லட்சுமி, தன் கணவன் இன்னொரு பெண்ணுடன் படுக்கையில் இருப்பதைப் பார்த்துவிடுவார். பின் தன் கணவனுடனான உறவை முறித்துக் கொள்வார். இதுதான் அந்தப் படத்தின் முன்கதை.

ரங்கன்: 'மையா மையா' பாடலின்மூலம் மல்லிகா ஷெராவத் கதா பாத்திரத்தை அறிமுகம் செய்திருப்பீர்கள். பின் மூன்று, நான்கு நிமிடங்களில், ஐஸ்வர்யா ராய் கதாபாத்திரத்தை 'வெண் மேகம்' ('பர்சோ ரே') பாடலின் மூலம் அறிமுகம் செய்திருப்பீர்கள். இரண்டு முழு நீளப் பாடல்களைக் குறைவான இடைவெளியில் பயன்படுத்தியிருப்பீர்கள். பொதுவாக, நம் படங்களில், பாடல்களுக்கு இடையே அதிக இடைவெளி இருக்கும்.

ரத்னம்: ஒரு பாடல், படத்தின் முன்கதையில் வருகிறது. படத்தின் ப்ரீ-டைட்டில் பகுதி, அந்தப் பாடலுடன் முடிகிறது. குருவின் துருக்கி வாழ்க்கையை மிகவும் சுருக்கமாக அந்தப் பாடல் சொல்கிறது. அந்தப் பாடலில், அவனுடைய தொழிலைப்பற்றிமட்டும் சொல்லாமல், அவனது அன்றாட வாழ்க்கையைப்பற்றியும், அவனுடைய மனோபாவம்பற்றியும் சுருக்கமாகச் சொல்லியிருப்போம். இதுபோன்ற டைம் ட்ரான்சிஷனை பாடலின் மூலம் எளிமையாகச் சாத்தியப்படுத்திவிட முடியும். பின்னர், படத்தின் டைட்டில்கள் வருகின்றன. அவன் இந்தியா வருகிறான். இங்கே தான், கதையின் அடுத்த பகுதிக்குள் நுழைகிறோம். புதியதொரு கதா பாத்திரத்தைப் புதிய பாடலின் மூலம் அறிமுகம் செய்கிறோம். இந்தப் பகுதியின் டோன், துருக்கி பகுதியின் டோனிலிருந்து முற்றிலும் மாறு பட்டிருக்கும். இங்கே, படத்தின் லுக்கும் மாறியிருக்கும். காட்சிகளில் மழையைப் பார்க்கலாம். சந்தோஷமான தருணங்களை இந்தப் பாடலில் பதிவு செய்திருப்போம். மேலும், இந்தப் பகுதி, துருக்கிப் பகுதிக்கு கான்ட்ராஸ்ட்டாக அமைந்திருக்கும். அந்த துருக்கி பகுதியில் இருந்த கனவுக்கும் இந்தப் பகுதியில் இருக்கும் கனவுக்கும் நிறைய வித்தியாசம் இருக்கிறது. இவள் சுதந்தரம் வேண்டி நிற்கிறாள். இரண்டு, வெவ்வேறு வகையான மனிதர்கள் இந்தப் பகுதியில் இணைகிறார்கள். நம் திரைக் கதையின்மீதும், நம் கதை சொல்லும் பாணிமீதும் நமக்கு நம்பிக்கை இருக்கிறது என்றால், பாடல்களை எங்கே வைப்பது என்பதைப்பற்றிய தயக்கம் நம்மிடம் இருக்காது. குறிப்பிட்ட இடைவெளியில்தான் பாடலை வைக்கவேண்டும் என்ற அவசியம் இல்லை. இங்கே இரண்டு பாடல்களும், கதையை முன்னெடுத்துச் செல்வதற்காகவும், கதையின் எமோஷனைக் கூட்டுவதற்காகவும்தான் பயன்படுத்தப்பட்டன.

ரங்கன்: கதையின் முடிச்சு அவிழும்போது, பின்னணியில் இரண்டு பாடல்கள் வந்தால், எந்தப் பாடலும் நம் கவனத்தைத் திசைதிருப்பாது. ஆனால், இங்கே இரண்டு பாடல்களும், நடன அசைவுகளுக்கு முக்கியத்துவம் கொடுத்து எடுக்கப்பட்டவை. இரண்டு பாடல்களும், சில நிமிட இடைவெளியில் வருகின்றன.

ரத்னம்: அதனால் என்ன? பாடல்கள் உங்கள் கவனத்தைத் திசை திருப்பினவா? என் கவனத்தை அந்தப் பாடல்கள் திசை திருப்பவில்லை. அதனால்தான் அந்தப் பாடல்களை அப்படியே வைத்துவிட்டேன். படத்தில் பாடல்களை வைக்கப்போகிறோம் என்றால், அந்தப் பாடல்களில் முழு எனர்ஜி இருக்கும் படிப் பார்த்துக்கொள்வதே நல்லது. படத்தில் ஐந்து பாடல்கள் இருக்க வேண்டும் என்பதற்காகவோ, ஆல்பம் முழுமை அடையவேண்டும் என்பதற்காகவோ பாடல்களை வைக்கக்கூடாது. கடமைக்கு என்று பாடலை வைக்கக்கூடாது. பாடல், மிக வலிமையான நரேடிவ் கருவி. பாடலில் இருக்கும் எனர்ஜியைப் பயன்படுத்திக்கொள்ளும் பொருட்டே நாம் பாடல்களைப் படத்தில் வைக்கிறோம். பாடலை வைத்தே தீரவேண்டும் என்ற கட்டாயம் எதுவும் இல்லை. ஆனால், பாடல் நமக்கு, கதையைச் சுருக்கமாகவும் சிறப்பாகவும் சொல்வதற்கான வாய்ப்பை ஏற்படுத்தித் தருகிறது. அதை நாம் சரிவரப் பயன்படுத்திக்கொள்ளவேண்டும். சுஜாதாவின் முழுக் கதையையும் சில நிமிடங்களில் சொல்ல, அந்தப் பாடல் நமக்குப் பெரிதும் உதவுகிறது. குருகாந்த் தேசாயைச் சந்திக்கும்வரை சுஜாதாவின் வாழ்க்கையில் என்னென்ன நடந்தது என்பதை அந்தப் பாடலின் மூலம் அறிந்துகொள்கிறோம். அவளுடைய கதைக்கு அந்தப் பாடல் ஒரு முழு வடிவத்தைத் தருகிறது. சுஜாதா சுதந்தரமானவள், சம்பிரதாயங்களுக்குக் கட்டுப்படாதவள், உறுதியானவள் என்பதை அந்தப் பாடலின்மூலம் அறிந்து கொள்கிறோம். சுஜாதாவுக்கு ஒரு காதலன் இருந்தான். அவனோடு செல்ல அவள் முடிவு செய்கிறாள். ஆனால், அவன் அவளைக் கைவிட்டுவிடுகிறான். அவள் தனித்து விடப்படுகிறாள். மீண்டும் வீட்டுக்குப் போகலாமா, வேண்டாமா என்று அவளுக்குத் தெரியவில்லை. இவை அனைத்தையும், ஒரு அழகான துள்ளலான பாடலில் நம்மால் சொல்லிவிட முடிகிறது. பாடலை, கதையை முன்னெடுத்துச் செல்வதற்காகப் பயன்படுத்துவதே என்னைப் பொருத்தவரை சிறந்த வழி. இந்த வழியைப் பின்பற்றவே விரும்புவேன். கதையின் முடிச்சு அவிழும்போது, பின்னணியில் பாடலைப் பயன்படுத்து வதில் எனக்கு விருப்பமில்லை.

ரங்கன்: **ராவணன்** படத்திலும், 'கோடு போட்டா', 'கெடா கெடா' ஆகிய பாடல்களைக் குறைந்த இடைவெளியில் பயன்படுத்தியிருப்பீர்கள்.

ரத்னம்: நீங்கள் கையில் ஒரு ஸ்டாப் வாட்ச்சை வைத்துக்கொண்டு படத்தைப் பார்ப்பீர்கள் என்று நினைக்கிறேன். எது எப்படியோ, நாம் ஒரு திரைக்கதையை எழுதும்போது, அடுத்தடுத்து வரும் இரண்டு பாடல்களுக்கு இடையே சரியான இடைவெளி இருக்கும்படிப் பார்த்துக்கொள்வோம். ஏனென்றால், பாடல்கள், மிகக் குறைந்த இடைவெளியில் இருந்தால் இரண்டு பாடல்களும் பயனற்றுப் போக வாய்ப்பிருக்கிறது. மேலும் படத்தின் வேகமும் தடைப்படும். ஆனால், சில நேரங்களில், படத்தை எடுத்து முடித்துப் படத்தொகுப்பு செய்யும்போது, இரண்டு பாடல்கள் மிகக் குறைந்த இடைவெளியில் அமைந்து நம்மை ஆச்சரியப்படுத்தும். இரண்டு பாடல்களுக்கும் இடையே ஓரிரு காட்சிகள்தான் இருக்கும். என்றாலும்

பாடல்கள், கதையின் ஓட்டத்தைத் தடுக்காது. பொருந்தாமல் தோன்றாது. திரைக்கதையை எழுதி முடித்ததும், இரண்டு பாடல்களும் கச்சிதமாகப் பொருந்துமா என்பது எனக்குச் சரியாகத் தெரியவில்லை. ஆனால், படத்தில் பார்க்கும்போது அந்தப் பாடல்கள் ஏற்றுக்கொள்ளும்படி இருந்தன. அதனால் அப்படியே விட்டுவிட்டேன்.

ரங்கன்: குருவின் மகள்கள், அவருடைய படுக்கையின் அருகில் நின்று 'ஜாகே ஹைன்' ('ஒரேகனா') என்ற பாடலைப் பாடுவார்கள். இந்தக் காட்சி எப்படி உருவானது? அது தீம் சாங்போல இருந்தது. இந்தப் பாடல் திரைக்கதையில் ஓர் அங்கமா, அல்லது 'ஷாக்கு ஹேய்' ('கண் விழித்தால்') பாடலைப்போல, முதலில் பாடலாக உருவாக்கப்படாமல், பின்னணி இசையாக உருவாக்கப் பட்டு, பின் பாடலாக மாற்றப்பட்டதா?

ரத்னம்: இந்தக் காட்சியை ஷூட் செய்வதற்குச் சில மாதங்களுக்கு முன்பு, என் மாமனார் சாருஹாசனுக்கு பாரிஸில் ஒரு விபத்து நடந்தது. அவர் எண்பது வயதை நெருங்கிக்கொண்டிருந்தார். ஒரு ரெஸ்டாரன்ட் படிகளிலிருந்து விழுந்ததனால், அவருக்கு எலும்பு முறிவு ஏற்பட்டது. தலையிலும் பலத்த காயம் ஏற்பட்டது. ரத்த வெள்ளத்தில் கிடந்திருக்கிறார். அருகில் இருந்த சிலர் அவரை மருத்துவமனையில் சேர்த்திருக்கின்றனர். ஹாசினி அங்கே சென்று, அவருடன் பத்து நாள்கள் தங்கியிருந்தார். அவருக்கு, ஹாசினி யார் என்று தெரியவில்லை. அவரைச் சுற்றி எல்லோரும் பிரெஞ்சு மொழியிலேயே பேசியிருக்கின்றனர். ஹாசினி தொடர்ந்து அவருடன் பேசிக்கொண்டிருக்க வேண்டும்; இல்லையென்றால், அவருக்கு நினைவு திரும்பாமலேயே போகலாம் என்று மருத்துவர்கள் சொல்லியிருக்கிறார்கள். ஹாசினியின் அக்கா அங்கே வந்திருக்கிறார், அவரையும் சாருஹாசனால் அடையாளம் கண்டுகொள்ள முடியவில்லை. ஹாசினி, அந்த பாரிஸ் மருத்துவமனையில், தன் தந்தையின் அருகில் அமர்ந்து, சிறுவயதில் தான் கற்றுக்கொண்ட கர்னாடக சங்கீதப் பாடல்களைப் பாடிக்கொண்டிருப்பாராம். சாருஹாசனும் அவருடன் இணைந்து பாடத்தொடங்கியிருக்கிறார். அவரை மீண்டும் நிகழ்காலத்துக்குக் கொண்டுவர இந்த வழிமுறை உதவியிருக்கிறது. இசை தான் முதன்முதலில் அவரது நினைவுக்கு வந்திருக்கிறது. பின் மற்ற நினைவு களும் வந்துவிட்டன. இந்தியா திரும்பியதும், இந்த அனுபவத்தை ஹாசினி என்னிடம் சொன்னார். இதைத்தான் படத்தில் மறுஉருவாக்கம் செய்ய முயன்றேன்.

எனவே, இந்திச் சூழலுக்கு ஏற்றமாதிரியான ஒரு பாடலைத் தேடினேன். தமிழ்ப் படமாக இருந்திருந்தால், பிரபலமான பாரம்பரியப் பாடல்களில் ஏதாவது ஒன்றைப் பயன்படுத்தியிருக்கலாம். இந்தப் படத்தில் நான் விஜய் ஆச்சார்யா, குல்சார் சாப் ஆகியோருடன் இணைந்து பணிபுரிந்தேன். பழைய பாடலைப் பயன்படுத்தாமல், புதுப் பாடலை உருவாக்கவேண்டும் என்பதே எங்கள் அனைவரின் எண்ணமாகவும் இருந்தது. மருத்துவமனையில் படப்பிடிப்பு நடத்த அனுமதி வாங்குவது கடினம். ஓரிடத்தில் அனுமதி

ஊஞ்சலுக்குக் கனவு போல் மிதக்க வைக்கும் தன்மை உண்டு. குரு படம் எந்தக் கனவுடன் தொடங்கி முடிகிறதோ அதைக் குறிப்பால் உணர்த்துகிறது.

கிடைத்தது. ஓரிரு நாள் ஷூட்டிங் நடத்தவேண்டியிருந்தது. படப்பிடிப்பு நடப்பதற்கு முந்தைய நாள் ரஹ்மானைத் தொடர்புகொண்டு காட்சியை விவரித்தேன். இந்தச் சூழ்நிலைக்கு ஒரு பாடல் வேண்டும் என்று சொன்னேன். அவர் மற்ற பாடல்களை கம்போஸ் செய்யும்போதே, ஜாகே ஹைன் மியூஸிக்கையும் பின்னணி இசையாக, தீம் மியூஸிக்காக கம்போஸ் செய்துவைத்திருந்தார். இந்த மியூஸிக்கையே பயன்படுத்திக்கொள்ளலாம் என்று முடிவு செய்தோம். குல்சார் சாப் உடனுக்குடன் பாடல் வரிகளை எழுதித் தந்தார். ஷூட்டிங்குக்கு முந்தைய நாள்தான் அந்தப் பாடலைப் பதிவு செய்தோம். மகள்களாக நடிக்கும் அந்த இரட்டைச் சிறுமிகள் காலையில் வந்திருந்தனர். மதியம்வரை, அவர்களுக்கு இருந்த ஒரே வேலை அந்தப் பாடலைக் கற்றுக்கொள்வதுதான். அவர்கள் பெங்களூரிலிருந்து வந்திருந்தனர் என்று நினைக்கிறேன். பல தடைகளையும் சமாளித்து, ஒருவழியாக அந்தக் காட்சியை எடுத்து முடித்தோம்.

ரங்கன்: கேட்பதற்கே மிகவும் சுவாரஸ்யமாக இருக்கிறது. பெரியவர்கள் பாட வேண்டிய இந்தப் பாடலை குழந்தைகள் பாடுவதைத்தான் ஏற்றுக்கொள்ள முடியவில்லை. எனினும், சினிமாவில் இதெல்லாம் சகஜம் என்றே நினைக்கிறேன்.

ரத்னம்: குழந்தைகள் 'அலைபாயுதே கண்ணா' என்ற பாடலைப் பாடுகிறார்கள். அவர்கள் அதைப் புரிந்துதான் பாடுகிறார்களா? இசைக்கும் வயதுக்கும் சம்பந்தம் இல்லை. நாம் கற்றுக்கொண்டதைத்தான் நாம் பாடுவோம். ஒரு கதாபாத்திரம், ஒவ்வொரு சூழ்நிலையிலும், தனக்காக ஒரு பாடலை

உருவாக்கிப் பாடவேண்டும் என்று அவசியமில்லை. முதன்முதலில், இந்தப் பாடல் தீம் மியூஸிக்காகத்தான் உருவாக்கப்பட்டது. குருவின் தந்தை, அவனுக்காகத் தாலாட்டு பாட நேர்ந்தால், அந்தப் பாடல் எப்படி இருக்க வேண்டும் என்று யோசித்தோம். அந்தச் சூழ்நிலைக்குத்தான் இந்த மியூஸிக்கை கம்போஸ் செய்தோம். குருவும் அவனுடைய குழந்தைகளைத் தூங்க வைப்பதற்காக அந்தப் பாடலைப் பாடியிருக்கக்கூடும். அதனால், அந்தக் குழந்தைகள் அந்தப் பாடலைப் பலமுறை கேட்டிருப்பார்கள். அவர்களுக்காகப் பாடப்பட்ட பாடல் அது. இப்போது, அவர்கள் தங்கள் தந்தையைப் பழைய நிலைக்குக் கொண்டுவரும்பொருட்டு, மகிழ்ச்சியான தருணங்களை அவருக்கு நினைவுபடுத்தும்பொருட்டு, அந்தப் பாடலைப் பாடுகிறார்கள். அவ்வளவுதான்.

ரங்கன்: இந்தப் பாடல் முடியும் இடத்தில், கேட்வே ஆஃப் இந்தியா சுவற்றின்மீது அலைகள் வந்து மோதுவதுபோல் ஒரு சிறு ஷாட்டை வைத்திருப்பீர்கள். திடீரென்று கதையின் பாதையிலிருந்து மாறி, ஒரு அட்மாஸ்பியர் ஷாட்டை வைத்துவிட்டு, மீண்டும் கதைக்குத் திரும்பி யிருப்பீர்கள்.

ரத்னம்: பாடலின் இறுதியில் மியூஸிக் உச்சத்தை எட்டும். அதன் தீவிரம் அதிகரிக்கும். அதைச் சாந்தப்படுத்த விரும்பினோம். அதனால்தான், அலை களின் சத்தத்தை இடைநிறுத்தமாகப் பயன்படுத்தினோம். அந்த இசைக்காக மட்டும்தான் அந்த ஷாட்டை வைத்தோம். பின் மீண்டும் கதைக்குத் திரும்பினோம். படம் அந்தத் தருணத்தில்தான் இறுதிக் கட்டத்தினுள் நுழைகிறது. அதை, அந்த இடைநிறுத்தம் அடிக்கோடிட்டுக் காட்டுகிறது.

ரங்கன்: இதேபோல் **ராவணன்** படத்திலும் ஒரு 'பிரீத்திங் ஸ்பேஸ்' இடம் பெற்றிருக்கிறது. அதைப்பற்றி என்ன சொல்லுகிறீர்கள்? ஒரு காட்சியில், வீராவின் தங்கை, காவல் நிலையத்தில் தனக்கு என்ன நடந்தது என்பதை விவரிப்பாள். அடுத்த நாள், கிணற்றிலிருந்து அவளது பிணத்தை எடுப்பார்கள். கிணற்றின்மேல் நின்றுகொண்டு வீரா கதறுவான். நேரடியாக இந்தக் காட்சியை வைக்காமல், வேறு சிலவற்றைக் காட்டிவிட்டு, பின் இந்தக் காட்சியை வைத்திருப்பீர்கள். சூரியன் தன் கதிர்களைப் பரப்புவான். வீரா தூக்கத்திலிருந்து கண் விழிப்பான். யாரும் பேசிக்கொள்ள மாட்டார்கள். ஆனால், ஏதோ துயரச் சம்பவம் நடந்துவிட்டது என்பதைமட்டும் உணர்ந்து கொள்ளலாம். வீரா, பல தெருக்களில் புகுந்து ஓடி, இறுதியில் கிணற்றை வந்தடைவான்.

ரத்னம்: முந்தைய காட்சியில் அவள் மனம் உடைகிறாள். இது ஒரு உணர்ச்சி மயமான தருணம். இங்கிருந்து, அடுத்த உணர்ச்சிமயமான காட்சிக்கு நேரடியாகத் தாவினால், இரண்டாவது காட்சியின் தீவிரம் குறைந்துவிடும். அதனால் முதலில் உச்சியை எட்டிவிட்டு, பின் சற்று கீழிறங்கி, மீண்டும் கொஞ்சம் கொஞ்சமாக அடுத்த உச்சியை அடைகிறோம். இரண்டு உணர்ச்சி மயமான காட்சிகள் தொடர்ச்சியாக வரும்போது, இரண்டுக்கும் நடுவே

அவர்களுடைய திருமண வாழ்க்கை இந்த அளவுக்கு சிறப்பாக அமையும் என்று அவன் எதிர்பார்த்திருக்கவில்லை. அவளும் இந்த அளவுக்கு ஒத்திசைந்துபோகும் ஒருவரைச் சந்திப்பாள் என்று நினைத்திருக்கவில்லை.

போதிய இடைவெளி இருக்கவேண்டும். அது காட்சிக்கு வலு சேர்க்கும். இவை அனைத்தும் திரைக்கதையில் எழுதப்பட்டிருந்தன. திரைக்கதையை எழுதும்போதே இந்த முடிவுகளை எடுக்கவேண்டும். அதனால் இதுபோன்ற காட்சிகள் எப்படி உருவாகப்போகின்றன என்பதை அறிந்திருப்போம். கதையை எழுதும்போதும் சரி, படத்தின் ஓட்டத்தை மனத்தில் நிறுத்திப் பார்க்கும்போதும் சரி, ஒரு முழுப் படத்தைத்தான் கற்பனை செய்து பார்க்கிறோம். படத்தின் இறுதி வடிவத்தை நம்மால் கற்பனை செய்ய முடியும். அதனால் இதுபோன்ற விஷயங்களைப்பற்றி நாம் நன்கு அறிந்திருக்கிறோம். கதையை சுவாரஸ்யமாகச் சொல்லும்பொருட்டு, இதுபோன்ற சிறு சிறு விஷயங்களையும் திரைக்கதையில் சேர்க்கிறோம். காட்சியைப் படம் ஆக்கும்போது, நாமும் அதில் ஓர் அங்கம் ஆகிறோம். படத்தொகுப்பு செய்யும் போது, நாம் மீண்டும் படத்துக்கு வெளியே வந்துவிடுகிறோம். அதனால் படைப்பைச் செழுமைப்படுத்த முடிகிறது.

ரங்கன்: தொழிற்சாலைக்குப் பூமி பூஜை போடும் அந்தக் காட்சியில், கையில் ப்ளூபிரிண்டுடன், கொட்டும் மழையில் குரு நின்றுகொண்டிருப்பான். இந்தக் கவித்துவமான விஷுவல் எனக்கு மிகவும் பிடிக்கும். அவன் கனவு நனவாகிவிட்டதனால் அவன் சந்தோஷமாகக் காணப்படுவான். மேலும், அவனுடைய உணர்வில் ஒருவித இனம் புரியாத தன்மை மேலோங்கி நிற்கும்.

ரத்னம்: பல ஆண்டுகளுக்கு முன்பு, **பகல் நிலவு** படத்தை எடுத்துக் கொண்டிருந்தபோது, ஒரு திருமண விழாவில் கலந்து கொள்வதற்காகத் தயாரிப்பாளருடன் கீழக்கரைக்குச் சென்றிருந்தேன். கீழக்கரை எப்படி இருக்கும் என்று பார்ப்பதே என்னுடைய ஆசையாக இருந்தது. அங்கிருந்து **பகல் நிலவு** படத்துக்கு ஏதாவது இன்புட் கிடைக்கும் என்று எண்ணினேன். திருமணத்தோடு சேர்த்து, பூமி பூஜையும் நடந்தது. அவர்கள் ஒரு புது மருத்துவமனையைக் கட்ட முடிவு செய்திருந்தார்கள். இந்த அனுபவத்திலிருந்துதான், குரு படத்தின் காட்சி உருவானது. தரையில் அமர்ந்து பூஜை செய்தார்கள். இந்தக் காட்சி என்னைப் பெரிதும் கவர்ந்தது. குருவின் முதல் வெற்றி இதுதான். அவனுடைய பயணத்தின் மிக முக்கிய தருணம் இதுதான். அவனுடைய ராஜ்ஜியத்துக்கான அடித்தளம் இங்குதான் முதன்முதலில் இடப்படுகிறது. இந்தக் காட்சியை எளிமையான முறையில் எடுத்திருக்கலாம். அதாவது, முதலில் ஒரு காலி நிலத்தைக் காண்பித்துவிட்டு, பின் ப்ளூ பிரிண்ட்டுகளைக் காண்பித்துவிட்டு, இறுதியில் கட்டிமுடிக்கப்பட்ட தொழிற்சாலையைக் காண்பித்திருக்கலாம். ஆனால் அது மிகவும் சாதாரணமாக இருந்திருக்கும். அதை வேறொரு பாணியில் சொல்ல முடிவு செய்தோம். ஒரு சாம்ராஜ்யத்தை உருவாக்கவேண்டும் என்று கனவு காண்கிறான். அந்தக் கனவு அவன் மனத்தில் இருக்கிறது என்பதை ஒரு காட்சியினால் உணர்த்த முயன்றால், அந்தக் காட்சி பார்ப்பவர்களின் மனத்தில் ஆழமான தாக்கத்தை ஏற்படுத்தும். சினிமாவின் சாதக அம்சங்களில் இதுவும் ஒன்று.

வித்யா பாலன் அந்தக் கதாபாத்திரத்தில் நடித்ததால், ஒரு புது வண்ணம் படத்துக்குக் கிடைத்தது. மிதுனின் சகாப்தத்தை முன்னெடுத்துச் செல்லும் அடுத்த தலைமுறையின் பிரதிநிதி அவர்.

ரங்கன்: துணி வியாபாரத்தில் நுழையவேண்டும் என்ற முடிவை குரு எப்போது எடுக்கிறான்? ஏனெனில், சுஜாதாவின் தந்தையிடம், சரக்குகளை துருக்கியிலிருந்து இறக்குமதி செய்து விற்கப்போவதாகத்தான் முதலில் சொல்கிறான்.

ரத்னம்: அவன் ஏதாவது ஒருவழியில்தான் துணி வியாபாரத்தில் நுழைந்திருப்பான். அவன் எப்படி துணி வியாபாரத்தில் நுழைந்தான் என்பதை மிகவும் எளிதாக விளக்கியிருக்க முடியும். புள்ளிகளை இணைத்திருக்க முடியும். ஆனால் அப்படிச் செய்யவேண்டும் என்று அவசியம் இல்லை. அவன் துணி வியாபாரம் செய்யவேண்டும் என்ற லட்சியத்தோடு பிறக்கவில்லை என்பது உண்மைதான். சில நேரங்களில், ஐந்து வயதுக் குழந்தைகூட நடிகர் ஆகப் போகிறேன் என்று சொல்லும். அதுபோல் அல்ல இது. அவன் துருக்கியில் பெரிய தொழிற்சாலையில் வேலை பார்த்தவன். பலவகையான தொழில்களைப்பற்றி அறிந்திருக்கிறான். அதனால், அவனுடைய வாழ்க்கைப் பயணத்தின்போது, துணி வியாபாரம் செய்யவேண்டும் என்ற கனவு அவனுக்குள் பிறக்கிறது. துருக்கியில் இருப்பதைப்போல் பெரிய பெரிய தொழிற்சாலைகளைத் தானும் தொடங்கவேண்டும் என்ற ஆசை அவனுக்கு ஏற்படுகிறது. திருமணம் ஆகும்போதுகூட, துணி வியாபாரம்தான் செய்யப் போகிறோம் என்ற திட்டவட்டமான முடிவையெல்லாம் அவன் எடுத்திருக்கவில்லை. அவன் தன் புது மனைவியை அழைத்துக்கொண்டு, லட்சியக் கனவுகளைச் சுமந்துகொண்டு, அந்த நகரத்துக்குள் நுழைகிறான். எந்த வாய்ப்பு கிடைத்தாலும், அதைப் பயன்படுத்திக்கொள்ளத் தயாராக இருக்கிறான். அவன் எந்தத் தொழிலை வேண்டுமானாலும் தொடங்கியிருக்கலாம். ஸ்பேர்பார்ட்ஸ் வியாபாரம் செய்திருக்கலாம். ஆட்டோமொபைல் துறையில் நுழைந்திருக்கலாம். அவன் பல கதவுகளைத் தட்டுகிறான். இறுதியில் இந்தக் கதவு திறக்கிறது. அதில் நுழைந்து, வியாபாரத்தைத் தொடங்கி, மேன்மேலும் வளர்கிறான்.

ரங்கன்: குரு, கழுத்தில் அணியும் டையுடன் சுவாரஸ்யமான உறவு கொண்டிருக்கிறான். துருக்கியில் டை அணியவேண்டும் என்பதற்காகவே மேற்பார்வையாளர் வேலையை வேண்டாம் என்கிறான். பின், இந்தியாவில் அவன் அந்தஸ்து உயர்ந்ததும், அவன் டை அணிந்தே தீரவேண்டிய கட்டாயத்துக்குத் தள்ளப்படுகிறான். ஒருகாலத்தில் அவன் தவிர்க்க நினைத்த டை இப்போது அவன் வாழ்வின் தவிர்க்க முடியாத அங்கம் ஆகிவிடுகிறது.

ரத்னம்: அவை வேண்டுமென்றே திணிக்கப்பட்ட விஷயங்கள் அல்ல. அவன், தன் அந்தஸ்தை நிலை நிறுத்திக்கொள்வதற்காக டை போன்றவற்றை அணிகிறான். அவன், கோட் சூட்டோடு பிறந்தவன் அல்ல. அவன் சாதாரணமானவன். அதனால், அத்தகைய ஆடைகள் அவனுக்குப் பொருத்தமற்றுத் தோன்றுகின்றன. எனினும் அவன் அத்தகைய ஆடைகளை அணியப் பழகிக் கொள்ளவேண்டும். அவனுக்கு வேறு வழியில்லை. இவை அனைத்தும் வெளி உலகுக்காகச் செய்யப்படுபவை. மற்றபடி, அவன் தரையில்

அமர்ந்துதான் உணவு உண்பான். அவனுடைய உத்வேகம்மட்டுமே உயர்ந்து கொண்டே போகிறது. எனினும் அவன், தன் தனிப்பட்ட வாழ்வினுள் எந்த ஆடம்பரத்தையும் அனுமதிக்கவில்லை. அவன் எளிமையான வாழ்க்கை வாழவே விரும்புகிறான்.

ரங்கன்: ஒரு காட்சியில், குருவுக்கும் அந்த அரசியல்வாதிக்கும் மீட்டிங் நடக்கும். இந்தக் காட்சியில், அரசியல்வாதியின் முகத்தைப் பார்க்கமுடியாது. அவரைப் பின்னாலிருந்து படம்பிடித்திருப்பீர்கள். அந்தக் கதாபாத்திரத்தை, நிஜ அரசியல்வாதியோடு யாரும் ஒப்பிட்டுப் பார்க்கக்கூடாது என்பதற்காகத் தான் அப்படிச் செய்தீர்களா?

ரத்னம்: இங்கே, கதைக்கு அந்த அரசியல்வாதி முக்கியமே அல்ல. குருகாந்த் தேசாய்தான் முக்கியம். அவன், அதிகாரத்தில் இருக்கும் ஒருவரிடம் பேசிக் கொண்டிருக்கிறான். அது யாராக வேண்டுமானாலும் இருக்கலாம். அவர் ஒரு X. குறிப்பிட்ட ஒருவராக அவர் இருக்கவேண்டிய அவசியம் இல்லை. பாலசந்தரின் **இரு கோடுகள்** படம் எனக்கு நினைவிருக்கிறது. அதில், கதாநாயகி முதலமைச்சரைச் சென்று சந்திப்பாள். கேமராவை நாற்காலிமீது ஃபோகஸ் செய்திருப்பார்கள். நாற்காலி, மெதுவாக அசையும், இந்தப் பக்கமும் அந்தப் பக்கமும் நகரும். முதல் அமைச்சரின் குரல்மட்டுமே நமக்குக் கேட்கும். இது ஒரு கதை சொல்லும் உத்தி. அரசியல்வாதியைக் காண்பித்தால், யார் அந்தத் தலைவர் என்று பார்வையாளர்கள் யோசிக்க ஆரம்பித்துவிடுவார்கள். அதனால் அவர்களின் கவனம் சிதற வாய்ப்பு இருக்கிறது. கதாபாத்திரங்கள் என்ன பேசுகிறார்கள் என்பதில்தான் பார்வையாளர்களின் முழுக் கவனமும் இருக்கவேண்டும். அதற்காகத்தான் இந்த உத்தியைப் பயன்படுத்தினோம்.

ரங்கன்: அந்தக் காலகட்டத்தில் இந்தியாவில், வயதில் மூத்த பெண்ணைத் திருமணம் செய்துகொள்வது (பணத்துக்காகவோ வேறு எந்தக் காரணத்துக் காகவோ) பாவச் செயலாகக் கருதப்பட்டது. அதனால்தான் சுஜாதா, குருவைவிட வயதில் பெரியவள் என்று கதையை அமைத்தீர்களா? இதன் மூலம், தனிப்பட்ட வாழ்க்கையிலும் அவன் சட்டதிட்டங்களை உடைப்பவன் என்று சொல்ல விரும்பினீர்களா?

ரத்னம்: இதுபோன்ற விஷயங்கள் எதுவும், அவன் முன்னேறிச் செல்வதைத் தடுக்கப்போவதில்லை என்ற உண்மையைச் சொல்ல விரும்பினோம். அவன் சுஜாதாவைத் திருமணம் செய்துகொள்ள முடிவுசெய்வதிலிருந்து, அவன் எப்படிப்பட்ட குணம் கொண்டவன் என்பதை நம்மால் புரிந்துகொள்ள முடிகிறது. வயதில் மூத்த பெண்ணைத் திருமணம் செய்துகொள்வது அவனைப் பொருத்தவரையில் ஒரு பிரச்னையே இல்லை. மேலும், அந்தக் காலகட்டத்தில் இந்தியாவிலும் அது ஒரு பெரிய பிரச்னையாகக் கருதப் படவில்லை. இந்தியா அப்போதுதான் சுதந்தரம் பெற்றிருந்தது. பிரிவினை நடந்துகொண்டிருந்தது. அதனால், மக்கள் முற்போக்காகச் செயல்படத்

தொடங்கியிருந்தனர். பல முற்போக்கு விஷயங்கள் சமூகத்தில் அரங்கேறத் தொடங்கின. ஏராளமானோர் கலப்புத் திருமணம் செய்துகொண்டனர். வெவ்வேறு மொழி, வெவ்வேறு இனம், வெவ்வேறு மதம் சார்ந்தவர்களுக்குள் திருமணம் நடக்கத் தொடங்கியது. சிலகாலங்களுக்கு பின், மீண்டும் நாம் நம் பழைய சம்பிரதாயங்களைப் பின்பற்றத் தொடங்கிவிட்டோம்.

ரங்கன்: சுஜாதாவின் முன்னாள் காதலன், ஒரு செயல்திறம் அற்ற கம்யூனிஸ்ட். அவள் முதலாளித்துவவாதியான குருவுடன் கைகோக்கிறாள். இதன் மூலம், இந்தியாவும் குரு போன்றவர்கள் பிரதிநிதித்துவப்படுத்தும் முதலாளித் துவத்தை நோக்கியே நகரப்போகிறது என்பதைக் கோடிகாட்டினீர்களா?

ரத்னம்: அப்போதுதான் நாம் அந்தப் பாதையில் பயணிக்கத் தொடங்கினோம். நேருவின் காலகட்டத்தில் வலுவான இடதுசாரிப் பார்வை கொண்ட தேசமாக இருந்தோம். இப்போது என்ன நிலைமைக்கு வந்துவிட்டிருக் கிறோம் என்பதை நீங்களே பாருங்கள்.

ரங்கன்: இப்போதைய நிலைப்பாட்டை எண்ணி நீங்கள் வருந்துவதுபோல் தோன்றுகிறது.

ரத்னம்: நம் நிலைப்பாடு மாறிவிட்டது என்பதே உண்மை. நம் நிலைப் பாட்டில் நமக்கு விருப்பம் இருக்கிறதா இல்லையா என்பது முக்கியமற்றுப் போய்விட்டது. நாம் நிறைய விஷயங்களை அப்படியே விட்டுவிட்டு, நாம்மட்டும், இதுதான் சரியான பாதை என்று எண்ணிக்கொண்டு, ஒரு குறிப்பிட்ட பாதையில் சுயநலத்தோடு முன்னேறிக்கொண்டிருக்கிறோம்.

ரங்கன்: திருமணக் காட்சி முடிந்தபின், நேரடியாக குரு ட்ரெயினில் ஏறும் காட்சியைக் காண்பிக்கிறீர்கள். அவர்களின் திருமணம் சந்தர்ப்ப சூழ்நிலை யால், எதிர்பாராதவிதமாக நடந்த ஒன்று. அதனால், திருமணத்துக்குப் பின், தனிமையில் பேசிக்கொள்ளும் வாய்ப்பை அந்தப் புதுமண தம்பதியருக்கு ஏற்படுத்தித் தருவீர்கள் என்று எதிர்பார்த்தேன்.

ரத்னம்: நான் முன்னரே குறிப்பிட்டதுபோல, ஒருவரின் முழு வாழ்க்கையை யும் பதிவு செய்யும்போது, அவசர அவசரமாகக் கதையை நகர்த்தக்கூடாது. அதேநேரத்தில், முக்கியமான விஷயங்களைமட்டும் காட்சித் துண்டுகளாகச் சொல்லவேண்டும். பல்வேறு தருணங்களையும் படத்தில் திணித்து, ஒவ்வொன்றையும் வேகவேகமாக விவரிக்கக்கூடாது. படத்துக்குத் தேவை யான தருணங்களைமட்டும், பொறுமையாக விவரிக்கவேண்டும். இந்தக் கதைக்கு, அவர்களுக்குள் எப்படி பந்தம் உருவாகிறது என்பதைமட்டும் சொன்னால் போதுமானது. பத்து வருடத்துக்குமுன் இந்தப் படத்தை எடுத்திருந்தால், திருமணத்துக்குப் பின், ட்ரெயினில் ஏறுவதற்குமுன், அவர்களுக்குள் என்ன நடக்கிறது என்பதை ஒரு தனிக் காட்சியில் நான் விவரித்திருக்க வாய்ப்பிருக்கிறது. இதில்கூட, அத்தகைய காட்சிக்கு ரெஃபரன்ஸ் இருக்கிறது. ரயில் நிலையத்தில், அவள், தன்னைக் கூடவே அழைத்துச் செல்ல அவனுக்கு விருப்பமில்லையா என்று கேட்பாள், அதற்கு

அவன், 'உன்கூட வரவே மாட்டேன்னு கத்திக்கிட்டில்ல கிடந்த...' என்பான். அவள், 'திரும்பியும் கூப்டா குறைஞ்சிருவேளா?' என்று கேட்பாள். இந்தக் காட்சி, படத்தில் இல்லாத ஒரு காட்சியைப்பற்றிப் பேசுகிறது. அந்தக் காட்சியில்தான், அவன் அவளைத் தன்னுடன் வரும்படி அழைத்திருக்கிறான். அவள் முடியாது என்றிருக்கிறாள். இந்தக் காட்சியை எழுதிவைத்திருந்தேன். ஆனால், ஒரே காட்சியில் அவர்களின் மனநிலையை உணர்த்த முடிந்த பட்சத்தில், ஒரே விஷயத்தை மீண்டும் மீண்டும் இரண்டு காட்சிகளில் சொல்லவேண்டிய அவசியம் இல்லை.

ரங்கன்: அவர்கள் முதன்முதலில் ட்ரெயினில் சந்தித்தபோதும் சரி, அவளுடைய வீட்டுக்கு அவன் செல்லும்போதும் சரி, அவர்களைச் சுற்றி நிறையப் பேர் இருந்துகொண்டே இருக்கின்றனர். இந்தக் காட்சியிலும், ரயில் நிலையத்தில் நிறையப் பேர் இருக்கின்றனர். அதனால்தான், அவர்கள் தனிமையில் இருப்பதுபோல் ஏதாவது காட்சியை உருவாக்கும் எண்ணம் உங்களுக்கு இருந்ததா என்று கேட்டேன்.

ரத்னம்: ஆனால், அத்தகைய தனிமை அவர்களுக்கு பம்பாய் வீட்டில், அந்த ஊஞ்சல் காட்சியில் கிடைக்கிறது. அவன் அவளுக்காக ஊஞ்சல் வாங்கி வருகிறான். பின், அந்த ஊஞ்சல், அவர்களின் தனிப்பட்ட உலகமாகிறது. அவர்களுக்கென்றே ஏகாந்தத்தை உருவாக்கித் தருகிறது. அங்குதான் அவர்கள் தங்கள் கனவுகளைப் பகிர்ந்துகொள்கிறார்கள். அங்குதான் அவர்களுக்குள் பிரிக்க முடியாத பந்தம் உருவாகிறது.

ரங்கன்: அவர்களின் உறவில் ஊஞ்சல் முக்கிய அங்கம் வகிக்கிறது. அவன் அவளைப் பெண் கேட்டு வரும்போது, அவள் ஊஞ்சலில்தான் உட்கார்ந்திருக்கிறாள். பம்பாயில், அவர்கள் வாழும் அந்தச் சிறு வீட்டில் ஓர் ஊஞ்சல் இருக்கிறது. அவன் ஊஞ்சலில் உட்கார்ந்திருக்கும்போதுதான் அவனுக்கு மாரடைப்பு வருகிறது. இங்கே, ஊஞ்சல் ஒரு குறியீடு என்று எண்ணத் தோன்றுகிறது.

ரத்னம்: ஊஞ்சல் குஜராத்தியர்களின் வாழ்க்கையில் ஓர் அங்கமும்கூட. அதை அவன் அவளுக்காக வாங்கிவருகிறான். ஊஞ்சல் தன்னிடம் வந்ததும், தன் சொந்தபந்தங்களும் தன் இனமும் தங்கள் வீட்டுக்கு வந்துவிட்டதாக உணர்கிறான். ஊஞ்சல் நம்மைத் தாலாட்டுகிறது. கனவு உலகத்தில் சஞ்சரிக்கவைக்கிறது. ஊஞ்சலை நிலையாக நிறுத்தி வைக்க முடியாது. அது மிதந்துகொண்டே இருக்கும், சில கனவுகளைப் போல. குருவிடம் குறிக்கோள் இருக்கிறது. கனவு இருக்கிறது. அந்தக் கனவுதான், படத்தைத் தொடங்கிவைக்கிறது, முடித்தும்வைக்கிறது. அந்தக் கனவை, ஊஞ்சல், தனக்கே உரித்தான மொழியில் வெளிப்படுத்துகிறது.

ரங்கன்: அபிஷேக்கும் ஐஸ்வர்யாவும் பிரியும் அந்தத் தருணத்தில் 'ஆருயிரே' பாடல் தொடங்குகிறது. ஆனால் அந்தப் பாடலை, கொண்டாட்டப் பாடல் போல், நடனக் காட்சிகளுடன் உருவாக்கியிருப்பீர்கள். இடையிடையே,

அந்நியரைப்போல் தோற்றமளிக்கிறார்.

பிரிந்து, தனிமையில் வாடும் அவர்களைக் காண்பித்திருப்பீர்கள். சோகமான சூழ்நிலையில், சோகமான பாடலை வைப்பதே நம் சினிமாவின் வழக்கமாக இருந்துவருகிறது. மேலும், சோகப் பாடலில், கதாநாயகனும் கதாநாயகியும் சோகமாகவே காட்சியளிப்பார்கள்.

ரத்னம்: நம் படங்களில் காதல் பாடல்களுக்குப் பஞ்சமில்லை. அதனால் நம் கற்பனையில் புதுமை இருந்துகொண்டே இருந்தால்தான், பாடலில் ஆன்மா இருக்கும். பாடலை நம்பும்படி, வித்தியாசமாக உருவாக்கும்பொருட்டு நாம் புது முயற்சிகளை மேற்கொள்ளவேண்டும். மேலும், நாம் சொல்லும் கதையை அடுத்த தளத்துக்கு எடுத்துச் செல்லப் பாடல் உதவவேண்டும். சம்பந்தம் இல்லாத விஷயங்களைப் பாடலில் திணிக்கக்கூடாது. இந்தக் கதையைப் பொருத்தவரை, அவர்கள் திருமணம் அவனுடைய லாபத்துக்காக நடக்கிறது. திருமணத்துக்குப் பிறகுதான் அவர்களுக்குள் உறவு மலர்கிறது. அவர்கள் ஒருவரை ஒருவர் புரிந்துகொண்டபிறகுதான், இந்தப் பிரிவு ஏற்படுகிறது. அவர்களின் தனிப்பட்ட வாழ்க்கையில் அவர்கள் சந்திக்கும் முதல் உணர்ச்சிமயப் போராட்டம் இதுதான். இதுதான் அவர்களுக்குள் எழும் முதல் முரண்பாடு. இதற்குப் பலவழிகளில் காட்சி வடிவம் கொடுக்கலாம். வழக்கமான வழியில் பயணிப்பதை நாங்கள் விரும்பவில்லை. இங்கே, அவர்களின் பிரிவைப்பற்றி அந்தக் காட்சியில் விலாவரியாகச் சொல்லி விட்டோம். அதனால், பாடலில் மீண்டும் அதைப்பற்றிப் பேசக்கூடாது. அவர்களுள் சிறு ஊடல் நடக்கிறது, பின் அவர்கள் மீண்டும் இணைகிறார்கள். மற்றபடி அவர்களின் உறவு வலிமையானது. இதையே அந்தப் பாடலில், புதுமையான முறையில் சொல்ல முயன்றோம்.

அவர்களின் உறவு இவ்வளவு வலிமையாக உருவெடுக்கும் என்று அவன் எதிர்பார்த்திருக்கவில்லை. ஒருவனால் ஏமாற்றப்பட்டபின் தனக்கு அன்பான கணவன் கிடைப்பான் என்றோ, அவனுடன் தனக்கு இணைபிரியா பந்தம் ஏற்படும் என்றோ அவளும் எண்ணியிருக்கவில்லை. ஆகவே, அவர்கள் மனதுக்குள் என்ன இருக்கிறது என்பதைப்பற்றித்தான் இந்தப் பாடல் பேசுகிறது. அவர்களின் எண்ணங்கள் இப்படியெல்லாம் இருந்திருக்கக் கூடும், இப்படித்தான் இருக்கவேண்டும் என்று இந்தப் பாடல் சொல்லுகிறது. அந்தப் பாடல், பிரிவின் வலியைமட்டும் உணர்த்தவில்லை. யாரும் எதிர் பாராதவிதமாக அவர்களுக்குள் உறவு மலர்கிறது, அவர்கள் இருவரும் இணைந்து அழகான வாழ்க்கையை வாழ்ந்திருக்கின்றனர் என்பதையும் நமக்கு உணர்த்துகிறது. அந்தப் பாடல்தான் அவர்கள் இருவரையும் மீண்டும் இணைக்கிறது. இதன்பின், அவளின் கோபம் எப்படித் தணிந்தது என்று சொல்லவேண்டிய அவசியமில்லை. அல்லது, அவன் மனமுடைந்து போயிருக்கிறான் என்பதை அறிந்து அவளும் கலங்குகிறாள்; பின் அவனுடன் இணைகிறாள் என்றும் சொல்லத் தேவையில்லை. இந்த லாஜிக் இங்கே அவசியமற்றுப்போகிறது. பாடல் எமோஷனை அடுத்த தளத்துக்கு எடுத்துச் செல்கிறது. அதுவே போதுமானது. ஓர் ஆணும் பெண்ணும் இணைந்து வாழ்கின்றனர். ஒருவர்மீது இன்னொருவர் அக்கறை செலுத்துகின்றனர். அவர்கள் பிரிந்தபின்பும், அவர்களுக்குள் இருக்கும் காதல் குறையவில்லை. அவன் திரும்பிவருகிறான். அவளுக்கு அவனுடைய காதலே போதுமானது. அதனால், அவள் அவனை ஏற்றுக்கொள்கிறாள். மியூஸிக் இதை எளிதாக நமக்கு உணர்த்திவிடுகிறது. அதனால் அவர்கள் எப்படி மீண்டும் இணைந் தார்கள் என்பதை விளக்கவேண்டிய அவசியம் இல்லை.

ரங்கன்: ஒரு காட்சியில், குருவும் கர்ப்பிணியான அவனுடைய மனைவியும் கண்ணாடியின்முன் நின்றுகொண்டிருப்பார்கள். அவள் குருவின் தொப்பையைப் பார்த்து, உள்ளே அவர்கள் குழுமத்தின் பங்குதாரர்கள் அனைவரும் இருக்கிறார்கள் என்று கேலி செய்வாள். ஒரு வகையில் அவன் பணக்காரர்களின் தந்தை. அவனுக்கு நிறையப் பணக்கார இந்தியக் குழந்தைகள் பிறந்திருக்கின்றன என்ற நகைச்சுவையான அர்த்தம் இந்தக் காட்சியில் ஒளிந்திருக்கிறது. ஆனால் படத்தின் இறுதியில், அவன் தன்னை தேசத் தந்தையுடன் ஒப்பிடுவான். இதன்மூலம் என்ன சொல்ல முயன்றீர்கள்?

ரத்னம்: கணவன் மனைவிக்கிடையே நடக்கும் சம்பாஷணைகளில் அதுவும் ஒன்று. அபிஷேக்குக்குத் தொப்பை வரவழைக்கவேண்டும் என்பதற்காக நிறைய மெனக்கெட்டோம். அவரும் அதற்காக நிறைய உழைத்தார். அந்த உழைப்புக்குப் பலன் இருக்கவேண்டும் என்பதற்காகத்தான், அந்தக் காட்சியில் அவரது தொப்பையைக் காட்டினோம். அவ்வளவுதான். மற்றபடி, அவர்களுக்கு வயதாகிறது, அவர்களின் உறவும் முதிர்ச்சி அடைகிறது என்பதைத்தான் அந்தக் காட்சியில் சொல்ல முயன்றோம். படத்தின் இறுதியில்கூட, நான் அவரை தேசப்பிதாவுடன் ஒப்பிடவில்லை. அவன்தான் தன்னை அவருடன் ஒப்பிடுகிறான். அவன் லாஜிக்கலான கருத்தை முன்

வைக்கிறான். அவ்வளவுதான். அதில் வேறு உள்ளர்த்தம் எதுவும் இல்லை. நீங்களும் நானும் விவாதிக்கிறோம் என்று வைத்துக்கொள்வோம். நீங்கள் உங்கள் கருத்தை முன்வைக்க விரும்பினால், உங்கள் முழுத் திறமையையும் பயன்படுத்தி உங்கள் கருத்தைச் சிறப்பான முறையில் முன்வைப்பீர்கள். நீங்கள் ஸ்மார்ட்டானவராக இருந்தால், சிறந்த விஷயங்களை உவமானமாக வைத்துப் பேசுவீர்கள். தங்களின் செயல்களைப் பிரபலமானவர்களின் செயல்களோடு ஒப்பிடுவீர்கள். அதைத்தான் அவனும் செய்கிறான். ஏனெனில், அவன் ஸ்மார்ட்டானவன்.

ரங்கன்: உங்களால் தவிர்க்க முடியாத 'மழைக் காட்சி' இந்தப் படத்திலும் வித்தியாசமான சூழ்நிலையில் இடம்பெற்றிருக்கும். பங்குதாரர்கள் அனைவரும் குருவுக்கு எதிராகத் திரும்பும் அந்தக் காட்சியில் மழை பெய்யும். இந்தக் காட்சியைத் திறந்தவெளியில் அமைத்ததற்கு ஏதாவது காரணம் உண்டா?

ரத்னம்: நமக்குத் தேவையான எமோஷனைத் திரையில் கொண்டுவருவதற் காகத்தான் மழை போன்ற அம்சங்களைப் பயன்படுத்துகிறோம். இது ஒரு புறம் இருக்க, அதுபோன்ற சந்திப்புக் கூட்டங்கள் திறந்தவெளியிலும் நடக்கும். நிறையப் பங்குதாரர்கள் இருக்கிறார்கள். அதனால் உள்ளரங்கினுள் கூட்டத்தை நடத்த முடியாது.

ரங்கன்: ஆனால், பங்குதாரர்கள் இடம்பெறும் முந்தைய காட்சி ஷாமியானா பந்தலில் நடக்கிறது.

ரத்னம்: இரண்டு சந்திப்புகளும் ஒரே திறந்த வெளி அரங்கத்தில்தான் நடக்கின்றன. இரண்டாவது காட்சியிலும் இன்னொரு பக்கத்தில் ஷாமியானா பந்தல் போடப்பட்டிருக்கும். ஆனால், இரண்டாவது சந்திப்பில் கூட்டம் அதிகமாகிறது. அதனால், முழு அரங்கமும் நிரம்பி வழிகிறது. அதைத்தான் நாம் பார்க்கிறோம். குருவின் வாழ்க்கையில் ஏற்படும் எதிர்பாராத பின்னடைவுபற்றி இந்தக் காட்சி பேசுகிறது. மழை, அந்தக் காட்சியின் தீவிரத்தை அதிகப்படுத்துகிறது. அந்தக் காட்சியை டிரமாடிக் ஆக்குகிறது. அவன் மீண்டும் போராட்டம் நிறைந்த வாழ்க்கைக்குத் தள்ளப்படுகிறான். மழை அவன்மேல் பொழிவதுபோல, பிரச்னைகள் மீண்டும் அவன்மேல் பொழியத் தொடங்குகின்றன என்பதை இந்தக் காட்சி உணர்த்துகிறது.

ரங்கன்: இந்த எதிர்பாராத பின்னடைவுக்குப்பின் குரு, தன் பழைய வீட்டுக்குச் செல்கிறான். மனச்சோர்வு அடையும் அவன், தன் மனைவியிடம், 'இப்ப நான் உனக்கு எப்படித் தெரியறேன்' என்று தழுதழுத்த குரலில் கேட்பான். அதற்கு அவள், 'என் வீட்டுக்காரர் மாதிரியே இருக்கீங்க' என்பாள்.

ரத்னம்: அவன் தன்னைத்தானே சந்தேகித்துக்கொள்வது அதுதான் முதல் முறை. அவன்மீது குற்றசாட்டுகள் வைக்கப்படுவது அதுதான் முதல்முறை. அவனுக்கு எதிராக மக்கள் குரல் எழுப்பத் தொடங்குகின்றனர். தன்னம்பிக்கையுடன் வலம் வந்த அவனுக்குள், முதன்முதலாகக் குழப்பம் ஏற்படுகிறது. தான் பயணிக்கும் பாதை சரிதானா என்ற சந்தேகம் ஏற்படு

கிறது. அதற்கு முன்பே அவனுக்கு அத்தகைய சந்தேகங்கள் ஏற்பட்டிருக்கின்றன என்பதே உண்மை. ஆனால் இப்போதுதான் அவன் முதன்முதலாகத் தன் தவறை உணர்கிறான். அவனுக்கு எதிராக வைக்கப்படும் குற்றச்சாட்டுகளுக்குச் செவி சாய்க்கிறான். எனினும், அவனுக்காக வாழும் அவள், அவனை ஆறுதல்படுத்துகிறாள். அவன் இதைப்பற்றியெல்லாம் கவலைப்படக்கூடாது என்கிறாள். அவன் இன்னும் பழைய குருதான் என்று சொல்கிறாள். அதை அவள் சொல்லும்விதம், சற்று பர்சனலாக அமைந்திருக்கிறது.

ரங்கன்: பின் அவனுக்கு மாரடைப்பு வருகிறது. அவன் மருத்துவமனையில் அனுமதிக்கப்படுகிறான். ஏன் எல்லா ஃபிலிம் மேக்கர்களுக்கும் 'ஸ்டரெச்சர் ஷாட்' பிடித்திருக்கிறது? யாரையாவது ஒருவரை ஸ்டரெச்சரில் வைத்து ஆபரேஷன் அறைக்குள் தள்ளிச் செல்வார்கள். ஒரு பக்கத்தில், சோகமான முகத்துடன் நோயாளின் சொந்தக்காரர் யாராவது ஒருவர் ஓடிக்கொண்டிருப்பார். கேமராவும் அவர்களோடு பயணிக்கும்.

ரத்னம்: காட்சி நீளம் அதிகமாக இருக்கக்கூடாது என்பதை அறிந்திருக்கிறோம். அதனால் காரிடாரின் நீளத்துக்குள் அந்தக் காட்சியை வேகமாக முடிக்கிறோம். மேலும், காட்சியை அப்படி அமைக்கும்போது, அதில் ஒரு எனர்ஜி உருவாகிறது. காட்சியின் வேகம் அதிகரிக்கிறது. கதாபாத்திரம், நெருக்கடியான சூழ்நிலையை எதிர்கொள்கிறது. நாமும் அந்தச் சூழலுக்குள் வேகமாக நுழைகிறோம்.

ரங்கன்: வித்யா பாலன் கதாபாத்திரமாக வளரும் அந்தச் சிறுமி கதாபாத்திரம், ஒரு ஹ்யூமன் இண்ட்ரஸ்ட் கதாபாத்திரம். அவள்தான் கதையை மென்மை ஆக்குகிறாள். இல்லை என்றால் இந்தக் கதை குருவின் சாதுரியங்களைப் பற்றிய கதையாகத்தான் இருந்திருக்கும். கதையின் ஊனமுற்ற மனசாட்சி அவள்தான். அவள் மல்டிப்பிள் ஸ்க்லீரோசிஸ் நோயினால் பாதிக்கப்பட்டிருக்கிறாள். வீல்சேரில் வலம் வரும் அவள், பழைய இந்தியாவின் பிரதிநிதியாக இருக்கிறாள். அவளைப்போலவே பழைய இந்தியாவின் ஆரோக்கியமும் குன்றித்தான் இருந்தது. பழைய இந்தியா, புது இந்தியா அளவுக்கு வலிமையானது அல்ல என்பதை உணர்த்துகிறாள். தாத்தாவின் பழைய இந்தியாவிடம் அவள் விசுவாசம் கொண்டிருந்தாலும், குருவின் புதிய இந்தியாவை, ஒளிரும் இந்தியாவை ஏக்கத்துடன் பார்க்கிறாள். அவள் படத்தின் முக்கியக் குறியீடாக இருக்கவேண்டும் என்று முடிவு செய்துதான் அவளை உருவாக்கினீர்களா?

ரத்னம்: நான் முன்பே குறிப்பிட்டதைப்போல, மிதுன் கதாபாத்திரத்தை உருவாக்கியதற்குப் பிறகுதான், திரைக்கதை சரியான பாதையில் பயணிக்கத் தொடங்கியது. அவருடைய பாத்திரம்தான், இந்தக் கதையின் முதுகெலும்பு. குரு கதையில் இருக்கும் குருட்டுத்தனமான லட்சியத்துக்கு, மிதுனின் கதைதான் கவுண்டர் பாயிண்ட். அவர் ஒரு பழமைவாதி. அவர் இன்னும் பழைய இந்தியாவிலேயே வாழ்ந்துகொண்டிருக்கிறார். அந்தக் கதாபாத்திரம் இல்லாமல், இந்தப் படத்தை எடுத்திருக்க முடியாது. அவருடைய கதைதான்

இந்தப் பயணத்தை எளிதாக்கியது. இந்த இளைஞனின் எழுச்சியைப்பற்றிப் பேசும் அதேநேரத்தில், நாம் மிதுனின் பின்னணியையும் விளக்கவேண்டும். அதனால்தான் அவள் கதைக்குள் வருகிறாள். அவள் ஒரு 'சக்தி'. அந்தச் சக்தி, ஊனமுற்றது. ஆனால் அந்தச் சக்திக்கு இன்னும் உயிர் இருக்கிறது. அதற்கு மனம் இருக்கிறது. பார்வை இருக்கிறது. அந்தச் சக்தியால் சிந்திக்க முடியும். இன்றளவும், லட்சியவாதக்கொள்கையை பின்பற்றும் மனிதர்கள் இருக்கிறார்கள். மேற்கத்திய சிந்தனைகளைக் கண்மூடித்தனமாக ஆதரிப்பதைவிட, பழைய இந்தியாவை ஆதரிப்பதேமேல் என்று அவர்கள் கருதுகிறார்கள். இங்கே, வித்யா கதாபாத்திரத்தின்மூலம் படத்துக்கு ஒரு புதிய நிறம் கிடைக்கிறது. மிதுன் கதாபாத்திரம்மட்டும் ஒற்றை ஆளாக, பழைய கொள்கைகளுடன் வலம் வரவில்லை. அவள் அவருடைய வாரிசு. அவரது கொள்கைக் கொடியை முன்னெடுத்துச் செல்ல அவள் தயாராக இருக்கிறாள்.

ரங்கன்: அவள் ஒரு காட்சியில் வேடிக்கையாக நடந்துகொள்கிறாள். அவள் எத்தனை நாள்கள் வாழப்போகிறாள் என்பதைத் திட்டவட்டமாகச் சொல்வாள். முதலில், மூன்று நாள் என்பாள். பின் மாதவன், அவளை மணம் முடிக்க விருப்பம் தெரிவித்ததும், 429 நாள்கள்தான் தன் வாழ்நாளில் மிஞ்சி இருக்கிறது என்பாள்.

ரத்னம்: அவள் நாள்களை எண்ணிக்கொண்டிருக்கிறாள். அதைத்தான் அவள் வேடிக்கையாகச் சொல்கிறாள். அவ்வளவுதான். அவள் எண்கள்மீது அதிக மோகம் கொண்டவளாக இருக்கலாம். சிலருக்கு இதுபோன்ற பழக்கம் இருக்

சரி, தவறு என்பவை குறித்த தெளிவான சிந்தனையைக் கொண்ட இந்தப் பத்திரிகை ஆசிரியர் கதாபாத்திரம் மட்டும் மனத்தில் தோன்றியிருக்காவிட்டால் இந்தப் படத்தையே எடுத்திருக்கமாட்டேன். மிதுன் சக்கரவர்த்தி.

குரு படம் **நாயகன்** படத்தைப் போன்றதுதான் என்று நான் நினைத்திருந்தால் படத்தை எடுப்பதற்கான உற்சாகம் முற்றாக வடிந்துபோயிருக்கும்.

கிறது. அவர்கள் ஸ்பெசிஃபிக்காகப் பேசுவார்கள். ஆனால், அது உண்மையாக இருக்கவேண்டிய அவசியமில்லை. சிலநேரங்களில், டெசிமல் புள்ளிகளைக் கூடச் சொல்லுவார்கள். இங்கே அவள், தான் அத்தனை நாள்களுக்குமேல் வாழ வாய்ப்பில்லை என்பதையே சொல்லவருகிறாள்.

ரங்கன்: அவளுடைய இறுதிக்காட்சிகளை, நீதிமன்றக்காட்சிகளுக்கு இடை இடையே செருகியிருப்பீர்கள்.

ரத்னம்: அவள் கதைக்கு முற்றுப்புள்ளி வைக்கவே அப்படிச் செய்தோம்.

ரங்கன்: ஆர்யா பப்பர் கதாபாத்திரத்தைப்பற்றி என்ன சொல்லுகிறீர்கள்? அவனும் ஒருவகையில் பழைய இந்தியாவை ஆதரிப்பவன்தான். அவர்கள் நிறுவனத்தை பப்ளிக் லிமிடெட் நிறுவனமாக மாற்றுவதுபற்றி அவனிடம் குரு கலந்தாலோசிக்காததால், அவனுக்கும் குருவுக்கும் இடையே ஈகோ பிரச்னை ஏற்படுகிறது. அதனால் அவன் குருவைவிட்டுப் பிரிகிறான். இங்கே, அவனுடைய பழமையான கொள்கைகளுக்கும் குருவின் புதுமையான கொள்கைகளுக்கும் இடையே முரண் ஏற்படுகிறது என்றும் சொல்லலாம்.

ரத்னம்: அவன் குருவின் நண்பன். அவன் குருவுக்குப் பணம் தந்து உதவுகிறான். அந்தப் பணத்தை வைத்துத்தான் குரு, தான் விரும்பியதைச் செய்கிறான். ஆனால், குருவின் பயணம் மிக வேகமானது. அந்த வேகத்தில் பயணிக்க ஆர்யா விரும்பவில்லை. அதனால், அவன் குருவுடனான பயணத்தை முடித்துக்கொள்ளவேண்டிய சூழ்நிலை ஏற்படுகிறது. அவனுக்கு வேறு வழி இல்லை. குருவின் அளவுக்கு வேகமாக, அவனால் ஓட முடிய

வில்லை. முன்னேற முடியவில்லை. யாருக்காகவும் தன் பயணம் தடைப் படுவதை குரு விரும்பமாட்டான். அவன் உச்சியை அடையவே விரும்பு கிறான். இன்னொருவருக்காகக் காத்திருந்து, அவரை உடன் அழைத்துச் செல்லும் பொறுமையும் அவசியமும் அவனுக்கு இல்லை. வியாபாரத்தில் உச்சியை அடையவேண்டும் என்பதிலேயே குருவின் முழுக் கவனமும் இருக்கிறது. குரு, தன் பயணத்துக்குத் தரும் முக்கியத்துவத்தை, ஆர்யாவுக்குத் தரவில்லை. இதை எண்ணித்தான் ஆர்யா மனம் உடைகிறான்.

ரங்கன்: ஒரு காட்சியில் ஜிக்னேஷ், குரு ஆகிய இருவரும் ஒரு அழகான, பழைய, மலை மண்டபத்தின் படிக்கட்டுகளில் போட்டி போட்டு ஓடிய படியே செல்வார்கள். ஸ்கிரிப்டிலேயே இந்த லொகேஷன் இடம் பெற்றிருந்ததா? அல்லது, ஒரு சாதாரண அறையை லொகேஷனாக வைத்துக் காட்சியையும் வசனங்களையும் எழுதிவிட்டு, பின் இந்த லோகேஷேனைப் பார்த்ததும், உயரமான இடத்தில் காட்சியை அமைத்தால், காட்சி புது வடிவம் பெறும் என்று முடிவு செய்து, இந்த இடத்தைத் தேர்ந்தெடுத்தீர்களா?

ரத்னம்: திரைக்கதையிலேயே அவற்றையெல்லாம் எழுதியிருந்தேன். அவர்கள் உயரத்தை அடைவதற்காகப் போராடுகிறார்கள் என்ற உண்மையை இந்தக் காட்சியின் மூலம் உணர்த்த முயன்றேன். இப்போது நாம் அமர்ந்து பேசிக்கொண்டிருக்கும் இந்த டேபிளில் வைத்துத்தான் அந்தக் காட்சியை எழுதினேன். பின்னர்தான் அந்த லொகேஷனுக்குச் சென்றோம். முதன் முதலில் அந்தக் காட்சியை மிகவும் நீளமாக எழுதிவைத்திருந்தேன். கதா பாத்திரத்தை உருவாக்கும்போது, நாம் திரைக்கதையை மிகவும் விவரமாக எழுதுவோம். அப்போதுதான் திரைக்கதைக்கு ஒரு வடிவம் கிடைக்கும். குருவின் குழந்தை பருவத்தைப்பற்றி நிறைய எழுதி வைத்திருந்தோம். அவன் சிறு வயதில் அந்த மலையின்மேல் ஓடுவதுபோன்ற காட்சிகளையும் எழுதி வைத்திருந்தோம். அவன் மலையின் உச்சியில் இருக்கும் ஒரு கோவிலின் வெளியே நின்று பலகாரங்களை விற்பான். எனினும் அவற்றை ஷூட் செய்யவில்லை. இதுபோன்ற உயரமான லொகேஷன், படத்தின் தீம் எலிமென்ட்டாக இருக்கவேண்டும் என்ற முடிவை ஸ்க்ரிப்ட் எழுதத் தொடங்கியதுமே எடுத்துவிட்டோம். நாங்கள் எழுதிய எல்லாக் காட்சி களையும் எடுக்கப்போவதில்லை என்பதை அறிந்திருந்தோம். அதே சமயத்தில், முன்னேறத் துடிக்கும் அந்த இளைஞர்களின் வெறியை அந்த ஒரு காட்சியே உணர்த்திவிடும் என்பதையும் அறிந்திருந்தோம். அதனால், அவர்கள் வேகமாக ஓடுவதற்கு ஏற்றார்போல் ஒரு உயரமான இடத்தைத் தேர்ந்தெடுத்தோம்.

ரங்கன்: சில காட்சிகளில், ஹான்ட்ஹெல்ட் கேமராவை உபயோகித் திருப்பீர்கள். குருவின் உற்சாகத்துடிப்பை அப்படியே பதிவு செய்யும் பொருட்டு அத்தகைய உத்தியைப் பின்பற்றியிருக்கிறீர்கள் என்று எண்ணினேன். ஆனால், மிதுனின் கார் தாக்கப்படும் காட்சியிலும், ஹான்ட் ஹெல்ட் கேமராவைப் பயன்படுத்தியிருப்பீர்கள். கதாபாத்திரத்தின் மன நிலைக்கு ஏற்ப உத்தியை மாற்றவில்லை, காட்சியின் சூழ்நிலைக்கு ஏற்ப

உத்தியை மாற்றியிருக்கிறீர்கள் என்று நினைக்கிறேன். படம் ஒளிப்பதிவு செய்யப்பட்ட விதத்தை மனத்தில் வைத்துக் கேட்கிறேன். நீங்களும் ராஜீவ் மேனனும் என்ன சொல்ல முயன்றீர்கள்?

ரத்னம்: நாங்கள் கதை சொல்ல முயன்றோம்.

ரங்கன்: வேடிக்கையான பதில். ஆனால் என்ன கேட்கிறேன் என்பது உங்களுக்கு தெரியும்.

ரத்னம்: குரு சரக்கு மார்க்கெட்டில் வேலை செய்யத் தொடங்கிய காலத்திலிருந்தே (டைட்டில்ஸ் வருவதற்கு முன், 'மையா மையா' பாடலுக்கு முன்), சுயமாகத் தொழில் செய்யவேண்டும் என்று எண்ணுகிறான். வெறும் கம்பெனி ஊழியராக இருப்பதை அவன் விரும்பவில்லை. அவன் வர்த்தக உலகுக்குள் நுழைகிறான். அங்கே வளர்ச்சியும் இருக்கிறது, அபாயமும் இருக்கிறது. அங்கே வெற்றி பெறவேண்டும் என்றால், அதிர்ஷ்டமும் கை கொடுக்கவேண்டும். இங்குதான் ஹான்ட்ஹெல்ட் கேமராவை முதன்முதலில் பயன்படுத்தினோம். இந்தக் காட்சிகளில் இருக்கும் எனர்ஜியையும் பரபரப்பையும் அப்படியே திரையில் கொண்டுவரும் பொருட்டே இந்த உத்தியைப் பின்பற்றினோம். பின் எங்கெல்லாம் பரபரப்பு இருக்கிறது என்று எண்ணினோமோ, எங்கெல்லாம் படத்தில் இருக்கும் அசாதாரண மான தருணங்களை, படத்தின் மற்ற தருணங்களிலிருந்து வித்தியாசமான முறையில் காட்சிப்படுத்தவேண்டும் என்று எண்ணினோமோ அங்கெல்லாம் ஹான்ட்ஹெல்ட் கேமராவைப் பயன்படுத்தினோம்.

குருவுக்கும் அவனுடைய மனைவியின் சகோதரனுக்கும் இடையே முரண்பாடு ஏற்படும் அந்தக் காட்சியை உதாரணமாகச் சொல்லலாம். தெருவில் அவர்கள் சண்டையிட்டுக்கொள்வார்கள். குருவின் வாழ்க்கைக்கே ஆபத்து ஏற்படும் தருணம் அது. குரு எப்படிப்பட்டவன் என்பதையும் அவன் எதைச் செய்யவும் தயங்கமாட்டான் என்பதையும் அவனுடைய மனைவியின் சகோதரன் போட்டுடைப்பான். குரு, அதற்கு எந்த மறுப்பும் தெரிவிக்க மாட்டான். செய்த தவறை ஒப்புக்கொள்வான். இந்தச் சம்பவம். குருவுக்கும் சுஜாதாவுக்கும் இடையேயான உறவில் விரிசலை ஏற்படுத்துகிறது. அதே நேரத்தில், அவர்களின் உறவு இந்தச் சம்பவத்தினால்தான் வலுப்படுகிறது. இது அவன் அன்றாடும் எதிர்கொள்ளும் சூழ்நிலை அல்ல. அவன் வாழ்க்கையின் அசாதாரணமான தருணம் இது. அதேபோல், அவனுக்குப் பக்கவாதம் என்று கேள்விப்பட்டதும், மிதுன் துடிதுடித்துப்போவார். அவனுடைய உடல்நிலை குன்றிவிட்டது என்பதை அவர் அறிந்துகொண்ட பிறகுதான், அவர்களின் உறவு அடுத்த கட்டத்துக்கு, இன்னும் வலிமையான கட்டத்துக்குச் செல்லும். இதுபோன்ற விஷயங்களை, அடிக்கோடிட்டுக் காட்டவே ஹான்ட்ஹெல்ட் கேமராவைப் பயன்படுத்தினோம்.

ரங்கன்: நீதிமன்றக் காட்சிகள் மிகவும் ஸ்டைலாக அமைந்திருக்கும். அதில் அதிகப்படியான எனர்ஜி இருக்கும். ஷாட்கள் மிக வேகமாக மாறும். மேலும்,

அவன் உச்சியை முதல் ஆளாக எட்டப்போகிறான். யாரும் அவனுடன் வந்துசேரவேண்டும் என்றெல்லாம் அவன் காத்திருக்கப்போவதில்லை.

ஸ்ட்ரோப் ட்ரான்சிஷனைப் பயன்படுத்தியிருப்பீர்கள். மொத்தத்தில், பல உத்திகளைப் பயன்படுத்தி, மாய வித்தை காண்பித்திருப்பீர்கள்.

ரத்னம்: அங்கே, வயதான இந்தியாவுக்கும் இளம் இந்தியாவுக்கும் யுத்தம் நடக்கிறது. இளம் இந்தியா தன் கூண்டை உடைத்துக்கொண்டு வெளியே வர முயற்சி செய்கிறது. தன் செய்கைகளுக்கான காரணத்தை உரக்கச் சொல்கிறது. தன் பக்கத்து நியாயத்தை ஆக்ரோஷமாக முன்வைக்கிறது.

ரங்கன்: ரோஷன் சேத், நேருவை நினைவுபடுத்துகிறார். ஏனெனில், காந்தி படத்தில் அவர் நேரு கதாபாத்திரத்தில் நடித்திருப்பார். நேருவின் பொது உடைமைக் கொள்கை உடைவதைப்பற்றிப் பேசும் ஒரு படத்தில், அவரை நடிக்கவைத்திருப்பது, அதுவும் நேருவை நினைவுபடுத்தும்பொருட்டு நடிக்கவைத்திருப்பது விநோதமாக இருந்தது.

ரத்னம்: அவர் மிகமிக அருமையான நடிகர். அதனால்தான் அவரைத் தேர்வு செய்தோம். அவர் நேரு கதாபாத்திரத்தில் மட்டுமல்லாமல், இன்னும் நிறையக் கதாபாத்திரங்களில் நடித்திருக்கிறார். மிகவும் திறமையான நடிகரைத்தான் நாங்கள் தேடினோம். ஏனெனில், அவர் சிறிது நேரம்மட்டுமே திரையில் தோன்றும் கதாபாத்திரம் அது. அந்த நேரத்துக்குள், அவர், அதிகாரதொனியில், தான் சொல்லவருவதைத் தெளிவாகச் சொல்லிவிடவேண்டும். அந்த வேலையைத் துல்லியமாகச் செய்யும் நடிகர் எங்களுக்குக் கிடைத்தது, எங்களின் அதிர்ஷ்டம் என்றுதான் கூறவேண்டும்.

ரங்கன்: கடைசிக் காட்சியில் குரு, யாருமற்ற அரங்கைப் பார்த்து பேசுவான். பின் கேமரா அவனைச் சுற்றும். இப்போது, அரங்கம் நிரம்பி வழிவதைப் பார்க்கலாம். இது மிகவும் டிரமாடிக்கான ட்ரான்சிஷன். மக்கள் நிறைந்த அரங்கத்தை நேரடியாகக் காட்டியிருந்தால் இந்தத் தாக்கம் இருந்திருக்காது.

ரத்னம்: அவன், விழா அரங்கம் தயாராவதற்குமுன் அங்கே வருகிறான். மேடையில் ஏறி நின்று அரங்கத்தைப் பார்த்துவிட்டு, வீட்டுக்குச் சென்றுவிடு கிறான். பின்பு மீண்டும், சாயங்காலம் விழாவுக்கு வருகிறான். படம் இந்தக் காட்சியில்தான் தொடங்கும். இதே காட்சியில்தான் முடியும். இந்த இமேஜும் முன் ஒரு காட்சியில், அவன் மலையுச்சிக்கு ஓடி, கீழே இருக்கும் உலகத்தை பார்க்கும் இமேஜும் ஒன்றுதான். இங்கும் அவன், மேடைமீது நின்றுகொண்டு கீழிருக்கும் உலகத்தைத்தான் பார்ப்பான். அவன்முன் நிற்கும் மக்கள், வெற்றி முழக்கம் இடுவார்கள். அந்தக் காட்சியில் 'கட்' இருக்காது. அதனால், அது பார்ப்பதற்கு ஒரே ஷாட்டாக, கன்டினுவஸ் ஷாட்டாகத் தோன்றும். கதையை சுவாரஸ்யமாகச் சொல்வதற்கு இது ஒரு சிறப்பான வழி. இந்தக் காலத்தில் அத்தகைய ஷாட்களை உருவாக்கும் வசதிகள் நம்மிடம் இருக்கின்றன.

ரங்கன்: அப்படி என்றால், முதலில் பார்வையாளர்கள் அவன் மனத்தில் கனவாக இருகிறார்கள். பின், அவனுடைய கனவு நனவாகிறது. அதாவது, அவர்கள் நிஜத்தில் அவன் முன் தோன்றுகிறார்கள்.

ரத்னம்: ஆம்.

ரங்கன்: டைட்டில் சீக்வன்சில் சுவாரஸ்யமான ஃப்லிப்-புக் எஃபெக்ட் (flip book effect) இடம்பெற்றிருக்கிறது.

ரத்னம்: உங்களுக்கு அது பிடிக்கவில்லையா?

ரங்கன்: அந்த விஷுவல், பார்ப்பதற்கு சுவாரஸ்யமாக இருந்தது. ஆனால், படத்தோடு அது எந்தவகையில் தொடர்புபட்டிருக்கிறது என்பதை என்னால் புரிந்துகொள்ள முடியவில்லை.

ரத்னம்: அது டெக்ஸ்ச்சரை (texture) குறிக்கிறது. படத்தில், ஒருபுறம் பழமையான அச்சகம் இருக்கிறது. இன்னொருபுறம், புது பாலியெஸ்டர் சாம்ராஜ்யம் இருக்கிறது. டைட்டில், இந்த இரண்டு உலகங்களையும் இணைக்க முயன்றது. அந்த விஷுவலில் வரும் காகிதத்தில், டெக்ஸ்ச்சர்க்வாலிட்டி இருக்கும். அது புது உருப்படிகளை, புதிய தொழில்நுட்பத்தைக் குறிக்கிறது. ஆனால் அதில், பழைய முறையில் வார்த்தைகள் அச்சடிக்கப் படுவதைப் பார்க்கலாம். பழைமையும் புதுமையும் இங்கே இணைகின்றன.

17

'ராமாயண காவியத்தில், நாம் ராமருடைய கொடூரமான முகத்தைப் பூசி மெழுகிவிட்டிருக்கிறோம்.'

ராவணன் / ராவன்
(2010)

தேவ் (ப்ரித்வி ராஜ்/விக்ரம்) ஒரு மூர்க்கத்தனமான போலிஸ் அதிகாரி. அவனைப் பழிவாங்கும்பொருட்டு, அவனுடைய மனைவி ராகினியை (ஐஸ்வர்யா ராய் பச்சன்) கடத்துகிறான் வீரா/பீரா (விக்ரம்/அபிஷேக் பச்சன்). அவளைக் கொலை செய்யவும் முடிவு செய்கிறான். ஆனால், ராகினியின் மனவலிமையும் தைரியமும் வீராவைப் பிரமிக்கவைக்கின்றன. தனக்கு ராகினிமீது கொஞ்சம் கொஞ்சமாக அன்பு மலர்வதை வீரா உணரத் தொடங்குகிறான். வீரா, வெளியேதான் மிருகம், ஆனால், உள்ளுக்குள் மனிதன் என்பதை அவளும் கண்டுகொள்கிறாள். ஆனால் அவளுடைய கணவன், வீராவைத் தண்டிக்கத் துடிக்கிறான். அவன் வீராவின்மீது இரக்கம் காட்டத் தயாராக இல்லை.

பரத்வாஜ் ரங்கன்: ஒரு நல்லவனா கெட்டவனா கதாபாத்திரத்தின் உலகத்திலிருந்து, நீங்கள் இன்னொரு நல்லவனா கெட்டவனா கதாபாத்திரத்தின் உலகத்துக்குச் சென்றுவிட்டீர்கள். அதாவது, முதலில் குரு. பின் ராவணன். இதிகாச அரக்கனை அனுதாபக் கண்ணோட்டத்தில் பார்க்கவேண்டும் என்ற ஆசையில்தான் இந்தப் படத்தை உருவாக்கினீர்களா?

மணி ரத்னம்: ராவணன் ஒரு டிரமாடிக் கதாபாத்திரம் என்று நினைக்கிறேன். ராமாயணத்தின் தமிழ் வெர்ஷனான கம்பராமாயணத்தில், ராவணன், ராமாயண மூலத்தில் இருந்ததைவிட மிகவும் டிரமாடிக்காக, அதிக பிரமிப்பை ஏற்படுத்தும்வகையில் உருவாக்கப்பட்டிருப்பான். கதகளி போன்ற நாட்டுபுறக் கலைகளில், எப்போதும் ராவணனின் கதையைத்தான் அரங்கேற்றுவார்கள். தண்டிக்கப்பட்ட ஒருவனின் கதையை அரங்கேற்றுவதே ஐதீகம். ஒரு மனிதனுக்குப் பத்து தலை இருக்கிறது என்று எண்ணும்போது ஆச்சரியம் கொள்ளாமல் இருக்க முடியவில்லை. எங்கிருந்து இந்தக் கற்பனை உருவானது? எப்படி ஒருவரால் இப்படிக் கற்பனை செய்ய முடிந்தது? இத்தகைய கற்பனையின்மூலம் அவர்கள் என்ன சொல்ல முயன்றார்கள்? இந்தக் கற்பனை, மல்டிபிள் பெர்சனாலிட்டியைப்பற்றியதா? அவன் ஒரு சிவ பக்தன். அதே நேரத்தில், மிகவும் கொடூரமானவன். அவனது பத்து முகங்களும் ஒன்றோடு ஒன்று உரசிக் கொள்கின்றன. ஒவ்வொரு முகமும் ஒவ்வொரு குணத்தைக் குறிக்கிறது. அந்தக் குணங்களை ஆராயவே விரும்பினேன்.

அவன் இந்தப் பெண்ணைக் கடத்திவிட்டான். அதற்குக் கோபம் ஒரு காரணமாக இருக்கலாம். அல்லது வேறு ஏதாவது காரணம் இருக்கலாம். கடத்தப்பட்டவருக்குக் கடத்தியவர்மீதே பச்சாதாபம் ஏற்படுவதை இந்தக் காலத்தில் 'ஸ்டாக்ஹோம் சிண்ட்ரோம்' என்கிறார்கள். அவளுக்கு அந்த சிண்ட்ரோம் இருந்திருக்கலாம். அதைத் தவிர, அவள் அவனிடம் கைதியாக இருந்த நாள்களில் அவர்களுக்குள் என்ன நடந்தது என்பதைத்தான் தெரிந்து கொள்ள முயன்றேன். அதைத்தான் படத்திலும் பதிவுசெய்ய முயன்றேன். அவர்கள் இருவருமே இரண்டு வெவ்வேறு உலகங்களைச் சேர்ந்தவர்கள். இருவரும் இணைந்து, காலத்தின் கட்டாயத்தால், புது உலகுக்குள் பயணிக்கிறார்கள். அந்தப் பயணத்தின்போது அவர்களிடம் ஏதாவது மாற்றம் ஏற்பட்டதா? அவள் எப்படிப்பட்டவள் என்ற யூகம் அவனுக்கும் அவன் எப்படிப்பட்டவன் என்ற யூகம் அவளுக்கும், அந்தப் பயணத்தின் தொடக்கத்திலேயே இருந்ததா? அவர்கள், பின் அந்த யூகத்தை மாற்றிக்கொள்ள மறுத்தார்களா? அவர்களின் யூகம் மாறியிருக்கிறது என்றால், அது கொஞ்சம் கொஞ்சமாக மாறியதா? தங்கள் எண்ணத்தில் மாற்றம் ஏற்பட்டிருக்கிறது என்பதை ஒப்புக்கொண்டார்களா அல்லது எல்லாம் கைமீறிப் போனபின்தான் அவர்கள் அந்த மாற்றத்தை அங்கீகரித்தார்களா? இந்தக் கேள்விகள், என்னை பிரமிக்கவைத்தன. இந்த கேள்விகளுக்கான பதில்களைக் கண்டுகொள்ள எவ்வளவு வேண்டுமானாலும் மெனக்கெடலாம் என்று எண்ணினேன். இந்தக் கதையை நவீன காலப் பின்னணியில் உருவாக்க முடிவு செய்தேன்.

அவள் அமைதியான, கூச்ச சுபாவம் நிறைந்த பெண் அல்ல.
தீப்பொறி போன்றவள். எளிதில் வசப்பட்டுவிட மாட்டாள்.

ரங்கன்: தளபதி படம், முழு மகாபாரதத்தைப்பற்றியதல்ல, கர்ணன் என்ற ஒற்றைக் கதாபாத்திரத்தைப்பற்றியது என்று குறிப்பிட்டீர்கள். அதேபோல், ராமாயணத்தைச் சேர்ந்த ராவணன் கதாபாத்திரத்துக்குமட்டும் திரைவடிவம் கொடுப்பதே உங்கள் எண்ணமாக இருந்திருக்கும் என்று கருதினேன்.

ரத்னம்: இது ஒற்றைக் கதாபாத்திரத்தின் கதை அல்ல. இரண்டு கதாபாத்திரங் களுக்கு இடையேயான உறவைப்பற்றிய கதை. ராவணன் கதாபாத்திரத்தைப் பற்றிப் புரிந்துகொள்ளவும், அவனைப்பற்றி விவாதிக்கவும் நான் முயலவில்லை. கடத்தியவனுக்கும் கடத்தப்பட்டவளுக்கும் இடையே, அந்தக் குறிப்பிட்ட காலத்தில் என்ன நடந்தது என்பதைப்பற்றியே கண்டு கொள்ள முயன்றேன்.

ரங்கன்: அப்படிக் கண்டுகொள்ள முயற்சி செய்யும்போது, ராமனைப்பற்றியும் நீங்கள் அலசி ஆராய்ந்திருக்கிறீர்கள். இங்கே ராமன், காவியத்தில் இருப்பது போல் நேர்மையான, நல்ல கதாநாயகன் அல்ல. உயர்ந்த நோக்கு உடையவன் அல்ல. குறைகள் உள்ள சராசரி மனிதனாக வலம் வருகிறான்.

ரத்னம்: மேலும், அவன் தனக்கென்று ஒரு குறிக்கோளை வைத்திருக்கிறான். அதைப் போராடி அடைகிறான். அவனைப் பொருத்தவரை, அவன் பயணிக்கும் பாதை நியாயமானது.

ரங்கன்: அதாவது, அவனைப் பொருத்தவரை அதுதான் தர்மம்.

ரத்னம்: ஆமாம்.

ரங்கன்: சில இடங்களில், ராவணனைவிடக் கொடூரமாக ராமன் நடந்துகொள்கிறான். கை வெட்டப்பட்ட ஒருவனைக் கொடுமைப்படுத்தும் காட்சியை உதாரணமாகச் சொல்லலாம். அவன் கை அப்போதுதான் வெட்டப்பட்டிருக்கும். ராமன் தன் கடமையைத்தான் செய்கிறான்; சீதை இருக்கும் இடத்தைத் தெரிந்துகொள்ள முயல்கிறான் என்பதைப் புரிந்துகொள்ள முடிகிறது. ஆனால், உண்மையான ராமன் இப்படிச் செய்யமாட்டான் என்ற எண்ணம் எழுவதைத் தவிர்க்க முடியவில்லை.

ரத்னம்: கதாபாத்திரங்களை தேவ், வீரா, ராகினி என்ற பெயர்களிலேயே அழைப்போமே, ப்ளீஸ். அவர்கள்தான் என் கட்டுப்பாட்டில் இருக்கிறார்கள். ராமன், ராவணன், சீதை ஆகியோரைப்பற்றிய என்னுடைய அபிப்ராயம் இங்கே முக்கியமில்லை. நீங்கள் குறிப்பிடும் இந்தக் காட்சியில், அந்தக் கை வெட்டப்பட்டவனிடமிருந்து தகவல்களைப் பெறுவதே தேவின் நோக்கம். மற்றவர்களால் கண்டுகொள்ள முடியாத விஷயங்களையும் தேவ் கண்டுபிடிக்க விரும்புகிறான். மற்ற அனைவரும் பாதிக்கப்பட்டவனை இரக்கத்துடன் பார்க்கிறார்கள். ஆனால், வீராவின் செயலில் உள்ளர்த்தம் இருப்பதாக தேவ் உணர்கிறான். ஒருவனின் கையைமட்டும் வெட்டி அவனை மற்றவர்கள் பார்க்கவேண்டும் என்பதற்காகவே கட்டித் தொங்கவிட்டிருக்கிறான். இதன் மூலம் வீரா ஏதோ சொல்லவருகிறான் என்பதை தேவ் புரிந்துகொள்கிறான். அது என்ன என்பதைக் கண்டுகொள்ள விரும்புகிறான். அதனால், அவனிடமிருந்து எவ்வளவு உண்மையைத் தெரிந்துகொள்ள முடியுமோ அவ்வளவையும் தெரிந்துகொள்ள முயல்கிறான். அப்போதுதான் தேவ் முன்னோக்கிப் பயணிக்க முடியும். அவன் ஒரு கடமை தவறாத போலிஸ் அதிகாரி. மனிதாபிமானம் தன் கடமைக்கு முட்டுக்கட்டையாக வருவதை விரும்பமாட்டான்.

ரங்கன்: காவியத்தில், அரக்கர்கள் முனிவர்களைத் துன்புறுத்துவார்கள். அதனால் வெகுண்டெழும் ராமனும் லட்சுமணனும் அரக்கர்களைக் கொல்வார்கள். அந்த அரக்கர்கள் கெட்டவர்கள். தண்டிக்கப்படவேண்டியவர்கள். அதனால், அவர்கள் கொல்லப்பட்டதை எண்ணி யாரும் வருத்தப்படவில்லை. ஆனால், இங்கே தேவ் கை இல்லாத ஒரு மனிதனைக் கொடுமைப்படுத்துகிறான். அமைதிப் பேச்சுவார்த்தைக்கு வரும் விபீடணன் கதாபாத்திரத்தைக் கொலை செய்கிறான். ராமனுக்குக் கொடூரமான முகமூடியை அணிவித்திருக்கிறீர்களோ என்று எண்ணத் தோன்றுகிறது.

ரத்னம்: அவன் ஒரு எளிமையான, வலிமையான போலிஸ் அதிகாரி. அவன் தன் கடமையை நிறைவேற்றுவதற்காக எதைச் செய்யவும் தயங்க மாட்டான். மேலும் அவன் அதிக கவனத்துடன் பணிபுரிகிறான். அதனால்தான் சிறந்ததோர் அதிகாரியாகத் திகழ்கிறான். காவியத்தை எடுத்துக்கொள்ளுங்கள். அதில் ராமன், வாலியை ஏமாற்றித்தான் கொலை செய்கிறான். மரத்தின்பின் ஒளிந்துகொண்டு வாலியைக் கொலை செய்வதில் அவனுக்கு எந்தத்

தயக்கமும் இருக்கவில்லை. ஏனெனில், அவன் தண்டிக்கப்படவேண்டியவன் என்று கருதுகிறான். வாலியைக் கொல்லவேண்டும் என்பதிலேயே அவனுடைய முழுக் கவனமும் இருக்கிறது. அதை வெற்றிகரமாகச் செய்து முடிக்கிறான். அதன் பேரலலாகத்தான் இந்தக் காட்சியை உருவாக்கினேன். ஒருவரின் சூழ்நிலைதான், அவருடைய செய்கைகளை முடிவு செய்கின்றன.

ரங்கன்: ஆனால், இதற்கு நேர்மாறாக, ராவணன் கதாபாத்திரத்தின் செய்கைகள் அமைந்திருக்கின்றன. அவன் விதிகளை மீறாத வீரனாக வலம் வருகிறான். அந்தப் பாலத்தில் நடக்கும் சண்டைக் காட்சியில், தேவிடம் துப்பாக்கி இல்லை என்பதற்காக வீரா துப்பாக்கியைத் தூர எறிந்துவிட்டு, மல்யுத்தத்தில் ஈடுபடுகிறான்.

ரத்னம்: நான் அப்படி எண்ணி அந்தக் காட்சியை உருவாக்கவில்லை. வீரா கர்வம் உள்ளவன். அவன் வாழ்க்கை பெரும்பாலும் பழங்குடியினருடன்தான் கழிகிறது. அவனுடன் பழகும் மனிதர்கள் பலரும் காட்டுமிராண்டிகள். வெளியாட்கள் வந்து அவன் இனத்தை ஆள்கிறார்கள். அவர்களைக் கட்டுப் படுத்த முயல்கிறார்கள். இதெல்லாம் அவனுக்குப் பழகிப்போய்விட்டது. அதனால், ஆயுதம் இல்லாத ஒருவனுடன் சண்டை போடுவது நியாயம் இல்லை என்று கருதுகிறான். ஒரு பிரச்னைக்குத் தீர்வு காணும் பொருட்டு நாம் இன்னொருவருடன் போராடுகிறோம் என்றால், நாம் சரிசமமான களத்திலேயே போராடவேண்டும். அதுவே நியாயம். அதுமட்டுமின்றி, அவன் வெகு நாள்களுக்கு முன்பே, தன்னை அறியாமலேயே, தேவைக் கொல்லக்கூடாது என்ற முடிவை எடுத்திருக்கலாம். ராகினிக்காக அவனை உயிருடன் விடவேண்டும் என்று முடிவு செய்திருக்கலாம்.

ரங்கன்: அவன் ராகினியைத் தனக்கு சொந்தம் ஆக்கிக்கொள்ள விரும்பவில்லையா?

ரத்னம்: அவளுக்கு விருப்பம் இல்லாதவரை அவன் அப்படி எதையும் செய்ய மாட்டான். அவன், அவளிடம் தன் எண்ணங்களை வெளிப்படுத்த விரும்புகிறான். தேவ்மீது தனக்குப் பொறாமை என்று அவளிடம் சொல்கிறான். அப்படிப் பேசி அவன் அவள் மனத்தைக் கொள்ளை கொள்ள விரும்புகிறான். அவளைக் கட்டாயப்படுத்திச் சொந்தம் ஆக்கிக்கொள்ள விரும்பவில்லை. அவளுடைய கணவனைக் கொன்றுவிட்டு அவளை அடைவதில் அவனுக்கு விருப்பம் இல்லை.

ரங்கன்: எனவேதான் தேவ், ராமனைவிடக் கொடூரமானவனாகத் தெரிகிறான். வீரா, ராவணனைவிட இரக்கம் உள்ளவனாகத் தோன்றுகிறான்.

ரத்னம்: வீரா ராகினியிடம் நடந்துகொள்ளும் விதத்தைப் பார்க்கும்போது, அவன் இரக்கமானவன் என்று எண்ணத் தோன்றலாம். ராமாயண காவியத்தில், நாம் கதையை ராமனின் கண்ணோட்டத்தில் பார்ப்பதால், அவனுடைய கடுமையான முகத்தை மூடி மறைத்துவிட்டோம்.

ரங்கன்: ராவணனின் முதல் எழுத்து 'ரா'. அந்த எழுத்தோடு, கதாநாயகியுடைய பெயரின் முதல் எழுத்தும் பொருந்தவேண்டும் என்பதற்காகத்தான் ராகினி என்று பெயர் வைத்தீர்களா?

ரத்னம்: இல்லை. ஃபர்ஸ்ட் டிராஃப்ட்டில் அவளுக்கு வேறு ஒரு பெயர்தான் வைத்திருந்தோம். அவள் பாரம்பரிய இசையிலும் நடனத்திலும் தேர்ச்சி பெற்றவள். இவை அனைத்தையும் குறிக்கும் பொருட்டு அந்தக் கதாபாத்திரத்துக்கு ராகினி என்று பெயர் சூட்டினோம்.

ரங்கன்: நான் இதைக் கேட்டதற்குக் காரணம், ஏதாவது ஒரு தருணத்தில், இந்தப் படத்தை நீங்கள் ஒரு முக்கோணக் காதல் கதையாகக் கருதினீர்களா என்று அறிந்துகொள்வதற்காகத்தான்.

ரத்னம்: இல்லை.

ரங்கன்: தேவ், வீரா, இருவரில் யாரைத் தேர்ந்தெடுப்பது என்ற குழப்பம் அவளுக்கு எந்தத் தருணத்திலும் ஏற்படவில்லையா? கணவன் மனைவிக்கு இடையே சுமுகமான உறவு இருக்கவில்லை என்று எண்ணினேன். தமிழ் வெர்ஷனில், ஒரு காட்சியில், தேவ் அவளை 'நாட்டியப் பேரொளி' என்று அழைப்பான். அப்போது தேவின் குரலில் கேலி இருக்கும். அவர்களுக்குள் பிரச்னை இருக்கிறது என்பதற்கு இந்தக் காட்சி ஓர் உதாரணம்.

ரத்னம்: கணவன் மனைவிக்குள் கேலி, கிண்டல் இருக்கக்கூடாது என்று யார் சொன்னது? அவர்கள் வாழ்வின் சில தருணங்களைமட்டுமே பார்க்கிறீர்கள். அதனால்தான், அப்படி எண்ணுகிறீர்கள். அவன் கனிவோடுகூட அப்படிச் சொல்லியிருக்கலாம். **ரோஜாவில்** அர்விந்த் சாமி, தன் மனைவியை 'பட்டிக்காடு' என்று அன்பாக அழைப்பதுபோலத்தான் இதுவும். தேவின் வார்த்தையை அவர்களது வாழ்க்கையோடு பொருத்திப் பார்த்தால்தான் அதன் உண்மையான அர்த்தம் விளங்கும். இரண்டு வெவ்வேறு உலகங்களைச் சேர்ந்த இருவருக்குள் நடக்கும் காதல் சம்பாஷணைகளே இவையெல்லாம். அவன் ஒரு போலிஸ் அதிகாரி. அவளோ ஓர் ஆர்டிஸ்ட். **ரோஜாவில்**, அர்விந்துக்கும் ரோஜாவுக்கும் இடையே நடக்கும் முழு உரையாடலையும் பார்க்கிறோம். இங்கே, அவர்கள் வாழ்க்கையின் சில தருணங்களைமட்டுமே பார்க்கிறோம். அதுவும், நினைவுத் துண்டுகளாகத்தான் பார்க்கிறோம்.

ரங்கன்: படத்தின் இறுதிக் காட்சியைப் பார்க்கும்போதுகூட, அவள் வீராவை நாடுகிறாள் என்றே எண்ணத் தோன்றுகிறது. அந்தப் பெண், தன் காதலன் தன்னுடைய கணவனால் கொடூரமாகக் கொல்லப்படுவதைக் காண்கிறாள். அவன் கீழே விழுவதற்குமுன், ரத்தத்தால் அவளை அபிஷேகம் செய்கிறான். அவளோ அவன் பெயரைச் சோகமாக, ரொமாண்டிக்காக உச்சரிக்கிறாள்.

ரத்னம்: ஆரம்பத்தில், வீரா ஒரு மிருகம் என்று அவள் எண்ணிக்கொண்டிருந்தாள். பின், இந்தக் குறிப்பிட்ட காலகட்டத்தில்தான் அவளுடைய எண்ணத்தில் மாற்றம் ஏற்படுகிறது. அவர்களுக்கு நிறையப் பிரச்னைகள் இருக்கின்றன. அதற்குத் தீர்வு காணப்படவேண்டும் என்று உணர்ந்துகொள்

கிறாள். ஓர் உலகில் நின்றுகொண்டு இன்னோர் உலகைப்பற்றி எடுக்கப்படும் முடிவு உண்மையாக இருக்கவேண்டிய அவசியமில்லை என்பதையும் புரிந்து கொள்கிறாள். அவளுடைய இந்த மாற்றத்தைத்தான் இந்தக் காட்சியில் பார்க்கிறோம். அந்த இறுதிக் காட்சியில், அவள் அவனைப் பெயர் சொல்லி அழைக்கிறாள். முதலும் கடைசியுமாக அவன் பெயரை உச்சரிக்கிறாள். அவன் மரணப்பள்ளத்தில் விழப்போகிறான் என்று தெரிந்ததும், அவன் பெயரைக் கலக்கத்துடன் கிசுகிசுக்கிறாள்.

ரங்கன்: ஒரு காட்சியில், தேவ் பழங்குடியினரிடம் சென்று, ராகினியின் படத்தைக் காண்பித்து, இவளைப் பார்த்திருக்கிறீர்களா என்று கேட்பான். ராகினி படத்துக்குப் பின்புறம்தான் வீராவின் படம் இருக்கும். பின் சிறிது நேரம் கழித்து, அவன் வீராவின் படத்தைக் காண்பிப்பான். இங்கே, வீராவின் படத்தைக் காண்பிப்பதற்கு, அவன் சிறிது அவகாசம் எடுத்துக்கொள்கிறான் என்பது வெளிப்படையாகத் தெரியும். இந்தக் காட்சியில், அந்த மூன்று கதாபாத்திரங்களையும் ஒரு கோட்டில் வைத்துப் பார்க்கும்போது, வீரா, கணவன் மனைவிக்கிடையே வந்துவிட்டான் என்ற உணர்வு ஏற்படுகிறது.

ரத்னம்: இந்தக் காட்சியில், வார்த்தைப் பரிமாற்றம் இருக்காது. அதனால், படங்களை எந்த வரிசையில் காண்பிக்கிறோம் என்பதே இங்கு முக்கிய மாகிறது. அவன் அவர்களுடைய எதிர்வினையைக் கூர்ந்து கவனிக்கிறான். வீராவின் படத்தைக் காண்பித்ததும் அவர்களுடைய எதிர்வினையில் ஏதாவது மாற்றம் தெரிகிறதா என்று கண்டுகொள்ள விரும்புகிறான். அதனால் முதலில் அவன் தன் மனைவியின் படத்தைக் காண்பிக்கிறான். அவர்களிடம் எந்தச் சலனமும் இல்லை. பின் அவன் வீராவின் படத்தைக் காண்பித்ததும், அவர்கள் எதிர்வினையில் மாற்றம் ஏற்படுகிறது. அதை அவன் கண்கூடாகப் பார்க்கிறான். இதன்மூலம், தான் பயணித்துக்கொண்டிருக்கும் பாதை சரியானது என்ற முடிவுக்கு வருகிறான். வீராவும் ராகினியும் இருக்கும் இடத்தை நெருங்கிவிட்டோம் என்பதையும் கண்டுகொள்கிறான்.

ரங்கன்: வீராவும் ராகினியும் விஷ்ணு சிலைக்குமுன் நின்று பேசும் காட்சிகூட, முக்கோணக் காதலைத்தான் குறிக்கிறது. வீரா, ராகினி, அந்தச் சிலை மூன்றையும் முக்கோணத்தின் மூன்று முனைகளாகக் கருதலாம். ராகினியின் மனம் வீராவின் பக்கம் சாய்வதுபோலவும், பின்னணியில் இருக்கும் வலிமை யான அந்த மனிதன்மட்டும், நடப்பதையெல்லாம் அமைதியாகப் பார்த்துக்கொண்டிருப்பதைப்போலவும் இந்தக் காட்சி அமைக்கப் பட்டிருக்கும்.

ரத்னம்: பெரும்பான்மையான காடுகளில் சிதிலமடைந்த வரலாற்றுச் சின்னங்களைப் பார்க்கலாம். அதுபோல், ஒரு காட்டில் விஷ்ணு சிலையைப் பார்த்தோம். அதைத்தான் படத்தில் மறு உருவாக்கம் செய்தோம். அவர்கள் அடர்ந்த காட்டுக்குள் நெடுந்தூரம் சென்றுவிட்டார்கள் என்ற உணர்வை ஏற்படுத்தவே அந்தச் சிலையை அமைத்தோம். அங்கே அவர்கள்மட்டுமே இருக்கிறார்கள். அவர்களுடன், இயற்கைத் தாய்மட்டுமே இருக்கிறாள்.

கடவுளும் இருக்கலாம். சில மணித்துளிகள், அவர்கள் உலகத்திடமிருந்து பிரிந்து தனிமையான ஓர் உலகத்தில் வாழ்கிறார்கள் என்பதையே உணர்த்த முயன்றோம்.

ரங்கன்: அப்படியென்றால், நீங்கள் அந்த விஷ்ணு சிலையை தேவின் வடிவமாக, அதாவது ராமனின் வடிவமாகக் கருதவில்லையா?

ரத்னம்: இல்லை. அது விஷ்ணு சிலை. பெருமாள் சிலை. அவ்வளவுதான். அவள் கண்களுக்கு அந்தச் சிலை கடவுளாகத் தெரிகிறது.

ரங்கன்: இந்தி வெர்ஷனில், இந்தக் காட்சியில்தான் 'ஜாரே உட் ஜாரே' ('நான் வருவேன்') பாடல் ஒலிக்கத் தொடங்குகிறது. அதில், பாடல் வரிகளைக் கேட்கலாம். ஆனால், தமிழில் இன்ஸ்ட்ரூமென்டல் வெர்ஷன்மட்டுமே ஒலிக்கும்.

ரத்னம்: அந்தப் பாடலை, எண்ட் க்ரெடிட்ஸ் ஓடும்போது பின்னணியில் பயன்படுத்திக் கொள்வதற்காகத்தான் உருவாக்கினோம். பின், படத்தில் ஓரிரு இடங்களில் உபயோகித்தோம். தமிழ் வரிகள் ('நான் வருவேன்'), நேரடியாக, வெளிப்படையாகக் கதாபாத்திரத்தின் மனநிலையை உணர்த்தின. இந்தி வரிகள், பூடகமாக அமைந்திருந்தன. அந்த வரிகள் காட்சியின் போக்கோடு ஒத்திருக்கும். அதனால், பார்ப்பவர்களுக்குக் கவனச் சிதறல் ஏற்படாது. ஆனால், தமிழ் வரிகள் கதாபாத்திரத்தின் உணர்வுகளை அடிக்கோடிட்டுக் காட்டுகின்றன. பாடல் வரிகள் பூடகமாக இருக்கும்போது, பாடல், கதையின் இன்னொரு லேயராக மாறிவிடுகிறது. ஆனால், பாடல் வரிகள் வெளிப்படையாக இருக்கும்போது, பாடல், கதை சொல்லலுக்கு முட்டுக்கட்டையாக மாறிவிடுகிறது. அவ்வாறான சூழ்நிலைகளில், பாடலைவிடப் பின்னணி இசை, தன் வேலையைச் சிறப்பாகச் செய்யும்.

ரங்கன்: இந்தக் கதையை உங்கள் மனத்துக்குள் சிலகாலம் வைத்து அசை போட்டீர்களா?

ரத்னம்: எல்லாக் கதைகளையுமே நம் மனதுக்குள் சில காலம் வைத்திருப்போம் என்றே நினைக்கிறேன்.

ரங்கன்: பின், காலம் கைகூடி வரும்போது அந்தக் கதைகளுக்குத் திரைவடிவம் கொடுத்துவிடுவீர்கள்.

ரத்னம்: திடீரென்று காலம் கைகூடி வந்துவிடாது. எப்போதும், நம்மிடம் இரண்டு மூன்று ஐடியாக்கள் இருக்கும். அவற்றில் ஏதாவது ஒரு ஐடியா, நம்மைச் சுற்றிச்சுற்றி வந்துகொண்டிருக்கும். எந்த ஐடியா நம்மை அதிகம் கவர்கிறதோ அதைத் தேர்ந்தெடுப்போம்.

ரத்னம்: **ஆய்த எழுத்து** படத்தை முதலில் இந்தியில் எடுக்க முடிவு செய்ததாகவும், பின் உங்கள் இந்திப் படங்களுக்கும் தமிழ்ப் படங்களுக்கும் இடையேயான கால இடைவெளி அதிகமாகிவிடக்கூடாது என்பதற்காகத் தமிழிலும் எடுத்ததாகவும் கூறினீர்கள். அதே காரணத்துக்காகத்தான் இந்தப் படத்தையும் இரண்டு மொழிகளில் உருவாக்கினீர்களா?

ஒருவகையில் அவன் ராட்சஸன். அழகான, நாகரிகமான கதாநாயகன் அல்ல. அவனுக்குள் ஒரு மிருகம் துடிப்புடன் இருக்கிறது.

ரத்னம்: இந்தப் படத்தைத் தமிழில் எடுக்க முடிவுசெய்தே வேலைகளைத் தொடங்கினேன். இந்த ஐடியாவை முதன்முதலில் ஐஸ்வர்யா ராயிடம்தான் சொன்னேன். அப்போது நாங்கள் குரு படத்தின் 'பர்சோ ரே' ('வெண்மேகம்') பாடலை ஷூட் செய்துகொண்டிருந்தோம். சீதை கதாபாத்திரத்துக்கு ஏற்ற முக அமைப்பு அவரிடம் இருப்பதாகக் கருதினேன். குருவுக்குப்பின் ஒரு தமிழ்ப் படத்தை எடுக்க விரும்புகிறேன் என்று அவரிடம் சொன்னேன். படத்தைப்பற்றியும், அவருடைய கதாபாத்திரத்தைப்பற்றியும் சொன்னேன். குரு படத்தை எடுத்துமுடித்தபின், எனக்கு வேறு சில வேலைகள் இருந்தன. பிறகுதான் **ராவணன்** பட வேலைகளைத் தொடங்கினேன். எந்தத் தருணத்தில் இது இரு மொழிப் படமாக உருவெடுத்தது என்பது நினைவில் இல்லை. ஆனால், தமிழ்ப் படத்துக்கான வேலைகள் நடந்துகொண்டிருக்கையில்தான், இந்தியிலும் எடுக்கவேண்டும் என்ற முடிவை எடுத்தேன்.

ரங்கன்: **யுவா, ஆய்த எழுத்து** இரண்டிலும் வெவ்வேறு நடிகர்கள் நடித்திருந் தார்கள். லொகேஷன்களும் வேறுவேறாக இருந்தன. ஒரு வெர்ஷனை எடுத்துவிட்டு, அடுத்த வெர்ஷனை எடுத்தீர்கள். இங்கே, இரண்டு வெர்ஷன் களிலும் பெரும்பாலும் ஒரே நடிகர்கள்தான் நடித்திருந்தனர். அதனால், தமிழ் வெர்ஷனையும் இந்தி வெர்ஷனையும் ஒரே நேரத்தில் எடுத்தீர்களா?

ரத்னம்: முதல் ஷெட்யூலில், ஒரு முழுக்காட்சியை இந்தியில் எடுத்துவிட்டு, பின் அதே காட்சியைத் தமிழில் எடுத்தோம். ஒவ்வொரு காட்சியையும் இதேமுறையில்தான் எடுத்தோம். இதன்மூலம் நடிகர்களுக்கு ஓய்வும் போதிய கால அவகாசமும் கிடைக்கும். அதனால் அவர்கள் சௌகரியமாக உணர்வார்கள், திறம்பட நடித்துத் தருவார்கள் என்று எண்ணினேன். பிறகு தான் நடிகர்கள்மீது செலுத்தும் அக்கறையை, இயக்குநராகிய என்மீதும் நான் செலுத்தவேண்டும் என்று உணர்ந்தேன். ஏனெனில், ஒவ்வொரு முறையும் ஷாட்கள் சரியாக கம்போஸ் செய்யப்பட்டிருக்கின்றவா என்பதை நான் சரி பார்க்க வேண்டியிருந்தது. அடர்ந்த காட்டுக்குள் ஷாட்களை அதிகக் கவனத் துடன் கம்போஸ் செய்யவேண்டும். அதற்கு நிறைய நேரத்தைச் செலவிட வேண்டும். அதனால், சில நாள்களுக்குப்பின், நடிகர்கள் கதாபாத்திரமாக மாறியபின், இரண்டு வெவ்வேறு அணுகுமுறையைக் கையாளத் தொடங்கி னோம். சில நேரங்களில் இரண்டு அணுகுமுறையையும் ஒரே நேரத்தில் கையாண்டோம். சில காட்சிகளை முதலில் ஒரு மொழியில் எடுத்துவிட்டு, பின் இன்னொரு மொழியில் எடுத்தோம். விஷ்ணு சிலைமுன் நின்று அவர்கள் பேசும் காட்சியை இதற்கு உதாரணமாகச் சொல்லலாம். ஆனால், சில காட்சிகளை ஒரே நேரத்தில் இரண்டு மொழியிலும் எடுத்தோம். அதற்கேற்றார்போல் திட்டமிட வேண்டியிருந்தது. ராகினி மலையிலிருந்து குதித்தபின், வீரா அவளை மீண்டும் அழைத்துவரும் காட்சியை இதற்கு உதாரணமாகச் சொல்லலாம்.

ரங்கன்: அந்த கிராமத்தின் பெயர் சிவந்த மண் (லால் மாட்டி). இது வீராவும் அவன் கூட்டாளிகளும் நக்சல்கள், மாவோயிஸ்ட்கள் என்பதைக் குறிக்கிறது.

ரத்னம்: அதெல்லாம் இல்லை. அந்தப் பெயர் சரியாகப் பொருந்தியது. அவ்வளவுதான். அதில் எந்த உள்ளர்த்தமும் இல்லை.

ரங்கன்: நடிகர்களைத் தேர்வு செய்யும்போதே, விக்ரம் ஒரு வெர்ஷனில் கதாநாயகனாகவும் இன்னொரு வெர்ஷனில் வில்லனாகவும் நடிக்கவேண்டும் என்ற முடிவை எடுத்திருந்தீர்களா?

ரத்னம்: ஆம். அது ஒரு சோதனை முயற்சி. மிகவும் ஆபத்தான முயற்சியும் கூட. ஏனெனில், இந்த முயற்சி நிறைய நேரத்தை உறிஞ்சியது. அதனால் படத்தின் உருவாக்கம் பாதிக்கப்பட்டது. அவர் வீரா கதாபாத்திரத்தை முடித்துவிட்டு, சௌகரியமாக தேவ் கதாபாத்திரமாக மாறும்வரை நாங்கள் காத்திருக்கவேண்டியிருந்தது. அவருடைய ஹேர்ஸ்டைல், லுக் போன்றவை ஒவ்வொரு வெர்ஷனிலும் ஒரு மாதிரி அமைந்திருக்கும். அவற்றைச் சரிவர உருவாக்க நிறைய நேரத்தையும், பொருள்களையும், பணத்தையும் செலவழிக்கவேண்டியிருந்தது.

ரங்கன்: அதனால்தான், உங்களால் எப்படி ஒரு காட்சியை இந்தியில் எடுத்து விட்டு, பின் அதே காட்சியைத் தமிழில் எடுக்க முடிந்தது என்பதை எண்ணி ஆச்சரியப்பட்டேன்.

ரத்னம்: ஒரு சில காட்சிகளில்மட்டும்தான் வீரா, தேவ் ஆகிய இருவரும் இடம்பெற்றிருப்பார்கள். அதனால், வீராவின் காட்சியை முழுவதும் எடுத்து முடித்துவிட்டு, பின் தேவ் வரும் காட்சிகளை எடுத்தோம்.

ரங்கன்: படத்தின் தொடக்கத்தில், ராகினியைக் கடத்துவதற்குமுன், பல நிகழ்வுகளின் தொகுப்பாகக் காட்சிகளை அமைத்திருப்பீர்கள். இதை 'சீரிஸ் ஆஃப் ஈவென்ட்ஸ்' என்றும் சொல்லலாம். மேலும், **தி ஃபௌன்டைன்ஹெட்** படத்தில் வருவதுபோல, கதாநாயகன் அரை நிர்வாணமாக மலையின் உச்சியில் நின்றுகொண்டு, கீழே ஓடும் நதியைப் பார்க்கிறான். இது ஒரு அருமையான அப்ஸ்ட்ராக்ட் இமேஜ். அவன் அங்கே தனிமையில் இருக் கிறான். ஆனால், அவனால் கட்டவிழ்த்துவிடப்பட்ட வன்முறைச் சம்பவங்கள் எங்கேயோ அரங்கேறிக்கொண்டிருக்கின்றன.

ரத்னம்: முதலில் படத்தின் ஃபார்மட் வேறுமாதிரிதான் இருந்தது. கதா பாத்திரங்களை எஸ்டாப்ளிஷ் செய்வதுதான் ஆரம்பக் காட்சிகளின் நோக்கமாக இருந்தது. அதாவது, வீரா அந்தக் கிராமத்தில் அதிகாரம் படைத்தவன். அந்தக் கிராமத்துக்குள் ஒரு போலிஸ் அதிகாரி நுழைகிறான். அவன் மிகவும் நேர்மையானவன், உறுதியானவன், கண்டிப்பானவன் என்பதால் அவனை அந்தக் கிராமத்துக்கு இடமாற்றம் செய்கிறார்கள். புதிதாகத் திருமணமான அவன் தன் மனைவியுடன் அந்த ஊருக்கு வருகிறான்.

இதுபோல் நேர்க்கோட்டில் காட்சிகளை அமைத்திருந்தோம். படப்பிடிப்பு தொடங்குவதற்கு முன்புவரை திரைக்கதை அப்படித்தான் அமைக்கப் பட்டிருந்தது. இதுதான் நான் உருவாக்கிய முதல் காட்சித் தொடர். கதையை

எழுதும்போதே, ஆரம்பக் காட்சியில் கதாபாத்திரத்தை எப்படி அறிமுகம் செய்வது என்பதை யோசிக்கத் தொடங்கிவிடுவோம். நாம் என்ன சொல்ல வேண்டும் என்பதையும் அறிந்திருப்போம். அவன் ராவணன் என்பது நமக்குத் தெரியும். அதை எப்படிப் பார்வையாளர்களுக்கு உணர்த்துவது? எப்படி அதைக் காட்சிப்படுத்துவது? சம்பிரதாயமாகக் காட்சிகளை அமைக்காமல், புதிய வழியைக் கண்டுகொள்ளவேண்டும். எனவே, இங்கே, அந்த மனிதன் அன்றாடம் செய்யும் செயல்களை முதல் காட்சியாக அமைப்பதே ஐடியாவாக இருந்தது. அவன் மலையிலிருந்து குதிக்கிறான். பின், மூன்று வெவ்வேறு இடங்களில் அரங்கேறும் வன்முறைச் சம்பவங்களின் துளிகளைமட்டும் காண்பிக்கிறோம். இவன், நீந்திக்கொண்டேவருகிறான். அந்தச் சம்பவங் களுக்குள் புகுந்து நீந்திவருகிறான் என்பதே இதன் அர்த்தம். இதிலிருந்து அவன்தான் அந்த வன்முறைச் சம்பவங்களைக் கட்டவிழ்த்துவிட்டிருக் கிறான் என்பதை, வெளிப்படையாகச் சொல்லாமலேயே நம்மால் புரிந்து கொள்ள முடிகிறது.

ரங்கன்: நேர்க்கோட்டுப் பாணிக் கதையிலும் இதுதான் ஆரம்பக்காட்சியா?

ரத்னம்: ஆமாம். அவன் தண்ணீருக்குள் குதிப்பான். மூன்று வன்முறைச் சம்பவங்கள் அரங்கேறும். எல்லாச் சம்பவங்களும் நடந்து முடியும்போது அவன் நீருக்குள்ளிருந்து வெளியே வருவான். அவனுடைய செயலுக்காக ஒருவன் வந்து அவனுக்கு நன்றி சொல்வான். அந்தக் காட்சியில், அவன் செய்த செயலைக் காண்பிப்பதற்குப் பதில், அவன் செய்த செயலுக்காக அவனிடம் நன்றி சொல்ல வருபவரை எப்படி நடத்துகிறான் என்பதையே காண்பிக்க விரும்பினோம்.

ரங்கன்: அதாவது, நேர்க்கோட்டுப் பாணியின் தொடக்கத்தில், மூன்று வன்முறைச்சம்பவங்கள் அரங்கேறுகின்றன. அந்தச்சம்பவங்கள், நான்-லீனியர் வெர்ஷனில் இருப்பதுபோல, ராகினியின் கடத்தலோடு தொடர்புபடுத்தப் பட்டிருக்காது. சரியா?

ரத்னம்: ஆமாம். முதல் பாணியில், அந்த வன்முறைச் சம்பவங்கள், தேவ் அந்த ஊருக்கு வருவதற்குமுன்பு அரங்கேறுகின்றன. மேலும், அந்த வெர்ஷனில் ராகினியின் கடத்தல்தான் இடைவேளைக் காட்சி.

ரங்கன்: அப்படியென்றால், அது முற்றிலும் மாறுபட்ட படம்.

ரத்னம்: அது மிகவும் நேர்க்கோட்டுப் பாணியில் வழக்கமான ஃபார்மட்டில் இருக்கும். அத்தகைய கதையை மிகவும் எளிமையாகப் பின்தொடரலாம். ஆனால், ஒரு சந்தர்ப்பத்தில், அத்தகைய கதை சொல்லும் உத்தியைப் பலமுறை பின்பற்றியிருக்கிறேன் என்ற எண்ணம் எனக்கு ஏற்பட்டது. **பம்பாய்** படத்தைப் பொருத்தவரை, கலவரத்தில் சிக்கிக்கொள்ளும் சிறுவனின் கதைதான் என்னை ஈர்த்தது. அதைச் சொல்வதற்காக ஒரு பெரிய பேக் ஸ்டோரியை உருவாக்கவேண்டியிருந்தது. அது படத்தின் முதல் பாதி முழுவதையும் ஆக்கிரமித்துக்கொண்டது. நான் விரும்பிய கதையை என்னால்

இரண்டாவது பாதியில்தான் சொல்ல முடிந்தது. ரோஜா படம், கடத்தப்பட்ட தன் கணவனுக்காகப் போராடும் ஒரு பெண்ணைப்பற்றியது. அந்தப் படத்திலும், ஒரு சுவாரஸ்யமான முதல் பாதியை உருவாக்கவேண்டியிருந்தது. பிறகுதான் அந்தப் பெண்ணின் போராட்டத்தைப்பற்றிச் சொல்ல முடிந்தது. அதனால், உண்மையில் நான் சொல்ல விரும்பிய கதையில்மட்டும் கவனம் செலுத்தும் நேரம் வந்துவிட்டது என்று முடிவு செய்தேன். பேக் ஸ்டோரி வைக்க நான் விரும்பவில்லை. மேலும், மிகவும் எளிமையாகப் பின்தொடரக் கூடிய கதையாக இது இருப்பதையும் நான் விரும்பவில்லை. புதியதொரு கதை சொல்லும் உத்தியைப் பின்பற்றவேண்டிய காலம் வந்துவிட்டது, அதற்கு நாம் தயாராகிவிட்டோம் என்று கருதினேன். **ராவணன்** படத்தின் இறுதி வடிவத்தை எண்ணி மிகவும் சந்தோஷம் அடைகிறேன்.

ரங்கன்: ஓபனிங் கிரெடிட்ஸ் காட்சியிலும் எண்ட் கிரெடிட்ஸ் காட்சியிலும் ஒரு மாயத்தோற்றம் இருக்கும். அந்தக் காட்சிகளில் வீராவின் பல்வேறு முகங்களைக் காண்பித்திருப்பீர்கள். ஒவ்வொரு முகத்திலும் ஒவ்வொரு லுக் இருக்கும். ஒரு முகம், கண்ணாடி அணிந்திருக்கும். இன்னொரு முகம், கோமாளிபோல் சிரிக்கும். பின் எல்லா முகங்களும் இணைந்து வரும். இதில் சில முகங்கள் படத்தில் இடம்பெறவில்லை.

ரத்னம்: அவன்தான் ராவணன் என்றால், அவனுக்குப் பத்து தலைகள் இருந்தன என்றால், அவன் மிகவும் காம்ப்ளக்ஸான மனிதன் என்றால், நிச்சயம் அவன் பல்வேறு சூழ்நிலைகளில், பல்வேறு குணங்களை வெளிப்படுத்தி இருப்பான். மேலும், அதிக உற்சாகம் நிறைந்த ஒரு பாடல் ஓடிக் கொண்டிருக்

நடன அமைப்பாளர்கள், சண்டைக் காட்சி அமைப்பாளர்கள், நடிகர்கள் அனைவரின் ஒத்திசைவான பங்களிப்புடன் அந்தப் பாடல் உருவாக்கப்பட்டிருந்தது. நடனத்துக்கு அதிக முக்கியத்துவம் தந்திருந்தால் அது போலியானதாக இருந்திருக்கும். சண்டைக் காட்சிகளுக்குக் கூடுதல் முக்கியத்துவம் தந்திருந்தால் வெறும் சாதாரணமானதாக இருந்திருக்கும்.

கையில் பெயர்கள் வருகின்றன. அந்த முகங்கள் கிராபிக்ஸ் செய்யப் பட்டவை. ஆனால், அவை பார்ப்பதற்கு கேமராவில் படம் பிடிக்கப்பட்ட முகங்கள்போலவே தத்ரூபமாக இருக்கவேண்டும் என்பதற்காக நிறைய மெனக்கெட்டோம். உண்மை முகங்களில் இருக்கும் உற்சாகம் அந்த கிராபிக்ஸ் முகங்களிலும் இருக்கும்படிப் பார்த்துக்கொண்டோம். இதற்காகச் சில காட்சிகளைக் கூடுதலாக உருவாக்கினோம். அந்தக் காட்சிகள், அவனுக் குள்ளே இருக்கும் பத்து தலைகளைப் பற்றியவை. ஒவ்வொரு தலையும் ஒவ்வொரு வகையான குணம் கொண்டது. அத்தனை தலைகளும் அவனுடன் உரையாடும். எனினும், அந்தக் காட்சிகள் படத்தில் இடம்பெறவில்லை.

ரங்கன்: ஆனாலும், சில காட்சிகளில், அவனுக்குள் இருக்கும் தலைகள், அவனுடன் பேசுகின்றன. ஒரு காட்சியில், அவன் ராகினியைக் கொல்லலாமா வேண்டாமா என்று தனக்குள் இருக்கும் தலைகளிடம் விவாதிப்பான்.

ரத்னம்: இறுதி வடிவத்தில், அவை அனைத்தும் வெறும் குறிப்புகள் ஆகிவிட்டன. நாங்கள் உருவாக்கிய அனைத்துக் காட்சிகளையும் எங்களால் படத்தில் வைத்துக்கொள்ள முடியவில்லை. ஒவ்வொரு தலையும் தனித் தன்மை வாய்ந்தது. அதனால், ஒவ்வொரு தலைக்கும் தனித்தனியான காட்சிகளை உருவாக்கி வைத்திருந்தோம். அந்தக் காட்சிகள் பலவகையான வீராக்களைப் பற்றியவை. ஒருவன் மேதாவி, ஒருவன் போர் வீரன், ஒருவன் கண்ணாடி அணிந்திருப்பான். ஒரு வீரா பெண்ணாக வலம் வருவான்... ஒவ்வொரு வீராவும் ஒவ்வொரு பாணியில் பேசுவார்கள். அந்த இமேஜ்களைத்தான் பெயர்கள் போடும்போது பயன்படுத்தினோம்.

ரங்கன்: பத்து தனித்தனித் தலைகளைப்பற்றிய காட்சிகள், படத்தின் ஒரிஜினல் வெர்ஷனிலும் இடம்பெற்றிருந்தனவா?

ரத்னம்: ஆமாம். இந்த வெர்ஷனிலும் ஃபைனல் கட்வரை அந்தக் காட்சிகள் இடம்பெற்றிருந்தன. அவன் ஒரு காட்டுமிராண்டி. அவனுக்கு, தலைக்கு உள்ளிருந்து நிறையக் குரல்கள் கேட்கின்றன. அவனுடைய ஏதாவது ஒரு தலை கேள்விகள் கேட்கும். பதில்கள், மற்ற தலைகளிடமிருந்து வரும். அதை வைத்து அவன் முடிவெடுப்பான். பத்து வெவ்வேறு கதாபாத்திரங்களையும், அவர்கள் என்ன பேசுவார்கள், எப்படி நடந்துகொள்வார்கள் என்பதையும் உருவாக்கிவைத்திருந்தோம். இதன் மூலம், எங்களால் அந்தக் கதா பாத்திரத்தைப் புரிந்துகொள்ள முடிந்தது. நடிகராலும் அந்தக் கதாபாத்திரமாக எளிதாக மாற முடிந்தது. சில காட்சிகளில், எல்லாத் தலைகளுக்கும் வசனங்களை எழுதிவைத்திருந்தோம். ஏதாவது ஒரு தலை கேள்வி கேட்க, மற்ற தலைகளிடமிருந்து பதில்கள் வரும். இறுதியில் அந்தப் பதில்களை மட்டும் நீக்கிவிட்டோம். மீதம் இருக்கும் வசனங்களைமட்டும் நடிகரைப் பேச வைத்தோம். அதனால் இந்தக் காட்சிகளை முதன்முதலில் பார்க்கும் போது, அவன் தனக்குத்தானே பேசிக்கொள்கிறான் என்ற உணர்வு ஏற்படும். சில நிமிடங்களுக்குப்பின், அவனுக்குள் நிறைய தலைகள் இருக்கின்றன; அவன் அவற்றோடு உரையாடுகிறான்; அந்தத் தலைகளின் குரல்களைத்தான்

கேட்கிறோம் என்பதைப் புரிந்துகொள்ளலாம். அதன்பின், அந்தத் தலைகளின் நீர் ஓவியங்களைப் பார்க்கலாம். பின் கொஞ்சம் கொஞ்சமாக, ஒவ்வொரு தலையையும் தெளிவாகப் பார்க்கலாம். அவன் தன் தலைகளுடன்தான் முரண்படுகிறான், சண்டையிடுகிறான் என்பதைக் கண்டுகொள்ளலாம். அப்படித்தான் எல்லாக் காட்சிகளையும் உருவாக்கி வைத்திருந்தோம். ஆனால், படத்தொகுப்பு செய்து முடித்துப் பார்க்கும் போது, அந்தக் காட்சிகள் அவசியமற்றுத் தோன்றின. மேலும், அவனுடைய மனத்துக்குள் நிறையக் குரல்கள் கேட்கின்றன, அவன் தனக்குதானே பேசிக்கொள்கிறான் என்பதைமட்டும் காண்பித்தால் போதுமானது, நாம் சொல்ல வருவதைப் பார்வையாளர்கள் புரிந்துகொள்வார்கள் என்று எண்ணினோம். எனவேதான், வெளிப்படையாகப் பத்து தலைகளைப்பற்றிப் பேச நாங்கள் விரும்பவில்லை.

ரங்கன்: ஃபிளாஷ்பேக்கில், அவனுடைய தங்கையின் திருமணக் காட்சியில், வீரா நார்மலான மனிதனாகத்தான் தோன்றுகிறான். அந்த நேரத்திலேயே அவனுக்குள் பத்து தலைகள், அதாவது பத்து பெர்சனாலிட்டிகள் இருந்தனவா?

ரத்னம்: எல்லாக் காலகட்டத்திலும் அவன் நார்மலாகத்தான் இருக்கிறான். அவனைச் சுற்றி இருக்கும் மனிதர்கள் அனைவரும் நார்மலானவர்கள். அவனுடைய 'நார்மலான தலை' மட்டுமே எப்போதும் இயங்கிக்கொண் டிருக்கும். ஆனால், அவனுக்கு ஏதாவது பிரச்னை வரும்போதுமட்டும்தான் அவன் வேறு ஒருவனாக மாறுகிறான். அதனால் ஃபிளாஷ்பேக்கில் அவனுடைய மனித முகம் வெளிப்படுகிறது. பிந்தைய காட்சிகளில் மிருக முகம் வெளிப்படுகிறது.

ரங்கன்: படத்தில் ஒரு தருணத்தில் வீராவின் தங்கை, அவளுக்குத் திருமணம் ஆவதற்குமுன், அவளுடைய தந்தையுடன் சைகையில் பேசுவாள். அந்த ஒரு ஷாட்தவிர, படத்தில் வேறு எங்கும் சைகை மொழி இடம்பெற்றிருக்காது.

ரத்னம்: படத்தில் அத்தகைய காட்சிகளைத் திட்டமிட்டு உருவாக்கினோம். எனினும், அந்த ஒரு ஷாட்டைத் தவிர மற்ற எதுவும் படத்தின் இறுதி வடிவத்தில் இடம்பெறவில்லை.

ரங்கன்: ஷேக்ஸ்பியரின் 'மூன்றாம் ரிச்சர்ட்' நாடகத்தில் வரும் ரிச்சர்ட் கதாபாத்திரத்துக்கு முதுகில் கூன் இருக்கும். அவனுக்குள் இருக்கும் மிருகத் தனத்தின் வெளிப்பாடாக அந்தக் கூன் அமைந்திருக்கும். அதுபோல், அபிஷேக், விக்ரம் ஆகிய இருவருக்கும் முகத்தில் வடுக்கள் இருக்கின்றன. இங்கே வடுக்கள், அவர்களது மிருகத்தனத்தைக் குறிக்கின்றன.

ரத்னம்: ஒருவகையில், வீரா ஒரு ராட்சஸன். மிகவும் கடுமையானவன். அழகான ஹீரோ அல்ல. தூய்மையானவன் அல்ல. அவனுக்குள் மிருகம் இருக்கிறது. பிறப்பிலிருந்தே உடலளவிலும் மனத்தளவிலும் காயங்களைச் சுமந்துவருகிறான். மேலும், வீரச் செயல்களின்விளைவாக, அவன் முகத்திலும்

காயங்கள் ஏற்பட்டிருக்கின்றன. இங்கே, அந்த வடுக்களை, நடிகரின் முகத்தில் இருக்கும் வடுக்களாகக் கருதக்கூடாது. அந்த ராட்சஸக் கதாபாத்திரத்தின்மீது இருக்கும் வடுக்களாகத்தான் கருதவேண்டும்.

ரங்கன்: அபிஷேக்கின் நடிப்பு கடுமையாக விமர்சிக்கப்பட்டது. விக்ரமை யாரும் அதிகம் விமர்சிக்கவில்லை.

ரத்னம்: அவர்கள் ஆக்ரோஷமான நடிப்பை வெளிப்படுத்தவேண்டும்; சம்பிரதாயமான நடிப்பாக அது அமைந்துவிடக்கூடாது என்று ஆசைப்பட்டேன். பெண் ஒருத்தியுடன் மலை உச்சியில் கம்பீரமாக நிற்கும் ஒருவன் மடத்தனமாக எதையும் செய்யமாட்டான். உண்மையில், அபிஷேக்கின் நடிப்பு எனக்கு மிகவும் பிடித்திருந்தது. ஏன் அவர் அதிகம் விமர்சிக்கப்படுகிறார் என்பதை இன்றளவும் என்னால் புரிந்துகொள்ள முடியவில்லை. சில ஆண்டுகளுக்குப் பிறகு, அபிஷேக் இந்தப் படத்தில் மிகவும் அருமையாக நடித்திருக்கிறார் என்ற உண்மையை மக்கள் புரிந்துகொள்ள நேரலாம். அவர் மிகவும் திறம்பட நடித்திருக்கிறார் என்றே கருதுகிறேன். அவருடைய சிறந்த நடிப்பு இதுவாகக்கூட இருக்கலாம். அவருடைய பங்களிப்பை எண்ணி மகிழ்ச்சி கொள்கிறேன்.

ஆனால், நிறையப் பேருக்கு அவருடைய நடிப்பு திருப்தி அளிக்கவில்லை என்றால், அதற்கு அவர்மட்டும் பொறுப்பேற்க முடியாது. நானும் பொறுப்பு ஏற்றுக்கொள்ளவேண்டும். விக்ரம், அபிஷேக் ஆகிய இருவருடனும் நான் தனித்தனியாகப் பணிபுரிந்தேன். அவர்கள் தங்கள் போக்கிலேயே நடிக்க வேண்டும் என்று விரும்பினேன். அவர்களுடைய திறமையை முழுவதும் பயன்படுத்திக்கொண்டேன். கதாபாத்திரத்தை ஆராய்ந்து, புரிந்துகொண்டு, பின்னர் நடிக்குமாறு வலியுறுத்தினேன். அந்தக் கதாபாத்திரம் அவர்கள் மனத்துக்கு எப்படித் தோன்றுகிறதோ, அதை அப்படியே திரையில் வெளிக் கொண்டுவரச் சொன்னேன். ஒரு குறிப்பிட்ட பாணியைப் பின்பற்றி இருவரும் நடிப்பதை நான் விரும்பவில்லை. அடிப்படையில், இருவருடைய நடிப்பும் ஒன்றுதான். அதன் புறவடிவம்தான் ஒன்றிலிருந்து இன்னொன்று மாறுபட்டிருக்கும். ஏனெனில், அவர்கள் இருவரும் வெவ்வேறு உடலமைப்பு கொண்டவர்கள். மேலும், அவர்கள் இருவரும் ஒவ்வொருவிதத்தில் அரக்க குணத்தை வெளிப்படுத்தினார்கள். அதை நான் அப்படியே பதிவு செய்தேன். இங்கே, ஒரே கதாபாத்திரம் இரண்டு வெவ்வேறு வழிகளில் முன்வைக்கப் பட்டிருக்கிறது. ஒன்றை எளிமையாக ஏற்றுக்கொள்ள முடிந்தது. இன்னொன்றை எளிமையாக ஏற்றுக்கொள்ள முடியவில்லை. அவ்வளவுதான்.

ரங்கன்: பக் பக் பக், ஜிக் ஜிக் ஜிக் போன்ற அர்த்தமற்ற வார்த்தைகள், விக்ரம், அபிஷேக் இருவராலும், காட்சிகளை மெருகேற்றும் பொருட்டு உருவாக்கப் பட்டவையா?

ரத்னம்: இல்லை. அவற்றை எழுதிவைத்திருந்தோம். அந்த கான்சப்டை உருவாக்க அதிகம் சிரமப்பட்டோம். அந்தக் கதாபாத்திரத்தைப் புரிந்து கொள்வதற்காகவே, அவனுடைய பத்து தலைகளையும் உருவாக்க

மேற்குலகில் திரைப்படக் காட்சிகளுக்கு ஓவியங்கள் மிகப் பெரிய உந்துசக்தியாக விளங்குவதுண்டு. நம்முடைய ஓவியக்கலை பூடகமானது. பழங்குடித்தன்மை மிகுந்தது.

வேண்டியிருந்தது. அதிலிருந்துதான் அவனைப்பற்றிய அனைத்தையும் தெரிந்துகொண்டோம். அதில் வரும் ஒரு கதாபாத்திரம் - அதாவது ஒரு தலை - அவ்வப்போது கோமாளியாக மாறிவிடும். அப்படி மாறினால், பக் பக் பக் போன்ற அர்த்தமற்ற வார்த்தைகளைச் சொல்வான். மற்ற ஒன்பது தலைகளையும் ஆராய்ந்து, ஒவ்வொருவரும் எப்படி நடந்துகொள்வார்கள் என்பதைப் புரிந்துகொண்டோம். ஒவ்வொரு தலைக்காகவும் தனியான வசனங்களை உருவாக்கிவைத்திருந்தோம். இறுதியில், எல்லாவற்றையும் ஒரே கதாபாத்திரத்துக்குள் கொண்டுவந்தோம்.

ரங்கன்: இந்தப் படம், காவியத்தின் நேரடியான மறுவடிவம் இல்லை என்பதை அனுமன் கதாபாத்திரத்தின்மூலம் புரிந்துகொள்ள முடிகிறது. ஆரம்பக் காட்சியில், அவன் தேவ்வை இடைமறிப்பான். இந்தக் காட்சி, அவன் வீராவின் விசுவாசி என்ற எண்ணத்தை ஏற்படுத்தும்.

ரத்னம்: ராமாயண காவியத்தைக் கேள்வி கேட்பது என்னுடைய நோக்கமல்ல. காவியத்தைச் சந்தேகக் கண்ணோட்டத்தில் பார்க்கவும் நான் முயலவில்லை. அந்தக் கதாபாத்திரங்களை இன்றைய சூழ்நிலைக்குள் கொண்டுவந்தால், அவர்கள் இப்படித்தான் நடந்துகொள்வார்கள். ராமாயணத்தில்கூட, அனுமன் ராமனுடன் இணைவதற்கு நேரான பாதையைத் தேர்ந்தெடுக்கவில்லை. வாலி கொலை செய்யப்படும்வரை அவன் சுக்ரீவனுடன்தான் இருந்தான். ராமனைச் சந்தித்தபின்புதான் அவன் ராம பக்தன் ஆகிறான். இந்த மாற்றம் கதையில் இருந்தே தீரவேண்டும். அவன் வந்தான், ராமர் காலில் விழுந்தான் என்று கதையை அமைக்கமுடியாது.

ரங்கன்: என்றாலும், நீங்கள் காவியத்தைக் கேள்வி கேட்கலாம். அந்த உரிமை உங்களுக்கு இருக்கிறது. கம்பனும் மற்ற படைப்பாளிகளும், தத்தம் கண்ணோட்டத்தில், ராமாயணத்தை மறு உருவாக்கம் செய்தார்கள். அதுபோல், இது மணி ரத்னத்தின் கோணம், வெர்ஷன் என்று சொல்லலாம்.

ரத்னம்: ஆனால் நான் ராமாயணத்தைப் புதியதொரு கோணத்தில் பார்க்க முயலவில்லை. வீரா, ராகினிக்கு இடையேயான கதையைத்தான் சொல்ல முயன்றேன். அவ்வளவுதான். இந்தக் கதையில், காவியத்தை நினைவு படுத்துவதற்காகச் சில கதாபாத்திரங்கள் ஆங்காங்கே வந்து செல்கிறார்கள்.

ரங்கன்: அனுமன் கதாபாத்திரத்தைமட்டும் காவியத்தில் இருப்பதுபோல் அப்படியே மறுஉருவாக்கம் செய்திருப்பீர்கள். ஸ்லோகங்களை உச்சரிப்பது போல், நிறுத்தி நிறுத்திப் பேசுகிறான். ஓரிடத்திலிருந்து இன்னோர் இடத்துக்குத் தாவுகிறான். முதுகில், புற்களை வைத்திருக்கிறான். அவை சஞ்சீவி மூலிகையைக் குறிக்கின்றன.

ரத்னம்: அனுமன் மிக வேடிக்கையான கதாபாத்திரம் என்பதால்தான், படத்திலும் அப்படி உருவாக்கினோம். நாம் சிறுவயதில் ராமாயணக் கதை கேட்கும்போது, நம்மை முதலில் கவரும் கதாபாத்திரம் அனுமன்தான். அவனிடம் இருக்கும் எனர்ஜி நம் உதட்டில் புன்னகையை வரவழைக்கும். அவன் ஒரு வித்தியாசமான கதாபாத்திரம். அந்த வேடிக்கையான கதா பாத்திரம், இந்தக் கதையில் அப்படியே பொருந்தும் என்று தோன்றியது. அதனால் அந்தக் கதாபாத்திரத்தை அப்படியே வைத்துக்கொண்டோம்.

ரங்கன்: இருந்தும் காவியத்தில் வரும் அனுமன் செய்யாத சில காரியங்களை உங்கள் அனுமன் செய்கிறான். தன் எஜமானின் மனத்தில் அவநம்பிக்கையை விதைக்கிறான். அந்த விசாரணைக் காட்சியில், கூடாரத்தினுள், தேவ்வின் மனத்தில் சந்தேக விதைகளைத் தூவுகிறான்.

ரத்னம்: ராமாயணத்தில் முழுக் கதையும் ராமனின் பார்வையில் அமைந் திருக்கும். அவன் மனத்தில் என்ன இருக்கிறது என்பதைப்பற்றிமட்டுமே அந்தக் கதை பேசும். அவன் எதிர்கொள்ளும் பிரச்னைகள், அவனுடைய மனக் கவலை, அவனுடைய தவிப்பு ஆகியவை தெளிவாக விளக்கப்பட்டிருக்கும். இங்கே, கதை, பெரும்பான்மையான நேரங்களில், ராவணனின் கண்ணோட் டத்தில் அமைந்திருக்கும். அதனால் ஆங்காங்கே சிறு ஜன்னல்களை வைத்து, அவற்றின் வழியே ராமனின் (தேவ்) நிலை என்ன என்பதையும், அவன் மனத்தில் என்ன இருக்கிறது என்பதையும் தெரிந்துகொள்ள முயன்றோம். ராமனின் நிலையை மிகவும் யதார்த்தமாகப் பார்வையாளர்களுக்கு விளக்கிக் கூற அனுமன் கதாபாத்திரம் பயன்பட்டது. ராமனுக்கும் அனுமனுக்கும் நடக்கும் உரையாடல்களின் மூலம் ராமனது மனத்தில் என்ன இருக்கிறது என்பதைத் தெளிவுபடுத்தினோம்.

ரங்கன்: ராவணன் மனத்தில் என்ன இருக்கிறது என்பதை விளக்க என்ன செய்தீர்கள்? திட்டமிட்டபடி ராகினியை கொல்ல முடியாமல் போனதும், ராவணன் (வீரா) நதியைப் பார்த்துச் சுடுகிறான். இதன் அர்த்தம் என்ன?

ரத்னம்: அவன் அதிர்ச்சி அடைந்திருக்கிறான். அதனால் அப்படி நடந்து கொள்கிறான். அவன் அவளைக் கொன்றிருக்கவேண்டும். ஆனால், அவன் அவளைக் காப்பாற்றி மீண்டும் அழைத்துவருகிறான். அவனுக்கு என்ன ஆயிற்று என்று அவனுக்கே புரியவில்லை. அவனுக்குள் ஏதோ மாற்றம் நிகழ்கிறது என்பதைமட்டும் அவன் புரிந்துகொள்கிறான். அதனால்தான் அவன் தண்ணீரைப் பார்த்துச் சுடுகிறான். தன் பிம்பத்தைப் பார்த்துச் சுடுகிறான். இதன் மூலம் அவன் தன்னைத்தானே சுட்டுக்கொள்கிறான். மேலும், தானும் ராகினியும் இருக்கும் இடத்தை தேவுக்குத் தெரிவிப்ப தற்காகச் சுடுகிறான். பிரச்னைகள் கைமீறிப் போவதற்குள், சீக்கிரம் வந்து இந்தப் போரை முடித்துவை என்று தேவுக்கு அழைப்புவிடுக்கிறான்.

ரங்கன்: சீதையின் (ராகினி) மனத்தில் என்ன இருக்கிறது என்பதையும் சொல்லியிருப்பீர்கள். ஒரு காட்சியில், அவளுடைய கனவு உலகை, முற்றிலும் புதியதோர் உலகை, நாம் பார்ப்போம். அதில் அவள் ஏரிக்கரையில் நின்றுகொண்டிருப்பாள்.

ரத்னம்: கைகால்கள் கட்டப்பட்ட நிலையில், குறுகிய இடத்துக்குள் அடைக்கப்பட்டிருக்கும் ஒரு பிணைக்கைதியின் மனத்தில் என்ன இருக்கிறது என்பதைத் தெரிந்துகொள்ள முயன்றோம். அவள், சுதந்தரம் வேண்டி நிற்கிறாள். உதவியை எதிர்பார்த்துக் காத்திருக்கிறாள். மற்றவர்கள் முன்பு தைரியசாலிபோல் நடிக்கிறாள். அவள் அடிபணிய விரும்பவில்லை. இறுதிவரை போராட விரும்புகிறாள். ஆனால், உள்ளுக்குள் அழுகிறாள். தன் கணவன் வந்து தன்னைக் காப்பாற்றமாட்டானா என்று ஏங்குகிறாள். இந்தக் காட்சியில், அவள் வேறொரு உலகத்தில் நின்றுகொண்டு, தன் கணவனை அழைக்கிறாள். அந்த இடம், அவள் அடைக்கப்பட்டிருக்கும் இடத்திலிருந்து முற்றிலும் மாறுபட்டிருக்கும். மோனோக்ரமாடிக் தன்மை கொண்டிருக்கும். பரந்து விரிந்திருக்கும். அது பார்ப்பதற்கு ஜென் உலகம்போல் காட்சி அளிக்கும். அந்த உலகம், மிகவும் அமைதியாகவும் அழகாகவும் இருக்கும்.

ரங்கன்: மேற்கத்தியப் படைப்பாளிகளில் பெரும்பாலானோர், ஒரு படத்தைத் தொடங்குவதற்கு முன், பழைய படங்களையும் பழைய ஓவியங்களையும் ஆராய்ச்சி செய்வார்கள். படத்தின் லுக் எப்படி இருக்கவேண்டும் என்று முடிவு செய்வதற்காகவும் மற்ற படைப்பாளிகளின் ஐடியாக்களைப் புரிந்து கொள்வதற்காகவும் அவர்கள் அப்படிச் செய்கிறார்கள். நீங்களும் அத்தகைய ஆராய்ச்சிகளில் ஈடுபடுவதுண்டா?

ரத்னம்: இதுபோன்ற விஷயங்களைப்பற்றி அவ்வப்போது பேசுவதுண்டு. ஒவ்வொரு படத்தைத் தொடங்குவதற்கு முன்பும், நானும் பி.சி.யும் அமர்ந்து பேசுவோம். அப்போதெல்லாம் ஒரு வேடிக்கையான விஷயம் எங்களுக் கிடையே அரங்கேறுவதுண்டு. பேசிக்கொண்டிருக்கையில், சில படங்களை 'கூல்' படங்கள் என்று நாங்கள் குறிப்பிடுவதுண்டு. குறிப்பாக, க்யூப்ரிக்கின்

பேரி லிண்டன் படத்தைப்பற்றிச் சிலாகித்துப் பேசுவோம். ஆனால் நாங்கள் இருவருமே அந்தப் படத்தைப் பார்த்ததில்லை. இருந்தும், எங்களுக்கு அந்தப் படம் ஒரு முக்கியமான ரெஃபரன்ஸ். அந்தப் படத்தின் ஸ்டில்ஸ் பார்த்திருக்கிறோம். அதனால், அந்தப் படம் எப்படி இருக்கும் என்று எங்களால் உணர முடிகிறது. இன்றளவும், நான் அந்தப் படத்தைப் பார்த்த தில்லை. அந்தப் படத்தைப் பார்ப்பதில் எனக்கு விருப்பமில்லை என்றே தோன்றுகிறது. இல்லை, என்றாவது ஒருநாள் நான் அந்தப் படத்தைப் பார்க்கலாம். எது எப்படியோ, அந்தப் படத்தின் இமேஜ் என்னுள் ஆழ்ந்த தாக்கத்தை ஏற்படுத்தியிருக்கிறது. அதனால்தான் அந்த இமேஜ் எனக்கு இன்றளவும் புதிதாகவே தோன்றுகிறது. இதுபோன்ற ரெஃபரன்ஸ்கள், நம் மனத்தில் இருக்கும் டோன், லுக் போன்றவையோடு தொடர்பு கொண்டிருக் கலாம். அவற்றின்மூலம் நம் கற்பனைக்கு எப்படிச் சிறப்பாகத் திரைவடிவம் கொடுப்பது என்பதைக் கண்டுகொள்ள முடிகிறது. நமக்கும் நம் ஒளிப் பதிவாளருக்கும் இருக்கும் புரிதலே மற்ற அனைத்தையும் சாத்தியப் படுத்துகிறது. உலகில், எல்லோரிடமும் ஏதாவது ரெஃபரன்ஸ் இருக்கும். ரெஃபரன்ஸ்கள், தவிர்க்க முடியாதவை. அவை எப்போதும் நம் மனத்தில் இருந்துகொண்டே இருக்கும். எனினும், இந்த ரெஃபரன்ஸ்கள் வெறும் ஆரம்பப்புள்ளி மட்டுமே.

ரங்கன்: நான் இதைக் கேட்டதற்கு ஒரு காரணம் இருக்கிறது. இந்தப் படத்தின் கதை காட்டினுள் நடக்கும். அதனால், நீங்கள் காடுகளின் புகைப்படங்கள் அல்லது ஓவியங்கள் அல்லது காடுகளைப்பற்றிய திரைப்படங்களை ஆராய்ச்சி செய்தீர்களா என்று தெரிந்துகொள்ள விரும்பினேன்.

ரத்னம்: இல்லை. மேற்கத்திய நாடுகளில், ஓவியங்கள் திரைப்படங்களுக்குப் பெரியதொரு உந்து சக்தியாக இருந்துவருகின்றன. ஒரு குறிப்பிட்ட கால கட்டத்தைச் சேர்ந்த ஓவியத்திலிருந்து அந்தக் காலத்தைப்பற்றிய மற்ற விஷயங்களை ஓரளவுக்கேனும் தெரிந்துகொள்ளலாம். ஆனால் இங்கே, பழங்காலப் படங்களுக்கு இருக்கும் ஒரே ரெஃபரன்ஸ், ரவி வர்மாவின் ஓவியங்கள் மட்டுமே. ஆனால் அந்த ஓவியங்களைப் பலரும் பலமுறை ரெஃபர் செய்திருக்கின்றனர். முகலாய ஓவியங்கள் ஆகட்டும், தஞ்சை ஓவியங்கள் ஆகட்டும், நம் ஓவியங்கள் வித்தியாசமானவை. அப்ஸ்ராக்ட் ஆனவை. மரபு சார்ந்தவை. இரு பரிமாண வடிவம் கொண்டவை. அவற்றில் ஆழம் கிடையாது. அவர்கள் கண்முன் கண்டதைமட்டுமே வரைந்து வைத்திருக் கின்றனர். அதனால், ஒரு படத்துக்கு அந்த ஓவியங்கள் இன்ஸ்பிரேஷனாக இருக்க முடியாது. படத்தின் லுக்கைத் தேர்ந்தெடுக்க இதுபோன்ற ஓவியங்கள் எந்த வகையிலும் பயன்படாது. நாம் இன்றளவும் மேற்கத்திய ஓவியங்களைத் தான் ரெஃபர் செய்துவருகிறோம். வெர்மியர், ரெம்ப்ராண்ட் போன்ற கலைஞர் களின் ஓவியங்களை எளிமையாக ரெஃபர் செய்ய முடியும். ஆனால், அவை குறிப்பிட்ட சில விஷயங்களுக்காகமட்டுமே பயன்படும். நான் பொதுவாக, புகைப்படங்கள், மூட், ஃபீல் போன்றவற்றைச் சேகரிப்பேன். அவற்றை ரெஃபரன்ஸ்களாகப் பயன்படுத்திக்கொள்வேன்.

அவர்கள் காட்டுக்குள் செல்லச் செல்ல இயற்கையின், ஒருவேளை கடவுளின், முழு வீச்சும் நிறைந்த இந்தப் பகுதியை அடைகிறார்கள்.

ரங்கன்: அப்படியென்றால், உங்கள் மனத்தில் இருப்பதை உங்கள் டெக்னிகல் குழுவினரிடம் தெரிவிக்க, ஸ்க்ராப் புக் போல எதையாவது உருவாக்கி வைத்திருப்பீர்களா?

ரத்னம்: ஆமாம். **பம்பாய்** படத்துக்காக ஓர் ஆல்பத்தை உருவாக்கிவைத்திருந் தோம். அதில் கலவரம் சம்பந்தப்பட்ட புகைப்படங்கள் ஏராளம் இருந்தன. படத்தில் இடம்பெற்ற கலவரக் காட்சிகளின் பெரும்பகுதியை இந்தப் புகைப்படங்களிலிருந்துதான் உருவாக்கினோம். அந்தக் காட்சிகள் உண்மை யாக நடந்த கலவரங்களைப் பிரதிபலிப்பதுபோல் அமைந்திருக்கவேண்டும் என்பதற்காகதான் அப்படிச் செய்தோம். **ராவணன்** படத்துக்காக, காடுகளின் புகைப்படங்களைச் சேகரித்துவைத்திருந்தோம். சில காடுகளுக்குச் சென்று, அவற்றை எப்படியெல்லாம் ஷூட் செய்யலாம் என்றும் ஆராய்ந்தோம்.

ரங்கன்: காடுகளின் சம்பிரதாயமான விஷுவல்கள், கோணங்கள் போன்றவை படத்தில் இருக்கக்கூடாது என்பதில் கவனமாக இருந்தீர்களா?

ரத்னம்: அப்படியொன்றும் இல்லை. இதற்குமுன் மற்றவர்கள் காடுகளை எப்படிப் படம் பிடித்திருக்கிறார்கள் என்பதைப்பற்றியெல்லாம் நாங்கள் அலட்டிக்கொள்ளவில்லை. கதையை எப்படித் திறம்படச் சொல்வது என்பதில்மட்டுமே கவனம் செலுத்தினோம். கதை தன் பாதையில் பயணிக்கத் தொடங்கியதும், கதையை நாகரிக உலகிலிருந்து வெகு தூரம் எடுத்துச்செல்ல முயன்றோம். வீராவும் கொஞ்சம் கொஞ்சமாக மனிதனாக மாறி வருவான். அந்தக் காட்சிகளை அடர்ந்த காட்டுக்குள் வெகுதூரம் சென்று படமாக்கினோம். அந்த இடத்தை இயற்கையின் இதயம் என்றுகூடச்

சொல்லலாம். அந்த இடம் அப்பழுக்கற்ற தன்மை கொண்டிருந்தது. அங்கே வாகனங்களின் போக்குவரத்தோ மனிதர்களின் நடமாட்டோமோ இல்லை. அதனால் அந்த இடம் மிகவும் தூய்மையாக இருக்கிறது. வீராவின் மனத்துக்குள் இருக்கும் தூய்மையான உணர்வை அந்த இடம் பிரதிபலிக்கும். அந்த இடத்தில் ஒரு முழுமை இருக்கும். அதையே நாங்கள் பதிவு செய்ய முயன்றோம்.

ரங்கன்: மிக அருமையான விஷுவல் ஒன்று படத்தில் இருக்கிறது. ஒரு பத்திரிகைப் புகைப்படத்தில் ராகினியும் அவளைக்கடத்தியவர்களும் இடம் பெற்றிருப்பார்கள். தேவ், சிகரெட்டை வைத்து அந்தப் புகைப்படத்தில் இருக்கும் ஒவ்வொருவர் தலையையும் சுட்டெரிப்பான். ஒவ்வொருவர் தலையும் ஓட்டையாக மாறிக்கொண்டே வரும். ஒரு கட்டத்தில், ராகினியின் படத்தைச் சுற்றி, பல தலைகள் கொண்ட ராவணனின் உருவம் உருவாகும்.

ரத்னம்: திட்டமிட்டு உருவாக்கப்பட்ட விஷுவல் அது. அந்தப் புகைப்படம், பத்து தலைகளிடம் சிக்கிக்கொண்ட ஒரு பெண்ணைப்பற்றியது. அவன் தன் மனைவியைக் காப்பாற்றவேண்டும் என்றால், ஒவ்வொரு தலையையும் வெற்றிகொள்ளவேண்டும். ஒவ்வொரு தலைக்கும் அவன் என்ன தண்டனை கொடுக்க விரும்புகிறான் என்பதை வெளிப்படையாக அந்தக் காட்சி நமக்கு உணர்த்தும். ஆனால், ஏதோ ஒரு கட்டத்தில் அவனுடைய குறிக்கோள் மாறுகிறது. மனைவியைக் காப்பாற்றுவதுமட்டும் அவனுடைய நோக்கமாக இருக்கவில்லை. வீராவைத் தண்டிப்பதும் அவனுடைய நோக்கமாகிறது. கடத்தப்பட்ட ஒரு பெண்ணைக் காப்பாற்ற வேண்டிய அவன், அவளைக் கடத்தியவனைப் பழிவாங்கத் துடிக்கிறான். ராகினியைக் காப்பாற்ற வேண்டும் என்ற எண்ணத்தைவிட, வீராவைக் கொல்லவேண்டும் என்ற வெறி அதிக மாகிறது. அந்தக் கூடாரக் காட்சியில், வீரா, ராகினி ஆகியோரின் புகைப் படங்களை அவன் கையில் வைத்திருப்பான். ராகினியின் படத்துக்குப் பின் வீராவின் படம் இருக்கும். புகைப்படங்களைத் திருப்பித் திருப்பிப் பார்த்துக் கொண்டிருப்பான். வீராவின் முகத்தைப் பார்க்கும்போதெல்லாம் அவன் வெறி கொள்வான். தேவுக்குத் தொந்தரவு கொடுப்பதற்காக என்றே வீராவின் முகம் வந்து வந்து போகும். இங்கே, அவன் ராகினியின்மீது வைத்திருக்கும் அளவுகடந்த அன்பும் வீராவை பழி வாங்க வேண்டும் என்ற வெறியும் ஒரே புள்ளியில் இணைகின்றன. அவன் ஆரம்பத்தில் ஒரு லட்சியத்துடன் தன் பயணத்தைத் தொடங்கினான். காட்டுக்குள் அடியெடுத்து வைத்தான். இப்போது அந்த லட்சியம் முற்றிலும் மாறிவிட்டது. அவனுடைய பாதையும் மாறிவிட்டது.

ரங்கன்: அதனால்தான், அந்தப் பாலம் உடைந்தபின் தன் மனைவியிடம் ஓடும் அவன், வீராவைத் தேடுவான். 'எனக்காக வந்தீங்களா, இல்ல, அவரைத் தேடி வந்தீங்களா?' என்று அவள் கேட்பாள். இந்தக் காட்சிக்குமுன் ஒரு காட்சியில், வீரா தேவின் முகாமைத் தாக்குவதற்குமுன், தேவ் படுக்கையில் படுத்திருப்பான். இந்த ஷாட்டில், இந்தி வெர்ஷனில், அவனுடைய தலை,

ஃப்ரேமின் கீழ்ப்பகுதியில் இருக்கும். தமிழ் வெர்ஷனில் தலை ஃப்ரேமின் மேல்பகுதியில் இருக்கும். ஒரு காரணமும் இல்லாமல் நீங்கள் அப்படிச் செய்திருக்கலாம். இருந்தும் ஒரே ஒரு ஷாட்டுக்காக, கேமராவை இடம் மாற்றியதன் அவசியம் என்ன என்பதைத் தெரிந்துகொள்ள விரும்புகிறேன்.

ரத்னம்: நடிகரைச் சௌகரியமாக உணரவைக்க என்னவெல்லாம் செய்ய வேண்டுமோ, அதையெல்லாம் செய்தோம். அந்த ஷாட்டில், ஏதோ தவறு நடக்கப்போகிறது என்று தேவ் உணர்வான். அந்தக் காட்சி அவனுடைய உள்ளுணர்வைப்பற்றியது. நம் எல்லோர் உள்ளும் அத்தகைய உள்ளுணர்வு இருக்கும். ஆபத்திலிருந்து நம்மைத் தற்காத்துக்கொள்ள அந்த உள்ளுணர்வு நமக்கு உதவுகிறது. நாங்கள் அந்தக் காட்சியை இரண்டு வெவ்வேறு நாள்களில் ஷூட் செய்தோம். அதனால் கேமராவை இடம் மாற்றி வைத்திருக்கலாம். மேலும், இங்கே ஒரே காட்சியை இரண்டு வெவ்வேறு நடிகர்களை வைத்து எடுக்கிறோம். முதலில் ஒரு நடிகரோடு இணைந்து காட்சியை உருவாக்குவோம். நாம் விரும்பியதுபோல் காட்சி உருவாகும்வரை நாம் பல முயற்சிகளை மேற்கொள்வோம். பின் அடுத்த நடிகரை வைத்து அதே காட்சியை எடுப்போம். இரண்டாவது நடிகரிடம், முதல் நடிகர் நடித்தது போலவே நடி என்று நாம் சொல்ல முடியாது, சொல்லக்கூடாது. அவர் தன் தனித்திறமையால் காட்சிக்குப் புது வடிவம் கொடுக்க வாய்ப்பு இருக்கிறது. நாம் அதைத்தான் பதிவு செய்ய முயல்வோம். இரண்டு வெர்ஷன்களையும் ஒரே சமயத்தில் பார்க்கும்போதுமட்டும்தான், நமக்கு இதுபோன்ற வித்தியாசங்கள் தெரியும்.

ரங்கன்: அந்தக் காட்சிக்கு அடுத்து வரும் சண்டைக்காட்சியில் ஒலிக்கும் கவிதை என்ன?

ரத்னம்: கலிங்கத்துபரணி எனும் தமிழ் சிற்றிலக்கிய நூலிலிருந்து எடுக்கப்பட்ட வரிகள் அவை. பல நூறு ஆண்டுகளுக்கு முன் இயற்றப்பட்ட, யுத்தத்தைப்பற்றிய இலக்கியம் அது. **ராவணன்** படத்தின் பின்னணி இசைக்கோர்ப்பு வேலைகள் நடந்துகொண்டிருக்கையில், நஷ்ரீன் முன்னி கபீரும் (பத்திரிகையாளர், ஃபிலிம் மேக்கர்) எங்களுடன் ஸ்டூடியோவில் இருந்தார். அவர் ரஹ்மானைப்பற்றி ஒரு புத்தகம் எழுதிக்கொண்டிருந்தார். கவிதைகளைப்பற்றியும் மொழிபெயர்ப்புகளைப்பற்றியும் அந்தப் பெண் பேசிக்கொண்டிருந்தார். வைரமுத்துவும் அங்கே வந்திருந்தார். ரஹ்மான், தமிழ்க் கவிதைகளைப்பற்றி அந்தப் பெண்மணிக்கு விளக்கும்படி வைரமுத்துவைக் கேட்டுக்கொண்டார். வைரமுத்து இந்தக் கவிதைகளைச் சொன்னார். அந்தக் கவிதையைக் கேட்கும்போதே, போரைக் கண்முன் கண்ட உணர்வு ஏற்பட்டது. அவர்கள் சென்றபின், இந்தக் கவிதையைப் படத்தில் உபயோகித்துக்கொள்ள முடியுமா என்று ரஹ்மானைக் கேட்டேன். அவர் சரி என்றார். வைரமுத்துவைத் தொலைபேசியில் அழைத்து, கவிதையின் எந்தப் பகுதி இந்தப் படத்துக்குப் பொருந்தும் என்று கேட்டேன். அந்தப் பாடல், யுத்தத்தைக் குறிக்கவேண்டும்; யுத்தம் வரப்போகிறது என்பதைப்

பறைசாற்றும் பாடலாக, யுத்தத்துக்கு எப்படித் தயாராவார்கள் என்பதைச் சொல்லும் பாடலாக இருக்கவேண்டும் என்றேன். கலிங்கத்துப்பரணியின் முழுத் தொகுப்பும் கைக்குக் கிடைத்தது. அதில் இந்தப் பகுதிகளைமட்டும் குறித்து வைத்துக்கொண்டு, அன்றிரவே பாடலைப் பதிவு செய்தோம். அது மிக மிக அருமையானதொரு முயற்சி. சமகாலத் திரைப்படத்தில் இடம் பெறும் ஒரு காட்சியை, எப்போதோ எழுதப்பட்ட ஒரு காவியத்துடன் தொடர்பு படுத்த, நாங்கள் அத்தகைய சோதனை முயற்சியை மேற்கொண்டோம். இரண்டுக்கும் மிக மெல்லிய தொடர்புதான் இருக்கும். இருந்தும் நாங்கள் அந்தப் பாடலை ரசித்து உருவாக்கினோம்.

ரங்கன்: இந்தி வெர்ஷனுக்காக, தமிழ் கவிதைக்கு இணையான இந்திக் கவிதை கிடைத்ததா?

ரத்னம்: இல்லை. குல்சார் அவர்களை தமிழ்க் கவிதையின் சந்தத்துக்கு ஏற்ப இந்திப் பாடல் ஒன்றை எழுதித் தரச் சொன்னோம்.

ரங்கன்: படத்தில், விசேஷமான வண்ணங்கள் பயன்படுத்தப்பட்டிருக்கும். குறிப்பாக ராகினிக்கென்று தனித்துவமான வண்ணங்களை உபயோகித் திருப்பீர்கள். தேவ் அவளைக் காப்பாற்றி அழைத்துவரும்போது, அவள் வெள்ளை நிற ஆடை அணிந்திருக்கிறாள். அவள் தூய்மையானவள் என்பதை அந்த ஆடை குறிக்கிறது. அவள் கடத்தப்படும்போது அவள் மஞ்சள் நிற உடை அணிந்திருப்பாள். இதற்கு ஏதாவது காரணம் உண்டா?

ரத்னம்: ஒரு கதாபாத்திரத்தின் வெளிப்புறத்தன்மையைக் குறிக்கும் பொருட்டு ஆடைகள் அமைந்திருக்கவேண்டும். அவள் அமைதியானவள் அல்ல. அடங்கிப்போகக்கூடியவள் அல்ல. அவள் ஆக்ரோஷமானவள். அவள் தன்னால் முடிந்தவரை போராடுகிறாள். அவள் அவ்வளவு எளிதாக யாருக்கும் அடிபணிந்துவிட மாட்டாள். மேலும், அவள் கலை ஆர்வம் மிக்கவள். பாரம்பரிய இசையையும் நடனத்தையும் பயின்றிருக்கிறாள். அதனால், அவளுடைய டோன், கலர் ஆகியவை நம் பாரம்பரியத்துக்கு ஏற்ப அமைந்திருக்கவேண்டும். அதில் நம்முடைய மணம் வீசவேண்டும். அதே சமயம் அவள் மாடர்ன் ஆனவள். இன்றைய இந்தியாவைச் சேர்ந்தவள். அதைத்தான் பதிவுசெய்ய முயன்றோம். ஆடைகளைப் பொருத்தவரை, திட்டமிட்டு பிரத்யேகமான வண்ணங்களை உபயோகப்படுத்தவில்லை. அவள் படத்தில் இரண்டு மூன்று ஆடைகளைத்தான் அணிந்திருப்பாள். என்றாலும், வெள்ளை நிறத்தைத் திட்டமிட்டு உபயோகப்படுத்தினோம். அந்தக் குறிப்பிட்ட காட்சிக்கு என்று பிரத்யேகமாகத் தேர்ந்தெடுக்கப்பட்ட ஆடை அது. நிஜ சீதையைப்போல, இவளும் பல சோதனைகளைக் கடந்து, தூய்மையாக, தன் பழைய வாழ்க்கைக்குத் திரும்புகிறாள் என்பதைக் குறிக்கும்பொருட்டு வெள்ளை நிறத்தைப் பயன்படுத்தினோம்.

ரங்கன்: வீராவின் வாழ்க்கை முடிந்ததும் படமும் முடிகிறது. குரு படத்தில் அந்தப் புதுமண தம்பதியருக்கு தனிமையான தருணத்தை ஏற்படுத்தித்

தந்திருக்க மாட்டீர்கள். அதேபோல், இந்த படத்திலும், தேவும் ராகினியும் எப்படி மீண்டும் சமரசமாகி தங்கள் வாழ்க்கையைத் தொடங்குகிறார்கள் என்று சொல்லியிருக்க மாட்டீர்கள். அத்தகைய காட்சிகள் அவசியமில்லை என்று எண்ணினீர்களா? கணவன் தனக்குத் துரோகம் செய்துவிட்டான், வில்லனைக் கண்டுபிடிப்பதற்காகத் தன்னைப் பயன்படுத்திக்கொண்டுவிட்டான் என்று அவள் எண்ணுவாள். அதற்குப்பின் அந்தத் தம்பதிகளுக்கு இடையே என்ன நடந்தது என்பதைப்பற்றி எதுவும் சொல்லியிருக்க மாட்டீர்கள். படத்தின் இறுதியில் அவள், தன் கணவன், தான் எண்ணியதுபோல் நல்லவன் அல்லன், இரக்கம் உள்ளவன் அல்லன் என்று புரிந்துகொள்கிறாள். அதேபோல், அந்த வில்லன் கெட்டவன் அல்லன், கொடூரமானவன் அல்லன் என்பதையும் புரிந்துகொள்கிறாள். இங்கேயும் உங்களுக்குப் பிடித்த நல்லவனா-கெட்டவனா கேள்வி தொக்கி நிற்கிறது.

ரத்னம்: தேவ் ஒரு போலிஸ் அதிகாரி. மற்றவர்களின் உணர்வுகளைத் தூண்டி விட்டு அவர்களிடமிருந்து உண்மையை வரவழைப்பது அவனுடைய வழக்கம். அந்த உத்தியைத்தான் அவன் இந்தச் சூழ்நிலையிலும் பயன்படுத்து கிறான். அவன் அவளைத் தன் மனைவியாக மட்டும் பார்க்கவில்லை. தன் வேலையைச் செய்துமுடிக்க உதவும் கருவியாகவும் பார்க்கிறான். அவன் அவளை உண்மையாகச் சந்தேகிக்கவில்லை. வெறுக்கவில்லை. அந்தச் சூழ்நிலையில் அவனுக்கு அவனுடைய பணிதான் முக்கியமாகப்படுகிறது. அதைச் செய்து முடித்தே தீரவேண்டும் என்று கருதுகிறான். 'நீ எனக்கே சொந்தம் என்று எழுதப்பட்டிருக்கிறது. இப்போது, நான் அவனைக் கண்டு பிடிக்கவேண்டும்' என்றுதான் மனைவியைக் காணும்போதெல்லாம் எண்ணுகிறான். அந்த எண்ணத்துடனேயே அடுத்த அடியை எடுத்து வைக்கிறான். அவளும் அவனுடைய எண்ணத்தைப் புரிந்துவைத்திருக்கிறாள். அதனால் இறுதியில் அவர்கள் நிச்சயம் மீண்டும் இணைந்து சந்தோஷமான வாழ்க்கையைத் தொடங்கியிருப்பார்கள். அவளும் அவனை முழுவதுமாகப் புரிந்துகொண்டிருப்பாள் என்று நம்பலாம். எந்தவோர் உறவும் இப்படித்தான் இயங்கும் என்று நினைக்கிறேன். நிறைய முரண்கள் ஏற்பட்ட பின்புதான், அந்த உறவு எவ்வளவு முக்கியமானது, அழகானது என்ற உண்மையை உணர்ந்துகொள்வோம்.

ரங்கன்: குரு படம் **நாயகன்** படத்தை நினைவுபடுத்துவதைப்போல, இந்தப் படத்தின் சில காட்சிகள் **ரோஜா**வை நினைவுபடுத்துகின்றன. குறிப்பாக தேவ், ராகினி அடைத்துவைக்கப்பட்டிருக்கும் இடத்தைக் கண்டுகொண்டதும், 'காதல் ரோஜாவே' பாடல்போல இங்கேயும் ஒரு பாடல் வருகிறது. இது மிகவும் அருமையான மாற்றம். இரண்டு படங்களிலும் கணவனும் மனைவியும் ஒரு பாலத்தில்தான் மீண்டும் இணைகிறார்கள்.

ரத்னம்: இரண்டு படத்திலும் அந்தக் குறிப்பிட்ட தருணம் மிகவும் டிரமாடிக்காக இருக்கும். அதனால் இரண்டு படங்களுக்கும் இடையே ஒற்றுமை இருக்க வாய்ப்பு இருக்கிறது. அந்தக் கடத்தல் காட்சியில்தான்

இரண்டு படங்களின் வேகமும் அதிகரிக்கிறது. இரண்டு படங்களையும் ஒப்பிடும்போது, கடத்தப்பட்டவர்களின் பாலினம்மட்டும் மாறுபடவில்லை; இரண்டு படங்களின் கதைக்களமும் ஒன்றிலிருந்து இன்னொன்று முற்றிலும் மாறுபட்டிருக்கும். இது காவியத்திலிருந்து உருவான கதை. அது சமகால நிகழ்வுகளை அடிப்படையாகக்கொண்டு உருவாக்கப்பட்ட கதை. இரண்டு படங்களும் வெவ்வேறு தளங்களில் இயங்குகின்றன.

ரங்கன்: அந்தப் பாலம் உடைந்து விழும் காட்சிக்குப்பின், ராகினி, நீர்வீழ்ச்சியின் அருகில் இருக்கும் ஒரு மரத்தில் கட்டப்பட்டிருக்கும் காட்சியைத்தான் பார்க்கிறோம். மீண்டும் இங்கே காவியத்தையும் படத்தையும் தொடர்புபடுத்தியிருப்பீர்கள். ராமாயணத்திலும் இதுபோல்தான் சீதையை அசோகவனத்தில் ஒரு மரத்தின் அடியில் வைத்திருப்பார்கள். ஆனால், அவளை எப்படி வீராவின் முகாமிலிருந்து இந்த நீர்வீழ்ச்சிக்கு அழைத்து வந்தார்கள் என்று காண்பித்திருக்க மாட்டீர்கள்.

ரத்னம்: கதையில் அவளது கிராஃபைப் பின்பற்றினால் இதைப் புரிந்து கொள்ளலாம். அவளைக் கடத்தியதும், அவள் கையைக் கட்டி வைத்திருக் கிறார்கள். வாயைத் துணியால் அடைத்து வைத்திருக்கிறார்கள். பின் வாய் கட்டை அவிழ்த்துவிடுகிறார்கள். கைமட்டுமே கட்டப்பட்டிருக்கிறது. அதுவும், அவன் அவளைப்போகச் சொல்லியும் அவள் போகாமல் திரும்பி வருகிறாள் என்பதை அவர்கள் அறிந்துகொள்ளும்வரைக்கும்தான். அதன் பின் அவளுடைய கையைக் கட்டவும் அவர்கள் விரும்பவில்லை. 'காட்டுச் சிறுக்கி' பாடலுக்குப்பின் அவன் அந்த இடத்தைவிட்டுச் சென்றுவிடுகிறான். அவள் விரும்பியிருந்தால் அவளால் தப்பித்திருக்க முடியும். ஆனால் அவள் அதைச் செய்யவில்லை. படத்தின் இரண்டாவது பாதியில், அவள் அவர்

கடத்திச்சென்றவன்மீது மனச் சாய்வு ஏற்படுதல் என்ற இந்த உறவுக்கு நவீன கால பதிலாக இருக்கும் ஸ்டாக்ஹோம் சிண்ட்ரோம் நீங்கலாக, இந்தக் காலகட்டத்தில் அவர்களுக்கு இடையே என்ன நடந்தது என்பதை அறிந்துகொள்ள விரும்பினேன்.

களுக்கு மத்தியில் சுதந்தரமாகத் திரிகிறாள். அவளை யாரும் கட்டி வைக்க வில்லை. இந்த மாற்றத்தை நாங்கள் அடிக்கோடிட்டுக் காட்டவில்லை. என்றாலும், கூர்ந்து கவனித்தால் இதைக் கண்டுகொள்ள முடியும். படத்தின் இறுதியில், வீரா தேவுடன் சண்டையிடச் செல்வதற்குமுன், அவளை மரத்தில் கட்டிவைக்கிறான். தேவ்வை அந்த இடம் நோக்கி இட்டுவர அவன் அப்படிச் செய்திருக்கலாம். அல்லது, அவள் எங்கேயும் தொலைந்து போய்விடக்கூடாது என்பதற்காக அப்படிச் செய்திருக்கலாம். ஒருவகையில், வீரா, ராகினியைச் சேர்க்கவேண்டிய இடத்தில் சேர்க்கிறான்.

ரங்கன்: வீராவுடனான அவளது வாழ்க்கைப் பயணம் தொடங்கும்போதும் அவள் கட்டப்பட்டிருக்கிறாள்; முடியும்போதும் அவள் கட்டப்பட்டிருக் கிறாள். இதேபோல், இன்னொரு இமேஜும் இரண்டாவது முறை வருகிறது. அந்தப் பயணத்தின் தொடக்கத்திலும் அவளுடைய கண்கள் கட்டப்பட்டிருக் கின்றன. முடிவிலும் அவளுடைய கண்கள் கட்டப்பட்டிருக்கின்றன.

ரத்னம்: ஆமாம். அவளை அங்கே கொண்டுவரும்போது அவள் எப்படி இருந்தாளோ, இப்போதும் அப்படித்தான் இருக்கிறாள் என்பதை உணர்த்துவதற்காக அவன் அப்படிச் செய்கிறான். ஒருவகையில், அவள் வந்த பாதையிலேயே அவளைத் திருப்பி அனுப்பிவைக்கிறான்.

ரங்கன்: மீண்டும் மீண்டும் இடம்பெற்ற மற்ற கூறுகளைப்பற்றிப் பேசுவோம். வீராவின் தங்கை தண்ணீரில் சாகிறாள். இதற்கு இணையாக இருக்கவேண்டும் என்பதற்காகத்தான், ராகினி படகில் பயணிக்கும்போது கடத்தப்படுகிறாள் என்று கதையை உருவாக்கியிருக்கிறீர்கள் என்று எண்ணினேன். இதை, கவித்துவமான பழிவாங்கல் என்றும் சொல்லலாம்.

ரத்னம்: அப்படி இணைகோட்டில் கதையைச் சொல்ல எண்ணியிருந்தால், அதை இன்னும் சிறப்பாகச் சொல்லியிருப்போம். ஆனால், நாங்கள் அப்படி எண்ணவில்லை. ஒரிஜினல் ஸ்கிரிப்ட்டில், அவள் ஏன் அந்தப் படகில் ஏறினாள் என்பதை ஒரு காட்சியில் விளக்கியிருப்போம். அன்று காலையில், அவள் கடத்தப்படுவதற்குமுன்பு, அவளும் அவள் கணவனும் டைனிங் டேபிளில் அமர்ந்திருப்பார்கள். அவர்களுக்குள் முதல்முறை மனஸ்தாபம் ஏற்பட்டிருக்கும். இருந்தும் அவன் அவளிடம் சில்மிஷம் செய்வான். பின் அவன் அங்கிருந்து சென்றுவிடுவான். அவள் சமையல் அறைக்குள் நின்று கொண்டு இந்தப் படகைப் பார்ப்பாள். இந்தக் காட்சியை ஷூட் செய்வ தற்காகவே ஆற்றங்கரையில் அமைந்திருந்த வீட்டைத் தேர்ந்தெடுத்தோம். அவள் ஆற்றில் நின்றுகொண்டிருக்கும் இந்தப் படகை பொன்னிற வெளிச்சத்தில் பார்ப்பாள். ராமாயணத்தில், சீதையைக் கவர்ந்த பொன்மானை அந்தப் படகு நினைவுபடுத்தும். அந்தச் சூழ்நிலையில், வெளியே செல்வது ஆபத்தானது என்பதை அவள் அறிந்திருக்கிறாள். இருந்தும், அவள் வீட்டை விட்டு வெளியே அடி எடுத்துவைக்கிறாள். அடுத்த காட்சியில் அவள் படகில் இருப்பாள். படத்தில் போதிய அவகாசம் இருந்திருந்தால் இந்த முழுக் காட்சியையும் வைத்திருப்போம். படத்துக்கு இந்த பிளாட் முக்கியமல்ல.

இரண்டுவகையான சமூக அடுக்குகளைச் சேர்ந்த மனிதர்களுக்குள் ஏற்படும் முரண்தான் முக்கியம் என்று கருதினேன். அதனால் அந்தக் காட்சிகள் படத்தில் இடம்பெறாமல் போய்விட்டன.

ரங்கன்: படத்தின் தொடக்கத்தில் ஒரு பெர்குஷன் இசை வரும். அந்த இசை இடைவேளையின்போது, வீரா போலிஸ் கூடாரத்துக்குள் நுழையும் காட்சியில் மீண்டும் ஒலிக்கும். படத்தின் முதல் பாதியை விறுவிறுப்பாகத் தொடங்கி விறுவிறுப்பாக முடிக்கவேண்டும் என்பதற்காக அப்படிச் செய்தீர்களா?

ரத்னம்: ஆமாம். சில நேரங்களில் ஒரு துண்டு இசை, தீம் மியூஸிக்காக மாறி விடும். ஏ.ஆர், மியூஸிக்கை கம்போஸ் செய்து நம்மிடம் கொடுத்துவிடுவார். நாங்கள் ஏவிட் டைம்லைனில் போட்டு, அந்த மியூஸிக்கை வெவ்வேறு இடங்களில் வைத்துப் பொருத்திப் பார்ப்போம். சில நேரங்களில், அவரே மியூஸிக்கை வெவ்வேறு இடங்களில் உபயோகித்து அசத்துவார். எனக்கு அத்தகைய ஐடியா எதுவும் உதித்திருக்காது. ஆனால் அவர் அதைச் செய்து காட்டுவார். கதையைத் திறம்படச் சொல்ல நாங்கள் இருவரும் இணைந்து உழைத்து வருகிறோம்.

ரங்கன்: ‘காட்டுச் சிறுக்கி’ பாடல்கூடப் படத்தில் மீண்டும் மீண்டும் வருகிறது. நான் படத்தை முதலில் பார்க்கும்போது, ஒரே ஒரு வெர்ஷன்தான் இருக்கிறது என்றே நினைத்துக்கொண்டிருந்தேன். ஆனால் இந்த ‘சைக்கோ’ வெர்ஷன் என்னை ஆச்சரியப்படுத்தியது. அதன் ஸ்டைலான காட்சி அமைப்பும் பிரமிப்பூட்டியது.

ரத்னம்: நாங்கள் அந்த மெலடி வடிவத்தைத்தான் முதலில் கம்போஸ் செய்திருந்தோம். பின்பு அதை எப்படி நாட்டுப்புற வடிவமாக மாற்றுவது என்று யோசிக்கவேண்டியிருந்தது. அதை ஷூட் செய்யும்போதுகூட, நாங்கள் விரும்பும் இறுதிவடிவத்தை எப்படிக் கொண்டுவருவது என்பதைப்பற்றிய தெளிவான ஐடியா எங்களிடம் இருக்கவில்லை. அந்தப் பாடலை உருவாக்கும்போது, அது ஒரு மேடைப் பாடல் போலத்தான் எங்களுக்குத் தோன்றியது. கம்போசிங் ஸ்டேஜிலேயே அந்த வெர்ஷன் எங்களை ஈர்க்க வில்லை. என் குழுவைச் சேர்ந்த பலரும், அந்தப் பாடல் வேண்டாம் என்றார்கள். இடைவேளைக்குச் சற்று முன்பு வருவதால் அந்தப் பாடல் எடுபடாமல் போகலாம் என்றார்கள். மேலும், நாங்கள் விரும்பிய எமோஷனைப் பாடலில் கொண்டுவர முடியவில்லை. அதன் தீவிரமும் சற்று அதிகரித்துவிட்டது. அதனால், ஆக்‌ஷன் இயக்குநருடன் இணைந்து அந்தப் பாடலுக்கு ஏற்றவகையில் ஓர் எளிமையான ஆக்‌ஷன் காட்சியை உருவாக்கி னோம். ஒரு பெண் தப்பிக்க முயற்சி செய்கிறாள், ஒருவன் அவளைத் தடுக்கிறான். இதுதான் ஆக்‌ஷன் காட்சியின் கான்சப்ட். பின் அந்த ஆக்‌ஷன் காட்சியை, நடன இயக்குநருடன் இணைந்து உருவாக்கினோம்.

நடிகர்கள், நடன இயக்குநர், ஆக்‌ஷன் இயக்குநர் ஆகியோரின் கூட்டு முயற்சியில் உருவான பாடல் அது. அவர்கள் ஒவ்வொருவரும் தங்கள்

பங்களிப்பு சமநிலையில் இருக்கும்படிப் பார்த்துக்கொண்டார்கள். நடனத்துக்கு அதிக முக்கியத்துவம் கொடுத்துப் பார்த்தோம். பாடல், போலித்தனமாகத் தோன்றியது. பின் ஆக்ஷனுக்கு அதிக முக்கியத்துவம் கொடுத்துப் பார்த்தோம். பாடல் மிகவும் சாதாரணமாகத் தோன்றியது. மூவ்மென்டில் ஒரு கவித்துவம், ஒரு ஃப்ளோ இருக்கவேண்டும் என்று எண்ணினோம். நடனமும் ஆக்ஷனும் இணையும் இடத்தில் ஸ்டைல் தானாகவே உருவாகும். உருவாகியே தீரவேண்டும். மேலும் அரக்கனுக்கும் அழகிக்கும் இடையேயான பாடல் பார்ப்பதற்கு ஸ்டைலாக இருந்தே தீரவேண்டும். ஆனால், ஒரு குறிப்பிட்ட அளவுக்குமேல் பாடலின் அழகுணர்ச்சியை, ஈர்ப்புத் தன்மையைக் கூட்ட முடியாது. எனினும் இதுபோன்ற பாடல்களில் இயல்பாகவே ஓர் ஈர்ப்புத்தன்மை இழையோடும். காகிதத்தில் இருக்கும்போதே, அது ஸ்டைலான காட்சியாகத்தான் இருந்தது. பின் அதைப் பாடலாக உருவாக்க நாங்கள் அதிகம் சிரமப்பட வேண்டி யிருந்தது. இந்தப் பாடலை ஒரு சாதாரண பாடலாக உருவாக்கியிருக்கலாம். ஆனால், ஆக்ஷனையும் நடனத்தையும் இணைத்து இந்தப் பாடலை உருவாக்கியிருக்கவில்லை என்றால், அவர்கள் இருவருக்கும் இடையே ஈர்ப்பு அதிகரித்ததை நம்மால் கண்டுகொண்டிருக்க முடியாது.

ரங்கன்: இருந்தும் சில தருணங்களில், நடன அசைவுகள்மட்டுமே மேலோங்கி நிற்கின்றன. அவள் அவனுடைய காலுக்கு அடியில் இருக்கும் கல்லை உதைக்கும்போது, அவன் நிஜமாகவே தடுமாறுகிறான். அவளால் அவன் மனமும் தடுமாறுகிறது. 'காட்டுச்சிறுக்கி' பாடல், ஃபிளாஷ்பேக்கில் வீராவின் தங்கையின் திருமணத்தின்போது வருகிறது.

ரத்னம்: 'காட்டுச்சிறுக்கி' பாடல் ஒரு பொதுப்படையான பாடல். ஸ்டைலான வெர்ஷன், கதையை இறுக்கிக்கட்டப் பயன்பட்டது. இருவேறு சூழ் நிலையில் உபயோகித்துக்கொள்வதற்காகத்தான் அந்தப் பாடலை உருவாக் கினோம். ஒரிஜினல் மெலடி வெர்ஷனை, வீராவின் தங்கையின் காதல் கதையைச் சொல்லப் பயன்படுத்திக்கொண்டோம். ஃபிளாஷ்பேக்கில் அந்தப் பாடலை, பின்னணி இசைபோலத்தான் பயன்படுத்தியிருப்போம்.

ரங்கன்: குறிப்பிடப்படவேண்டிய இன்னொரு தருணமும் படத்தில் உள்ளது. ராகினி, தங்கள் கூட்டத்தாரைப்போல் உடை அணிந்திருப்பதை வீரா, பரிசலில் நின்றவாறே பார்ப்பான். பரிசல் மிதந்துகொண்டே இருக்கும். அதனால் அவன் சுற்றிக்கொண்டே இருப்பான். ராகினியைப் பார்க்கும் போது, அவன் தலை சுற்றுகிறது, அவளால் ஈர்க்கப்பட்ட அவன், குழப்பத்துக்கு ஆளாகிறான் என்றோர் அர்த்தமும் இந்தக் காட்சியில் இருக்கிறது.

ரத்னம்: அந்தத் தருணத்தில்தான் அந்த ஆண்மகன் அவளை ஒரு பெண்ணாகப் பார்க்கிறான். அதுவரை அவளை இன்னொருவரின் மனைவியாகத்தான் பார்த்துவந்தான். அவன் மிகவும் எளிமையானவன். வசதியான வாழ்க்கை வாழ்பவன் அல்ல. அதனால், அவனுடைய அணுகுமுறையும் வெளிப் படையாக அமைந்திருக்கிறது. எதைப்பற்றியும் யோசிக்காமல், எங்களுடன்

தங்கிவிடுகிறீர்களா என்று அவளைக் கேட்டுவிடுகிறான். தேவ்வைப் பழிவாங்க உதவும் கருவியாகத்தான் அவன் அவளைப் பார்த்துவந்தான். ஆனால், அவளை அவன் கொல்ல எண்ணும்போது அவள் மலையிலிருந்து குதித்துவிடுகிறாள். அப்போதுதான் அவன் அவளை ஒரு பெண்ணாக, ராகினியாகப் பார்க்கிறான். இங்குதான் அவனுள் முதன்முதலில் மாற்றம் நிகழ்கிறது. பின் 'காட்டுச் சிறுக்கி' பாடலின்போது அவள் தப்பிக்க முயற்சி செய்கிறாள். அவர்களுக்குள் உடல்ரீதியான ஈர்ப்பு அப்போதுதான் ஏற்படு கிறது. அவள் பேசும் விதத்திலிருந்தும் அவளது வார்த்தைகளிலிருந்தும் அதுவரை தான் எண்ணியதுபோல் அவள் பலவீனமானவள் இல்லை என்பதைப் புரிந்துகொள்கிறான். அவளது தைரியமே அவனை ஈர்க்கிறது. இங்கே அவனுள் மீண்டும் மாற்றம் நிகழ்கிறது.

பின், அவன் குழந்தைகளுடன் பரிசலில் பயணிக்கும்போது, அவளை மீண்டும் பார்க்கிறான். அவளைத் தங்களில் ஒருத்தியாக அவன் கருதத் தொடங்குகிறான். அவள், தனக்கான துணையாக இருக்கலாம் என்றுகூட எண்ணுகிறான். இந்த ஸ்டைலான பாடலுக்குப்பின்தான் அவனுள் முழுமையான மாற்றம் ஏற்படுகிறது. அவன் அவளிடம் தன் மனத்தை இழந்துவிட்டான். அவன் எவ்வளவு முயன்றாலும், இதை அவனால் மறுக்க முடியாது. அதனால், அந்தக் குழந்தைகளின் கூச்சல்களுக்கு இடையே, எல்லாம் சரிவர நடந்தால் அவள் தனக்குத்தான் என்று அவன் அப்பாவித்தனமாக முடிவுசெய்கிறான். அவனுடைய வாழ்க்கையின் முக்கியமான திருப்பம் இது.

பரிசல் முதலில் திரைக்கதையில் இடம்பெற்றிருக்கவில்லை. இரண்டாவது நாள் படப்பிடிப்பின்போது அந்தக் காட்சியை உருவாக்கினோம். இந்தப் படத்தில் ஐஸ்வர்யா நடித்த முதல் காட்சி அதுதான். அதற்குமுன் அபிஷேக்கை வைத்து ஒரே ஒரு காட்சியைமட்டும் எடுத்திருந்தோம். அந்தக் காட்சியில், அவன் நீர்வீழ்ச்சியின் அருகில் அமர்ந்திருப்பான். அவனுடைய அண்ணன் அருகில் அமர்ந்து உணவருந்திக்கொண்டிருப்பான். பின் இந்தக் காட்சியை எடுப்பதாக இருந்தது. பரிசலில் வைத்து இந்தக் காட்சியை உருவாக்கும் எண்ணம் எங்களுக்கு இருக்கவில்லை. அங்கே சென்று அந்த அழகான, அமைதியான இடத்தைக் கண்டதும், பரிசல் கிடைக்குமா என்று கேட்டேன். அங்கே பரிசல் கிடைக்கவில்லை. சேலத்திலிருந்து, ஒரே இரவில், பரிசலைக் கொண்டுவரவேண்டியிருந்தது. கூச்சலிடும் குழந்தைகளை வைத்து காட்சிக்கு உயிர்கொடுக்க எண்ணினோம். அவன் மிகவும் சீரியஸான ஒரு விஷயத்தைச் சொல்கிறான். ஆனால் அதை அவன் சொல்லும்விதமோ அப்பாவித்தனமாக இருக்கிறது. அவன் காட்டுமிராண்டியாக இருக்கலாம். ஆனால், இந்த உணர்ச்சியை வெளிப்படுத்தும்போது அவனிடம் எளிமையும் நேர்மையுமே மேலோங்கி நிற்கிறது.

ரங்கன்: அவள் தப்பிக்க முயலும்போது, ஆக்ஷனும் நடனமும் கலந்த ஒரு பாடல் வருகிறது. அந்தப் பாடலில் ஒரு எராடிக் எலிமெண்ட் இடம் பெற்றிருக்கிறது.

ரத்னம்: ஆம். அப்போதுதான் அவர்களுக்கிடையே உடல் அளவில் நெருக்கம் ஏற்படுகிறது.

ரங்கன்: பின், அவள் அவர்களைப்போல் உடை அணிந்து அவன்முன் தோன்று கிறாள். அப்போதுதான், அவன் அவளது புறத்தோற்றத்திலும் அகத்தோற்றத் திலும் மயங்கி, அவளிடம் தன்னை முழுவதுமாகப் பறிகொடுக்கிறான்.

ரத்னம்: ஆம். அங்குதான் அந்த உறவு முழுமை அடைகிறது.

ரங்கன்: ஒரு படைப்பாளியாக, நிறைய திரைக்கதைகள் எழுதுகிறீர்கள். காட்சிகளை எப்படிக் கட்டமைப்பது என்று அறிந்திருக்கிறீர்கள். ஃபிலிம் மேக்கிங் உத்திகளைப் புரிந்துவைத்திருக்கிறீர்கள். அதனால் சினிமாவைப் பார்க்கும்போது, அதன் மேஜிக்கை அனுபவிக்க முடியாமல் போய் விடுகிறதா? ஒரு சாதாரண பார்வையாளனாக உங்களால் படங்களை ரசிக்க முடியுமா?

ரத்னம்: ஒரு படம் நம்மைக் கவர்கிறது என்றால், நம்மைக் கதைக்குள் அழைத்துச்செல்கிறது என்றால், நாம் வேறு எதையும் ஆராய மாட்டோம். நாமும், நம் பக்கத்தில் அமர்ந்திருக்கும் ஒரு சாதாரணப் பார்வையாளனாக மாறிவிடுவோம். படம் நம்மைக் கவராதபோது, நாம் மற்ற விஷயங்களை ஆராயத் தொடங்குகிறோம். எப்படி கட் செய்திருக்கிறார்கள் என்று பார்க்கத் தொடங்குகிறோம். கேமரா கோணங்கள் எப்படி இருக்கின்றன என்பதையும் காட்சிகளின் ரிதம் எப்படி இருக்கிறது என்பதையும் கவனிக்கத் தொடங்கு கிறோம். படம் மேஜிக்கலாக இருக்கும்போது, நாம் வேறு எதையும் கவனிக்க மாட்டோம். சில படங்கள் மேஜிக்கலாகவும் கவித்துவமாகவும் அமைந் திருக்கும். மற்ற சாதாரண பார்வையாளர்களைப்போல் நாமும் அந்தப் படத்தை ரசிப்போம். அதேநேரத்தில், அதை உருவாக்கிய படைப்பாளியின் நிபுணத்துவத்தையும் கண்டுகொள்வோம். சில நேரங்களில், அந்தப் படைப்பாளி என்ன செய்திருக்கிறார் என்பதை அறிந்துகொள்வதற்காகவே நாம் அந்தப் படத்தை மீண்டும் மீண்டும் பார்ப்போம். எந்தக் காலத்திலும், நல்லதொரு படம், பார்வையாளர்களுக்கு மகத்தான அனுபவத்தை ஏற்படுத்தும். அது நம் மனத்தில் நீங்காது வாழும்.

18

'ஒரு குருவைப் பற்றியும் அவருடைய சிஷ்யனைப் பற்றியும் படம் எடுக்க விரும்பினேன்.'

கடல்
(2013)

தன் தாயை இழந்து ஆதரவு இன்றித் தவிக்கும் சிறுவன் தாமஸுக்கு (கௌதம் கார்த்திக்) பாதிரியார் சாம் (அர்விந்த் சாமி) ஆதரவுக் கரம் நீட்டுகிறார். சாத்தானின் குணங்கள் அனைத்தும் ஒருங்கே வாய்க்கப் பெற்றவனும் பாதிரியார் சாமின் எதிரியுமான பெர்க்மான்ஸ் (அர்ஜுன்) பாதிரியாரைத் திட்டமிட்டுச் சிறைக்கு அனுப்புகிறான். தாமஸ், காலத்தின் கட்டாயத்தால் பெர்க்மான்ஸுடன் இணைந்து தீய செயல்களில் ஈடுபடுகிறான். தேவதைபோல் அவன் வாழ்வில் நுழையும் பியாட்ரிஸ் (துளசி) அவனுடைய கரம்பற்றி அவனை நல்வழிக்கு அழைத்துச் செல்கிறாள்.

பரத்வாஜ் ரங்கன்: **கடல்** உங்களுடைய முந்தைய படங்களிலிருந்து முற்றிலும் மாறுபட்டிருந்தது. மதம் சார்ந்த விஷயங்களும் குறியீடுகளும் படத்தில் வெளிப்படையாகவே இடம்பெற்றிருந்தன. தாமஸ் அறிமுகமாகும் காட்சி கன்னி மேரி - குழந்தை ஏசு இமேஜை நினைவுபடுத்தியது. நீங்கள் உங்களின் பாதையிலிருந்து விலகி புதியதொரு பாதையில் பயணித்திருக்கிறீர்கள் என்ற உணர்வுதான் நான் **கடல்** படத்தை முதலில் பார்த்தபோது எனக்கு ஏற்பட்டது. ஆனால் இதிகாசக் கதைகளுக்கு மறுவடிவம் கொடுக்கும் முயற்சிதான் இதுவும் என்பதைப் பின்புதான் புரிந்துகொண்டேன். ராமாயணம், மகாபாரதம், சத்யவான் சாவித்திரி கதைகளுக்கு நீங்கள் நவீன வடிவம் கொடுத்தீர்கள். அதேபோல் இந்தமுறை விவிலியக் கதைக்கு நவீன வடிவம் கொடுத்துவிட்டீர்கள். பைபிளில் வருவதுபோலப் படத்திலும் நன்மையும் தீமையும் மோதிக்கொள்கின்றன.

மணி ரத்னம்: ஹா ஹா! இதோ, மீண்டும் நீங்கள் உங்கள் வேலையை ஆரம்பித்துவிட்டீர்கள். நீங்கள், ஒரு படைப்பாளியை உங்கள் விருப்பத்துக்கு ஏற்ப வகைப்படுத்துகிறீர்கள். என் கதைகளை நல்லவனா-கெட்டவனா பிரிவில் சேர்க்கிறீர்கள். இல்லை என்றால் நவீன காவியம் என்ற பிரிவில் சேர்க்கிறீர்கள். நீங்கள் என்னையும் என் கதைகளையும் எந்தப் பிரிவில் சேர்த்தாலும் நான் அதை ஏற்றுக்கொள்ளவேண்டும் என்று எதிர்பார்க்கிறீர்கள் போலும். நான் ஆத்திகன் இல்லை. அதற்காக என்னால் ஆத்திகர்களைப் புரிந்துகொள்ள முடியாது என்று அர்த்தம் இல்லையே? இந்த குறிப்பிட்ட கதைக்களம் ஏராளமான குறியீடுகளைக் கொண்டது. ஒவ்வொன்றும் பிரத்தியேகமானது. வசனங்கள் இல்லாமல் கதையைச் சொல்ல அந்தக் குறியீடுகள் எனக்கு உதவின. இது போன்ற விஷுவல் குறியீடுகளின் மூலம், கதாபாத்திரங்களின் கதையைத் திறம்படச் சொல்லிவிட முடியும். வழக்கமான கதை சொல்லும் உத்திகளை தவிர்த்துவிட முடியும்.

ஒருவன் இறையியல் பள்ளியில் சேர்கிறான் என்பதைச் சொல்லவேண்டும் என்றால், சிலுவையை நோக்கி நடந்துசெல்லும் அவனுடைய கால்களைக் காண்பித்தால் போதுமானது. இதன்மூலம் கதையின் ஆரம்பப் பகுதியை ஒரே ஃப்ரேமில் சொல்லிவிடலாம். அவன் கடவுளை அடையும் பாதையில் பயணிக்கிறான் என்பதைப் பார்வையாளர்களால் புரிந்துகொள்ள முடியும். ஏனென்றால், கிறிஸ்தவ மதம் மிகவும் பழமையானது. பண்பட்டது. அந்த மதத்தில் ஏராளமான குறியீடுகள் ஒன்றிக் கிடக்கின்றன. அதேபோல் சோழர் காலப் பின்னணியில் படம் எடுத்தாலும், கதையைத் திறம்படச் சொல்ல நமக்குப் போதிய குறியீடுகள் கிடைக்கும்.

ரங்கன்: என்றாலும் ஒருவகையில், **கடல்** உங்களுடைய மற்ற படங்களிலிருந்து முற்றிலும் மாறுபட்டிருந்தது என்பதே உண்மை. **ராவணனி**லிருந்து நீங்கள் உங்களின் நரேட்டிவ் உத்தியை மாற்றிக்கொண்டுவிட்டீர்கள். **ராவணனும் கடலும்** மிகவும் சுருக்கப்பட்ட திரைப்படங்கள். **கடல்** படம் தொடங்கியதுமே, சாம், 'அந்தோனி ஃபேக்டரி' முதலாளியின் மகன்

சில நேரங்களில் சில பாடல்களை நம்மால் விட்டுக்கொடுக்கவே முடியாமல் போய்விடும். ஆனால், இதுபோன்ற கதை சொல்லலுக்கு இசைவாக இல்லாமலும் இருக்கும்.

என்பதையும், அவன் தன் வசதியான வாழ்க்கையைத் துறந்து, தன் வீட்டில் இல்லாத அமைதியைத் தேடிப் பள்ளிக்கு வந்திருக்கிறான் என்பதையும் நாங்கள் அறிந்துகொள்கிறோம். ஐந்தாவது நிமிடத்திலேயே சாமுக்கும் பெர்க்மான்ஸுக்கும் இடையே முரண் ஏற்படுகிறது. எக்ஸ்பிரஸ் ரயிலைப் போல் கதை வேகமாக அடுத்த கட்டத்துக்குச் செல்கிறது.

ரத்னம்: நரேட்டிவ் உத்தி மாறிவிட்டது என்பதை நான் அறிவேன். நான் விரும்பி அங்கீகரித்த மாற்றம் அது. குரு படத்துக்குப்பின் **ராவணன்** கதையை எழுதிக்கொண்டிருக்கும்போதுதான் அந்த மாற்றம் நிகழ்ந்தது. போலிஸ் அதிகாரி தேவ் வீராவின் ஊருக்கு வருகிறான், பொறுப்பேற்றுக்கொள்கிறான் என்பனபோன்ற விஷயங்களைக் காண்பிக்கவேண்டிய அவசியம் இல்லை என்பதை நான் கண்டுகொண்டேன். இப்போதெல்லாம் நான் இந்த உத்தியின் மூலம்தான் கதை சொல்ல விரும்புகிறேன். அத்தகைய படங்களைத்தான் நான் ரசித்துவருகிறேன். **ரோஜா** படத்தை எடுத்துக்கொள்ளுங்கள். ஸ்ரீநகருக்கு ஒரு இளம் தம்பதிகள் வருகிறார்கள். வந்த இடத்தில் அந்தக் கணவன் கடத்தப் படுகிறான். இதுதான் படத்தின் கதை. ஆனால் படத்தின் இடைவேளையின் போதுதான் இந்த கதை ஆரம்பமாகியது. ஏன் என்றால், நான் கதாபாத்திரங் களை உருவாக்கவேண்டியிருந்தது. அவற்றுக்கு இடையேயான உறவைப் பற்றிப் பேசவேண்டியிருந்தது. முக்கியப் புள்ளியை நோக்கிக் கதையைக் கொஞ்சம் கொஞ்சமாக நகர்த்தவேண்டியிருந்தது. இந்த உத்தியைத்தான் நான் பின்பற்றிவந்தேன். ஆனால் ஒரே உத்தியைத் தொடர்ந்து பின்பற்றிவந்தால்,

சலிப்புத் தட்டிவிடும். இது மிகவும் பாதுகாப்பான திரைக்கதை ஸ்ட்ரக்சர். ஆனால் அடுத்து என்ன நடக்கப்போகிறது என்பதை எளிதில் யூகித்துவிட முடியும். இத்தனை வருடங்களுக்குப்பின், நான் சொல்ல விரும்பும் கதையிலிருந்தே நேரடியாகப் படத்தை தொடங்கிவிடலாம் என்று எண்ணினேன். அதை **ராவண**னில் சாத்தியமாக்கினேன். வீராவுக்கும் ராகினிக்கும் இடையேயான உறவைப் பற்றியே நான் பேச விரும்பினேன். அதனால், ஒவ்வொரு கதாபாத்திரத்தின் கதையையும் தனித்தனியே விவரித்து கதையை பில்ட் அப் செய்வதற்கு பதிலாக, நேரடியாகப் படத்தை அந்தப் புள்ளியில் தொடங்கினேன். கதையை பில்ட் அப் செய்வதிலேயே அதிக நேரத்தைச் செலவழித்துவிட்டால், நாம் விரும்பும் கதையைச் சொல்வதற் கான அவகாசம் குறைந்துவிடும். **கடல்**லிலும் இந்த உத்தியைத்தான் பயன்படுத்தினேன். ஏனெனில் **கடல்**லில் சொல்வதற்கு ஏராளமான கன்டென்ட் இருந்தது. ஏராளமான விஷுவல்களைக் காண்பிக்கவேண்டியிருந்தது. தாமஸின் கதையையே நான் சொல்ல விரும்பினேன். சாம் இடம்பெறும் ஆரம்பப்பகுதி முன்கதை போன்றது. முன்கதைச் சுருக்கமாகத்தான் இருக்கவேண்டும்.

ரங்கன்: உங்களுடைய முந்தைய படங்களிலும் முன்கதைகள் இருந்தன. உதாரணமாக, **அஞ்சலி**யில், அந்தக் குடும்பத்தில் நடக்கும் ஒரு நிகழ்வை மட்டும் முன்கதையில் பார்ப்போம். பின் அவர்களின் முழுக் கதையையும் பின்தொடர்வோம். அங்கே கதை மிகவும் லீனியராக நகரும். ஆனால் இங்கே முன்கதை, இரண்டு பகுதிகளாக வருகிறது. முதல் பகுதியில், சாமின் பின்னணி பற்றியும் பெர்க்மான்ஸுக்கும் அவனுக்கும் இடையே ஏற்படும் முரணைப் பற்றியும் விவரித்திருப்பீர்கள். இரண்டாவது பகுதியில், தாமஸின் தாய் இறப்பதைப் பற்றியும், தாமஸின் தந்தை செட்டிக்கும் தாமஸுக்கும் இடையே இருக்கும் உறவைப் பற்றியும் பேசியிருப்பீர்கள். இதைத்தான் நான் 'சுருக்கப்பட்ட பகுதிகள்' என்று குறிப்பிட்டேன். பழைய மணி ரத்னம், முன்கதையில் சிறுவயது தாமஸைப் பற்றிமட்டும் காண்பித்துவிட்டு, சாம் அந்த மீனவ கிராமத்துக்குள் நுழையும் காட்சிக்குத் தாவியிருப்பார். அதுவே சாமின் அறிமுகக் காட்சியாகவும் இருந்திருக்கும்.

ரத்னம்: **ரோஜா** படத்தை எடுத்துக்கொள்ளுங்கள். அதில் வாசிம் கான் கைது தான் முன்கதை. பின், ரோஜாவைப் பற்றியும் அவளுடைய கிராம வாழ்க்கை பற்றியும் சொல்கிறோம். இடைவேளைக்குச் சற்று முன்பு, ரிஷி கடத்தப் படும்போதுதான் முன்கதையின் தாக்கம் வெளிப்படுகிறது. எனவே கதையை லீனியராகவும் சொல்லலாம். பேரலலாகவும் சொல்லலாம். எப்படிச் சொன்னாலும், வெவ்வேறு புள்ளிகளை இணைப்பதில் எந்தச் சிரமமும் இருக்காது. எனினும் நீங்கள் சொல்வது சரியே. **கடல்**லில் இரண்டு முன்கதைகள் இருந்தன என்பதே உண்மை. நாங்கள் இதைத் தவிர்ப்பதற்காகப் பல வெர்ஷன்களை எழுதிப் பார்த்தோம். ஆனால் பிரச்னை என்னவென்றால், சாம்-பெர்க்மான்ஸ் முன்கதை இல்லாமல், திடீரென்று பெர்க்மான்ஸைக் கதையினுள் கொண்டுவருவதன்மூலம், முதல் பாதியில் முக்கால்வாசி

முடிந்தபின், புதுக் கதையைத் தொடங்குகிறோம். இங்கே பெர்க்மான்ஸை அறிமுகம் செய்தபின், அவனுடைய கதையைச் சொல்லவேண்டியிருக்கும். அப்படிச் செய்தால் திரைக்கதை நேர்த்தியற்றுத் தோன்றும். நான் அவ்வாறு கதையை அமைத்துப் பார்த்தேன். ஆனால் திரைக்கதை ஸ்மூத்தாக நகர வில்லை. எளிமையாகவும் நேரடியாகவும் கதை சொல்ல விரும்பினேன். கதையைத் தங்குதடையின்றி நகர்த்தவேண்டும் என்று எண்ணினேன். இது சிம்பிளான, லீனியரான கதை அல்ல. இங்கே இரண்டுக்கு மேற்பட்ட டிராக்குகள் இருக்கின்றன. அதனால் சாமுக்கும் பெர்க்மான்ஸுக்கும் இடையே இருக்கும் பிரச்சனையை முதலில் காண்பித்துவிட்டேன். பின் தாமஸின் கதையை விவரித்தேன். அதனால் நம்மால் சரியான தருணத்தில் சாமின் கதைக்குள் நுழைய முடிந்தது. இங்கே ஃபிளாஷ்பேக் போன்றவற்றை வைக்காததால் கதையின் ஓட்டத்துக்கு எந்த தடங்கலும் ஏற்படவில்லை.

ரங்கன்: என்றாலும் பாடல் என்று வரும்போது நீங்கள் சுருக்கமாகவே கதையைச் சொல்லிவந்திருக்கிறீர்கள். **பம்பாய்** படத்தின் 'உயிரே உயிரே' பாடலிலும் **ராவணன்** படத்தின் 'காட்டுச் சிறுக்கி' பாடலிலும் அந்தந்தப் படத்தின் கதைகள் அடுத்த கட்டத்துக்குச் சென்றதைப் பற்றி நாம் பேசினோம். அதே போல், இங்கு இரண்டு முறை 'மகுடி' பாடலைப் பயன்படுத்தி யிருப்பீர்கள். இரண்டு முறையும் படத்தின் கதை அடுத்த கட்டத்துக்குச் செல்கிறது. முதல்முறை வரும் பாடலில், ஆதரவற்ற குழந்தையான தாமஸ் யாருக்கும் அடங்காத சிறுவனாக வளர்வதைப் பார்க்கிறோம். இரண்டாவது பாடலில், தாமஸ் செய்யும் குற்றச் செயல்கள் எல்லாவற்றையும் மிகவும் சுருக்கமாகக் காண்பித்திருப்பீர்கள். சுருக்கியதன் விளைவு, யாராவது ஒரு பார்வையாளர் பாடலின்போது வெளியே சென்றுவிட்டு, பாடல் முடியும் போது திரும்பி வந்தால், அவரால், தாமஸ் மிகமிகக் கெட்டவனாக மாறி விட்டான் என்பதைக் கண்டுகொள்ள முடியாது. தாமஸ் இப்படிக் கெட்ட வனாக மாறுவதைப் பாடலில் காண்பித்ததற்குப் பதிலாகக் காட்சிகளின் மூலம் காண்பித்திருந்தால், பார்வையாளர்களுடன் இன்னும் அதிகப்படியான எமோஷனல் தொடர்பை ஏற்படுத்தியிருக்க முடியும் என்று எண்ணுகிறீர்களா?

ரத்னம்: நான் இன்னொருவரின் கதையில் (ஜெயமோகன்) பணிபுரிவது இது தான் முதல்முறை. நீங்கள் குறிப்பிடும் அந்த மாற்றம் மிகவும் அருமையாக எழுதப்பட்டிருந்தது. **கடல்**, முதலில் நாவலாகத்தான் எழுதப்பட்டது. திரைக்கதையாக இல்லை. அந்தச் சிறுவனின் வாழ்வில் ஏற்படும் ஒவ்வொரு மாற்றத்தையும் ஒரு காட்சியாக உருவாக்க முடியும். ஆனால் படத்தில், தாமஸ் மிகவும் கெட்டவனாக மாறிவிட்டான் என்பதை மட்டுமே சொல்ல விரும்பினோம். ஏனென்றால் ஏராளமான விஷயங்களைச் சொல்ல வேண்டியிருந்தது. தீய உலகம் அவனைக் கவர்ந்திழுப்பதைப் பற்றிய பாடல் அது. பாடலில் வரும் பெண் குரல், தீமையைக் குறிக்கிறது. அந்தத் தீமை ஒரு மோகினிபோல அவனை மயக்குகிறது. அந்தப் பாடலை 'தீமைப் பாடல்' என்று அழைப்பதை ரஹ்மான் விரும்பவில்லை. பாடலைவிடக் காட்சிகள் அதிக எமோஷனல் தொடர்பை ஏற்படுத்தும் என்று நான் எண்ணியிருந்தால்,

காட்சிகளையே வைத்திருந்திருப்பேன். ஒன்று, இரண்டு, மூன்று, நான்கு... என்று பல்வேறு நிகழ்வுகளை விவரித்திருப்பேன். ஆனால் அப்படிச் செய்யாமலேயே, பார்வையாளர்களால் கதையைப் புரிந்துகொள்ள முடியும் என்று எனக்கு தோன்றியது. இது சரியான உத்தி என்று நான் நம்பினேன். ஒட்டுமொத்தமாகப் பார்க்கும்போது, சில விஷயங்களுக்கு இடையே இருக்கவேண்டிய தொடர்பு இல்லாமல் போய்விட்டது என்று நினைக்கிறேன். முதல் பாதி மிகவும் லீனியராக இருக்கும். முன்கதையைத் தவிர, முதல் பாதி முழுக்க தாமஸின் கதை மட்டுமே விவரிக்கப்பட்டிருக்கும். அவன் எப்படி வளர்கிறான், எப்படி சாமைச் சந்திக்கிறான், எப்படி பியட்ரிஸைச் சந்திக்கிறான், எப்படி பெர்க்மான்ஸ் சாமின் வாழ்வில் மீண்டும் நுழைந்து பிரச்னை செய்கிறான், அதனால் தாமஸின் வாழ்க்கை எப்படிப் பாதிக்கப்படுகிறது, தாமஸ் எப்படி நன்மைக்கும் தீமைக்கும் இடையே, சாம்-பெர்க்மான்ஸ் ஆகிய இருவருக்கும் இடையே சிக்கிக்கொண்டு தவிக்கிறான் என்பனபோன்ற விஷயங்களைப்பற்றிப் பேசியிருப்போம். பின் இரண்டாம் பாதியை இன்னொரு கோணத்தில் பார்க்கிறோம். இங்கே ஒரு தேவதையை அறிமுகம் செய்கிறோம். அவள் நம்பிக்கையைக் குறிக்கிறாள். அவள்தான் தாமஸை மோட்சத்துக்கு அழைத்துச் செல்கிறாள். பின், நற்பாதை, தீயபாதை ஆகியவற்றுக்கு இடையே மூன்றாவதாக ஒரு பாதை உருவாகிறது. அதுதான் காதல் பாதை. இந்த காதல் டிராக்தான் வலுவாக இல்லை போலும். கதையை லீனியராகத் தொடங்கிவிட்டு திடீரென்று மல்டி-டிராக் நரேஷனுக்குள் நுழைய முடியாது என்று நினைக்கிறேன். அவன் முன்னே மூன்று பாதைகள் இருக்கின்றன என்பதையே நாங்கள் சொல்ல முயன்றோம். ஆனால் அது சரிவரச் சொல்லப்படவில்லை என்றே கருதுகிறேன். மூன்று ஆப்ஷன்களுக்கும் இடையே பேலன்ஸ் இல்லை. தொடக்கத்திலேயே மூன்று கோணங்களைப் பற்றிப் பேசியிருக்கவேண்டும். பின்பு அந்த மூன்று கோணங்களைச் சுற்றிக் கதையை அமைத்திருக்கவேண்டும். இப்போது படத்தைத் திரும்பிப் பார்க்கும்போது நான் அப்படித்தான் எண்ணுகிறேன். மற்றபடி, பாடலை விடக் காட்சிகள் அதிக எமோஷனல் தொடர்பை ஏற்படுத்தியிருக்கும் என்றெல்லாம் நான் எண்ணவில்லை.

ரங்கன்: நீங்கள் குறிப்பிட்ட இந்த அம்சத்திலும், **கடலும் ராவண**னும் ஒத்துப் போகின்றன. **ராவண**னில் வரும் வில்லனும் தேவதை போன்ற ஒரு பெண்ணால் கொஞ்சம் கொஞ்சமாக மனம் மாறுகிறான்.

ரத்னம்: இந்த இரண்டு படங்களுக்கும் பொதுவான இன்னொரு விஷயம், இரண்டுமே மக்களால் ஏற்றுக்கொள்ளப்படவில்லை என்பதுதான்!

ரங்கன்: ஒரு நுட்பமான கேள்வி. உங்களின் சமீபத்திய படங்களை வைத்துப் பார்க்கையில், இது முக்கியமான கேள்வியாகவும் இருக்கலாம். சில ஆண்டுகளுக்குமுன் உங்கள் தம்பி, பள்ளத்தாக்கில் தவறி விழுந்து இறந்தார். இந்தச் சம்பவத்துக்குப்பின் வந்த **ராவணன், கடல்** இரண்டு படங்களிலும் ஒருவன் உயரத்திலிருந்து விழுவதைப்போல் காட்சி இடம்பெற்றிருக்கும். **ராவணன்** படத்தின் தொடக்கத்திலேயே இந்தக் காட்சி வரும். **கடல்**

படத்திலும் ஒரு காட்சியில் தேவாலயத்தின் மீதிருந்து ஒருவன் கீழே விழுந்து இறப்பான். சாம்தான் அவனைக் கொலை செய்தான் என்று அனைவரும் குற்றம் சாட்டுவர். இதைப்பற்றி இதற்குமுன் யோசித்திருக்கிறீர்களா ?

ரத்னம்: நான் கான்ஷியஸாகக் காட்சியை அப்படி எழுதவில்லை. ஆனால் அந்தக் காட்சியை எடுத்து முடித்தபின் அதற்கும் **ராவணன்** படக் காட்சிக்கும் இருக்கும் ஒற்றுமையை உணர்ந்தேன். என்றாலும் இவற்றுக்கும் என் வாழ்க்கைக்கும் இருக்கும் நேரடித் தொடர்பை என்னால் கண்டுகொள்ள முடியவில்லை. எனக்குள் எங்கேயோ அந்தச் சம்பவத்தின் தாக்கம் இருக் கிறது. 'நீ என்ன செய்ய முயல்கிறாய்? நடந்தவற்றை மறக்க முயற்சிக் கிறாயா?' என்று நான் என்னையே கேட்டுக்கொள்வது உண்டு. அப்படி ஒன்றும் இல்லை என்பதைப் பின்னர் புரிந்துகொண்டேன். அந்தக் காட்சி கதா பாத்திரத்தோடு மட்டுமே தொடர்புபட்டுள்ளது. மற்றபடி ஒன்றும் இல்லை.

ரங்கன்: சுருக்கப்பட்ட அம்சங்களைப் பற்றிய கடைசிக் கேள்வி. இந்தப் படத்தின் வசனத்தைப் பற்றிப் பேச விரும்புகிறேன். வசனம் ஒரு குறிப்பிட்ட பகுதியின் பேச்சுவழக்கில் அமைந்திருக்கும். அந்தப் பகுதியைச் சார்ந்தவர் களால் மட்டுமே வசனத்தை எளிதில் புரிந்துகொள்ள முடியும். மற்றவர்கள் வசனத்தைப் புரிந்துகொள்ளச் சற்று மெனக்கெட வேண்டும். உதாரணமாக, தாமஸ் என்ற பெயர் தொம்மா என்று உச்சரிக்கப்படும். இதை எளிதில் புரிந்து கொள்ள முடிந்தது. ஆனால் சிலநேரங்களில், மிக முக்கிய விவரங்கள் அடங்கிய காட்சிகளில், கதாபாத்திரங்கள் பேசிக்கொண்டிருக்கும்போதே பின்னணியில் பாடல் ஒலிக்கும். படத்தின் ஒவ்வொரு வரியையும் நாம் புரிந்துகொள்ளவேண்டும் என்று அவசியமில்லைதான். என்றாலும் பெர்க்மான்ஸ் தன் முதலாளியைக் கொலை செய்ததைப்பற்றியும் பின் அவருடைய மனைவியை மணம் செய்துகொண்டதைப் பற்றியும் பேசும் காட்சி போன்ற முக்கியக் காட்சிகளின் பின்னணியில் பாடலைத் தவிர்த்திருந் தால் அவை இன்னும் சிறப்பாக வந்திருக்கும் என்று எண்ணுகிறீர்களா?

ரத்னம்: படத்தில் இதுபோன்ற விஷயங்களைக் கோடிட்டுக் காண்பித்துக் கொண்டே இருக்கமுடியாது. வசனம் படத்தின் ஓட்டத்தோடு பொருந்த வேண்டும். தனித்துத் தெரியக்கூடாது. வசனங்களை வேண்டுமென்றே மிக நிதானமாகப் பேச முடியாது. பழைய தமிழ்ப் படங்களில் செய்ததைப்போல், ஒரே வசனத்தைத் தமிழிலும் ஆங்கிலத்திலும் மாறிமாறிப் பேச முடியாது. நாகர்கோயிலைச் சுற்றி இருக்கும் மீனவ கிராமங்களில் மக்கள் உபயோகிக் கும் வட்டாரமொழியை முடிந்தவரை தத்ரூபமாகத் திரையில் கொண்டுவர முடிவு செய்தோம். ஏனெனில், **பருத்திவீரன்** மற்றும் இன்னபிற மதுரைப் படங்களுக்குப்பின் தமிழ் சினிமா அத்தகைய யதார்த்த நிலையை அடைந்து விட்டது என்று எண்ணினோம். நகரவாழ் மக்களுக்கு வசனங்களைப் புரிய வைக்கவேண்டும் என்பதற்காக அந்தப் படங்களில் எந்தவொரு கூடுதல் முயற்சியும் மேற்கொள்ளப்படவில்லை. இது ஒரு படைப்பாளிக்குக் கிடைத் திருக்கும் சுதந்தரம். இதனால் நம்முடைய படங்களுக்கு ஒரு பிரத்தியேக

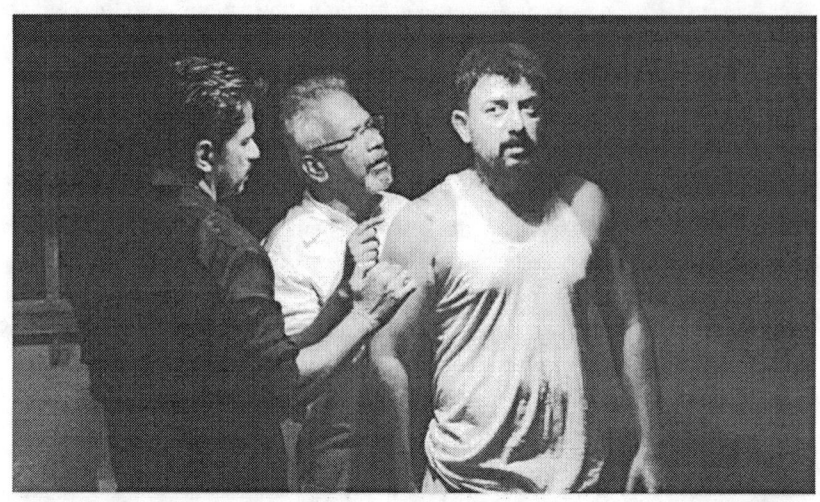

'அவனுக்கு உகந்தவகையில் பெர்க்மேன் சாத்தானாக முயற்சி செய்கிறான்.
அது அவனுடைய பாதை. ஆனால், அவன் சாத்தான் அல்ல.'
சாமைப் போலவே அவனும் தோற்றுப்போகிறான்.
அர்ஜுன், அர்விந்த் சாமி ஆகியோரை மணி ரத்னம் இயக்குகிறார்.

ஃபிளேவர் கிடைக்கிறது. அந்த ஊரின் வழக்குமொழியைத் தத்ரூபமாகக் கொண்டுவர நாங்கள் அதிகம் மெனக்கெட்டோம். அதுவும் நகரத்திலிருந்து கிராம மக்களின் வாழ்க்கையைப் பதிவு செய்யச் செல்லும்போது நாம் அதிக சிரத்தையுடன் நடந்துகொள்ள வேண்டும். நடிகர்கள் வசனங்களைச் சரியாக உச்சரிக்கிறார்களா என்பதைச் சரிபார்க்க அந்த ஊர் மனிதர்கள் சிலரை உடன் வைத்துக்கொண்டோம். வசனங்கள் தத்ரூபமாகவும் நம்பும்படியும் இருக்க

வேண்டும் என்பதுமட்டுமே எங்கள் நோக்கமாக இருந்தது. வேறு எந்த நோக்கமும் எங்களுக்கு இருக்கவில்லை. வசனங்கள் எளிதில் புரிந்துகொள்ள முடியாதவண்ணம் அமைந்துவிட்டிருந்தால், அது சரியில்லைதான். மற்றபடி, தொம்மா என்பதும் தாமஸ் என்பதும் ஒன்றுதான் என்பதை நாம் அறிந்திருக்க வேண்டும் என்று அவசியமில்லை. அந்த கிராம மக்களைப் பொருத்தவரை அவன் தொம்மா. அவ்வளவுதான். மேலும் ஆங்காங்கு சில வரிகள் நமக்கு விளங்காமல் போனாலும் பரவாயில்லை. நாம் அதுபோன்ற ஓரிடத்துக்குச் சென்று, அந்த மக்களுடன் உரையாடினால் நிச்சயம் சில வார்த்தைகள் நமக்குப் புரியாமல் போகும். ஒரு படத்தில், குறிப்பிட்ட சில இடங்களை விட ஒட்டுமொத்த நரேட்டிவ்தான் முக்கியம் என்று நான் கருதுகிறேன். பாடல் வரிகளின்மூலமாகவோ அல்லது வசனங்களின்மூலமாகவோ (அல்லது இரண்டின் மூலமாகவோ) கதையைத் தெளிவாகச் சொல்ல வேண்டும். நம்மால் அதைச் செய்ய முடிந்தால் அதுவே போதுமானது என்று எண்ணினேன். ஒருவேளை நாங்கள் விரும்பியதைவிடச் சற்று அதிக யதார்த்தத்தைப் புகுத்திவிட்டோம் என்றே நினைக்கிறேன். ஏனென்றால் நிறையப் பேர் வசனம் புரியவில்லை என்றனர். தத்ரூபமாக வசனங்களை உருவாக்கும் முயற்சியில் நாங்கள் வெற்றிபெறவில்லைபோலும். நகர மக்களுக்கு மட்டும் வசனம் புரியவில்லையா அல்லது யாருக்கும் புரிய வில்லையா என்று எனக்குத் தெரியவில்லை.

ரங்கன்: **கடல்** படத்தில் ஏற்றுக்கொள்ளப்படாத சில விஷயங்களைப் பற்றிப் பேசினீர்கள். உங்கள் பார்வையில் சிறப்பாக உருவான விஷயங்கள் எவை?

ரத்னம்: ஒவ்வொரு படத்திலும், படத்தின் இறுதிவடிவம் எப்படி இருந் தாலும், பல தனிப்பட்ட தருணங்கள் நமக்கு மனநிறைவைத் தரும். **கடல்** வெற்றிபெறாமல் போயிருக்கலாம். ஆனால் நான் நினைத்த பல விஷயங் களை அந்தப் படத்தில் சாத்தியப்படுத்தியதை எண்ணி மகிழ்ச்சி அடை கிறேன். இதுபோன்ற ஒரு தீமைக் கையில் எடுத்து, எவ்வளவு முடியுமோ அவ்வளவு அழுத்தமாகக் கதையைச் சொல்ல முடிந்தது திருப்தி அளிக்கிறது. **கடல்**, நான் பிறந்து வளர்ந்த உலகத்திலிருந்து முற்றிலும் மாறுபட்ட ஓர் உலகத்தைப் பற்றிய படம். எனக்குப் பழக்கப்பட்ட தீமிலிருந்து மாறுபட்ட தீம் அது. புதியதோர் உலகுக்குள் பயணிப்பது மிகச் சிறந்த அனுபவம். அங்கே நாம் நம்முடைய சம்பிரதாயமான முயற்சிகளைக் கைவிட்டுவிட்டு, வித்தியாசமான முயற்சிகளை மேற்கொள்ளவேண்டிய சூழலுக்குத் தள்ளப் படுகிறோம். அங்கே வெற்றிபெறவேண்டும் என்றால், நாம் பயணித்த பழைய வழிகளைத் தவிர்த்து, புதிய வழிகளைக் கண்டுபிடிக்கவேண்டும். என் எதிர்பார்ப்பைப் பூர்த்தி செய்த விஷயங்களில் பெர்ஃபார்மன்ஸ் முக்கியமானது. எந்த ஒரு படமாக இருந்தாலும், அந்தப் படத்தை ஷூட் செய்யும்போது பெர்ஃபார்மன்ஸில்தான் அதிகக் கவனம் செலுத்துவோம். ஏனென்றால் அதுதான் படத்தின் முதுகெலும்பு. அர்விந்த் சாமி திரைத் துறைக்குத் திரும்பிவந்து, தான் ஏற்ற கதாபாத்திரத்தை மிகவும் யதார்த்தமாக நடித்துக்கொடுத்தது சந்தோஷம் அளித்தது. புதியதோர் உலகுக்குள்

அர்ஜுனைத் தள்ளியதும் அவர் எந்தச் சலனமும் இல்லாமல் திறம்பட நடித்துக்கொடுத்ததும் சந்தோஷம் அளித்தது. அவரை அந்தக் கதாபாத்திரமாக மாற வைப்பதற்காக, மூன்று நான்கு கன்வென்ஷனல் டேக் எடுப்போம். பின் அவரை ஆக்ரோஷமான நடிப்பை வெளிப்படுத்தச் சொல்வேன். அதுவரை வெளிப்படுத்திய எமோஷனுக்கு நேர்மாறான எமோஷனை வெளிப்படுத்தச் சொல்வேன். நான் திட்டமிட்டது மாதிரியோ அல்லது அவர் திட்டமிட்டது மாதிரியோ இல்லாமல் முற்றிலும் புதுமையாக நடிக்கச் சொல்வேன். அதை அப்படியே படத்தில் வைத்துக்கொண்டேன். இதனால் திரையில் அர்ஜுனுக்குபதிலாக, பெர்க்மான்ஸைப் பார்க்க முடிந்தது.

தாமஸின் எல்லா வெர்ஷன்களும் சிறப்பாக வந்திருந்தன. குழந்தையாக நடித்த நிதீஷ் மிகமிக அருமையாக நடித்திருந்தான். அவன் அழத் தொடங்கினால் சப்தம் விண்ணைப் பிளக்கும். கன்டின்யுட்டியைக் கொண்டு வரப் போராட வேண்டியிருக்கும். அவனுடைய தாயின் இறுதிச் சடங்கு நடக்கும் அந்த ஷாட்டில், அவன் அழுதுகொண்டே ஓடுவான். அவன் உண்மையில் செட்டில் நின்று கொண்டிருந்த தன் நிஜத் தாயை நோக்கி ஓடினான். மேற்கொண்டு ஷூட்டிங் நடப்பதை அவன் விரும்பவில்லை. நான் அவனிடம், இன்னும் ஒருமுறை நடிக்கவேண்டும் என்று அன்பாகக் கூறுவேன். 'உங்களுக்கு 'இன்னும் ஒருமுறை' என்பதைத் தவிர வேறு எந்த வார்த்தைகளுமே தெரியாதா?' என்று கேட்பான். எனினும் அவனை வைத்து மிக எளிமையாக க்ளோஸ்-அப் எடுக்கலாம். அவ்வளவு அருமையாக முகபாவங்களை வெளிப்படுத்துவான். அவன் தன் தந்தை வீட்டுக்கு வரும் அந்தக் காட்சியில் அவனுடைய கண்களும் முகபாவங்களும் மேஜிக்கலாக இருக்கும். அந்தச் சிறுவன் வளரும்போது 'சித்திரை நிலா' பாடலை தீம் பாடலாகப் பயன்படுத்தினோம். அது ஒரு தாலாட்டுப் பாடல். ஆனால் அதை அவனுடைய தாய் பாடவில்லை. அவன் துன்பத்தில் உழல்கிறான். திரும்பும் திசைகளில் எல்லாம் துன்பம் துரத்துகிறது. எனினும் நாளை என்று ஒன்று உண்டு என்று நம்பிக்கையுடன் காத்திருக்கிறான். கொஞ்சம் வளர்ந்த தாமஸ் கதாபாத்திரத்தில் நடிப்பதற்காக நிறையச் சிறுவர்களை டெஸ்ட் செய்தோம். இறுதியில் சரவணனைத் தேர்ந்தெடுத்தோம். அவனுடைய மேனரிஸத்தை உடைப்பதற்குத்தான் சற்று மெனக்கெட வேண்டியிருந்தது. ஆனால் லொகேஷன் வந்து அந்த ஊர்ச் சிறுவர்களுடன் பழகியபின் அவன் கதா பாத்திரமாகவே மாறிவிட்டான்.

கௌதமைப் பற்றிச் சொல்லவேண்டும் என்றால், கார்த்திக் அவனை என் அலுவலகத்துக்கு அழைத்துவந்த அந்தத் தருணமே, அவன்தான் தாமஸ் என்று எனக்குத் தோன்றிவிட்டது. அவன் சரியான வயது உடையவனாக இருந்தான். உயரமாக இருந்தான். சாக்லேட் பாய் லுக் அவனிடம் இல்லை. அவன் முகத்தில் அந்த கேரக்டர் இருந்ததை என்னால் கண்டுகொள்ள முடிந்தது. அவனுக்கு நடிப்புப் பயிற்சி கொடுத்தோம். அந்த ஞானஸ்நானக் காட்சிதான் அவனை வைத்து நாங்கள் எடுத்த முதல் காட்சி. அதனால்

எடுத்தவுடனேயே அவனை மிகத் தீவிரமான எமோஷனை வெளிப்படுத்த வைத்தோம். அவன் மிகவும் திறமையானவன். நடிகையைத் தேர்வு செய்வது தான் கடினமாக இருந்தது. அதனால் ஒவ்வொரு முறை ஆடிஷன் நடக்கும் போதும் கௌதமும் கலந்துகொள்ள வேண்டியிருந்தது. அவன் எங்களுக்காக ஒரே காட்சியை மீண்டும் மீண்டும் நடித்தான். இருபந்தைந்து டெஸ்ட்கள் முடிந்தபின்பு துளசியைக் கண்டுகொண்டோம். அவன் உடல் எடையைக் குறைக்க வேண்டும் என்பதற்காகவும், நடிப்புப் பயிற்சி எடுத்துக்கொள்ள வேண்டும் என்பதற்காகவும் ஷூட்டிங்கை இரண்டு மாதம் தள்ளிவைக்க வேண்டியிருந்தது. அவர் மிகவும் ஸ்பான்டேனியஸான நடிகை. அவரிடம் ஒரு ஸ்பார்க் இருக்கிறது. நடிப்பு என்று வரும்போது அவர் தவறு செய்ததே இல்லை. அவர் 'ஆக்ட்' செய்கிறார் என்று சொல்வதைவிட, தன்னை கதா பாத்திரமாக மாற்றிக்கொள்கிறார் என்று சொல்வதே சரி. கடினமான அந்த ரோலில் அவர் திறம்பட நடித்துக்கொடுத்தது எனக்கு மகிழ்ச்சி அளிக்கிறது.

ரங்கன்: உங்கள் மற்ற காவியங்களைப்போல, இங்கேயும் கதைக்கு என்ன தேவையோ அவற்றைக் காண்பிக்கவேண்டும்; பின் காவியத்தை நினைவு படுத்தும் குறியீடுகளை, பேரலல்களைப் படத்தில் புகுத்தவேண்டும். வழக்கமாக, இரண்டில் நீங்கள் எதற்கு முன்னுரிமை கொடுப்பீர்கள்? தாமஸின் தாய் (மேரி) ஒரு விலைமாது. மடோனா - வோர் காம்ப்ளக்ஸ் *(சிக்மண்ட் ஃப்ராய்ட் உருவாக்கிய உளவியல் கருத்து இது. ஆண்கள் பெண்களைத் தூய்மையானவர்களாக (மடோனா) கருதுகிறார்கள், அல்லது அவர்களைக் கேடுகெட்ட விலைமாதர்களாக (வோர்) கருதுகிறார்கள்).* மனப்பான்மையைக் குறிக்கும்பொருட்டுக் கதையை அப்படி அமைத்தீர்களா அல்லது அந்தச் சிறுவன் மிகவும் துரதிர்ஷ்டமான பின்னணியிலிருந்து வருகிறான் என்பதைச் சொல்வதற்காகக் கதையை அப்படி அமைத்தீர்களா?

ரத்னம்: அவளுடைய ப்ரொஃபஷன் ரியாலிஸ்டிக்காக இருக்கவேண்டும். அந்தக் கதாபாத்திரத்துக்கு ஒரு சோகமான சாயலைப் பூசவேண்டும் என்பதற் காகக் கதாபாத்திரத்தை அப்படி அமைத்தோம். இதெல்லாம் நம்முடைய தீமுக்குக் குறியீடாக அமைகிறது என்றால், அது நமக்குக் கிடைத்த போனஸ். ஆனால் எதுவும் படத்தைவிட்டு விலகித் தெரியக்கூடாது. தாமஸ் எப்படிப் பிறந்தான் என்பதே இங்கே முக்கியம். அவனுடைய தாய் ஒரு விலைமாது, உடல் ஊனமுற்றவள். அவள் துன்பத்தில் உழன்றாலும் அவனை நல்ல படியாக வளர்த்தெடுக்கிறாள். விளிம்புநிலையில் வாழ்ந்த அவள் திடீரென்று ஒருநாள் இறக்கிறாள். இங்கே மடோனா-வோர் டைகாடமி, கதையில் பொதிந்துகிடக்கிறது. மற்றபடி மூலக் கதையைச் சொல்வதை விட்டுவிட்டு, குறியீடுகளில் மட்டும் கவனம் செலுத்துவது சரியல்ல.

ரங்கன்: உங்கள் முந்தைய இதிகாசத் தழுவல் படங்களில், இதிகாசக் கதா பாத்திரம் ஒவ்வொன்றுக்கும் இணையான நவீன காலக் கதாபாத்திரத்தை உலவவிட்டிருப்பீர்கள். ஆனால் **கடலில்** அவ்வளவு எளிமையாகக்

கதாபாத்திரங்களை இதிகாச மாந்தர்களோடு பொருத்திப் பார்க்க முடிய வில்லை. ஆரம்பப் பகுதியில், செமினரி காட்சியில், சாம்தான் ஏசுவோ என்ற எண்ணம் ஏற்படுகிறது. அப்போஸ்தலர்கள்போல் பன்னிரெண்டு பேர் அவனுடன் இருக்கிறார்கள். ஆனால், ஞானஸ்நானக் காட்சியில் தாமஸை ‘கடவுளின் குழந்தை’ என்று சாம் அழைப்பான்.

ரத்னம்: சாமிடம் குறைகள் இருக்கின்றன. அவன், தான் மட்டுமே நீதியின் பாதையில் பயணிப்பதாக எண்ணிக்கொண்டிருக்கிறான். பெர்க்மான்ஸைப் பிடித்துக்கொடுப்பதன்மூலம் அதை ஊர்ஜிதம் செய்துகொள்கிறான். இதுதான் படத்தின் தொடக்கம். படத்தின் இறுதிவரை அவன் அப்படியே நடந்து கொள்கிறான். மன்னிப்பு கேட்க விரும்பாத ஒருவனை, தன்னால் மன்னிக்க முடியாத ஒருவனை, மற்றவர்கள் மன்னிக்கும்போதுதான் சாமின் மனம் மாறுகிறது. அவன் பெரிய நிலையை அடையப் போராடும் சாதாரணமான மனிதன். அகத்தூண்டல் இருந்தும், அவனால் சரியான பாதையை, ஏசுவின் பாதையைக் கண்டுகொள்ள முடியவில்லை. அவன் அதை கண்டுகொள்ளப் போராடுகிறான். அவன் ஏசு கிடையாது. அதேபோல், பெர்க்மான்ஸ் தன் போக்கில் சாத்தானாக முயற்சி செய்கிறான். சாத்தானின் பாதையில்தான் அவன் பயணிக்கிறானே ஒழிய அவன் சாத்தான் கிடையாது. அவனால் தன் மகளைக் கொல்ல முடியவில்லை. இங்கே அவனும் சாமைப்போல் தோற்றுப்போகிறான்.

ரங்கன்: சாமுக்குக் கடவுளின் பாதையில் பயணிப்பது கடினமாக இருப்பது போல, பெர்க்மான்ஸுக்கு சாத்தானின் பாதையில் பயணிப்பது கடினமாக இருக்கிறது. பியாவுடன் படகில் போகும்போது, தன்னால் அவளைக் கொல்ல முடியுமா என்று சாத்தான் தன்னைச் சோதிப்பதாக அவன் கூறுவான்.

ரத்னம்: சாத்தானாக மாற முயலும் ஒருவன் தோற்றுப்போகிறான். ஆனால் கடவுளை அடைய முயலும் ஒருவன் ஒருநாள் கடவுளை அடைய வாய்ப்பு இருக்கிறது. பெர்க்மான்ஸோ, தாமஸோ என்னதான் சாத்தானைப் பின்பற்ற முயன்றாலும், அவர்களுக்குள்ளும் கடவுளின் குணம் இருக்கிறது. அது நிச்சயம் அவர்களை சாத்தானை அடையவிடாது. இதுவே நாங்கள் சொல்ல முயன்றது.

ரங்கன்: அப்படியென்றால் தீய மனிதர்கள் என்பவர்கள் யார், யார்?

ரத்னம்: பொதுவாக இவர் நல்லவர், அவர் தீயவர் என்று சொல்லிவிடலாம். ஆனால் ஒவ்வொருவருக்குள்ளும், அவர் தீயவராகவே இருந்தாலும், ஏதோ ஒரு நல்ல குணம் இருக்கும். அந்த நற்குணத்தை நாம் ‘கடவுள்’ என்று அழைக்க விரும்பாமல் போகலாம். இருந்தாலும், அந்த குணம் அவர்களிடம் இருக்கும். அது யாரோ ஒருவர்மீது கொண்டிருக்கும் அக்கறையாக இருக் கலாம். காதலாக இருக்கலாம். பெர்க்மான்ஸிடம் நற்குணங்கள் இருந்தாலும், அவனிடம் தீயகுணங்களே மேலோங்கி நிற்கின்றன. சாமிடம் குறைகள் இருந்தாலும், அவனிடம் நற்குணங்களே மேலோங்கி நிற்கின்றன.

ரங்கன்: அப்படியென்றால் உங்கள் ஃபேவரைட் நல்லவனா-கெட்டவனா குழப்பம் இங்கே இரட்டிப்பாகிறது. ஏனெனில் இங்கே சாம், பெர்க்மான்ஸ் இருவரிடமும் குறைகள் இருக்கின்றன. உங்கள் பார்வையில், **கடல்** படம் 'மாதிரி கதாபாத்திரங்கள்' நிறைந்த நீதிக்கதையா அல்லது யதார்த்தமான கதாபாத்திரங்கள் நிறைந்த நேச்சுரலிஸ்டிக் கதையா?

ரத்னம்: இந்தப் படம் நீதிக்கதைக்கான அடித்தளத்தைக் கொண்டது. அதில் உலா வரும் ஒவ்வொரு கதாபாத்திரத்துக்கும் வலுவான ரோல் இருக்கிறது. ஒரு கதாபாத்திரத்தை மெருகேற்றும்போது, நாம் முடிந்தவரை அந்தக் கதாபாத்திரத்தை யதார்த்தமானதாக வார்த்தெடுக்க முயல்வோம். இங்கே கதாபாத்திரத்தை ஸ்டாண்டர்டான அச்சில் வார்த்தெடுத்தோம். ஆனால் அதை மிகவும் நேச்சுரலிஸ்டிக்காக பாலிஷ் செய்தோம். சாம் மதபோதனை செய்யும் பாதிரியார் மட்டுமன்று. தாமஸ் முடி வெட்டிக்கொள்ளவேண்டும் என்று சொல்லும்போது அவர் அவனுடைய உண்மையான தகப்பன்போல் நடந்து கொள்கிறார். பார்வையாளர்கள், சாம்போல ஒரு மனிதன் இருக்கிறான் என்று நம்பவேண்டும் என்பதற்காக அவரைச் சற்று அன்கன்வென்ஷனலாக உருவாக்க வேண்டியிருந்தது. மக்கள் தேவாலயத்துக்கு ஜெபம் செய்ய வராத பட்சத்தில், டேப் ரெக்கார்டருடன் மக்களைத் தேடிச் செல்ல அவர் தயங்குவதில்லை. இதுபோன்ற விஷயங்கள் அவரை வெறும் பக்திமானாக மட்டும் காட்டாமல், அவரை யதார்த்தமான மனிதராக, மாற்றுச் சிந்தனையாளராகக் காண்பிக்க உதவின. அவரால் எப்போதும் தேவாலயத்தில் ஜெபம் செய்து கொண்டு, போதித்துக்கொண்டு இருக்க முடியாது. இந்த அம்சம்தான் அவரது கதாபாத்திரத்தை நம்பத்தகுந்த வகையில் உருவாக்கி, அவருக்கும் பார்வையாளர்களுக்கும் எமோஷனல் தொடர்பை ஏற்படுத்துகிறது.

ரங்கன்: அவர் மதபோதனை செய்யும் காட்சிகள் எவையுமே படத்தில் இல்லை. தாமஸ் தனக்கு ஞானஸ்நானம் செய்துவைக்கும்படி வேண்டும் காட்சியில்தான் முதன்முதலில் தேவாலயத்தில் மக்கள் குழுமியிருப்பதைப் பார்க்கிறோம். அதன்பின்னும், சாமைத் தேடி அந்தக் கிராமத்தினர் வருவது போன்ற காட்சி எதுவும் படத்தில் இடம்பெறவில்லை. அவர் ஏசு சிலையைக் கட்டும்போது அவருக்கு அந்த ஊர் மக்கள் சிலர் உதவுகின்றனர். படத்தின் இறுதியில் சாம் 'அன்பின் வாசலே' பாடலைப் பாடும்போது, மக்கள் பலரும் சாமுடன் இணைந்து கடவுள் சிலையை தேவாலயத்துக்கு எடுத்துச் செல்கின்றனர்.

ரத்னம்: இறுதியில், நாள்கள் உருண்டோடியபின், எல்லோரும் மனம் மாறி சமரசம் ஆகின்றனர். என்றாலும், சாம் மீண்டும் பாதிரியார் உடை அணிந்து கொண்டு மதபோதனை செய்யத் தொடங்கிவிட்டான் என்று நாங்கள் சொல்லவில்லை. அந்தப் பாடலில் அவன் குர்த்தா அணிந்திருப்பான். அவன் ஆதரவற்ற குழந்தைகளுக்காக ஆசிரமம் நடத்துகிறான் (படத்தின் இறுதி வடிவத்தில் இந்தக் காட்சியை நாங்கள் வைத்துக்கொள்ளவில்லை). இதன்மூலம் அவன் மீண்டும் அந்தக் கிராமத்தில் ஒருவனாகிறான். ஒருவர்

செய்வது சரிதான் என்று மக்கள் புரிந்துகொண்டால், அவர்கள் அவரை நிச்சயம் மீண்டும் ஏற்றுக்கொள்வார்கள். மக்கள் மீண்டும் சாமிடம் திரும்பி வருவதுபோன்ற காட்சிகளைப் படம்பிடித்து வைத்திருந்தோம். ஆனால் இந்தச் சூழ்நிலையை பாடலின்மூலம் எளிமையாக விளக்கிவிட முடியும் என்று கண்டுகொண்டோம். அந்தப் பாடலில்கூட, சாம் தன்னுடைய ஆசிரமக் குழந்தைகளுடன்தான் நடந்து செல்வான். அவனை இப்போதுதான் பெரியவர்கள் ஏற்றுக்கொள்ளத் தொடங்கியிருக்கிறார்கள். நிச்சயம் அவன் எல்லோராலும் ஏற்றுக்கொள்ளப்படுவான். மதபோதனைபற்றிச் சொல்ல வேண்டும் என்றால், சாம் மதபோதனை செய்வதுபோல் ஒரு காட்சியைப் படம்பிடித்து வைத்திருந்தோம். உண்மையில் மதபோதனை எப்படிச் செய்யவேண்டும் என்பதை அர்விந்த் கற்றுக்கொள்ள வேண்டியிருந்தது. ஆனால் இதுபோன்ற கன்வென்ஷனலான காட்சிகள் படத்துக்கு எந்த வகையிலும் பலம் சேர்க்காது. அந்தக் காட்சி பார்ப்பதற்கு மிகவும் சம்பிரதாயமான காட்சியாகத் தெரிந்தது. சாம் டேப் ரெக்கார்டருடன் கிராம மக்களிடம் செல்கிறான் என்று சொல்வது மதபோதனைக் காட்சியைவிட மிகவும் சுவாரஸ்யமான காட்சியாக இருந்தது. அவன் அந்த கிராமத்தில் மாற்றத்தை ஏற்படுத்திவிட்டான் என்பதைப் புரியவைப்பதே மதபோதனைக் காட்சியின் நோக்கம். ஆனால் இங்கே வேறுசில காட்சிகளின்மூலம் இந்த உண்மையைப் புரியவைத்திருப்போம். உதாரணமாக, அவன் அந்தச் சிறுவனை முதன்முதலாகக் கடலுக்கு அழைத்துச் செல்லும்போது, அங்கிருப்பவர்கள் அவனை வணங்குவதைப் பார்க்கலாம். இதன்மூலம் அவன் அந்தக் கிராமத்தில் மாற்றத்தை ஏற்படுத்திவிட்டான்; அந்தக் கிராமத்தில் ஒருவனாகிவிட்டான் என்பதைப் புரிந்துகொள்ளலாம்.

ரங்கன்: சாமைக் கொல்லும் வாய்ப்பு பெர்க்மான்ஸுக்குக் கிடைத்தபோது ஏன் அவன் அதைப் பயன்படுத்திக்கொள்ளவில்லை? ஒரு பெண்ணுடன் இருக்கும்போது பெர்க்மான்ஸ் சாமிடம் சிக்கிக்கொள்கிறான். சாம் தன்னைக் காட்டிக்கொடுத்துவிடுவான், பள்ளியிலிருந்து தன்னை வெளியேற்றி விடுவார்கள் என்பதை பெர்க்மான்ஸ் அறிந்திருக்கிறான். பின் ஏன், அவன் சாமைப் போகவிடுகிறான்? பாவத்தில் உன்னை விழ வைப்பேன் என்று சவால் விடுகிறான்?

ரத்னம்: அவன் கோபத்தில் இருக்கிறான். அங்கேயே சாமைக் கொன்றுவிட வேண்டும் என்று எண்ணுகிறான். சாமைக் கொல்ல முயற்சி செய்கிறான். சண்டை என்று வரும்போது நாம் எதிராளியின் கழுத்தை நெரிக்க எத்தனிப் போம். நெரிக்கவும் செய்வோம். ஆனால் ஒரு கட்டத்தில் நிறுத்திவிடுவோம். அதைத்தான் பெர்க்மான்ஸும் செய்கிறான். அவனால் அவ்வளவு எளிதாக அடுத்த அடியை எடுத்துவைக்க முடியவில்லை. ஒருவரை நாம் எவ்வளவு வெறுத்தாலும், அவ்வளவு எளிதாக ஒருவனால் முதல் கொலையைச் செய்து விட முடியாது. பின் அவன் சாமிடம் பேச மட்டுமே செய்கிறான். அப்போது அவனுக்குச் சவால்விடும் எண்ணம் உதித்திருக்கக்கூடும். அவன்

எல்லாவற்றையும் அங்கேயே திட்டமிட்டிருக்கவேண்டும் என்று அவசியமில்லை. அங்கிருந்து செல்லும் அவன், வாழ்வில் போராடுகிறான். சாம் பயணிக்கும் பாதைக்கு நேர் எதிரான பாதையில் பயணிக்கிறான். பெரும்புள்ளி ஆகிறான். பின் அவனுக்கு வாய்ப்புக் கிடைக்கும்போது, சாமைப் பழிவாங்கத் திட்டம் இடுகிறான்.

ரங்கன்: பெர்க்மான்ஸ் அங்கிருந்து செல்லும்போது சாமிடம், 'இப்பதான் நம்ம ஆட்டம் ஆரமிச்சிருக்கு' என்று மிரட்டுவான். நீங்கள் சொல்வதிலிருந்து பார்க்கும்போது, அவன் அங்கிருந்து சென்றபின் சாமைப் பழிவாங்க எந்த முயற்சியும் எடுக்கவில்லை என்பது தெளிவாகத் தெரிகிறது. அவன் புத்திசாலித்தனமாகப் பல திட்டங்களை வகுத்து சாமைப் பழி வாங்குவான் என்று நாங்கள் எதிர்பார்த்தோம். இது ஒருபுறம் இருக்க, அவன் சாமைக் கண்காணித்து வருகிறான், அவனுடைய இருப்பிடத்தை அறிந்துவைத்திருக்கிறான் என்பதையும் புரிந்துகொள்ள முடிகிறது (ஏனெனில் சாம் இப்போது பாதிரியார் சாம் ஆகிவிட்டான் என்பதைத் தெரிந்துவைத்திருக்கிறான்). ஆனாலும் அவன் ஒரு விபத்தில்தான் சாமை மீண்டும் சந்திக்கிறான். ஒரு மனிதனின் பழிவாங்கும் வேட்கையைமீறி இங்கு ஏதோ ஒன்று இயங்குகிறது என்ற எண்ணம் ஏற்படுகிறது. விதி சாமைத் திட்டமிட்டு வீழ்த்திவிட்டது என்றும் எண்ணத் தோன்றுகிறது.

ரத்னம்: பெர்க்மான்ஸ் நிச்சயம் சாமைக் கண்காணித்திருப்பான். தான் சாமைப் பற்றித் தினமும் யோசித்துக்கொண்டிருந்ததாக அவன் சாமிடம் ஜெயிலில் கூறுகிறான். அவனால் மறக்கவோ மன்னிக்கவோ முடியாத மனிதர்களில் சாமும் ஒருவன். ஆனால், சிலகாலம் அவனுடைய வாழ்க்கை அவனை வேறு பாதையில் இட்டுச்செல்கிறது. ஒரு கட்டத்தில் விதியோ அல்லது வேறு எதுவோ, அவர்கள் இருவரையும் இணைக்கிறது. அங்குதான் பெர்க்மான்ஸுக்கு சாமைப் பழிவாங்கும் வாய்ப்புக் கிடைக்கிறது. அவன் பள்ளியில் வைத்து சாமை மிரட்டியிருந்தாலும், அவர்கள் மீண்டும் சந்தித்திருக்கவில்லை என்றால் அவன் சாமைப் பழிவாங்க முயற்சி செய்திருக்க மாட்டான்.

ஒரு படத்தில் முன்கதை வைக்கும்போது, முன்கதையின் முடிவில், அடுத்து என்ன நடக்கப்போகிறது என்கிற ஆர்வத்தைப் பார்வையாளர்களுக்கு ஏற்படுத்த விரும்புவோம். இந்தக் கதை இங்கே முடியவில்லை என்று வாக்குறுதி கொடுக்க விரும்புவோம். அதற்காகத்தான் அந்த வரியை (இப்பதான்..). அங்கே பயன்படுத்தினோம். சாம், பெர்க்மான்ஸ் ஆகியோருக்கு இடையே நிச்சயம் பிரச்னை வெடிக்கப்போகிறது என்பதை அந்த வரி நமக்குச் சொல்லாமல் சொல்கிறது. என்றாலும், அதை நேரடியாக அர்த்தம் கொள்ளக்கூடாது. தோற்றுப்போகும் ஒருவன்கூட, 'நான் மீண்டும் உன்னைத் தேடி வருவேன்' என்று சொல்லிவிட்டுச் செல்வான். அதுபோலத்தான் இதுவும். இங்கே பெர்க்மான்ஸ் வேறு வார்த்தைகளைப் பயன்படுத்தி இருக்கலாம். ஆனால் அவன் குறிப்பிட்ட இந்த வரியை உபயோகப்படுத்தி

யதற்குக் காரணம் இருக்கிறது. திரைக்கதையின் மூலவடிவத்தில், பள்ளியில், அவனுக்கும் சாமுக்கும் செஸ் விளையாட்டு நடக்கும். அதனால்தான் அவன், 'ஆட்டம் ஆரம்பமாகப் போகிறது' என்கிறான். செஸ் விளையாட்டை ஷூட் செய்யாதபோதிலும், அந்த வரி படத்தின் ஓட்டத்தோடு கச்சிதமாகப் பொருந்தியது என்பதால் அப்படியே விட்டுவிட்டோம்.

ரங்கன்: காண்டாக்ட் லென்ஸ், பெர்க்மான்ஸ் கதாபாத்திரத்துக்கு எந்த வகையில் பலம் சேர்க்கிறது?

ரத்னம்: இதற்குமுன் பார்த்த அர்ஜுனிலிருந்து மாறுபட்ட அர்ஜுனை இந்தப் படத்தில் பார்க்க விரும்பினோம். ஏனென்றால், இந்தக் கதாபாத்திரம் அவர் நடித்த மற்ற கதாபாத்திரங்களிலிருந்து முற்றிலும் மாறுபட்டது. மேலும், துளசிக்கும் அதேபோன்ற லென்ஸை அணிவித்ததன்மூலம், இருவரும் ரத்த சம்பந்தம் உள்ளவர்கள் என்பதை மறைமுகமாகச் சொன்னோம்.

ரங்கன்: அந்தக் கிராமத்தில் யாருக்கும் கடவுள் நம்பிக்கை இல்லை என்று கதையை அமைக்கவேண்டியதன் அவசியம் என்ன? சிலர் தேவாலயத்துக்குச் செல்கிறார்கள் என்று ஏன் காட்டியிருக்கக்கூடாது?

ரத்னம்: அவசியம் என்று எதுவும் இல்லை. ஆனால் அந்த கிராமத்தில் அனைவரும் கடவுள் நம்பிக்கை கொண்டவர்களாக இருந்தால், அனைவரும் தேவாலயத்திற்கு செல்பவர்களாக இருந்தால், சாமுக்கு அங்கே ஒரு வேலையும் இருக்காது. ஆனால் இப்போது அங்கே சாமுக்குப் பொறுப்புகள்

அவள் யாரைப் பற்றியும் எதைப்பற்றியும் எந்த இறுதிக் கருத்தும் கொண்டவள் அல்ல.
ஒரு குழந்தையைப்போல் தூய்மையான உள்ளம் கொண்டவள்.
தாமஸ் எதுவாகவெல்லாம் இல்லையோ அவை எல்லாமுமானவள் அவள்.

இருக்கின்றன. மேலும், இது அவனுடைய முதல் போஸ்டாக இருந்தாலும், அவனுடைய குருமார்கள் அவனை வெகுதொலைவில் உள்ள அந்த ஊருக்கு அனுப்பியிருக்கின்றனர். அங்கே யாருக்கும் கடவுள் நம்பிக்கை இல்லை என்பதால், அங்கே பணியாற்றுவதன்மூலம் அவனால் மக்களை ஆன்மிகப் பாதைக்கு இட்டுச் செல்லும் வழிகளைக் கற்றுக்கொள்ள முடியும் என்று அவர்கள் எண்ணுகிறார்கள். இங்கே அந்தக் கிராமத்தை அப்படிக் காண்பித்தது நரேஷனுக்குப் பலம் சேர்க்கிறது. அந்தக் கிராமத்தில் சாம் இந்தச் சிறுவனைக் கண்டுகொள்கிறான். அந்தச் சிறுவன், அந்தக் கிராமத்தாரின் பிரதிபலிப்பாக விளங்குகிறான். சாமால் அவனை நல்வழிப்படுத்த முடிகிறது. அவனை நல்லபடியாக வளர்க்க முடிகிறது. இதைச் செய்வதன் மூலம், சாம் கொஞ்சம் கொஞ்சமாகத் தன் பாதையில் முன்னேறுகிறான்.

ரங்கன்: கதை எந்தக் காலகட்டத்தில் நடக்கிறது? பழைய மாடல் டேப் ரெக்கார்டரையும், ரோட்டரி டயல் ஃபோனையும் பார்க்கும்போது நிச்சயம் அண்மைக் காலத்தில் நடக்கவில்லை என்பதுமட்டும் விளங்குகிறது.

ரத்னம்: கதை சுனாமி ஏற்படுவதற்குமுன் நடக்கவேண்டும் என்பதுதான் நாங்கள் முதலில் முடிவுசெய்த விஷயம். அந்தப் பகுதியை முழுவதுமாக மாற்றி அமைத்த சுனாமி, படத்தின் அங்கமாவதை நாங்கள் விரும்பவில்லை. ஏனென்றால் சுனாமி, கதையின் ஓட்டத்தை மாற்றி அமைத்துவிடும். அதனால் கதையைத் தொண்ணூறுகளின் இறுதியில் அமைத்தோம். திரைக்கதையில், தாமஸுக்கு எப்போது ஐந்து வயது ஆகிறது, சாம் எப்போது அந்த ஊருக்கு வருகிறான் போன்ற விவரங்களை, தேதி உட்பட, எழுதிவைத்திருந்தோம். ப்ராப்பர்டிகளை முடிவு செய்ய அந்த விவரங்கள் உதவின. அந்தத் தேதிகளை திரையில் போட்டிருக்க முடியும். அப்படிச் செய்தால், படம் முழுக்கக் கதை நடக்கும் காலத்தைக் குறிப்பிடவேண்டிய சூழல் ஏற்பட்டிருக்கும். இது போன்ற படங்களில் காலநேரத்தை குறிப்பிட வேண்டும் என்ற அவசியம் இல்லை. டேப் ரெக்கார்டருக்குப்பின் ஒரு கதை இருக்கிறது. அந்தச் சிறுவன் டேப் ரெக்கார்டரை உடைக்கும் காட்சியைத்தான் உண்மையில் எழுதி வைத்திருந்தோம். சாம் அவனை டேப் ரெக்கார்டரில் பேசச் சொல்வான். அந்தச் சிறுவன் அதில் திட்டிவிட்டு ஓடிவிடுவான். பின் இரண்டாவது முறையும், மூன்றாவது முறையும் அவன் அதையே செய்வான். நான்காவது முறை அதைப் போட்டு உடைத்துவிடுவான். இப்படித்தான் அந்தக் காட்சி முதலில் எழுதப்பட்டிருந்தது. ஜெயமோகன் எழுதிய சிறுகதையின் முன்கதை இது. சாமுக்கும் சிறுவனுக்கும் இடையே உறவு மலர இந்தச் சம்பவம் பயன் படும் என்று நாங்கள் எண்ணினோம். இதை முடிவு செய்ததும், திடீரென்று காட்சியில் டேப் ரெக்கார்டர் வருகிறது என்ற எண்ணம் பார்வையாளர்களுக்கு ஏற்படாமல் இருக்க, படத்தின் ஆரம்பப் பகுதியிலேயே டேப் ரெக்கார்டரைக் காண்பிக்கவேண்டியிருந்தது. அதனால்தான் சாம் டேப் ரெக்கார்டரை எடுத்துக்கொண்டு மக்களிடம் சென்று ஜெபம் செய்யும் காட்சியை வைத்தோம். அந்தக் குறிப்பிட்ட காலத்தில் பிரயோகத்தில் இருந்த டேப் ரெக்கார்டர் அது.

ரங்கன்: ஜெயமோகன் இந்தக் கதையுடன் உங்களை அணுகினாரா?

ரத்னம்: நான் அவரிடம் சொன்ன கான்சப்டை அடிப்படையாக வைத்து உருவாக்கப்பட்ட படம் இது. 'பொன்னியின் செல்வன்' படத்தில் பணி புரியும்போது நாங்கள் வேறு பல ஐடியாக்களையும் விவாதிப்போம். நான், ஒரு குருவைபற்றியும் அவருடைய சிஷ்யனைப் பற்றியும் படம் எடுக்க விரும்பினேன். இதை அவரிடம் சொன்னேன். பின் அவர் அந்தக் கதையை மீனவ கிராமப் பின்னணியில் எழுதினார். இந்தக் கதையை ஏதோ ஒரு சிறு நகரப் பின்னனியில் உருவாக்க முடியும். ஆனால் கடல் பின்னணியில் கதையை அமைத்தால், மிகவும் ஆக்ரோஷமான உலகத்தை பதிவு செய்ய முடியும். ஏனென்றால் அந்த உலகம் கடலுக்கு அருகேதான் இருக்கிறது என்று அவர் கருதினார். பெரும்பாலான கடலோர கிராமங்கள் கிறிஸ்தவ கிராமங் களாக இருப்பதால், படம் தானாக கிறிஸ்தவ பேக்ட்ராப்பில் அமைந்து விட்டது. அவர் இந்த கதையை டெவலப் செய்தார். ஒவ்வொரு அத்தியா யத்தை எழுதி முடித்ததும் எனக்கு அனுப்புவார். கதை, நாவல் வடிவத்தில் இருந்தது. கதையில் ஏராளமான பேக் ஸ்டோரிகள் இருந்தன. எல்லாவற்றை யும் படத்தில் வைத்துக்கொள்ள முடியவில்லை. ஒரு பெரிய நாவலைத் தழுவி எப்படி திரைக்கதை எழுதுவது என்பதை நான் இந்தப் படத்தில் கற்றுக்கொண்டேன். முழு நாவல் முடியும்வரை காத்திருந்து பின் அதை நான் திரைக்கதையாக டெவலப் செய்திருக்கவேண்டும். அப்படிச் செய்திருந்தால், மூன்றாவது கோணம் (பியட்ரிஸின் கதை) சிறப்பாக வந்திருக்கக்கூடும்.

ரங்கன்: நாவலில் செட்டி போன்ற கதாபாத்திரங்களுக்குத் தாராளமாக இடம் இருக்கும். அவனுடைய உயிர் தாமஸின் கையால் பிரிவதனால், தாமஸ் மனம் மாறுகிறான். இந்த மாற்றத்தை தாமஸின் மூன்றாவது குருபோல இருக்கும் செட்டியின் கதாபாத்திரத்தைத் தவிர்த்துவிட்டு வேறு சில வழிகளில் சாத்தியப் படுத்தியிருக்க முடியும் என்று நினைக்கிறீர்களா? அதாவது செட்டியை நீங்கள் எப்படிப் பார்க்கிறீர்கள்? அந்தக் கதாபாத்திரத்தைப் படத்தில் வைக்காமல் போயிருந்தால், படத்தில் நீங்கள் பிரச்னைகளாகக் கருதும் பகுதிகளைச் சரி செய்யப் போதிய அவகாசம் கிடைத்திருக்குமா?

ரத்னம்: கதாபாத்திரத்தின் தேவையை வெறும் ப்ளாட்டை மட்டும் வைத்துத் தீர்மானிக்க முடியாது. கதாபாத்திரம், படத்துக்கு எந்தவகையில் பலம் சேர்க்கிறது என்பதைப் பொருத்தே இதையெல்லாம் தீர்மானிக்கவேண்டும். ஒரு குறிப்பிட்ட காலகட்டத்தில், ஒரு குறிப்பிட்ட இடத்தில் இந்தக் கதையை வேரூன்ற, செட்டி கதாபாத்திரம் பயன்படுகிறது. சாமின் உலகத்துக்கு செட்டி ஆதாரமாக விளங்குகிறான். ஒரு மீனவக் கிராமத்தில் கதை நடக்கிறது என்ற உண்மையை அவன் நிலைநாட்டுகிறான். அதனால்தான் படம், ஏதோ ஒரு காலகட்டத்தில் நடக்கும் நீதிக்கதையாக இல்லாமல், இக்காலப் படமாக, யதார்த்தமான படமாக விளங்குகிறது. மீனவப் பின்னணியை முடிவு செய்த பின், சாம் கதாபாத்திரத்தை, முடிந்தவரை 'மாடல் கதாபாத்திரமாக' இல்லாமல் யதார்த்தமாக உருவாக்க முடிந்தது. செட்டியை நீக்கிவிட்டால்,

மற்ற கதாபாத்திரங்கள் அனைத்தும் தடுமாறத் தொடங்கிவிடும். படம் மிகவும் கிளீனாக இருப்பதுபோல் தோன்றிவிடும். சாம் ஏதோ சினிமா செட்டுக்குள் நுழைந்துவிட்டார் என்ற எண்ணம் பார்ப்பவர்களுக்கு ஏற்படக் கூடாது. மேலும் செட்டிதான் தாமஸ் கதாபாத்திரத்தை நம்பும்படிச் செய்கிறான். இங்கே செட்டிக்கும் தாமஸுக்கும் இருக்கும் உறவுதான் தாமஸ் கதாபாத்திரத்தை டிஃஸைன் செய்கிறது. அந்த உறவு அங்கீகரிக்கப்படாத உறவு. உறுதி செய்யப்படாத உறவு. ஆனாலும் அவர்கள் இருவருக்கும் இடையே உறவு இருக்கிறது. செட்டியால் தாமஸை முற்றிலுமாக நிராகரிக்க முடியவில்லை. அவனுடைய மனத்தில் தாமஸ் தன் பிள்ளையாக இருக்கக் கூடுமோ என்ற சந்தேகம் இருக்கிறது. ஆனால், தாமஸின் மனத்தில் எந்தச் சந்தேகமும் இல்லை. செட்டிதான் தன் தந்தை என்பதில் அவன் உறுதியாக இருக்கிறான். மேலும், இங்கே நாம் மீனவர்களின் வாழ்க்கையை முழுவது மாகக் காண்பிக்கவில்லை. அவர்கள் வாழ்க்கையின் ஏற்ற இறக்கங்களை பற்றிப் பேசவில்லை. ஆனால், செட்டியின் மூலம் அவர்களது வாழ்க்கையின் சில பக்கங்களை மட்டுமாவது பார்க்க முடிகிறது. அவனுடைய தோற்றம் முரட்டுத்தனமாக இருந்தாலும், அவனுக்குள் இரக்கமுள்ள ஒரு மனிதன் இருக்கிறான். இறந்த அந்தப் பெண்ணை அவன் முறைப்படி அடக்கம் செய்கிறான். அந்த மீனவன் பார்ப்பதற்குக் கடுமையாக இருந்தாலும், அவனும் மற்றவர்கள்போல ஒரு சாதாரணமான மனிதன்தான் என்பதையே நாங்கள் சொல்ல விரும்பினோம். இறுதியில், அவன் தன் மகனுடைய கையால் இறக்கும்போது, விசித்திரமான முறையில், அவன் வாழ்க்கைச் சக்கரம் முழுமை அடைகிறது.

ரங்கன்: பெர்க்மான்ஸ் செட்டியைக் கொன்றபின், கொலைப் பழியை அன்றாடம் நம் மீனவர்களைக் கொன்று குவித்துவரும் 'அந்நியச் சக்தி' மீது போட்டுவிடலாம் என்று கூறுகிறான். ஒரு குறிப்பிட்ட காலகட்டத்தில், ஒரு குறிப்பிட்ட இடத்தில் கதையை ஊன்ற வைப்பதற்காகத்தான் இந்தக் காட்சியை வைத்தீர்களா?

ரத்னம்: ஆமாம். மேலும் இதன்மூலம் சமகாலத்தில் என்ன நடக்கிறது என்பதையும் காண்பிக்க முயன்றோம். அதிகம் விவாதிக்கப்படும் பிரச்னை இது. அனைவரையும் அச்சம்கொள்ள வைக்கும் பிரச்னை இது. இந்தக் காட்சி, நம் மீனவர்களின் வாழ்க்கையைப் பிரதிபலிக்கிறது. இங்கே, இந்தப் பிரச்னையைப் பற்றி எந்த பொலிடிகல் ஸ்டேட்மென்ட்டையும் கொடுக்க வில்லை. நம்மைச் சுற்றி என்ன நடக்கிறது, சிலர் அதை எப்படித் தனக்குச் சாதகமாகப் பயன்படுத்திக்கொள்கிறார்கள் என்பதை மட்டுமே இங்கே சொல்கிறோம்.

ரங்கன்: பெர்க்மான்ஸ் தேவாலயத்திலிருந்து வெளியேற்றப்படுவதற்கு ஒரு பெண் காரணமாகிறாள். அதேபோல் சாமும் தேவாலயத்திலிருந்து ஒரு பெண்ணால்தான் வெளியேற்றப்படுகிறான். இந்த ஒற்றுமை திட்டமிட்டு உருவாக்கப்பட்ட ஒன்றா?

ரத்னம்: ஆமாம். பெர்க்மான்ஸ் வெளியேற்றப்படும் காட்சியின் பிரதிபலிப் பாக சாம் வெளியேற்றப்படும் காட்சி இருக்கவேண்டும் என்று முடிவு செய்தோம். அதே சமயத்தில் இரண்டும் ஒரேமாதிரி இல்லாமல் பார்த்துக் கொண்டோம். இங்கே பெர்க்மான்ஸ், தான் தோற்கடிக்கப்பட்ட அதே ஆயுதத் தால் சாமைத் தோற்கடிக்கிறான் என்பதையும் நாங்கள் அறிந்தே இருந்தோம்.

ரங்கன்: சாமின் செயல்களுக்கு உண்மையான காரணம் என்ன? அவனுடைய பேக் ஸ்டோரிதான் என்ன? அவன் மிகவும் வசதியானவன் என்றும், அவன் பிறந்தபோது அவனுக்காகத் தங்கத் தொட்டில் செய்தார்கள் என்றும் சொல்லியிருப்பீர்கள். ஆனால் நாங்கள் அவனுடைய முழுக் கதையையும் தெரிந்துகொள்ள விரும்புகிறோம்.

ரத்னம்: அது மிகவும் அருமையான கதை, ஆனால் மிகமிகப் பெரிய கதை. சில வரிகளில் என்னால் அதைச் சொல்லிவிட முடியாது. ஜெயமோகன் அதை ஒருநாள் முழு நாவலாக எழுதக்கூடும்.

ரங்கன்: சாம், கடவுளின்மீதும் தன்னுடைய தேவாலயத்தின்மீதும் அதிக பக்தி கொண்டிருந்தாலும், தேவாலய நிர்வாகம் அவனிடம் நியாயமாக நடந்து கொள்ளவில்லை. பெர்க்மான்ஸ் 'சாத்தானின் பணம்' என்றவாரே நிர்வாகி யிடம் நன்கொடை வழங்குகிறான். அவரும் அதை வாங்கிக்கொள்கிறார். தாமஸ் மிகவும் ஆபத்தான பெரும்புள்ளியாக வளர்ந்ததும், அவனுடைய தாயின் பிணத்தை தேவாலயக் கல்லறையில் புதைக்க நிர்வாகம் அனுமதி வழங்குகிறது. படத்தின் ஆரம்பத்தில் அவர்கள் அவளை தேவாலய இடத்தில் புதைக்கக் கூடாது என்பார்கள்.

ரத்னம்: திரைக்கதையில் இருந்த சில விஷயங்களைப் படத்தில் கொண்டுவர முடியவில்லை. பிஷப், பெர்க்மான்ஸிடமிருந்து காசோலையை வாங்கும் போது, தான் வறுமையில் இறந்தாலும் பெர்க்மான்ஸிடமிருந்து காசு வாங்க மாட்டேன் என்பார். தன் ஆஸ்ரமத்தில் வாடும் ஐயாயிரம் அனாதைக் குழந்தைகளுக்கு இந்தப் பணம் தேவை என்பார். இந்தக் காட்சி படத்தில் இல்லை. நல்ல நிர்வாகம் எதுவானாலும் அதற்குக் களங்கம் ஏற்படுத்தும் வழிகளை தீயகுணம் கொண்ட மனிதன் தேடுவான் என்பதைக் காண்பிப்பதற் காகவே இந்தக் காட்சியை வைத்தோம். தேவாலயம் என்றில்லை, மருத்துவ மனை ஆகட்டும், கல்வி நிறுவனம் ஆகட்டும், என்.ஜி.ஓ ஆகட்டும், எல்லா இடங்களுக்கும் இந்தக் கூற்று பொருந்தும். எந்தவொரு குறிப்பிட்ட நிர்வாகத்தையும் இங்கே குற்றம் சாட்டவில்லை. பணமும் பதவியும் இன்று எதையும் வாங்கிவிடுகின்றன. நம் சமூகம் அப்படித்தான் இயங்குகிறது. நாம் அப்படித்தான் இயங்குகிறோம். ஒரு பரம ஏழை கோடீஸ்வரன் ஆனபின் தன் கிராமத்துக்குத் திரும்பினால், அவனை அனைவரும் அரசன்போல் நடத்துவார்கள்.

ரங்கன்: பெர்க்மான்ஸ் பள்ளியிலிருந்து வெளியேற்றப்பட்ட விதத்திலும் சரி, சாம் தேவாலயத்திலிருந்து வெளியேற்றப்பட்ட விதத்திலும் சரி, நியாயம் இருக்காது. எந்த விசாரணையும் இன்றி அவர்கள் வெளியேற்றப்படுவார்கள்.

இது ஒருபுறம் இருக்க, தாமஸ் பியட்ரிஸிடம் கன்ஃபெஸ் செய்கிறான். அவனுக்குப் பாவமன்னிப்பும் பியட்ரிஸின்மூலம்தான் கிடைக்கிறது. அவள் எந்த வகையிலும் தேவாலயத்துடன் சம்பந்தப்படாதவள். மேலும் சாம் கட்டும் ஏசு சிலையும் தேவாலயத்துக்கு வெளியேதான் இருக்கிறது. இதைப் பார்க்கும்போது, தேவாலயத்திலிருந்து வெளியேற்றப்பட்டபின் அவன் தனக்கான பாதையைத் தானே உருவாக்கிக்கொள்கிறானோ என்று எண்ணத் தோன்றுகிறது.

ரத்னம்: உங்கள் கருத்துகள் எதிலும் எனக்கு உடன்பாடு இல்லை. பெர்க் மான்ஸ் வெளியேற்றப்படும்போது, பிஷப் அந்த இடத்தில் இருப்பதை நாம் பார்க்கலாம். பெர்க்மான்ஸுக்குத் தன் குற்றத்தை ஒப்புக்கொள்ள வாய்ப்பு அளிக்கப்படும். ஆனால் அவன் தன் மனத்தை மாற்றிக்கொள்ள மாட்டான். அவனை வெளியேற்றும் முடிவை நிர்வாகம் எடுக்கவில்லை. அவன்தான் எடுப்பான். சாமைப் பொருத்தவரை, அதுபோன்ற சூழலில் மக்கள் அப்படித் தான் நடந்துகொள்வார்கள். இங்கே நிர்வாகத்துக்கு எதிராக நாம் குரல் எழுப்பவில்லை. மக்கள் நடந்துகொள்ளும் விதத்தை அப்படியே பதிவு செய்கிறோம். தாங்கள் நம்பிய ஒருவன் பாவம் செய்துவிட்டான் என்று அவர்கள் கருதினால், அவர்கள் எதைப்பற்றியும் யோசிக்க மாட்டார்கள். பொங்கி எழுந்துவிடுவார்கள். என்றாலும், இங்கே சாம் போலீசால் கைது செய்யப்படுகிறான். கோர்ட்டில் ஆஜர்படுத்தப்பட்டு, பின் சிறைச்சாலையில் அடைக்கப்படுகிறான். தேவாலயத்துக்கும் இதற்கும் எந்தச் சம்பந்தமும் இல்லை என்பதை நினைவுபடுத்த விரும்புகிறேன்.

கேரளாவில் நடந்த உண்மைச் சம்பவத்தை அடிப்படையாகக் கொண்டு உருவாக்கப்பட்ட காட்சி இது. அங்கே ஒரு பாதிரியார் கொலைக் குற்றம் சாட்டப்பட்டு சிறையில் அடைக்கப்பட்டார். பல வருடங்கள் கழித்துத்தான், அவர் எந்தக் குற்றமும் செய்யாதவர் என்ற உண்மையைக் கண்டுபிடித்தனர். பாதிரியார் ஆகும் ஒரு சாதாரண மனிதனுக்கு என்னவெல்லாம் நடக்கக்கூடும் என்பதைப்பற்றியே இந்தக் காட்சி பேசுகிறது. யாராவது அந்த மனிதன்மீது குற்றம் சாட்டினால், மக்கள் அதை நம்பிவிடுகின்றனர். ஆக்ரோஷமாக நடந்து கொள்கின்றனர். இங்கே இந்தக் காட்சியிலும் பிஷப் இருப்பார். அவர் கூட்டத்தைக் கட்டுப்படுத்த முயற்சி செய்வதையும் நாம் பார்க்கலாம். ஒரு கட்டத்தில் சாம் செலினாவால் குற்றம் சாட்டப்படும்போது, அதுவரை தடுமாறிக்கொண்டிருந்த கப்பல் ஒரேடியாக மூழ்குகிறது.

சாம் அந்தச் சிலையை கட்டிக்கொண்டிருப்பதால், அது வெளியே இருக்கிறது. அவ்வளவுதான். அவன் அந்தச் சிலையைச் செய்வதற்கு காரணம் என்னவாக வேண்டுமானாலும் இருக்கலாம். ஆனால் சிலை செய்வதன்மூலம் அவன் தன் எதிர்ப்பைப் பதிவு செய்கிறான் என்று அர்த்தம் கொள்ளக்கூடாது. மற்றபடி அவன் கதைக்கு முற்றுப்புள்ளி வைப்பதற்காகத்தான் இந்த வழியைப் பின்பற்றுகிறோம். கடவுள் நம்பிக்கையற்ற ஓரிடத்தில், அவன் கடவுளைச் சிலை வடிவில் உருவாக்குகிறான். எவ்வளவோ பிரச்னைகளை எதிர்கொண்ட போதும், அவன் மனம் தளராது முன்னேறுகிறான். சிலையைச் செய்கிறான்.

ஒரு ஃப்ரேமை எப்படிக் கையாளுகிறீர்கள் என்பது மிகவும் முக்கியமானது. ஒவ்வொரு விஷயத்துக்கும் ஒரு முக்கியத்துவம் இருக்கும்.

வழியில் தாமஸும் பியட்ரிஸும் நம்பிக்கையின் பாதையைக் கண்டுகொள் கிறார்கள். அந்த கிராமத்தாரும் அந்தப் பாதையில் இணைந்துகொள்கிறார்கள். சாமுடன் சேர்ந்து சிலை செய்கிறார்கள். நாத்திகர்களாக இருந்த அவர்கள் ஆத்திகர்கள் ஆகிறார்கள். இங்கே அவர்களின் சக்கரம் முழுமை அடைகிறது. சாமின் நோக்கம் நிறைவடைந்துவிட்டது. அல்லது நிறைவடையத் தொடங்கி விட்டது.

தாமஸ் கன்ஃபெஸ் செய்யும் காட்சி அவன் மனமுதிர்ச்சி அடைகிறான் என்பதை நமக்கு உணர்த்துகிறது. அவன் நன்மையின் பாதையில் பயணித் தான். பின் தீமையின் பாதையில் பயணித்தான். அப்போது அவன் அவளைக் கண்டுகொள்கிறான். கன்ஃபெஸ் செய்கிறான். இங்கே கிறிஸ்தவ மதம் சம்பந்தப்பட்ட கன்ஃபெஷனைப்பற்றி நாங்கள் பேச முயலவில்லை. அவன் நம்பிக்கையின் பாதையை அவள்மூலம் கண்டுகொண்டான் என்பதே நாங்கள் சொல்லவருவது. ஒருநாள், அவன் தேவாலயத்துக்குச் செல்பவனாக மாறலாம். ஆனால் தேவாலயத்தின் நான்கு சுவர்கள்தான் அவனை நல்வழிப் படுத்தவேண்டும் என்று அவசியமில்லை. ஒரு மனிதன்கூட அந்த வேலையைச் செய்யலாம். அது சாமாக இருக்கலாம். பியட்ரிஸாக இருக்கலாம். சராசரி மனிதர்களைவிட, கள்ளம் கபடமற்ற ஒரு மனிதனே ஏசுவின் பிரதிநிதியாக இருக்க முடியும். தாமஸின் வாழ்வில் அது யாராக வேண்டுமானாலும் இருக்கலாம்.

ரங்கன்: இந்தக் கள்ளம் கபடம் அற்ற தன்மையை உணர்த்துவதற்காகத்தான் நீங்கள் பியட்ரிஸைக் குழந்தைபோல் சித்திரித்தீர்களா? தாமஸை நல்வழிப்

படுத்தும் 'ஏஞ்சல்' அவள். அவள் மருத்துவமனையிலிருந்து தப்பிக்கும் போதுதான் நாம் அவளை முதன்முதலில் பார்க்கிறோம்.

ரத்னம்: நாங்கள் அவளைப் படம் பிடித்த விதத்தை 'ஏஞ்சலிக்' என்று அழைப்பதே பொருத்தமாக இருக்கும். இதைக் குறிக்கும்பொருட்டு, அவள் வெள்ளை நிற ஆடை அணிந்திருப்பாள். உண்மையில் அவளுக்கு எது நல்லது, எது கெட்டது என்று தெரியாது. அப்படித்தான் அந்தக் கதாபாத்திரம் உருவாக்கப்பட்டது. அவள் எந்தப் பாகுபாடுமின்றி அனைவருக்கும் உதவி புரிவாள். அவள் தன்னைச் சுற்றி இன்டலெக்சுவல் அரண் எதையும் போட்டுக் கொள்ளவில்லை. அவள் சக மனிதர்கள்மீது குற்றம் காணமாட்டாள். அவள் குழந்தையைப்போல் தூய்மையானவள். தாமஸிடம் இல்லாத நற்குணங்கள் அனைத்தும் அவளிடம் இருக்கின்றன. அவளைப்போல் ஒருத்தியை தாமஸ் தன் வாழ்நாளில் பார்த்திருக்கவே மாட்டான். அவன் துயரத்தை மட்டுமே சந்தித்திருக்கிறான். அவளுடைய குழந்தைப் பருவத்தில் அவளுக்கு ஏற்பட்ட பெருஞ்சோகத்தை, மனக் காயத்தைத் தவிர, அவள் அன்பை மட்டுமே சந்தித்துவருகிறாள். அவளுக்குப் பிரச்னை இருக்கிறது. அவளுக்கு அரவணைப்பும் பாதுகாப்பும் தேவைப்படுகின்றன. அதனால்தான் அவள் மருத்துவமனைக் காட்சியில் அறிமுகமாகிறாள். இதன்மூலம் அவளிடம் ஏதோ பிரச்னை இருக்கிறது என்பதைக் குறிப்பால் உணர்த்துகிறோம். மேலும், படத்தில் அவளுடைய கதை மருத்துவமனையில் தொடங்கி அங்கேயே முடியவேண்டும் என்பதற்காக அவளுடைய அறிமுகக் காட்சியை அப்படி அமைத்தோம். இங்கே, அவளை ஒரு முழுமையான தேவதையாகக் காண்பிப்பது இன்னும் எளிமையான காரியமாக இருந்திருக்கும். ஆனாலும், அவளுக்குச் சிறுவயதிலிருந்தே அந்தப் பிரச்னை இருக்கிறது என்பதைப் பின்னர் வரும் காட்சியில் நாங்கள் சொல்லும்போது, அதற்குச் சாட்சியாக மருத்துவமனைக் காட்சி பயன்படுகிறது. பியா, தஸ்தாயெவ்ஸ்கியின் 'இடியட்' கதாபாத்திரத்தைத் தழுவி உருவாக்கப்பட்ட கதாபாத்திரம். அவனும், கதையில் மருத்துவமனையில்தான் அறிமுகமாவான். அவனைப் போல், பியாவும் தூய்மையான ஓர் ஆத்மா. அவள் இந்த உலகுக்கு நன்மை மட்டுமே செய்வாள். என்றாலும், நமக்கு நன்கு பரிச்சயமான, நமக்குத் தெரிந்த ஒரு பெண்ணாக அவளை உருவாக்க விரும்பினோம். அதனால்தான் அவளை ஒரு திறமையான நர்ஸாகக் காண்பித்தோம். மற்றபடி, ஆரம்பக் காட்சிகளில் அவளைப் பற்றி எந்த உண்மையையும் வெளிப்படுத்தவில்லை. அவள் நர்ஸாக இருப்பதனால் அன்பும் சேவையுமே அவளுடைய வாழ்க்கையின் லட்சியங்களாக இருக்கின்றன. இவை பெர்க்மான்ஸின் லட்சியங்களுக்கு நேர் எதிரானவை. அவன் தனக்காக மட்டுமே வாழ்பவன். அவன் யாரோடும் எந்த உறவும் வைத்துக்கொள்ள விரும்பாதவன். ஆனால், அவனுடைய வாரிசு அவனிடமிருந்து முற்றிலும் மாறுபட்டிருக்கிறாள்.

ரங்கன்: ஏன் எப்போதும் வெள்ளை நிற ஆடைகளை மட்டுமே அணிந்திருக்கும் பியட்ரிஸ், 'மூங்கில் தோட்டம்' பாடலில் மட்டும் வண்ண வண்ண ஆடைகளை அணிந்திருக்கிறாள்?

ரங்கன்: அது ரியல் டைமில் நடக்கும் சம்பவங்களைப் பற்றிய பாடல் அன்று. தாமஸ், பியட்ரிஸ் ஆகியோருக்கு இடையே இருக்கும் எமோஷனல் பிணைப்பின் திரைவடிவமே அந்தப் பாடல். அவளுக்குள் இருக்கும் பெண் வெளியே வருகிறாள். புத்துயிர் பெறுகிறாள். அதைக் குறிக்கும்பொருட்டே வண்ணங்களைப் பயன்படுத்தினோம்.

ரங்கன்: இந்த லவ் டிராக்கை இன்னும் டெவலப் செய்யவேண்டும் என்ற எண்ணம் உங்களுக்கு இருந்ததா? படத்தில் சாம், பியட்ரிஸ் ஆகிய இருவருக்கும் இடையேயான காதலைப் பற்றி அதிகம் பேசியிருக்க மாட்டீர்கள். அவர்களில் ஒருவர் இன்னொருவரை காதல் பாதைக்கு இட்டுச் செல்வதைப்பற்றித்தான் அதிகம் பேசியிருப்பீர்கள்.

ரத்னம்: இன்னும் ஒரு காதல் காட்சியைப் படம் பிடித்துவைத்திருந்தோம். அவர்கள் இருவருக்குள்ளும் முரண் ஏற்படும். பின் மனம்மாறி மீண்டும் இணைவார்கள். இந்தக் காதல் கதையை அடிக்கோடிட்டுக் காட்டுவதற்காக இந்தக் காட்சியை உருவாக்கினோம். ஆனால் படத்தின் நீளம் அதிகமாகி விடும் என்பதால் ஒரே டிராக்கில் அதிக விவரங்களை வைத்துக்கொள்ள முடியவில்லை.

ரங்கன்: செலினாவும் தேவதை என்றே அழைக்கப்படுகிறாள். அவள் தேவதூதனைச்சாய்க்க வந்த தேவதை என்று பெர்க்மான்ஸ் குறிப்பிடுகிறான். அவள் சாமுக்கு எதிராகச் சாட்சி சொல்லும்போது, அவள் முகத்தில் பரிசுத்த ஒளி வீசும்.

ரத்னம்: நாங்கள் லொகேஷனைத் தேடிக்கொண்டிருக்கையில், ஒரு தேவா லயத்துக்குச் சென்றிருந்தோம். அங்கே இருந்த ஒரு சிறு சிலையில் ஒளி விழுவதைப் பார்த்தோம். அதைப் படம்பிடித்து வைத்துக்கொண்டோம். அந்தச் சிலையைப் பார்த்துக்கொண்டிருக்கும்போதே, செலினா தேவா லயத்தில் பொய் சொல்லும்போது, அவள் முகத்திலும் இப்படித்தான் ஒளி வீசவேண்டும் என்று எண்ணினோம். அவள் பொய் சொல்லும்போதே தன் தவறை எண்ணி வருந்துவாள். படத்துக்காக தேவாலயத்தைக் கட்டுவதற்கு முன்பே, ஒளி இப்படித்தான் விழவேண்டும் என்பதை முடிவு செய்து கொண்டோம். அவள் மன்னிப்பு வேண்டி நிற்கிறாள். இந்தப் படமே மன்னிப்பைப் பற்றித்தான் பேசுகிறது. அவள் முகத்தில் படரும் ஒளி, நம்பிக்கையைக் குறிக்கிறது. அந்த நம்பிக்கை அவளை அரவணைக்கிறது. அவள் மனச்சாட்சிக்குத் துரோகம் செய்துவிட்டு, பொய் சொல்கிறாள். இருந்தும் அவளுக்குள் இருக்கும் ஆத்மா பரிசுத்தமாக இருக்கிறது. அது மறுவாழ்வுக்காக நம்பிக்கையுடன் காத்திருக்கிறது.

இது ஒருபுறம் இருக்க, தேவதூதன் என்று ஒருவன் இருப்பதால்தான் அவள் தேவதை என்று அழைக்கப்படுகிறாள். சாத்தான் திமிராக அப்படி அழைக் கிறான். சாம்தான் தேவதூதன் என்று அவன் கருதுகிறான். அவன் சாமை எதிரியாகக் கருதுவதால் அவன் பிரோயகிக்கும் மொழி திமிராக இருக்கிறது.

ரங்கன்: இந்தக் காட்சிக்குப்பின் செலினாவுக்கு என்ன ஆகிறது? அவள் சொர்கத்துக்கு அனுப்பிவைக்கப்பட்டுவிட்டாள் என்பதை பெர்க்மான்ஸின் மூலமாக அறிந்துகொள்கிறோம். ஆனால் அவள், தான் தன் வாழ்க்கையில் சந்தித்த மனிதர்களில் பெர்க்மான்ஸ் மட்டுமே நல்லவன் என்று ஒரு காட்சியில் குறிப்பிடுகிறாள். அவர்கள் இருவருக்கும் இடையே ஏதோ இருக்கிறது என்பது மட்டும் விளங்குகிறது.

ரத்னம்: அவள் அப்படிச் சொல்வது, அவளுடைய அப்பாவித்தனத்தையே காட்டுகிறது. இந்தக் காட்சி, அவன் எப்படிப்பட்டவன் என்பதைப் பற்றியது அன்று. அவள் எப்படிப்பட்டவள் என்பதைப் பற்றியது. தன்னிடம் தவறாக நடந்துகொள்ளாத ஒருவனை அவள் முதன்முதலில் பார்க்கிறாள். அதனால் தான் அவள், அவன்மீது காதல் கொள்கிறாள். அவன் மற்றவர்களைத் தனக்குச் சாதகமாகப் பயன்படுத்திக்கொள்ளும் குணம் கொண்டவன். அவள்மீது அவன் பரிவு காட்டியிருக்கிறான் என்று அர்த்தம்கொள்ளத் தேவையில்லை. அவனுக்கு ஒளிந்துகொள்ள ஒரு வீடு தேவைப்படுகிறது. ஒரு கட்டத்தில் அவன் அவள் வீட்டில் தஞ்சம் புகுகிறான். அப்போது அவளைத் திருமணம் செய்துகொள்வதாக அவன் கூறுகிறான். ஓர் ஆண், ஒரு பெண்ணிடம் அவளைத் திருமணம் செய்துகொள்வதாக வாக்குத் தருகிறான் என்பதற் காகவே அவனை நல்லவன் என்று சொல்ல முடியாது. அவன் அவளை நிச்சயம் திருமணம் செய்துகொள்ளப் போகிறான் என்றும் சொல்ல முடியாது. அவன் நல்லபடியும் நடந்துகொள்ளலாம். கெட்டபடியும் நடந்துகொள்ள லாம். சாத்தான் அப்படித்தான் இயங்குவான். சாத்தானுக்கு வசீகரமான பக்கம் ஒன்று இருக்கிறது. அது மிகவும் கவர்ச்சியான, அன்புக்குரிய பக்கம். அதை வைத்து மற்றவர்களை ஏமாற்றினால்தான் அவனால் தொடர்ந்து சாத்தானாக இருக்க முடியும். அவளை அவன் பயன்படுத்திக்கொண்டான்; இனிமேல் அவள் அவனுக்குப் பயன்படப்போவதில்லை. அதனால்தான் அவளைக் கொல்கிறான். தவிர, தான் செலினாவைக் கொன்றுவிட்டதாக அவன் சாமிடம் சொல்வதை மட்டுமே நாம் பார்க்கிறோம். அவன் உண்மை சொல்கிறானா அல்லது பொய் சொல்கிறானா என்பது நமக்குத் தெரியாது.

ரங்கன்: ‘நெஞ்சுக்குள்ளே’ பாடலை உண்மையில் செலினாவை வைத்துப் படமாக்குவதாக இருந்தீர்களா? இதைப் பற்றிய ட்வீட்களைப் பார்த்தேன்.

ரத்னம்: ஆமாம். பெர்க்மான்ஸ் தன் காயங்களிலிருந்து குணமாகும் காட்சியில் அந்தப் பாடலைப் பயன்படுத்திப் பார்த்தோம். செலினா பெர்க்மான்ஸைக் காண வருவாள். அவன் குணமாவதை அந்தப் பாடலில் காண்பித்திருப்போம். ஆனால் அது சரியாக வரவில்லை. ஒவ்வொரு படத்தை உருவாக்கும்போதும் இதுபோன்ற பிரச்னைகளை எதிர்கொள்ளவேண்டியிருக்கும். நாம் ஏதாவது முயற்சியை மேற்கொள்வோம். அந்த முயற்சி வெற்றி பெறாது. பின் வேறு ஒரு முயற்சியை மேற்கொள்வோம். என் அடுத்த படத்தைத் தொடங்கும் போது, படத்தைப் பற்றிய விவரங்களை வெளியிடக்கூடாது என்று படத்தில் பணிபுரிவோரிடம் கண்டிப்பான அக்ரிமெண்ட் ஒன்றைப் போடவேண்டும் என்று நினைக்கிறேன்.

ரங்கன்: பாடல் காட்சிகள் தனித்துப் பார்க்கும்போது மிக அருமையாக இருந் தாலும், படத்தோடு பார்க்கும்போது படத்திலிருந்து விலகித் தெரிந்தன. இருபத்தைந்து ஆண்டுகளுக்குமுன் வெளிவந்த **இதயத்தை திருடாதே**யில் ஒரு ஹீரோ அறிமுகப் பாடல் இடம்பெற்றிருக்கும். அதற்குபிறகு **கடலி**ல்தான், 'ஏலே கீச்சான்' பாடலை ஹீரோ அறிமுகப் பாடலாகப் பயன்படுத்தி யிருப்பீர்கள். அரைமணி நேர ஆழமான நரேஷனுக்குப் பிறகு, திடீரென்று கேளிக்கைகள் நிறைந்த இந்த ஹை-எனர்ஜி நடனப் பாடல் வருவது அதிர்ச்சி அளிக்கிறது. **இதயத்தை திருடாதே** ஒன்றும் ராஜா ராணிப் படம் அன்று. எனினும் 'ஓ ப்ரியா ப்ரியா' பாடலில் நாயகனும் நாயகியும் வரலாற்றுக் கதாபாத்திரங்களாக மாறுவதை என்னால் எந்த தயக்கமும் இன்றி ஏற்றுக் கொள்ள முடிந்தது. ஆனால் அதே ஸ்டைலில், **கடலில்** வரும் 'அடியே' பாடலை ஏற்றுக்கொள்ள முடியவில்லை. 'அடியே' படத்தோடு பொருந்த வில்லை. 'ஓ ப்ரியா'வில் இருந்த யதார்த்தம் 'அடியே'வில் இல்லை.

ரத்னம்: நான் முன்னர் குறிப்பிட்டதுபோல, படத்தில் பாடல்களைப் பயன் படுத்த முடிவு செய்துவிட்டால் எந்த தயக்கமும் இன்றி அதைச் செய்ய வேண்டும். பாடலில், காதல் ஜோடி நடந்துகொண்டு, கரம் பற்றிக்கொண்டு, ஐஸ்கிரீம் சாப்பிட்டுக்கொண்டு இருப்பார்கள் என்றால், அந்தப் பாடலை என்னால் ரசிக்க முடியாது. ஒரு சிறுவன் கடலுக்குச் சென்று, கட்டுமரத்தில் நிற்கக் கற்றுக்கொள்ளும் இடத்தில் 'ஏலே கீச்சான்' பாடல் வருகிறது. அவன் மீனவன் ஆகிவிட்டான் என்பதைக் குறைந்த நேரத்தில் அந்தப் பாடல் சொல்லிவிடுகிறது. அவன் வாழ்க்கை தொடங்கிவிட்டது. கடலுக்கும் அவனுக்கும் இடையேயான பந்தம் தொடங்கிவிட்டது. இதைக் கொண்டாடுவதே அந்தப் பாடலின் நோக்கம். அதை 'ஹீரோ அறிமுக' பாடலாக நான் கருதவில்லை. **இதயத்தை திருடாதே**யில் அந்தப் பாடலில்தான் நாம் முதன்முதலில் ஹீரோவைப் பார்க்கிறோம். இங்கே, ஹீரோ குழந்தையாக இருக்கும்போதே நாம் அவனைப் பார்த்துவிடுகிறோம். பின் சிறுவனாக இருக்கும்போது பார்க்கிறோம். இந்தப் பாடலில், வளர்ந்த ஹீரோவைப் பார்க்கிறோம். அவ்வளவுதான்.

நடனப் பாடல் தேவை என்றால்தான் படத்தில் நான் அதைப் பயன்படுத்து வேன். ஏனெனில் நடனம் என்பது மிகத் தீவீரமானதோர் எக்ஸ்பிரஷன். இங்கே நடனத்தைப் பயன்படுத்தலாம் என்று நான் கருதினேன். அது படத்துக்கு எனர்ஜியைத் தருகிறது. படம் ஒரு உலகம் என்றால் பாடல் இன்னொரு உலகம். படம் பாடலுக்கு உறுதுணையாக இருப்பதைப்போல, பாடல் படத்துக்கு உறுதுணையாக இருக்கவேண்டும். என்ன மாதிரியான பாடல் வேண்டும், அந்தப் பாடல் எங்கே இடம் பெறவேண்டும் என்பதைப் படம்தான் முடிவு செய்யவேண்டும். ஆனால் பாடல் உயிர் பெற்றபின், அந்தப் பாடலுக்கு என்னவெல்லாம் தேவையோ அவற்றையெல்லாம் நாம் கட்டாயம் செய்யவேண்டும். பாடலின் தன்மைக்கு ஏற்ப, அதை எப்படிக் காட்சிப்படுத்துவது என்று சிந்திக்கவேண்டும். ஒரு பாடலில் ரிதம் ஸ்ட்ராங்காக இருக்கும்போது, இசை உற்சாகத்தை ஏற்படுத்தும்போது,

நடனத்தின்மூலம் பாடலை அடுத்த தளத்துக்கு எடுத்துச்செல்லவேண்டும் என்றுதான் நாம் எண்ணுவோம். பாடலை கன்வென்ஷனலான ட்யூனில், மீனவர் பாடல் ட்யூனில் உருவாக்கியிருந்தால், உங்களுக்கு அது அதிர்ச்சியை ஏற்படுத்தியிருக்காது. இது வேறொரு ஜானர் பாடலாக இருப்பதனால், பாடல் தனித்துத் தெரிகிறதுபோலும். எனினும் இந்தப் பாடலைப் பொருத்த வரை எனக்கு எந்தப் பிரச்னையும் இல்லை. சம்பிரதாயங்களை உடைத்து, மாறுபட்ட இசையை உருவாக்குவதை எண்ணி நான் சந்தோஷமடைந்தேன். இங்கே இந்தப் பாடலில், கதையின் மூட் முற்றிலும் வித்தியாசமான ஒன்றாக ஆகவேண்டும் என்பதற்காகப் பிரயத்தனப்பட்டோம். அந்த வகை இசையை வைத்துச் சோதனை முயற்சிகளை ரஹ்மான் தொடர்ந்து மேற்கொண்டு வருகிறார். அதை எண்ணி நான் சந்தோஷம் அடைகிறேன். ஆரம்பப் பகுதி தீவிரமாக இருந்ததனால், பாடல் படத்தின் ஓட்டத்திலிருந்து விலகித் தெரிந்திருக்கக்கூடும். என்றாலும், **செம்மீன்** படப் பாடல்களின் பாணியில் இந்தப் பாடலையும் உருவாக்கி இருந்திருந்தால், இந்தப் பாடலை நீங்களும் ஏற்றுக்கொண்டிருப்பீர்கள் என்றே நினைக்கிறேன்.

'அடியே' முற்றிலும் மாறுபட்டதொரு பாடல். சிலநேரங்களில், ஒரு பாடலை உருவாக்கியதுமே அது நம்மைக் கவர்ந்துவிடும். அதைத் தவிர்க்க நமக்கு மனம் வராது. ஆனால் அது படத்தின் நரேஷனோடு பொருந்தாது. இதற்குமுன்னரே எனக்கு இதுபோல் நடந்திருக்கிறது. **திருடா திருடா**வின் 'ராசாத்தி' பாடலை இதற்கு உதாரணமாகச் சொல்லலாம். இதுபோன்ற பாடல்கள் படத்திலிருந்து விலகித் தெரியும். நாம் முடிந்தவரை பாடலைப் படத்தோடு பொருத்த முடிவு செய்வோம். கதைக்கும் பாடலுக்குமான தொடர்பை நிலைநாட்ட, பாடலில் போதிய 'குறிப்புகள்' இருக்கும்படிப் பார்த்துக்கொள்வோம். **இதயத்தை திருடாதே** மிகவும் 'ரா'வான படம் இல்லை. அதன் கதை, எந்தவொரு குறிப்பிட்ட பின்னணியையும் பற்றிய கதை அன்று. மேலும் அந்தப் படத்தின் தொடக்கத்திலிருந்தே பாடல்களுக்கு முக்கியத்துவம் கொடுத்திருப்போம். அது பாடல்கள் நிறைந்த நரேட்டிவ் என்பதை நாம் அறிந்திருந்ததால் நம்மால் எல்லாப் பாடல்களையும் ஏற்றுக்கொள்ள முடிந்தது. ஆனால் இங்கேயோ, இந்தப் பாடல் தனித்துத் தெரிகிறது. எவ்வளவு முயன்றும், அதைத் தவிர்க்க முடியவில்லை. வெறும் எமோஷனல் லிங்குக்கு மட்டும் முக்கியத்துவம் கொடுத்து ஒரு பாடலை உருவாக்க முடியாது. கதைக்கும் பாடலுக்கும் இன்னும் ஆழமான தொடர்பை ஏற்படுத்தவேண்டும். 'அடியே'வில், ப்ளூஸ் மற்றும் காஸ்ப்பல் பாடல்களின் தாக்கம் நிறைய இருந்தது. காட்சிகளின் ஸ்டைல் சற்று நவீனமாகிவிட்டது. இதுபோன்ற ஒரு படத்திற்கு அந்த ஸ்டைல் தேவையில்லை போலும். என்றாலும் நான் இந்தப் படத்தைத் திரும்ப எடுக்க நேர்ந்தால், பாடலை அப்படியே வைத்துக்கொள்வேன். ஆனால் காட்சியமைப்பை மாற்ற வாய்ப்பிருக்கிறது.

ரங்கன்: கடல் ஒரு சீரியஸான டிராமா. ஆழமான கருத்துகள் கொண்ட உருவகக் கதை. ஆனால் பாடல் வெளியீட்டுக்குப்பின், படத்தைப் பற்றிய பார்வை

மிகவும் சரியான வயது. நல்ல உயரம். சாக்லேட்-பாய் போன்ற தோற்றம் கிடையாது.

மாறியது. இது கார்த்திக்கின் மகனும் ராதாவின் மகளும் நடிக்கும் காதல் கதை என்று பேசத்தொடங்கிவிட்டனர். உங்கள் படங்களின் மார்க்கெட்டிங்கை நீங்கள் எவ்வளவு தூரம் கண்ட்ரோல் செய்வீர்கள்?

ரத்னம்: பொதுவாக, மார்க்கெட்டிங் முழுக்க என் கட்டுப்பாட்டில்தான் நடக்கும். ஆனால் ஊகங்களை நம்மால் கட்டுப்படுத்த முடியாது. இரண்டு ஸ்டார்களின் பிள்ளைகள் நடிக்கும் காதல் கதை என்ற இமேஜை உடைக்க விரும்பினோம். அதற்கு ஏற்றார்போல் டிரைலரை உருவாக்கினோம். நாங்கள் முதலில் திட்டமிட்ட காஸ்டிங் வேறு. படத்தில் இருந்த காஸ்டிங் வேறு. எல்லாம் எதிர்பாராமல் மாறியது. முதலில் கௌதமும் சமந்தாவும்தான் நடிப்பதாக இருந்தது. சமந்தாவுக்கு உடல் நலம் சரியில்லாமல் போனதால், வேறு நடிகையைத் தேடவேண்டியிருந்தது. ஷூட்டிங் பாதி முடிந்த பின்னரேதுளசியை காஸ்ட் செய்ய முடிந்தது. 'இது காதல் கதை அன்று' என்ற வாசகத்துடன் நாங்கள் படத்தை மார்க்கெட் செய்ய விரும்பவில்லை. என்றாலும், டிரைலரின் மூலமாகவும் டிரைலர் வெளியானதற்குப் பிறகு செய்யப்படும் ப்ரமோஷன்கள் மூலமாகவும் இது காதல் கதை அல்ல என்ற உண்மையைப் புரியவைக்கலாம் என்று நான் எண்ணினேன். மேலும், மக்கள் காதல் கதையை எதிர்பார்த்து வந்தாலும், படம் நன்றாகவும், வலுவாகவும், சுவாரஸ்யமாகவும் இருக்கும்பட்சத்தில் படம் அவர்களைக் கவர்ந்துவிடும் என்ற நம்பிக்கை எனக்கு இருந்தது. படம் அவர்களைக் கவராமல் போனதால்தான் நாம் இப்போது இதைப்பற்றிப் பேசிக்கொண்டிருக்கிறோம்.

நான் படத்தை இன்னும் சரியாக பில்ட் செய்திருப்பேன். ஆனால் **விஸ்வரூபம்** படத்தைச் சுற்றி அடித்த புயல், எங்கள் படத்தின் மீதிருந்த கவனத்தைச் சிதறடித்துவிட்டது. அது எங்களின் ப்ரிபரேஷன் நேரத்தை இல்லாமல் செய்து

விட்டது. அந்தப் படத்தின் பிரச்னைகளுக்கு நடுவே, இந்தப் படம் காணாமல் போய்விட்டது. அதனால் காதல் கதை என்ற ஊகம் நிலைத்துவிட்டது. இது எந்த மாதிரியான படம் என்ற உண்மையை நிலைநாட்ட எங்களுக்கு போதிய அவகாசமோ, இடமோ இல்லை. ஊகங்கள், தேவையில்லாத பிரச்னையை ஏற்படுத்தும் என்பதை நான் அறிந்திருந்தேன். ஏனென்றால், **கன்னத்தில் முத்தமிட்டால்** படத்தின்போதும் நாங்கள் அத்தகைய பிரச்னையை எதிர் கொண்டோம். மாதவனும் சிம்ரனும் நடித்திருந்ததால், டைட்டிலும் 'கன்னத் தில் முத்தமிட்டால்' என்று இருந்ததால், மக்கள் அதைக் காதல் கதை என்று எண்ணினர். குழந்தைகள் அனைவரும் அந்தத் தம்பதியர்மீது வரிசையாகப் படுத்திருக்கும் இமேஜை பார்த்ததும், காதல் படம் என்ற ஊகம் உடைந்து விடும் என்று நான் நம்பினேன். கடலைப் பொருத்தவரை, படத்தின் உள்ளடக்கத்தை மக்களுக்குப் புரியவைக்க, நிறைய இன்புட்கள் தரவேண்டி இருக்கும் என்பதை நான் அறிந்திருந்தேன். அதனால்தான், முதல்முறையாக, எங்கள் பட டிரைலர் மிகவும் விலாவரியாக, வெளிப்படையாக இருந்தது. பெர்க்மான்ஸ், சாம் ஆகியோருக்கிடையே பிரச்னை இருக்கிறது என்பதைப் பற்றியே அந்த டிரைலர் பேசும். மற்றபடி காதலைப் பற்றி டிரைலரில் எதுவும் இருக்காது. படம் வெளியாவதற்குமுன் எங்களுக்கு இருபத்தைந்து நாள் அவகாசம் கிடைத்திருந்தால், நாங்கள் படத்தை இன்னும் சிறப்பாக மார்க்கெட் செய்திருப்போம். இது காதல் கதை இல்லை என்று சொல்லா மலேயே, இது எந்தமாதிரியான படம் என்பதை மக்களுக்குப் புரியவைத்து, அவர்களைத் தயார்ப்படுத்தியிருப்போம். அது நடக்கவில்லை. அதனால்தான் **கடல்**, நாங்கள் விரும்பிய சாயலில் வெளியாகாமல், மக்கள் ஊகித்த சாயலில் வெளியாகிவிட்டது.

ரங்கன்: நான் படத்தைப் பார்க்கும்போது தணிக்கைச் சான்றிதழில் படத்தின் நீளம் 160 நிமிடங்கள் என்றிருந்தது. ஆனால் படம் கிட்டதட்ட 140 நிமிடங்கள் மட்டும்தான் ஓடியது.

ரத்னம்: ஓவர்சீஸ் பிரிண்ட்களை சரியான நேரத்தில் அனுப்பவேண்டும் என்பதற்காகச் சற்று முன்னதாகவே படத்தைத் தணிக்கைக்கு அனுப்பி விட்டோம். நாங்கள் படத்தை செக் செய்துகொண்டிரும்போதே, படத்தின் நீளம் எவ்வளவு இருக்கவேண்டும் என்று திட்டமிட்டுக்கொண்டிருக்கும் போதே, படத்தை தணிக்கை செய்துவிட்டனர். முழு வெர்ஷனைத் தணிக்கை செய்திருந்தாலும், நாங்கள் படத்தை இன்னும் காம்பாக்டாக உருவாக்க முயற்சி செய்துகொண்டிருந்தோம். அதற்குள்ளேயே சில ஓவர்சீஸ் பிரிண்ட்கள் அனுப்பப்பட்டிருந்தன.

ரங்கன்: படம் இன்னும் நீளமாக இருந்திருக்கவேண்டும் என்கிறீர்களா?

ரத்னம்: இல்லை. எனக்கு நீளமான படங்கள் பிடிக்காது. காம்பாக்டான படங்கள்தான் பிடிக்கும். இந்தப் படத்தில் நிறையக் கதைகள் இருந்தன. நிறைய பிளாட்கள் இருந்தன. படம் முழுக்க, பெர்க்மான்ஸுக்கும் சாமுக்கும் இடையே ஒரு கதை நடக்கிறது. அதேபோல், தாமஸுக்கும் சாமுக்கும்

இடையே ஒரு முழு நீளக் கதை நடக்கிறது. மேலும், பெர்க்மான்ஸூக்கும் தாமஸூக்கும் இடையே ஒரு கதை நடக்கிறது. இந்தக் கதை அதிகம் டெவலப் செய்யப்படவில்லை. பின், பியாவுடனான டிராக் வருகிறது. அதுதான் படத்தை சுவாரஸ்யமானதாகவும் வித்தியாசமானதாகவும், அதே சமயத்தில் சிக்கலானதாகவும் ஆக்குகிறது. இது சிம்பிளான கதை அன்று. இது **மௌனராகம்**போல் நேர்கோட்டுச் சித்திரமும் அன்று. சில நேரங்களில், ப்ளாட்டின் அளவைக் குறைத்துவிட்டு, கதாபாத்திரங்களின்மீது அதிகக் கவனம் செலுத்தவேண்டும் என்று நான் எண்ணுவதுண்டு. ப்ளாட் அதிக நேரத்தை உறிஞ்சிக்கொள்கிறது. இங்கே என்ன நடந்தது, அங்கே என்ன நடந்தது என்று சொல்லவேண்டும். பின் எல்லாவற்றையும் இணைக்க வேண்டும். அதற்காக அதிக நேரத்தைச் செலவழிக்கவேண்டும். மேலும், ப்ளாட்டில் மட்டும் கவனம் செலுத்தினால் கதாபாத்திரத்தைப் பற்றியும் அதன் வளர்ச்சியைப் பற்றியும் பேச முடியாது.

ரங்கன்: பல கிளைக் கதைகளை கொண்ட நாவலைத் தழுவி இந்தப் படத்தை உருவாக்கியதுதான் இந்தப் பிரச்னைக்குக் காரணம் என்று நினைக்கிறீர்களா?

ரத்னம்: இல்லை. பல பெரிய நாவல்களைத் தழுவிப் பலரும் படங்களை உருவாக்கியிருக்கின்றனர். எனவே, என்னாலும் அதைச் செய்ய முடிய வேண்டும். என்னால் அதை சரிவரச் செய்ய முடியவில்லை என்றால், எங்கள் பிராசஸில் எங்கேயோ குறைபாடு இருக்கிறது என்றுதான் அர்த்தம். ஒரு நாவலில் இருக்கும் எல்லா எலிமெண்ட்களையும் படத்தில் கொண்டுவர வேண்டும் என்று ஆசைப்படுகிறோம். மல்டிபில் டிராக் கதையை உருவாக்கி விட்டு, அது மல்டிபில் டிராக் கதை என்பதை மக்கள் உணராதவகையில் கதையை நேர்க்கோட்டில் சொல்ல முயல்கிறோம். அதனால் அங்கே பிரச்னை ஏற்படுகிறது. முன்னர் சொன்னதுபோல், பியாவின் டிராக்கைத்தவிர படத்தின் மற்ற பகுதிகள் அனைத்தும் எனக்குத் திருப்தி அளித்தன. பியாவின் கதையை மட்டும் என்னால் சரிவர உருவாக்க முடியவில்லை.

ரங்கன்: இறுதியாக, இந்த படத்தில் நீங்கள் கடல், அதன் பல்வேறு மூட் ஆகியவற்றை எப்படிப் பார்த்தீர்கள் என்பதைப்பற்றிப் பேசுவோம்.

ரத்னம்: கடல் என்று தலைப்பு வைத்ததுமே, கடலை ஒரு குறிப்பிட்ட வழியில் ஷூட் செய்யவேண்டும் என்பதையும், கடலைப் பயன்படுத்திக் கதையைச் சொல்லவேண்டும் என்பதையும் நாம் அறிந்திருப்போம். படம் கடல் பின்னணியில் அமைந்திருந்ததால், படத்தின் வெவ்வேறு காட்சிகளுக்குக் கடலின் வெவ்வேறு தன்மைகள் பலம் சேர்த்தன. சாம் கரையில் அமர்ந்து தியானம் செய்கையில், கடல் அமைதியாக இருப்பதை அவன் பார்க்கிறான். தாமஸ்-பியாவின் காதல் பாடலான 'மூங்கில் தோட்டம்' பாடலில் கடல் ரொமாண்டிக்காகவும் வண்ணமயமாகவும் இருக்கும். நன்மைக்கும் தீமைக்கும் நடக்கும் இறுதிச் சண்டையில் கடல் மிகவும் ஆக்ரோஷமாக இருக்கும். நீலம் புயல் வீடியோவைப் பயன்படுத்தி, கிராபிக்ஸின் உதவி யுடன் உருவாக்கப்பட்ட பிரமாண்டமான சீக்வன்ஸ் அது. படத்தின் பேக்

டிராப்பான கடலை, முக்கியக் கருவியாக உபயோகித்து காட்சியை உருவாக்கும் வாய்ப்பு எல்லா நேரங்களிலும் கிட்டிவிடாது. அதே சமயத்தில் ஒரே மாதிரியாகக் கடலைக் காட்டக்கூடாது. ராஜீவ்போல் ஒருவர் உடன் இருக்கையில் நம் வேலை எளிதாகிறது. என் ஒளிப்பதிவாளர்கள், வெறும் ஒளிப்பதிவாளர்களாக மட்டும் இருக்கவில்லை. என் ஸ்கிரிப்ட்களை அடுத்த தளத்துக்கு எடுத்துச் செல்வதில் என் ஒளிப்பதிவாளர்களின் பங்கு குறிப்பிடத் தக்கது. ஓர் இயக்குனருக்கு ப்ராஜெக்ட்டில் எவ்வளவு ஈடுபாடு இருக்க வேண்டுமோ அவ்வளவு ஈடுபாடு ஒளிப்பதிவாளருக்கும் இருக்க வேண்டியது அவசியம். ஒரு பெண்ணின் கால் உடைக்கப்படும் காட்சி படத்தின் ஆரம்பத்திலேயே வருகிறது. இத்தகைய இமேஜ்கள் ஹார்ஷாக இருக்க வேண்டும். இவற்றை அலங்கரிக்க முடியாது. அதே சமயத்தில் அவை நாம் பார்க்க விரும்பும் இமேஜ்களாகவும் இருக்கவேண்டும். அவை நம்மை முகம் சுளிக்க வைக்கக்கூடாது. ஒரு காட்சியை ராவாகவும் ரியலாகவும் உருவாக்க முடியும். அதே காட்சியில், அழகுணர்ச்சி இருக்கும்படியும், அதன் காம்போசிஷன் அருமையாக இருக்கும்படியும் பார்த்துக்கொள்ள முடியும். அதைச் செய்வதில் ராஜீவ் வல்லவர். காட்சி ராவாக இருக்கவேண்டும் என்பதற்காக அவர் பிரத்யேக பேலட்டைத் தேர்ந்தெடுத்திருப்பார். அந்த பேலட் கிளாசியாக இருக்காது. க்ரூடாகவும் இருக்காது. ஆனாலும் அவரால் ரா உணர்வை ஏற்படுத்த முடிந்தது. அதே சமயத்தில் அது அருவருப்பாக மாறிவிடாமல் பார்த்துக்கொள்ள முடிந்தது.

ரங்கன்: ‘அழகுணர்ச்சி’ என்று நீங்கள் எதைக் குறிப்பிடுகிறீர்கள்? ஒரு பார்வையாளனாக நீங்கள் பார்க்க விரும்பும் இமேஜ் ‘அழகுணர்ச்சி’ கொண்டதாக இருக்கவேண்டும் என்று குறிப்பிடுகிறீர்களா? தலைசிறந்த இமெஜ்கள் உங்கள் படங்களில் இருந்தாலும், உங்கள் படங்கள் விளம்பரப் படங்கள்போல் இருக்கின்றன என்பதே உங்கள்மேல் சிலநேரங்களில் வைக்கப்படும் குற்றசாட்டு.

ரத்னம்: உயிருள்ள வாழ்க்கையை இரு பரிமாண இமேஜ்களாக மாற்றி ஒரு செவ்வகத்துக்குள் அடைக்க முயலும்போதே நாம் கலை சாம்ராஜ்யத்துக்குள் வந்துவிடுகிறோம். எனவே நாம் எப்படி ஃப்ரேம் வைக்கிறோம் என்பது இங்கே மிக முக்கியமாகிறது. ஒவ்வொரு எலிமெண்டிலும் ஏதாவது ஒரு அர்த்தம் இருக்கவேண்டும். டோனல் பேலன்ஸ் இருக்கவேண்டும். டெப்த் இருக்கவேண்டும். சரியான காம்போசிஷன் இருக்கவேண்டும். இதையெல்லாம் நாம் தவிர்க்கவே முடியாது. க்ரூடாக ஃப்ரேம் வைப்பவர்கள்கூட காரணமாகத்தான் அதைச் செய்கிறார்கள். ஸ்டாட்டிக் ஷாட்டைவிட ஹான்ட் ஹெல்ட் கேமிராமூலம் டென்ஷனை எளிதாகத் திரையில் கொண்டுவர முடியும். அது போல ஃப்ரேம்களை க்ரூடாக வைப்பதன்மூலம், திரையில் காட்சியை எளிதில் ஹார்ஷாக உருவாக்கிவிடலாம். குரோசாவாவின் **ரான்** படத்தை எடுத்துக்கொள்ளுங்கள். படம் முழுதும் ஏராளமான போர்க் காட்சிகள் இருக்கும். எல்லாம் கடுமையான, ரியலான காட்சிகள். ஆனால் ஒரு ஃப்ரேம்கூட க்ரூடாக இருக்காது. **சேவிங் ப்ரைவேட் ரயான்** படத்தின்

ஆரம்பத்தில் வரும் போர்க் காட்சியைவிட ஹார்ஷான காட்சியை யாராலும் உருவாக்கிவிட முடியாது. இருந்தும் அதை மிகவும் அற்புதமாகப் படம் பிடித்திருப்பார்கள். நான் எப்போதும் ஃப்ரேமைச் சிறப்பாக கம்போஸ் செய்வதையே விரும்புவேன். மற்ற விஷயங்களைவிட, கேமராவுக்குமுன் நிற்கும் நடிகர்களின் பொசிஷன் சரியாக இருக்கிறதா, அதன்மூலம் கதையைத் திறம்படச் சொல்ல முடியுமா என்பதில்தான் நான் அதிகக் கவனம் செலுத்துவேன். என் படங்கள் விளம்பரப் படங்கள்போல் இருக்கிறது என்று சிலர் சொன்னாலும், அதைப்பற்றி நான் அலட்டிக்கொள்வதில்லை. முழு நீளப் படத்துக்கும் கமர்ஷியல்களுக்கும் இடையே இருக்கும் வித்தியாசத்தை அறியாதவர்கள்தான் அப்படிச் சொல்வார்கள். ஒரு படத்தை உருவாக்கும் போது, அது விளம்பரப் படம்போல் இருக்கக்கூடாது என்பதில்தான் நாம் அதிகக் கவனம் செலுத்துவோம். க்ரூடான மனிதர்களைப்பற்றிய படங்களில் ஃப்ரேம்கள் க்ரூடாகத்தான் இருக்கவேண்டும் என்று எண்ணும் சிலர், அத்தகைய படங்களைக் கொண்டாடுகின்றனர். அவர்கள் சினிமாவைப் பற்றிய அறிவு இல்லாதவர்கள். அவர்கள், கலை கிலோ என்ன விலை என்று கேட்பவர்கள். கிறுக்கல்களே தலைசிறந்த எழுத்துகள் என்று சொல்ல முடியாது. அதுபோல்தான் இதுவும். என்னுடைய சக பணியாளர்கள் அனைவரும் தத்தம் துறைகளில் சிறந்து விளங்குபவர்கள். எங்களின் படைப்பு பார்ப்பதற்கு ரியலாக இருக்கவேண்டும் என்பதற்காக நாங்கள் அனைவரும் இணைந்து பாடுபடுகிறோம். அதே சமயத்தில், உலகில் உருவாக்கப்படும் மற்ற படைப்புகளுக்கு இணையான தரம் அந்தப் படைப்புகளில் இருக்கும்படிப் பார்த்துக்கொள்கிறோம். நான் நம்மூரில் எடுக்கப்படும் படங்களைப்பற்றி மட்டும் பேசவில்லை. நாம் பார்க்கும் ஒவ்வொரு படத்தோடும் நாம் கொண்டாடும் ஒவ்வொரு படத்தோடும் நம்முடைய படமும் போட்டி போடவேண்டும் என்றுதான் நான் ஆசைப் படுகிறேன்.

ஃபிலிமோகிராஃபி – விருதுகள்

பல்லவி அனுபல்லவி • 1983 • கன்னடம் • 140 நிமிடங்கள்

பங்களித்தவர்கள்: கதை, திரைக்கதை, இயக்கம்: மணி ரத்னம் • தயாரிப்பு: எஸ். கிருஷ்ணமூர்த்தி • வசனம், பாடல் வரிகள்: ஆர்.என். ஜெயகோபால் • ஒளிப்பதிவு: பாலு மகேந்திரா • இசை: இளையராஜா • கலை: தோட்டா தரணி • படத்தொகுப்பு: பி. லெனின் • ஆடியோகிராஃபி: வி. கோவிந்தசாமி, எம். கோதண்டபாணி • ரெகார்டிங் - ரீரெகார்டிங்: எஸ்.பி. ராமநாதன், பாண்டுரங்கன் • நடிகர்கள்: அனில் கபூர்-விஜய், லட்சுமி-அனு. கிரண் வைரால்-மது

விருது: கர்நாடகா மாநில விருது • சிறந்த திரைக்கதை

உணரு • 1984 • மலையாளம் • 150 நிமிடங்கள்

பங்களித்தவர்கள்: இயக்கம்: மணி ரத்னம் • தயாரிப்பு: என்.ஜி.ஜான் • எழுத்து: டி. தாமோதரன் • ஒளிப்பதிவு: ராமசந்திர பாபு • இசை: இளையராஜா • படத்தொகுப்பு: பி. லெனின் • நடிகர்கள்: மோகன்லால்-பாலன், சுகுமாரன், ரதீஷ்-பீட்டர். சபீதா ஆனந்த், பாலன் கே. நாயர், உன்னி மேரி, அசோகன்

பகல் நிலவு • 1985 • தமிழ் • 145 நிமிடங்கள்

பங்களித்தவர்கள்: எழுத்து, இயக்கம்: மணி ரத்னம் • தயாரிப்பு: ஜி.தியாகராஜன் • ஒளிப்பதிவு: ராமசந்திர பாபு • இசை: இளையராஜா • படத்தொகுப்பு: பி.லெனின் • நடிகர்கள்: முரளி-செல்வம், ரேவதி-ஜோதி, சத்யராஜ்-தேவராஜன், சரத் பாபு-ராபர்ட் மனோகர்

இதயகோயில் • 1985 • தமிழ் • 160 நிமிடங்கள்

பங்களித்தவர்கள்: இயக்கம்: மணி ரத்னம் • தயாரிப்பு: கோவைத் தம்பி • கதை: ஆர்.செல்வராஜ் • திரைக்கதை, வசனம்: எம்.ஜி. வல்லபன் • ஒளிப்பதிவு: ராஜா ராஜன் • இசை: இளையராஜா • படத்தொகுப்பு: பி. லெனின், வி.டி. விஜயன் • கலை: சி. தேவதாஸ் • பாடல் வரிகள்: பாவலர் வரதராஜன், இளையராஜா, வாலி, முத்துலிங்கம், நா.காமராசன், வைரமுத்து, மு. மேத்தா • ஸ்டில்ஸ்: கே.வி. மணி; நடனம்: சுந்தரம் • நடிகர்கள்: மோகன்-ஷங்கர், ராதா-சூர்யா, அம்பிகா-கௌரி

மௌனராகம் • 1986 • தமிழ் • 145 நிமிடங்கள்

பங்களித்தவர்கள்: **கதை, திரைக்கதை, வசனம், இயக்கம்:** மணி ரத்னம் • **தயாரிப்பு:** ஜி.வெங்கடேஷ்வரன் • **ஒளிப்பதிவு:** பி.சி. ஸ்ரீராம் • **இசை:** இளையராஜா • **படத்தொகுப்பு:** பி.லெனின், வி.டி.விஜயன் • **பாடல் வரிகள்:** வாலி • **ரெகார்டிங் - ரீரெகார்டிங்:** எஸ்.பி. ராமநாதன், எஸ். பாபு • **வசனம் ஒலிப்பதிவு:** துரைசாமி • **ஒப்பனை:** சுந்தரமூர்த்தி • **உடைகள்:** ராஜு, ராஜேந்திரன், நயீம் • **கலை:** தோட்டா தரணி • **நடனம்:** சுந்தரம் • **சண்டைப் பயிற்சி:** சூப்பர் சுப்பராயன் • **நடிகர்கள்:** மோகன்-சந்திரகுமார், ரேவதி-திவ்யா, கார்த்திக்-மனோகர், வி.கே. ராமசாமி-சந்திரா குமாரின் பாஸ், காஞ்சனா-வக்கீல், ரா.சங்கரன்-திவ்யாவின் தந்தை, வாணி-திவ்யாவின் தாய், பாஸ்கர்-திவ்யாவின் அண்ணன், கலைச்செல்வி-திவ்யாவின் தங்கை, பேபி சோனியா-திவ்யாவின் தங்கை

விருது: தேசிய விருது • சிறந்த பிராந்திய மொழித் திரைப்படம்

திரைப்பட விழாக்கள்: *இந்தியன் பனோரமா, 1987, புது டெல்லி • மணி ரத்னத்தின் காதல் படங்கள், நேஷனல் ஃபிலிம் தியேட்டர், 2002, லண்டன் • ஏ ரெட்ராஸ்பெக்டிவ் ஆஃப் மணி ரத்னம் ஃபிலிம்ஸ், கொல்கத்தா திரைப்பட விழா, 2002*

நாயகன் • 1987 • தமிழ் • 135 நிமிடங்கள்

பங்களித்தவர்கள்: **கதை, திரைக்கதை, இயக்கம்:** மணி ரத்னம் • **வசனம்:** பாலகுமாரன் • **ஒளிப்பதிவு:** பி.சி. ஸ்ரீராம் • **இசை:** இளையராஜா • **படத்தொகுப்பு:** பி. லெனின், வி.டி.விஜயன் • **கலை:** தோட்டா தரணி • **சண்டைப் பயிற்சி:** சூப்பர் சுப்பராயன் • **ரெகார்டிங் - ரீரெகார்டிங்:** எஸ்.பி. ராமநாதன் • **பாடல் வரிகள்:** புலமைப்பித்தன், இளையராஜா, பாண்டுரங்கன் • **நடிகர்கள்:** கமல் ஹாசன்-சக்திவேல்/வேலுநாயக்கன், சரண்யா பொன்வண்ணன்-நீலா, ஜனகராஜ்-செல்வம், டினு ஆனந்த்-அஜித் கேல்கர், டெல்லி கணேஷ்-ஐயர், நிழல்கள் ரவி-சூர்யா, கார்த்திகா-சாருமதி, நாசர்-அசிஸ்டண்ட் கமிஷனர்/சாருவின் கணவன், கிட்டி-சக்திவேலுவின் தந்தை, எம்.வி. வாசுதேவ் ராவ்-ஹுசைன் பாய், தாரா-ஷைலா- ஆர்.என். சுதர்ஷன்-ரெட்டி சகோதரர்கள், ஆர்.என். ஜெயகோபால்-ரெட்டி சகோதரர்கள்

விருதுகள்: தேசிய விருதுகள் • சிறந்த நடிகர்-கமல் ஹாசன் • சிறந்த ஒளிப்பதிவு - பி.சி. ஸ்ரீராம் • சிறந்த கலை இயக்குநர்-தோட்டா தரணி

திரைப்பட விழாக்கள்: *இந்தியன் பனோரமா, 1988, புது டெல்லி • மாஸ்கோ திரைப்பட விழா • ஏ ரெட்ராஸ்பெக்டிவ் ஆஃப் மணி ரத்னம் ஃபிலிம்ஸ், கொல்கத்தா திரைப்பட விழா, 2002 • ஆஸ்கார் பரிந்துரை - சிறந்த அந்நியமொழி திரைப்படம்*

அக்னி நட்சத்திரம் • 1988 • தமிழ் • 155 நிமிடங்கள்

பங்களித்தவர்கள்: **கதை, திரைக்கதை, இயக்கம்:** மணி ரத்னம் • **தயாரிப்பு:** ஜி. வெங்கடேஷ்வரன் • **ஒளிப்பதிவு:** பி.சி. ஸ்ரீராம் • **இசை:** இளையராஜா • **கலை:** தோட்டா தரணி • **படத்தொகுப்பு:** பி. லெனின், வி.டி. விஜயன் • **பாடல் வரிகள்:** வாலி • **நடனம்:** சுந்தரம் • **நடிகர்கள்:** கார்த்திக்-அசோக், பிரபு-கௌதம், விஜயகுமார்-விஸ்வநாத், அமலா-அஞ்சலி, நிரோஷா-அனிதா, தாரா-மல்லிகா, ஜெயசித்ரா-அசோக்கின் தாய், சுமித்ரா-கௌதமின் தாய், ஜனகராஜ்-லக்ஷ்மிபதி, எஸ்.என். லக்ஷ்மி-விஸ்வநாத்தின் தாய்

திரைப்பட விழா: *இந்தியன் பனோரமா, 1989, புது டெல்லி*

கீதாஞ்சலி / இதயத்தை திருடாதே • 1989 • தெலுங்கு • 150 நிமிடங்கள்

பங்களித்தவர்கள்: ***கதை, திரைக்கதை, இயக்கம்:*** *மணி ரத்னம்* • ***தயாரிப்பு:*** *சி.எல். நரசா ரெட்டி* • ***வசனம்:*** *ராஜாஸ்ரீ* • ***ஒளிப்பதிவு:*** *பி.சி. ஸ்ரீராம்* • ***இசை:*** *இளையராஜா* • ***கலை:*** *தோட்டா தரணி* • ***பாடல் வரிகள்:*** *வெட்டுரி சுந்தரராமமூர்த்தி* • ***நடனம்:***_சுந்தரம்_ • ***படத்தொகுப்பு:*** *பி. லெனின், வி.டி. விஜயன்* • **நடிகர்கள்:** *நாகார்ஜுனா அக்கினேனி-பிரகாஷ், கிரிஜா-கீதாஞ்சலி, விஜயகுமார்-கீதாஞ்சலியின் தந்தை, ராதாபாய்-கீதாஞ்சலியின் பாட்டி, சுமித்ரா-பிரகாஷின் அம்மா, அர்ஜுன் மூச்செர்லா-டாக்டர், சந்திரமோஹன் சௌகார் ஜானகி-சான்ஸ்லர், சுதி வேலு- ஊட்டி ஹவுஸ் கேர் டேக்கர், விஜயசந்தர்-பிரகாஷின் தந்தை*

விருதுகள்: *தேசிய விருது • சிறந்த பொழுதுபோக்கு சித்திரம் ★ ஆந்திரா மாநில விருது-நந்தி விருது.*

திரைப்பட விழாக்கள்: *இந்தியன் பனோரமா, 1990, புது டெல்லி • நேஷனல் ஃபிலிம் தியேட்டர், 2002, லண்டன்*

அஞ்சலி • 1990 • தமிழ் • 155 நிமிடங்கள்

பங்களித்தவர்கள்: ***கதை, திரைக்கதை, வசனம், இயக்கம்:*** *மணி ரத்னம்* • ***தயாரிப்பு:*** *ஜி.வெங்கடேஷ்வரன்* • ***ஒளிப்பதிவு:*** *மது அம்பட்* • ***இசை:*** *இளையராஜா* • ***கலை:*** *தோட்டா தரணி* • ***படத்தொகுப்பு:*** *பி. லெனின், வி.டி. விஜயன்* • ***பாடல் வரிகள்:*** *வாலி* • ***சண்டைப் பயிற்சி:*** *சூப்பர்சுப்பராயன்* • ***நடனம்:*** *சுந்தரம்* • **நடிகர்கள்:** *ரகுவரன்-சேகர், ரேவதி-சித்ரா, மாஸ்டர் தருண்-அர்ஜுன், பேபி ஸ்ருதி-அனு, பேபி ஷாமிலி-அஞ்சலி, பிரபு-முன்னாள் குற்றவாளி (சிறப்புத் தோற்றம்), வி.கே. ராமசாமி-அண்டைவீட்டுக்காரர்*

விருதுகள்: *தேசிய விருதுகள் • சிறந்த பிராந்திய மொழி திரைப்படம் • சிறந்த குழந்தை நட்சத்திரம்-பேபி ஷாமிலி • சிறந்த ஆடியோக்ராஃபி-பாண்டுரங்கன்*

திரைப்பட விழாக்கள்: *இந்தியன் பனோரமா, 1991, புது டெல்லி • டேய்ஸ் ஆஃப் இந்தியன் கல்ச்சர், ரஷியா, 1996 • மணி ரத்னத்தின் காதல் படங்கள் - நேஷனல் ஃபிலிம் தியேட்டர், 2002, லண்டன் • ஏ ரெட்ரோஸ்பெக்டிவ் ஆஃப் மணி ரத்னம் ஃபிலிம்ஸ், கினோ ஜெனிக்ஸ் ஜுரிச், 2002, சுவிட்ஸர்லேண்ட் • ஆஸ்கார் பரிந்துரை - சிறந்த அந்நியமொழித் திரைப்படம்.*

தளபதி • 1991 • தமிழ் • 152 நிமிடங்கள்

பங்களித்தவர்கள்: ***கதை, திரைக்கதை, வசனம், இயக்கம்:*** *மணி ரத்னம்* • ***தயாரிப்பு:*** *ஜி.வெங்கடேஷ்வரன்* • ***ஒளிப்பதிவு:*** *சந்தோஷ் சிவன்* • ***இசை:*** *இளையராஜா* • ***கலை:*** *தோட்டா தரணி* • ***படத்தொகுப்பு:*** *சுரேஷ் அர்ஸ்* • ***உடைகள்:*** *கே. ராஜு, மஹி* • ***பாடல் வரிகள்:*** *வாலி* • ***நடனம்:*** *சுந்தரம், பிரபு* • ***சண்டைப் பயிற்சி:*** *சூப்பர் சுப்பராயன்* • ***பாடல் ஒலிப்பதிவு:*** *சதீஷ் குப்தா, யோகேஷ்* • ***பின்னணி இசை ஒலிப்பதிவு:*** *என். பாண்டுரங்கன்* • ***வசனம் ஒலிப்பதிவு, ப்ரீ மிக்ஸ்:*** *வி.எஸ். மூர்த்தி, ஏ.எஸ். லக்ஷ்மிநாராயண், ஆர். ரவிசந்திரன்* • **நடிகர்கள்:** *ரஜினிகாந்த்-சூர்யா, மம்மூட்டி-தேவராஜ், ஷோபனா-சுப்புலக்ஷ்மி, அர்விந்த் சாமி-அர்ஜுன், ஸ்ரீவித்யா-கல்யாணி (சூர்யாவின் தாய்), பானுப்ரியா-பத்மா, அம்ரிஷ் பூரி-கலிவர்தன், ஜெய் ஷங்கர்-அர்ஜுனின் தந்தை, கீதா-தேவராஜின் மனைவி, சாருஹாசன்-சுப்புலக்ஷ்மியின் தந்தை, மனோஜ் ஓ.ஜெயன்-மனோகரன், நாகேஷ்-பந்துலு*

ரோஜா • 1992 • தமிழ் • 137 நிமிடங்கள்

பங்களித்தவர்கள்: ***கதை, திரைக்கதை, இயக்கம்:*** மணி ரத்னம் • ***தயாரிப்பு:*** ராஜம் பாலசந்தர், புஷ்பா கந்தசாமி • ***நிர்வாகத் தயாரிப்பாளர்:*** வி.நடராஜன் • ***வசனம்:*** சுஜாதா • ***ஒளிப்பதிவு:*** சந்தோஷ் சிவன் • ***இசை:*** ஏ.ஆர். ரஹ்மான் • ***கலை:*** தோட்டா தரணி • ***படத்தொகுப்பு:*** சுரேஷ் அர்ஸ் • ***பாடல் வரிகள்:*** வைரமுத்து • ***ஆடியோகிராஃபி:*** வி.எஸ். மூர்த்தி, ஏ.எஸ். லக்ஷ்மிநாராயணன், ஆர். ரவிசந்திரன் • ***சண்டைப் பயிற்சி:*** ஹார்ஸ் பாபு • **நடிகர்கள்:** அர்விந்த் சாமி-ரிஷி குமார், மது-ரோஜா, பங்கஜ் கபூர்-லியாகத், நாசர்-கர்னல் ராயப்பா, ஷிவா ரிந்தனி-லியாகத்தின் கூட்டாளி, ஜனகராஜ்-சஜூ மஹராஜ்

விருதுகள்: தேசிய விருதுகள் • சிறந்த தேசிய ஒருமைப்பாட்டுக்கான படம் • சிறந்த இசையமைப்பாளர்-ஏ.ஆர். ரஹ்மான் • சிறந்த பாடலாசிரியர்-வைரமுத்து ★ வி.சாந்தாராம் விருது • சிறந்த இயக்குநர் ★ தமிழ்நாடு மாநில விருதுகள் • சிறந்த படம் • சிறந்த இயக்குநர் • சிறந்த இசையமைப்பாளர்- ஏ.ஆர். ரஹ்மான் • சிறந்த நடிகர்-அர்விந்த் சாமி

திரைப்பட விழா: *ஏ ரெட்ராஸ்பெக்டிவ் ஆஃப் மணி ரத்னம் ஃபிலிம்ஸ், கொல்கத்தா திரைப்பட விழா, 2002*

திருடா திருடா • 1993 • தமிழ் • 154 நிமிடங்கள்

பங்களித்தவர்கள்: ***திரைக்கதை, இயக்கம், கதை:*** மணி ரத்னம், ராம்கோபால் வர்மா • ***தயாரிப்பு:*** எஸ். ஸ்ரீராம் • ***வசனம்:*** சுஜாதா, சுஹாசினி மணி ரத்னம் • ***ஒளிப்பதிவு:*** பி.சி. ஸ்ரீராம் • ***இசை:*** ஏ.ஆர். ரஹ்மான் • ***கலை:*** தோட்டா தரணி • ***பாடல் வரிகள்:*** வைரமுத்து • ***சண்டைப் பயிற்சி:*** சூப்பர் சுப்பராயன் • ***படத்தொகுப்பு:*** சுரேஷ் அர்ஸ் • ***நடனம்:*** சுந்தரம், ராஜுசுந்தரம், பிரபு தேவா • ***பாடல் மற்றும் பின்னணி இசை ஒலிப்பதிவு:*** எச். ஸ்ரீதர், எஸ். சிவகுமார் • ***வசனம் ஒலிப்பதிவு மற்றும் மிக்ஸிங்:*** வி.எஸ். மூர்த்தி, ஏ.எஸ். லக்ஷ்மிநாராயணன், ஆர். ரவிசந்திரன் • **நடிகர்கள்:** பிரசாந்த்-அழகு, ஆனந்த்-கதிர், ஹீரா ராஜாகோபால்-ராஜாத்தி, அனு அகர்வால்-சந்திரலேகா 'லேகா', எஸ்.பி. பாலசுப்ரமணியம்-சி.பி.ஐ இன்ஸ்பெக்டர் லக்ஷ்மிநாராயணன், சலிம் கௌஸ்-விக்ரம், சண்முகசுந்தரம்-பஞ்சாயத்து தலைவர், மலேசியா வாசுதேவன்-இன்ஸ்பெக்டர், எஸ்.எஸ். சந்திரன்-லாரி ஓட்டுனர், மதன் பாப்- சி.பி.ஐ அதிகாரி, அஜய் ரத்னம்-அசோக், 'தலைவாசல்' விஜய்-சி.பி.ஐ அதிகாரி

விருதுகள்: தேசிய விருதுகள் • சிறந்த நடன இயக்குநர்-ராஜு சுந்தரம் • சிறந்த சவுண்ட் எபெக்ட்ஸ்-சேது

திரைப்பட விழாக்கள்: *கலிபோர்னியா பல்கலைக்கழகம், லாஸ் ஏஞ்சல்ஸ் • ஏ ரெட்ராஸ்பெக்டிவ் ஆஃப் மணி ரத்னம் ஃபிலிம்ஸ், கொல்கத்தா திரைப்பட விழா, 2002*

பாம்பே • 1995 • தமிழ் • 130 நிமிடங்கள்

பங்களித்தவர்கள்: ***கதை, திரைக்கதை, வசனம், இயக்கம்:*** மணி ரத்னம் • ***தயாரிப்பு:*** எஸ். ஸ்ரீராம் • ***ஒளிப்பதிவு:*** ராஜீவ் மேனன் • ***இசை:*** ஏ.ஆர். ரஹ்மான் • ***கலை:*** தோட்டா தரணி • ***பாடல் வரிகள்:*** வைரமுத்து • ***படத்தொகுப்பு:*** சுரேஷ் அர்ஸ் • ***பாடல் மற்றும் பின்னணி இசை ஒலிப்பதிவு:*** எச். ஸ்ரீதர், எஸ். சிவகுமார் • ***வசனம் ஒலிப்பதிவு மற்றும் மிக்ஸிங்:*** வி.எஸ். மூர்த்தி, ஏ.எஸ். லக்ஷ்மிநாராயணன் • ***நடனம்:*** ராஜுசுந்தரம், பிரபு தேவா • ***சண்டைப் பயிற்சி:*** ரவி திவான் • **நடிகர்கள்:** அர்விந்த் சாமி-சேகர் நாராயணன்

பிள்ளை, மனீஷா கொய்ராலா-ஷைலா பானு, பிரகாஷ் ராஜ்-குமார், நாசர்-நாராயணன் பிள்ளை, கிட்டி-பஷீர், டினு ஆனந்த்-சக்தி சமாஜ் தலைவர், மாஸ்டர் ஹர்ஷா-கபீர் நாராயண், மாஸ்டர் ஹ்ரிதய்-கமல் பஷீர்

விருதுகள்: தேசிய விருதுகள் ● சிறந்த தேசிய ஒருமைப்பாட்டுக்கான படம் ● சிறந்த படத்தொகுப்பாளர்- சுரேஷ் அர்ஸ் ★ ஃபிலிம்ஃபேர் விருதுகள், 1996 ● சிறந்த இயக்குநர்- மணி ரத்னம் ★ ஸ்கிரீன் வீடியோகான் விருது ● சிறந்த இயக்குநர்-மணி ரத்னம் ● சினிமா எக்ஸ்பிரஸ் பதினெட்டாவது ஆண்டு விருதுகள் 1995, சென்னை ● சிறந்த திரைப்படம் ● சிறந்த இயக்குநர்-மணி ரத்னம் ● சிறந்த நடிகர் (சிறப்பு விருது)-அர்விந்த் சாமி ● சிறந்த நடிகை (சிறப்பு விருது)-மனீஷா கொய்ராலா ● சிறந்த பின்னணிப் பாடகி-கே.எஸ். சித்ரா ● சிறந்த பாடலாசிரியர்-வைரமுத்து ★ எடின்பரோ சர்வதேச திரைப்பட விழா, ஸ்காட்லாந்து ● காலா விருது ★ ஜெருசலம் சர்வதேச திரைப்பட விழா ஸ்பெஷல் மென்சன், விம் வான் லீர் இன் ஸ்பிரிட் ஆஃப் ஃப்ரீடம் விருது

திரைப்பட விழாக்கள்: கான் சர்வதேச திரைப்பட விழா, 1996 ● ரோட்டர்டாம் சர்வதேச திரைப்பட விழா ● ஹவாய் சர்வதேச திரைப்பட விழா ● எடின்பெர்க் திரைப்பட விழா ● இந்தோமானிய விழா, பாரிஸ் ● டொரோண்டோ சர்வதேச திரைப்பட விழா ● டப்லின் திரைப்பட விழா, ஆக்ஸ்பெர்க் வெல்ட்பில்ட், ஜெர்மனி ● ஜெருசலம் சர்வதேச விழா ● லாஸ் ஏஞ்சல்ஸ் (ஆசிய பசிபிக் ஃபிலிம் அண்ட் வீடியோ விழா) ● உலக சினிமா விழா பிலடெல்பியா, 1996 ● கோட்பெர் சர்வதேச திரைப்பட விழா, ஸ்வீடன் ● ஃபிலிம்பெஸ்ட் டிசி, வாஷிங்டன் டிசி ● நேஷனல் ஃபிலிம் தியேட்டர், லண்டன் ● ராயல் டிராபிகல் இன்ஸ்டிடியூட், ஆம்ஸ்டர்டாம் ● சினிமாடிக்கா போர்த்துகீஸ், லிஸ்பன் ● பாங்காக் சர்வதேச திரைப்பட விழா ● எஷ்பூ சினி திரைப்பட விழா, பின்லாந்து ● சர்க்குலோ தே பெல்லாஸ் அர்தேஸ், மாட்ரிட் ● பெஸ்டிவல் ஆஃப் தே சவுத், கோபன்ஹேகன் ● ஒஸ்லோ திரைப்பட விழா, 2002 ● ஏ ரெட்ரோஸ்பெக்டிவ் ஆஃப் மணி ரத்னம் ஃபிலிம்ஸ், கொல்கத்தா திரைப்பட விழா, 2002

இருவர் ● 1997 ● தமிழ் ● 163 நிமிடங்கள்

பங்களித்தவர்கள்: திரைக்கதை, இயக்கம்: மணி ரத்னம் ● தயாரிப்பு: மணி ரத்னம், எ.ஸ்ரீநிவாசன் ● வசனம்: சுஹாசனி ● ஒளிப்பதிவு: சந்தோஷ் சிவன் ● இசை: ஏ.ஆர்.ரஹ்மான் ● கலை: சபீர் சந்தா ● பாடல் வரிகள்: வைரமுத்து ● நடனம்: ரகுராம், சரோஜ் கான், ஃபரா கான், பிருந்தா ● சண்டைப் பயிற்சி: பி.தியாகராஜன் ● உடைகள்: பானு அதையா, பிரியா பாலு, வாணி கணபதி, சாய் ● ஒப்பனை: சுந்தரமூர்த்தி, விக்ரம் கேக்வாட் ● படத்தொகுப்பு: சுரேஷ் அர்ஸ் ● ஆடியோ டிசைன்: வி.எஸ்.மூர்த்தி, ஏ.எஸ்.லக்ஷ்மி நாராயணன் ● பாடல் மற்றும் பின்னணி இசை ஒலிப்பதிவு: எச்.ஸ்ரீதர், எஸ்.சிவகுமார் ● டிடிஎஸ் மிக்ஸ்: எச்.ஸ்ரீதர் ● நடிகர்கள்: மோகன்லால்-ஆனந்தன், பிரகாஷ் ராஜ்-தமிழ்ச்செல்வன், ஐஸ்வர்யா ராய்-புஷ்பா/கல்பனா, கௌதமி-ரமணி, தபு-செல்வத்தின் காதலி, ரேவதி-செல்வத்தின் மனைவி, நாசர்-அண்ணாதுரை (கட்சித் தலைவர்), ரவி-ரமணியின் மேலாளர், மது-மதுபாலா (சிறப்புத் தோற்றம்-நறுமுகையே பாடல்), ராஜேஷ்-கட்சிப் பிரமுகர், டெல்லி கணேஷ்-ஆனந்தனின் உதவியாளர், சுந்தர் ராஜன்-போலிஸ் கமிஷனர்

விருதுகள்: தேசிய விருதுகள் ● சிறந்த துணை நடிகர்-பிரகாஷ் ராஜ் ● சிறந்த ஒளிப்பதிவாளர்-சந்தோஷ் சிவன் ★ பெல்கிரேட் ஆட்டர் திரைப்பட விழா, 1997 ● சிறந்த படம்

திரைப்பட விழாக்கள்: டொரோண்டோ சர்வதேச திரைப்பட விழா, 1997 ● ஸ்டாக்ஹோம் சர்வதேச திரைப்பட விழா, 1997 ● கலிபோர்னியா பல்கழைகலகம்,

லாஸ் ஏஞ்சல்ஸ் • சான் பிரான்சிஸ்கோ திரைப்பட விழா • எட்மாண்டன் திரைப்பட விழா • கிளீவ்லேண்ட் திரைப்பட விழா • நியூபோர்ட் விழா • ஹாங் காங் சர்வேதச திரைப்பட விழா • ஃபிலிம்பெஸ்ட் டிசி, வாஷிங்டன் டிசி • பிலடெல்பியா திரைப்பட விழா • மிட்நைட் சன் திரைப்பட விழா, பின்லாந்து • டர்பான் சர்வேதச திரைப்பட விழா • ஆசிய அமெரிக்க சர்வேதச திரைப்பட விழா, நியூயார்க் • இந்தியன் சம்மர் ரெட்ரோஸ்பெக்டிவ், லோகர்னோ திரைப்பட விழா • பூசான் சர்வேதச திரைப்பட விழா • ஏ ரெட்ரோஸ்பெக்டிவ் ஆஃப் மணி ரத்னம் ஃபிலிம்ஸ், கொல்கத்தா திரைப்பட விழா, 2002

தில் சே / உயிரே • 1998 • இந்தி • 162 நிமிடங்கள்

பங்களித்தவர்கள்: **கதை, திரைக்கதை, இயக்கம்:** மணி ரத்னம் • **நிர்வாகத் தயாரிப்பாளர்கள்:** சேகர் கபூர், ராம்கோபால் வர்மா, மணி ரத்னம் • **வசனம்:** சுஜாதா, திக்மான்சு துளியா • **ஒளிப்பதிவு:** சந்தோஷ் சிவன் • **இசை:** ஏ.ஆர்.ரஹ்மான் • **கலை:** சமீர் சந்தா • **படத்தொகுப்பு:** சுரேஷ் அர்ஸ் • **பாடல் வரிகள்:** குல்சார் (தமிழில்-வைரமுத்து) • **நடனம்:** ஃபரா கான் • **சண்டைப் பயிற்சி:** அல்லன் அமீன் • **ஆடியோகிராஃபி:** எச்.ஸ்ரீதர் • நடிகர்கள்: ஷாருக் கான்-அமர்காந்த் வர்மா, மனீஷா கொய்ராலா-மேக்னா, ப்ரீத்தி ஜிந்தா-ப்ரீத்தி நாயர், ரகுவீர் யாதவ்-சுக்லா, சப்யாசாச்சி சக்ரபர்த்தி-தீவிரவாதக் குழுத் தலைவர், பியுஷ் மிஷ்ரா-குழு உறுப்பினர், கிரிஷ்ணகாந்த்-குழு உறுப்பினர், ஆதித்யா ஸ்ரீவஸ்டவா-குழு உறுப்பினர், கென் ஃபிலிப்-குழு உறுப்பினர், சஞ்சை மிஸ்ரா-குழு உறுப்பினர், மிட்டா வசிஷ்ட்-மிட்டா (பெண் தீவிரவாதி), மலாய்க்கா-ரயிலில் நடனமாடும் பெண்

விருதுகள்: தேசிய விருதுகள் • சிறந்த ஒளிப்பதிவாளர்-சந்தோஷ் சிவன் • சிறந்த ஆடியோகிராஃபர்- எச்.ஸ்ரீதர் ★ பெர்லின் சர்வேதச திரைப்பட விழா • சிறந்த ஆசிய திரைப்படம்

திரைப்பட விழாக்கள்: டோக்கியோ சர்வேதேச திரைப்பட விழா • ஆட்டர் திரைப்பட விழா, பெல்கிரேட் • ஃபிலிம்பெஸ்ட் டிசி, வாஷிங்டன் டிசி • டேஸ் ஆஃப் டெல்லி பெஸ்டிவல், மாஸ்கோ • லவ் அண்ட் அனார்கி, ஹெல்சிங்கி திரைப்பட விழா, 2002 • ஏ ரெட்ரோஸ்பெக்டிவ் ஆஃப் மணி ரத்னம் ஃபிலிம்ஸ், கொல்கத்தா திரைப்பட விழா, 2002

அலைபாயுதே • 2000 • தமிழ் • 135 நிமிடங்கள்

பங்களித்தவர்கள்: **திரைக்கதை, இயக்கம்:** மணி ரத்னம் • **தயாரிப்பு:** ஜி.ஸ்ரீநிவாசன் • **கதை:** ஆர்.செல்வராஜ், மணி ரத்னம் • **ஒளிப்பதிவு:** பி.சி.ஸ்ரீராம் • **இசை:** ஏ.ஆர்.ரஹ்மான் • **படத்தொகுப்பு:** ஏ.ஸ்ரீகர் பிரசாத் • **கலை:** ராகவன் • **பாடல் வரிகள்:** வைரமுத்து • **மோனோ மிக்ஸ்:** வி.எஸ்.மூர்த்தி, ஏ.எஸ்.லக்ஷ்மிநாராயணன் • **ஆடியோகிராஃபி:** ஏ.எஸ்.லக்ஷ்மி நாராயணன் • **டிடீஎஸ் மிக்ஸ்:** எச்.ஸ்ரீதர் • **நடனம்:** ஃபரா கான் • **நடிகர்கள்:** மாதவன்-கார்த்திக், ஷாலினி-சக்தி, ஸ்வர்ணமால்யா-பூர்ணி, வி.நடராஜன்-கார்த்திக்கின் தந்தை, கே.பி.ஏ.சி.லலிதா-கார்திக்கின் தாய், ரவி பிரகாஷ்-ஷக்தியின் தந்தை, ஜெயசுதா-ஷக்தியின் தாய், விவேக்-ஷக்தியின் முறைப் பையன், சுகுமாரி-ஷக்தியின் அத்தை, அழகம் பெருமாள்-வீட்டு உரிமையாளர், அர்விந்த் சாமி-சிறப்புத் தோற்றம், குஷ்பூ-சிறப்புத் தோற்றம்.

திரைப்பட விழாக்கள்: சினிமா திரைப்பட விழா, 2000, புதுடெல்லி • பூசான் சர்வேதச திரைப்பட விழா, 2000 • கொல்கத்தா திரைப்பட விழா, 2000 • பிர்மிங்காம் ஃபிலிம் அண்ட் டெலிவிஷன் பெஸ்டிவல், 2000 • இன்ஸ்ட்டிடியூட் ஆஃப் கன்டெம்ப்ரரி ஆர்ட்ஸ், லண்டன், 2000 • டோக்கியோ ஃபிலிமெக்ஸ், 2000 • பெர்லின் சர்வேதச திரைப்பட விழா • பெஸ்டிவல் ஆஃப் சவுத் இந்தியா லாட்டிடியூட்ஸ் வில்லேத், பாரிஸ் • நண்டுகெட்

திரைப்பட விழா • உலக திரைப்பட விழா, க்யூபெக், மாண்ட்ரீயல் • தானிஷ் திரைப்பட விழா • புனித லூயிஸ் சர்வேதச திரைப்பட விழா, 2000 • செஸன் ஆன் இந்தியன் சினிமா, கால்வாய் ஃபிலிம் ஃப்ளீத், 2002 • ஏ ரெட்ரோஸ்பெக்டிவ் ஆஃப் மணி ரத்னம் ஃபிலிம்ஸ், கினோ ஜெனிக்ஸ் ஜூரிச், 2002, சுவிட்ஸர்லாந்து • வான்கூவர் சர்வேதச திரைப்பட விழா, 2002 • மணி ரத்னத்தின் காதல் படங்கள் - நேஷனல் ஃபிலிம் தியேட்டர், 2002, லண்டன் • ஏ ரெட்ரோஸ்பெக்டிவ் ஆஃப் மணி ரத்னம் ஃபிலிம்ஸ், கொல்கத்தா திரைப்பட விழா, 2002

கன்னத்தில் முத்தமிட்டால் • 2002 • தமிழ் • 136 நிமிடங்கள்

பங்களித்தவர்கள்: **கதை, திரைக்கதை, இயக்கம்:** மணி ரத்னம் • **தயாரிப்பு:** மணி ரத்னம், ஜி.ஸ்ரீநிவாசன் • **வசனம்:** சுஜாதா • **ஒளிப்பதிவு:** ரவி கே.சந்திரன் • **இசை:** ஏ.ஆர்.ரஹ்மான் • **பாடல் வரிகள்:** வைரமுத்து • **கலை:** சாபு சிரில் • **படத்தொகுப்பு:** ஏ.ஸ்ரீகர் பிரசாத் • **நடனம்:** பிருந்தா • **ஆடியோகிராஃபி:** ஏ.எஸ்.லக்ஷ்மிநாராயணன் • **டிடீஎஸ் மிக்ஸ்:** எச்.ஸ்ரீதர் • **சண்டைப் பயிற்சி:** 'விக்ரம்' தர்மா • **நடிகர்கள்:** மாதவன்-திருச்செல்வன், சிம்ரன்-இந்திரா, பிரகாஷ் ராஜ்-டாக்டர்.ஹெரால்ட் விக்ரம்சிங்கே, நந்திதா தாஸ்-ஷியாமா, ஜே.டி.சக்ரவர்த்தி-திலீபன், பி.எஸ்.கீர்த்தனா-அமுதா, டெல்லி குமார்-கணேசன், பசுபதி-தீவிரவாதி, பாலா சிங்- ஷியாமாவின் தந்தை, மாஸ்டர் சூரஜ்-வினயன், மாஸ்டர் கேத்தன்-அகிலன்.

விருதுகள்: சினிமா எக்ஸ்பிரஸ் விருதுகள், 2003 • சிறந்த படம், சிறந்த இயக்குநர் - ஸ்பெஷல் ஜூரி விருது • சிறந்த நடன இயக்குநர் - பிருந்தா • சிறந்த ஸ்டண்ட் இயக்குநர் - விக்ரம் தர்மா • சிறந்த குழந்தை நட்சத்திரம் - பேபி கீர்த்தனா • சிறந்த நடிகை - சிம்ரன் ★ லாஸ் ஏஞ்சல்ஸ் இந்திய திரைப்பட விழா, 2003, லாஸ் ஏஞ்சல்ஸ் • திருவிழாவின் சிறந்த திரைப்படம் ★ ஜெருசலம் சர்வேதச திரைப்பட விழா, இஸ்ரேல் • விம் வான் லீர் இன் ஸ்பிரிட் ஆஃப் ப்ரீடம் விருது ★ ஃபிலிம்பேர் விருதுகள், 2003 • சிறந்த இயக்குநர் • சிறந்த ஒளிப்பதிவாளர்-ரவி கே.சந்திரன் • சிறந்த நடிகை-சிம்ரன் ★ ஐம்பதாவது தேசிய திரைப்பட விருதுகள் 2003 • சிறந்த பிராந்திய மொழி திரைப்படம் • சிறந்த இசையமைப்பாளர் - ஏ.ஆர்.ரஹ்மான் • சிறந்த பாடலாசிரியர் - வைரமுத்து • சிறந்த ஆடியோகிராஃபர் - ஏ.எஸ்.லக்ஷ்மி நாராயணன் • சிறந்த படத்தொகுப்பாளர் - ஏ.ஸ்ரீகர் பிரசாத் • சிறந்த குழந்தை நட்சத்திரம் - பேபி கீர்த்தனா.

திரைப்பட விழாக்கள்: இந்தியன் பனோரமா, 2002, புது டெல்லி • சினிமயா ஃபெஸ்டிவல், 2002, புதுடெல்லி • இன்ஸைட் இந்தியா: பாலிவூட் அண்ட் பியாண்ட், வாக்கர் ஆர்ட் சென்டர், மினியாபோலிஸ், 2003.

ஆய்த எழுத்து / யுவா • 2004 • தமிழ் • 159 நிமிடங்கள் / இந்தி • 169 நிமிடங்கள்

பங்களித்தவர்கள் - ஆய்த எழுத்து: **திரைக்கதை, இயக்கம்:** மணி ரத்னம் • **தயாரிப்பு:** மணி ரத்னம், ஜி.ஸ்ரீநிவாசன் • **வசனம்:** சுஜாதா • **ஒளிப்பதிவு:** ரவி கே.சந்திரன் • **இசை:** ஏ.ஆர்.ரஹ்மான் • **படத்தொகுப்பு:** ஏ.ஸ்ரீகர் பிரசாத் • **கலை:** சாபு சிரில் • **பாடல் வரிகள்:** வைரமுத்து • **சிங்க் சவுண்ட் ரெகார்டிஸ்ட்:** ராபர்ட் டைலர் • **சவுண்ட் டிசைன்:** ஏ.எஸ்.லக்ஷ்மிநாராயணன் • **டிடீஎஸ் மிக்ஸ்:** எச்.ஸ்ரீதர் • **நடனம்:** பிருந்தா • **சண்டைப் பயிற்சி:** 'விக்ரம்' தர்மா • **நடிகர்கள்:** மாதவன்-இன்பாசேகர், சூர்யா-மைக்கேல் வசந்த், சித்தார்த்-அர்ஜூன் பாலகிருஷ்ணன், மீரா ஜாஸ்மின்-சசி, ஈஷா தியோல்-கீதாஞ்சலி, த்ரிஷா கிருஷ்ணன்-மீரா, ஜனகராஜ்-ஈஷாவின் சித்தப்பா, பாரதிராஜா-செல்வா நாயகம், ஸ்ரீமன்-தில்லி.

பங்களித்தவர்கள் – யுவா: திரைக்கதை, இயக்கம்: மணி ரத்னம் • **தயாரிப்பு:** மணி ரத்னம், ஜி.ஸ்ரீநிவாசன் • **வசனம்:** அனுராக் கஷ்யப் • **ஒளிப்பதிவு:** ரவி கே.சந்திரன் • **இசை:** ஏ.ஆர்.ரஹ்மான் • **படத்தொகுப்பு:** ஏ.ஸ்ரீகர் பிரசாத் • **கலை:** சாபு சிரில் • **பாடல் வரிகள்:** மெஹ்பூப் • **சிங்க் சவுண்ட் ரெகார்டிஸ்ட்:** ராபர்ட் டைலர் • **சவுண்ட் டிசைன்:** ஏ.எஸ்.லக்ஷ்மிநாராயணன் • **டிடீஎஸ் மிக்ஸ்:** எச்.ஸ்ரீதர் • **நடனம்:** பிருந்தா • **சண்டைப் பயிற்சி:** 'விக்ரம்' தர்மா • **நடிகர்கள்:** அஜய் தேவ்கன்-மைக்கேல் முகர்ஜி, அபிஷேக் பச்சன்-லல்லன் சிங், ராணி முகர்ஜி-சசி பிஸ்வாஸ், விவேக் ஓபராய்-அர்ஜுன் பாலசந்திரன், கரீனா கபூர்-மிரா, ஈஷா தியோல்-ராதிகா, ஓம் பூரி-பிரசோன்ஜித் பட்டாசார்யா, சோனு சூத்-கோபால் சிங், ஆனந்த் நாக்-அர்ஜுனின் தந்தை, விஜய் ராஸ்-லல்லனின் நண்பன், அபினவ் கஷ்யப்- த்ரிலோக்

திரைப்பட விழாக்கள்: வெனிஸ் திரைப்பட விழா (வெனிஸ் மோஸ்ட்ரா) • பூசான் சர்வதேச திரைப்பட விழா • பாங்காக் சர்வதேச திரைப்பட விழா • பாம் ஸ்பிரிங்ஸ் சர்வதேச திரைப்பட விழா • நாட்ஃபிலிம் திரைப்பட விழா, டென்மார்க்

குரு • 2006 • இந்தி • 159 நிமிடங்கள்

பங்களித்தவர்கள்: திரைக்கதை, இயக்கம்: மணி ரத்னம் • **தயாரிப்பு:** மணி ரத்னம், ஜி.ஸ்ரீநிவாசன் • **வசனம்:** விஜய் கிருஷ்ண ஆச்சார்யா • **ஒளிப்பதிவு:** ராஜீவ் மேனன் • **இசை:** ஏ.ஆர்.ரஹ்மான் • **படத்தொகுப்பு:** ஸ்ரீகர் பிரசாத் • **கலை:** சமீர் சந்தா • **பாடல் வரிகள்:** குல்சார் • **நடனம்:** சரோஜ் கான், பிருந்தா • **உடைகள்:** சாய், அமீரா புன்வானி, நிகார் தவான், அனு பார்த்தசாரதி, அபர்ணா ஷா • **ஆடியோகிராஃபி:** எச்.ஸ்ரீதர் • **நடிகர்கள்:** மிதுன் சக்ரபர்த்தி-மாணிக்தாஸ் குப்தா, அபிஷேக் பச்சன்-குருகாந்த் தேசாய், ஐஷ்வர்யா ராய் பச்சன்-சுஜாதா, மாதவன்-ஷ்யாம் சக்சேனா, வித்யா பாலன்-மீனாக்ஷி குப்தா, ரோஷன் சேத்-தாப்பர், மல்லிகா ஷெராவத்-ஜும்பா

திரைப்பட விழாக்கள்: கான் சர்வேதச திரைப்பட விழா • இபிசா சர்வேதச திரைப்பட விழா • பூசான் சர்வதேச திரைப்பட விழா • தர்க்ஸ் அண்ட் கேய்கஸ் சர்வேதச திரைப்பட விழா • இந்தியா ஸ்ப்லெண்டர், லாஸ் ஏஞ்சல்ஸ் • கைரோ சர்வேதச திரைப்பட விழா • ரோம் சர்வேதச திரைப்பட விழா • ஸ்டூட்கார்ட் திரைப்பட விழா

ராவணன்/ராவன் • 2010 • தமிழ் • 137 நிமிடங்கள் / இந்தி • 138 நிமிடங்கள்

பங்களித்தவர்கள் – ராவணன்: திரைக்கதை, இயக்கம்: மணி ரத்னம் • **தயாரிப்பு:** மணி ரத்னம், சாரதா த்ரிலோக் • **வசனம்:** சுஹாசினி மணி ரத்னம் • **ஒளிப்பதிவு:** சந்தோஷ் சிவன், வி.மணிகண்டன் • **இசை:** ஏ.ஆர்.ரஹ்மான் • **கலை:** சமீர் சந்தா • **படத்தொகுப்பு:** ஏ.ஸ்ரீகர் பிரசாத் • **பாடல் வரிகள்:** வைரமுத்து • **உடைகள்:** சாய், சப்யாசாச்சி முகர்ஜி • **நடனம்:** கணேஷ் ஆச்சார்யா, பிருந்தா, ஷோபனா, அஷ்டத் தெபூ • **சண்டைப் பயிற்சி:** ஷ்யாம் கௌஷல், பீட்டர் ஹெயின் • **ஆடியோகிராஃபி:** தபஸ் நாயக் • **நடிகர்கள்:** விக்ரம்-வீரா, ஐஷ்வர்யா ராய் பச்சன்-ராகினி, ப்ரித்விராஜ்-தேவ், கார்த்திக்-ஞான பிரகாஷம், பிரபு-சிங்கராசு, ப்ரியாமணி-வெண்ணிலா, ஜான் விஜய்-டிஎஸ்பி ஹேமந்த், முன்னா-சக்கரை, வையாபுரி-ராசாத்தி, ரஞ்சிதா-அன்னம், வர்ஷா-பூங்கொடி, அஷ்வந்த் திலக்-வேலன், அழகம்பெருமாள்-புகைப்படக்கலைஞர், சரவண சுப்பையா-ரஞ்சித்

திரைப்பட விழாக்கள் – ராவணன்: வெனிஸ் திரைப்பட விழா (வெனிஸ் மோஸ்ட்ரா) • பூசான் சர்வதேச திரைப்பட விழா • மாண்ட்ரீயல் நியூ சினிமா சர்வதேச திரைப்பட விழா • மஹேந்த்ரா இந்தோ-அமெரிக்கன் ஆர்ட்ஸ் கவுன்சில் ஃபிலிம் • இருபத்தியொன்றாவது ஸ்டாக்ஹோல்ம் சர்வேதச திரைப்பட விழா • தெற்காசிய சர்வேதச திரைப்பட விழா, நியூயார்க்

பங்களித்தவர்கள் - ராவன்: *திரைக்கதை, இயக்கம்:* மணி ரத்னம் • ***தயாரிப்பு:*** மணி ரத்னம், சாரதா த்ரிலோக் • ***வசனம்:*** விஜய் கிருஷ்ண ஆச்சார்யா • ***ஒளிப்பதிவு:*** சந்தோஷ் சிவன், வி.மணிகண்டன் • ***இசை:*** ஏ.ஆர்.ரஹ்மான் • ***கலை:*** சமீர் சந்தா • ***படத்தொகுப்பு:*** ஏ.ஸ்ரீகர் பிரசாத் • ***பாடல் வரிகள்:*** குல்சார் • ***உடைகள்:*** சாய், சப்யாசாச்சி முகர்ஜி • ***நடனம்:*** கணேஷ் ஆச்சார்யா, பிருந்தா, ஷோபனா, அஷ்டத் தெபூ • ***சண்டைப் பயிற்சி:*** ஷ்யாம் கௌஷல், பீட்டர் ஹெயின் • ***ஆடியோகிராஃபி:*** தபஸ் நாயக் • **நடிகர்கள்:** அபிஷேக் பச்சன்-பீரா, ஐஷ்வர்யா ராய் பச்சன்-ராகினி, விக்ரம்-தேவ், கோவிந்த்-சஞ்சீவனி, ரவி கிஷன்- மங்கள், ப்ரியாமணி-ஜமுனியா, நிகில் திவேதி-ஹேமந்த், அஜை கேய்-ஹரியா, பங்கஜ் திரிபாதி-குலாபியா

விருது - ராவன்: அப்ஸாரா விருது • சிறந்த ஆடியோகிராஃபி

திரைப்பட விழாக்கள் - ராவன்: வெனிஸ் திரைப்பட விழா (வெனிஸ் மோஸ்ட்ரா) • பூசான் சர்வதேச திரைப்பட விழா • டோக்கியோ திரைப்பட விழா • மொஸ்ட்ரா தி வலாநிக்கா திரைப்பட விழா, ஸ்பெயின் • சிட்ஜெஸ் திரைப்பட விழா, ஸ்பெயின்.

கடல் • 2013 • தமிழ் • 160 நிமிடங்கள்

பங்களித்தவர்கள்: *இயக்கம்:* மணி ரத்னம் • ***திரைக்கதை:*** மணி ரத்னம், ஜெயமோகன் • ***தயாரிப்பு:*** மனோகர் பிரசாத், மணி ரத்னம் • ***கதை, வசனம்:*** ஜெயமோகன் • ***ஒளிப்பதிவு:*** ராஜீவ் மேனன் • ***இசை:*** ஏ.ஆர்.ரஹ்மான் • ***படத்தொகுப்பு:*** ஏ.ஸ்ரீகர் பிரசாத் • ***கலை:*** சசிதரா அடாபா • ***பாடல் வரிகள்:*** வைரமுத்து, கார்கி • ***நடனம்:*** பிருந்தா • ***உடைகள்:*** ஏகலகானி, சாய் • ***ஆடியோகிராஃபி:*** தபஸ் நாயக் • ***சண்டைப் பயிற்சி:*** கனல் கண்ணன், கெச்சா கம்பாக்டீ • **நடிகர்கள்:** *அர்ஜுன்-பர்க்மன்ஸ், அர்விந்த் சாமி-ஃபாதர் சாம் பெர்னாண்டோ, கௌதம் கார்த்திக்-தாமஸ், துளசி-பியாட்ரிஸ், லஷ்மி மஞ்சு-செலினா, பொன்வன்னன்-செட்டி, கலைராணி-மதர் சுப்பீரியர், மாஸ்டர் நித்திஷ்-தாமஸ் (5 வயது), மாஸ்டர் சரவணன்-தாமஸ் (10 வயது).*

நன்றிகள்

முதற்கண் நன்றிகள், மணி ரத்னத்துக்கு, அவரது படங்களுக்கு, இந்த உரையாடல்களுக்கு, அதற்காக நேரம் ஒதுக்கியதற்கு.

நன்றிகள், சுசீலா ரவிந்த்ரநாத்துக்கு. அந்த சாஃப்ட்வேர் இளைஞனை சிக்காகோவில் சந்தித்ததற்கு. எழுத்துத்துறையில் சம்பாதிக்க முடியாது என்று சொன்னதற்கு. நியூ இந்தியன் எக்ஸ்பிரஸ் பத்திரிக்கையில் பணி புரிந்தபோது உறுதுணையாக இருந்ததற்கு. இப்போதும் எனக்கு உறுதுணையாக இருப்பதற்கு.

நன்றிகள், சந்தியா ஸ்ரீதருக்கு. என் முதல் திரைப்பட விமர்சனத்தை எகானமிக் டைம்ஸ்-மெட்ராஸ் பிளஸ் பத்திரிகையில் பிரசுரித்ததற்கு. பின் நான் எழுதிய அனைத்தையும் பிரசுரித்ததற்கு.

நன்றிகள், காமினி மகாதேவனுக்கு. எனக்குள் ஒரு புத்தகம் ஒளிந்திருக்கிறது என்று சொல்லி ஊக்குவித்துவந்ததற்கு. அப்படி ஒன்றுமில்லை என்று சொல்லி அவர் அளித்த வாய்ப்புகள் அனைத்தையும் நான் நிராகரித்தபோதும், முகம் சுளிக்காமல் நடந்துகொண்டதற்கு. கத்திரிக்காய் கூட்டுக்கு. இந்தப் புத்தகத்தை எழுதும் வாய்ப்பினை உருவாக்கித் தந்ததற்கு.

நன்றிகள், ஆதித்யா சின்ஹாவுக்கு. நியூ இந்தியன் எக்ஸ்பிரஸ் அலுவலகத்தில் பணிபுரிந்தபோது, அதிக விடுப்புகள் அளித்ததற்கு. அளவுக்கு அதிகமாக நான் விடுப்புகள் எடுத்தபோதும், என்னை அலுவலகம் வரக் கட்டாயப்படுத்தாத தற்கு. ஓர் எழுத்தாளனின் கடமையைப் புரிந்துகொண்டதற்கு. டெக்கீலாவுக்கு.

நன்றிகள், என். ராதாகிருஷ்னுக்கு, 'மேன்ஸ் வேர்ல்டு' இதழுக்கு. எனக்குப் பிடித்தவற்றை எழுத முழுச் சுதந்தரம் அளித்ததற்கு.

நன்றிகள், பாணி சாருக்கு, பரணிக்கு. இந்தப் புகைப்படங்களைக் கொடுத்ததற்கு. அதீத பொறுமை காத்ததற்கு.

நன்றிகள், எல். சுரேஷ், மிலிந்த் ராவ், சிவகுமார் ஆனந்தசுப்ரமணியன் ஆகியோருக்கு. என் எழுத்துகளைப் படித்துப் பின்னூட்டம் அளித்ததற்கு. என்னுடன் இணைந்து பயணித்துவருவதற்கு.

நன்றிகள், சுனில் லக்ஷ்மணுக்கு. என்னுடைய எடிட்டர்-இன்-லாவாக இருப்பதற்கு. அவரது ஒளிவுமறைவற்ற அபிப்ராயங்களுக்கு.

நன்றிகள், மனோஜ், வினோத் ஆகியோருக்கு. நான் பல ஆயிரம் மைல்கள் தள்ளியிருந்த காலத்திலும், விமர்சனக் கட்டுரைகளை அனுப்பிவைத்ததற்கு. நான் தமிழ் சினிமாவிலிருந்து பிரிந்திருந்தபோதும், என்னுள் இருக்கும் சினிமாப் பித்து குறையாமல் பார்த்துக்கொண்டதற்கு.

நன்றிகள், என்னுடைய வலைத்தளத்தின் வாசகர்களுக்கு. எனக்கென்று பொறுப்புகளை உருவாக்கித்தந்ததற்கு. என்னுடன் உரையாடிவருவதற்கு. என்னுடன் விவாதிப்பதற்கு. என்னைக் கேலி செய்வதற்கு. தங்களின் கருத்துகளின்மூலம், நான் யாருமற்ற உலகில் புலம்பிக்கொண்டிருக்கவில்லை என்பதை மீண்டும் மீண்டும் உறுதி செய்துவருவதற்கு.

நெஞ்சார்ந்த நன்றிகள், என்னுடைய நண்பர்களுக்கு, என்னுடைய குடும்பத்தாருக்கு. என்னுடைய பிதற்றல்களையும் புலம்பல்களையும் பொறுத்துக்கொண்டதற்கு. ஐ லவ் யூ ஆல்.

பரத்வாஜ் ரங்கன்

தேசிய விருது பெற்ற திரை விமர்சகர். 'தி ஹிந்து' ஆங்கில நாளிதழின் மூத்த துணை ஆசிரியர். 'ஓப்பன்', 'தெஹல்கா', 'பிப்லியோ', 'அவுட்லுக்', 'கேரவன்' போன்ற தேசிய இதழ்களில் திரைப்படங்கள், இசை, கலை, நகைச்சுவை, புத்தகங்கள், பயணம் போன்றவை பற்றி இவர் எழுதியவை இடம்பெற்றுள்ளன. 'காதல் 2 கல்யாணம்' என்ற தமிழ் ரொமாண்டிக் காமெடித் திரைப்படத்தின் திரைக்கதை ஆசிரியர்களுள் ஒருவர். சென்னையில் இருக்கும் ஏசியன் காலேஜ் ஆஃப் ஜர்னலிசத்தில் திரைப்படம் பற்றி வகுப்புகள் எடுத்துவருகிறார்.

★

அரவிந்த் சச்சிதானந்தம்

பொறியியல் பட்டம் பெற்று, ஒரு பன்னாட்டு நிறுவனத்தில் பொறியாளராகப் பணியாற்றியவர். தற்போது முழு நேரப் படைப்பாளியாக இயங்கிக்கொண்டிருக்கிறார். இவரது கதைகளும் கட்டுரைகளும், பல்வேறு இதழ்களிலும் இணையத்தளங்களிலும் வெளியாகியுள்ளன. தமிழ்த் திரைப்படங்களுக்கு திரைக்கதை வசனம் எழுதி வரும் இவர், குறும்படங்களையும், கார்ப்பரேட் வீடியோக்களையும் உருவாக்கியிருக்கிறார்.